ĐÔNG ÂU TẠI VIỆT NAM

LÝ THÁI HÙNG

Bắn Cứa Anh Michael Nguyễn

[illegible]

Feb 11. 2007

ĐÔNG ÂU TẠI VIỆT NAM

ISBN: 1-4243-1718-5
ISBN-13: 978-1-4243-1718-9

Liên lạc:
lythaihung2006@yahoo.com
http://www.DongAuTaiVietNam.com

LÝ THÁI HÙNG

ĐÔNG ÂU TẠI VIỆT NAM

VIETNEWS
2006

MỤC LỤC

LỜI CẢM TẠ

Không một tác phẩm nào dù được đứng tên một người hay vài người mà không có sự hỗ trợ, góp sức của nhiều người, trước khi nó được trình làng. Tập sách "Đông Âu Tại Việt Nam" mà quý vị đang cầm trên tay, không ra ngoài biệt lệ này. Trong hơn 10 năm (1995-2006) biên soạn tập sách này, tác giả đã nhận được sự giúp đỡ của rất nhiều người từ thu thập tài liệu, hình ảnh cho đến những góp ý liên quan đến nội dung và cách thức trình bày ở mỗi chương. Tác giả xin bày tỏ lòng biết ơn đến tất cả những hỗ trợ này.

Vì được viết qua nhiều thời kỳ khác nhau trong mười năm, tác giả đã tốn khá nhiều thì giờ rà soát và cập nhập lại những điều đã phân tích. Nhưng nếu không có sự hỗ trợ của một số quý vị sau đây, tập sách đã không thể nào đến tay quý vị kịp trong năm 2006.

Người đầu tiên mà tác giả phải bày tỏ lòng biết ơn là anh Trần Hùng, Giám Đốc Hãng Thông Tấn Vietnam News Network (VNN). Anh Trần Hùng là một người bạn rất thân với tác giả từ hơn 20 năm nay và đã từng cộng tác với nhau trong nhiều lãnh vực hoạt động. Anh đã giúp tác giả rất nhiều trong việc hoàn chỉnh về nội dung, đồng thời sắp xếp vấn đề trình bày tập sách trong suốt 3 tháng trời, trước khi tập sách được mang đi in.

Người thứ hai mà tác giả cũng xin bày tỏ lòng biết ơn là Giáo Sư

Nguyễn Ngọc Bích, Nguyên Giám Đốc Đài Á Châu Tự Do, Chủ Tịch Nghị Hội Toàn Quốc Người Việt Tại Hoa Kỳ. Giáo sư Nguyễn Ngọc Bích là bậc niên trưởng của tác giả trong hàng ngũ sinh viên du học tại Nhật, từ thập niên 60 và từng sát cánh trong những hoạt động đấu tranh tại Hoa Kỳ, qua Hội Nghị Liên Kết Người Việt Tự Do, từ năm 1995 cho đến nay. Tuy rất bận rộn với công việc tổ chức kỷ niệm 20 năm Nghị Hội, Giáo Sư Nguyễn Ngọc Bích vẫn dành khá nhiều thời gian để đọc và nhuận lại một số chương trong tập sách, đồng thời viết cho Lời Giới Thiệu. Người thứ ba mà tác giả biết ơn rất nhiều là nhà báo Trần Phong Vũ, chủ biên Nguyệt San Diễn Đàn Giáo Dân, thành viên nòng cốt Tủ Sách Tiếng Quê Hương, đã giúp đỡ việc giao dịch ấn hành tập sách.

Tác giả cũng đã gửi bản thảo đến một số vị thức giả để nhờ cho ý kiến, đồng thời viết cho Lời Bạt. Rất may mắn các vị đều vui vẻ nhận lời đọc và dành thời giờ viết cho lời nhận xét và giới thiệu. Tác giả xin đặc biệt cảm ơn những vị sau đây:

Đề Đốc Đinh Mạnh Hùng, cựu tướng lãnh Hải Quân Quân Lực Việt Nam Cộng Hòa, cựu Tư Lệnh Vùng Hai Duyên Hải trước năm 1975. Ông rất quan tâm về nhu cầu hình thành một sách lược đấu tranh chung của các lực lượng dân tộc, trong đó việc xác định lý tưởng quốc gia đã thắng chủ nghĩa cộng sản qua sự sụp đổ của khối cộng sản tại Đông Âu và Liên Xô là nhu cầu cần thiết để huy động sức mạnh tổng hợp của mọi lực lượng.

Luật sư Đoàn Thanh Liêm, một chuyên gia về Hiến pháp, một tù nhân lương tâm và hiện đang đặc biệt nghiên cứu về Xã Hội Dân Sự, một yếu tố then chốt để xây dựng ý thức dân chủ và đưa đến sự bùng nổ các phong trào đấu tranh quần chúng tại Đông Âu cách đây 17 năm. Luật Sư Liêm đã khai triển ý niệm Xã Hội Dân Sự trong bài nhận định về tập sách của tác giả, để giúp độc giả hiểu thêm tiến trình đưa đến sự tan rã các chế độ Cộng sản tại Đông Âu.

Tiến Sĩ Mai Thanh Truyết, Phó Chủ Tịch Đại Việt Quốc Dân

GIÁO SƯ NGUYỄN NGỌC BÍCH GIỚI THIỆU TẬP SÁCH ĐÔNG ÂU TẠI VIỆT NAM

Năm 1989, Đông-Âu CS gần như đổ cái ụp: Ở Ba-lan và Hung-ga-ri, đảng CS cầm quyền phải chấp-nhận bầu cử tự do, rồi Hung đổi tên đảng và tên nước còn ở Đông-Đức tuổi trẻ lên đường ào ạt tràn sang Tiệp, Áo và Hung để xin tỵ nạn ở Tây-Đức, dẫn đến sự từ chức của Honecker và bức tường Bá-linh sụp đổ vào tháng 11 năm đó, tiếp sau là sự từ chức của Todor Zhivkov ở Bun-ga-ri và Milos Jakes ở Tiệp, để đến tháng 12 thì vợ chồng Ceaucescu bị bắn ở Ru-ma-ni và Nam-tư chấp nhận đa đảng, chưa kể ba nước Baltic - Lithuania, Latvia và Estonia - cũng thoát khỏi đế-chế Liên-Xô trong cùng năm.

Sửng sốt trước hiện-tượng đó, lãnh-đạo ở Hà-nội liền cử ông Trần Xuân Bách, một ủy-viên Bộ Chính-trị Hà-nội kiêm bí-thư Trung-ương Đảng CSVN, thực-hiện một cuộc nghiên cứu cấp-tốc về những nguyên-nhân sụp đổ "long trời lở đất" này của thế-giới CS ở châu Âu.

Nhờ có một ê-kíp nghiên-cứu-viên khá xuất sắc dưới quyền, đa-phần có học ở Liên-Xô và các nước Đông-Âu về, chỉ ít tháng sau ông Trần Xuân Bách đã đưa ra được một bản tường-trình khá sâu sắc, gồm ba điểm theo một số nguồn tin:

Một là thế-giới tư-bản có khả-năng chuyển-biến một sáng-kiến kỹ-thuật thành sản-phẩm nhanh hơn thế-giới CS rất nhiều. Nếu ở trong thế-giới tư-bản người ta có thể đem một sáng-kiến biến thành sản-phẩm trong vòng 6 tháng thì ở trong thế-giới CS, thời-gian này có thể là 10 năm.

Hai là sự bùng nổ thông tin trong thời hiện-đại. Ở đây, Tây-phương cũng có ưu-thế hơn do quyết-định từ thập niên 50 của thế-kỷ 20, chủ-yếu là ở Mỹ, cho máy vi-tính phát triển dưới dạng PC, nghĩa là đi vào từng nhà một, thay vì chỉ giữ kỹ-thuật đó trong tay chính-quyền như ở Liên-Xô và các nước CS kia. Điều này cho phép hàng triệu triệu người phát huy sáng-kiến của mình thay vì chỉ dành công việc đó cho các cơ-quan chính-quyền.

Và ba là sự đi lại tự do ở phương Tây, nhất là của tuổi trẻ đi sang các nước, kể cả các nước CS, cho thấy một tuổi trẻ vô tư, phóng khoáng, không bị nhồi sọ hay phải sợ sệt ai cả - tóm lại, đưa ra một gương sáng về tuổi trẻ thực-sự tự do.

Gần như ngay liền sau khi công-bố những kết-luận trên, ông Trần Xuân Bách đã bị hạ tầng công-tác, đuổi ra khỏi Bộ Chính-trị và Trung-ương Đảng vì tội vô-kỷ-luật, dù là đã làm theo chỉ-thị của cấp trên, sém mất luôn cả thẻ đảng. Cuối cùng nhờ sự quen biết với ông Nguyễn Cơ Thạch, ông Bách được giữ lại làm một công-chức quèn ở Bộ Ngoại-giao, với công việc chính là dịch-thuật - một hình phạt (nhẹ) được dành cho những bộ óc lớn nhất của đất nước trong thời CS.

Điều đáng tiếc là vì chuyện xảy ra cho ông nên không ai biết bản nghiên cứu do ông đỡ đầu về ảnh-hưởng của các biến-cố Đông-Âu lúc bấy giờ đối với Việt Nam như thế nào, may ra chỉ còn có đôi ba người được đọc. Thành thử một công việc tương-tự vẫn cần phải được thực-hiện. Và công việc đó, ở hải-ngoại, tác-giả Lý Thái Hùng vừa hoàn-tất sau nhiều năm nghiền ngẫm về đề-tài cũng như sang tận nơi để nghiên cứu, ở Tiệp, ở Ba-lan, ở Hung-ga-ri, ở Đông-Đức, và cả ở Nga, để cho rõ ngọn nguồn các sự-kiện và đem so sánh với những điều-kiện và tình-hình ở Việt Nam hôm nay. Kết-quả là một tác-phẩm lớn, có lẽ cặn kẽ đầy đủ nhất về đề-tài này mà ta hiện có trong tiếng Việt, cả trong lẫn ngoài nước.

Sau một chương tổng-quan, tác-giả đã đi vào chi-tiết từng nước một, với mỗi nước được đề-cập đến khá chi-tiết trong khoảng từ 30 đến 50 trang một: ít trong trường-hợp các quốc gia không rắc rối (Bun-ga-ri, Ru-ma-ni), nhiều trong trường-những quốc gia phức-tạp (Ba-lan, Tiệp Khắc, Hung, Đông-Đức). Cuối cùng là hai chương chi-tiết nhằm so sánh Việt Nam với Đông-Âu để thử nhìn ra xem kinh-nghiệm Đông-Âu có thể xảy ra tại Việt Nam không.

Chương IX, "Việt Nam trước cơn bão dân chủ tại Đông-Âu," cho thấy cái liên-hệ khá mật-thiết giữa những biến-cố ở Đông-Âu, và cả vụ Thiên-an-môn ở Trung-quốc (tháng 5-tháng 6/1986), với tình-hình Việt Nam những năm từ Đổi Mới (tháng 12/1986) đến hết năm 1995. Liên-hệ này, tuy không phải là một liên-hệ trực-tiếp, song cũng đã gây được một phong trào ngày càng lớn mạnh tiến đến một xã-hội dân-sự, một xã-hội công-dân, với ngày càng nhiều người dám nói lên những bức xúc của chính mình hay những người đồng-cảnh với mình nếu chưa hẳn đã thành một cuộc đấu tranh giai-cấp.

Chương X, chương cuối, đã so sánh trực-tiếp bốn yếu-tố làm nên các cuộc cách mạng bất bạo động lật đổ CS ở Đông-Âu (cách mạng nhung ở Tiệp Khắc, cách mạng màu da cam ở Ukraina, v.v.) buộc chúng ta phải thay đổi cách nhìn về một khả-năng khá hấp dẫn: Việt Nam từ 1996 đến giờ đã bắt đầu có nhiều yếu-tố và điều kiện làm cho ta có thể nhìn tới một cuộc cách mạng lật đổ CS mà không cần đổ máu thay vì đi con đường vũ-trang không mấy có triển-vọng trong toàn-cảnh thế-giới lúc này.

Nhưng muốn vậy, muốn cho giải-pháp đó thành công, chúng ta, trong cũng như ngoài nước, cần thống nhất được tư tưởng, thống nhất được cách nhìn, khẳng-định được một mặt trận với đại-khối dân-tộc ở một bên và một dúm lãnh-đạo CS tham nhũng, thoái-hóa sống còn nhờ công-an và quân-đội ở một bên, cũng như phải đưa ra được một lập-trường tiến-bộ, khả thi và không phản-bội những lý-tưởng độc-lập, tự do, dân-chủ và nhân-quyền đích-thực mà cha ông ta đã dầy công vun đắp. Phương-thức và lập-trường đó như thế nào, xin mời độc-giả hãy đi sâu vào trong sách để nghiệm ra xem những đề-nghị của tác-giả Lý Thái Hùng có xác-đáng hay không.

o0o

Chính-trị-học hiện-đại không dành chỗ cho chủ-quan và hô hào suông. Ngôn ngữ của chính-trị-học hiện-đại cũng không còn chấp nhận sự lăng mạ hay át tiếng như một ngôn ngữ mà có thể thuyết-phục được người nghe. Chính-trị-học hiện-đại đòi hỏi "nói có sách mách có chứng" và những luận-cứ cần có sức thuyết-phục cao. Cuốn sách của tác-giả Lý Thái Hùng đã đáp ứng được những nhu-cầu đó.

Lý-thuyết chính-trị-học hiện-đại thường chấp-nhận có một số yếu-tố và qui-luật phổ-quát mà ta có thể đem ra ứng-dụng với bất cứ quốc gia nào song nó cũng lại công-nhận là trong khoa-học nhân-văn, mỗi quốc gia tất-yếu lại có những qui-luật hay nét đặc-thù của nó mà nhà phân-tích chính-trị không thể bỏ qua được. Vậy, so sánh Đông-Âu với Việt Nam sẽ khập khiễng nếu ta chỉ nhìn vào những qui-luật phổ-quát mà không nghiên-cứu những nét đặc-thù của lịch-sử cũng như dân-tộc-tính của Việt Nam. Tác-phẩm của Lý Thái Hùng đã kết-hợp được cả hai cách nhìn nên nó có một giá-trị đặc-biệt. Nó đầy đủ hơn là nếu ta chỉ lấy một số sách viết về Đông-Âu trong các thứ tiếng đem về nghiền ngẫm mà không tìm ra được những ràng mối của nó với tình-hình Việt Nam hôm nay.

Đến đây, tôi xin được phép làm rõ một đôi điều về liên-hệ giữa tôi và tác-giả Lý Thái Hùng. Do một sự ngẫu-nhiên hoàn-toàn, cả tác-giả lẫn tôi đều đã có thời-gian học ở Nhật, tôi ngắn ngủi hơn còn tác-giả thì đã có bằng Nhật-bản, nói tiếng Nhật lưu loát và đã có dịp làm việc lâu năm ở đất Phù-tang. Hai chúng tôi không hề quen biết nhau trước kia vì tôi học ở Kyodai (tức VĐH Kyoto) về văn-học Nhật trung-đại từ đầu thập niên 60 của thế-kỷ trước còn tác-giả Lý Thái

Hùng thì mãi đến gần thập niên 70 mới sang học ở Tokyo mà lại theo học một ngành kỹ-thuật. Nói theo kiểu Nhật thì dù tôi có là sempai, nghĩa là thuộc hàng tiền-bối, còn tác-giả là kohai, hậu-bối, điều này không nhất thiết có nghĩa là có một sự gắn bó nào giữa hai chúng tôi ngoại-trừ một chuyện là chúng tôi đều nặng lòng với tổ-quốc - mà có thể là do ý muốn noi gương những bậc đàn anh trong phong trào Đông-du của đầu thế-kỷ trước. Hoặc thế, hoặc là khung-cảnh, môi-trường học ở Nhật đã dễ cho chúng tôi nghĩ đến quê hương xứ sở, làm cho chúng tôi thường "trông người lại ngẫm đến ta."

Sau này, trên đường đời hoạt-động, tôi và tác-giả cũng đã có khá nhiều cơ-hội gặp gỡ nhau trong những dịp như Đại-hội Chính-nghĩa 1983 ở George Washington University ở thủ-đô Hoa-kỳ, rồi mấy hội-nghị Liên-kết I (1995), Liên-kết II (1996), Liên-kết III (1998), Liên-kết IV (2000) và hai Hội-nghị Diên Hồng Hải-ngoại Bảo-toàn Đất Tổ (2002, 2004), kể cả dự Đại-hội Ra mắt của Việt Tân ở Berlin, Đức (tháng 9/2004). Song trong tất cả những sinh-hoạt đó, tôi thuộc một tổ-chức khác và chưa hề bao giờ ở trong cùng một đảng với anh. Hai tổ-chức của chúng tôi, khi thì phối-hợp lỏng lẻo trong một liên-minh nhất thời nhằm thực-hiện một vài công-tác chung có tính-cách ngắn hạn (như công-tác Nhân-quyền trong hai năm 1996-1998), khi thì phối-hợp chặt chẽ hơn để nhắm vào những mục-tiêu dài hạn hơn, một điều tổ-chức của tôi vẫn làm đều đặn với một số tổ-chức, đoàn-thể hay chính-đảng khác (như Cộng-đồng NVTD Úc-châu, Liên-hội Người Việt Canada, hoặc Tổ Chức Phục Hưng Việt Nam, HMDC, v.v.) song chưa bao giờ chúng tôi nghĩ là mình thuộc về những tổ-chức hay đoàn-thể, chính-đảng kia. Sở dĩ vậy là vì Việt Tân của tác-giả Lý Thái Hùng là một chính-đảng mà mục-tiêu chính nhắm vào Việt Nam trong khi tổ-chức thống thuộc của tôi, Nghị-hội Toàn-quốc Người Việt tại Hoa-kỳ, là một tổ-chức chủ-yếu hoạt-động ở Mỹ với những quan-tâm chính-yếu là cuộc sống ở xứ này. Hai tổ-chức với những mục-tiêu và địa-bàn hoạt-động khác nhau rõ rệt như vậy thì không thể nào là một được.

Có hiểu thế thì mới rõ, tôi viết lời giới-thiệu này không do một động-cơ nào khác hơn là nhìn vào tác-phẩm từ một góc nhìn học-thuật, không thiên-kiến, mà dựa hoàn-toàn trên lý-thuyết chính-trị-học (mà tôi được học trong các trường Âu-Mỹ) để đánh giá tác-phẩm. Cũng tương-tự, tôi dám nghĩ, những vị khác được tác-giả Lý Thái Hùng mời viết bạt hay giới-thiệu chắc chắn cũng vì tình thân hay học-thuật mà góp tiếng nói đánh giá cuốn sách. Nói cách khác, chúng tôi đến với tác-giả, có thể nói là hoàn-toàn do một cái duyên ngẫu nhĩ!

NGUYỄN NGỌC BÍCH
Đồng Xuân, Bang Trinh Nữ
Hợp Chủng Quốc Hoa Kỳ
Ngày 26 tháng Bảy 2006

ĐÔI LỜI CỦA TÁC GIẢ

Khi đưa tập bản thảo "Đông Âu Tại Việt Nam" cho một số vị để nhờ đọc và cho ý kiến, có vài vị đã nói với chúng tôi rằng tên quyển sách có thể tạo cho độc giả một ấn tượng sai lạc. Chúng tôi có xin quý vị này giúp đặt lại tên quyển sách. Sau khi đọc xong, các vị đã đề nghị những đề tựa như: Liệu Cơn Bão Đông Âu Có Đến Việt Nam Không?; Bài Học Đông Âu và Những Lời Giải Cho Vấn Nạn Việt Nam; Kinh Nghiệm Đông Âu và Giải Pháp Cho Việt Nam; Kinh Nghiệm Đông Âu: Thực Tại và Tương Lai Việt Nam; Kinh Nghiệm Đông Âu và Giải Phóng Việt Nam; Bài Học Đông Âu.

Những tựa đề nêu trên đều quảng diễn nội dung chính yếu của quyển sách mà chúng tôi muốn chuyên chở là những diễn biến đã xảy ra ở Đông Âu có thể nào được lập lại trên đất nước Việt Nam hay không?

Mặt khác, có vị cho rằng tựa đề tập sách không cân xứng với nội dung, khi dành đến 8 chương để trình bày chi tiết về những diễn tiến chính trị xảy ra tại các quốc gia ở Đông Âu trong khi chỉ có 2 chương đề cập về Việt Nam. Nếu là tựa đề này, phần trình bày về Việt Nam phải được phân tích kỹ hơn, nhiều hơn trong mối tương quan giữa Việt Nam và Đông Âu.

Trong khi đó, cũng có vị đề nghị nên giữ nguyên tựa sách lúc đầu vì khó có tựa đề nào ngắn hơn tựa đề hiện nay và tuy tựa đề này có thể tạo sự khó hiểu; nhưng sau khi đọc xong, độc giả sẽ hiểu dụng ý của chúng tôi.

Tất cả những trao đổi và đề nghị mà chúng tôi ghi lại ở trên nhằm chia xẻ cùng quý độc giả là vấn đề đặt tựa cho quyển sách quả là khó khăn. Sau nhiều suy nghĩ, chúng tôi đã quyết định giữ nguyên tên "Đông Âu Tại Việt Nam" đã từng theo tôi từ 10 năm nay.

Chúng tôi chọn tựa đề "Đông Âu Tại Việt Nam" vì nghĩ rằng những yếu tố đã từng xảy ra tại các quốc gia ở Đông Âu, đưa đến sự tan rã của khối Cộng sản quốc tế vào cuối thập niên 80 của thế kỷ 20, chắc chắn sẽ được lập lại ở Trung Quốc và Việt Nam. Đương nhiên sự lập lại này không giống nhau hoàn toàn; nhưng bản chất của các hiện tượng xảy ra thì sẽ gần giống nhau, tùy theo phản ứng đối phó của ban lãnh đạo đảng Cộng sản Việt Nam và Trung Quốc, cũng như tùy theo sự chủ động nhiều hay ít của các lực lượng dân chủ trong việc điều hướng các phong trào quần chúng tạo áp lực chính trị lên chế độ. Chính vì nghĩ như vậy, chúng tôi đã theo đuổi việc nghiên cứu này trong 10 năm, cố gắng thu thập, tổng hợp mọi dữ kiện xảy ra theo diễn biến tại từng quốc gia, để quý độc giả có thể hiểu rõ được tất cả mọi khía cạnh của câu chuyện, từ cách đối phó của nhóm cầm quyền cho đến lúc chế độ sụp đổ. Trong khi đó ở phần Việt Nam, chúng tôi đã nêu lên những yếu tố nhằm chứng minh rằng những gì đã từng làm cho Đông Âu sụp đổ, thì đã và đang xảy ra tại Việt Nam, để giúp quý độc giả suy nghiệm và cùng nhau tìm ra những lời giải cho công cuộc dân chủ hóa Việt Nam. Nói cách khác, chúng tôi muốn dùng 8 chương đầu của tập sách để trình bày những kinh nghiệm của Đông Âu, giúp chúng ta rút ra những bài học để ứng dụng vào hoàn cảnh Việt Nam mà cho đến nay, vấn đề Đông Âu hay Liên Xô đã được nói đến nhiều nhưng chưa có tài liệu nào được viết đầy đủ và chi tiết. Những sự kiện này được trình bày cặn kẽ trong 8 chương đầu của tập sách này sẽ giúp độc giả dễ nhìn ra sự tương ứng của nó khi xuất hiện ở Việt Nam.

o0o

Chúng tôi bắt đầu quan tâm và nghiên cứu kỹ về tình hình Đông Âu vào khoảng năm 1994 và 1995 khi các phe cựu cộng sản thắng thế trở lại trong các cuộc tổng tuyển cử ở Ba Lan và Hung Gia Lợi. Điều gì đã khiến cho phe cộng sản thắng thế trong khi chỉ mấy năm trước đó, hàng trăm ngàn người xuống đường tuyên bố giã từ chủ nghĩa cộng sản, đòi tự do dân chủ? Điều gì đã khiến cho các lực lượng dân chủ không ổn định được tình hình và thất bại trong cuộc tổng tuyển cử, và liệu phe cựu cộng sản có thể đảo ngược lại tình hình hay không? Những câu hỏi này đã làm chúng tôi quan tâm tìm hiểu về nguy cơ phe cựu cộng sản có thể phục hồi guồng máy chính trị như xưa, cũng như làm sao có thể khai dụng những kinh nghiệm ở Đông Âu để dấy lên làn sóng đấu tranh mạnh mẽ tại Việt Nam nhằm chấm dứt ách độc tài của đảng Cộng sản. Chúng tôi theo đuổi mối quan tâm này vì nghĩ rằng Đông Âu - tuy hoàn toàn khác biệt với Việt Nam về địa dư, văn hóa và lịch sử - nhưng đã là con người, thì dù sống ở bất cứ nơi đâu, cũng đều có một trái tim để biết yêu thương, biết căm thù và có ý chí vươn lên từ áp bức bất công. Nhất là con người, ai cũng có một tấm lòng can đảm dám đối đầu với bạo lực khi bị dồn vào chân tường và một ước mơ được sống trong xã hội tự do dân chủ.

Tuy mới bắt đầu nghiên cứu và biên soạn thành những bài viết theo từng quốc gia từ tháng 6 năm 1995; nhưng trước đó, từ năm 1988 chúng tôi đã thu thập các tài liệu, tin tức về những diễn tiến chính trị xảy ra ở Ba Lan, Liên Xô và đã viết thành những bài bình luận. Phần lớn những bài viết này chỉ được dùng làm tài liệu tham khảo riêng và chúng tôi không nghĩ đến việc in thành sách. Mãi cho đến đầu năm 2005, như đã được dự kiến trước đó, tình hình biến chuyển của Việt Nam sau khi Hoa Kỳ và Cộng sản Việt Nam ký thương ước Việt - Mỹ (2000) bắt đầu xuất hiện những sự việc đã từng xảy ra tại Ba Lan, Hung Gia Lợi hay Tiệp Khắc, khiến chúng tôi thấy cần hoàn tất việc phân tích những bài học Đông Âu để rút kinh nghiệm cho Việt Nam. Sự tranh chấp bất phân thắng bại giữa phe Võ Văn Kiệt với phe Đỗ Mười & Lê Đức Anh về quan điểm đổi mới; Sự xung đột quyền lực giữa hai tướng Võ Nguyên Giáp và Lê Đức Anh qua vụ án Tổng Cục II thuộc Bộ Quốc Phòng; Nạn tham ô cửa quyền, hậu quả của chủ trương 'mở kinh tế - xiết chính trị' đã đưa đến những vụ án mà bản chất không khác gì mấy các vụ án tham ô đã từng xảy ra dưới chế độ Cộng sản ở Đông Âu trước đây. Phong trào khiếu kiện đòi lại ruộng đất, phong trào đình công của công nhân, tuy chỉ mới bắt đầu; nhưng có nhiều dấu hiệu cho thấy là nó sẽ phát tác rất lớn và rất nhanh trong thời gian tới.

Trong tất cả những diễn biến chính trị nói trên, sự kiện đảng Cộng sản Việt Nam phải thả một số tù nhân chính trị trước thời hạn vào đầu năm 2005 gồm Linh Mục Nguyễn Văn Lý, Giáo sư Nguyễn Đình Huy, Bác sĩ Nguyễn Đan Quế, Thượng Tọa Thích Thiện Minh đã như 'thả cọp về rừng', làm cho tình hình thêm biến chuyển. Sự ra đời của Khối 8406 với gần 2,000 người ký tên vào bản Tuyên Ngôn Dân Chủ, là một biến cố chính trị biểu hiện hai ý nghĩa quan trọng:

Thứ nhất, từ những đấu tranh đơn lẻ mang tính cách cá nhân hay từng nhóm nhỏ vài ba người trong nhiều thập niên qua, các nhà đấu tranh cho dân chủ Việt Nam đã vượt lên trên sự sợ hãi để công khai kết tụ lại với nhau thành một tập hợp lớn, khởi động cho một phong trào dân chủ tại Việt Nam.

Thứ hai, sự hiện hữu của Khối 8406 cùng với sự xuất hiện của một số đảng phái, và các tờ báo Tự Do Ngôn Luận, Tự Do Dân Chủ... đang tạo ra bối cảnh chính trị mới, với sự đối đầu công khai giữa các lực lượng dân tộc với các thế lực của đảng Cộng sản Việt Nam trong thời gian tới.

Sự xuất hiện của Khối 8406 có thể được xem như bước đột phá của tiến trình dân chủ hóa tại Việt Nam. Sự đột phá này mang tính chất gần giống như phong trào Hiến Chương 77 của gần 700 trí thức, sinh viên, công nhân Tiệp Khắc đã ký tên vào bản Hiến Chương Nhân Quyền vạch trần bản chất cai trị độc tài bất hợp hiến, vi phạm bản tuyên ngôn quốc tế nhân quyền của đảng Cộng sản Tiệp Khắc vào năm 1977. Sau khi xuất hiện, nhóm Hiến Chương 77 đã bị đảng Cộng sản Tiệp Khắc đàn áp và khống chế trong nhiều năm dài, nhưng chính nó đã là nơi nuôi dưỡng tiềm lực đấu tranh của các nhà đối kháng và trở thành lực đối đầu với chế độ Cộng sản Tiệp Khắc - qua danh xưng Diễn Đàn Dân Sự - khi cao trào đấu tranh quần chúng bùng nổ mạnh mẽ vào tháng 11 năm 1989. Trong bản Tiến Trình Dân Chủ Hóa Việt Nam công bố ngày 22 tháng 8 năm 2006, Khối 8406 nói rằng sẽ tự giải tán sau khi các chính đảng xuất hiện đấu tranh công khai với chế độ Hà Nội ở bước 4, giai đoạn 2 của tiến trình. Các bước đi này, rõ ràng là có những nét tương đồng giữa Khối 8406 với nhóm Hiến chương 77. Phải chăng đây là một sự trùng hợp của lịch sử?

o0o

Mối quan hệ giữa Đông Âu với Liên Xô vào thập niên 80 của thế kỷ 20 và Việt Nam với Trung Quốc hiện nay cần phải được chú trọng để khi áp dụng những kinh nghiệm của Đông Âu xảy ra cách nay 17 năm vào tình hình Việt Nam, người ta phải thấy những phức tạp của tình hình an ninh khu vực đã có những thay đổi căn bản. Cộng sản Việt Nam không còn dựa vào Nga mà đang dựa vào Trung Quốc vì nhu cầu ý thức hệ, nhưng chính họ luôn luôn ám ảnh mối đe dọa 'bá quyền' của phương Bắc. Tìm cách đu giây với Hoa Kỳ để huy động thêm phương tiện củng cố chế độ và cân bằng ảnh hưởng của Bắc Kinh, nhưng chính họ cũng luôn luôn bị ám ảnh bởi mối đe dọa 'diễn biến hòa bình' của Hoa Thịnh Đốn. Hậu quả của sự đu giây này, Việt Nam đang ở vào khúc quanh phức tạp, với những chi phối từ hai áp lực của Trung Quốc và Hoa Kỳ. Chính những chi phối này đã đặt ra cho các lực lượng đấu tranh một vấn đề quan trọng là phải chủ động trong các nỗ lực đấu tranh mang lại tự do dân chủ cho Việt Nam, chứ không thể hoàn toàn dựa vào hay tin vào những áp lực 'dân chủ, nhân quyền' lên chế độ Hà Nội của các thế lực quốc tế.

Muốn giữ sự chủ động và trực tiếp giải quyết vấn nạn Cộng sản trên đất nước, phong trào dân chủ hóa phải được khởi động và khai mào ngay tại Việt Nam. Tuy nhiên, trong trận thế phức tạp hiện nay, sự khởi động của phong trào không thể không có sự đóng góp tích cực của cộng đồng người Việt tại hải ngoại. Do đó mà hơn lúc nào hết, sự kết hợp đấu tranh giữa những lực lượng, đảng phái ở trong và ngoài nước cần phải được đẩy mạnh bằng những hành động cụ thể, trong đó, sự tiếp cận và liên kết giữa đại khối người Việt ở trong và ngoài nước phải được ưu tiên, để cô lập và đẩy đảng Cộng sản Việt Nam ra khỏi tập hợp dân tộc như nhiều quốc gia tại Đông Âu đã làm. Hải ngoại phải là nơi nuôi dưỡng và bảo vệ các thành quả đấu tranh tại quốc nội, không chỉ từ những nguồn tài chánh đóng góp mà còn từ những nỗ lực vận động hỗ trợ của quốc tế. Trong khi đó tại quốc nội, các lực lượng không cộng sản sẽ phải tiến tới việc liên kết thành một liên minh dân tộc để có đủ tiềm lực đối đầu trước những trấn áp của Hà Nội đồng thời điều phối các xoay trở của Cộng sản Việt Nam trở thành những tấn công chính trị lên chế độ độc tài. Liên minh dân tộc phải được coi là một mục tiêu chiến lược không thể thiếu trong thế trận hiện nay.

Liên quan đến vấn đề này, quý độc giả có thể nhận ra sự quan trọng của nó xuyên qua kinh nghiệm đấu tranh của những lực lượng không cộng sản tại hầu hết các quốc gia ở Đông Âu. Lúc khởi động phong trào, mỗi tổ chức, mỗi đảng phái có thể xuất hiện riêng rẽ theo nhu cầu riêng; nhưng sau đó, các đảng phái không cộng sản đã liên kết thành những liên minh chính trị, điều hướng các phong trào quần chúng vào những chủ điểm chính trị, để vừa tấn công vào nền tảng của chế độc tài, vừa không cho đảng Cộng sản khuynh loát nội bộ những đảng phái không cộng sản. Không những thế, quý độc giả còn tìm gặp rất nhiều cách ứng phó khác nhau của những lực lượng đấu tranh không cộng sản tại Đông Âu, mà trọng tâm chính là dùng áp lực của quần chúng để cô lập thượng tầng lãnh đạo và đẩy các phe nhóm trong ban lãnh đạo đảng Cộng sản rơi vào thế phân liệt để phải thảm bại trong các cuộc tổng tuyển cử tự do sau đó. Đương nhiên Đông Âu không phải là Việt Nam, do đó, chúng ta không nên chờ đợi mọi điều xảy ra sẽ giống nhau. Chúng ta chỉ nên coi những kinh nghiệm xoay chuyển tình hình tại Đông Âu như những bài học cần rút tỉa mà thôi.

o0o

"Đông Âu Tại Việt Nam" có tất cả 10 chương. Chúng tôi dành 8 chương để mô tả chi tiết về tình hình Đông Âu và 7 quốc gia trong số 8 nước bị Stalin và Hồng Quân Nga nhuộm đỏ sau Đệ Nhị Thế Chiến. Chúng tôi kết hợp lối viết tường thuật lẫn phân tích dữ kiện để giúp độc giả dễ theo dõi các biến chuyển tình hình của mỗi quốc gia. Hai chương còn lại đề cập về Việt Nam, trình bày cô đọng những nét tổng quát về các diễn biến cũng như một số đề nghị để quý độc giả cùng suy nghĩ. Mặc dù đã thận trọng trong việc nghiên cứu những vấn đề mang tính cách vừa lịch sử, vừa thời sự trong gần 10 năm vừa qua, nhưng chắc chắn không tránh khỏi một đôi phần chủ quan trong khi phân tích. Kính mong quý độc giả và những bậc thức giả soi sáng và hướng dẫn để chúng tôi được học hỏi và cập nhật các vấn đề trong những lần tái bản tới.

LÝ THÁI HÙNG
August 30-2006

THẾ CHIẾN THỨ HAI

Adolf Hitler chào theo kiểu Quốc Xã trong ngày biểu dương lực lượng Nazi (cuối năm 1938). Sau ngày biểu dương này, Hitler ra lệnh mở cuộc chiến tranh xâm lăng qua Ba Lan, Áo và các nước Âu Châu từ năm 1939.

Quân Đội Anh đang đổ bộ lên bãi biển Utah Beach trong chiến dịch D Day tại Normandy, phía Bắc nước Pháp June 1944, để chiếm lại Âu Châu.

Quân Đội Hoa Kỳ đổ bộ lên bãi biển Gold Beach trong chiến dịch D Day tại Normandy, phía Bác nước Pháp June 1944, để chiếm lại Âu Châu.

Tướng De Gaule trở về Pháp và đã diễn hành đến Champs Elysées vào ngày 25 tháng 8 năm 1944.

Thủ Tướng Churchill (Anh), Tổng Thống Roosevelt (Hoa Kỳ) và Tổng Bí Thư Stalin (Liên Bang Xô Viết) họp mặt tại Yalta thảo luận về kế hoạch tấn công Đức Quốc Xã và Nhật Bản (Feb 4-11, 1945)

Hồng Quân Liên Xô tiến vào thành phố Bá Linh và đang treo lá cờ Liên Xô trên nóc trụ sở quốc hội Đức Quốc Xã ngày 30 tháng 4 năm 1945.

PHÒNG THỦ VÀ TÁI THIẾT ÂU CHÂU SAU THẾ CHIẾN THỨ HAI

Ngoại trưởng của các quốc gia Tây Âu và Hoa Kỳ bàn thảo về việc thành lập khối NATO vào 11-4-1949.

Đại diện các quốc gia Tây Âu họp tại The Hague bàn về kế hoạch phòng thủ đối phó âm mưu tấn công của khối Cộng sản Đông Âu 5-1950.

Hoa Kỳ đã viện trợ gần 12 tỷ Mỹ Kim cho các quốc gia Tây Âu tái thiết đất nước trong chương trình Marshall.

NHỮNG CHỐNG ĐỐI TRONG KHỐI ĐÔNG ÂU TỪ THẬP NIÊN 1950

Công an Đông Đức đã làm hàng rào tạm kiểm soát sự qua lại của dân chúng hai phía Đông và Tây Bá Linh vào năm 1949 trước Cổng Brandenburg.

Dân chúng bên Đông Bá Linh leo tường nhà để trốn thoát qua phía Tây Bá Linh

Công Nhân Lao Động Đông Đức biểu tình trước công trường Brandenburg vào năm 1950 để đòi hỏi cải thiện cuộc sống.

Đông Đức đã cho xây bức tường Bá Linh để ngăn chận dân Đông Đức trốn sang Tây Bá Linh. Bức Tường bắt đầu xây vào ngày 13 tháng 8 năm 1961 kéo dài 1 năm.

Đông Đức huy động 60 ngàn nhân công xây bức tường Bá Linh dài 166 cây số cắt ngang qua 192 con đường nối giữa Đông và Tây Bá Linh. Có 200 người bị bắn chết khi tìm cách vượt bức tường từ Đông trốn qua Tây Bá Linh.

Bức Tường Bá Linh sau khi xây xong vào tháng 8 năm 1962.

Tổng Thống Kennedy viếng thăm thành phố Bá Linh Ngày 26-6-1963.

HỒNG QUÂN LIÊN XÔ XÂM LĂNG BA LAN, HUNG GIA LỢI NĂM 1956 VÀ TIỆP KHẮC NĂM 1968

Công Nhân Thành Phố Poznam, Ba Lan biểu tình đòi tách ra khỏi ảnh hưởng của Liên Xô November 1956.

Xe Tăng của Hồng Quân Liên Xô bị dân chúng Ba Lan đốt cháy trên đường phố Warsaw năm 1956.

Dân chúng Hung Gia Lợi đã đốt xe và làm hàng rào ngăn chặn đoàn xe tăng của Hồng Quân Liên Xô tiến vào thủ độ Budapest vào ngày 1 tháng 11 năm 1956.

Hồng Quân Liên Xô đưa quân và chiến xa vào án ngữ các đường phố chính của Hung Gia Lợi (1956)

Hồng Quân Liên Xô tiến vào Thủ Đô Prague, Tiệp Khắc vào năm 1968.

Dân chúng Tiệp Khắc Biểu tình chống lại Hồng Quân Liên Xô đã chiếm đóng Tiệp Khắc 1968

LIÊN XÔ SA LẦY TẠI A PHÚ HÃN (1979) VÀ KIỆT QUỆ VÌ CHẠY ĐUA KẾ HOẠCH STAR WAR VỚI HOA KỲ (1982)

Kháng chiến quân A Phú Hãn đã nổi dậy chống lại cuộc xâm lược của Liên Xô vào quốc gia này vào năm 1979.

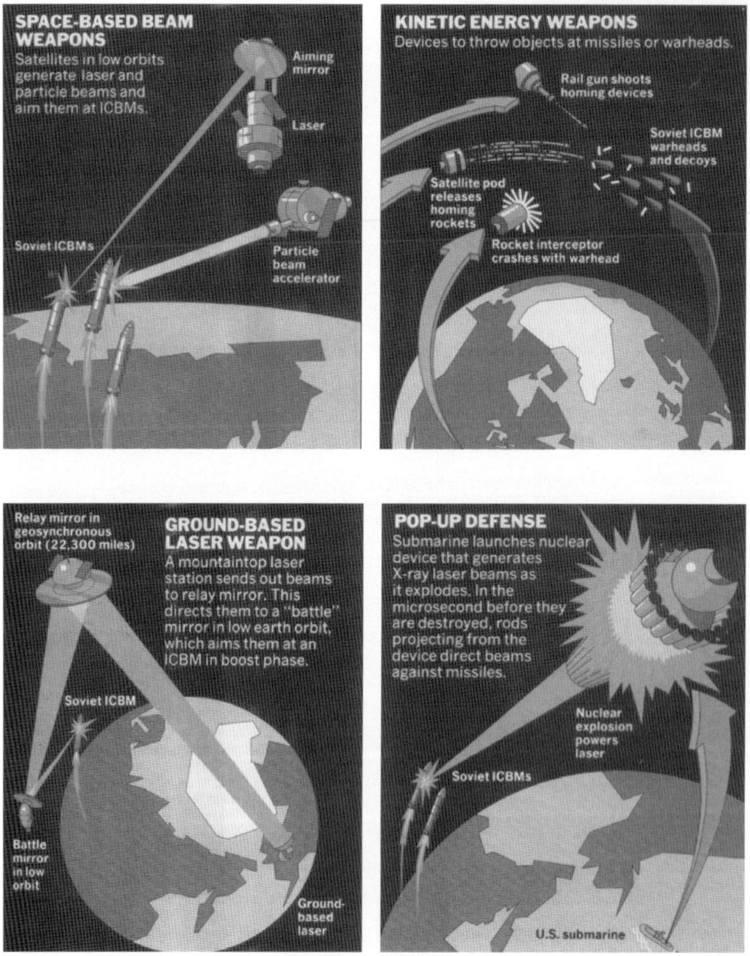

Liên Xô kiệt quệ vì chạy theo kế hoạch phòng thủ không gian với Hoa Kỳ

NHỮNG DIỄN TIẾN ĐƯA LIÊN BANG XÔ VIẾT ĐẾN TAN RÃ

Thành phần lãnh đạo sau cùng của đảng Cộng sản Liên Xô được bầu lên trong Đại Hội Đảng Lần Thứ 27 vào tháng 3 năm 1985. Tổng Bí Thư Gorbachev đứng giữa, bên tay trái là Thủ tướng Andrei Gromyko.

Tổng Thống Gorbachev đọc bài diễn văn quan trọng tại Tối Cao Xô Viết, cơ quan quyền lực cao nhất của nhà nước Liên Bang Xô Viết vào tháng 8 năm 1985, đưa ra hai chính sách quan trọng vào thời đó là Glasnost và Perestroika.

Tổng Bí Thư Đảng Cộng sản Liên Bang Xô Viết gặp các nhà lãnh đạo Cộng sản tại Đông Âu vào ngày 26 tháng 8 năm 1985, đề nghị tiến hành chính sách cải tổ và mở cửa giao thương với các quốc gia Tây Âu. Tham dự cuộc họp gồm (từ trái qua phải) Nicilae Causescu (Romania), Janos Kadar (Hung Gia Lợi), Michail Gorbachev (Liên Xô), Wojciech Jaruzelski (Ba Lan), Todor Zhivkov (Bulgaria), Erich Honecker (Đông Đức), Gustav Husak (Tiệp Khắc).

Phó Tổng Thống George Bush, Tổng Thống Reagan và Tổng Thống Gorbachev tại Nữu Ước vào tháng 11 năm 1988 nhân dịp ông Gorbachev tham dự Hội Nghị Đại Hội Đồng Liên Quốc và sau khi Gorbachev tuyên bố tiến hành chủ trương hòa dịu với Hoa Kỳ.

Xe tăng được nhóm lãnh đạo giáo điều điều động tiến vào thủ đô Moscow để thực hiện cuộc đảo chánh ông Gorbachev.

Tổng thống Borris Yeltsin đã đứng trên chiến xa trước trụ sở quốc hội kêu gọi dân chúng chống lại nhóm đảng viên giáo điều thực hiện cuộc đảo chánh ông Gorbachev. Nhờ sự can đảm của ông Yetlsin mà quân đội và dân chúng đứng về phía ông Yeltsin chống lại nhóm đảo chánh 21-8-1991.

Tổng thống Borris Yeltsin tham dự cuộc mít tinh mừng chiến thắng vì đã phá vỡ cuộc đảo chánh của nhóm lãnh đạo giáo điều dự mưu lật đổ ông Gorbachev.

Tổng Thống Borris Yeltsin đòi ông Gorbachev phải đọc bản tuyên bố giải tán đảng Cộng sản Liên Xô sau cuộc đảo chánh thất bại của phe giáo điều vào 8-1991.

Mikhail Gorbachev, người ra lệnh giải tán đảng Cộng sản Liên Xô và tuyên bố giải thể chế độ Liên Bang Xô Viết kể từ tháng 12 năm 1991, chấm dứt guồng máy cai trị Quốc Tế Cộng sản.

Tổng thống Borris Yeltsin, người đã cứu Gorbachev từ cuộc đảo chánh của phe giáo điều tháng 8 năm 1991 và cũng là người đẩy sập ách cộng sản tại Liên Bang Sô Viết.

TRUNG QUỐC VÀ BIẾN CỐ THIÊN AN MÔN 1989

Mao Trạch Đông tiến về Bắc Kinh Tháng 10-1949.

Tổng Thống Nixon viếng thăm Bắc Kinh 1972, thay đổi chiến lược với Trung Quốc.

Sinh viên Trung Quốc tuyệt thực đòi dân chủ tại Quảng Trường Thiên An Môn 5-1989.

Hàng trăm ngàn sinh viên biểu tình và chiếm đóng quảng trường Thiên An Môn trong nhiều tuần lễ từ tháng 5 sang đầu tháng 6 năm 1989.

Tổng Bí Thư Triệu Tử Dương thăm viếng các sinh viên đang tuyệt thực cuối tháng 5-1989.

Hàng trăm ngàn thanh niên và sinh viên Trung Quốc tụ tập tại quảng Trường Thiên An Môn đòi đảng Cộng sản Trung Quốc chống tham nhũng và tôn trọng dân chủ nhưng đã bị Bắc Kinh cho quân đội tàn sát vào tháng 6-1989.

Sinh viên ngăn chận không cho chiến xa tiến vào quảng trường Thiên An Môn 5-6-1989.

Đặng Tiểu Bình ra lệnh lộ quân 27 dùng chiến xa tiến vào Thiên An Môn vào đêm 5-6-1989 khiến hàng ngàn sinh viên bị tử thương. Trung Quốc đã đốt các xác để phi tang.

CUỘC CÁCH MẠNG ROSE TẠI GEORGIA NĂM 2003

Hàng ngàn người Georgian đã mang lá Cờ và Hoa Hồng biểu tình tuần hành tại công trường Tự Do (Freedom Square) thủ đô Tbilisi đòi Tổng thống Eduard Shevardnadze từ chức hôm 21-11-2003, mở đầu cho cách mạng Hoa Hồng tại Georgia.

Trước áp lực của quốc tế nhất là Hoa Kỳ và sự tẩy chay toàn diện của các tổ chức đối lập và nhất là sự tập hợp hàng trăm ngàn người liên tục biểu tình tại Công Trường Tự Do và trước dinh Tổng thống trong suốt tháng 3, khiến cho Tổng Thống Eduard Shevardnadze, nguyên là ngoại trưởng Liên Bang Xô Viết trước năm 1991 phải từ chức.

CUỘC CÁCH MẠNG CAM TẠI UKRAINER NĂM 2004

Dân Chúng Ukrainer đã tụ tập trước trụ sở Quốc Hội biểu tình chống đối việc Ủy Ban Bầu Cử đã không cho ứng viên đối lập Vikor Yushchenko đắc cử Tổng thống hôm 21-11-2004.

Dân Chúng các nơi trên toàn quốc Ukrainer đã biểu tình đồng loạt, lấy màu Cam làm biểu tượng đấu tranh. Cuối cùng Tối cao pháp viện buộc phải tuyển cử lại ngày 26 tháng 12 và ông Vikor Yuschenko đã thắng cử.

Thắng lợi của cuộc biểu tình này là toàn thể dân Ukrainer đã đồng lòng đấu tranh bất bạo động và dùng vải màu Cam làm biểu tượng tập họp.

CÁCH MẠNG TULIP TẠI KYRGYZSTAN NĂM 2005

Hàng chục ngàn người tụ tập trước trụ sở Quốc Hội phản đối kết quả bầu cử Quốc Hội vì cho là có gian lận vào tháng 3 năm 2005.

Dân chúng Kyrgyzstan biểu tình chống bầu cử Tổng thống và Quốc hội gian lận vào tháng 3 năm 2005, mở đầu cho cuộc cách mạng Tulip tại Kyrgyzstan.

Hơn 100 ngàn người tu tập trước trụ sở quốc hội đòi Tổng Thống Askar Akayer's từ chức vào ngày 25 tháng 3 năm 2005.

Dân Chúng Kyrgyzstan đốt xe ngay trước trụ sở Quốc Hội

BA LAN

Đức Giáo Hoàng John Paul II trở về thăm Ba Lan vào ngày 2-6-1979. Sau cuộc thăm viếng này, cục diện chính trị tại Ba Lan đã thay đổi.

Lech Walesa, người thợ điện vô danh tại xưởng đóng tàu Lê Nin, thành phố Gdansk được Đức Giáo Hoàng ban phép lành tại Trụ sở Giáo Hội Thiên Chúa Giáo Ba Lan tháng 6-1979, sau trở thành anh hùng của dân tộc Ba Lan.

Công Nhân xưởng đóng tàu Lênin tại Thành Phố Gdansk tổ chức cuộc đình công và đưa ra 21 yêu sách đòi chính quyền Cộng sản Ba Lan phải đáp ứng vào tháng 8-1980.

Đại diện chính quyền cùng ký với Lech Walwsa (bên tay phải) một bản hiệp định công nhận 21 yêu sách do Ủy Ban Đình Công đưa ra.

Thành phố Gdansk, trung tâm đầu não của Công Đoàn Đoàn Kết, nơi tung ra các cuộc đấu tranh chống lại đảng Cộng sản Ba Lan từ thập niên 80.

Ban lãnh đạo Công Đoàn Đoàn Kết họp báo công bố chương trình hành động chống lại chính sách độc tài của đảng Cộng sản Ba Lan (1981)

Ban lãnh đạo công đoàn họp quyết định duy trì cuộc đình công trên toàn quốc hầu tạo áp lực lên đảng Cộng sản Ba Lan (5-1981)

Hàng chục ngàn công nhân đã tụ tập tại đài tưởng niệm thành phố Gdansk để tưởng niệm những công nhân đã bị chế độ Cộng sản Ba Lan tra tấn chết trong các lao tù (1981)

Thủ tướng Jaruzelski ban hành lệnh thiết quân luật trên toàn quốc để ngăn chặn các cuộc đình công của Công Đoàn Đoàn Kết (13-12-1981)

Chính quyền Cộng sản Ba Lan cho xe tăng án ngự các trục lộ giao thông chính trong thành phố để ngăn chặn các cuộc tụ tập đình công (1981)

Hàng trăm ngàn công nhân hưởng ứng lời kêu gọi của Công Đoàn Đoàn Kết không đến công sở ra đường biểu tình đòi tự do dân chủ (Thủ đô Warsaw 1982)

Lech Walesa, Luật sư Taduesz Mazowieckj nắm tay nhau
đi đầu đoàn biểu tình chống chính quyền Cộng sản
Ba Lan tháng 5 -1988

Hàng trăm ngàn người xuống đường biểu tình tại Thủ Đô
Warsaw (1988)

Chính quyền Cộng sản Ba Lan cho cảnh sát ra ngăn chận đoàn biểu tình

Cuộc đình công quy mô vào tháng 8 năm 1988 đã làm tê liệt toàn bộ sinh hoạt Ba Lan. Chính quyền Ba Lan đã phải chấp nhận Hội Nghị Bàn Tròn để yêu cầu Công Đoàn Đoàn Kết ngưng các cuộc đình công.

Quang cảnh Hội Nghị Bàn Tròn giữa chính quyền Cộng sản Ba Lan và đại diện Công Đoàn Đoàn Kết 6-2-1989 kéo dài đến 5-4-1989.

Sau Hội Nghị Bàn Tròn, chính quyền Cộng sản Ba Lan phải tổ chức Tổng Tuyển Cử Tự Do và Dân chúng Ba Lan đã đi bầu rất đông vào 2 đợt: Đợt I ngày 4-6-1989 và Đợt II 18-6-1989 cho những ứng viên không đủ quá bán số phiếu.

Công Đoàn Đoàn Kết đã dành thắng lợi 100% trong cuộc Tổng Tuyển Cử Tự Do Đợt I với 161 ghế tại Hạ Viện.

Thủ Tướng Edward Gierek đã tuyên bố chấp nhận 21 yêu sách của Ủy Ban Đình Công và nhờ vậy mà Công Đoàn Đoàn Kết đã được thành lập vào tháng 9-1980 để 8 năm sau lật đổ chính quyền Cộng sản Ba Lan

Luật sư Taduesz Mazowieckj của Công Đoàn Đoàn Kết được Quốc Hội tín nhiệm vai trò Thủ Tướng vào ngày 24-8-1989. Đây là vị thủ tướng không cộng sản của Ba Lan từ năm 1945

Thủ Tướng Mieczyslaw Rakowski, lá bài cuối cùng của Đảng Công Nhân Thống Nhất Ba Lan đưa ra đề cứu vãn tình thế vào 1989 nhưng đã không thể nào giải quyết tình trạng băng hoại chính trị của Ba Lan vào lúc đó.

Tổng Thống Alsksander Kwasniewski, chủ tịch Liên Minh Dân Chủ Tả Khuynh (Cựu Cộng Sản) mới 35 tuổi đã đánh bại đương kim Tổng Thống Lech Walesa trong cuộc bầu cử Tổng Thống lần Thứ 2 năm 1995.

Erich Honecker lên làm Tổng Bí Thư Đảng Thống Nhất Xã Hội Chủ Nghĩa Đức kiêm chủ tịch nước vào năm 1971.

Tổng Bí Thư Honecker (Đông Đức) sang thăm Tây Đức được Thủ Tướng Kohl (trái) đón tiếp tại Bonn (Thủ Đô của Tây Đức trước năm 1990) vào tháng 8 năm 1985.

Tổng Bí Thư Erich Honecker tổ chức lễ duyệt binh kỷ niệm 40 năm ngày thành lập nhà nước Cộng Hỏa Dân Chủ Đức tại Bá Linh vào ngày 7-10-1989. Để chứng tỏ với thế giới rằng Đông Đức vẫn còn mạnh nên Honecker đã mời rất đông đảo đại diện các đảng Cộng sản trên toàn thế giới về dự có Nguyễn Văn Linh (CSVN), Gorbachev (Liên Xô), Castro (Cuba)... nhưng đây cũng là buổi lễ sau cùng của Honecker.

Dân Chúng thủ đô Bá Linh biểu tình đòi tự do dân chủ.

Nhà thờ Nikolai, thành phố Leipzig, nơi tập trung của giới trí thức, sinh viên, công nhân viên đã gặp nhau hàng tuần vào mỗi tối thứ hai, để thực hiện các cuộc chống đối âm thầm từ tháng 5 năm 1989.

Các cuộc biểu tình lớn đã bắt đầu xuất phát từ Thành Phố Công Nghiệp Leipzig

Hàng ngàn dân Đông Đức đã chạy qua Tiệp Khắc xin tỵ nạn trong sứ quán Tây Đức vào tháng 8 năm 1989.

Bức tường Bá Linh nhìn từ Tây Bá Linh sang phía cổng Brandenburg trước khi bị phá đổ vào ngày 8-11-1989

Dân Đông Đức vui mừng khi hay tin Bức Tường Bá Linh bị phá sập.

Dân chúng vui mừng trên đoạn tường Bá Linh trước Cổng Brandenburg 9-11-1989

Dân chúng bên Đông Bá Linh đã ồ ạt chạy sang Tây Bá Linh để mừng tự do ngày 10-11-1989.

Dân chúng bên Đông và Tây Bá Linh cùng nhau reo hò suốt đêm mồng 9 - 11-1989 khi Bức Tường Bá Linh được tuyên bố phá đổ.

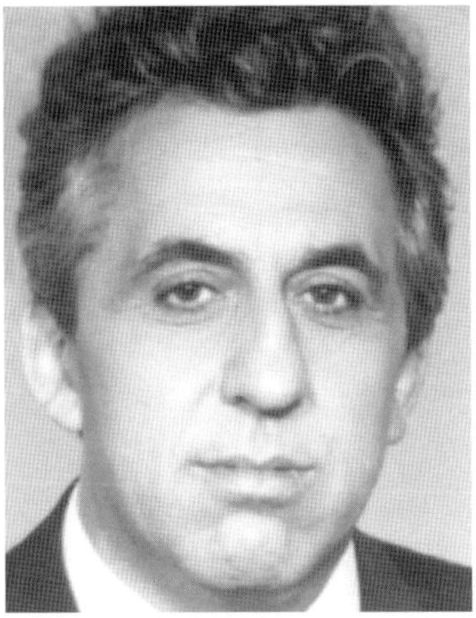

Chủ Tịch Egon Krenz, người thay thế Erich Honeker từ chức Chủ tịch Đảng Thống Nhất Xã Hội Chủ Nghĩa Đức lên làm Chủ tịch đảng và chủ tịch nước ngày 18-10-1989. Ba tuần sau, trước áp lực của các phong trào chống đối, Chủ tịch Egon đã tuyên bố phá bỏ bức tường Bá Linh vào tối ngày 9-11-1989.

Thủ Tướng Helmut Kohl (Tây Đức) đã có công rất lớn trong việc thống nhất nước Đức vào năm 1990.

Thủ Tướng Hans Modrow của Đông Đức đã làm con thoi trao đổi giữa chính phủ Liên Xô và Tây Đức trong tiến trình thảo luận về vấn đề thống nhất nước Đức vào tháng 10 năm 1990.

Thủ Tướng Lothar De Maiziere, Chủ tịch Đảng Dân Chủ Thiên Chúa Giáo, đảng không cộng sản được thành lập sau khi chính quyền Honecker sụp đổ, được bầu làm Thủ tướng Đông Đức vào tháng 9 năm 1990. Đây là vị Thủ Tướng không cộng sản và cũng là Thủ tướng sau cùng của Đông Đức, trước khi Đông Đức sáp nhập vào Tây Đức ngày 3-10-1990.

TIỆP KHẮC

Cuộc nổi dậy của sinh viên, trí thức và công nhân theo lời kêu gọi của Tổng Bí Thư Alexander Dubeck vào tháng 8-1968.

Kịch Tác Gia Havel (bên trái) đón tiếp Cựu Tổng Thống Alexander Dubcek (bên phải), người chống lại Hồng Quân Liên Xô năm 1968 đã được chính quyền Cộng sản Tiệp phóng thích vào năm 1988

Công Trường Wencesles và Đại Lộ National, nơi đã diễn các các cuộc chính biến lịch sử của Tiệp Khắc vào những năm 1914, 1939, 1968 và 1989.

Hàng trăm ngàn dân chúng Tiệp Khắc biểu tình do nhóm Hiến Chương 77 đứng ra tổ chức sau đổi thành Diễn Đàn Dân Sự đòi Tổng Bí Thư Milos Jakes từ chức 23-11-1989

Hàng trăm ngàn người biểu tình tại Công Trường Wencesles đòi toàn bộ thành phần lãnh đạo giáo điều trong Đảng Cộng sản Tiệp phải từ chức sau khi Tổng Bí Thư Milos Jakes từ nhiệm 25-11-1989.

Sinh viên đã vận động chữ ký để ủng hộ Kịch tác gia Vaclav Havel lên làm Tổng Thống. Kết quả là do áp lực của dư luân Tổng thống Cộng sản Gustav Husak từ chức ngày 11-12-1989. Kịch Tác Gia Vaclav Havel được chọn làm Tổng Thống không cộng sản vào ngày 28-12-1989.

Kịch Tác Gia Vaclav Havel tuyên thệ nhậm chức Tổng Thống Tiệp Khắc vào ngày 1-1-1990. Đứng bên cạnh là Chủ tịch Quốc Hội Alexander Dubcek, người hùng của cuộc nổi dậy chống Liên Xô năm 1968

Tổng Thống Vaclav Haven giơ dấu hiệu chiến thắng trước đám đông trong ngày nhậm chức Tổng Thống.

Tổng Thống Vaclav Havel đón chào ngoại giao đoàn của các quốc gia đến chúc mừng ngày nhậm chức Tổng Thống.

Dân Chúng Tiệp Khắc đi bầu một cách tự do sau 44 năm
sống trong gông cùm Cộng sản

Thủ Tướng Ladislav Adamec, nhân vật then chốt nhất trong các diễn biến dân chủ hóa tại Tiệp Khắc. Ladislav Admec đã một mình chống lại phe giáo điều trong đảng Cộng sản Tiệp, liên lạc và tiếp xúc với nhóm Diễn Đàn Dân Sự để giải quyết lộ trình dân chủ trong hòa bình.

Tổng Bí Thư Gustav Husak của đảng Cộng sản Tiệp Khắc là nhân vật trung thành với những chỉ đạo của Liên Xô sau cuộc chính biến năm 1968 và là nhân vật giáo điều đã bị giải nhiệm vào năm 1987

CHƯƠNG I

ĐÔNG ÂU

Sau Đệ Nhị Thế Chiến, các đế quốc Anh, Pháp, Thổ Nhĩ Kỳ, Hòa Lan... đã phải từ bỏ tham vọng đế quốc và những thuộc địa của mình, chính thức thừa nhận nền độc lập của các dân tộc bị trị. Hơn 4 thập niên sau đó, đến lượt đế quốc Liên Xô phải hứng chịu định mệnh này, đầu tiên là tại Đông Âu rồi đến các Cộng hòa trong Liên Bang Xô Viết.

Năm 1989, trận bão "Dân Chủ" đã thổi mạnh mẽ đến Đông Âu và Trung Âu, quét sạch "thành trì vô sản chuyên chính" do Stalin xây dựng vào những năm sau Đệ Nhị Thế Chiến. Chiến tranh lạnh đã chấm dứt và các dân tộc của vùng đất này đang được hồi sinh, vươn mình đứng dậy sau hơn 40 năm dài sống trong gọng kềm Cộng sản.

Suốt 40 năm bị chi phối bởi khuynh hướng tả phái giáo điều, người dân sống trong các quốc gia Đông Âu vào thời đó không tin là mình được giải phóng hàng loạt. Cuộc cách mạng dân chủ đã xảy ra quá nhanh, quá ngoạn mục, đưa đến sự tan rã dồn dập của các chế độ Cộng sản tại đây, là một loạt những biến động nối kết không ai có thể ngờ, dù đã biết mọi sự trên đời không có gì bất biến.

Trước đây người ta thường đơn giản đánh giá sức mạnh của khối Cộng Sản Quốc Tế bằng thành kiến: *"khó có thể lật đổ một chế độ cộng sản khi nó đã nắm chính quyền"*. Nhưng huyền thoại đó đã không còn nữa, nó lần lượt bị đánh ngã bởi áp lực đấu tranh của quần chúng vì khát vọng tự do, dân chủ và muốn có một đời sống cơm no, áo ấm với đầy đủ quyền làm người.

o0o

Tình hình Đông Âu vào năm 1989 là kết quả của một chuỗi biến cố xảy ra từ những sự kiện trước đó đưa đến Thế Chiến Thứ Nhất, rồi sự xuất hiện của chế độ Xô Viết tại nước Nga, sự hình thành và bành trướng của Đức Quốc Xã, rồi Thế Chiến Thứ Hai, và vai trò của Stalin trong việc phát triển vòng đai đỏ chung quanh đế quốc Xô Viết, đưa đến cuộc chiến tranh lạnh giữa hai cực Cộng sản-Tự do kéo dài nhiều thập niên.

Ngược dòng lịch sử lên đến khoảng đầu thế kỷ 20, các đế quốc Đức-Áo-Hung tại giữa Âu Châu phát triển thế lực trong lục địa, đe dọa các nước lân bang. Phản ứng của Âu Châu là thế liên hợp tay ba giữa Pháp-Nga-Anh làm hàng rào ngăn chặn. Sự bùng vỡ của những tranh chấp cục bộ tại Trung Âu (khi đó ý niệm Đông Âu chưa ra đời) sau chiến tranh Balkans (1912-1913) và giữa các sắc dân vùng Trung Âu (sau này kết hợp thành các nước Ba Lan, Tiệp Khắc, Nam Tư, Romania,...) đã châm ngòi cho Thế Chiến Thứ Nhất. Liên Minh tay ba (Triple Alliance) là Đức-Áo-Hung ở giữa lục địa Âu Châu bung ra tấn công Liên Hợp Tay Ba (Triple Entente) là Pháp-Nga-Anh tại vùng ngoại biên.

Tháng 3 năm 1917, Nga Hoàng Nicolas II không còn điều khiển được tình hình trong nước đành phải thoái vị và một chính phủ lâm thời được lập ra, nhưng cũng không lật ngược được tình thế vì dân và lính Nga không còn muốn tham chiến nữa. Lợi dụng tình hình này, phe Bolchevik của Lênin tung khẩu hiệu *"hòa bình và cơm áo"* làm cuộc đảo chánh mà sau này những người Cộng sản gọi là Cách mạng tháng Mười, cướp chính quyền và rút khỏi cuộc chiến. Nga trở thành Liên Bang Xô Viết từ đó. Trong khi chính phủ lâm thời của Nga được thành lập thì Hoa Kỳ cũng bắt đầu bị lôi vào cuộc chiến, và kịp thời tham dự bên Anh, Pháp (tháng 4 năm 1917) trước khi Nga rút.

Việc Hoa Kỳ tham chiến làm tình hình thay đổi khá bất ngờ cho phe Liên Minh Đức-Áo-Hung, và chiến tranh kết thúc với sự bại trận của Liên Minh này. Sau Thế Chiến Thứ Nhất, các nước dân chủ lập kế hoạch phân hóa các đế quốc Đức-Áo-Hung và ngăn ngừa sự tái phát của chủ nghĩa bành trướng Đức bằng nhiều thỏa ước đặt nền móng địa dư chính trị cho một loạt các nước Trung Âu như Romania, Tiệp Khắc, Nam Tư, Ba Lan, Hung Gia Lợi, Áo, và cả các nước vùng Baltic như Lithuania, Estonia và Latvia. Bản đồ Trung Âu bắt đầu giống bản đồ Đông Âu cho đến năm 1990, kể từ thời đó. Nhưng, tình trạng liệt cường xâu xé các nước bại trận cũng gieo mầm mống bất mãn và phẫn hận tại Trung Âu, kết trái thành những biến động đưa tới chiến tranh thế giới lần thứ hai, năm 1939.

Song song, trong khi Hoa Kỳ lớn mạnh từ Thế Chiến Thứ Nhất mà lại không muốn can dự vào chuyện thế giới (vì sự chống đối của Thượng Viện Hoa Kỳ không cho Tổng Thống Wilson đưa Mỹ vào Hội Quốc Liên, do chính Wilson đề xướng làm cơ chế cân bằng tương quan thế giới), thì một đế quốc khác xuất hiện: Liên Xô. Trong lúc Hoa Kỳ là nước thắng trận nhưng lại tự cô lập, thì ngược lại, Liên Xô dồn nỗ lực bành trướng, kết hợp với nước Đức từ đầu thập niên 1920.

Sau Thế Chiến Thứ Nhất, nước Đức bị thua, bị Âu Châu phong tỏa và kiềm chế bằng Thỏa Ước Versailles. Mối nguy của Âu Châu thời đó chưa là Liên Xô mà là nước Đức. Trong thập niên 1920, Âu Châu cũng thành công vượt bực về kinh tế. Thời đó, tinh thần cầu hòa cũng trở thành trào lưu thịnh hành trong quần chúng Âu Châu. "Kẻ thù" là nước Đức đã bị đánh quỵ và thất bại về mọi mặt, nên trở thành ngoan ngoãn hơn. Thời đó, chính những khuynh hướng bảo thủ của Âu Châu mới tung ra đường lối "hòa dịu", những tuyên bố của Thủ tướng Anh Chamberlain, hay Tổng thống Hoa Kỳ Herbert Hoover... trong những hội nghị thượng đỉnh sôi nổi đã lấn át quan điểm dè dặt nghi ngờ của Ngoại trưởng Pháp Aristide Briand. Nước Pháp không quên hai trận chiến 1870 và 1914 đều xuất phát từ nước Đức, và báo động về vấn đề an ninh, nhưng báo động trong cô đơn vì vào thời đó khuynh hướng chủ hòa rất mạnh. Kết quả là chẳng ai nói đến vấn đề phòng thủ, võ trang nữa.

Nhưng Đức lặng lẽ chuẩn bị việc tái võ trang, bằng cách bí mật hợp tác với Liên Xô. Đức giúp Liên Xô những kiến thức khoa học hiện đại, và được Liên Xô giúp lại bằng cách cho mượn đất để luyện quân, chế tạo võ khí, tàng trữ khí giới, vượt rào cấm đoán của Thỏa Ước Versailles. Ngay từ năm 1922, Đức và Liên Xô đã hòa giải cùng nhau qua Hiệp Ước Rapallo, trong đó, ngoài những điều khoản xóa bỏ các khoản nợ cũ còn có những mật ước hợp tác quân sự.

Vào đầu thập niên 1920, Liên Xô vừa hoàn tất vụ cướp chính quyền và bị kiệt quệ về kinh tế nên đưa ra kế hoạch "Tân Chính Sách Kinh Tế" (NEP), tỏ dấu hòa dịu và vận động Tây phương cứu nạn đói, viện trợ thực phẩm. Nhưng, quan trọng hơn, Liên Xô chậm tiến về khoa học kỹ thuật nên cần tới nguồn viện trợ kỹ thuật của Đức. Nước Đức cũng cần một "hậu phương" nằm ngoài tầm quan sát của Tây Âu để xây dựng lại bộ máy chiến tranh. Trong vụ hợp tác này, Liên Xô thủ lợi hơn nước Đức vì được tới 2000 kỹ sư lẫn quản trị gia Đức qua giúp cho việc thiết lập các nhà máy, hướng dẫn cách quản lý và sản xuất kỹ nghệ, chế tạo võ khí, làm tiềm thủy đỉnh, và cả máy bay.

Khai thác tinh thần chủ hòa cầu an của các nước Âu Châu, Hitler lên cầm quyền ở Đức, hợp tác với Stalin ở Nga, để phân chia ảnh hưởng tại Trung Âu, xoay ra tấn công Âu Châu, đưa tới Thế Chiến Thứ Hai. Giai đoạn đầu, Liên Xô và Đức Quốc Xã ký thỏa ước bất tương xâm, để khi Đức tiến về Tây tấn công Anh-Pháp-Bỉ, thì Liên Xô cũng tiến về phía Bắc năm 1940 biến 3 nước vùng Baltic thành những "Cộng Hòa Xô Viết". Vào cuối cuộc chiến, từ năm 1944 đến 1948, Liên Xô cũng tiến về phía Tây theo đà tan rã của Đức Quốc Xã để thiết lập chế độ Cộng sản lên các nước Ba Lan, Đông Đức, Romania và Bulgaria. Các nước này không theo chủ nghĩa Cộng sản, nhưng thực sự bị kéo vào "cách mạng vô sản" do sự chiếm đóng của Hồng Quân Liên Xô.

Hoa Kỳ lại nhập cuộc và khi Đệ Nhị Thế Chiến kết thúc, Đức Quốc Xã tan rã, hai siêu cường Hoa Kỳ và Liên Xô gặp nhau trên vùng đất Âu Châu. Lằn ranh hai bên được vẽ ra, Đông và Tây Âu thành hình từ đó, với nước Đức bị chia hai, bảy nước Đông Âu khác bị nhuộm đỏ, đó là Ba Lan, Hung Gia Lợi, Nam Tư, Tiệp Khắc, Romania, Bulgaria và Albania.

Trong tám nước Đông Âu bị nhuộm đỏ bởi Hồng Quân Liên Xô sau Đệ Nhị Thế Chiến, có bốn nước rơi vào trường hợp ngoại lệ, đó là Hung Gia Lợi, Tiệp Khắc, Nam Tư và Albania. Trước khi Hồng Quân chiếm đóng và cuộc nổi dậy vào năm 1956 bị đè bẹp, Hung Gia Lợi đã có một giai đoạn cộng sản rất ngắn vào năm 1919, do đồng chí của Lênin là Béla Kun áp dụng.

Sau chiến tranh, Tiệp Khắc có đảng Cộng sản liên hiệp cùng bốn đảng khác, và cũng bị Hồng Quân chiếm đóng, nhưng Tiệp Khắc không bị nhuộm đỏ bởi Hồng Quân Liên Xô mà bởi những kỹ thuật chính trị và quân sự do đảng Cộng sản Tiệp Khắc tiến hành sau khi Liên Xô rút quân về. Nói cách khác, dân Tiệp Khắc bị cộng sản hóa bởi người Tiệp, không bởi một vụ chiếm đóng của Liên Xô. Sau đó, Tiệp Khắc rập khuôn theo mẫu mực Xô Viết và rơi vào tình trạng không khác gì các nước Đông Âu kia, kể cả tình trạng bị Hồng Quân tiến qua đàn áp một vụ cải cách chính trị trong khuôn khổ cộng sản năm 1968.

Nam Tư là nước Đông Âu có tham dự vào cuộc chiến chống Đức Quốc Xã và trong kháng chiến chống Hitler cũng có liên minh các phe quốc cộng. Sau Thế Chiến, phe cộng tiêu diệt phe quốc gia, nắm chính quyền, biến Nam Tư thành nước cộng sản từ cuối năm 1945. Nhưng, khác với Tiệp Khắc, lãnh tụ Josip Broz Tito của Nam Tư chủ trương một mô hình xã hội chủ nghĩa riêng biệt, không giống kiểu Xô Viết.

Albania là nước nằm ở vùng Đông Nam Âu Châu, bị nước Ý Đại Lợi chiếm đóng trong Thế Chiến Thứ Hai từ năm 1939 đến năm 1944. Năm 1944, cộng sản địa phương nắm chính quyền, theo Stalin và trung thành với đường lối Stalinist đến mức đoạn giao với Liên Xô vào năm 1960 khi Nikita Khrushchev hạ bệ Stalin, kết thân với Trung Cộng. Albania vẫn là nước cộng sản cực đoan và khép kín nhất Âu Châu, nhưng vì quá nhỏ, dân số chỉ có 3 triệu người, nên không gây biến động nhiều.

o0o

Từ năm 1917 đến năm 1936, trong vòng 20 năm đầu của cuộc cách mạng vô sản, Lênin chủ trương tiến hành cách mạng cải tạo xã hội, để tiến tới việc hình thành một cộng đồng thế giới theo chủ nghĩa xã hội. Kể từ năm 1936, Stalin (kế thừa Lênin từ năm 1924), minh định chủ trương của mình trong bản hiến pháp mới, rằng Liên Xô là một nước xã hội chủ nghĩa, tức Liên Xô là nơi cách mạng đã thành công, và là nơi đầu tiên bước qua chủ nghĩa xã hội.

Từ Thế Chiến Thứ Hai, Hồng Quân tiến vào Đông Âu, nhưng Liên Xô chưa trực tiếp chi phối chế độ kinh tế và chính trị của Đông Âu mà dùng phương pháp "thảo luận" để từng bước thiết lập ảnh hưởng, kéo dài cho đến năm 1948. Nhưng từ giữa năm 1947, để đối phó với kế hoạch Marshall của Hoa Kỳ có mục tiêu giúp đỡ các nước Tây Âu tái thiết sau Thế Chiến, Stalin bắt đầu giới hạn chặt chẽ sự tiếp cận của Liên Xô cùng các nước Cộng sản tại Đông Âu đối với thế giới bên ngoài. Vì muốn giữ ảnh hưởng độc nhất lên các nước Đông Âu, Liên Xô ép buộc các nước này không được nhận viện trợ của Hoa Kỳ, thay thế vào đó, Stalin gom các nước cộng sản để thành lập tổ chức Comecon (Hội Nghị Tương Trợ Phát Triển Kinh Tế) vào đầu năm 1949, bắt đầu chi phối về kinh tế, chính trị, quân sự lên các nước Đông Âu.

Stalin khẳng định rằng xã hội chủ nghĩa tại Liên Xô là mẫu mực cho các nước xã hội chủ nghĩa. Stalin chỉ thị các nước phải áp dụng khuôn mẫu của Liên Xô trong việc tổ chức đảng và nhà nước. Đảng cộng sản là đảng duy nhất độc chiếm quyền lực, lãnh đạo nhà nước và xã hội, cưỡng chế tập thể hóa nông nghiệp và quốc hữu hóa công nghiệp. Ngoài ra, nền kinh tế áp dụng mô hình kế hoạch tập trung và ưu tiên cải tạo xã hội để xây dựng nền kinh tế công nghiệp theo hướng công nghiệp nặng. Về chính trị, Liên Xô chủ trương xóa bỏ tất cả những xu hướng chính trị ngoài chủ nghĩa Mác-Lê và triệt để cải tạo cũng như tẩy não những ai đã bị ảnh hưởng bởi tư tưởng "phản động" ngoài khuôn khổ của tư tưởng Mác-Lê.

Đang là một nước bình thường, Liên Xô tiến lên thành đàn anh, thành bá chủ. Liên Xô huấn luyện người bản xứ ở các nước chư hầu trở về thi hành chính sách cộng sản kiểu Xô Viết tại Đông Âu. Các lãnh tụ cộng sản ở Đông Âu đều từ trong lò huấn luyện này mà ra. Có thể nói là từ thập niên 30, khi Stalin nắm quyền cai trị Liên Xô, mô hình chủ nghĩa xã hội của Stalin đã bao trùm lên mọi sinh hoạt của người dân các nước cộng sản. Đối nghịch với thể chế này, trong 8 nước Đông Âu chỉ có Nam Tư dưới sự lãnh đạo của Tito là muốn đi đường lối riêng và theo đuổi chính sách phi đồng minh (nhưng trong thực chất đối nội cũng áp dụng kỹ thuật cai trị kiểu Stalin).

Sự chống đối mô hình chủ nghĩa xã hội Stalin bắt đầu bộc phát mạnh từ năm 1956 ở Hung Gia Lợi và Ba Lan. Cuộc nổi dậy chống

Liên Xô, đòi cải cách chính trị và kinh tế của nhân dân Ba Lan kéo dài từ tháng 6 đến tháng 10, nhưng bị dập tắt bởi Hồng quân Liên Xô tiến vào theo lời cầu cứu của nhóm lãnh đạo cộng sản Ba Lan thời đó. Sau đó, tháng 10 và 11, cuộc nổi dậy ở Hung Gia Lợi chống lại chính sách độc tài của đảng cộng sản, cũng đã bị Hồng quân Liên Xô dập tắt tương tự.

Tuy hai cuộc nổi dậy ở Ba Lan và Hung Gia Lợi bị Liên Xô trấn áp, nhưng mối căm thù Liên Xô và khát vọng tự do dân chủ vẫn tiềm ẩn trong lòng người dân nhất là trong thành phần trí thức, luôn chờ cơ hội bùng nổ. Sau hai biến cố Ba Lan và Hung Gia Lợi, một số nước Đông Âu điều chỉnh lại cơ cấu kinh tế, cho xí nghiệp tự quản trong khuôn khổ của nền kinh tế hoạch định và áp dụng nguyên tắc lợi nhuận. Trong đó, Tiệp Khắc là quốc gia đi đầu, đưa ra chủ trương "*xây dựng nhà nước xã hội chủ nghĩa nhân bản*" và *"hệ thống thị trường có qui hoạch"*, nhưng những nỗ lực này chưa thực hiện được thì đã bị 500 ngàn quân của 5 nước trong khối Warsaw, đứng đầu bởi Liên Xô, dập tắt vào mùa Thu năm 1968. Từ đó bức màn sắt đóng kín trở lại, chiến tranh lạnh chia hai khối Đông và Tây làm thành hai thế giới biệt lập, kéo dài đến thập niên 80.

o0o

Cho đến khi bùng nổ vụ khủng hoảng dầu hỏa (năm 1974 và năm 1979), sau đó Liên Xô xua quân xâm chiếm A Phú Hãn (12-1979), các nước Đông Âu vẫn bị trói buộc trong vòng kềm tỏa của Liên Xô. Tuy nhiên, vụ khủng hoảng dầu hỏa xảy ra vào thập niên 70 đã ảnh hưởng trầm trọng đến tiềm lực kinh tế của các nước Đông Âu. Mô hình cai trị của Liên Xô (người ta gọi là mô hình chủ nghĩa xã hội hiện thực) đã không theo kịp sự tiến bộ khoa học kỹ thuật của thế giới, và kinh tế luôn luôn ở trong tình trạng trì trệ, đặt cho các nước cộng sản ở Đông Âu ở trong tình thế là không cải tổ thì không thể sống còn.

Nhưng mọi nỗ lực cải tổ kinh tế vào thời đó đã dẫn đến thất bại vì những trở lực bắt nguồn từ sự độc quyền của các đảng cộng sản. Lý do là những chế độ này đã áp đặt các ràng buộc giáo điều của chủ nghĩa Mác-Lê lên việc khai triển mô thức cải tổ kinh tế, bằng thái độ khư khư duy trì sự kiểm soát của đảng Cộng sản trên mọi lãnh vực, đưa đến hậu quả là các hoạt động xã hội bị rối loạn.

Ngay cả những nước mà tầng lớp lãnh đạo sẵn lòng hy sinh một số quan điểm quan trọng trong ý thức hệ Cộng sản để cải tổ kinh tế như Hung Gia Lợi, Ba Lan... việc cải tổ vẫn không thực hiện được vì quán tính cưỡng chế của tầng lớp cán bộ quan liêu đã ăn sâu vào hệ thống quyền lực mà chính nó phải duy trì vì nhu cầu "*cộng sinh*". Hơn nữa, các chế độ này không được sự công nhận của người dân, vì vậy, luôn luôn phải đối đầu với sự nổi dậy của quần chúng có thể xảy ra trước những chấn động không thể tránh khỏi của những đòi hỏi cải tổ kinh tế trên đời sống hàng ngày.

Vào thập niên 80, các nước Đông Âu đều quảng bá mục tiêu cải tổ kinh tế của họ là: *"tách rời kinh tế khỏi chính trị"*. Nghĩa là xây dựng lại hệ thống kinh tế vận hành theo các quy luật của thị trường, chứ không theo những áp đặt, thường là vô lý về kinh tế, của hệ thống qui hoạch tập trung. Sự can thiệp của nhà nước vào kinh tế, vì thế phải được thay đổi bằng cách điều hướng thay vì trấn áp, bởi những quy luật kinh tế này. Sự can thiệp của chính quyền vào các hoạt động kinh tế bị giới hạn, chấp nhận cho dân chúng tự do tham gia vào hoạt động cạnh tranh kinh tế, trong khung của "nhà nước pháp quyền".

Mô thức mà các nước áp dụng là "*hệ thống thị trường có quy hoạch*" hay còn gọi là "*cơ chế thị trường có sự điều tiết của nhà nước*", và nhà nước vẫn làm chủ quản trên hầu hết đất đai cũng như tư liệu sản xuất. Mục tiêu của mô thức này là để gia tăng hiệu năng sản xuất, chứ không để loại bỏ hẳn lối qui hoạch tập quyền trung ương. Theo mô hình này, nhà nước sẽ không còn phải lo hoạch định chỉ tiêu hàng năm cho các xí nghiệp mà chú trọng đến những kế hoạch trung và dài hạn để phát triển nền kinh tế, trong khi đó, các xí nghiệp được giao cho một số quyền tự quản và phục hồi vai trò thị trường ở tầm mức vi mô. Xí nghiệp được phép lập ra kế hoạch sản xuất và phát triển dựa trên những đòi hỏi của thị trường. Họ có quyền chọn người cung cấp nguyên vật liệu, định giá mua bán và khen thưởng công nhân bằng lương phụ trội. Tuy nhiên nhà nước vẫn kiểm soát các xí nghiệp một cách gián tiếp để bảo đảm chiều hướng phát triển kinh tế của xí nghiệp phù hợp với các mục tiêu của đảng.

Mô thức này trong thực tế vẫn là loại kinh tế qui hoạch tập quyền với một chút sửa đổi. Ngay trong việc cho các xí nghiệp tự quản, các giám đốc vẫn phải dựa vào những liên hệ bán chính thức với các giới chức có thẩm quyền của đảng và nhà nước, vì những người này nắm quyền bổ nhiệm, thăng thưởng các giám đốc xí nghiệp. Những giám đốc này, hẳn nhiên phải chiều theo những đòi hỏi bán chính thức của các cán bộ đảng và nhà nước, ngay cả trong trường hợp những đòi hỏi này đi ngược lại quyền lợi kinh tế của xí nghiệp.

Vì nhà nước vẫn là chủ các xí nghiệp và nguyên vật liệu sản xuất, cho nên để có sự trợ giúp tiền đầu tư từ ngân hàng nhà nước, hoặc để được tài trợ sản xuất những mặt hàng phải cạnh tranh với hàng hoá ngoại quốc, và để được miễn giảm những qui định giá cả và lương bổng, các giám đốc xí nghiệp vẫn phải duy trì mối thâm giao riêng lẻ với các giới chức của nhà nước và đảng ở cấp liên hệ. Một hệ thống kinh tế mà xưa nay được vận hành bằng những mặc cả về chỉ tiêu (đơn đặt hàng), nay được thay thế bằng hệ thống mặc cả về luật lệ. Các xí nghiệp thay vì được quyền tự quản, nay lại lệ thuộc cả hai tròng áp lực: tròng thứ nhất là hệ thống hành chánh theo chiều dọc, và tròng thứ hai là khách hàng cũng như các nơi cung cấp nguyên vật liệu theo chiều ngang. Hậu quả là nền kinh tế cải tổ đó chẳng theo qui hoạch mà cũng chẳng phải thị trường, nó là một quái thai được sản sinh trong hoàn cảnh của một nền kinh tế được hoạch định theo kiểu *"đầu voi đuôi chuột"*.

Một điểm nổi bật khác trong quá trình cải tổ kinh tế ở các nước Đông Âu vào thời đó là yếu tố chính trị vẫn chi phối nặng nề trên các quyết định kinh tế. Lý do là các đảng Cộng sản sợ bị vuột mất quyền lực. Ngoài ra, quyền lợi hỗ tương giữa các giám đốc xí nghiệp và tầng lớp thư lại nhà nước dẫn đến những rào cản làm hạn chế tầm hoạt động của kinh tế thị trường và phá ngầm trách nhiệm điều hành và quyền tự trị của các xí nghiệp. Quyền lợi đan chéo chằng chịt trong giới cán bộ quan liêu được cột chặt với cơ chế quyền lực của đảng Cộng sản, phát sinh ra nạn tham nhũng và sứ quân đầy dẫy ở mọi cơ chế từ trung ương đến địa phương. Đây là vấn nạn cốt lõi của mô thức cải tổ theo "cơ chế thị trường có sự điều tiết của nhà nước", hay còn gọi là "*thị trường xã hội chủ nghĩa*". Chính những cải tổ nửa vời này đã làm nặng nề thêm những vấn đề đã có sẵn, và tăng thêm những yếu tố tản lực trong xã hội, khiến cho chính quyền các nước Đông Âu lúng túng, phải nhượng bộ, thoái lui, rồi tan rã theo một chuỗi những áp lực đấu tranh của quần chúng và trong nội bộ đảng mà người ta đã chứng nghiệm ở các nước này trong thời gian qua.

oOo

Nhưng, sở dĩ biến cố Đông Âu xảy ra trong một thời gian kỷ lục, một phần là do Liên Xô tung ra chính sách tự cứu vào năm 1985, khi Gorbachev lên làm Tổng bí thư đảng Cộng sản Liên Xô. Khi mẫu mực cộng sản của mình bị phá sản, đến nỗi mất luôn khả năng bành trướng và phải quay sang cầu cạnh Tây phương để tìm cách cứu nguy kinh tế, Liên Xô không thể nào tiếp tục chi viện cả quân sự lẫn kinh tế và ép buộc các nước Đông Âu trôi theo đà phá sản đó nữa. Song song vào đó, vì không thể duy trì liên minh quân sự để trấn áp thế giới tự do, và vì không thể tiếp tục bao cấp cho các nước chư hầu trước tình trạng đói loạn ngay tại mẫu quốc, Liên Xô đã buông tay thả lỏng cho các nước chư hầu với chính sách "mạnh ai nấy lo" để mỗi chế độ phải xoay trở tự cứu lấy mình trong cơn khủng hoảng chung của thế giới cộng sản.

Chính sách tự cứu này đã khiến Liên Xô không còn khả năng chi phối các nước Đông Âu khi những chế độ tại đây cũng bất lực trước những đòi hỏi chính đáng của người dân về việc cải thiện cuộc sống và thay đổi chính trị ở nước họ. Kết quả là những cuộc biểu tình rầm rộ của quần chúng đã đưa đến sự sụp đổ của hàng loạt các nước cộng sản tại Đông Âu, biến thành mũi dao đâm ngược vào chế độ Liên Xô sau đó.

Thực ra, sự thay đổi nhanh chóng ở Đông Âu tự bản chất là một sự kết hợp của "phong trào quần chúng nổi dậy" với những xoay chuyển chính trị bất khả kháng của từng chế độ. Ngoài ra, khi Liên Xô thú nhận là từ nay các nước chư hầu muốn tự cứu ra sao cũng được thì các đảng Cộng sản Đông Âu không chỉ mất điểm tựa quần chúng mà còn mất luôn đích đi tới. Cuối cùng mỗi đảng cộng sản giải quyết theo cách riêng, căn cứ trên những điều kiện thực tế của từng nước và căn cứ trên mối tương quan địa lý và lịch sử của mình với Liên Xô. Những thay đổi này không có tính chất dứt khoát quyết liệt, vì là kết quả của một tiến trình thoái lui từng bước của chính quyền cộng sản, và tiến trình tiến chiếm từng bước của phía quần chúng, trước sự làm ngơ của Điện Cẩm Linh. Do đó, sự thoái lui và tan rã của các đảng cộng sản ở Đông Âu đã diễn ra mỗi nơi một khác. Tuy nhiên, trên tổng thể, biến cố Đông Âu đã xảy ra vào hai thời kỳ, trong năm 1989 như sau.

THỜI KỲ THỨ NHẤT CÓ THỂ TÍNH TỪ THÁNG 2 ĐẾN THÁNG 6 NĂM 1989

Trước tiên ở Ba Lan, Công Đoàn Đoàn Kết được công nhận là tổ chức hợp pháp, tham dự Hội Nghị Bàn Tròn với chính quyền Cộng sản tổ chức từ tháng 2 đến tháng 4-1989, để bàn về những cải cách kinh tế và chính trị. Căn cứ trên những đồng ý chung của Hội nghị, đảng Cộng sản Ba Lan đã tổ chức bầu cử tự do, và Công Đoàn Đoàn Kết đã thắng lợi một cách vẻ vang. Mặc dù Tổng thống là người của đảng cộng sản, nhưng Thủ tướng là người của Công Đoàn Đoàn Kết, chính quyền liên hiệp ra đời, trong đó phe cộng sản chỉ chiếm một số ghế tượng trưng.

Tại Hung Gia Lợi, lực lượng cải cách trong đảng cầm quyền càng lúc càng lớn mạnh, đòi hỏi phải tái thẩm định cuộc chính biến năm 1956. Tháng 2-1989, đảng cầm quyền thừa nhận chế độ chính trị đa đảng, tháng 6-1989 tổ chức Hội Nghị Hiệp Thương giống như hình thức hội nghị bàn tròn của Ba Lan. Cũng trong tháng 6-1989, đảng cộng sản Hung phế bỏ vai trò Tổng bí thư, coi như mô hình tổ chức đảng của Stalin bị dẹp bỏ.

Trong thời gian này tại Trung Quốc, hàng ngàn sinh viên và trí thức đã lấy cớ tưởng niệm cựu Tổng bí thư Hồ Diệu Bang (người được mô tả là có tinh thần xây dựng dân chủ nhưng bị thất sủng), tổ chức cuộc biểu tình tại quảng trường Thiên An Môn vào ngày 16-4-1989. Sau đó, gần 100 ngàn người đã biểu tình chống tham nhũng và đòi dân chủ hóa tại Thiên An Môn kéo dài từ ngày 21 đến 23-4-1989. Từ ngày 13-5-1989, hơn 3 ngàn sinh viên chiếm quảng trường Thiên An Môn, tuyệt thực và yêu cầu đảng và nhà nước Trung Quốc giải quyết vấn đề tham nhũng và chấp nhận dân chủ hóa. Chính quyền Trung Quốc vào lúc đó rất lúng túng. Thủ tướng Lý Bằng (phe giáo điều) chủ trương không đối thoại, trong khi Tổng bí thư Triệu Tử Dương (phe cải cách) đã đến thăm sinh viên tuyệt thực và hứa sẽ thay đổi chính sách theo đường hướng xây dựng dân chủ. Đến ngày 19-5-1989, có trên 1 triệu sinh viên, công nhân biểu tình và họ đã căng lều chiếm quảng trường Thiên An Môn, trong khi ở những thành phố khác như Thượng Hải, Vũ Hán... sinh viên, công nhân cũng đã tổ chức biểu tình đòi dân chủ hóa. Trước tình thế đó, Thủ tướng Lý Bằng ra lệnh thiết quân luật, nhưng khí thế đấu tranh mỗi lúc một lên cao. Cuối cùng, Đặng Tiểu Bình cùng Dương Thượng Côn đưa lộ quân 27 tiến vào chiếm đóng quảng trường Thiên An Môn, với lực lượng gần 300 ngàn quân và xe thiết giáp. Cuộc đàn áp bắt đầu từ 3 giờ chiều ngày 3-6-1989 với lựu đạn cay và dùi cui, đến nửa đêm thì bắt đầu nổ súng: Quân đội được chỉ thị bắn thẳng vào những người đang biểu tình, tuyệt thực. Cuộc tấn công, ruồng bắt và tàn sát kéo dài cho đến gần 5 giờ sáng ngày 4-6-1989, khiến cho gần 3 ngàn người thiệt mạng, nhưng nhà cầm quyền Trung Quốc thông báo chỉ có 120 người.

Từ ngày 4-6-1989 đến ngày 1-8-1989, nhà cầm quyền Trung Quốc đã bắt giữ gần 120 ngàn người có liên hệ đến biến cố và có nhiều người vẫn còn bị giam giữ trong tù cho đến nay. Một số sinh viên lãnh đạo biến cố này đã bí mật trốn sang Hồng Kông và tỵ nạn tại Hoa Kỳ, tiếp tục đấu tranh cho phong trào dân chủ hóa Trung Quốc. Ngày 23-6-1989, Ban chấp hành Trung ương đảng Cộng sản Trung Quốc đã cách chức Tổng bí thư Triệu Tử Dương, đưa Giang Trạch Dân, lúc đó đang là Thị trưởng Thượng Hải lên thay thế. Cuộc cách mạng dân chủ tại Trung Quốc tuy bị đàn áp dã man, nhưng vẫn còn tiềm ẩn và chờ cơ hội bộc phát trở lại, với kết quả gián tiếp là tinh thần đấu tranh cho dân chủ lan mạnh sang Đông Âu.

THỜI KỲ THỨ HAI TÍNH TỪ THÁNG 10 ĐẾN THÁNG 12 NĂM 1989

Sau khi chấp nhận chế độ chính trị đa đảng, đảng Công Nhân Xã Hội Hung Gia Lợi đổi tên thành đảng Xã Hội, và thông qua Cương Lĩnh mới đề cao chủ nghĩa xã hội dân chủ. Quốc hội cải sửa hiến pháp, loại bỏ vai trò lãnh đạo của đảng Công Nhân Xã Hội Hung, sửa tên nước từ Cộng Hòa Xã Hội Chủ Nghĩa thành Cộng Hòa Hung Gia Lợi, đồng thời công bố một số luật lệ công nhận quyền sinh hoạt chính trị tự do cũng như luật bầu cử tự do.

Tại Đông Đức, từ tháng 9-1989 có làn sóng người dân bỏ nước chạy qua Hung Gia Lợi và qua Áo để xin tỵ nạn tại Tây Đức, làm cho tình hình chính trị nước này bắt đầu chuyển động. Tháng 10-1989, Honecker từ chức Chủ tịch đảng cộng sản Đông Đức. Tháng 11-1989, bức tường Bá Linh sụp đổ. Cùng thời gian này, Tổng bí thư Todor Zhivkov của đảng Cộng sản Bulgaria và Tổng bí thư Milos Jakes của đảng Cộng sản Tiệp Khắc từ chức. Đương nhiên mỗi nước có một số hoàn cảnh khác nhau, nhưng điểm đặc biệt chung là thành phần trí thức đã đứng trên tuyến đầu, vận động quần chúng tham gia đấu tranh tạo áp lực lên thành phần lãnh đạo cộng sản.

Đến tháng 12-1989, cuộc cách mạng ở Romania bùng nổ, đưa đến cái chết của vợ chồng nhà độc tài Ceausescu, chấm dứt một triều đại "gia đình độc tài toàn trị". Trong khi đó, Liên Minh Những Người Cộng Sản Nam Tư tuyên bố chấp nhận chế độ đa đảng vào tháng 12-1989, giúp các Cộng hòa trong Liên bang Nam Tư nương theo đà này bắt đầu tìm cách thoát ra khỏi Liên bang, tiến tới độc lập.

Tóm lại, năm 1989 là năm định mệnh của các chế độ Cộng sản tại Đông Âu, với sự sụp đổ hàng loạt, trong một thời gian kỷ lục nằm ngoài dự tưởng của thế giới.

oOo

Khảo sát những diễn biến dân chủ hóa xảy ra ở các nước Đông Âu trong năm 1989, người ta có thể rút ra một số nhận xét:

Trước hết, trong lãnh vực chính trị, các đảng cộng sản đã có những cải cách mang tính cách đối phó. Từ hình thức độc chiếm quyền lực chi phối mọi sinh hoạt quốc gia, với nguyên tắc tập trung dân chủ, các đảng cầm quyền đã phải loại bỏ chế độ độc đảng và chấp nhận hình thức sinh hoạt đa đảng dưới áp lực đòi hỏi của quần chúng. Kết quả là các đảng cộng sản đã phải thay đổi tên đảng, nội bộ chia ra nhiều hệ phái khác nhau và từ đó dẫn đến việc chấm dứt vai trò của tổ chức đảng trong chính quyền, xí nghiệp, học đường... Cũng trong lãnh vực chính trị, vì đảng cộng sản đã thay đổi nên cơ cấu quốc gia cũng thay đổi bằng sự xuất hiện của những chính quyền liên hiệp, tiến tới các cuộc bầu cử tự do. Nhờ vậy quyền lực của các cơ chế nhà nước từng bước được tháo gỡ khỏi sự chi phối của các đảng ủy cộng sản. Đặc biệt, nhân quyền là một vấn đề vốn được coi nhẹ trong các chế độ cộng sản, nay đã được đề cao, và các nguyên tắc tự do căn bản của người dân đã được luật pháp bảo vệ như quyền tự do lập hội, tự do di trú, tự do tín ngưỡng và tự do hành đạo. Ngoài ra, các cơ quan truyền thông báo chí được tôn trọng và độc lập hơn, nên quyền công dân cũng được nâng cao.

Trong lãnh vực kinh tế, hệ thống qui hoạch trung ương và quốc hữu hóa đã bị dẹp bỏ, các nước Đông Âu bắt đầu áp dụng cơ chế thị trường xã hội chủ nghĩa, tức công nhận tư doanh, mặc dù quốc doanh vẫn còn nắm vị trí quan trọng trong sinh hoạt quốc gia. Các nước Đông Âu thừa nhận quyền tư hữu và chấp nhận nguyên tắc cạnh tranh trong sinh hoạt kinh tế, chấm dứt hình thức nhà nước đề cử vai trò thủ trưởng, hay ở cấp thấp hơn trong các ban giám đốc xí nghiệp mà việc tuyển chọn căn cứ theo khả năng chuyên môn và cho tự quản thực sự.

Trong lãnh vực đối ngoại, các nước Đông Âu đã tìm cách xé rào, bung ra vận động đầu tư từ bên ngoài để phát triển nền kinh tế trong nước mà không còn hoàn toàn lệ thuộc đơn thuần vào một nước nào.

Tuy nhiên để phân tích về cuộc cách mạng dân chủ ở các nước Đông Âu cũ, người ta có thể nhìn ở hai góc độ khác nhau. Thứ nhất là đứng trên góc độ **thành phần quần chúng** nào trong xã hội đã tạo ra động lượng cho cuộc cách mạng dân chủ vừa qua. Thứ hai là đứng trên góc độ **ý thức hệ** nào đã chủ đạo để tạo ra cuộc cách mạng đối đầu với ý thức hệ Mác-Lê.

Về yếu tố ***thành phần quần chúng*** tạo ra động lượng xoay chuyển:

Tại Ba Lan, lực lượng lao động là thành phần nòng cốt. Lực lượng công nhân này, từ năm 1980, đã được tổ chức và đấu tranh không ngừng nghỉ cho đến khi giành được thắng lợi trong cuộc bầu cử tự do vào năm 1989. Tuy nhiên, trong lực lượng lao động của Công Đoàn Đoàn Kết, thành phần trí thức tuy tiềm ẩn, nhưng có một vai trò rất quan trọng. Trên thực tế, lực lượng lao động làm bùng nổ các cuộc đình công, nhưng việc hoạch định ra những sách lược tranh đấu, từng bước tấn công chế độ cầm quyền, phần lớn là do nhóm trí thức và nhóm này là đại biểu được bầu vào quốc hội vào năm 1989. Cuộc cách mạng của Ba Lan là sự kết hợp hài hòa giữa lực lượng lao động và giới trí thức. Lao động là lực lượng tạo ra sự rối loạn xã hội, trí thức là thành phần khai thác những khủng hoảng xã hội thành các áp lực chính trị để đẩy chế độ cầm quyền rơi vào thế phải nhượng bộ, thoái lui. Tuy nhiên, nếu không nhờ sự yểm trợ tối đa của giáo hội Thiên Chúa Giáo và đặc biệt là từ Đức Giáo Hoàng Phaolô Đệ II, cuộc đấu tranh của Công Đoàn Đoàn Kết đã không diễn ra một cách ngoạn mục như vậy.

Ngược lại, ở Hung Gia Lợi không có lực lượng lao động đấu tranh như trường hợp Ba Lan. Thành phần trí thức Hung Gia Lợi cũng không đóng vai trò quan trọng như trường hợp Tiệp Khắc và Ba Lan vào lúc đầu. Tuy cuộc nổi dậy năm 1956 thất bại, nhưng thành phần trẻ trong đảng Cộng sản Hung Gia Lợi luôn luôn muốn tách ra khỏi vòng khống chế của Liên Xô. Họ nuôi dưỡng ý chí cải cách và họ đã trưởng thành nắm giữ một số vị trí quan trọng trong đảng vào các năm sau đó. Cho đến khi Liên Xô đưa ra chính sách tái phối trí, thành phần này đã nương theo ngọn cờ cải cách của Liên Xô, bắt đầu vận động ráo riết trong nội bộ đảng. Tức là ngay trong đảng cầm quyền đã có một số đông thành phần đảng viên cải cách ở những vị trí quan trọng, từng bước tạo áp lực đòi đảng thay đổi. Nhờ vậy, các lực lượng đối lập với chính quyền cộng sản có cơ hội hình thành. Và trong quá trình đấu tranh tiệm tiến, lực lượng đối lập đã từng bước loại dần ảnh hưởng của phe cầm quyền, và chiếm ưu thế trong cuộc tổng tuyển cử.

Tại Đông Đức và Tiệp Khắc, thành phần trí thức đóng vai trò quan trọng trong lúc khởi động và sau đó được sự hậu thuẫn mạnh mẽ của thành phần dân sự và lao động, đẩy cuộc cách mạng dân chủ bùng nổ trong mọi tầng lớp quần chúng. Tuy nhiên cũng giống như các quốc gia khác, thành phần đảng viên có tinh thần cải cách đã tham dự sau đó, kích động để sự tan rã trong nội bộ đảng cầm quyền xảy ra nhanh hơn.

Riêng cuộc cách mạng dân chủ ở Bulgaria thì không có các cuộc đấu tranh của quần chúng. Thành phần đảng viên chủ trương cải cách trong đảng nhìn thấy sự bế tắc nên đã sớm chấp nhận thay đổi trước. Đây có thể coi như hình thức đảng tự tan rã từ bên trong. Tuy nhiên, tổ chức Liên Minh Nông Dân có cơ sở khắp toàn quốc và thành phần cấp tiến nắm giữ một vị trí quan trọng, nên có thể là một động lực đưa đến sự thay đổi riêng tại Bulgaria tại nông thôn và một số đô thị.

Tại Romania, cuộc đàn áp sắc tộc đã được cánh tướng lãnh và đảng viên thân Liên Xô khai thác trọn vẹn thành cuộc đảo chánh lật đổ Ceausescu, cùng lúc với phong trào dân chủ vừa chớm nở của dân chúng Romania. Cuộc cách mạng dân chủ của người dân trở thành cuộc đảo chánh của phe cộng sản thân Liên Xô. Vì vậy, lực lượng trí thức và lao động ở Romania hoàn toàn bị hụt hẫng khi Mặt Trận Cứu Quốc xuất hiện và giành thế chủ đạo vào lúc vợ chồng Ceausescu bỏ trốn.

Qua một số nhận định sơ khởi, người ta thấy là lực lượng khởi động cuộc cách mạng dân chủ ở mỗi nước khác nhau, tùy theo điều kiện tiến hành các cuộc cải cách của đảng cầm quyền. Nhưng mẫu số chung về yếu tố quần chúng là thành phần trí thức và những đảng viên có xu hướng muốn cải cách trong đảng đã là lực lượng nòng cốt, kết hợp cùng với các tổ chức quần chúng dưới nhiều hình thức, làm bùng nổ những cuộc đấu tranh đúng thời điểm, đưa đến việc nhượng bộ, thoái lui của đảng cầm quyền càng nhanh thêm.

Về ***yếu tố ý thức hệ chủ đạo tạo ra cuộc cách mạng tại Đông Âu***, thì có ba khuynh hướng đáng chú ý. Nhóm A, có khuynh hướng giữ chủ nghĩa Mác-Lê bằng mọi giá; Nhóm B, có khuynh hướng phủ nhận chủ nghĩa Mác-Lê nhưng muốn quay về truyền thống dân tộc; Nhóm C, có khuynh hướng loại bỏ ý thức hệ Mác-Lê, tiến sang nền dân chủ và kinh tế thị trường một cách nhanh chóng.

Trường hợp Hung Gia Lợi: Nhóm A bao gồm đảng Công Nhân Xã Hội Chủ Nghĩa (cựu Cộng sản giáo điều), đảng Xã Hội (cựu Cộng sản cải cách), và đảng Xã Hội Dân Chủ. Nhóm này muốn duy trì một hình thái xã hội chủ nghĩa dân chủ như các nước Bắc Âu hay như các đảng cộng sản Tây Âu. Nhóm B, bao gồm nhóm Diễn Đàn Dân Chủ, đảng Những Người Tiểu Nông Độc Lập, đảng Dân Chủ Thiên Chúa Giáo, không phủ định xã hội chủ nghĩa, cũng không theo tư bản, nhưng chọn con đường thứ ba, muốn tái lập giá trị theo lối truyền thống dân tộc riêng. Nhóm C, bao gồm các Liên Minh Tự Do Dân Chủ, Liên Đoàn Thanh Niên Dân Chủ, không chủ trương phải đi hẳn theo mẫu mực tư bản của các nước Tây phương, nhưng chọn con đường tư bản chủ nghĩa để nhanh chóng đưa nước Hung ra khỏi khung cảnh nghèo nàn lạc hậu.

Phân tích hai nhóm B và C của trường hợp Hung Gia Lợi, thì nhóm B nhấn mạnh đến lập trường nông dân chủ nghĩa, có thể coi như ngả về phía đối tượng là quần chúng nông dân, trong khi nhóm C thiên về thành phần dân sự ở đô thị, nên cả hai nhóm đã có sự tranh luận về phương cách vận động quần chúng trong tiến trình làm tiêu vong đảng cầm quyền. Nhìn vào thực chất vận động của các đảng ở hai nhóm này, người ta thấy Diễn Đàn Dân Chủ mạnh nhất, được sự ủng hộ của mọi thành phần, nhất là ở các vùng nông thôn và trong giới trung lưu, nhưng lại ít được thành phần trí thức ở Thủ đô ủng hộ. Diễn Đàn Dân Chủ là lực lượng cầm quyền sau cuộc Tổng tuyển cử tự do. Trong khi đó, đảng Những Người Tiểu Nông Độc Lập thì được sự ủng hộ của giới nông dân và đảng Thiên Chúa Giáo Dân Chủ chiếm nhiều sự hậu thuẫn của giới trí thức công giáo, nhưng không mạnh. Liên Minh

Tự Do Dân Chủ và Liên Đoàn Thanh Niên Dân Chủ được nhiều sự hậu thuẫn của giới trí thức thủ đô, nhất là giới trẻ, nhờ vậy mà hai nhóm này lôi kéo được thành phần chuyên gia tham dự khá đông. Nhờ ưu thế này mà khi đảng Xã Hội (cựu Cộng sản) lên cầm quyền trở lại sau cuộc Tuyển cử vào tháng 5 năm 1994, họ đã phải mời Liên Minh Tự Do Dân Chủ ra thành lập nội các liên hiệp. Riêng đảng Xã Hội thu hút được sự hậu thuẫn của giai cấp trung lưu.

Tại Ba Lan, nhóm A chỉ có đảng Liên Minh Dân Chủ Tả Khuynh (hậu thân của đảng Công Nhân Thống Nhất Ba Lan). Nhóm B lúc đầu không xác định rõ ràng, nhưng đến khi Ba Lan tổ chức bầu cử Tổng thống, thì nhóm trí thức ủng hộ Lech Walesa đã thành lập ra Liên Minh Trung Ương, theo chủ nghĩa dân túy (Populist), tôn trọng truyền thống dân tộc và ngả về khuynh hướng Dân Chủ Thiên Chúa Giáo. Trong khi một nhóm trí thức khác của Công Đoàn Đoàn Kết ủng hộ Luật sư Tadeusz thành lập Phong Trào Dân Sự Dân Chủ Hành Động hoàn toàn theo chủ nghĩa tự do gần với các nước Tây phương, tức theo khuynh hướng của nhóm C.

Tại Tiệp Khắc, nhóm A là đảng Cộng sản. Nhóm B có một số tổ chức như đảng Xanh Lục, đảng Nhân Dân. Nhóm C thì do tổ chức Diễn Đàn Dân Sự (Czech) và Phong Trào Công Chúng Chống Bạo Động (Slovak) giữ phần trọng yếu trong giai đoạn phát động cuộc cách mạng dân chủ. Riêng Diễn Đàn Dân Sự do giới trí thức, văn nghệ sĩ thành lập, có nhiều ảnh hưởng trong xã hội nên đã tạo sự ủng hộ đông đảo và đa dạng của mọi giới quần chúng. Sau khi Tiệp Khắc chia đôi, Diễn Đàn Dân Sự vẫn còn tiếp tục chiếm ưu thế chính trị ở tại Cộng hòa Czech. Trong khi Phong Trào Công Chúng Chống Bạo Động bên Slovakia bị giải thể, biến thành đảng Dân Chủ Slovak.

Tại Bulgaria, nhóm A lúc đầu là đảng Cộng sản, nhưng sau đó, trước sự lớn mạnh của lực lượng chống đối, phải đổi tên thành đảng Xã Hội Bulgaria và thay đổi đường lối để hy vọng thắng cử trong cuộc Tổng tuyển cử nên mới ngả về nhóm B. Vì lúc đầu đảng Cộng sản chủ động thay đổi nên tạo một số ảnh hưởng trong giới trung lưu và nông dân ở các vùng nông thôn, so với các đảng chống đối khác chỉ tập trung ở Thủ đô và một số đô thị lớn, nên đảng Xã Hội đã chiếm đa số trong Quốc hội trong cuộc tuyển cử đầu tiên. Nhóm B lúc đầu không rõ ràng, coi như không hiện hữu. Trong khi đó, nhóm C, lúc đầu có tổ chức "*Hội Ủng Hộ Dân Chủ Chủ Nghĩa*", sau đó có thêm Liên Minh Các Thế Lực Dân Chủ. Nhóm này tương đối được sự ủng hộ rất đông của giới trí thức, sinh viên và dân sự ở thủ đô.

Tại Đông Đức, nhóm A có đảng Dân Chủ Xã Hội (cựu Cộng sản phe cực tả, sau này liên kết với đảng Dân Chủ Xã Hội bên Tây Đức) và đảng Dân Chủ Xã Hội Chủ Nghĩa Đức (cựu Cộng sản phe cải cách). Hai đảng này chỉ ảnh hưởng vào một số công nhân ở những xí nghiệp công nghiệp và giới trí thức thủ đô. Nhóm B, lúc đầu do một số văn nghệ sĩ chủ xướng trong "Diễn Đàn Mới", nhưng cho đến khi có Tổng tuyển cử tự do và chuẩn bị thống nhất thì khuynh hướng này không còn tồn tại. Thay thế vào đó xu hướng cực hữu, tức nhóm có tinh thần bài ngoại của Phát Xít Đức bắt đầu xuất hiện. Trong khi đó, nhóm C, vào lúc đầu khi cuộc cách mạng bùng nổ không hiện diện, nhưng đến khi có tổng tuyển cử tự do thì có đảng Dân Chủ Thiên Chúa Giáo, được sự hậu thuẫn của đảng Dân Chủ Thiên Chúa Giáo bên Tây Đức, và sau khi thống nhất, đảng này bên Đông Đức sáp nhập vào đảng bên Tây Đức. Đảng Dân Chủ Thiên Chúa Giáo thu hút được sự ủng hộ đông đảo của thanh niên và thành phần trung lưu nên liên tục chiếm ưu thế trong chính quyền trong nhiều năm.

Tại Romania, nhóm A lúc đầu là Mặt Trận Cứu Quốc nhưng sau đó ngả dần qua khuynh hướng của nhóm B. Nhóm B có đảng Dân Tộc Thống Nhất cực hữu và Liên Minh Dân Chủ Người Hung. Nhóm C gồm có tổ chức Hội Nghị Dân Chủ, Mặt Trận Cứu Quốc Dân Chủ, chủ trương cải cách kinh tế nhanh để sớm đưa Romania ra khỏi khủng hoảng, nhưng chủ trương này lại gặp những trì lực của Mặt Trận Cứu Quốc.

o0o

Cuộc cách mạng Đông Âu đã đưa đến nhiều thay đổi khác nhau ở hàng ngũ lãnh đạo, tùy theo sự khôn ngoan và nhanh chóng thoái lui nhượng bộ của họ trước những phản ứng đấu tranh của quần chúng. Chỉ riêng trường hợp vợ chồng Ceausescu, cựu Chủ tịch nhà nước Romania đã bị xử tử hình sau phiên tòa đặc biệt kéo dài không quá 1 giờ đồng hồ vào ngày 25-12-1989, còn lại các giới lãnh đạo khác không bị đe dọa sinh mệnh. Cựu Tổng bí thư kiêm Chủ tịch Hội đồng nhà nước Bulgaria là Todor Zhivkov, bị đưa ra tòa vào năm 1992, vì tội biển thủ tài sản quốc gia trong 35 năm cai trị, lãnh án 7 năm cấm cố; nhưng vì tuổi quá già nên được miễn thọ án. Cựu Tổng thống Wojciech Jaruzelski (Chủ tịch đảng Cộng sản Ba Lan, người đã ra lệnh đàn áp dã man Công Đoàn Đoàn Kết vào đầu thập niên 80), đã về hưu năm 1990, viết hồi ký. Ngày 14-11-1994, Jaruzelski đang ngồi ký tên lưu niệm cho quan khách tham dự buổi ra mắt quyển hồi ký của mình tại một tiệm sách ở phía Tây thành phố Brotswarf, thì bị một thanh niên ném đá làm sưng mặt. Thanh niên này sau đó bị cảnh sát bắt, và cung khai là từng bị ở tù dưới thời Jaruzelski đàn áp Công Đoàn Đoàn Kết.

Tại Tiệp Khắc, cựu Tổng bí thư đảng Cộng sản Tiệp Gustav Husak nổi tiếng về vụ cầu cứu Hồng quân Liên Xô vào đàn áp cuộc nổi dậy của quần chúng Tiệp vào năm 1968, đã bị thất sủng năm 1989, nhưng vẫn không bị chính quyền mới làm khó khăn. Gustav Husak chết vì bệnh vào tháng 1 năm 1991. Trong khi đó, cựu Thủ tướng Adamec và cựu Tổng bí thư đảng Cộng sản Tiệp Khắc sau cùng là Milos Jakes đã về hưu, sống với tiền trợ cấp hưu bổng. Cả hai người này đã từng ra trước Quốc hội để trả lời về một số vấn đề liên quan đến các cuộc đàn áp trong quá khứ nhưng không bị buộc tội.

Tại Hung Gia Lợi, cựu ngoại trưởng Gyula Horn dưới thời nội các Miklos Nemeth đã giúp cho dân Đông Đức băng qua Áo xin tỵ nạn tại Tây Đức vào mùa hè năm 1989, trở thành Chủ tịch đảng Xã Hội (cựu đảng Cộng sản đổi tên) và giữ chức vụ Thủ tướng Hung từ ngày 22-6-1994 đến năm 1998. Còn cựu Thủ tướng Miklos Nemeth thì cộng tác với Ngân Hàng Phục Hưng và Phát Triển Âu Châu trong một thời gian.

Tại Đông Đức, cựu Tổng bí thư Honecker, tuy bị tòa án Liên bang Đức truy tố 49 tội trạng liên quan đến các vụ khủng bố, ám sát các nhân vật đối lập... nhưng vì sức khoẻ quá suy yếu nên tòa đã đình chỉ vô hạn định vụ xử. Sau đó, Honecker được chính quyền Thủ tướng Kohl cho xuất ngoại sang sống lưu vong với gia đình người con gái ở Chili, và chết già tại đây vào ngày 29-5-1994.

Ngoài ra những nhân vật lãnh đạo khác trong các chế độ cộng sản ở các quốc gia Đông Âu cũ, ngoại trừ một số vì có liên hệ đến các tội ác khủng bố và biển thủ thì bị truy tố, còn hầu hết đều trở về đời sống dân sự bình thường, hoặc tiếp tục là cán bộ cao cấp trong chính quyền mới. Nói chung, đã không xảy ra cái gọi là "trả thù" như người cộng sản vẫn tuyên truyền dọa dẫm trong thời gian xảy ra cuộc cách mạng vào năm 1989 để giữ yên hàng ngũ. Trái lại, những người nào có khả năng và có tinh thần phục vụ đất nước thì vẫn được quần chúng ủng hộ. Đây là sự khác biệt giữa thể chế chính trị đa đảng và độc tài đảng trị.

Tuy nhiên, điểm đáng nói là sự tan rã của khối cộng sản tại Đông Âu và Liên Xô cũ đã đưa đến hai thay đổi quan trọng. Thứ nhất là trong tương quan kinh tế, các nước Tiệp, Slovenia, Ba Lan, Hung Gia Lợi đã hội nhập vào khối Tây Âu qua việc gia nhập vào Cộng Đồng Âu Châu (EC) năm 2004. Thứ hai là trong tương quan an ninh khu vực, từ khi khối Quân sự Warsaw tan rã, các nước Đông Âu cũ đã vận động xin gia nhập vào khối Hiệp Ước Bắc Đại Tây Dương (NATO) trong chương trình Tham Gia Vì Hòa Bình (PFP). Mục tiêu của chương trình này nhằm gìn giữ hòa bình và toàn vẹn lãnh thổ của các nước thành viên. Các nước tham gia sẽ phải đóng góp một ngân khoản để lập ra những chương trình cứu trợ nhân đạo, gìn giữ hòa bình, thao diễn quân sự.... Mặt khác, từ ngày 1-1-1995, Tổ Chức Hợp Tác An Ninh Toàn Âu Châu (OSCE) chính thức ra đời quy tụ 53 quốc gia tham gia, trong đó có 16 nước trong Khối NATO, 6 nước trong Tổ Chức Hiệp Ước Warsaw (Warsaw Treaty Organization) cũ, những quốc gia thuộc khối Liên Xô cũ và ở ngoài Âu Châu. Đây là tổ chức biến thể của Hội Nghị Hợp Tác An Ninh Toàn Âu Châu (CSCE) được thành lập từ tháng 7 năm 1975 giữa đại diện của 35 quốc gia thời đó như 16 nước trong khối NATO, 6 nước trong khối Warsaw và Hoa Kỳ, Gia Nã Đại... có mục tiêu giảm thiểu tình trạng căng thẳng của chiến tranh lạnh bấy giờ.

Nói chung, từ năm 1990, các nước trong khối Đông Âu cũ đã bắt đầu mở rộng cánh cửa tiếp cận, đặc biệt là đến gần hơn với các nước Tây Âu và thế giới bên ngoài, nhờ đó, đã thúc đẩy khá nhanh chương trình dân chủ hóa trong nước, tuy cũng gặp nhiều nan đề rất phức tạp từ di sản xã hội chủ nghĩa.

o0o

Mười bảy năm trôi qua (1989-2006), các quốc gia Đông Âu hậu cộng sản đã không chỉ thành công trong việc cải cách nền kinh tế theo hướng thị trường tự do mà còn tạo dựng được một nền tảng chính trị dân chủ đa đảng vững chắc, từ những khởi điểm khác nhau. Đông Đức và Nam Tư, Tiệp Khắc, nhờ sự cân bằng kinh tế trong nước và nợ ngoại trái ít hơn, nên được coi là nước có nhiều ưu thế hơn Ba

Lan, Hung Gia Lợi, Romania và Bulgaria trong việc ổn định tình hình và trở thành một nước có nền kinh tế phát triển nhanh tại Đông Âu. Nhưng nếu không kể những khác biệt này, người ta thấy là những nan đề căn bản mà mỗi quốc gia phải đối đầu rất giống nhau, kể cả những thách đố về chính trị. Các nước đều áp dụng một số chương trình ổn định để đối đầu với nạn thâm thủng ngân sách và chỉnh đốn lại guồng máy, một việc đáng lẽ đã phải làm từ lâu.

Trong 10 năm đầu sau khi thoát khỏi ách cộng sản, các quốc gia đã được sự cố vấn tích cực từ những định chế tài chánh quốc tế như Quỹ Tiền Tệ Quốc Tế (IMF), Ngân Hàng Thế Giới (WB)... để chuyển đổi sang nền kinh tế thị trường. Cho tự do định giá và cho phép trao đổi ngoại tệ trong nước là những phương cách được ứng dụng để mở rộng nền kinh tế ra với thị trường quốc tế, cũng như để thiết lập hệ thống giá cả thực sự trên thị trường nhằm buộc các xí nghiệp phải dùng các nguồn nguyên liệu và nhân công một cách hữu hiệu hơn. Nhiều kế hoạch đã được chuẩn bị và bắt đầu ứng dụng để phá bỏ sự độc quyền trong một số ngành công nghiệp của hệ thống quốc doanh, đồng thời tích cực nâng đỡ tư doanh, cũng như tổ chức lại hoặc bán hẳn những xí nghiệp quốc doanh lỗ lã lâu năm.

Bên cạnh đó, các nước Đông Âu cũ còn phải trực diện trước những thách đố chính trị đến từ nhiều phía, một phần từ hệ thống nhà nước cũ chỉ mới tháo gỡ được một phần ở cấp trung ương, và một phần lớn hơn từ sự kỳ vọng của quần chúng. Mọi người đều muốn cải tổ lại cơ cấu, nhưng họ nghĩ rằng sự cải tổ đó không "được" đụng đến quyền lợi của họ mà họ đã thụ hưởng từ chế độ cũ. Đối với phần lớn dân chúng, sự hiểu biết và chấp nhận những qui luật thị trường dừng lại ở mức kỳ vọng sự thành công nhanh chóng và vươn tới tiêu chuẩn sống của Tây phương. Những kỳ vọng này quả là điều không thực tế, nhưng họ vẫn chờ đợi các tân chính quyền phải đáp ứng với những nhu cầu của họ nhậm lẹ hơn các nhân vật cộng sản cũ. Lần hồi, những kỳ vọng trở thành thói quen, đòi hỏi trực tiếp chính quyền (như những người có khả năng và trách nhiệm) phải đáp ứng, hơn là chính họ tự kiếm cách để thích nghi hay nắm lấy cơ hội làm ăn trong những điều kiện kinh tế mới.

Sau khi chuyển đổi sang thể chế sinh hoạt đa đảng, hàng loạt các loại nghiệp đoàn, đảng phái chính trị ra đời, cạnh tranh lẫn nhau để tìm hậu thuẫn của quần chúng, bằng cách tấn công chính quyền ngày một gay gắt, tạo ra một số phân hóa trong cơ cấu chính trị. Ở nhiều nước, sự phân chia vai trò Tổng thống, Quốc hội, Thủ tướng chưa được rõ ràng, dẫn đến sự tranh giành quyền lực nhiều lúc rất gay gắt, khiến cho một số quần chúng mất niềm tin. Trong bối cảnh đó, để tồn tại và có thể tiếp tục đấu tranh trong hoàn cảnh mới, các đảng cộng sản Đông Âu cũ đã đổi tên, thay đổi cương lĩnh và điều lệ, theo khuynh hướng trung tả. Những đảng này đã tích cực khai thác những khó khăn của các chính quyền dân chủ, tranh giành ảnh hưởng trong một thiểu số quần chúng vốn mang một số bất mãn vì những thay đổi do chính sách cải tổ đưa đến.

Vì thừa hưởng một di sản kinh tế rã nát, chính trị hỗn loạn, cộng thêm quán tính trì trệ của chế độ Cộng sản cũ, các tân chính quyền dân chủ của những nước Đông Âu cũ khá vất vả trong việc ổn định tình hình. Trong vòng 5 năm đầu sau khi từ giã ách độc tài cộng sản, hầu hết các nước này tuy thoát ra khỏi những trì lực về kinh tế, nhưng lại đối diện với rất nhiều bất ổn về chính trị lẫn xã hội. Chính trong bối cảnh này, khi các quốc gia tái tổ chức bầu cử Quốc hội hay Tổng thống sau giai đoạn chuyển tiếp vào các năm 1994 và 1995, một số đảng tả phái cựu cộng sản đã trở lại vị trí cầm quyền như tại Ba Lan, Hung Gia Lợi, Romania. Nhưng sự hồi sinh của các đảng cựu cộng sản chắc chắn không thể nào đảo ngược được tình hình để quay trở lại thể chế cai trị như trước năm 1989. Hơn nữa, dù những đảng cựu cộng sản như đảng Xã Hội ở Hung Gia Lợi, Liên Minh Dân Chủ Tả Khuynh ở Ba Lan... chiếm ưu thế so với các đảng khuynh hữu, nhưng vẫn không thể đơn độc cầm quyền mà phải liên hiệp với một hay nhiều đảng phái khác, và phải hành xử quân bình với các đảng đối lập. Đây là ưu điểm của nền chính trị dân chủ đa đảng. Nó vừa phản ảnh phản ứng chính trị của quần chúng trong từng giai đoạn, vừa thúc đẩy mọi thế lực chính trị phải thay đổi, sáng tạo để đáp ứng nguyện vọng của người dân. Đây cũng chính là khát vọng làm bùng nổ cuộc cách mạng dân chủ tại Đông Âu.

Tóm lại, những biến cố chính trị xảy ra ở các nước cựu Cộng sản tại Đông Âu trong các năm cuối thập niên 80 đã để lại cho nhân loại những kinh nghiệm đáng ghi nhớ:

Một là những chế độ đi ngược lại nguyện vọng của nhân dân sớm muộn gì cũng bị sụp đổ. Nguyễn Trãi đã nói rất rõ trong câu "*Nước chở thuyền cũng có ngày nước lật thuyền*".

Hai là sức mạnh toàn dân là sức mạnh vạn năng. Chính sức mạnh này khi được huy động đúng lúc và đúng hướng sẽ tạo nên lịch sử.

Hai yếu tố này sẽ xuất hiện bàng bạc trong các chương kế tiếp khi trình bày về những diễn biến của các cuộc cách mạng dân chủ tại Ba Lan, Hung Gia Lợi, Đông Đức, Nam Tư,... Người ta có quyền tin tưởng rằng cuộc cách mạng dân chủ tại Việt Nam cũng sẽ diễn ra trong thời gian tới, bởi khát vọng dân chủ và sức đối kháng mạnh mẽ của các thành phần dân tộc chống lại thiểu số lãnh đạo độc tài Hà Nội.

Bản đồ Đông Âu trước năm 1990

Bản đồ Ba Lan

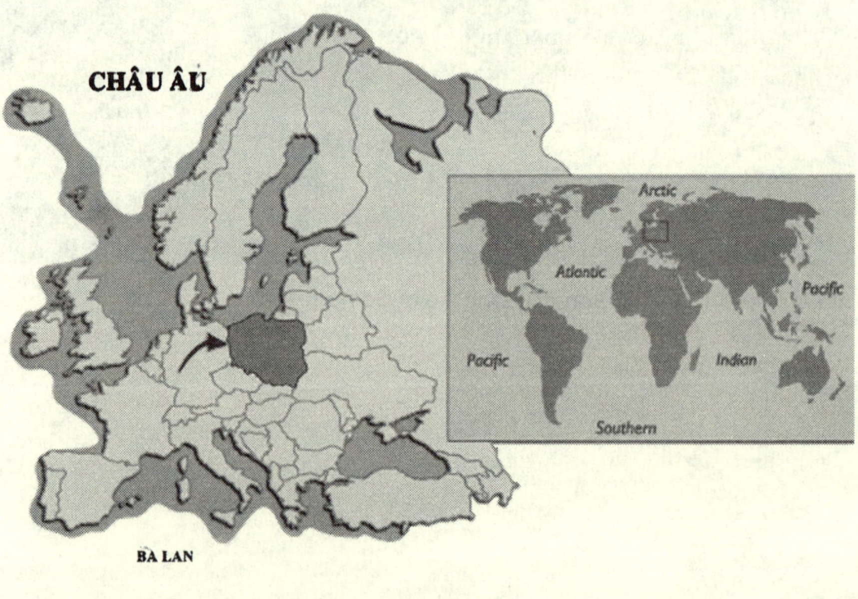

BA LAN

CHƯƠNG II

CUỘC CÁCH MẠNG DÂN CHỦ TẠI BA LAN

I- SƠ LƯỢC BỐI CẢNH LỊCH SỬ

Nằm giữa hai siêu cường Nga và Đức, Ba Lan (Poland) luôn luôn hứng chịu những bất hạnh nghiệt ngã do các thế lực chính trị của hai quốc gia này chèn ép. Cách đây hơn 200 năm, Ba Lan đã bị đế quốc Nga xâm lăng và bị xóa tên trên bản đồ thế giới vào năm 1795. Phải hơn một thế kỷ sau, Ba Lan mới được tái sinh, vừa nhờ công lao của vị anh hùng dân tộc lúc đó là tướng Josef Pilsudski khởi binh chống lại chế độ Nga Hoàng dưới triều đại vua Nicolas II, vừa do những áp lực của Đức ở biên giới, khiến cho chính quyền non trẻ của đảng cộng sản Nga phải ký hòa ước Brest Litovsk với Đức, trả lại độc lập cho Ba Lan, sau Đệ Nhất Thế Chiến. Mặc dù biên giới Ba Lan đã được phân chia trở lại theo hòa ước Versailles, nhưng mãi đến năm 1921, chính quyền Cộng sản Nga mới chính thức công nhận biên giới hiện nay của Ba Lan.

Sau một thời gian được độc lập ngắn ngủi, Ba Lan lại rơi vào cảnh bị chiếm đóng. Ngày 1-9-1939, Hitler xua quân tiến chiếm Ba Lan từ hướng Tây, trong khi đó, Stalin cũng đưa Hồng Quân tiến vào Ba Lan từ hướng Đông. Nhưng sau đó Nga rút quân, Phát xít Đức chiếm đóng Ba Lan cho đến năm 1945. Thực ra, trước khi đưa quân tiến chiếm Ba Lan, Ngoại trưởng hai nước Nga và Đức Quốc Xã đã ký kết một văn kiện bí mật gọi là "Hiệp Nghị Đồng Xâm Lược Ba Lan" vào ngày 23-8-1939. Suốt trong thời gian Đệ Nhị Thế Chiến, nhân tài của Ba Lan đã bị Đức Quốc Xã và Cộng sản Nga tàn sát gần hết.

Ngày 21-4-1945, một nhóm đảng viên cộng sản Ba Lan do đảng Cộng sản Nga huấn luyện và đỡ đầu từ thập niên 30 đã họp ở thành phố Chelm để thành lập chính phủ kháng chiến, bất chấp sự hiện hữu của chính phủ lưu vong Ba Lan lúc đó đang tỵ nạn Đức Quốc Xã tại Anh. Vì thiếu lực lượng và lại sợ phe cộng sản nắm hết quyền bính nên các phe phái khác (kể cả chính phủ lưu vong ở Luân Đôn), đành miễn cưỡng tham gia chính phủ liên hiệp với đảng Cộng sản Ba Lan. Sau đó, bằng những thủ đoạn khủng bố và trấn áp, phe cộng sản đã tiêu diệt gần hết tiềm lực của các tổ chức khác trong chính quyền liên hiệp này. Năm 1946, đảng Cộng sản Ba Lan đã dàn dựng ra cuộc trưng cầu dân ý, để vừa chính thức hóa vai trò lãnh đạo của mình, vừa quốc hữu hóa các xí nghiệp kỹ nghệ và cơ quan truyền thông. Trong hai năm 1947 và 1948, chính quyền cộng sản đã đưa ra một số Pháp lệnh để giải tán các đảng phái khác và ép buộc các nhân vật trong đảng Xã Hội Ba Lan phải gia nhập đảng Cộng sản, lúc đó đã đổi tên thành đảng Công Nhân Thống Nhất Ba Lan (Polish United Worker's Party).

Mặc dù được đảng Cộng sản Liên Xô huấn luyện và đỡ đầu trong việc cướp chính quyền sau khi Đức Quốc Xã sụp đổ, nhưng với quá khứ bị Nga đô hộ gần 100 năm, những người Cộng sản Ba Lan luôn luôn có khuynh hướng chống Nga và tìm mọi cách để thoát ra khỏi sự chi phối của nước này. Điều thấy rõ nhất là sau khi Stalin chết (1953), trong khoảng thời gian từ 1953 - 1955, tại Ba Lan có hơn 100 ngàn tù nhân chính trị đã được phóng thích, bắt đầu giai đoạn "tìm về dân tộc" của đảng Công Nhân Thống Nhất Ba Lan. Ngoài ra, nhân vụ Nikita Khruschev, Đệ nhất bí thư đảng Cộng sản Liên Xô tố giác những tội ác của Stalin trong Đại hội đảng Cộng sản lần thứ 20 ngày 25-2-1956, quần chúng và một số đảng viên Cộng sản Ba Lan có khuynh hướng chống Nga đã tổ chức cuộc nổi dậy ở Poznan, đưa ra khẩu hiệu: "*Bánh Mì - Tự Do - Độc Lập*", chống chính quyền độc tài Ba Lan, và đòi tách khỏi sự chi phối của Liên Xô. Mặc dù cuộc nổi dậy này đã bị Hồng Quân Liên Xô đàn áp, nhưng sự bất mãn đối với chính quyền Cộng sản Ba Lan và xu hướng chống Liên Xô vẫn còn tiềm ẩn mạnh mẽ trong lòng người dân.

Để xoa dịu sự bất mãn này, đảng Công Nhân Thống Nhất Ba Lan đã đưa Vladyslaw Gomulka lên nắm quyền vì ông ta đã từng tham gia lực lượng du kích chống Đức Quốc Xã trong Đệ Nhị Thế Chiến, từng bị khai trừ khỏi đảng Cộng sản Ba Lan và bị bắt giam theo lệnh của Stalin do khuynh hướng dân tộc của ông. Sau khi lên nắm quyền, Vladyslaw Gomulka cho thực hiện một số cải cách, đứng ra nhận những sai lầm của đảng và hứa sẽ sửa sai. Đến năm 1968, Vladyslaw Gomulka bị thành phần bảo thủ trong đảng khuynh loát, bắt đầu xiết trở lại và thẳng tay đàn áp phong trào sinh viên đòi dân chủ vào lúc đó, cũng như trù dập người Do Thái, khiến cho nhiều gia đình Do Thái ở Ba Lan phải tìm cách trốn ra khỏi xứ.

Từ năm 1970, do những thất bại trong chính sách công nghiệp hóa, tình hình kinh tế của Ba Lan liên tục bị khủng hoảng, ngân sách thâm thủng trầm trọng. Chính quyền Vladyslaw Gomulka quyết định tăng giá thực phẩm lên đến gần 60% khiến cho giới công nhân bất mãn, thực hiện các cuộc đình công để chống đối. Những cuộc đình công này nhanh chóng lan rộng trên toàn quốc, tạo áp lực mạnh mẽ lên đảng Công Nhân Thống Nhất, khiến cho chính quyền Vladyslaw Gomulka sụp đổ, chính quyền Edward Gierek lên thay thế.

Được sự chấp nhận của Liên Xô, chính quyền Edward Gierek quay trở lại chính sách mở cửa, vay tiền các nước Tây phương để gia tăng khả năng sản xuất và tiêu thụ của dân chúng. Nhưng chính sách cải tổ của Gierek cũng dẫn đến thất bại. Tình trạng những lạm trong đảng gia tăng khiến cho những món tiền đi vay bị tiêu xài hoang phí mà không có một dự án nào được hoàn tất đúng nghĩa, nợ ngoại trái càng lúc càng nhiều, đời sống người dân chẳng những không được cải thiện mà lại càng thêm đói khổ. Năm 1976, chính quyền Edward Gierek phải quyết định tăng giá sinh hoạt một lần nữa. Lần này chính quyền đã ngăn chận trước tại những nơi có khả năng tổ chức đình công, nên mặc dù công nhân rất bất mãn, nhưng không có cuộc đình công nào xảy ra. Mặc dù đã tăng giá sinh hoạt nhưng chính quyền Edward Gierek vẫn không giải quyết được tình trạng thâm thủng ngân sách, nên đến ngày 1-7-1980 lại phải tiếp tục tăng giá thịt và những sản phẩm chế biến bằng thịt. Việc này đã làm cho công nhân và dân chúng không còn chịu đựng được nữa. Cuộc đình công phản đối của công nhân tại thành phố Chelm vào ngày 2-7-1980 đã mở đầu cho một loạt những biến cố đưa đến sự tan rã chế độ cộng sản Ba Lan vào một thập niên sau đó.

II- NHỮNG DIỄN BIẾN CHÍNH TRỊ

CÔNG ĐOÀN ĐOÀN KẾT RA ĐỜI

Cuộc đình công chống tăng giá thịt của công nhân tại thành phố Chelm đã tác động mạnh mẽ lên công nhân ở thành phố Gdansk, nằm ở ven biển Baltic. Ngày 14-8-1980, lấy lý do chống đối việc ban quản trị sa thải một nữ công nhân phụ trách điều khiển giàn cần trục tự động, công nhân xưởng đóng tàu Lênin tại Gdansk đã tiến chiếm công trường, thực hiện đình công. Ngày 16-8-1980, công nhân thành lập Ủy ban đình công (MKS: Miedzyzakladowy Komitet Strajkowy/ Inter-Factory Strike Committee) để bảo vệ quyền lợi công nhân. Ngày 18-8-1980, Ủy ban đình công đưa ra 21 yêu sách đòi hỏi nhà cầm quyền cộng sản Ba Lan phải đáp ứng như công nhận quyền đình công, thừa nhận quyền lập nghiệp đoàn, quyền tự do hội họp... Ngày 22-8-1980, chính quyền Gierek phải cử một số cán bộ đến thảo luận về những yêu sách của Ủy ban đình công ở Gdansk. Ngày 24-8-1980, nhằm vận động giới trí thức hậu thuẫn cuộc đấu tranh của công nhân, Ủy ban đình công (MKS) thành lập Tiểu ban Chuyên môn, mời những người trí thức tham gia với tư cách cố vấn. Ngày 29-8-1980, công nhân ở hai thành phố Poznan và Shilonsk đình công để ủng hộ cuộc đấu tranh của Ủy ban đình công tại Gdansk. Sau mấy ngày thảo luận và tranh cãi về nhiều vấn đề, cuối cùng, đại diện chính quyền Gierek đã ký một thỏa ước với Lech Walesa, đại diện Ủy ban, vào ngày 1-9-1980, đồng ý thực thi 21 yêu sách của Ủy ban như chấp nhận quyền tự do lập nghiệp đoàn, tự do nhóm họp và tự do đình công... Đây là thắng lợi đầu tiên của công nhân Ba Lan, và cũng là một sự kiện hy hữu, vì Ba Lan là quốc gia đầu tiên trong số các nước Cộng sản vào thời đó công nhận sự hoạt động độc lập của một Công đoàn. Sự kiện này đã tạo một hình thái đấu tranh mới cho hàng ngũ thanh niên sinh viên Ba Lan, nên ngày 2-9-1980, Liên Minh Thanh Niên Độc Lập đã được thành lập tại thủ đô Warsaw. Ngày 4-9-1980, Ủy ban đình công (MKS) cải tên thành Công Đoàn Đoàn Kết (Solidarnosc), bầu Lech Walesa làm Chủ tịch, văn phòng đặt trong xưởng đóng tàu Lênin ở thành phố Gdansk.

Sự ra đời của Công Đoàn Đoàn Kết đã thu hút đông đảo công nhân, trí thức và quần chúng Ba Lan tham gia. Nó không chỉ là một nghiệp đoàn độc lập ngoài chính quyền mà còn là một phong trào công nhân đòi tự do dân chủ. Khi đó, Đức Hồng Y gốc Ba Lan vừa trở thành Đức Giáo Hoàng John Paul II (1978), vị chủ chăn của Giáo Hội Công Giáo La Mã, đã ủng hộ Công Đoàn Đoàn Kết một cách công khai, khiến cho giới công nhân, quần chúng nhiệt liệt tin tưởng vào thế đấu tranh chính nghĩa của Công Đoàn Đoàn Kết. Nhờ vậy mà trong giai đoạn đầu của thập niên 80, số thành viên tham gia Công Đoàn lên đến gần 1/3 dân số Ba Lan, trở thành một lực lượng chính trị đáng kể, vì được sự ủng hộ triệt để của Giáo Hội Thiên Chúa Giáo Ba Lan.

Sự kiện nhà cầm quyền Cộng sản Ba Lan phải công nhận tính cách hợp pháp của Công Đoàn Đoàn Kết là biến cố lớn, tạo sự quan tâm cho Hoa Kỳ và các nước Tây phương. Tuy nhiên, vì lo ngại phản ứng đàn áp của Liên Xô, nên các nước Tây phương, đặc biệt Tổng Thống Hoa Kỳ Jimmy Carter (1976-1980) đã giữ thái độ im lặng, coi đây là vấn đề nội bộ của Ba Lan. Tuy nhiên, Chủ tịch Tổng Liên Đoàn Lao Động Hoa Kỳ vào thời đó là ông Lane Kirland, chủ trương rằng để ngăn ngừa sự đàn áp của Liên Xô thì Hoa Kỳ phải lên tiếng ủng hộ. Ông thành lập một quỹ trị giá 250 ngàn Mỹ kim để hỗ trợ cho các hoạt động của Công Đoàn Solidarnosc. Chính quyền Hoa Kỳ sợ Liên Xô khó chịu nên tìm mọi cách để ngăn cản mọi nỗ lực của ông Lane Kirland. Nhưng ông Lane Kirland tuyên bố bất đồng với quan điểm của Tổng thống Carter về vấn đề Ba Lan, và cương quyết tiến hành kế hoạch của mình. Tổng thống Carter lúc đó đang ở trong cuộc chạy đua ghế Tổng Thống nhiệm kỳ thứ 2 với đại diện của đảng Cộng Hòa là ứng cử viên Reagan, không muốn làm phật lòng Tổng Liên Đoàn

Lao Động Hoa Kỳ, nên phải chỉ thị cho Bộ Ngoại giao Hoa Kỳ ngầm hỗ trợ Chủ tịch Lane Kirland, giúp đỡ tài chánh cho Công Đoàn qua ngả sứ quán Hoa Kỳ tại thủ đô Warsaw. Bộ trưởng Ngoại giao Hoa Kỳ cũng đã gặp Đại sứ Liên Xô tại Hoa Thịnh Đốn, thông báo về việc thành lập quỹ giúp cho Công Đoàn, nhưng cho biết là chính phủ Hoa Kỳ không liên hệ với Tổng Liên Đoàn Lao Động.

Ngày 26-9-1980, trong buổi họp Hội Đồng An Ninh Quốc Gia, chính quyền Carter đã thảo luận về vấn đề Tổng Liên Đoàn Lao Động Hoa Kỳ giúp đỡ Công Đoàn Đoàn Kết, và yêu cầu các Nghiệp đoàn của Tổng Liên Đoàn không nên quảng bá rầm rộ việc ủng hộ, vì sợ ảnh hưởng vào nguyên tắc ngoại giao là bất can thiệp vào nội bộ của chính quyền nước khác. Song song, Tổng thống Carter cho lệnh theo dõi phản ứng của Liên Xô đối với sự ra đời của Công Đoàn Đoàn Kết. Theo báo cáo của Cơ Quan Tình Báo CIA gửi cho Hội Đồng An Ninh Quốc Gia Hoa Kỳ vào thời đó, thì từ đầu mùa thu năm 1980, Hồng Quân Liên Xô đã được lệnh di chuyển về phía biên giới Ba Lan, trong tư thế sẵn sàng ứng chiến. Để ngăn cản cuộc tiến quân của Liên Xô vào Ba Lan, Tổng Thống Carter và Hội Đồng An Ninh Quốc Gia đã chọn giải pháp tăng cường việc yểm trợ quân sự cho Trung Cộng, để đánh lạc hướng Liên Xô. Nhưng chỉ thị này chưa được thi hành thì Tổng thống Carter thất cử. Sau khi Tổng thống Reagan lên cầm quyền, cơ quan CIA đã báo cáo rằng có thể Liên Xô sẽ hỗ trợ cho đảng Cộng sản Ba Lan áp dụng biện pháp mạnh để đàn áp Công Đoàn Đoàn Kết.

CÔNG ĐOÀN ĐOÀN KẾT BỊ ĐÀN ÁP

Ngày 14-9-1980, Trung ương đảng Công Nhân Thống Nhất Ba Lan (PUWP) buộc Edward Gierek từ chức chức vụ Thủ tướng, và đề cử Kania lên thay thế. Nhưng Thủ tướng Kania cũng không ổn định được tình hình, nên đến tháng 2 năm 1981, Trung ương đảng đề cử Wojciech Jaruzelski, thuộc phe giáo điều lên làm Thủ tướng kiêm Bộ trưởng Quốc phòng. Sau khi lên cầm quyền, Jaruzelski đã lập ra và tự làm chủ tịch Hội đồng Quân sự Cứu quốc gồm 20 tướng lãnh (cơ chế này không quy định trong hiến pháp), với mục đích ngăn ngừa đảo chánh và ổn định tình hình. Ngày 13-12-1981, Jaruzelski ban hành lệnh thiết quân luật trên toàn quốc, đồng thời đóng cửa biên giới, cấm phát hành sách báo, cấm mọi cuộc đình công, biểu tình, và cấm dân chúng rời nhà ban đêm.

Thủ tướng Wojciech Jaruzelski không những ra lệnh đóng cửa các trụ sở của Công Đoàn; bắt giam Lech Walesa cùng bộ tham mưu của ông lúc đó là những nhân vật tên tuổi như Adam Michnik, Luật sư Tadeusz Mazowieckj, Sử gia Bronislaw Geremek... mà còn quản thúc cựu Thủ tướng Edward Girerek và những cán bộ đảng viên có liên hệ đến việc chấp nhận 21 yêu sách của Công Đoàn Đoàn Kết vào năm 1980. Mặc dù Lech Walesa bị bắt và các cơ sở bị đàn áp, nhưng nhờ sự hỗ trợ của Giáo Hội Thiên Chúa Giáo Ba Lan và Đức Giáo Hoàng Phao lô Đệ II, nên Công Đoàn vẫn tiếp tục hoạt động. Đặc biệt công nhân xưởng đóng tàu ở Gdansk và công nhân hầm mỏ ở thành phố Shilonsk đã vũ trang chống lại lực lượng cảnh sát và quân đội khiến cho 9 người bị thiệt mạng. Ngày 9-10-1982, chính quyền Jaruzelski đặt Công Đoàn Đoàn Kết ra ngoài vòng pháp luật. Trong khi đó, để phản đối lệnh thiết quân luật và việc đàn áp Công Đoàn Đoàn Kết của chính quyền Jaruzelski, Tổng thống Reagan đã cho triệu hồi đại sứ Hoa Kỳ tại Ba Lan về nước, và công bố lệnh cấm vận kinh tế Ba Lan vào ngày 24-12-1981. Sau đó, Hoa Kỳ lên tiếng kêu gọi Nhật Bản và các nước Tây phương quyết định tương tự như Hoa Kỳ để bảo vệ Công Đoàn Đoàn Kết. Ngày 2-9-1982, Hội Đồng An Ninh Quốc Gia của Hoa Kỳ đã đề ra chính sách mới về Đông Âu, với mục tiêu giúp cho các nước này tiếp cận với Tây Âu để tách khỏi sự chi phối của Liên Xô. Chính sách này có những điểm chính như: 1) Đặt khoảng cách ngoại giao đối với Liên Xô, giúp đỡ ngoại giao cho những nước có ý hướng muốn độc lập khỏi Liên Xô; 2) Giúp đỡ đặc biệt cho những chính phủ nào có chính sách tôn trọng nhân quyền, chấp nhận đa nguyên, tự do kinh tế... bằng cách giúp gia nhập IMF, ban hành quy chế tối huệ quốc, cho vay mượn tiền từ các định chế tài chánh Quốc tế dễ dàng.

Lúc đầu Hoa Kỳ lo sợ Liên Xô sẽ đưa quân vào Ba Lan nên Tòa Bạch Ốc đã phải suy nghĩ để tìm giải pháp đối phó. Theo tài liệu phân tích "*Sự Tin Tưởng Của Cơ Cấu Warsaw nhìn từ Liên Xô*" của Không Lực Hoa Kỳ ngày 25-1-1982, thì "đối với Liên Xô, nguy cơ Ba Lan là một thách đố về sức mạnh quân sự của khối Warsaw". Lúc đó, Hoa Kỳ nghĩ rằng Liên Xô sẽ đem quân vào Ba Lan, nhưng hai tháng sau, ngày 25-3-1982, cơ quan CIA đã đưa ra bản phân tích có nội dung khác với tài liệu phân tích của Không Lực Hoa Kỳ. Bản phân tích của CIA cho rằng: *Liên Xô hài lòng về lệnh thiết quân luật và quyết định đưa Công Đoàn Đoàn Kết ra khỏi vòng pháp luật của chính quyền Jaruzelski, nên Liên Xô sẽ không đem quân vào Ba Lan.* Với sự phân tích của cơ quan CIA, Tổng thống Reagan bớt lo sợ việc Liên Xô đưa quân vào Ba Lan, nên đã tăng cường các áp lực cho đến khi chính quyền Jaruzelski phải rút lại lệnh thiết quân luật. Do những áp lực của các quốc gia Tây Phương và của tòa thánh Vatican, Thủ tướng Wojciech Jaruzelski đã phải chấm dứt lệnh thiết quân luật vào tháng 12-1982 và ra lệnh phóng thích Walesa cùng thành phần lãnh đạo Công Đoàn Đoàn Kết. Vì hạ tầng cơ sở bị tê liệt do sự khủng bố của cơ quan mật vụ Ba Lan, hoạt động của Công Đoàn Đoàn Kết từ đó trở nên suy yếu. Mặc dù uy tín cá nhân của Walesa gia tăng và được Hàn Lâm Viện Thụy Điển trao Giải Nobel Hòa Bình năm 1983, nhưng ông đã không lấy lại được khí thế cho Công Đoàn, khiến hơn một nửa thành viên ngưng hoạt động hoặc xa lánh Công Đoàn vào những năm kế tiếp. Nhất là vào năm 1987, tiềm lực của Cộng Đoàn đã bị suy giảm nhanh chóng khi đảng Cộng sản Ba Lan tung ra chính sách mua chuộc, dụ dỗ và phóng thích những người bị chế độ bỏ tù vì có liên quan đến Công Đoàn Đoàn Kết trước đó.

Nhưng Lech Walesa và bộ tham mưu của Công Đoàn Đoàn Kết đã không bỏ cuộc. Tháng 5 năm 1987, Công Đoàn lại tổ chức đình công để đòi chính quyền Jaruzelski tái công nhận các quyền tự do mà chính quyền Edward Gierek trước đây đã chấp thuận. Cuộc đình công này bị đàn áp dã man hơn các lần trước nên Lech Walesa phải tuyên bố tạm ngưng. Hành động này của Walesa đã khiến một số nhân vật lãnh đạo Công Đoàn ở các địa phương bất mãn. Họ cho rằng Walesa quá sợ Cộng sản, nên đòi truất phế ông ta. Đây là giai đoạn bi đát nhất của Lech Walesa, nội bộ Công Đoàn Đoàn Kết bị phân rã do chính sách mua chuộc của đảng Cộng sản, nên ông không còn có thể kiểm soát và điều động Công Đoàn một cách nhất thống như trước.

ĐÌNH CÔNG ĐƯA ĐẾN SỰ SỤP ĐỔ NỘI CÁC MESNEL

Trong khi Công Đoàn Đoàn Kết bị tê liệt, nội tình của đảng Công Nhân Thống Nhất Ba Lan (PUWP) cũng rối rắm vì sự xung đột giữa hai phe giáo điều và cải cách trong đảng. Phe cải cách thắng thế và ép buộc Jaruzelski từ chức Thủ tướng. Trung Ương Đảng Công Nhân Thống Nhất đề cử Mesnel lên thay thế. Nội các Mesnel đưa ra một số chương trình cải cách, nhưng lại dùng thủ đoạn bắt Quốc hội Ba Lan thông qua đạo luật "Quyền Tối Khẩn" cho nội các, vào ngày 11-5-1988, mục tiêu là để giúp cho Mesnel có thể đưa ra những pháp lệnh phù hợp trong khuôn khổ cải cách có lợi cho đảng cầm quyền. Nhận thấy âm mưu của đảng cầm quyền không muốn tiến hành các chương trình cải cách mà ngược lại sẽ tung ra những pháp lệnh nhằm trì hoãn các biện pháp cải cách chính trị, Lech Walesa kêu gọi Công Đoàn Đoàn Kết thực hiện một cuộc đình công quy mô trên toàn quốc kéo dài từ tháng 4 qua đến tháng 8 năm 1988. Nội các Mesnel dùng "Quyền Tối Khẩn" để ngăn chặn cuộc đình công, nhưng thất bại. Trước tình trạng sinh hoạt xã hội bị tê liệt do cuộc đình công của Công Đoàn gây ra, phe cải cách một lần nữa áp lực Trung ương đảng phải trực tiếp đối thoại với Công Đoàn Đoàn Kết để giải tỏa cuộc đình công toàn quốc này. Do đó, trong Hội nghị lần thứ 7 Ban chấp hành Trung Ương đảng Công Nhân Thống Nhất Ba Lan nhóm họp vào ngày 13-6-1988, Tổng bí thư Wojciech Jaruzelski, tuy không công nhận Công Đoàn Đoàn Kết là một tổ chức hợp pháp, nhưng tuyên bố chấp nhận tham dự Hội Nghị Bàn Tròn với đại diện Công Đoàn, để giải quyết các yêu sách.

Ngày 26-8-1988, Bộ trưởng Nội vụ Czeslaw Kiszczak tuyên bố là nếu Công Đoàn chấp hành luật pháp và hiến pháp của Cộng Hòa Nhân Dân Ba Lan, thì chính quyền sẵn sàng thỏa mãn các yêu sách của Công Đoàn mà không cần một điều kiện nào. Ngày hôm sau, Walesa công bố bản tuyên cáo đồng ý những đề nghị của chính quyền. Ngày 31-8-1988, Walesa gặp gỡ Bộ trưởng Nội vụ Czeslaw Kiszczak, sau đó kêu gọi công nhân toàn quốc ngưng cuộc đình công. Trước khi đó, đảng Công Nhân Thống Nhất (PUWP) cấp tốc tổ chức Hội nghị Trung Ương đảng kỳ 8 sớm hơn dự trù, trong 2 ngày 27 và 28-8-1988, để đối phó với tình hình. Trong Hội nghị này, Trung Ương đảng chính thức quyết định tiến hành cải cách kinh tế và chính trị, đồng thời biểu quyết chấp thuận việc đối thoại với Công Đoàn Đoàn Kết. Như vậy, mặc dù buộc Quốc hội thông qua để có đạo luật "Quyền Tối Khẩn", nội các Mesnel đã không chặn đứng được các cuộc đình công của Công Đoàn và cũng không thực hiện được cuộc cải cách theo ý của đảng cầm quyền, nên cuối cùng Quốc Hội đã biểu quyết bất tín nhiệm nội các khiến Thủ tướng Mesnel phải từ chức. Đây là sự kiện hy hữu trong lịch sử đảng Cộng sản Ba Lan: Nội các của đảng cầm quyền bị giải tán qua khuyến cáo của Quốc hội.

Trước khi Hội nghị lần thứ 8 của Trung ương đảng Công Nhân Thống Nhất Ba Lan nhóm họp, Bộ chính trị của đảng này đã họp trước nhằm tìm người thay thế Mesnel. Trong thời gian đó, Hội đồng cán bộ của Đảng Nông Dân Thống Nhất (United Peasant Party) và Đảng Dân Chủ (Democratic Party) cũng đã nhóm họp riêng để chuẩn bị kế hoạch đối phó khi Hội Nghị Bàn Tròn được triệu tập. Đảng Nông Dân Thống Nhất và đảng Dân Chủ là hai tổ chức ngoại vi của đảng Công Nhân Thống Nhất Ba Lan, nhưng từ khi đảng Công Nhân Thống Nhất Ba Lan chấp nhận đối thoại với Công Đoàn Đoàn Kết, hai đảng này bất mãn và không còn phục tùng sự lãnh đạo của Jaruzelski. Hội nghị lần thứ 8 của Trung ương đảng Công Nhân Thống Nhất Ba Lan quyết định đề cử Rakowski làm Thủ Tướng và thông qua đề cương cải cách kinh tế-chính trị của Bộ chính trị.

Rakowski là lá bài cuối cùng của đảng Công Nhân Thống Nhất. Ông là người thuộc nhóm cải cách và là Phó Thủ tướng thời Jaruzelski làm Thủ tướng (1981), từng tham dự các cuộc đàm phán trước đó với Công Đoàn Đoàn Kết. Sau khi được Quốc hội chỉ định làm Thủ tướng vào ngày 27-9-1988, Rakowski đã thực hiện các cuộc thảo luận với nhiều giới lãnh đạo tôn giáo, văn hóa và cả một số nhân vật "ôn hòa" trong Công Đoàn Đoàn Kết để thành lập nội các liên hiệp, nhưng Công Đoàn không chịu tham gia. Ngày 13-10-1988, Mieczylaw Rakowski ra trước Quốc hội trình bày một số dự định trong việc cải cách chính trị lẫn kinh tế và để tạo sự chú ý của dư luận vào chương trình cải cách của mình, Mieczylaw Rakowski đã phê bình gay gắt kế hoạch cải cách kinh tế của nội các Mesnel. Đòn tâm lý này khiến đông đảo quần chúng tỏ thái độ hòa hoãn với chính quyền, chờ đợi khả năng cải thiện tình hình của nội các mới. Đây là kỹ thuật xoa dịu tình hình để mong vô hiệu hóa sức mạnh đấu tranh của Công Đoàn và quần chúng. Kỹ thuật này đã từng được một số đảng Cộng sản ở Hung Gia Lợi và Bảo Gia Lợi áp dụng để mua thời gian suy tính một kế sách khác.

Vấn đề cốt lõi mà nội các Mieczylaw Rakowski phải giải quyết gồm có 2 điểm: Thứ nhất là thực hiện cải cách kinh tế để cứu vãn tình trạng nợ ngoại quốc lên đến 30 tỷ Mỹ kim, trong đó khoản tiền lời chiếm mất 90% số ngoại tệ Ba Lan thu được hàng năm. Thứ hai là thực hiện Hội Nghị Bàn Tròn với Công Đoàn Đoàn Kết.

Mieczylaw Rakowski đã công bố chi tiết chính sách cải cách kinh tế bao gồm một số điểm rút ra từ bản kế hoạch của đảng, do Ủy ban Cải cách Kinh tế và Lao động Tự trị soạn thảo. Ủy ban này được thành lập trong kỳ họp lần thứ 8 của Trung Ương Đảng Công Nhân Thống Nhất Ba Lan. Chính sách này mang tên "Kế Hoạch Tăng Cường Sinh Hoạt Kinh Tế Toàn Dân" bao gồm 4 chương trình cải tổ:

1) Cải thiện điều kiện sinh hoạt;
2) Đẩy lùi lạm phát và ổn định tiền tệ;
3) Bảo vệ môi sinh;
4) Tăng thêm nhà ở cho người dân.

Sau này, chính quyền Mieczylaw Rakowski đề nghị thêm một chính sách thứ năm nữa là: *Chú trọng cải tiến nông nghiệp để giải quyết vấn đề lương thực*. Trong phiên họp nội các vào ngày 18-10-1988, Rakowski chỉ thị thành lập Hội Nghị Kinh Tế Cấp Bộ, để tiến hành việc thực hiện các kế hoạch chi tiết dựa theo các chương trình cải cách của đảng đưa ra như trên. Kế tiếp, nội các Rakowski đã chính thức đệ trình Quốc hội dự luật "Tăng Cường Hoạt Động Kinh Tế" và một số nội dung những pháp lệnh khác để thực hiện 5 chương trình cải tổ của đảng. Các chương trình cải tổ này đều hướng đến một nền kinh tế thị trường hàng hóa, giảm dần sự can thiệp của chính quyền vào các hoạt động kinh tế. Nhưng người trách nhiệm các chương trình nói trên lại là Phó Thủ tướng Sekwar, trong bài diễn văn đọc trước Quốc hội đã không thuyết phục được các dân biểu vì những mâu thuẫn trong cách thi hành, nên đã không được Quốc hội thông qua. Ví dụ, nội các vừa muốn cắt giảm bao cấp của nhà nước, nhưng lại muốn tăng cường ngân sách tài chánh để chi tiêu cho các lãnh vực như gia tăng sản xuất lương thực, xây cất nhà cửa, bảo vệ môi sinh. Trong khi đó lại không nghĩ đến việc tăng cường xuất cảng để giảm bớt nợ ngoại trái mà lại chủ trương hướng vào việc cải thiện thị trường quốc nội.

Khi Quốc hội Ba Lan chất vấn một số điều khoản then chốt trong dự luật "Tăng Cường Hoạt Động Kinh Tế", chính quyền Mieczylaw Rakowski đã trả lời không rõ ràng. Ví dụ, trong khi phần lớn các xí nghiệp quốc doanh làm ăn thua lỗ mà chính quyền lại không có biện pháp giải tán, thu nhỏ hay sát nhập để giảm chi ngân sách, ngược lại, khuyến khích thành lập thêm xí nghiệp và giảm thuế cho những xí nghiệp đang trong giai đoạn thành lập. Trên thực tế, dự luật này chỉ giúp cho những xí nghiệp quốc doanh thành lập thêm những xí nghiệp ma để trốn thuế và tẩu tán tài sản quốc gia vào tay cán bộ đảng mà thôi. Đây là một âm mưu của đảng cầm quyền, đưa ra chương trình cải cách chỉ để nuôi béo cán bộ đảng hầu tiếp tục duy trì thể chế cũ, nên thất bại.

HỘI NGHỊ BÀN TRÒN

Mặc dù đã đồng ý tham dự Hội Nghị Bàn Tròn với Công Đoàn, chính quyền Cộng sản Ba Lan vẫn tìm cách trì hoãn, đưa ra một số điều kiện để giới hạn mục tiêu của hội nghị. Đầu tiên, phía chính quyền đặt điều kiện là Công Đoàn phải tôn trọng hiến pháp, luật pháp hiện hành, và chỉ bàn về sự hợp pháp của Công Đoàn mà thôi. Phía Công Đoàn Đoàn Kết thì dựa vào điều tuyên bố của chính quyền trước đó, rằng Hội Nghị không có điều kiện nào ràng buộc về chủ đề họp cũng như người tham gia, nên tẩy chay cuộc họp. Ngày 15 và 16-9-1988, Bộ trưởng Nội vụ Czeslaw Kiszczak và Lech Walesa họp riêng nhưng không giải quyết được vấn đề. Hơn nữa, chính quyền Cộng sản Ba Lan lúc đầu hứa là những người tham gia cuộc đình công vào tháng 8-1988 sẽ không bị đàn áp về chính trị, thế nhưng Bộ Nội vụ đã điều tra và đuổi việc những người này. Ngoài ra, ngày 28-8-1988, chính quyền đã tuyên bố giải tán xưởng đóng tàu Lênin, khiến cho cục diện càng trở nên khẩn trương. Chính quyền Mieczylaw Rakowski đã lấy lý do kinh tế, áp dụng đạo luật "Quyền Tối Khẩn" được Quốc hội thông qua dưới thời nội các Mesnel có hiệu lực đến cuối năm 1988, để giải tán những xí nghiệp mà phía Công Đoàn Đoàn Kết có ảnh hưởng mạnh, thường dùng làm cứ điểm để thực hiện các cuộc đình công tạo áp lực. Sự kiện này đã đặt Công Đoàn Đoàn Kết vào thế phải đấu tranh, và cho đây là hành động đàn áp chính trị của đảng cầm quyền nên cương quyết không tham dự Hội Nghị.

Ngày 3-11-1988, Bộ trưởng Nội vụ Kiszczak xin hội đàm với Walesa để khai thông vấn đề. Phía Công Đoàn Đoàn Kết đã đưa ra một số điều kiện tiên quyết để tham dự Hội Nghị:

1) Thừa nhận sự hợp pháp của Công Đoàn;

2) Phục hồi chức vụ và công việc của những người đã tham gia đình công;

3) Cho những người đã liên hệ trong hai cuộc đấu tranh năm 1968 và 1970 tham dự hội nghị;

4) Thu hồi lệnh giải tán xưởng đóng tàu Lênin.

Những đòi hỏi của Công Đoàn Đoàn Kết đã khiến cho đảng cầm quyền lúng túng. Mãi cho đến ngày 18-1-1989, Đảng Công Nhân Thống Nhất Ba Lan mới triệu tập được Hội nghị lần thứ 10 của Trung ương đảng để thảo luận về các điều kiện kể trên của Công Đoàn. Cuối cùng, Hội Nghị phải nhượng bộ, đồng ý bốn yêu sách của Công Đoàn và đưa ra hai quyết định quan trọng: Thứ nhất là chấp nhận sinh hoạt chính trị đa thành phần (chưa công nhận đa đảng); Thứ hai là chấp nhận nghiệp đoàn đa thành phần. Ngoài ra, Trung ương đảng còn hứa là sẽ tu chính bộ luật nghiệp đoàn (Luật này do chính quyền Jaruzelski đưa ra vào tháng 10 năm 1982 để ngăn cấm sự hoạt động của Công Đoàn Đoàn Kết). Quyết định này đã làm cho phe giáo điều cực lực chống đối, và chủ trương không công nhận sự hợp pháp của Công Đoàn. Tổng bí thư Jaruzelski, Thủ tướng Rakowski và Bộ Trưởng Nội vụ Kiszczak dọa là sẽ đồng loạt từ chức nếu toàn bộ Trung ương đảng không đồng ý với các nội dung trên.

Ngày 22-1-1989, Công Đoàn Đoàn Kết đưa ra lời tuyên bố biểu lộ sự quan tâm về quyết định của đảng cầm quyền và chấp nhận tham gia Hội Nghị Bàn Tròn. Hội Nghị Bàn Tròn bắt đầu từ ngày 6-2-1989 kéo dài đến ngày 5-4-1989. Ngày đầu và ngày cuối có diễn văn khai mạc và bế mạc của cả hai phía. Hội Nghị chia làm ba tiểu ban gồm:

Tiểu Ban I, thảo luận về các chương trình cải cách kinh tế và những chính sách xã hội;

Tiểu Ban II, thảo luận về chính sách nghiệp đoàn, lao động;

Tiểu Ban III, thảo luận về cải cách chính trị.

Để thảo luận vấn đề một cách rốt ráo, Hội nghị đã chia các tiểu ban thành từng nhóm chuyên đề. Mỗi nhóm chuyên đề phải có nhiệm vụ đưa ra đối sách cho từng lãnh vực, sau đó đúc kết thành văn bản chung theo từng tiểu ban, có chữ ký đồng ý của hai phía. Hội nghị không chỉ thảo luận để đả thông ý kiến giữa hai bên về một số vấn đề mà còn đào sâu vào những phương thức giải quyết, thành hình những dự thảo Pháp Lệnh trình cho Quốc hội biểu quyết. Hội Nghị Bàn Tròn đã thảo luận một số nội dung căn bản như:

Tiểu Ban Cải Cách Kinh Tế - Xã Hội

Tiểu ban này họp từ ngày 8-2 đến 4-4-1989, tất cả 13 lần, nhằm giải quyết các vấn đề:

1) Gia tăng sản xuất;

2) Chế ngự lạm phát;

3) Cải cách tiền lương;

4) Bảo hiểm xã hội;

5) Áp dụng nguyên lý thị trường;

6) Chính sách lao động tự quản;

7) Giải quyết nợ ngoại trái.

Những nhóm chuyên đề được thành lập gồm:

- *Nhóm Môi Sinh*: họp từ 14-2 đến 10-3-1989, gồm 7 lần, giải quyết những vấn đề: tăng cường sự kiểm soát môi sinh, kiểm nhận an toàn về nước uống - thực phẩm, kiểm soát những lò phát điện nguyên tử lực.

- *Nhóm Gia Cư*: họp từ 15-2 đến 4-3-1989, gồm 4 lần, giải quyết các vấn đề: mục tiêu số nhà phải xây, thành lập quỹ gia cư, áp dụng nguyên lý thị trường, vấn đề nhà cửa của những người đã trả hết tiền nợ.

- *Nhóm Nông Nghiệp:* họp từ 15-2 đến 7-3-1989, gồm 5 lần, giải quyết các vấn đề: tự do hóa giá nông phẩm, cải thiện đời sống để phòng chống tình trạng rời bỏ nông thôn của thanh niên, tự do hóa vấn đề mua bán ruộng đất, thành lập quỹ bảo hiểm nông dân.

- *Nhóm Hầm Mỏ:* họp từ 17-2 đến 21-3-1989, gồm 9 lần, giải quyết các vấn đề: cải thiện môi trường lao động, hợp lý hóa kinh doanh, nghỉ làm ngày thứ 7, phục hồi công việc cho những người đã tham gia đình công vào tháng 8 năm 1988.

- *Nhóm Y Tế:* họp từ 18-2 đến 14-3-1989, gồm 5 lần, giải quyết các vấn đề: cải tổ chế độ y liệu, thành lập tổ chức y sĩ tự trị, sản xuất y dược.

- *Nhóm Kỹ Thuật, Giáo Dục và Nghiên Cứu:* họp từ 22-2 đến 10-

3-1989, gồm 4 lần, duyệt lại quan niệm giáo dục của chủ nghĩa Mác-Lê, công nhận chế độ trường tư, cải thiện quy chế bảo vệ đời sống nhà giáo, vấn đề lạm phát bác sĩ.

Trong các nhóm chuyên đề, những vấn đề đã được soạn thành Pháp lệnh để đệ trình Quốc hội thông qua, và giao chính quyền thi hành gấp là: - Tổ chức cơ chế y sĩ tự trị; - Chế độ tiền thưởng; - Chính sách lao động tự quản; - Quyền sở hữu.

Tiểu Ban Nghiệp Đoàn - Lao Động

Họp từ 9-2 đến 4-4-1989, gồm 11 lần, giải quyết các vấn đề: 1) Phương thức hòa giải ý kiến khi có nhiều nghiệp đoàn trong một xưởng; 2) Phục hồi công việc cho những người bị đuổi việc sau thời gian công bố lệnh khẩn trương toàn quốc; 3) Trả lại các tài sản của Công Đoàn Đoàn Kết đã bị chính quyền tịch thu.

Tiểu Ban này chỉ lập ra hai nhóm: 1) Soạn thảo luật nghiệp đoàn nông dân; 2) Soạn thảo các điều tu sửa luật lao động.

Tiểu Ban Cải Cách Chính Trị

Họp từ 10-2 đến 4-4-1989, gồm 10 lần, giải quyết các vấn đề: 1) Chế độ tuyển cử Quốc hội; 2) Thành lập Thượng viện; 3) Tổng thống chế. Tiểu Ban này đã chia ra một số nhóm chuyên đề như sau:

- *Nhóm Pháp Luật và Tòa Án:* Họp từ 11-2 đến 17-3-1989, giải quyết các vấn đề: luật hình sự, cải sửa luật khởi tố hình sự, quyền độc lập của tòa án, vấn đề quan tòa có được tham gia vào chính đảng hay không.

- *Nhóm Thanh Thiếu Niên:* Họp từ 16-2 đến 18-3-1989, gồm 4 lần, giải quyết các vấn đề: hợp pháp hóa liên minh độc lập học sinh, hoạt động của Hướng đạo.

- *Nhóm Truyền Thông:* Họp từ 17-2 đến 22-3-1989, gồm 4 lần, giải quyết các vấn đề: cải sửa chế độ kiểm duyệt và luật báo chí, phương hướng kiểm soát hệ thống truyền thanh, truyền hình.

- *Nhóm Địa Phương Tự Trị và Lập Hội:* Họp vào ngày 21-2, giải quyết các vấn đề: thành lập nhóm soạn thảo luật thành lập đoàn thể - tổ chức, nhóm nghiên cứu quyền tự trị địa phương, nhóm soạn thảo luật bầu cử mới.

Trong các Tiểu ban và Nhóm Chuyên đề đều có các chuyên gia

tham dự, và mỗi bên, chính phủ cũng như Công Đoàn Đoàn Kết, đều cử 1 người vào tham dự. Riêng nhóm thảo luận về đa nghiệp đoàn, hầm mỏ, y liệu đều có người của Hội Nghị Các Nghiệp Đoàn Toàn Quốc tham gia. Trong các cuộc thảo luận của Hội Nghị Bàn Tròn, dư luận chú ý nhiều vào nội dung thảo luận của Tiểu ban Cải cách Chính trị. Theo tiểu ban này, hai bên đồng ý chia 460 ghế hạ viện ra như sau: 60% số ghế dành cho đảng Công Nhân Thống Nhất Ba Lan, Đảng Dân Chủ và đảng Nông Dân Thống Nhất Ba Lan; 5% số ghế cho những đoàn thể ngoại vi của đảng cầm quyền (3 nhóm Thiên Chúa Giáo có khuynh hướng ủng hộ chính quyền), và 35% còn lại cho những người ứng cử tự do, thực tế là của Công Đoàn Đoàn Kết.

Tiểu ban này còn thảo luận về việc thành lập Thượng viện, và có nên để cho cơ chế này có quyền phủ quyết những dự luật dù đã được thông qua ở Hạ viện, cũng như có quyền thẩm định tư cách của Viện Trưởng Viện Kiểm Tra Tối Cao hoặc những viên chức tư pháp hay không. Hội Nghị Bàn Tròn cũng đã thảo luận sôi nổi về quyền hạn của Tổng thống. Hai bên đồng ý là Tổng thống có quyền chỉ định Thủ tướng, có quyền phủ quyết các dự luật của Hạ viện, có quyền giải tán Quốc hội. Tổng thống là tư lệnh tối cao của quân đội, có toàn quyền ban hành lệnh thiết quân luật. Đặc biệt chức vụ Tổng thống đầu tiên trong kỳ này sẽ do Quốc hội biểu quyết, chứ không tổ chức tuyển cử trực tiếp. Sau cùng hai bên cũng đã thỏa thuận là *không chia số phần trăm ghế cho các đảng phái trong Thượng Viện mà để ứng cử tự do*. Thượng viện có 100 ghế.

CÔNG ĐOÀN ĐOÀN KẾT ĐẠI THẮNG TRONG CUỘC BẦU CỬ QUỐC HỘI

Căn cứ trên những thỏa thuận trong Hội Nghị Bàn Tròn giữa chính quyền và Công Đoàn Đoàn Kết, cuộc bầu cử Quốc hội đã được quy định hai lần vào ngày 4 và 18-6-1989 (nếu trong lần bầu đầu tiên mà ứng viên cao phiếu nhất không đạt trên quá bán thì sẽ phải bầu lại lần thứ nhì giữa 2 ứng viên được số phiếu cao nhất). Kết quả của lần bầu cử đầu tiên vào ngày 4-6-1989, Công Đoàn Đoàn Kết đã thắng vẻ vang, vượt ra ngoài dự liệu của mọi người.

Tại Hạ Viện, trong số 161 ghế dành cho những ứng viên tự do, thì ngay trong vòng đầu, người của Công Đoàn Đoàn Kết thắng 100%, tức chiếm 161 ghế. Nếu số ghế chia cho những ứng cử viên không đảng phái được quy định nhiều hơn, hay để cho dân tự do tuyển chọn, thì có lẽ số ghế của Công Đoàn Đoàn Kết còn cao hơn nữa. Ngược lại, trong số những ứng viên của đảng cầm quyền trên toàn quốc có 35 người, thì 33 người không đủ túc số quá bán, như Thủ tướng Mieczyslaw Rakowski, Bộ trưởng Nội vụ Czeslaw Kiszczak, Ủy viên Bộ chính trị Jozef Czyrek. Lúc đầu chính quyền không dự định tổ chức cuộc bầu cử toàn quốc lần thứ hai vào ngày 18-6-1989, vì nghĩ là phe chính quyền sẽ toàn thắng. Nhưng trước kết quả này, chính quyền Cộng sản đã phải cấp tốc tổ chức bầu cử lần thứ hai.

Sau hai lần bầu cử, kết quả số ghế giữa các đảng như sau: Đảng Công Nhân Thống Nhất Ba Lan (đảng đang cầm quyền) được 173 ghế (chiếm 38%); Công Đoàn Đoàn Kết được 161 ghế (chiếm 35%); Đảng Nông Dân Thống Nhất (ngoại vi của đảng cầm quyền) được 76 ghế (chiếm 17%); đảng Dân Chủ (ngoại vi của đảng cầm quyền) được 27 ghế (chiếm 6%), Liên Minh các tổ chức Thiên Chúa Giáo được 23 ghế (chiếm 5%). Tại Thượng Viện, Công Đoàn Đoàn Kết toàn thắng vì trong 100 ghế ở Thượng Viện, Công Đoàn chiếm 99 ghế, 1 ghế còn lại thuộc về 1 nhân vật không liên hệ đảng phái.

Trước sự thất bại trong cuộc bầu cử, Ban chấp hành Trung ương đảng Công Nhân Thống Nhất Ba Lan nhóm họp vào ngày 17-7-1989, quyết định triệu tập đại hội đảng lâm thời để tìm một hướng đi mới cho đảng. Trong hội nghị này, Trung ương đảng đã bầu Mieczyslaw Rakowski làm Đệ nhất bí thư thay thế Jaruzelski ra ứng cử Tổng thống (theo luật Ba Lan thì Tổng thống không được theo một đảng phái nào).

Mặc dù Công Đoàn Đoàn Kết chiếm nhiều ghế nhất trong hai viện, nhưng ở Hạ Viện, số ghế của đảng Công Nhân Thống Nhất Ba Lan cộng chung với các đảng ngoại vi (đảng Nhân Dân Thống Nhất, đảng Dân Chủ) vẫn chiếm ưu thế (276 ghế) nên đảng Công Nhân Thống Nhất Ba Lan có nhiều thuận lợi hơn trong việc tuyển chọn Tổng thống (nhiệm kỳ đầu do Quốc hội bầu) và Thủ tướng.

Sau những dàn xếp nội bộ giữa các đảng phái, ngày 19-7-1989, toàn thể lưỡng viện Quốc hội đã bầu Wojciech Jaruzelski làm Tổng thống với tư cách không đảng phái. Ngày 2-8-1989, Hạ Viện đã bỏ phiếu đồng ý việc tổng từ chức của nội các Rakowski. Sau đó, Quốc hội biểu quyết vai trò Thủ tướng của Czeslaw Kiszczak do tân Tổng thống Wojciech Jaruzelski chỉ định. Việc chỉ định cựu Bộ trưởng Nội vụ Kiszczak làm Thủ tướng đã bị một số dân biểu trong đảng Công Nhân Thống Nhất Ba Lan cùng với sự hỗ trợ của một phần dân biểu trong Công Đoàn Đoàn Kết chống đối. Trong khi dân biểu của hai đảng ngoại vi của đảng Công Nhân Thống Nhất Ba Lan là đảng Dân Chủ và đảng Nông Dân Thống Nhất lại ủng hộ Czeslaw Kiszczak, nên việc tuyển chọn Kiszczak làm Thủ tướng tuy gặp trở ngại lúc đầu, nhưng cuối cùng cũng được Hạ Viện biểu quyết thông qua. Tuy nhiên việc thành lập nội các của tân Thủ tướng Czeslaw Kiszczak vô cùng khó khăn, vì nếu phe Công Đoàn Đoàn Kết không tham gia thì nội các của Thủ tướng Kiszczak sớm muộn gì cũng bị lật đổ.

Trước tình thế gay go này, ngày 7-8-1989, Lech Walesa đề nghị ba đảng gồm: Công Đoàn Đoàn Kết, đảng Dân Chủ và đảng Nông Dân Thống Nhất ra lập nội các. Đảng Nông Dân Thống Nhất và đảng Dân Chủ vốn đang bất mãn về việc thành lập chính quyền liên hiệp với đảng Công Nhân Thống Nhất Ba Lan, nên muốn ngả về giải pháp của Walesa. Trước tình hình hỗn loạn đó, ngày 16-8-1989, Czeslaw Kiszczak tuyên bố từ bỏ ý định ra làm Thủ tướng. Ngày 19-8-1989, sau khi thảo luận với Lech Walesa, Tổng thống Wojciech Jaruzelski đã chỉ định Luật sư Tadeusz Mazowieckj của Công Đoàn Đoàn Kết làm Thủ tướng. Trong ngày này, Trung Ương Đảng của đảng Công Nhân Thống Nhất (Cộng sản) tổ chức hội nghị khẩn cấp, cực lực chỉ trích hành động "xé rào" của hai đảng ngoại vi là đảng Nông Dân Thống Nhất và đảng Dân Chủ. Bộ chính trị còn ra một thông cáo cho rằng sự liên hợp giữa Công Đoàn Đoàn Kết với hai đảng ngoại vi là một âm mưu chính trị đen tối. Tuy nhiên tiếng nói của Bộ chính trị vào lúc này đã không còn có giá trị.

Ngày 24-8-1989, Hạ Viện Ba Lan bỏ phiếu tín nhiệm Luật sư Tadeusz Mazowieckj làm Thủ tướng. Ông Tadeusz Mazowieckj nguyên là thành phần Công giáo Trí thức Dấn thân, đã từng hoạt động nhiều năm bên cạnh Giáo Hội Thiên Chúa Giáo Ba Lan với tư cách là một ký giả. Năm 1980, khi Công Đoàn Đoàn Kết thành lập, Taduez Mazowieckj tham gia, làm chủ bút tờ báo Solidarnosc của Công Đoàn. Sau khi nhậm chức Thủ tướng, Tadeusz Mazowieckj đã tiến hành việc thành lập chính phủ liên hiệp nhiều thành phần, nhưng cũng bị nhiều áp lực nặng nề từ phía Liên Xô. Công Đoàn Đoàn Kết phải nhường cho đảng Công Nhân Thống Nhất Ba Lan (Cộng sản) nắm ba bộ quan trọng có liên hệ đến Liên Xô lúc đó là Bộ Quốc phòng, Bộ Quan hệ Kinh tế Đối ngoại, Bộ Truyền thông và Vận chuyển. Thành phần nội các gồm:

- Phía Công Đoàn Đoàn Kết giữ 11 Bộ, gồm 6 Bộ có thực quyền cải cách là Bộ Tài chánh, Bộ Công nghiệp, Bộ Gia cư, Bộ Lao động, Bộ Văn hóa, Bộ Giáo dục, và 5 bộ có tính cách hành chánh, tham mưu là Bộ Phủ Thủ tướng, Chủ nhiệm Ủy ban Kinh tế, Chủ nhiệm Ủy ban Kế hoạch Nhà nước, Chủ nhiệm Ủy ban phát triển nông thôn, Chủ nhiệm Ủy ban liên hệ các đảng phái. Công Đoàn Đoàn Kết được đề cử một nhân vật làm Phó Thủ tướng.

- Ba đảng Công Nhân Thống Nhất Ba Lan (cộng sản), đảng Dân Chủ và đảng Nông Dân Thống Nhất, mỗi đảng được đề cử 1 Phó Thủ tướng và giữ một số bộ. Đảng Nông Dân Thống Nhất giữ Bộ Nông nghiệp, Bộ Tư pháp, Bộ Y tế và Môi sinh; đảng Dân Chủ giữ Bộ Nội thương, Bộ Kỹ thuật và Truyền thông. Đảng Công Nhân Thống Nhất Ba Lan giữ thêm Bộ Nội vụ.

NHỮNG CHÍNH SÁCH CẢI CÁCH CỦA CÔNG ĐOÀN ĐOÀN KẾT

Ngày 12-9-1989, Thủ tướng Mazowieckj đọc diễn văn nhậm chức trước lưỡng viện trình bày hai nhiệm vụ chiến lược của chính quyền mới là *thực hiện cải cách chính trị và cải cách kinh tế,* trong đó cải cách chính trị là ưu tiên. Trên lãnh vực cải cách chính trị, Thủ tướng Mazowieckj chú trọng vào việc xây dựng một nhà nước pháp trị, đặc biệt là sớm hình thành chế độ tư pháp độc lập, kiện toàn chức năng của các tòa án. Trên lãnh vực cải cách kinh tế, Mazowieckj cho áp dụng nguyên lý thị trường, giảm thiểu chế độ bao cấp, cải cách chế độ ngân hàng và thuế khóa, bảo vệ môi sinh, cải tiến nhà cửa. Vấn đề xây dựng chế độ tư pháp độc lập đã trở thành đề tài chính của phiên họp nội các vào ngày 25-9-1989, đưa đến quyết định thành lập một Hội nghị tư vấn cho Thủ tướng để nghiên cứu và soạn thảo Pháp lệnh về tòa án. Hội nghị này quy tụ những thẩm phán tối cao, chuyên viên pháp luật và một dân biểu Hạ viện. Song song, Thủ tướng Mazowieckj đã chỉ định Bộ trưởng phủ Thủ tướng phụ trách việc soạn thảo chế độ địa phương tự trị, để cải tổ lại cơ cấu hành chánh địa phương, loại trừ những ảnh hưởng của chế độ cộng sản cũ. Ngày 25-1-1990, Hạ viện thông qua một số pháp lệnh liên quan đến việc thiết lập chế độ địa phương tự trị và chuẩn bị bầu cử cấp hành chánh địa phương. Ngày 27-1-1990, đại hội đảng Công Nhân Thống Nhất Ba Lan tuyên bố giải tán, và tái lập với tên mới là Liên Minh Dân Chủ Tả Phái.

Nội các Tadeusz Mazowieckj trực diện một vấn đề khó khăn phải giải quyết là nạn lạm phát phi mã. Đây là một trở ngại lớn trong việc thực hiện chính sách cải cách kinh tế, nếu không có được sự hỗ trợ của các định chế tài chánh quốc tế. Vì vậy, sau khi nhậm chức ngày 13-9-1989, Bộ trưởng Tài chánh Leszek Balcerowicz đã cấp tốc soạn thảo "*Kế Hoạch Cải Tổ Kinh Tế Căn Bản*", gồm hai phần: 1) Chính sách ổn định kinh tế; 2) Cải cách chế độ kinh tế. Sau đó ông sang Hoa Thịnh Đốn để trình bày kế hoạch này cho Quỹ Tiền Tệ Quốc Tế và Ngân Hàng Thế Giới, nhằm kêu gọi sự tài trợ, trước khi kế hoạch này được công bố chính thức ở trong nước. Nhưng chính sự kiện này lại tạo ra một luồng dư luận chống đối ở trong nước, cho rằng tại sao kế hoạch cải cách kinh tế của Ba Lan mà lại phổ biến trước ở Hoa Kỳ. Mặc dù vậy, các đảng phái trong nước đều công nhận rằng dự án cải cách kinh tế của Bộ Trưởng Tài chánh chỉ khả thi với điều kiện phải có viện trợ của Tây phương và hậu thuẫn của các định chế tài chánh quốc tế.

Theo kế hoạch này, trong năm 1990, để thực hiện chính sách ổn định kinh tế một cách thành công, trước tiên Ba Lan phải giải quyết được nạn lạm phát phi mã. Giải pháp đưa ra là cải tổ chế độ lương bổng, giá cả, tiền tệ lưu hành và ngân sách. Sau khi giải quyết được những vấn đề này, Ba Lan sẽ dựa theo một số mô hình kinh tế của các nước Tây phương để cải cách chế độ kinh tế. Từ cuối năm 1989, nội các Mazowieckj tập trung soạn thảo gần 20 pháp lệnh liên quan đến chế độ tài chánh, thuế khóa, ngoại tệ, lương bổng, giá cả... để trình cho Quốc hội thông qua. Từ đầu năm 1990, dựa theo những pháp lệnh này, nội các Mazowieckj bắt đầu "giải phẫu" con bệnh kinh tế Ba Lan. Trong thời gian đó, Quốc hội Ba Lan cũng đã tu sửa hiến pháp, bỏ điều khoản công nhận đảng Công Nhân Thống Nhất Ba Lan là đảng lãnh đạo duy nhất, và chấm dứt việc theo đuổi đường lối xã hội chủ nghĩa, sửa tên nước từ Cộng Hòa Nhân Dân Ba Lan thành Cộng Hòa Ba Lan.

Từ ngày 1-1-1990, nội các Mazowieckj cho áp dụng chế độ tài chánh mới, và cho tự do mậu dịch, đồng thời tăng tiền điện và lệ phí giao thông công cộng. Ngoài ra nhờ sự tài trợ của các định chế tài chánh quốc tế lên đến 1 tỷ Mỹ kim qua việc thành lập quỹ ổn định tiền tệ, Ba Lan cho phá giá đồng Zloty 30% và hối suất được ấn định so với một số ngoại tệ. Những chính sách khẩn cấp này đã giúp cho tình hình kinh tế thay đổi, nhất là lạm phát ba con số trong năm 1989 giảm xuống còn hai con số vào giữa năm 1990. Cảnh sắp hàng dài chờ mua thực phẩm đã biến mất, thay vào đó nhiều cửa hàng lộ thiên được thiết lập với nhiều hàng hóa đủ loại. Vào giai đoạn đó, Ba Lan có khoảng 500 ngàn người thất nghiệp (3,8%) nhưng chưa là vấn đề lớn đối với chính quyền. Cuối tháng 7 năm 1990, nội các Mazowieckj bắt đầu kế hoạch giải tư khoảng 7.600 xí nghiệp quốc doanh, căn cứ theo Pháp lệnh về Xí nghiệp Quốc doanh và Tư doanh được Quốc hội thông qua vào ngày 13-7-1990. Mục tiêu của Pháp lệnh này nhằm chuyển phân nửa tài sản nhà nước qua khu vực tư doanh trong ba năm và gần 100% trong 5 năm. Theo Pháp lệnh này thì các xí nghiệp nhỏ thuộc khu vực thương nghiệp, bán lẻ, giao thông và xây dựng được giải tư theo thủ tục đơn giản. Cho đến cuối tháng 9 năm 1991, nội các Mazowieckj đã giải tư 75% khu vực thương nghiệp bán lẻ, 45% xí nghiệp xây cất và 80% xí nghiệp vận tải.

Phần lớn các xí nghiệp trên đã được các cấp hành chánh địa phương bán lại cho tư nhân. Liên quan đến xí nghiệp lớn, nội các Mazowieckj cho phép các ban giám đốc tự đánh giá trên thị trường trong và ngoài nước để giải tư, qua ba cách: 1) Bán tài sản hiện hữu; 2) Mang tài sản hiện hữu và tài sản nợ hiến cho một công ty liên doanh (khoảng 10%); 3) Cán bộ và công nhân thành lập công ty với mục đích mua lại tài sản hiện hữu và tài sản nợ của xí nghiệp bị giải thể. Có đến 90% xí nghiệp đã giải tư qua hình thức này. Song song, nội các Mazowieckj cũng đã tiến hành việc tư hữu hóa đất đai. Đặc điểm của Ba Lan là khu vực tư nhân chiếm 80% đất nông nghiệp, nên việc tư hữu hóa nhắm vào 20% đất còn lại, bao gồm: 1) Gần 700 ngàn héc ta của 2.200 Hợp tác xã; 2) Gần 1 triệu héc ta của 1.200 nông trường quốc doanh đang nuôi gần 500 ngàn lao động. Phần đông các nông trường gặp khó khăn khi Ba Lan cắt chế độ bao cấp và có khoảng 500 nông trường ở trong tình trạng hầu như phá sản. Ngoài ra, để giải quyết các tài sản của dân chúng từng bị đảng cộng sản Ba Lan quốc hữu hóa trong quá khứ, Thủ tướng Mazowieckj chỉ định Bộ Tài chánh tiến hành việc nghiên cứu soạn thảo các pháp lệnh cần thiết để xúc tiến việc hoàn trả lại cho dân trong thời gian nhanh nhất.

SỰ BẾ TẮC CỦA NỘI CÁC TADEUSZ MAZOWIECKJ

Nội các Mazowieckj thừa hưởng một gia tài đổ nát, nợ ngoại trái ngập đầu, đạo đức xã hội băng hoại trầm trọng nên các chính sách dù có thực tế đến đâu, mà trì lực của di sản cộng sản quá lớn, khiến cho các chương trình cải cách không tiến hành được như ý muốn. Hơn nữa, nội các Thủ tướng Mazowieckj là một chính quyền liên hiệp, mặc dù ông cố gắng tiến hành các chính sách cải tổ, nhưng một số bộ do phe cựu cộng sản nắm giữ, luôn cố tình gây trở ngại để làm mất uy tín phe Công Đoàn Đoàn Kết. Một điểm quan trọng khác là tuy Công Đoàn Đoàn Kết nắm giữ những vị trí then chốt ở cơ chế chính quyền trung ương, nhưng trong thực tế khi tiến hành các dự án cải tổ ở địa phương, phần lớn nhân sự thừa hành đều là cán bộ cũ của đảng Công Nhân Thống Nhất Ba Lan. Những người này không thể bị thay thế mà phải được lưu dụng vì hai nguyên do: - Sa thải quá nhiều sẽ tạo xáo trộn xã hội; - Chưa có người đủ kinh nghiệm ở địa phương để thay thế.

Nắm được yếu điểm này của chính quyền Công Đoàn Đoàn Kết, các cán bộ cộng sản cố tình làm sai hoặc không giải quyết nhiều sự việc, vì thế sự bất mãn của quần chúng càng gia tăng. Nhưng khó khăn của nội các Mazowieckj không chỉ có thế. Tình trạng phe nhóm bắt đầu nẩy sinh trong nội bộ Công Đoàn Đoàn Kết, khi Bronislaw Geremek, thủ lãnh của nhóm dân biểu Công Đoàn Đoàn Kết trong quốc hội, vốn là một ứng viên Thủ tướng sáng giá, muốn đẩy mạnh việc thành lập hẳn một chính đảng hoạt động công khai. Mục tiêu của Bronislaw Gremek là muốn tổ chức Công Đoàn thành chính đảng để từng bước triệt tiêu sự tồn tại của đảng cộng sản. Suy nghĩ này của Bronislaw Gremek đã đe dọa mối "giao tình" giữa Công Đoàn Đoàn Kết với đảng Công Nhân Thống Nhất Ba Lan, vốn đã bấp bênh, càng sớm đi đến đối nghịch. Trong khi đó, mặc dù lãnh tụ Lech Walesa không nắm giữ một chức vụ nào quan trọng trong chính quyền, nhưng ông có một ảnh hưởng sâu rộng không chỉ trong nội bộ Công Đoàn

Đoàn Kết mà còn đối với chính giới trong nước và ngoại quốc. Ông đã dùng ảnh hưởng này áp lực chính quyền Tadeusz Mazowieckj xúc tiến nhanh vấn đề cải cách chính trị để cải thiện guồng máy hành chánh các cấp trung ương lẫn địa phương. Lech Walesa cũng đã than phiền về việc nội các không tích cực trong việc truy tố ra tòa những tướng lãnh công an nhúng tay vào vụ giết Linh Mục Jezy Popieluszki, hồi tháng 10 năm 1984.

Từ tháng 5 năm 1990, các cuộc đình công của Công Đoàn Đoàn Kết để chống lại kế hoạch cải tổ tài chánh của Bộ trưởng Tài chánh Leszek Balcerowicz bùng nổ lớn. Đến mùa hè, nông dân cũng bắt đầu các cuộc chống đối đòi hỏi chính quyền phải tháo khoán các khoản tín dụng cho vay nhẹ lãi cũng như bảo vệ giá cả tối thiểu để các nông phẩm có điều kiện cạnh tranh với các mặt hàng khác. Đảng Thống Nhất Nông Dân lợi dụng sự đòi hỏi của nông dân, tạo thêm nhiều áp suất lên chính quyền Công Đoàn và làm bùng nổ sự đối lập giữa các đảng trong nội các Mazowieckj về những chính sách đối với nông dân và công nhân. Sau đó, đảng Thống Nhất Nông Dân rút ra khỏi nội các, khiến cho ông Tadeusz Mazowieckj lúng túng và trở thành mục tiêu tấn công của nhiều lực lượng chính trị quần chúng, trong đó có cả những thành viên của Công Đoàn Đoàn Kết.

Những dấu hiệu rạn nứt trong nội bộ Công Đoàn Đoàn Kết đã thấy xuất hiện giữa thành phần trí thức của Công Đoàn (tập trung quanh tờ báo Gazeta của Công Đoàn) với các hạ tầng cơ sở Công Đoàn, qua những chính sách ưu tiên ban hành của chính quyền Mazowieckj. Phe trí thức đòi hỏi chính quyền phải ưu tiên cải tổ chính trị, điều chỉnh hệ thống kiểm soát và quy chế truyền thông. Trong khi hạ tầng cơ sở của Công Đoàn thì coi việc giải quyết vấn đề thực phẩm, lương bổng là ưu tiên hàng đầu của công nhân. Khi Công Đoàn Đoàn Kết ra thành lập chính quyền liên hiệp, một số nước Tây phương hứa sẽ viện trợ để nhanh chóng phục hồi nền kinh tế lụn bại của Ba Lan. Nhưng ngoài những lời cố vấn về kỹ thuật để gây dựng cơ cấu kinh tế thị trường, các nước Tây phương hầu như không tháo khoán toàn bộ những ngân khoản đã hứa. Trong khi đó, những khó khăn bắt đầu xuất hiện từ hàng ngũ công nhân, khi thấy là "người của họ" đã không những không ổn định được vật giá, mà còn có chiều hướng áp dụng chính sách thất lưng buộc bụng, không cho tăng lương. Từ những khó khăn này, nội bộ Công Đoàn chia làm hai phe, đứng đầu bởi Walesa và

Mazowieckj, đối nghịch nhau về phương cách giải quyết vấn nạn Ba Lan. Sự đối nghịch này gia tăng mỗi ngày một lớn, tạo ra sự tranh chấp công khai giữa Walesa và Mazowieckj trên mặt báo chí và nhất là trong cuộc tranh cử Tổng thống tổ chức vào ngày 18-10 và 18-11-1990.

Trong tình thế đó, đa số quần chúng mong muốn Walesa ra lãnh đạo Ba Lan, vì với uy tín sẵn có, Walesa có thể tạo một gạch nối rất tốt giữa chính quyền với quần chúng, để vận động mọi giới tham gia đóng góp vào công cuộc phục hưng Ba Lan. Ngày 12-5-1990, giới trí thức và một số thành phần lãnh đạo Công Đoàn ở địa phương ủng hộ Lech Walesa lập ra tổ chức Liên Minh Trung Ương (Centre Alliance) để vận động phiếu cho Walesa ra tranh cử Tổng thống. Trong khi đó, ngày 16-7-1990, những người ủng hộ Mazowieckj thành lập tổ chức Phong Trào Công Dân Dân Chủ Hành Động (Citizen's Movement Democratic Action). Lúc đầu cả hai nhóm biết tự chế, tạo những liên hệ với nhau, vì cùng chung một gốc là Công Đoàn. Nhưng về sau, cả hai đã đưa ra một số lập trường và quan điểm chính trị khác biệt, khiến cho nội bộ Công Đoàn Đoàn Kết phân rã trầm trọng. Xu hướng của nhóm Liên Minh Trung Ương (phe ủng hộ Walesa) thiên về cánh hữu, theo chủ nghĩa dân túy (populist), tôn trọng truyền thống dân tộc và ngả về khuynh hướng Dân Chủ Thiên Chúa Giáo. Trong khi nhóm Phong Trào Công Dân Dân Chủ Hành Động (phe ủng hộ Mazowieckj) thì theo chủ nghĩa tự do, tiến bộ, thiên về cánh tả. Mặc dù khuynh hướng chính trị có khác nhau, nhưng chủ đề chính mà hai nhóm đưa ra trong cuộc bầu cử Tổng thống vẫn là đề tài kinh tế.

LECH WALESA ĐƯỢC BẦU LÀM TỔNG THỐNG

Cuộc bầu cử Tổng thống Ba Lan được tổ chức hai lần, lần I vào ngày 18-10 và lần II vào ngày 18-11-1990, với ba đối thủ, hai người trong Công Đoàn Đoàn Kết là Lech Walesa và Tadeusz Mazowieckj, người thứ ba là một thương gia Gia Nã Đại, gốc Ba Lan, kinh doanh tại Peru, tên là Stanislaw Tyminskj. Sự xuất hiện của nhân vật Stanislaw Tyminskj đã làm cho hai phe trong Công Đoàn bối rối, còn quần chúng thì vừa ngạc nhiên, vừa chờ đợi "phép lạ" làm giàu của Tyminskj. Khi Tyminski nộp đơn tranh cử, cử tri Ba Lan chỉ thoáng biết rằng ông ta đã rời Ba Lan bằng chiếu khán du lịch năm 1969, đến Gia Nã Đại học ngành kỹ thuật điện toán, năm 1975 thành lập hãng Transduction sản xuất các hệ thống điện toán cho công xưởng và nhà máy điện lực, trở thành triệu phú tại Toronto. Năm 1982, Tyminskj sang Peru thành lập hãng truyền hình và cưới vợ tại đây, ông đã nhiều lần về Ba Lan du lịch qua ngả Libya trong thập niên 80.

Kết quả cuộc bầu cử vòng đầu vào ngày 18-10-1990, Lech Walesa đứng thứ nhất nhưng chỉ chiếm được 40% phiếu cử tri, thương gia Stanislaw Tyminskj đã vượt hơn Tadeusz Mazowieckj đứng hàng thứ hai với 23% phiếu, còn Mazowieckj thua cuộc, đứng hàng thứ ba với 20% phiếu. Mặc dù trên tổng thể, Tyminskj thua phiếu Walesa, nhưng ở một số địa phương, Tyminskj đã có số phiếu cao hơn cả Walesa, nhất là vùng công nhân hầm mỏ tại Katowice. Điều này cho thấy là tuy Tyminskj không được cử tri biết đến nhiều nhưng khẩu hiệu tranh cử "làm giàu dân Ba Lan" đáp ứng được sự chờ đợi và mong muốn giàu có nhanh của quần chúng. Trong khi đó, những lời hứa hẹn khá sôi nổi nhưng có vẻ thiếu giải pháp của Lech Walesa lúc tranh cử cũng đã là một yếu tố khiến Walesa không chiếm được đa số phiếu như mong đợi.

Tình trạng này đã đặt cho nội bộ Công Đoàn Đoàn Kết một nhu cầu sinh tử là phải đoàn kết một khối, dồn phiếu cho Walesa nếu không muốn thất bại trong lần bầu cử vòng hai giữa Lech Walesa và Tyminskj vào ngày 18-11-1990. Kết quả là Lech Walesa chiếm được 75% phiếu, Tyminskj chiếm được 25% phiếu. Lech Walesa đã chính thức trở thành Tổng thống dân cử đầu tiên của nước Ba Lan tự do vào ngày 22-12-1990 (nhiệm kỳ 5 năm).

Sau khi nhận chức Tổng thống, Lech Walesa chỉ định nhà kinh tế Jan Krzysztof Bielecki thay thế Luật sư Tadeusz Mazowieckj trong trách nhiệm Thủ tướng trong cuộc họp Quốc Hội vào đầu năm 1991. Tuy nhiên nội các này cũng không giải quyết tình hình được sáng sủa hơn. Mặc dù bên Công Đoàn Đoàn Kết cố gắng đẩy mạnh cải cách kinh tế, nhưng tình hình vẫn bị trì trệ bởi 65% ghế của đảng viên cộng sản Ba Lan tại Hạ Viện. Tổng thống Walesa nóng lòng yêu cầu Quốc hội cho Hành Pháp thêm quyền. Ngày 27-10-1991, Ba Lan tổ chức cuộc tổng tuyển cử tự do đầu tiên sau Đệ Nhị Thế Chiến. Vì có quá nhiều đảng phái ra tranh cử nên mặc dù phe Công Đoàn Đoàn Kết xuất hiện với hai tập hợp chính trị mới là Liên Minh Trung Ương (ủng hộ Walesa) và Phong Trào Công Dân Dân Chủ Hành Động (do cựu

Thủ Tướng Tadeusz Mazowieckj lãnh đạo) có số phiếu cao nhất so với đảng Liên Minh Dân Chủ Tả Khuynh (hậu thân của đảng Công Nhân Thống Nhất Ba Lan), nhưng không có đảng nào chiếm quá 13% tổng số phiếu cử tri trên toàn quốc. Cuộc bầu cử này đã mở ra giai đoạn hỗn loạn về đảng phái trong chính trường Ba Lan.

Liên Minh Trung Ương của Tổng thống Walesa đã liên kết với các đảng hữu khuynh thành lập chính phủ liên hiệp. Tổng thống Walesa chỉ định Bronislaw Geremek làm Thủ tướng, và được Quốc hội thông qua trong kỳ họp vào tháng 12 năm 1991. Tuy nhiên chính phủ liên hiệp này cũng không thể tiến hành cải cách kinh tế lẫn chính trị được êm xuôi, và lại bùng nổ sự đối lập giữa Tổng thống và Quốc hội ngày một gay gắt, làm cho tình hình chính trị vốn bất ổn càng thêm rối ren. Tình hình này dẫn tới cuộc đình công quy mô của 80 ngàn công nhân vào tháng 4 năm 1992 khiến cho nội các Geremek sụp đổ. Tổng thống Walesa lại chỉ định Waldemar Pawlar, chủ tịch đảng Nông Dân Ba Lan (hậu thân của đảng Thống Nhất Nông Dân Ba Lan, một đảng ngoại vi của đảng Cộng sản Ba Lan trước đây, nhưng từ năm 1989 hoạt động rất gần với Tổng thống Walesa) lên làm Thủ tướng. Tuy nhiên các đảng còn lại cực lực chống đối, nên rốt cuộc Pawlar không thành lập được nội các và phải xin rút lui. Mãi cho đến tháng 7 năm 1992, Tổng thống Walesa mới chỉ định được một phụ nữ lên làm Thủ tướng là bà Hanna Suchocka của Liên Minh Trung Ương (phe cựu Công Đoàn của Tổng thống Walesa), được hầu hết các chính đảng trong Hạ viện đồng ý.

Trong thời gian đó, để ngăn chặn sự hỗn loạn chính trị, Tổng thống Lech Walesa đã đề nghị Quốc hội thông qua đạo luật "*Quyền Tối Khẩn Cho Tổng Thống*" vào tháng 5 năm 1992, đến tháng 8 lại đưa qua Quốc hội một số tu chính hiến pháp để tăng cường quyền hạn của Tổng thống và Thủ tướng trong việc điều hành quốc gia. Cả hai đạo luật này đã được lưỡng viện thông qua. Tuy nhiên việc 29 chính đảng hiện diện trong khung cảnh của một nền chính trị dân chủ giao thời, thiếu thốn về mọi mặt, đã khiến cho nội các của nữ Thủ tướng Hanna Suchocka gặp rất nhiều khó khăn. Do đó, bà đã đệ trình Quốc hội dự luật ngăn ngừa sự loạn lập các tiểu chính đảng. Mặc dù dự luật trên được Quốc hội thông qua, nhưng điều này đã khiến bà trở thành mục tiêu tấn công của các đảng phái tả khuynh. Cuối cùng phe tả liên đới đệ trình luật bất tín nhiệm nội các của nữ Thủ tướng Hanna Suchocka ở Hạ Viện. Quốc hội biểu quyết với đa số phiếu bất tín nhiệm chính phủ, nội các của nữ Thủ tướng Suchocka phải từ chức để tái tổ chức tổng tuyển cử.

PHE CỰU CỘNG SẢN CHIẾM ƯU THẾ TRONG QUỐC HỘI

Ngày 13-9-1993, Ba Lan tổ chức cuộc tổng tuyển cử tự do lần thứ hai, theo luật tuyển cử mới được soạn thảo trong thời nội các của Thủ tướng Hanna Suchocka. Theo luật mới này, mỗi đảng muốn ra tranh cử phải có trên 5% phiếu cử tri thì mới hợp lệ. Luật này đã loại được những chính đảng nhỏ trong số 29 đảng phái trước đây trong Quốc hội và chỉ còn lại 6 chính đảng lớn. Trong cuộc bầu cử này, đảng Liên Minh Dân Chủ Tả Khuynh (cựu cộng sản) thắng thế đứng hàng thứ nhất chiếm 20,4% phiếu cử tri toàn quốc với 171 ghế; Đảng Nông Dân chiếm 15,4% phiếu với 132 ghế trở thành đảng đứng thứ hai; hai nhóm Liên Minh Trung Ương và Phong Trào Công Dân Dân Chủ Hành Động của Công Đoàn Đoàn Kết chỉ chiếm được 12% phiếu cử tri, tụt xuống hàng thứ ba và thứ tư.

Tổng số dân biểu của hai nhóm tả khuynh cựu cộng sản gồm Liên Minh Dân Chủ Tả Khuynh và đảng Nông Dân Ba Lan chiếm hơn 2/3 ghế trong Hạ viện. Hai nhóm này đã liên hiệp thành lập chính quyền tả khuynh đầu tiên sau cuộc chính biến ở Ba Lan vào năm 1989. Waldemar Pawlar, chủ tịch đảng Nông Dân Ba Lan được đề cử làm Thủ tướng. Tuy theo khuynh hướng tả phái, Thủ tướng Waldemar Pawlar chủ trương tiếp tục thi hành các chính sách cải tổ do Công Đoàn Đoàn Kết đưa ra trước đó. Cho đến tháng 10 năm 1994, nội các Pawlar đã đẩy lùi được nạn lạm phát xuống còn 30%, so với các năm trước lên đến ba con số. Sản lượng công nghiệp tăng 13%, xuất cảng tăng 20% so với năm 1993. Tuy nhiên tình trạng thất nghiệp vẫn lan rộng lên đến 15%, và thay đổi theo từng khu vực. Theo thống kê vào tháng 11 năm 1994, nạn thất nghiệp ở thủ đô Warsaw là 7,7%; thành phố Poznan là 8,3% và thành phố Kosharin lên đến 28,3%.

Tình hình chính trị Ba Lan trở nên xáo trộn vào cuối năm 1994, khi Tổng thống Walesa vào tháng 9 đột ngột cách chức hai nhân sự trong Hội đồng Truyền thông, một cơ chế độc lập với chính phủ có nhiệm vụ cứu xét việc cấp giấy phép hoạt động cho các cơ quan truyền thông. Sự kiện này đã tạo bất mãn trong dư luận vì cho là Tổng thống nhúng tay quá nhiều vào các cơ chế vốn dĩ độc lập với chính quyền. Quốc hội đã đem vấn đề này ra thảo luận và biểu quyết với 305 phiếu phản đối hành động cách chức của Tổng thống. Quyết nghị này mở đường cho hàng loạt những công kích của các chính đảng vào chức vụ Tổng thống của Lech Walesa. Vấn đề nói trên chưa lắng đọng, vào cuối tháng 10, Tổng thống Walesa lại cách chức Bộ trưởng Quốc phòng do sự xung đột về quyền hạn giữa vai trò Tổng Tư lệnh quân đội của Tổng thống với sự trực tiếp điều hành quân đội của Bộ Quốc phòng. Quốc hội đã ban hành Nghị quyết cho rằng Tổng thống hành xử quyền hạn sai với hiến pháp, đồng thời việc cách chức Bộ trưởng quốc phòng của Tổng thống đã vi phạm vào thẩm quyền của Thủ tướng. Tổng thống Walesa phản công, cho rằng Quốc hội không có thẩm quyền ra Nghị quyết và yêu cầu thu hồi sự biểu quyết chống lại Tổng thống. Quyền hạn giữa Tổng thống, Quốc hội và nội các chính phủ chưa được phân định rõ ràng khiến cho tình hình chính trị Ba Lan liên tục gặp trắc trở. Tổng thống thì muốn Quốc hội dành cho nhiều quyền hạn hơn để kiểm soát các hoạt động của chính phủ, trong khi Quốc hội thì chủ trương chính phủ thành hình do sự biểu quyết của Quốc hội nên phải để cơ chế này độc lập.

Sau khi phe cựu Cộng sản chiếm ưu thế trong Quốc hội, tiềm lực chính trị của phía Công Đoàn Đoàn Kết bắt đầu suy giảm, ảnh hưởng đến cuộc vận động tái ứng cử vào chức vụ Tổng thống của ông Lech Walesa. Từ đầu năm 1995, những chủ trương cải cách kinh tế của Liên Minh Dân Chủ Tả Khuynh (cựu cộng sản) từng ảnh hưởng mạnh ở khu vực nông thôn như duy trì nền kinh tế theo khuynh hướng thị trường giống như Công Đoàn, mở rộng chế độ bảo hiểm xã hội, thận trọng trong việc giải tư xí nghiệp quốc doanh... nay bắt đầu nhận được sự ủng hộ của thành phần trí thức đô thị. Trong khi đó, Tổng thống Walesa chủ trương đẩy nhanh vấn đề giải tư, kêu gọi quần chúng thắt lưng buộc bụng, đã tạo ra làn sóng bất mãn trong dân chúng.

Cuộc bầu cử Tổng thống Ba Lan lần thứ 3 sau biến cố năm 1988, đã diễn ra vào ngày 5-11-1995 với 11 ứng cử viên, nhưng đối thủ quan trọng nhất của Lech Walesa là Aleksander Kwasniewski, đương kim Chủ tịch Liên Minh Dân Chủ Tả Phái. Kết quả cuộc bầu cử là không có ai chiếm được tỷ lệ quá bán, nhưng điều bất ngờ cho Tổng thống Walesa là ông chỉ được 33,3% số phiếu, về hạng nhì, trong khi ông Aleksander Kwasniewski về nhất chiếm 34,8%, và người về thứ ba là ông Jack Kron, nguyên cố vấn Công Đoàn chiếm 8,7% phiếu. Do đó, Ba Lan đã phải tổ chức bầu lại đợt hai vào ngày 20-11-1995, với sự tranh phiếu của hai ứng viên Walesa và Kwasniewski. Kết quả Kwasniewski về nhất chiếm 51,72% còn Tổng thống Walesa chỉ được 48,27% phiếu, mặc dù đã được ứng cử viên về ba là Jack Kron tuyên bố vận động dồn phiếu cho Walesa.

Kết quả cuộc bầu cử cho thấy phần lớn dân chúng Ba Lan muốn được thấy Ba Lan sớm thay đổi và kinh tế phục hồi. Nhưng suốt trong mấy tháng vận động, Tổng thống Walesa và bộ tham mưu của ông chỉ đề cập nhiều về quá khứ thảm họa cộng sản, kêu gọi mọi người cảnh giác không cho Cộng sản trở lại cầm quyền, nhưng lại không cho thấy một viễn ảnh gì sáng sủa hơn. Trong khi đó, Kwasniewski, chủ tịch Liên Minh Dân Chủ Tả Phái, 41 tuổi, đã đưa ra lời hứa là tiếp tục duy trì thể chế chính trị dân chủ mà Công Đoàn Đoàn Kết đã gây dựng, nhưng sẽ cật lực làm cho nền kinh tế sớm phục hồi. Mặc dù sau khi lên cầm quyền, Tổng thống tả phái Kwasniewski cũng không thể đem Ba Lan ra khỏi tình trạng khủng hoảng nhanh chóng, nhưng một số hướng cải tổ có tính cách xách động đã tác động đúng lúc lên tâm lý chờ đợi sự thay đổi của quần chúng sau gần 5 năm dài sống trong thời kỳ chuyển tiếp hậu Cộng sản. Đây là một bài học mà người Việt Nam cần quan tâm, để biết cách đối phó trong giai đoạn chuyển tiếp sau khi chế độ độc tài Cộng sản Việt Nam cáo chung.

III- KẾT LUẬN

Cuộc đấu tranh bền bỉ của Công Đoàn Đoàn Kết cùng với sự hậu thuẫn của lực lượng trí thức đã đưa cuộc cách mạng dân chủ tại Ba Lan đạt kết quả vẻ vang. Nhưng kết quả này có được phải nói đến sự hậu thuẫn mạnh mẽ của Giáo Hội Thiên Chúa Giáo Ba Lan và Đức Giáo Hoàng John Paul II trong suốt thập niên 80. Sự thắng thế của Công Đoàn Đoàn Kết trong cuộc tổng tuyển cử vào năm 1989 đã không chỉ nói lên khát vọng muốn thay đổi của người Ba Lan sau gần 40 năm dài dưới chế độ chuyên chế vô sản, mà còn tác động lớn lao đến người dân các nước Hung Gia Lợi, Tiệp Khắc và Đông Đức. Kết quả này còn khiến cho ông Gorbachev phải tiến hành chương trình cải cách chính trị ở Liên Xô vào năm 1990, sau khi đưa ra hai chương trình "cởi trói" và "tái phối trí" vào giữa năm 1985. Những diễn biến chính trị tại Ba Lan, với sự thắng thế từng bước của Công Đoàn Đoàn Kết đã là nguồn địa chấn dân chủ đầu tiên làm rung chuyển Đông Âu, đưa đến việc hình thành những phong trào đấu tranh quần chúng tại các nước trong vùng. Qua những diễn tiến của cuộc cách mạng dân chủ ở Ba Lan, ta có thể rút ra một số điểm căn bản như sau:

Trước hết, tại Ba Lan, thành phần công nhân lao động là lực lượng châm ngòi đấu tranh đầu tiên, nhưng nhờ sự nuôi dưỡng của Giáo Hội Thiên Chúa Giáo Ba Lan và nhờ sự tham gia và góp sức của lực lượng trí thức, phe dân chủ đã tổ chức được các cuộc đình công để áp lực đảng Cộng sản Ba Lan phải thay đổi. Hội Nghị Bàn Tròn là mô thức nhượng bộ đầu tiên mà các đảng Cộng sản tại nhiều nước ở Đông Âu cũ như Hung Gia Lợi, Đông Đức, Bulgaria, Tiệp Khắc... áp dụng, để vừa gỡ thể diện khi nhượng bộ, vừa mua thời gian xoay chuyển tình hình. Trong khi đó, qua Hội Nghị Bàn Tròn, Công Đoàn Đoàn Kết đã thành công trong việc hợp pháp hóa Công Đoàn, chuyển đổi từ hình thức đấu tranh quần chúng sang đấu tranh chính trị công khai tại nghị trường. Nhưng để đạt được kết quả này, Công Đoàn Đoàn Kết đã phải trải qua những chặng đường đấu tranh gay go nhất, so với các lực lượng dân chủ ở những nước Đông Âu khác cùng thời.

Trong suốt thập niên 80, Công Đoàn Đoàn Kết liên tục bị đàn áp, khủng bố và thành phần lãnh đạo bị truy lùng gắt gao. Nhưng nhờ sự hậu thuẫn của Giáo Hội Thiên Chúa Giáo, được những vị Linh mục ở các địa phương tận tình che giấu, bí mật chuyển tài liệu cho Công Đoàn ở trong và ngoài nước, nên ngọn lửa đấu tranh của công nhân liên tục được bùng cháy. Ngoài ra, phải kể đến sự hỗ trợ tại các nước Tây phương, nhất là Tổng thống Reagan của Hoa Kỳ có những biện pháp áp lực mạnh mẽ lên chính quyền Cộng sản Ba Lan, như vừa công bố lệnh cấm vận đối với Ba Lan để đòi thu hồi lệnh thiết quân luật, vừa ngầm giúp đỡ Công Đoàn, qua Tổng Liên Đoàn Lao Động. Trong khi đó, trên mặt ngoại giao Hoa Kỳ tìm cách lôi kéo các nước có ý muốn tách rời khỏi ảnh hưởng của Liên Xô. Những áp lực này đã khiến cho chính quyền Cộng sản Ba Lan phải chấm dứt thiết quân luật. Yếu tố này là khởi điểm sự suy yếu của chính quyền Cộng sản Ba Lan.

Nhưng, sở dĩ biến cố Ba Lan diễn biến theo chiều hướng thuận lợi cho Công Đoàn Đoàn Kết, phần lớn nhờ vào thái độ ngấm ngầm khuyến khích bằng cách "làm ngơ" của ông Gorbachev. Trong hội nghị về an ninh của các nước trong khối Quân sự Warsaw vào giữa tháng 6 năm 1988, Gorbachev đã tuyên bố rằng "*nhân dân các nước Đông Âu quyết định vận mạng của mình trong việc xây dựng xã hội chủ nghĩa mà không có sự can thiệp thô bạo nào từ bên ngoài*". Tháng 10 năm 1988, trong bài diễn văn đọc tại Đại hội đồng Liên Hiệp Quốc, Gorbachev tuyên bố rằng Mạc Tư Khoa sẽ giảm các lực lượng đồn trú tại Đông Âu, tái phối trí như một lực lượng có tính cách phòng thủ và không chủ trương dùng biện pháp quân sự để can thiệp. Đây là chỉ dấu mà Công Đoàn Đoàn Kết nói riêng và các lực lượng dân chủ ở các nước Đông Âu cũ đã chờ đợi từ lâu. Nhờ vậy mà các tổ chức quần chúng đã mạnh mẽ tiến hành các nỗ lực tranh đấu, không lo sợ Hồng Quân Liên Xô đàn áp như những năm 1956, 1968 trước đây. Nói tóm lại, sự thắng thế của Công Đoàn Đoàn Kết, phần lớn do ý chí đấu tranh của thành phần công nhân và trí thức, nhưng nếu không có áp lực quốc tế qua sự ủng hộ mạnh mẽ của Vatican, kể cả thái độ "làm ngơ" của ông Gorbachev, thì đã không xảy ra một cách nhanh chóng và ngoạn mục như vậy.

Kế đến, sự thắng thế của Công Đoàn Đoàn Kết cho thấy là quần chúng Ba Lan muốn có một sự thay đổi. Tuy nhiên, Công Đoàn chỉ nắm giữ những chức vụ lãnh đạo chính trị ở cấp trung ương, trong khi nhân sự của bộ máy hành chánh từ trung ương đến địa phương đều do đảng viên Công Nhân Thống Nhất Ba Lan nắm giữ, nên mọi chương trình cải cách của Công Đoàn đưa ra, tuy trên lý thuyết rất hay nhưng không được thi hành đúng đắn. Do đó mà lúc đầu Công Đoàn Đoàn Kết được quần chúng ủng hộ, nhưng sau một thời gian cầm quyền đã bị chống đối. Hơn nữa, quần chúng và công nhân Ba Lan chờ đợi rằng sau cách mạng họ sẽ được hưởng một cuộc sống phồn vinh, tiền lương tăng, nhu yếu phẩm tràn ngập. Ngược lại, chính quyền của Công Đoàn lại áp dụng chính sách thắt lưng buộc bụng, khiến lạm phát gia tăng, thất nghiệp lan tràn, mà các nước Tây phương thì tài trợ nhỏ giọt. Chính trong bối cảnh này, sự căng thẳng đã xảy ra trong nội bộ Công Đoàn Đoàn Kết. Đó là sự khác biệt giữa hai quan niệm về Công Đoàn. Giới lãnh đạo Công Đoàn, đặc biệt là những người đang phục vụ trong chính quyền và Quốc hội thì chủ trương Công Đoàn là một phong trào xã hội, nhằm thay đổi cơ cấu xã hội. Trong khi đó, những người hoạt động trực tiếp trong Công Đoàn ở các địa phương, vì phải cạnh tranh gay gắt với những nghiệp đoàn do nhà nước Cộng sản thành lập trước đây, khẳng định vai trò của Công Đoàn là để trực tiếp bảo vệ quyền lợi của công nhân mà thôi.

Trong các vụ đình công, như vụ đình công của công nhân đường sắt vào tháng 5 năm 1990, người ta thấy thành viên của Công Đoàn Đoàn Kết bị đặt vào tình trạng chống lại chính phủ. Cơ sở hậu thuẫn cho Công Đoàn hầu hết nằm trong các nhà máy, xí nghiệp lớn, nơi mà công nhân bị ảnh hưởng nặng nề vì sự cắt giảm tài trợ từ chính phủ và vì những luật lệ kiểm soát lương bổng chặt chẽ để chống lạm phát của Bộ trưởng Tài chánh Balcerowicz. Sự xung đột giữa công nhân và chính phủ ngày một bùng nổ lớn, Walesa đã xuất hiện như người trung gian hòa giải giữa chính phủ và công nhân. Thành công của ông sau những lần can thiệp để chấm dứt các cuộc đình công, vô hình chung đẩy Lech Walesa về phía công nhân, tạo những bất đồng trong nội bộ lãnh đạo của Công Đoàn Đoàn Kết, với Thủ tướng Tadeusz Mazowieckj.

Sự phân rã Công Đoàn Đoàn Kết bùng nổ khi Lech Walesa cùng với Mazowieckj ra tranh cử Tổng thống vào tháng 12 năm 1990. Thêm nữa, sự xuất hiện của một ứng viên thứ ba, ông Stanislaw Tyminskj, một thương gia người Gia Nã Đại gốc Ba Lan, với sự ủng hộ mạnh mẽ không ngờ của dân chúng, đã khiến cho tư thế của Công Đoàn suy giảm một cách nhanh chóng. Kết quả trong vòng bỏ phiếu đầu, Walesa không đạt được quá bán, trong khi ông Tyminskj đã đẩy Mazowieckj xuống hàng thứ ba. Điều này đã làm giới lãnh đạo ở hai cánh của Công Đoàn ngạc nhiên, và buộc những người ủng hộ Mazowieckj phải dồn phiếu cho Walesa để cứu vãn uy tín của Công Đoàn. Mặc dù Walesa thắng cử Tổng thống với 75% số phiếu bầu, nhưng chỉ có 53,5% dân số đi bầu trong đợt hai, cho thấy là người dân bắt đầu nghi ngờ khả năng lãnh đạo của Công Đoàn Đoàn Kết.

Đây là một thực tế đáng suy ngẫm. Lý do: thành phần trí thức tuy là linh hồn của Công Đoàn Đoàn Kết nhưng bởi không có kinh nghiệm cầm quyền, lại thiếu chuyên viên kỹ thuật ở các cấp, nên đã không đủ sức xoay trở tình hình như điều mong đợi của quần chúng và nhất là thành phần công nhân trong Công Đoàn. Hậu quả là trong bốn năm liền, nội các của Công Đoàn Đoàn Kết lúng túng trong các chính sách đưa ra, và trở thành mục tiêu tấn công của thành phần tả khuynh (cựu cộng sản).

Sau cùng, khác với Hung Gia Lợi, thành phần đảng viên cấp tiến trong đảng Cộng sản Ba Lan không đóng góp nhiều vào cuộc đấu tranh của Công Đoàn Đoàn Kết. Mặc dù phe cựu cộng sản Ba Lan trở lại nắm quyền nhưng khung cảnh chính trị đã thay đổi, họ không thể khống chế đất nước này để trở lại con đường chuyên chính như trước năm 1989. Ngoài ra, sự nắm quyền trở lại của phe cựu cộng sản còn nói lên đặc tính dân chủ trong sinh hoạt chính trị tự do, khi đảng nào, bất luận tự do hay cộng sản, đưa ra được chương trình cải cách ích nước lợi dân, đều được quần chúng ủng hộ. Đây là nguyên tắc căn bản của thể chế chính trị dân chủ đa đảng. Đây cũng là một bài học cho các dân tộc khác trên con đường dân chủ hóa: **Vấn đề không chấm dứt ở điểm cuối của chế độ Cộng sản mà khởi sinh ở điểm khởi đầu của tiến trình canh tân đất nước thời hậu Cộng sản.**

NHỮNG DIỄN BIẾN CHÍNH TRỊ TẠI BA LAN

Từ Năm 1980 - 1995

14-8-1980: Công Nhân hãng đóng tàu Lênin ở thành phố Gdank tổ chức biểu tình.

16-8-1980: Công nhân xưởng đóng tàu Lênin thành lập Ủy Ban Đình Công bầu Lech Walesa làm đại diện.

21-8-1980: Ủy Ban Đình Công đưa ra 21 yêu sách đòi nhà cầm quyền Cộng sản Ba Lan phải đáp ứng.

22-8-1980: Chính quyền Gierek của Ba Lan phải cử một phái đoàn đến thương thảo với Ủy Ban Đình Công.

29-8-1980: Công nhân tại hai thành phố Poznan và Shilonsk tổ chức đình công đề ủng hộ Ủy Ban Đình Công tại Gdank.

01-9-1980: Chính quyền Cộng sản Ba Lan chấp nhận 21 yêu sách của Ủy Ban Đình Công như chấp nhạn quyền tự do lập nghiệp đoàn, tự do nhóm họp, tự do đình công...

02-9-1980: Liên Minh Thanh Niên Độc Lập được thành lập tại thủ đô Warsaw.

04-9-1980: Ủy Ban Đình Công đổi tên thành Công Đoàn Đoàn Kết (Solidarnosc), bắt đầu những cuộc đình công quy mô trên toàn quốc, để đòi nhà cầm quyền Cộng sản Ba Lan phải thay đổi chính sách cai trị độc tài. Chỉ sau mấy tháng hoạt động, Công Đoàn đã thu hút số lượng thành viên đông đảo, bằng 1/3 dân số Ba Lan, khiến cho đảng Cộng sản Ba Lan lo sợ.

13-12-1980: Thủ tướng kiêm Bộ trưởng quốc phòng Jaruzelski ban hành lệnh thiết quân lực và bắt giữ Lech Walesa, nhà văn Adam Michnik, Luật sư Tadeusz Mazowieckj, sử gia Bronislaw Geremek.

24-12-1981: Hoa Kỳ ra lệnh cấm vận kinh tế Ba Lan và kêu gọi các quốc gia Tây Phương, Nhật phong tỏa kinh tế Ba Lan cho đến khi nào chấm dứt lệnh thiết quân luật và thả các lãnh đạo Công Đoàn.

09-10-1982: Chính quyền Ba Lan đặt Công Đoàn Đoàn Kết ra ngoài vòng pháp luật.

20-12-1982: Thủ tướng Jaruzelski chấm dứt lệnh thiết quân luật và ra lệnh phóng thích Lech Walesa cùng ban lãnh đạo Công Đoàn.

01-05-1987: Công Đoàn Đoàn Kết tổ chức cuộc đình công quy mô trên toàn quốc đòi chính quyền Jaruzelski tái công nhận các quyền tự do mà chính quyền Gierek trước đây đã chấp nhận.

05-05-1987: Jaruzelski bị ép từ chức Thủ tướng, thay thế bởi nhân vật ôn hòa Mesnel.

11-05-1987: Quốc Hội Ba Lan thông qua đạo luật "Quyền Tối Khẩn" cho phép nội các Mesnel có thể tiến hành một số biến pháp cải cách nhưng có lợi cho đảng cầm quyền.

13-6-1988: Trung ương đảng Công Nhân Thống Nhất Ban Lan họp khẩn đưa ra quyết nghị là không công nhận Công Đoàn Đoàn Kết là tổ chức hợp pháp nhưng chấp nhận tham dự Hội nghị bàn tròn với đại diện Công Đoàn.

31-8-1988: Bộ trưởng nội vụ Czeslaw Kiszczak gặp Lech Walesa để yêu cầu ngưng các cuộc đình công đang gây tê liệt sinh hoạt xã hội.

03-11-1988: Bộ trưởng nội vụ Czeslaw Kiszczak xin hội đàm với Lech Walesa để khai thông Hội Nghị Bàn Tròn. Walesa đưa ra bốn yêu sách: 1/Thừa nhận sự hợp pháp của Công Đoàn ; 2/Phục hồi chức vụ và công việc của những người đã tham gia đỉnh công; 3/Cho những người đã liên hệ trong hai cuộc đấu tranh năm 1968 và 1970 tham dự Hội nghị; 4/Thu hồi lệnh giải tán xưởng đóng tàu Lênin ở thành phố Gdank.

19-01-1989: Trung Ương đảng Công Nhân Thống Nhất Ba La nhóm họp khẩn cấp thảo luận các yêu sách của Công Đoàn. Kết quả là đảng Cộng sản Ba Lan chấp nhận sinh hoạt chính trị đa thành phần và chấp nhận sinh hoạt công đoàn đa thành phần.

22-1-1989: Công Đoàn Đoàn Kết đồng ý tham gia Hội Nghị Bàn Tròn với chính quyền Cộng sản Ba Lan.

6-2-1989: Hội Nghị Bàn Tròn khai mạc.

9-3-1989: Tiểu ban chính trị trong Hội Nghị Bàn tròn đã quyết định tổ chức tổng tuyển cử vào tháng 6 và thảo luận về Tổng Thống Chế.

5-4-1989: Hội Nghị Bàn Tròn bế mạc, hai bên đồng ý thiết lập Tổng Thống chế, công nhận sự hợp pháp của Công Đoàn Đoàn Kết.

17-4-1989: Công Đoàn Đoàn Kết chính thức đăng lục là Nghiệp Đoàn Tự Quản.

4-6-1900: Bầu cử quốc hội đợt I, tỷ lệ đi bầu đạt 62%.

8-6-1989: Công bố kết quả tuyển cử đợt I, Công Đoàn Đoàn Kết đại thắng, chiếm 161 ghế Hạ Viện, 99 ghế Thượng viện.

18-6-1989: Bầu cử quốc hội đợt II.

9-7-1989: Tổng thống Hoa Kỳ George Bush viếng thăm chính thức Ba Lan.

17-7-1989: Hội nghị Trung ương đảng Công Nhân Thống Nhất Ba Lan nhóm họp, Jaruzelski từ nhiệm Đệ Nhất Bí Thư, Rakowski được đề cử lên thay thế.

19-7-1989: Quốc hội Ba Lan nhóm họp bầu Jaruzelski làm Tổng thống.

1-8-1989: Bãi bỏ chế độ hộ khẩu và chế độ kiểm soát giá cả.

2-8-1989: Quốc hội Ba Lan biểu quyết tín nhiệm Kiszczak làm Thủ tướng, nhưng Công Đoàn Đoàn Kết phản đối.

7-8-1989: Lech Walesa đề nghị đảng Nông Dân Thống Nhất và đảng Dân Chủ cùng với Công Đoàn Đoàn Kết thành lập chính quyền liên hiệp.

14-8-1989: Czeslaw Kiszczak không tổ chức được nội các, xin từ chức Thủ tướng.

17-8-1989: Tổng Thống Jaruzelski và Walesa hội đàm, chấp nhận đề nghị của Walesa về việc thành lập chính quyền liên hiệp giữa Công Đoàn Đoàn Kết với đảng Nông Dân Thống Nhất và đảng Dân Chủ.

19-8-1989: Tổng thống Jaruzelski chỉ định Tadeusz Mazowieckj làm Thủ tướng.

24-8-1989: Quốc hội Ba Lan bỏ phiếu tín nhiệm Luật sư Tadeusz Mazowieckj của Công Đoàn Đoàn Kết làm Thủ tướng.

25-8-1989: Thủ tướng Mazowieckj tuyên bố đình chỉ hoạt động của cơ cấu Hiệp ước Quân Sự Warsaw.

7-9-1989: Thủ tướng Mazowieckj thành lập nội các, chấp nhận cho đảng Công Nhân Thống Nhất Ba Lan (Cộng sản) chiếm 4 ghế bộ trưởng gồm Nội vụ, Quốc phòng, Quan hệ đối ngoại, Truyền thông và Vận chuyển.

12-9-1989: Nội các Mazowieckj chính thức trình diện và tuyên bố dân chủ hóa chính trị, loại vấn đề ý thức hệ ra khỏi các cơ chế hành chánh.

6-10-1989: Bộ trưởng Tài chánh Leszek Balcerowicz tuyên bố sẽ đề nghị quốc hội công bố Pháp lệnh cho thành lập chế độ ngân hàng tư nhân và thị trường chứng khoán.

6-11-1989: Hội nghị Trung Ương Đảng Công Nhân Thống Nhất nhóm họp, tuyên bố bỏ độc tài vô sản chuyên chế và dân chủ tập trung.

14-11-1989: Thủ tướng Tây Đức Helmut Kohl viếng thăm Ba Lan.

29-12-1989: Quốc hội biểu quyết chọn tên nước là Cộng Hòa Ba Lan. Biểu quyết bải bỏ điều khoản công nhận sự lãnh đạo của đảng Công Nhân Thống Nhất trong hiến pháp.

1-1-1990: Nội các Mazowieckj quyết định không tăng lương, ban hành chính sách thắt lưng buộc bụng để chấn chỉnh khủng hoảng kinh tế.

6-1-1990: Hội Nghị Trung Ương Đảng Công Nhân Thống Nhất Ba Lan nhóm họp quyết định cải tổ đảng theo khuynh hướng Dân chủ Xã hội.

27-1-1990: Đại Hội Đảng Công Nhân Thống Nhất (Cộng sản) nhóm họp và biểu quyết giải tán đảng, và thành lập Liên Minh Dân Chủ Tả Phái.

28-1-1990: Một số cựu đảng viên đảng Công Nhân Thống Nhất đứng ra thành lập đảng Cộng Hòa Dân Chủ Chủ Nghĩa Ba Lan.

1-5-1990: Công Đoàn Đoàn Kết chống lại kế hoạch cải cách tài chánh của Bộ Trưởng Tài Chánh Balcerowicz, dọa sẽ tổ chức các cuộc đình công, sự xung đột ý kiến giữa Walesa và Mazowieckj bắt đầu bung nổ lớn.

12-5-1990: Nhóm trí thức và công nhân lập ra tổ chức "Liên Minh Trung Ương" ủng hộ Lech Walesa ra ứng cử Tổng Thống.

16-7-1990: Những người ủng hộ Mazowieckj lập tổ chức Phong Trào Công Dân Dân Chủ Hành Động.

18-10-1990: Tổ chức bầu cử Tổng thống đợt I gồm có ba người ra tranh cử là Lech Walesa, Tadeusz Mazowieckj, Stanislaw Tyminskj. Kết quả Walesa được 40% phiếu, Tyminskj chiếm 23% phiếu và Mazowieckj chiếm 20% phiếu.

18-11-1990: Ba Lan tổ chức bầu cử Tổng Thống đợt II, lần này còn hai người là Lech Walesa và Stanislaw Tyminskj. Kết quả Walesa được 75% phiếu, Tyminskj được 25% phiếu.

27-10-1991: Ba Lan tổ chức cuộc tổng tuyển cử tự do lần thứ hai nhưng vì có quá nhiều đảng ra tranh cử nên không đảng nào chiếm quá 13% phiếu. Trong cuộc tuyển cử này phe Công Đoàn Đoàn Kết về nhất.

5-12-1991: Ông Bronislaw Geremek của đảng Liên Minh Trung Ương của phe Walesa được quốc hội đề cử làm Thủ tướng chính phủ liên hiệp giữa đảng Liên Minh Trung Ương với các đảng hữu khuynh.

12-2-1992: Sự xung đột giữa Tổng thống và Quốc hội bùng nổ lớn. 80 ngàn công nhân đình công đòi nội các Thủ tướng Geremek từ chức vào tháng 4.

1-5-1992: Tổng thống Walesa chỉ định Waldemar Pawlar chủ tịch đảng Nông Dân lên thay thế Geremek làm Thủ tướng, nhưng Pawlar vẫn bị quốc hội và công nhân chống đối không thành lập được nội các nên từ nhiệm.

22-7-1992: Tổng thống Walesa chỉ định bà Hanna Suchocka của Liên Minh Trung Ương làm Thủ tướng.

13-9-1993: Ba Lan tổ chức tuyển cử tự do lần thứ ba. Lần này các đảng tả khuynh chiếm ưu thế, nắm lại chính quyền, với Thủ tướng mới hiện nay là Waldemar Pawlar, chủ tịch đảng Nông Dân. Trong khi phe Công Đoàn Đoàn Kết xuất hiện với hai đảng mới là Liên Minh Trung Ương (cánh Walesa) và Phong Trào Công Dân Dân Chủ Hành Động (cánh Mazowieckj) chiếm thiểu số trong quốc hội.

5-1-1995: Ba Lan tổ chức bầu cử Tổng thống với 11 ứng cử viên. Tổng thống Walesa chỉ chiếm 33,3% phiếu, trong khi ông Aleksander Kwasniewski, chủ tịch Liên Minh Dân Chủ Tả Phái chiếm 34,8%. Nhưng vì không một ứng viên nào chiếm quá bán nên phải bầu lại đợt hai.

20-11-1995: Ba Lan tổ chức bầu cử Tổng thống đợt hai. Tổng thống Walesa chiếm 48,27% phiếu trong khi Aleksander Kwasniewski chiếm 51,72% đắc cử Tổng thống Ba Lan.

Bản đồ Hung Gia Lợi

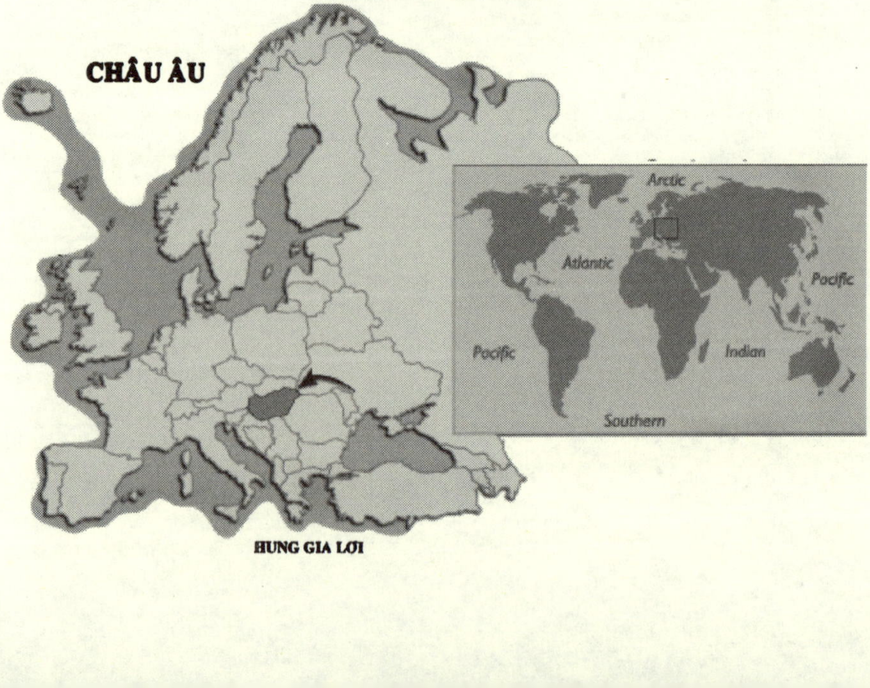

HUNG GIA LỢI

CHƯƠNG III

CUỘC CÁCH MẠNG DÂN CHỦ TẠI HUNG GIA LỢI

I- SƠ LƯỢC VỀ BỐI CẢNH LỊCH SỬ

Hung Gia Lợi (Hungary) là một quốc gia hứng chịu nhiều bất hạnh. Từ thế kỷ 16, Hung Gia Lợi bị đế quốc Thổ Nhĩ Kỳ chiếm đóng, đến thế kỷ 18 thì nằm dưới sự thống trị của nước Áo. Sau Đệ Nhất Thế Chiến, đế quốc Áo-Hung sụp đổ, Hung Gia Lợi được độc lập, thành lập thể chế cộng hòa dưới sự cai trị của Michael Karoli. Nhưng đến tháng 3-1919, do sự giúp đỡ của đảng Cộng sản Nga, một đồng chí người Hung của Lênin tên là Béla Kun lên cầm quyền thành lập nhà nước Cộng Hòa Xô Viết Hung Gia Lợi. Đến tháng 8, Romania xua quân tiến chiếm Hung, chính quyền Cộng sản Béla Kun sụp đổ. Đô Đốc Nicholas Hortly của Hung khởi binh chống lại Romania. Romania phải rút ra khỏi Hung, nhưng theo Hiệp ước Trianon ký ngày 4-6-1920, hơn 2/3 lãnh thổ và 3/5 dân số của Hung Gia Lợi bị phân chia cho các nước khác như vùng Transylvaria chia cho Romania, vùng Croatia và

Bacska chia cho Nam Tư, vùng Slovakia và Carpatho-Rutheria chia cho Tiệp Khắc. Những vùng này lớn hơn lãnh thổ của Hung Gia Lợi ngày nay. Trong thời gian đó, Quốc hội Hung đã biểu quyết phục hồi thể chế quân chủ lập hiến và bầu Nicholas Hortly làm nhiếp chính.

Trong thời Đệ Nhị Thế Chiến, Hung Gia Lợi đứng về phe Đức Quốc Xã nên được lấy lại các lãnh thổ đã bị chia cắt. Nhưng khi Đức Quốc Xã thua trận, Hồng quân Liên Xô tiến vào Đông Âu và chiếm đóng Hung Gia Lợi từ cuối năm 1944, những lãnh thổ mà Hung Gia Lợi đã chiếm lại, nay bị Stalin lấy để trả lại cho các nước nói trên. Thời gian này, lực lượng Cộng sản Hung rất yếu, chỉ có khoảng 3.000 đảng viên, nhưng nhờ Hồng quân Liên Xô giúp đỡ nên chỉ trong 3 tháng đầu năm 1945, số đảng viên tăng lên đến 150 ngàn người. Những người gia nhập đảng vào lúc đó hầu hết là nông dân nghèo khổ, công nhân và một số sinh viên trẻ. Họ hoàn toàn không biết gì về chủ nghĩa Cộng sản, gia nhập chỉ vì hy vọng vào lời hứa được đảng cho nhà ở, ruộng đất để có đời sống tốt đẹp hơn.

Ngày 1-2-1946, Hung tổ chức tổng tuyển cử, Zoltan Tidy được bầu làm Tổng thống và thiết lập nền Cộng Hòa, nhưng sau đó, Zoltan Tidy bị lực lượng Cộng sản chống đối nên phải từ nhiệm vào năm 1947. Từ những năm sau đó, lực lượng Cộng sản Hung, dưới tên đảng Công Nhân Xã Hội Hung Gia Lợi (Hungarian Socialist Worker's Party) đã lấn chiếm chính quyền và khống chế sinh hoạt chính trị theo chiều hướng xã hội chủ nghĩa. Năm 1953, Imre Nagy được đảng đề cử làm Thủ tướng, nhưng vì ông đưa ra đường lối cải tổ về nông nghiệp và thị trường tiêu thụ khác với Liên Xô nên bị áp lực phải từ chức vào ngày 18-4-1955. Lakoshi thuộc phe giáo điều được đưa lên thay thế. Sau khi lên cầm quyền, Lakoshi thiết lập thể chế độc tài và bạo lực còn khắc nghiệt hơn khuôn mẫu của Stalin. Gần 13 triệu đàn ông Hung Gia Lợi bị rơi vào vòng khống chế của guồng máy công an, có người bị quản thúc, tra tấn, cưỡng chế lao động với những tội danh vu vơ. Mục tiêu của Lakoshi là tạo ra một mạng lưới khủng bố để không ai dám có ý tưởng chống lại chế độ.

Lakoshi còn cho thi hành chính sách tập thể hóa nông nghiệp một cách vô lý, khiến cho một nước có tiềm năng nông nghiệp rất cao ở vùng Trung Âu vào thập niên 30 và 40, trở thành nước đói kém quanh năm. Chính sách cai trị gian ác của Lakoshi đã tạo sự phẫn uất trong quần chúng mọi giới, nên nhân vụ Tổng bí thư đảng Cộng Sản Liên

Xô là Nikita Khrushchev tố giác tội ác của Stalin trong Đại hội đảng Cộng sản Liên Xô lần thứ 20 vào ngày 26-2-1956, và cuộc nổi dậy của công nhân Ba Lan ở Poznan vào tháng 6-1956, người dân Hung Gia Lợi nổi dậy vào tháng 10-1956. Lúc đầu một số công nhân, sinh viên và trí thức Hung tổ chức các cuộc biểu tình đòi Tổng bí thư đảng Công Nhân Xã Hội Hung là Emo Gerro và Thủ tướng Lakoshi từ chức, tái lập lại nội các của cựu Thủ tướng Imre Nagy. Cuộc biểu tình đã biến thành bạo động với sự tham dự sau đó của nhiều đảng viên chủ trương cải cách trong đảng, khiến Tổng bí thư Emo Gerro phải từ chức, bầu Janos Kadar lên làm Tổng bí thư và đưa Imre Nagy trở lại vai trò Thủ tướng vào ngày 23-10-1956.

Nhưng dân chúng vẫn chưa thỏa mãn, lần này những cuộc biểu tình đưa ra đòi hỏi đảng Công Nhân Xã Hội Hung phải từ bỏ quyền lực độc tôn, chấp nhận tự do dân chủ. Sự kiện này đã làm cho lãnh đạo đảng và nhà nước Hung Gia Lợi rối loạn. Sau đó Hội Đồng Những Người Lao Động đã ra đời do Imre Nagy làm chủ tịch để thành lập chính quyền liên hiệp gồm nhiều khuynh hướng chính trị khác nhau. Imre Nagy biết thế nào Liên Xô cũng đem quân vào đàn áp nên tuyên bố rút ra khỏi khối Quân sự Warsaw, chờ đợi quân đội Hoa Kỳ đang đóng ở Frankfurt, Tây Đức, sẽ vào giúp đỡ. Vào lúc đó, qua làm sóng của đài Âu Châu Tự Do, người dân Đông Âu đón nghe những lời cổ súy về dân chủ của Hoa Kỳ, rất tin tưởng và nghĩ rằng nếu nổi dậy thì Hoa Kỳ sẽ đem quân vào hỗ trợ. Nhưng Hoa Kỳ đã hoàn toàn bất động như vụ Ba Lan. Trong khi đó, Tổng bí thư Janos Kadar đã lập chính quyền chống lại Imre Nagy và cầu cứu Liên Xô đem quân vào "giải phóng".

Ngày 4-11-1956, Hồng quân Liên Xô tiến vào thủ đô Budapest của Hung Gia Lợi qua ngả biên giới Romania với trên 2.500 xe tăng và 200 ngàn bộ đội. Sự kiện này đã làm cho Thủ tướng Imre Nagy tức giận, lên đài phát thanh kêu gọi toàn quốc chống lại Hồng quân Liên Xô, cũng như yêu cầu Liên Xô ngưng việc đem quân vào Budapest. Vào lúc đó có khoảng 200 ngàn dân Hung Gia Lợi chạy tỵ nạn ra khỏi xứ. Dân Hung đã dùng xe bus, bàn ghế chặn các ngả đường, không cho xe tăng Liên Xô tiến vào, nhưng chỉ cầm cự được 13 ngày thì bị Hồng quân Liên Xô phá tan, Thủ tướng Imre Nagy chạy vào xin tỵ nạn ở tòa đại sứ Nam Tư, nhưng sau đó bị bắt cùng với hơn 1.000 người khác. Dưới sự chiếm đóng của Hồng quân Liên Xô, phe giáo điều chiếm lại ưu thế trong đảng Công Nhân Xã Hội Hung, đưa Janos Kadar lên làm Thủ tướng.

Sau khi tái ổn định tình hình, Janos Kadar đưa cựu Thủ tướng Imre Nagy ra tòa, kết tội phản quốc. Imre Nagy bị xử tử vào ngày 26-6-1958, chôn ở một nghĩa trang vô danh. Cuộc đấu tranh chống lại Liên Xô vào tháng 10-1956 của nhân dân Hung Gia Lợi tuy bị dập tắt nhưng đã trở thành một mốc điểm lịch sử và khai mào cho các phong trào đấu tranh chống chủ nghĩa cộng sản những năm sau đó. Từ năm 1960, để xoa dịu sự phẫn hận của quần chúng về cuộc nổi dậy bị đàn áp đẫm máu, chính quyền Cộng sản Hung đã tung ra hai chính sách. Một mặt bãi bỏ việc cưỡng bách thu mua nông phẩm, giảm bớt tính chất tập trung chỉ huy trong nền kinh tế kiểu Xô Viết, cho giá cả tự do một phần và công nhận lợi nhuận theo hình thức kinh tế thị trường, nhưng trong thực tế thì nền kinh tế vẫn theo mô thức tập quyền trung ương. Mặt khác trả tự do cho hàng ngàn người chống chủ nghĩa Cộng sản và những người đã tham gia vào cuộc nổi dậy năm 1956.

Năm 1968, quân đội của Hung Gia Lợi bị trói buộc trong Hiệp Ước Warsaw đã phải cùng với Hồng quân Liên Xô tiến vào thủ đô Prague để đàn áp cuộc nổi dậy của người dân Tiệp Khắc. Cũng năm này, phe cải cách trong đảng Công Nhân Xã Hội Hung đề nghị chương trình cải tổ kinh tế bằng cách áp dụng từng phần cơ chế thị trường, gọi là chính sách *kinh tế thị trường xã hội chủ nghĩa*, chú trọng đến phạm vi công nghiệp. Chính sách này nhằm thay đổi cách quản lý kinh tế trên ba lãnh vực: Quốc doanh, Hợp tác xã và Tư doanh. Nhưng những cải tổ này đã không tiến hành đều đặn, vì luôn luôn xảy ra những xung đột giữa hai nhóm giáo điều và cải cách về chủ trương này. Theo nhận xét của Karl C. Thalheim, giáo sư Đại học Tự do Bá Linh, sở dĩ Hung Gia Lợi là nước đi đầu trong khối Đông Âu về cải tổ kinh tế là nhờ ba lý do: 1) Tình trạng phá sản trầm trọng của nền kinh tế sau cuộc chiếm đóng của Hồng quân Liên Xô; 2) Phe chủ trương cải tổ chiếm ưu thế trong nội bộ đảng Công Nhân Xã Hội Hung, đặc biệt là Ủy viên Trung ương đảng Rezso Nyers phụ trách kinh tế vào lúc đó đã khuyến cáo mạnh mẽ là nếu không cải tổ, đảng sẽ gặp khó khăn; 3) Sau cuộc nổi dậy vào năm 1956, những Ủy viên trong ban lãnh đạo đảng thấy là phải tìm một con đường mới để thỏa mãn những yêu sách của quần chúng.

Trong lãnh vực cải tổ Quốc doanh, Hung Gia Lợi đưa ra chính sách tản quyền cho các xí nghiệp. Trước khi có cải tổ, Hung Gia Lợi rập khuôn theo cách quản trị kinh tế của Liên Xô. Trung ương có Ủy ban kế hoạch nhà nước soạn thảo các chỉ tiêu kinh tế, sau đó đưa xuống các xí nghiệp thi hành, dưới sự kiểm soát chặt chẽ của hệ thống đảng đoàn. Các xí nghiệp cứ theo chỉ tiêu mà làm cho đủ, không cần quan tâm đến việc món hàng đó tốt hay xấu, sử dụng được hay không và nhất là không quan tâm đến nhu cầu cải tiến, sáng tạo cho tốt hơn... Đây là căn bệnh trầm kha ở các nước theo nền kinh tế hoạch định.

Từ năm 1968, Hung Gia Lợi cho các xí nghiệp tự ấn định chương trình sản xuất và có thể linh động cải sửa chỉ tiêu để phù hợp với thực trạng xí nghiệp và nhu cầu thị trường. Lương công nhân cũng được nới lỏng cho thay đổi với sản năng lao động và năng khiếu của người thợ. Nhà nước cũng cho các xí nghiệp có quyền quyết định kế hoạch đầu tư một phần, nhưng phần lớn vẫn do Ủy ban kế hoạch của Trung ương quyết định. Tuy đường lối cải tổ này có làm cho năng suất của các xí nghiệp gia tăng đôi chút, nhưng vẫn dẫn vào bế tắc vì ba nguyên do: 1) Nhà nước vẫn quyết định về giá cả, do đó các xí nghiệp không cần phải thích ứng theo sự thay đổi của thời giá vì không cần cạnh tranh với ai; 2) Chính sách thuế lợi tức thay đổi và cho cơ quan thu thuế quá nhiều quyền hạn, khiến các xí nghiệp lo chạy xin giảm thuế và xin trợ cấp hơn là lo cải tiến sản xuất, vì theo chỉ tiêu của nhà nước thành quả của xí nghiệp được đo bằng lợi nhuận sau khi trả thuế; 3) Nhà nước vẫn nắm độc quyền trong việc bổ nhiệm các giám đốc và cung cấp ngân sách, nên các giám đốc lo làm vừa lòng cấp trên hơn là lo cho xí nghiệp, đồng thời xí nghiệp có lỗ lã vẫn được bao che.

Trong lãnh vực cải tổ Hợp tác xã, nhà nước cho tự do bán huê lợi thu hoạch được. Nhờ bãi bỏ chế độ cưỡng bách thu mua ép giá nông sản, các hợp tác xã đã gia tăng sản lượng để thu hoạch nhiều lợi tức hơn. Hợp tác xã cũng được tự do tổ chức trong nội bộ và được phép làm các công việc ngoài phạm vi nông nghiệp như chế biến nông phẩm, công nghệ nhẹ, quán ăn... Các Hợp tác xã nông nghiệp cũng được ưu đãi trong việc trợ cấp và tín dụng. Nhưng vì nhà nước vẫn nắm nhiều quyền hành và đưa ra nhiều luật lệ phức tạp để chi phối, nên hoạt động của Hợp tác xã bị giới hạn, nhất là nông dân vẫn không an tâm làm ăn, chỉ sản xuất vừa đủ để sống.

Trong lãnh vực cải tổ tư doanh, Hung Gia Lợi cho người dân tham gia vào các hoạt động kinh tế để sinh lợi. Vào thời đó, hoạt động tư doanh chỉ tập trung vào một số nghề như tiệm ăn, cửa hàng buôn bán, xây cất và thủ công nghệ. Tư nhân được phép thuê nhân công một cách giới hạn và có thể thiết lập nhiều chi nhánh khác nhau. Tuy vậy, tư doanh luôn luôn bị nhà nước chèn ép với luật lệ thay đổi liên tục và gặp nhiều khó khăn trong việc mua nguyên vật liệu cũng như vay tín dụng từ ngân hàng nhà nước. Dù vậy, sự kiện Hung Gia Lợi thừa nhận tư doanh là một bước cải cách kinh tế rất lớn so với các nước Đông Âu vào thời đó.

Tất cả những chương trình cải tổ của Hung Gia Lợi đều nhắm vào việc nới lỏng hệ thống hoạch định và kiểm soát từ trung ương, với việc du nhập nguyên lý thị trường có giới hạn. Nhưng vì sợ bị tuột tay nên đảng cộng sản Hung vẫn luôn luôn tìm cách chi phối. Phe giáo điều và nhất là những cán bộ thư lại trong guồng máy đảng và nhà nước, đa số muốn duy trì cơ chế cũ để được hưởng quyền lợi nên không tích cực thi hành những khuyến cáo của phe cải cách. Nhân danh kinh tế hoạch định, một hệ quả tất yếu của chế độ đảng trị, họ bảo vệ đặc quyền của mình và kềm hãm không cho các lực lượng sản xuất được tự do phát triển. Kế hoạch cải tổ này thực hiện được một vài năm, đến năm 1979 thì nhóm giáo điều thắng thế, lật ngược những thay đổi. Cho đến năm 1985, phe cải cách mới giành lại thế chủ đạo, nhưng mọi sự đã quá trễ.

II- NHỮNG DIỄN BIẾN CHÍNH TRỊ

NHỮNG TỔ CHỨC CHỐNG CHÍNH QUYỀN RA ĐỜI

Cho đến đến năm 1985, mọi quyền lực đều nằm trong tay nhóm lãnh đạo giáo điều. Nhưng kể từ Đại hội đảng Công Nhân Xã Hội Hung vào năm 1985, phe giáo điều yếu thế nên thành phần có xu hướng đứng giữa giáo điều và cải cách đã lên nắm quyền. Thành phần đứng giữa đã chấp nhận cho nhiều xu hướng chính trị trong quần chúng được tham dự vào cuộc tổng tuyển cử tổ chức tháng 6-1985. Nhờ vậy, những tổ chức chống chính quyền hoạt động bí mật trong nhiều năm trước mới bắt đầu công khai xuất hiện. Những tổ chức này đã dùng ngay vấn đề xã hội bức xúc nhất là tình trạng ô nhiễm môi sinh do việc xây dựng nhà máy kỹ nghệ và đập thủy điện để phát động phong trào quần chúng chống chính quyền. Cụ thể là phát động cuộc vận động chữ ký để yêu cầu ngưng chương trình xây dựng đập thủy điện trên sông Donau.

Giữa năm 1987, Rezso Nyers đứng ra vận động thành lập tổ chức "Mặt Trận Tân Tháng Ba", quy tụ một số đảng viên chủ trương cải cách, nhằm chống lại phe đứng giữa ở trong đảng. Rezso Nyers nguyên là Ủy viên Trung ương đảng phụ trách kinh tế trong giai đoạn đảng Công Nhân Xã Hội Hung đưa ra chính sách cải tổ kinh tế năm 1968. Phía quần chúng cũng đã có nhiều đoàn thể chính trị, văn hóa bắt đầu xuất hiện. Đầu tiên là đảng Những Người Tiểu Nông Độc Lập (một chính đảng được thành lập vào năm 1930 gồm giới trung nông và thị dân) bắt đầu hoạt động trở lại. Song song, một số văn nghệ sĩ theo khuynh hướng dân tộc chủ nghĩa, chủ trương làm sống lại truyền thống của Hung Gia Lợi, chọn con đường thứ ba không đứng về phe tư bản và cộng sản, thành lập tổ chức Diễn Đàn Dân Chủ (Democracy Forum) vào tháng 9-1987. Đến tháng 3-1988, một số trí thức tại thủ đô Budapest thành lập tổ chức "Những Người Tự Do Đầu Tiên", sau đó đổi thành Liên Minh Tự Do Dân Chủ (Alliance of Free Democrats) vào tháng 11-1988. Các tổ chức đấu tranh quần chúng này đã châm ngòi cho những đòi hỏi cải cách chính trị tại Hung Gia Lợi vào năm 1989.

Trong khi đó, từ năm 1985 đến 1988, đảng Công Nhân Xã Hội Hung Gia Lợi đã bị phân hóa nội bộ, do một số nguyên nhân:

Thứ nhất, chính sách cải cách kinh tế nửa vời đã đưa đến tình trạng lạm phát gia tăng, nạn thất nghiệp lan tràn làm cho tình trạng sinh hoạt kinh tế của dân chúng vô cùng khó khăn.

Thứ hai, hơn 2 triệu người Romania gốc Hung Gia Lợi sống tại Romania đã bị chính quyền Ceausescu đàn áp và từ năm 1986 số người này phải chạy trốn sang biên giới Hung-Lỗ để tỵ nạn chính trị. Nhưng chính quyền Hung Gia Lợi vào lúc đó đã không có thái độ và không có chính sách can thiệp hay cứu giúp. Vì vậy, vấn đề này đã gây ra sự bất mãn và chỉ trích trong quần chúng, trở thành vấn đề mang tính chất dân tộc trong cộng đồng người Hung.

Thứ ba, những vận động đòi đẩy nhanh sự cải tổ chính trị của phe cải cách, và nhất là những vận động chống ô nhiễm môi sinh của các tổ chức chống chính quyền đã làm lung lay thể chế chính trị độc đảng vào lúc đó.

Để đối phó với những khủng hoảng chính trị và kinh tế, tháng 5-1988, đảng Công Nhân Xã Hội Hung Gia Lợi tổ chức đại hội lâm thời, phe cải cách đã vận động đưa Karoly Grosz thuộc phe đứng giữa lên làm Tổng bí thư đảng thay thế Janos Kadar. Hai nhân vật của phe cải cách là Rezso Nyers và Imre Pozsgay đã được đưa vào Bộ chính trị. Sau khi nhậm chức, Karoly Grosz cho phát biểu tự do trong đảng, và để chuẩn bị đại hội đảng vào năm 1990, Trung Ương đảng biểu quyết thành lập tiểu ban soạn thảo Cương Lĩnh Chính Trị mới. Trong tiểu ban soạn thảo, một số cán bộ đã đề nghị phải thành lập Ủy ban để tái thẩm định tính chất lịch sử của biến cố 1956.

Sự kiện phe đứng giữa lên cầm quyền trong đảng đã tạo một luồng sinh khí mới, và mọi người chờ đợi những nỗ lực cải cách chính trị của tân Tổng bí thư Karoly Grosz. Lúc đầu Karoly Grosz tuyên bố một số quan điểm rất tích cực, lo giải quyết vấn đề người tỵ nạn, nhưng sau lại không thực hiện được, nên cuối cùng trở thành mục tiêu tấn công trong nội bộ đảng và quần chúng trí thức bên ngoài. Khi bị nội bộ đảng phê phán, Karoly Grosz lại tỏ thái độ tiêu cực về việc chấp nhận thể chế chính trị đa đảng như đã tuyên bố, nên cũng bị phe cải cách công kích, cho rằng Karoly Grosz không có khả năng cải cách chính trị. Để chống lại phe cải cách, phe giáo điều đã thành lập một tổ chức chính trị ngoại vi lấy tên là Hiệp Hội Fernc Munich, một nhóm Sta-lin-nít tung những luận điệu xuyên tạc các hoạt động của phe cải cách.

Đầu tháng 1-1989, với tư cách thủ lãnh của nhóm "Mặt Trận Tân Tháng Ba", Rezso Nyers đã đề nghị đảng Công Nhân Xã Hội Hung chấp nhận thể chế chính trị đa đảng. Vấn đề này đã được đưa ra thảo luận khá sôi nổi trong kỳ họp Ban chấp hành Trung Ương đảng Công Nhân Xã Hội Hung vào cuối tháng 1-1989, nhưng không tìm ra được kết luận. Tuy nhiên vào thời điểm đó, Karoly Grosz đã nhìn thấy sự hình thành nhanh chóng của các đảng phái đối lập, và sự công kích quá mạnh của phe cải cách, nên đã tuyên bố chấp nhận hình thức đa đảng, với điều kiện là đảng Công Nhân Xã Hội Hung phải nắm phần chủ đạo trong sinh hoạt chính trị.

PHỤC HỒI DANH DỰ NHỮNG NGƯỜI THAM DỰ BIẾN CỐ 1956

Trong một buổi nói chuyện với báo chí vào tháng 2-1989, đại diện phe cải cách là Imre Poszgay tuyên bố rằng cuộc chính biến 1956 không phải là phản cách mạng mà là cuộc nổi dậy của quần chúng hoàn toàn có chính nghĩa. Hệ thống truyền thanh đã loan tải lời phát biểu này một cách rộng rãi, tạo phản ứng sôi nổi trong quần chúng. Sau đó, báo chí Hung đã hỏi quan điểm của Tổng bí thư Karoly Grosz về lời tuyên bố của Imre Poszgay. Với một thái độ miễn cưỡng, Karoly Grosz tuyên bố là sẽ cho tòa án tái thẩm định lại vụ án của cựu Thủ tướng Imre Nagy, nhưng không đá động gì đến cuộc chính biến 1956. Phe giáo điều trong Hiệp Hội Fernc Munich liền ra tuyên ngôn tố cáo Karoly Grosz đang ngả theo xu hướng "hữu khuynh" nguy hiểm, và cực lực chống lại việc cho tòa án tái thẩm vụ nổi dậy 1956.

Tại Hội nghị Ban chấp hành Trung ương đảng vào hai ngày 10 và 11-2-1989, phe cải cách đã đòi phải đưa vào nghị trình việc thảo luận lại bản chất của cuộc chính biến 1956 và nghe Ủy ban thẩm định lịch sử trình bày chi tiết về biến cố này. Cuối cùng, Trung ương đảng biểu quyết cho Tối Cao Pháp Viện tái thẩm lại cuộc chính biến 1956 và tổ chức các cuộc thảo luận để thu nhận ý kiến rộng rãi ở trong và ngoài đảng về biến cố này. Quyết định này được coi như là thắng lợi đầu tiên của phe cải cách, đẩy phe giáo điều rơi vào hoàn cảnh thụ động, nhất là tính mệnh của Janos Kadar trở nên hiểm nghèo.

Bước vào tháng 4-1989, nội bộ của đảng Công Nhân Xã Hội Hung bắt đầu có những cuộc thanh lý hàng ngũ do sự thắng thế của phe cải cách. Ngày 12-4-1989, trong Hội nghị ban chấp hành Trung ương đảng, phe cải cách đã thành công trong việc giải nhiệm Janos Berecz (Trưởng ban Tư tưởng Trung ương đảng) và Janos Lukas (Trưởng ban Tổ chức Trung ương đảng) ra khỏi Bộ chính trị, vì có thái độ không đồng ý việc tái thẩm cuộc chính biến 1956. Ngày 15-4-1989, phe cải cách tổ chức tại thành phố Keeskmet một cuộc Hội nghị giữa những đảng viên có khuynh hướng muốn cải cách, ra nghị quyết yêu cầu Trung ương đảng tổ chức đại hội lâm thời vào mùa Thu. Trong hội nghị này, Imre Poszgay đã phát biểu rằng để tránh tình trạng phân hóa đưa đến sự tan rã, đảng phải từ bỏ dân chủ tập trung, chấp nhận sinh hoạt dân chủ đa đảng. Ủy viên Bộ chính trị Rezso Nyers tuyên bố sẽ đề nghị phe trung gian nên rút lui, nhường quyền lãnh đạo đảng lại cho phe cải cách. Ngày 21-4-1989, Trung ương đảng quyết định giải tán tổ chức Liên Đoàn Thanh Niên Cộng Sản Hung Gia Lợi, một tổ chức ngoại vi của đảng. Sau đó, phe cải cách tự động thành lập Liên Đoàn Thanh Niên Hung, thu hút những đảng viên trẻ tham gia phe cải cách càng ngày càng đông. Đây là chiến thuật của phe cải cách nhằm "chặt tay chặt chân" phe giáo điều trong tầng lớp đảng viên trẻ.

Đến tháng 5-1989, phe cải cách gần như chiếm trọn quyền hành trong đảng cầm quyền và giải nhiệm cựu Tổng bí thư Janos Kadar ra khỏi Ban chấp hành Trung ương đảng. Ngày 20-5-1989, phe cải cách đã triệu tập một Hội nghị quy tụ 400 đại biểu đại diện của hơn 100 cơ sở đảng trên toàn quốc tại thành phố Seged, chính thức tuyên bố việc thành lập nhóm cải cách trong đảng, để nắm thế chủ đạo. Song song, nhóm này thành lập riêng một nhóm dân biểu cải cách và đưa đề án cho Quốc hội duyệt xét lại việc xây dựng đập thủy điện trên sông Donau. Ngoài ra phe cải cách còn công bố danh sách 227 người đã bị xử tử trong cuộc chính biến 1956 và yêu cầu Tối Cao Pháp Viện phục hồi danh dự.

Từ ngày 28-4-1989, Tối Cao Pháp Viện bắt đầu xúc tiến việc tái thẩm về cuộc chính biến 1956. Trong khi đó, Ủy Ban Chính Nghĩa Của Lịch Sử (Committee for Historical Justice) chuẩn bị ngày lễ cải táng những nạn nhân của cuộc chính biến 1956, diễn ra vào ngày 16-6-1989, và không cho đại diện đảng cầm quyền tham dự. Ủy ban này quy tụ hầu hết những người đã có liên hệ đến cuộc chính biến 1956 hay gia đình của các nạn nhân.

Thực ra, Ủy Ban này đã được bí mật thành lập từ tháng 6-1988, và tổ chức những cuộc biểu tình rộng lớn đòi phục hồi danh dự cho cố Thủ tướng Nagy, nhưng đã bị Tổng bí thư Karoly Grosz cho quân đội đàn áp. Ngày 9-5-1989, Bộ Tư Pháp Hung và Ủy ban Chính Nghĩa của Lịch Sử đã phối hợp thành lập danh sách những người liên hệ đến biến cố 1956. Ngày 7-6-1989, Tối Cao Pháp Viện phán quyết phục hồi danh dự cho cố Thủ Tướng Imre Nagy và những người liên hệ đến cuộc chính biến 1956. Sau khi nghe phán quyết của Tối Cao Pháp Viện, cựu Tổng bí thư Janos Kadar đã tự sát (Kadar là người ra lệnh xử tử cố Thủ tướng Nagy vào năm 1958). Sự kiện này đã gây xúc động trong nội bộ phe giáo điều.

Để tạo chiều hướng hòa giải giữa các khuynh hướng chính trị sau phán quyết của Tối Cao Pháp Viện, các tổ chức chống chính quyền vào lúc đó đã đề nghị Ủy ban Chính Nghĩa Của Lịch Sử nên biến ngày lễ cải táng 16-6-1989 thành ngày "hòa giải dân tộc", mời đại diện đảng Công Nhân Xã Hội Hung Gia Lợi tham gia. Tổng bí thư Karoly Grosz cấm cán bộ cao cấp của đảng tham dự; nhưng Thủ tướng Miklos Nemeth và Ủy viên Bộ chính trị Imre Poszgay vẫn đi dự, làm gia tăng sự mâu thuẫn trong nội bộ thành phần lãnh đạo của đảng cầm quyền. Lễ cải táng cố Thủ tướng Imre Nagy được cử hành một cách trọng thể với 250 ngàn người tham dự vào ngày 16-6-1989, trong đó có rất đông giới chức ngoại quốc và những người liên hệ đến biến cố này đã tỵ nạn ở nước ngoài trở về tham dự.

HỘI NGHỊ BÀN TRÒN GIỮA CÁC ĐẢNG PHÁI

Ngày 24-3-1989, đảng Công Nhân Xã Hội Hung đề nghị một số tổ chức ngoại vi như Nghiệp Đoàn Lao Động Trung Ương, Hội nghị Phụ Nữ Toàn Quốc, Hội Thanh Niên Toàn Quốc, Mặt Trận Ái Quốc, Liên Minh Cựu Kháng Chiến, sau đó thêm Hiệp Hội Fernc Munich của phe giáo điều tham dự Hội Nghị Bàn Tròn, mục đích là để xác định tính chất lãnh đạo của đảng cầm quyền trong tình trạng khủng hoảng chính trị vào lúc đó. Nhân tổ chức Hội Nghị Bàn Tròn, đảng cầm quyền có thêm Liên Đoàn Thanh Niên Dân Chủ tham gia. Nhóm này là một hệ phái nhỏ của tổ chức chống chính quyền cộng sản Hung là Liên Minh Tự Do Dân Chủ tách ra.

Hội Nghị Bàn Tròn của đảng cầm quyền không mang lại kết quả nào, nên đến đầu tháng 4-1989, đảng cầm quyền đề nghị mở những cuộc thảo luận tay đôi với các đảng chống chính quyền, mục đích là để trao đổi về quá trình đưa đến việc tổ chức bầu cử tự do. Tuy nhiên chỉ có đảng Xã Hội Dân Chủ và Đảng Nhân Dân đồng ý thảo luận tay đôi, còn các đảng khác như Liên Minh Tự Do Dân Chủ từ chối, vì cho là đảng cầm quyền có âm mưu tạo phân hóa trong nội bộ các đảng đối lập, còn tổ chức Diễn Đàn Dân Chủ thì giữ thái độ trung lập. Sau cùng, những đảng chống chính quyền đã đề xướng một Hội Nghị Bàn Tròn riêng của phe đối lập để thống nhất quan điểm trước khi nói chuyện với đảng cầm quyền.

Hội nghị của các đảng đối lập quy tụ một số tổ chức như Diễn

Đàn Dân Chủ, Liên Minh Tự Do Dân Chủ, Liên Đoàn Thanh Niên Dân Chủ, đảng Xã Hội Dân Chủ, đảng Những Người Tiểu Nông Độc Lập, Hiệp Hội Baichrinsk, đảng Nhân Dân, Liên Minh Tự Chủ Lao Động Dân Chủ và đảng Dân Chủ Thiên Chúa Giáo. Có một thời đảng Những Người Tiểu Nông Độc Lập có ý hướng muốn tham gia Hội Nghị Bàn Tròn của đảng cầm quyền, nhưng bị chống đối và sợ các đảng chống chính quyền cô lập nên sau đó quyết định không tham gia. Cũng giống như Hội nghị của đảng cầm quyền, Hội Nghị giữa các tổ chức chống chính quyền cũng không mang lại kết quả nào, cuối cùng các nhóm đối lập đồng ý tham dự Hội Nghị Hiệp Thương giữa đảng Công Nhân Xã Hội Hung với các đảng chống chính quyền, để giải quyết vấn đề một cách cụ thể hơn.

HỘI NGHỊ HIỆP THƯƠNG GIỮA ĐẢNG CẦM QUYỀN VỚI CÁC ĐẢNG CHỐNG ĐỐI

Trên nguyên tắc từ ngày 6-6-1989, Hội Nghị Hiệp Thương nhóm họp, nhưng mãi đến ngày 13-6-1989 mới bắt đầu. Trọng tâm của Hội Nghị là để bàn về việc tổ chức tổng tuyển cử tự do và bầu cử Tổng thống. Các phe liên hệ đã đồng ý một số vấn đề căn bản liên quan đến tổng tuyển cử tự do như cải sửa hiến pháp, thiết lập chế độ chính đảng, cải tổ hành pháp.... Nhưng khi đi vào những thảo luận có tính cách kỹ thuật như giải quyết bộ phận Dân Vệ Đội trực thuộc đảng cầm quyền, giải tán cơ sở đảng Cộng sản trong các xí nghiệp, công bố tài sản của đảng cầm quyền, thể thức bầu cử Tổng thống, thì có sự bất đồng ý kiến và không bên nào chịu nhượng bộ.

Về vấn đề Dân Vệ Đội, đảng cầm quyền chủ trương chỉ thu nhỏ lại, trong khi các đảng phái chống chính quyền thì cho đây là một tập đoàn vũ trang nên phải giải tán. Về vấn đề giải tán cơ sở đảng trong xí nghiệp, đảng cầm quyền cho là các đảng có quyền tự do thành lập, nên không thể giải tán, trong khi phía chống thì chủ trương phải ưu tiên giải tán để vấn đề kinh doanh không bị chính trị chi phối. Về việc công khai hóa tài sản, phía đảng cầm quyền không có phản ứng. Sự thực khi nêu lên vấn đề này, các đảng phái chống chính quyền muốn phanh phui một vụ chuyển tài sản bất hợp pháp, gần 2 tỷ Mỹ kim của đảng cầm quyền vào trương mục của một hãng thương mại mà theo sự điều tra, đây là một hãng ma có mục đích tẩu tán tài sản của đảng

Cộng sản trước khi có tổng tuyển cử. Đến khi thảo luận về phương cách bầu cử Tổng thống thì bùng nổ sự tranh cãi rất gay gắt và đây là nguyên nhân đưa đến bế tắc. Phe cải cách của đảng Công Nhân Xã Hội Hung chủ trương đưa Imre Poszgay, đang là Bộ trưởng Ngoại giao trong Nội các Miklos Nemeth ra làm ứng cử viên Tổng Thống và bầu theo lối trực tiếp, dưới sự hậu thuẫn ngầm của Diễn Đàn Dân Chủ. Trong khi đó, một số đảng chống chính quyền thấy là nếu hai đảng lớn cùng ủng hộ Imre Poszgay, và bầu theo lối trực tiếp, chắc chắc Poszgay sẽ thắng cử. Do đó, ba đảng đối lập gồm Liên Minh Tự Do Dân Chủ, Liên Đoàn Thanh Niên Dân Chủ, Liên Minh Nghiệp Đoàn Lao Động Tự Chủ, vì không muốn Poszgay đắc cử nên chủ trương bầu Tổng thống theo lối gián tiếp, qua cơ chế Quốc hội. Bầu theo lối này, ứng cử viên của đảng chống chính quyền sẽ chiếm đa số phiếu. Cuối cùng Hội Nghị Hiệp Thương tan vỡ.

TỴ NẠN ĐÔNG ĐỨC TRÀN VÀO HUNG

Đầu tháng 7-1989, Tổng thống George Bush của Hoa Kỳ tuyên bố ủng hộ các cuộc cải cách chính trị tại Đông Âu và chính thức thăm viếng hai quốc gia Ba Lan và Hung Gia Lợi. Nhưng vào lúc đó, khách đến thăm Hung Gia Lợi không chỉ có Tổng thống Bush mà còn có hàng ngàn người Đông Đức đã vượt biên giới tràn vào Hung và Tiệp Khắc để xin tỵ nạn chính trị. Lúc đầu hai chính quyền Hung Gia Lợi và Tiệp Khắc chặn người tỵ nạn ở biên giới, nhưng sau đó làm ngơ và bí mật hướng dẫn họ chạy vào sứ quán Tây Đức.

Sở dĩ người Đông Đức đồn nhau chạy qua Hung Gia Lợi để xin tỵ nạn tại Tây Đức, vì trước đó từ ngày 1-5-1989, Hung đã bỏ ngỏ biên giới với nước Áo (Hung là nước Đông Âu đầu tiên vào thời đó mở cửa biên giới với khối Tây Âu). Chính quyền Hung ra lệnh chặn những người này lại nhưng không đuổi họ về phía biên giới Đông Đức mà cho lập nhiều trại tỵ nạn tạm thời để chờ phương thức giải quyết. Song song, chính phủ Hung Gia Lợi đã tiếp xúc trực tiếp với hai chính phủ Đông và Tây Đức để dàn xếp vấn đề người tỵ nạn. Đến ngày 10-9-1989, trong khi Đông Đức còn chần chừ không chịu đưa ra phương án giải quyết, thì chính quyền Hung Gia Lợi đã đơn phương mở các cửa khẩu cho người tỵ nạn Đông Đức tự do di chuyển vào đất Hung, để qua Tây Đức tỵ nạn bằng xe lửa, dưới sự chấp thuận của chính quyền Tây Đức.

Trong lúc thế giới chú mục vào sự kiện hàng ngàn người tỵ nạn Đông Đức vượt biên giới tìm tự do, thì ngày 21-8-1989, tại thủ đô Prague của Tiệp Khắc, Liên Đoàn Thanh Niên Dân Chủ của Hung Gia Lợi đã cử một số đại biểu tham dự cuộc mít tinh lên án quân đội trong khối Quân sự Warsaw xua quân đàn áp cuộc nổi dậy ở Tiệp vào năm 1968. Cuộc mít tinh này biến thành sự xung đột giữa cảnh sát và quần chúng, khiến chính quyền Tiệp ra lệnh bắt giữ khoảng 100 người, trong đó có 9 người Hung Gia Lợi và khoảng 50 người thuộc các nước Ba Lan, Ý Đại Lợi. Một nửa số người ngoại quốc bị bắt được thả sau đó, riêng 2 đại diện của Liên Đoàn Thanh Niên Dân Chủ Hung Gia Lợi bị chính phủ Tiệp truy tố ra tòa. Sự kiện này đã châm thêm dầu trong nội tình chính trị vốn bất ổn tại Hung Gia Lợi.

ĐẢNG CÔNG NHÂN XÃ HỘI HUNG BẮT ĐẦU PHÂN RÃ

Trong thời gian Hội Nghị Hiệp Thương nhóm họp, ngay trong nội bộ đảng Cộng sản Hung bắt đầu có những phân hóa với sự xuất hiện của nhiều nhóm quyền lực khác nhau. Trước hết, trong nội bộ phe cải cách, trước khi tham gia Hội Nghị Hiệp Thương, hai Ủy viên Bộ Chính Trị Imre Poszgay và Rezso Nyers tranh giành ảnh hưởng và cho ra đời hai tổ chức riêng. Rezso Nyers tăng cường sự hoạt động của Mặt Trận Tân Tháng Ba để thu hút sự tham gia của một số đảng viên trong phe trung gian và phe cải cách có tính cách ôn hòa. Imre Poszgay thì tập trung vận động thành phần đảng viên trẻ và nhóm đảng viên chủ trương cải cách mạnh, thành lập Phong Trào Vận Động Dân Chủ Hóa Hung Gia Lợi. Janos Berecz, tuy bị loại ra khỏi Bộ Chính Trị nhưng còn ảnh hưởng mạnh trong phe trung gian có xu hướng khuynh tả đã vận động thành lập hệ phái riêng, lấy tên là Lực Lượng Đổi Mới Hung Gia Lợi, chính thức ra mắt vào ngày 1-7-1989. Thành phần cực tả của phe giáo điều lập ra tổ chức "*Hội Thống Nhất Những Người Theo Chủ Nghĩa Mác*", sau này khi đảng Công Nhân Xã Hội Hung giải tán, hội này đổi thành đảng Cộng sản Hung.

Tình trạng phân hóa trong đảng ngày càng trầm trọng, khiến Ban chấp hành Trung ương đảng phải họp khẩn cấp vào ngày 23-6-1989. Trong hội nghị này, đảng Công Nhân Xã Hội Hung chính thức từ bỏ con đường chuyên chính vô sản, bầu Rezso Nyers lên làm chủ tịch đảng, đồng thời quyết định triệu tập đại hội đảng bất thường vào ngày 6-10-1989 để duyệt lại đường lối và những chủ trương chính trị của đảng trong hoàn cảnh mới. Ngoài ra, để kiện toàn hệ thống lãnh đạo và nhất là để chấm dứt tình trạng lãnh đạo yếu kém của Tổng bí thư Karoly Grosz, Trung ương đảng, thực chất là phe cải cách đã biểu quyết bãi bỏ hệ thống điều hành theo kiểu Xô Viết gồm Bộ chính trị, Tổng bí thư, mà thay thế bằng Ban chấp hành chính trị, điều hành đảng theo lối tập thể chỉ huy. Sự cải tổ này coi như giải nhiệm vai trò Tổng bí thư đảng của Karoly Grosz trong thực tế. Ngoài ra, Trung ương đảng còn lập ra Ủy ban thường vụ gồm 4 người là Karoly Grosz phụ trách nội bộ đảng, Rezso Nyers phụ trách đối ngoại với vai trò Chủ tịch đảng, Miklos Nemeth phụ trách chính quyền với vai trò Thủ tướng; Imre Poszgay, được đề cử làm ứng cử viên Tổng thống. Bốn người này sẽ cùng với 7 nhân vật khác trong Bộ chính trị cũ thành lập ban chấp hành.

Trong lần cải tổ này, phe cải cách chiếm đa số trong các trách vụ quan trọng của đảng, riêng trong Ủy Ban Cán Bộ, phe cải cách chiếm 3 người gồm Rezso Nyers, Imre Poszgay và Mikols Nemeth. Tuy phe cải cách độc chiếm quyền lực ở cấp trung ương đảng, nhưng cán bộ thừa hành trong các cơ chế đảng và nhà nước vẫn thuộc phe giáo điều, nên đã tạo ra sự hỗn loạn về điều hành khiến cho các bộ phận chấp hành của đảng và chính quyền không còn đủ khả năng để ứng phó với tình hình chính trị phức tạp đang diễn ra. Thủ tướng Niklos Nemeth là một kinh tế gia, từng du học tại đại học Harvard của Hoa Kỳ, được bầu lên làm Thủ tướng vào tháng 11-1988, sau khi Karoly Grosz được bầu làm Tổng bí thư đảng. Lúc đầu Miklos Nemeth theo khuynh hướng giáo điều và rất thận trọng trong các quyết định chính trị, nhưng từ từ đã ngả về phe cải cách. Khi lên làm Thủ tướng, Miklos Nemeth chủ trương guồng máy nhà nước phải tách rời khỏi đảng, và bắt đầu có những quan điểm đối lập với Tổng bí thư Karoly Grosz.

Để chuẩn bị đại hội đảng bất thường vào tháng 10-1989, nội bộ các phe trong đảng đã có những toan tính khác nhau từ hai tháng trước đó. Hai tổ chức của phe cải cách là Mặt Trận Tân Tháng Ba, đứng đầu bởi Rezso Nyers và Phong Trào Vận Động Dân Chủ Hóa Hung Gia Lợi, đứng đầu bởi Imre Poszgay, cùng với sự hiệp lực của nhóm Thủ tướng Miklos Nemeth, tổ chức một Hội nghị khoáng đại giữa những đảng viên cải cách vào hai ngày 2 và 3-9-1989, để bành trướng thế lực và tuyên bố là đảng Công Nhân Xã Hội Hung không thể tránh khỏi tình trạng phân rã trong đảng, vì Tổng bí thư Karoly Grosz không có khả năng điều hành. Phe cải cách lấy quyết định này vì nhìn thấy kết quả thảm hại của đảng trong cuộc bầu cử bổ khuyết Quốc hội vào mùa hè vừa qua. Ngược lại, phe giáo điều quy tụ trong Hiệp Hội Fernc Munich cũng đã tổ chức Hội nghị tương tự, tuyên bố ủng hộ Tổng bí thư Karoly Grosz, và công kích phe cải cách đang có âm mưu làm phân rã đảng.

Được sự ủng hộ của phe giáo điều, Tổng bí thư Karoly Grosz muốn tạo vây cánh để chống lại phe cải cách nên đã vận động thành phần cực tả của phe giáo điều lập ra tổ chức “Hiệp Hội Janos Kadar”, mở chiến dịch tấn công phe cải cách đang có âm mưu cấu kết với các thế lực bên ngoài, khống chế nội bộ đảng. Karoly Grosz cảnh cáo rằng nếu đảng Công Nhân Xã Hội Chủ Nghĩa Hung bị phân rã thì sẽ mất hết quyền lực và thể chế chính trị sẽ thay đổi có hại cho “sự nghiệp cách mạng” của Hung Gia Lợi. Nhưng dư luận vào thời đó không mấy ai quan tâm vào lời tuyên bố lạc điệu này của Karoly Grosz nữa.

CÔNG NHÂN ĐÌNH CÔNG TẠO ÁP LỰC

Trong lúc đảng Công Nhân Xã Hội Hung Gia Lợi rơi vào tình trạng phân rã không lối thoát, phía các đảng phái chống chính quyền xuất hiện thêm một số đảng chính trị mới như đảng Dân Chủ Độc Lập Hung Gia Lợi, đảng Dân Chủ Thiên Chúa Giáo. Trong giới lao động cũng bắt đầu kêu gọi đình công để chống lại việc đóng cửa một số công trường, để đòi tăng tiền lương, đòi tăng giá hàng cho người sản xuất. Đặc biệt, những người kinh doanh cá thể cũng bắt đầu tổ chức biểu tình đòi nhà nước thay đổi chế độ thuế khóa, bải bỏ tình trạng độc quyền sản xuất của các xí nghiệp quốc doanh, và tự động thành lập Nghiệp Đoàn Doanh Nhân Cá Thể.

Những hoạt động chống đối của quần chúng và giới lao động đã được các đảng đối lập thổi phồng và hậu thuẫn. Liên Minh Tự Do Dân Chủ và Liên Đoàn Thanh Niên Dân Chủ liên kết để hỗ trợ cho những người tham gia đình công bị bắt giam hay bị đuổi khỏi sở. Trong khi đó, tổ chức Diễn Đàn Dân Chủ cùng với Liên Minh Tự Do Dân Chủ (ủng hộ giới doanh nhân cá thể bằng cách đứng ra bảo trợ các cuộc hội nghị của Nghiệp Đoàn này) đã lên tiếng chỉ trích tình trạng kinh tế khủng hoảng là do chính sách quốc hữu hóa và đàn áp kinh doanh cá thể của đảng cầm quyền. Những đảng chống chính quyền đã khéo léo đứng trên quan điểm của nền kinh tế thị trường, ủng hộ doanh nhân tấn công những chính sách cải tổ nửa vời của đảng cầm quyền. Đây là kỹ thuật sử dụng vũ khí kinh tế tấn công độc tài chính trị của các tổ chức chống chính quyền. Nhờ vậy họ đã thu hút được đông đảo công nhân và giới tư doanh (trung lưu) tách khỏi đảng Cộng sản để ủng hộ phe chống đối.

Trước những chống đối của công nhân, đảng Công Nhân Xã Hội Hung Gia Lợi cho dựng ra một hình thức chống đối "cuội" của giới công nhân liên hệ với nhà nước nhằm tạo sự xung đột giữa giới công nhân lao động với các đảng phái chống chính quyền. Theo kế hoạch thì đảng Công Nhân Xã Hội Hung xúi dục Nghiệp Đoàn Công Nhân Viên Nhà Nước tổ chức biểu tình để phản đối việc đòi tăng giá thịt và một số nhu yếu phẩm khác của các nhà sản xuất cá thể. Trong khi đó, đảng cầm quyền lại đi đêm với các cửa tiệm bán thịt để điều đình việc không tăng giá. Hậu quả là chính sách nửa nạc nửa mỡ của đảng cầm quyền đã làm cho những người lao động vốn đã ghét Nghiệp Đoàn Công Nhân Viên Nhà Nước nên không tích cực tham gia. Cuối cùng, cuộc đình công ngày 18-8-1989 quy tụ rất ít người tham dự, cho nên giới sản xuất thịt vẫn quyết định tăng giá.

ĐẠI HỘI BẤT THƯỜNG CỦA ĐẢNG CÔNG NHÂN XÃ HỘI HUNG

Đảng Công Nhân Xã Hội Hung, trên thực tế đã phân rã, nay lại nảy sinh ra tình trạng tranh chấp trong việc tuyển chọn những đại biểu tham dự đại hội đảng bất thường. Trong nội bộ đảng, phe cải cách tuy chiếm ưu thế nhưng vẫn còn yếu ở nhiều địa phương. Khi đại hội khai mạc có tất cả 1.200 đại biểu tham dự, chia làm 7 nhóm; 1) Nhóm cải cách; 2) Nhóm thanh niên (thuộc Liên Đoàn Thanh Niên thân cận với nhóm cải cách); 3) Nhóm trung gian; 4) Nhóm giáo điều; 5) Nhóm cực tả không ảnh hưởng bao nhiêu; 6) Nhóm đại biểu địa phương chiếm 5% tổng số đại biểu; 7) Nhóm theo khuynh hướng nhân dân dân chủ chủ nghĩa, chiếm khoảng 5% tổng số đại biểu. Nhóm cải cách và nhóm Thanh niên chiếm 13% tổng số đại biểu, nhóm trung gian và giáo điều chiếm gần 13% đại biểu. Trong cả 7 nhóm trên tuy đều đồng ý với nhóm cải cách là phải thay đổi, nhưng lại không đồng ý đi theo đường lối kinh tế thị trường của các nước tư bản mà đòi duy trì nền kinh tế thị trường có sự điều tiết của nhà nước, tức "thị trường xã hội chủ nghĩa".

Đại hội đảng được tiến hành dưới sự chỉ đạo hoàn toàn của phe cải cách. Vào ngày thứ hai của Đại hội, mồng 7-10-1989, đa số đã biểu quyết đổi tên đảng là đảng Xã Hội. Tuy nhiên khi bầu bộ phận lãnh đạo đảng và tu sửa cương lĩnh mới, đã xảy ra sự xung đột ý kiến một cách trầm trọng giữa các phe. Và vì phiếu của phe cải cách và nhóm thanh niên không chiếm được đa số quá bán nên cuộc bầu cử được hoãn lại để thảo luận thêm nhằm tranh thủ những đại biểu thuộc phe trung gian bỏ phiếu trắng. Đại hội đã yêu cầu các đại biểu của phe trung gian phải chọn lựa lập trường chính trị, đứng vào một phe để tiến hành cuộc bầu cử. Cuối cùng, số đại biểu của phe trung gian, phần lớn ngã về phe cải cách, số còn lại ngả theo khuynh hướng nhân dân dân chủ chủ nghĩa. Đa số đại biểu đã tiếp tục tín nhiệm Rezso Nyers làm Chủ tịch đảng Xã Hội.

Sau bốn ngày đại hội, đảng Công Nhân Xã Hội Hung Gia Lợi vẫn không thể giải quyết vấn đề nội bộ một cách rốt ráo. Trước hết, các phe không thống nhất ý kiến về nhân sự được bầu vào ban chấp hành, vì mặc dù đại hội bỏ phiếu loại Karoly Grosz và Janos Berecz, nhưng lại không cử được hai người khác vào thay thế. Kế đến, vì phe trung gian không đồng ý đổi tên đảng nên tỏ thái độ bất hợp tác, không đảm nhận một trách vụ nào trong đảng, còn phe giáo điều thì hoàn toàn bị phe cải cách loại ngay từ đầu. Về nội dung bản cương lĩnh mới, cuối cùng cũng chỉ thêm một số từ ngữ mới như xã hội chủ nghĩa, dân chủ chủ nghĩa, nhà nước pháp trị chứ không có những tu chính lớn liên hệ đến chính sách vì không phe nào đồng ý những đề nghị của phe khác đưa ra.

Từ ngày 10-10-1989, đảng Công Nhân Xã Hội Hung xuất hiện với tên mới là đảng Xã Hội, không còn chỗ đứng cho phe giáo điều. Phe cực tả trong nhóm giáo điều đã thành lập đảng Cộng sản Hung tiếp tục duy trì chủ nghĩa Mác Lê làm tư tưởng chỉ đạo, nhưng không còn được sự hậu thuẫn là bao nhiêu. Một phần của phe trung gian đã tập họp theo Karoly Grosz và Janos Berecz để tái lập lại đảng Công Nhân Xã Hội Hung, quy tụ khoảng 10 ngàn đảng viên còn luyến tiếc quá khứ. Trước khi cho đảng này chính thức tái xuất hiện trước quần chúng vào ngày 17-12-1989, Karoly Grosz đã phải lặn lội đến các địa phương tổ chức những buổi nói chuyện nhằm thu hút sự ủng hộ của quần chúng, đặc biệt là trong giới người nghèo và người già đang sống bằng tiền hưu trí. Sau 30 năm độc chiếm quyền lực chính trị tại Hung, lực lượng Cộng sản Hung dưới tên đảng Công Nhân Xã Hội Chủ Nghĩa đã phân ra thành nhiều nhóm, mở đầu cho bối cảnh sinh hoạt chính trị đa nguyên tại Hung.

TỔNG TUYỂN CỬ TỰ DO

Ngày 23-10-1989, Quốc hội Hung Gia Lợi công bố bản tu chính hiến pháp, chính thức bãi bỏ chế độ cai trị độc đảng, bỏ tên nước Cộng Hòa Nhân Dân và thay bằng Cộng Hòa Hung Gia Lợi. Trong ngày này, hơn 80 ngàn dân chúng đã tham dự cuộc mít tinh trước Quốc hội để tưởng niệm những người hy sinh trong biến cố 1956 và ăn mừng thể chế cộng hòa thật sự đã tái sinh. Ngoài ra, Hiến pháp mới quy định Quốc hội có một viện, nhiệm kỳ là 4 năm, gồm 384 dân biểu, trong đó có 8 đại biểu thuộc sắc dân thiểu số. Cuộc tổng tuyển cử tự do được bầu làm hai lần vào ngày 26 -3-1990 và mồng 8-4-1990.

Ngoài ra, mặc dù Hội Nghị Hiệp Thương tan rã, nhưng vấn đề bầu cử Tổng thống qua hình thức trực tiếp hoặc gián tiếp vẫn còn là đề tài tranh cãi giữa các đảng phái. Đảng cầm quyền thì muốn bầu trực tiếp cùng với sự ủng hộ của nhóm Diễn Đàn Dân Chủ, trong khi Liên Minh Tự Do Dân Chủ đã lôi kéo một số nhóm khác như Liên Đoàn Thanh Niên Dân Chủ, đảng Những Người Tiểu Nông Độc Lập, đảng Xã Hội Dân Chủ, và vận động được hơn 200 ngàn chữ ký của quần chúng đòi bầu cử Tổng thống theo hình thức gián tiếp, qua Quốc hội. Cuối cùng, chủ trương bầu cử gián tiếp của nhóm Liên Minh Tự Do Dân Chủ đã được đa số Quốc hội thông qua. Kết quả trên đã làm cho nội bộ nhóm Diễn Đàn Dân Chủ bị phân hóa, một số người tỏ vẻ thất vọng về việc không đưa được Imre Poszgay ra làm Tổng thống theo lối bầu cử trực tiếp, vì nếu bầu gián tiếp qua Quốc hội, Imre Poszgay không có cơ hội thắng cử. Từ đó một số đảng viên đã ly khai, một số khác rút tên khỏi vị trí đại diện ở một số địa phương.

Trước khi có tổng tuyển cử, theo một cuộc thăm dò ý kiến của quần chúng về sự ủng hộ đối với các đảng phái vào tháng 10-1989, nhóm Diễn Đàn Dân Chủ chiếm 52%; nhóm Liên Minh Tự Do Dân Chủ chiếm 25%, đảng Công Nhân Xã Hội Chủ Nghĩa (cựu Cộng sản) chiếm 9%, đảng Độc Lập Tiểu Nông chiếm 8%, đảng Xã Hội chiếm 3%, đảng Nhân Dân chiếm 2%. Nhưng bước vào năm 1990, vì sự phân hóa nội bộ nói trên, tỷ lệ ủng hộ nhóm Diễn Đàn Dân Chủ đã bị suy giảm chỉ còn từ 20 đến 30%, trong khi tỷ lệ ủng hộ đảng Xã Hội (cựu cộng sản) tăng lên đến 12%. Do đó, cuộc vận động tranh cử giữa các đảng phái đã diễn ra một cách vô cùng sôi nổi. Phần lớn các chính đảng, nhất là những đảng đối lập với chính quyền cộng sản đưa ra bốn chủ trương: 1) Dân chủ đa đảng; 2) Kinh tế tự do; 3) Chấm dứt sự lệ thuộc vào khuôn mẫu Xô Viết; 4) Triệt thoái toàn bộ Hồng quân Nga ra khỏi lãnh thổ. Mặc dù cử tri Hung Gia Lợi chưa nhìn thấy rõ con đường mới mà Hung Gia Lợi sẽ đi ra sao, nhưng họ biết chắc là chính quyền mới sẽ là chính phủ liên hiệp nhiều khuynh hướng, chấm dứt 40 năm toàn trị của đảng Công Nhân Xã Hội Chủ Nghĩa Hung.

Trong vòng đầu của cuộc bầu cử vào ngày 26-3-1990, Diễn Đàn Dân Chủ chỉ chiếm được 24% số phiếu, Liên Minh Tự Do Dân Chủ chiếm 21,3% số phiếu, đảng Những Người Tiểu Nông Độc Lập chiếm 11,7% số phiếu; đảng Xã Hội (cựu cộng sản cải cách) chiếm 10,8% số phiếu; Liên Đoàn Thanh Niên Dân Chủ chiếm 8,9% số phiếu; đảng Dân Chủ Thiên Chúa Giáo chiếm 6,4%; đảng Công Nhân Xã Hội Hung (cựu cộng sản trung gian) chiếm 3,6%. 13,3% số phiếu còn lại dành cho các ứng cử viên độc lập, trong số này Thủ tướng Miklos Nemeth (đảng Xã Hội) ứng cử độc lập và thắng cử trong vòng đầu. Imre Pozsgay (đảng Xã hội) về hạng 3 tại địa phương trong đợt đầu, vì không chiếm được quá bán nên phải bầu lại vào đợt hai và thắng cử.

Trong vòng bầu thứ 2 để quyết định 261 trong số 386 ghế Quốc hội vào ngày 8-4-1990, các đảng phái chống chính quyền vẫn đạt thắng lợi lớn. Kết quả sau cùng là: Diễn Đàn Dân Chủ chiếm 164 ghế; Liên Minh Tự Do Dân Chủ chiếm 92 ghế; đảng Những Người Tiểu Nông Độc Lập chiếm 44 ghế; đảng Xã Hội (cựu cộng sản cải cách) chiếm 33 ghế; Liên Đoàn Thanh Niên Dân Chủ chiếm 21 ghế; Đảng Dân Chủ Thiên Chúa Giáo chiếm 21 ghế. Số ghế còn lại chia cho các ứng cử viên độc lập.

CHÍNH QUYỀN LIÊN MINH CÁNH HỮU RA ĐỜI

Nhìn trên bề mặt thì kết quả cuộc tổng tuyển cử tại Hung Gia Lợi tạo ra triển vọng để thành lập một chính phủ tương đối mạnh hơn so với trường hợp Ba Lan. Các đảng chống chính quyền chiếm đa số ghế trong Quốc hội đã biểu hiện một sự dứt khoát với quá khứ và người dân chờ đợi một khung cảnh chính trị mới. Việc cử tri dồn phiếu cho Diễn Đàn Dân Chủ vào vòng bầu thứ hai giúp tổ chức này dẫn đầu khá xa so với các đảng phái khác, nhưng vẫn không chiếm được đa số ghế, nên việc thành lập nội các gặp nhiều trở ngại. Nguyên do là tuy các đảng phái có điểm chung là chống chính quyền độc tài cộng sản, nhưng lại khác nhau về quan điểm và lập trường chính trị. Có đảng thì khuynh tả, có đảng chủ trương trở về với chủ nghĩa dân tộc coi chính sách nông nghiệp là quan trọng. Có đảng thì chủ trương mở rộng ngoại thương để theo kịp các nước Tây phương... Mãi đến ngày 23-5-1990, Josef Antall, chủ tịch Diễn Đàn Dân Chủ mới trình được nội các lên Quốc hội để được chuẩn y với kết quả 218 phiếu thuận, 46 phiếu chống và 20 phiếu trắng.

Nội các Josef Antall là tập hợp của ba đảng khuynh hữu gồm Diễn Đàn Dân Chủ, đảng Những Người Tiểu Nông Độc Lập và đảng Dân Chủ Thiên Chúa Giáo. Dĩ nhiên Diễn Đàn Dân Chủ chiếm đa số trong chính phủ liên hiệp, giữ 8 trong số 13 bộ gồm các bộ Ngoại giao, Quốc phòng Nội vụ, Công thương, Giáo dục-Văn hóa, Thông tin, Kiều lộ và Môi sinh. Đảng Những Người Tiểu Nông Độc Lập giữ Bộ Nông nghiệp và Lao động. Đảng Dân Chủ Thiên Chúa Giáo giữ Bộ An sinh-Xã hội. Hai chuyên gia kinh tế không thuộc đảng phái nào được mời giữ hai Bộ Tài chánh và Bộ Ngoại thương. Sự liên hiệp của ba đảng trong chính quyền đã tạo ra những nhược điểm khó tránh. Trước tiên là đảng Những Người Tiểu Nông Độc Lập đòi phải giữ Bộ Nông nghiệp và đem áp dụng một chính sách gây rất nhiều bất mãn trong dư luận, đó là việc trả đất lại cho các cố chủ từ trước năm 1947. Đây là lời hứa của đảng này trong thời gian tranh cử và nay nhất định không chịu linh động thay đổi cho phù hợp với hoàn cảnh chung. Trong thực tế, việc thực hiện chính sách này rất khó khăn, tạo ra sự bất mãn trong nhiều thành phần quần chúng.

Hầu hết các đảng phái Hung Gia Lợi vào thời đó không muốn tiến hành kế hoạch trả tài sản cho dân chúng một cách vội vàng như đảng

Những Người Tiểu Nông Độc Lập đã làm. Hơn nữa ngay cả việc tham gia chính phủ liên hiệp cũng không được sự đồng ý của toàn bộ ban lãnh đạo của đảng Những Người Tiểu Nông Độc Lập. Trong quá khứ, một số cán bộ lãnh đạo của đảng này ở cấp Tỉnh đã có những liên hệ cá nhân với một số cán bộ lãnh đạo của Liên Minh Tự Do Dân Chủ, vì vậy họ muốn liên kết với nhóm này hơn là Diễn Đàn Dân Chủ. Tuy chủ trương này không mấy thực tế về phương diện chính trị, nhưng đã là mầm móng đưa đến sự khủng hoảng chính quyền liên hiệp sau này. Vào giai đoạn đầu của chính phủ liên hiệp, sự cộng tác giữa đảng Những Người Tiểu Nông Độc Lập với Diễn Đàn Dân Chủ khá tốt đẹp. Hai đảng này đã hiệp lực vận động Liên Minh Tự Do Dân Chủ đồng ý ủng hộ việc tu sửa một đạo luật là phải có 2/3 phiếu mới tu chính được những đạo luật quan trọng tại Quốc hội. Ngược lại, Diễn Đàn Dân Chủ ủng hộ đạo luật xác định vai trò của Tổng thống theo quan điểm của Liên Minh Tự Do Dân Chủ là Tổng thống chỉ giữ vai trò nghi lễ, được bầu cử gián tiếp qua Quốc Hội. Diễn Đàn Dân Chủ cũng đã đồng ý đề cử ứng viên của Liên Minh Tự Do Dân Chủ là nhà văn Arpad Goncz vào chức vụ Tổng thống.

Trong khi tạo được thế kết hợp làm việc với các đảng phái bên ngoài, thì nội bộ của Diễn Đàn Dân Chủ bắt đầu có xung đột. Chủ trương trung dung của Josef Antall tuy rất cần thiết cho việc mở rộng vòng đai ủng hộ của các giới cử tri, nhưng nó lại không phù hợp với giới trí thức, vốn là thành phần nòng cốt sáng lập tổ chức này từ năm 1987. Những người này hoàn toàn bị Josef Antall đẩy ra khỏi nội các liên hiệp, nhưng lại là những người nắm chặt guồng máy tuyên vận và thông tin ở trong đảng cũng như một số cơ quan đại chúng. Từ vị trí này, nhóm trí thức dọa sẽ tấn công vào thành phần lãnh đạo Diễn Đàn Dân Chủ, nếu không có đường lối cải cách dứt khoát tiến sang nền kinh tế và chính trị giống như các nước Tây phương. Vì vậy mà tháng 6-1990, ban chấp hành Diễn Đàn Dân Chủ đã phải mở nhiều cuộc họp vừa bí mật, vừa công khai để cố gắng giải quyết sự căng thẳng này, cũng như giải tỏa những hăm dọa ly khai của một số cơ sở cấp Tỉnh vì không hài lòng với cách thành lập chính phủ liên hiệp.

Nhưng điểm yếu nổi bật của Diễn Đàn Dân Chủ là thiếu một tầng lớp chuyên gia kinh tế có kinh nghiệm trong số đảng viên để điền vào những chức vụ kinh tế then chốt và cung cấp vốn tri thức cần thiết cho chính quyền hầu soạn thảo nhanh chóng một kế hoạch ổn định kinh tế. Vấn đề là đại đa số những kinh tế gia nổi tiếng hoặc đã tham gia, hoặc có cảm tình sâu đậm với Liên Minh Tự Do Dân Chủ hơn Diễn Đàn Dân Chủ. Sự kiện này khiến cho chính phủ liên hiệp phải nhân nhượng cánh đối lập trong Quốc hội. Nghĩa là, trong những tháng đầu ở Quốc hội, chính phủ và các đảng đối lập đảo lộn vai trò với nhau, phía đối lập thì trình bày bản dự thảo luật, còn phía chính phủ thì lại đóng vai trò đặt câu hỏi, chỉ trích những dự luật đó, thay vì phải bảo vệ cho những dự án luật do mình đề xướng.

Mặc khác, con người của Thủ tướng Josef Antall vốn từ tốn, chậm rãi và vì chủ trương nền kinh tế Hung phải cải cách từng bước chứ không "đẩy nhanh" như Ba Lan, nên ông đã yêu cầu Quốc hội cho phép nội các có 100 ngày để soạn thảo kế hoạch sau khi đã phân tích kỹ lưỡng các dữ kiện. Nhưng sau thời gian hầu như bất động này, nội các Josef Antall bị chỉ trích từ mọi phía, cho rằng chính quyền liên hiệp không đủ khả năng thực hiện các chính sách cải tổ. Người dân Hung Gia Lợi, đã coi "100 ngày hưu chiến" mà Josef Antall xin ở Quốc hội để soạn thảo kế hoạch, như khoảng thời gian thả trôi, làm chậm trễ những biện pháp kinh tế sinh tử cần phải đưa ra để chận đứng tình trạng khủng hoảng kinh tế của Hung. Điển hình là Josef Antall đã không có một chính sách chống lạm phát nào, ngược lại chính phủ ban hành một chuỗi tăng giá các loại hàng hóa, dịch vụ, chỉ làm tăng thêm đà lạm phát.

DIỄN ĐÀN DÂN CHỦ GẶP BẾ TẮC

Cuối cùng, vào tháng 9-1990, Thủ tướng Josef Antall công bố "Chương Trình Kinh Tế Để Canh Tân Quốc Gia", dài 220 trang lý thuyết, nhưng thiếu thực tế. Ngay vào thời điểm công bố chương trình này, chính phủ liên hiệp khó có cơ hội nào để Quốc hội thông qua một số Pháp lệnh mà họ định ban hành trong năm 1990, để bắt đầu biện pháp cải tổ, trong khi những đối nghịch công khai trong nội bộ chính phủ về vấn đề tư hữu hóa ruộng đất lại đã làm trì hoãn việc soạn thảo một chính sách chung về quyền tư hữu, làm giảm uy tín chính phủ liên hiệp rất nhiều.

Trong Quốc hội, sự thảo luận về các dự thảo do chính phủ đưa ra không còn không khí hợp tác mà đã trở thành những tranh chấp, công kích cá nhân. Khủng hoảng bùng nổ lớn khi chính phủ liên hiệp quyết định đột ngột tăng giá xăng 66% vào ngày 25-10-1990, với lý do là số dầu thô do Liên Xô cung cấp đã giảm đến 30% nên cả nước bị thiếu hụt trầm trọng. Ngoài ra, chính phủ cũng phải nâng giá dầu nội địa lên cho bằng giá thị trường thế giới vốn đang tăng sau khi Iraq xâm chiếm Kuwait vào cuối năm 1989. Tài xế Taxi ở Budapest đình công phản đối, và sau đó có thêm những hãng vận chuyển tư nhân nhập cuộc. Họ án ngữ các đại lộ ở thủ đô và các tỉnh lớn khiến cả nước bị tê liệt. Chính phủ phản ứng bằng cách ra tay đàn áp. Nhưng sau khi viếng thăm Hoa Kỳ trở về, Josef Antall lại ngã bệnh phải vào bệnh viện, vì vậy mọi quyền điều hành nằm trong tay Bộ trưởng Nội vụ Peter Boross. Thái độ của chính phủ vào lúc đó coi những cuộc biểu tình này là vi phạm pháp luật, nên ra lệnh cảnh sát và quân đội đàn áp.

Tình trạng này đã tạo ra làn sóng bất mãn chính quyền lan rộng trong quần chúng, mọi sinh hoạt trở nên hỗn loạn vô chính phủ. Cuối cùng, Tổng thống Arpad Goncz phải ra tay can thiệp bằng cách kêu gọi chính quyền ngưng thi hành quyết định tăng giá và thương thuyết với phía biểu tình để tìm biện pháp giải quyết. Arpad Goncz cũng kêu gọi dân chúng ngưng biểu tình, vãn hồi trật tự. Trong khi đó, từ ngày 27-10-1990, các cuộc thương thuyết được tiến hành giữa đại diện chính quyền với các hiệp hội chủ hãng, công đoàn, tài xế Taxi, nông dân... qua trung gian hòa giải của Hội Đồng Phối Hợp Vì Quyền Lợi Quốc Gia vừa mới thành lập.

Phía chống chính quyền đưa ra lập luận rằng họ không chống lại việc tăng giá của nhà nước mà chỉ chống mức độ tăng giá. Trong năm 1990, giá dầu trong nước tăng nhanh hơn cả tốc độ tăng giá trên thế giới. Giới tài xế bất mãn chính phủ đã dùng việc tăng giá xăng để kiếm thêm lợi tức nhằm chận bớt nạn thâm thủng ngân sách mà họ không kiểm soát nổi. Như vậy biện pháp tăng giá là một thủ đoạn tăng thuế ngầm, một chọn lựa dễ dàng của chính phủ, một chọn lựa không công bằng đã đặt gánh nặng của giai đoạn chuyển tiếp kinh tế trên vai của một nhóm người. Cuối cùng phía chính quyền phải nhượng bộ ở điểm này, cuộc thương thảo chấm dứt với mức tăng giá thấp hơn trước và một thỏa ước sẽ không đánh thêm thuế xăng.

Tuy cuộc thương thảo kết thúc, nhưng đã tạo cho quần chúng Hung một ấn tượng sâu sắc là chính quyền liên hiệp thiếu khả năng trong việc hoạch định chính sách kinh tế chuyển tiếp. Ấn tượng này làm cho uy tín của chính phủ bị tổn hại, nhất là tư thế chính trị của Diễn Đàn Dân Chủ mất nhiều ảnh hưởng trong quần chúng. Ngược lại, uy tín của các đảng đối lập và Quốc hội có phần tăng nhờ đứng ngoài cuộc trong suốt thời gian khủng hoảng. Điều đáng quan tâm sau biến cố biểu tình chống tăng giá xăng là "đại đa số thầm lặng" trong khối quần chúng có suy nghĩ bắt đầu nhận ra rằng những hội Tài xế Taxi, Công đoàn, Nông hội mới là nơi có thể tranh đấu cho những ước vọng của họ hơn là các đảng phái. Trong hoàn cảnh đó, cả đảng cầm quyền lẫn các đảng đối lập thấy là phải dựng lại niềm tin của dân chúng bằng cách phối hợp lại sự liên kết. Vào tháng 3-1991, Liên Minh Tự Do Dân Chủ đề nghị các đảng phái cầm quyền lẫn đối lập tham gia Hội Nghị Bàn Tròn. Mục đích là để tìm một số đồng thuận căn bản cho những vấn đề chính yếu trong tiến trình cải cách kinh tế và chính trị, kể cả chính sách tư hữu hóa, cũng như để tìm cách thông qua những luật pháp cần thiết một cách dễ dàng và nghiêm chỉnh hơn. Hội Nghị Bàn Tròn đã làm dịu bớt những tấn công của phe đối lập vào chính quyền, lôi kéo thêm nhiều chuyên gia kinh tế cộng tác với chính quyền để hoạch định các chính sách hợp lý hơn.

Từ giữa năm 1991 trở đi, nhờ sự mềm dẻo của Thủ tướng Josef Antall nên tình hình chính trị Hung Gia Lợi bắt đầu tái ổn định, đại diện các đảng phái đã có thể ngồi làm việc chung một cách thoải mái, với mục tiêu tái lập niềm tin của quần chúng vào cơ chế chính trị hiện hữu. Chính nhờ yếu tố này, Hung Gia Lợi đã nhanh chóng giải quyết được những khủng hoảng kinh tế so với các nước Đông Âu cũ cùng thời. Ngày 12-12-1993, Thủ tướng Josef Antall bị bệnh và qua đời, Liên minh Cánh hữu đề cử Bộ Trưởng Nội vụ Peter Boross lên thay thế.

PHE CỰU CỘNG SẢN THẮNG THẾ TRỞ LẠI

Thủ tướng Peter Boross tuy có nỗ lực tạo dựng lại một chính quyền mạnh, ổn định được tình hình kinh tế, nhưng khác với Josef Antall, Thủ tướng Boross Péter tỏ ra không lắng nghe ý kiến của các đảng đối lập và ngay của các đảng trong nội các liên hiệp là đảng Những Người Tiểu Nông Độc Lập và đảng Dân Chủ Thiên Chúa Giáo. Sự kiện này khiến cho đảng Những Người Tiểu Nông Độc Lập vốn đã bất mãn Diễn Đàn Dân Chủ từ trước, tuyên bố ngưng tham gia chính phủ liên hiệp, trở thành đảng đối lập và kéo theo sự ly khai của đảng

Dân Chủ Thiên Chúa Giáo. Trong thời gian đó, sự khủng hoảng của sắc dân Hung Gia Lợi ở Romania bùng nổ tạo áp suất lên chính quyền Peter Boross.

Từ năm 1920, 23% lãnh thổ và 35% dân số của Hung bị chia cho ba nước Lỗ, Tiệp Khắc (ngày nay là Cộng hòa Slovak) và Nam Tư (ngày nay là một phần của Cộng Hòa Serb). Hơn 4 triệu người Hung sống ở các vùng này, trong đó có hơn 2 triệu người Hung sinh sống tại Romania đã thành lập một chính đảng riêng lấy tên là Liên Minh Dân Chủ Người Hung. Lực lượng này đấu tranh đòi tách ra khỏi lãnh thổ Romania để sáp nhập vào Hung Gia Lợi, nhưng bị chính quyền Lỗ đàn áp, mà nội các Peter Boross lại thờ ơ trong việc đối phó, nên khiến cho quần chúng bất mãn. Vì vậy, trong cuộc tổng tuyển cử lần thứ hai vào năm 1994, sau khi chuyển qua thể chế đa đảng từ năm 1989, nhóm Diễn Đàn Dân Chủ bị thảm bại nặng nề.

Trong cuộc bầu cử này (vòng một diễn ra ngày 8 và vòng hai diễn ra ngày 29-5-1994), đảng Xã Hội Hung Gia Lợi (phe cựu cộng sản cải cách) đã chiếm được đa số ghế trong Hạ viện (209 ghế trong 386 ghế). Liên Minh Tự Do Dân Chủ đứng hàng thứ hai nhưng chỉ chiếm được 70 ghế, trong khi đó, nhóm cầm quyền là nhóm Diễn Đàn Dân Chủ tụt xuống hạng 3 chỉ còn 37 ghế, đảng Những Người Tiểu Nông Độc Lập chiếm 26 ghế, đảng Dân Chủ Thiên Chúa Giáo chiếm 22 ghế, Liên Đoàn Thanh Niên Dân Chủ chiếm 20 ghế. Số ghế còn lại dành cho ứng cử viên độc lập. Trong kỳ tuyển cử này, đảng Công Nhân Xã Hội Hung (phe cựu cộng sản giáo điều) hoàn toàn thảm bại.

Ngày 22-6-1994, đảng Xã Hội Hung Gia Lợi và Liên Minh Tự Do Dân Chủ cùng ký bản tuyên bố chung để thành lập chính quyền liên hiệp. Gyula Horn, Chủ tịch đảng Xã Hội được bầu làm Thủ tướng, đảng Xã Hội chiếm 10 Bộ, còn lại Liên Minh Tự Do Dân Chủ chiếm 3 bộ. Thủ tướng Gyula Horn nguyên là Bộ trưởng Ngoại giao dưới thời nội các Miklos Nemeth, từng tích cực giúp đỡ người Đông Đức chạy qua Áo để xin tỵ nạn tại Tây Đức vào năm 1989, và là nhân vật nổi bật trong phe cải cách, chủ trương phế bỏ chủ nghĩa Cộng sản và dân chủ tập trung. Ngày 27-6-1994, Thủ tướng Gyula Horn đã đọc một bài diễn văn tại Quốc hội, tuyên bố tiếp tục chính sách kinh tế thị trường của Diễn Đàn Dân Chủ, nhưng áp dụng chính sách "thắt lưng buộc bụng" để sớm khắc phục khủng hoảng kinh tế.

Mặc dù phe cựu cộng sản cải cách trở lại cầm quyền sau bốn năm mất quyền lực, nhưng đảng Xã Hội Hung đã thay đổi rất nhiều, nhất là những nhân vật lãnh đạo cũ đã lui vào bóng tối. Với sự liên hiệp mới giữa những người mang tư tưởng xã hội và những người có tư tưởng tự do, tình hình từng bước được ổn định và đưa Hung Gia Lợi vào chỗ dung hòa các xu hướng, bớt những chống đối nội bộ, để dồn nhiều nỗ lực cho việc phục hồi kinh tế.

Trong các quốc gia Đông Âu cũ, Hung Gia Lợi có một số lượng người Hung sống ở hải ngoại rất đông (bằng 1/3 dân số Hung, sống phân tán ở các quốc gia Âu Châu). Những người này bị tách ra khỏi bộ phận nước Hung là vì hoàn cảnh lịch sử sau biến cố Thế Chiến Thứ Nhất, nên lúc nào cũng hướng về Budapest. Chính quyền Hung đã tích cực vận động sự đóng góp kiến năng, tiền bạc của khối người Hung ở nước ngoài để phục hồi kinh tế ở trong nước. Nhưng bên cạnh ưu điểm này, Hung Gia Lợi cũng gặp một số khó khăn về ngoại giao với các nước Romania, Slovakia và Cộng hòa Serb vì việc đòi tự trị và độc lập của sắc dân Hung định cư ở đó. Những người Hung sống tại các nước này có một tình tự dân tộc rất cao, họ có ngôn ngữ và chế độ giáo dục riêng và luôn luôn muốn ly khai khỏi quốc gia đang cư trú, để thống hợp lại với nước Hung. Vì vậy, Cộng Đồng Âu Châu và các nước lân cận lo sợ một trường hợp Nam Tư thứ hai bùng nổ vì vấn đề sắc tộc Hung muốn đòi quyền tự trị. Khi những cư dân người Hung ở tại Romania, Slovakia, Serb đòi tự trị, chắc chắn những người này sẽ bị các quốc gia nói trên đàn áp, và chính quyền Hung không thể không can thiệp. Chính quyền Hung đã ký một số hiệp ước không đòi lại và bất khả xâm lãnh thổ với các nước Romania, Slovakia, ngược lại các nước này tôn trọng quyền tự quyết của sắc dân Hung trong xứ.

III-KẾT LUẬN

Cuộc cải cách chính trị ở Hung Gia Lợi đã diễn ra theo tiến trình tiệm tiến, với sự phân rã từ bên trong của đảng cầm quyền, đưa đến sự thắng thế từng bước của các đảng phái chống chính quyền, hợp thành lực lượng đối trọng với phe cộng sản giáo điều. Khác với Ba Lan, Hung Gia Lợi không có lực lượng lao động để châm ngòi các biến động chính trị và thành phần trí thức cũng không đóng vai trò tiên phong để khởi động cuộc đấu tranh như ở Tiệp Khắc. Thành phần trung gian và cải cách trong đảng Công Nhân Xã Hội Hung Gia Lợi với chủ trương bãi bỏ thể chế độc đảng, chấp nhận nguyên tắc đa đảng, đã làm cho nội bộ đảng cầm quyền phân hóa, đưa đến tình trạng lúng túng trong việc đối phó. Sự kiện phe trung gian và cải cách hợp lực đưa Karoly Grozs lên làm Tổng bí thư là một biến cố lớn mở đầu cho sự thắng thế của phe cải cách về sau này. Nhưng sự lưỡng lự, thiếu quả quyết của Karoly Grozs đã khiến cho phe cải cách bất mãn, từ đó phát sinh ra sự xung đột, tranh giành ảnh hưởng ngay chính trong thượng tầng lãnh đạo là Bộ chính trị, giữa phe cải cách và giáo điều.

Trong cuộc tương tranh quyền lực này, người ta thấy rõ nguyên tắc "*kẻ nào dám làm, kẻ đó thắng*". Vì thế, trong suốt năm 1989, nhân vật được Hung Gia Lợi nhắc nhở và quý mến nhất là Imre Pozsgay, người đã thúc đẩy các diễn biến chính trị tại Hung xảy ra nhanh chóng và êm thấm. Imre Pozsgay đã liên tiếp áp đảo đảng Công Nhân Xã Hội Hung dưới nhiều hình thức ôn hòa. Đầu tiên vào tháng 2-1989, Imre Pozsgay thành công trong việc bắt đảng này phải chính thức xét lại cuộc chính biến 1956 và công khai cam kết chấp nhận một hệ thống chính trị đa đảng. Đây là một kỹ thuật dùng sự xúc động lịch sử để tác động dư luận nhằm tạo áp lực buộc thành phần lãnh đạo giáo điều phải chấp nhận thay đổi. Đến tháng 4-1989, trong một Hội nghị của phe cải cách tại thành phố Keeskemet, Imre Pozsgay đòi hỏi Bộ chính trị phải bãi bỏ nguyên tắc dân chủ tập trung. Đến tháng 10-1989, Imre Pozsgay vận động đổi tên đảng thành đảng Xã Hội trong đại hội lâm thời vào mùa Thu, và loại luôn Karoly Grozs ra khỏi ban lãnh đạo.

Imre Pozsgay muốn biến đảng Công Nhân Xã Hội Hung thành dạng thức tương tự như đảng Cộng sản Ý và ông hy vọng nhờ đó sẽ đắc cử Tổng thống với lối bầu trực tiếp và đảng Xã Hội sẽ chiếm được từ 25% đến 35% phiếu, nhưng việc này bất thành. Khi các nhóm đối lập xuất hiện, những đảng viên chủ trương cải cách trong đảng cầm quyền đã không đủ linh động để sớm vô hiệu hóa đảng Cộng sản, chuẩn bị cuộc vận động bầu cử, mà lại tranh giành với phe giáo điều để tìm thế chủ đạo trong đảng. Hậu quả là đến gần chót, nhóm cải cách mới tách ra lập đảng Xã Hội, mà lại không đưa ra được một số đường lối cải cách triệt để hơn nên đã thua phiếu trong cuộc tổng tuyển cử lần đầu vào năm 1990, mặc dù lúc đó quần chúng còn dành nhiều cảm tình cho một số cán bộ của phe cải cách như Imre Poszgay, Miklos Nemeth....

Giống như Ba Lan, có quá nhiều đảng phái xuất hiện trong quá trình công nhận sinh hoạt đa đảng ở Hung Gia Lợi, tạo ra sự hỗn loạn chính trị vì chính trong nội bộ nhóm chống đối đã không thống nhất mục tiêu chống lại đảng cầm quyền. Trong các đảng phái chống chính quyền Cộng sản, hai tổ chức lớn là Diễn Đàn Dân Chủ và Liên Minh Tự Do Dân Chủ đã có những xung đột về chính sách cải cách. Diễn Đàn Dân Chủ được hình thành do sự chủ xướng của giới văn nghệ sĩ, có ảnh hưởng trong giới trung lưu nên nhờ đó phát triển hạ tầng khá nhanh so với các tổ chức khác. Diễn Đàn Dân Chủ chủ trương Hung Gia Lợi trở về với con đường dân tộc, không đứng về phe tư bản hay cộng sản. Trong khi Liên Minh Tự Do Dân Chủ quy tụ những trí thức ở Thủ đô chủ trương thực hiện một chế độ tự do giống như các nước Tây Âu. Liên Minh Tự Do Dân Chủ không có nhiều hạ tầng cơ sở ở địa phương nhưng lại quy tụ được các chuyên viên kỹ thuật, và có ảnh hưởng trong thành phần "chất xám".

Chính sự khác biệt về quan niệm và sự ủng hộ của giới quần chúng đối với các đảng phái, đã cho thấy những nhược điểm của chính quyền liên hiệp không cộng sản sau tổng tuyển cử tự do. Tiêu biểu nhất cho nhược điểm này là Diễn Đàn Dân Chủ đã không huy động được tầng lớp chuyên viên trí thức tham gia vào chính quyền để giúp hoạch định chính sách ổn định kinh tế phù hợp. Trong khi đó, Liên Minh Tự Do Dân Chủ có ảnh hưởng đối với nhóm trí thức thì lại không tham gia nội các. Kết quả là những nỗ lực cải cách của Diễn Đàn Dân Chủ liên tục gặp bế tắc, các đảng tham chính không tạo được sự thống nhất và đoàn kết, giữa chừng ly khai, cùng lúc kinh tế ngày một xuống dốc khiến cho quần chúng không còn tin tưởng nhiều vào các đảng phái. Đây là lý do giúp cho đảng Xã Hội (cựu cộng sản cải cách) chiếm được một số ghế kỷ lục 209 ghế trên 384 ghế, vượt xa những đảng phái đã từng chống lại đảng Xã Hội 4 năm trước đó.

Từ giữa năm 1991, Hung Gia Lợi bắt đầu tiến hành ba mục tiêu cải cách:

> Thứ nhất, ổn định chính trị và chặn đứng đà suy thoái kinh tế theo sau sự sụp đổ của các chế độ xã hội chủ nghĩa,

Thứ hai, thiết lập khung sườn pháp lý cho nền kinh tế thị trường, tức những luật lệ cần thiết để từng bước chuyển đổi sang cơ chế thị trường một cách toàn phần.

Thứ ba là gia tăng xuất cảng để cân bằng cán cân chi phó, và tạo nguyên động lực phát triển. Tuy kinh tế của Hung Gia Lợi còn gặp nhiều khó khăn với nạn thất nghiệp lên đến gần 1 triệu người, nhưng Hung lại là quốc gia trong khối Đông Âu cũ ổn định tình hình tương đối sớm nhất, và thành công về mặt vận động đầu tư từ bên ngoài.

Bên cạnh những cải cách nói trên, Cộng đồng người Hung Gia Lợi tại hải ngoại cũng đã mang tiền về đầu tư và hỗ trợ chính quyền rất nhiều trên mặt ngoại vận, nên Hung Gia Lợi hiện là quốc gia ổn định và phát triển nhanh nhất tại Đông Âu. Cũng nhờ vậy mà vào tháng 3-1998, Hung Gia Lợi đã được Cộng đồng Âu Châu chọn là một trong 6 nước ứng viên để bắt đầu các vòng đàm phán về quy chế thành viên EU. Ngày 1-5-2004, Hung Gia Lợi đã cùng với 15 quốc gia khác tại Đông và Trung Âu chính thức trở thành thành viên của Cộng Đồng Chung Âu Châu.

NHỮNG DIỄN BIẾN CHÍNH TRỊ TẠI HUNG GIA LỢI

Từ Năm 1985-1994

12-06-1985: Hung Gia Lợi bắt đầu cho nhiều nhóm chính trị tham gia vào cuộc bầu cử quốc hội.

10-09-1987: Một số văn nghệ sĩ theo khuynh hướng dân tộc chủ nghĩa chủ trương làm sống lại truyền thống Hung Gia Lợi, chọn con đường thứ ba không theo Cộng sản và tư bản, thành lập Diễn Đàn Dân Chủ.

15-03-1988: Một số trí thức tại thủ đô Budapest thành lập 'Tổ Chức Những Người Tự Do Đầu Tiên', sau đó đổi tên thành Liên Minh Tự Do Dân Chủ (Alliance of Free Democrats) vào tháng 11 năm 1988.

11-05-1988: Phe cải cách vận động tổ chức Đại Hội bất thường bầu Karoly Grosz thuộc phe đứng giữa lên lãnh đạo đảng thay thế Tổng bí thư Janos Kadar.

1-1-1989: Hung Gia Lợi chính thức cho người dân được tự do du lịch sang các quốc gia Tây Âu.

11-1-1989: Quốc hội Hung Gia Lợi biểu quyết chấp thuận quyền tự do hội họp và tự do lập hội.

14-1-1989: Mặt Trận Tân Tháng Ba đề nghị đảng cầm quyền chấp nhận sinh hoạt chính trị đa đảng. Trung ương đảng thảo luận về đề nghị này nhưng không đi đến kết luận chung quyết.

28-1-1989: Imre Poszgay, đại diện phe cải cách tuyên bố rằng cuộc chính biến 1956 là cuộc cách mạng có chính nghĩa.

10-2-1989: Hội nghị Ban Chấp Hành Trung Ương Đảng Công Nhân Hung biểu quyết cho Tối Cao Pháp Viện thẩm xét lại biến cố 1956.

11-2-1989: Mặt Trận Tân Tháng Ba đề nghị Hội Nghị Quốc Dân giữa đảng cầm quyền với các đảng đối lập nhưng bất thành.

15-3-1989: Hơn 75 ngàn người biểu tình ở Budapest đòi quân đội Liên Xô triệt thoái và đòi bầu cử tự do.

17-3-1989: Liên Minh Tự Do Dân Chủ phê phán đường lối của Diễn Đàn Dân Chủ là phi hiện thực.

22-3-1989: Thành lập hội nghị bàn tròn giữa các đảng đối lập.

24-3-1989: Đảng Công Nhân Xã Hội Chủ Nghĩa Hung Gia Lợi đề xướng Hội Nghị Quốc Dân với các đảng đối lập, nhưng bị các đảng đối lập từ chối.

12-4-1989: Phe cải cách giải nhiệm Janos Berecz và Janos Lukas ra khỏi Bộ chính trị, vì chống lại quyết định tái thẩm xét cuộc chính biến 1956.

15-4-1989: Phe cải cách trong đảng Công Nhân Xã Hội Hung Gia Lợi tổ chức hội nghị riêng và đòi Bộ Chính Trị tổ chức đại hội đảng bất thường.

21-4-1989: Liên Minh Thanh Niên Cộng sản bị giải tán, sau đó tái thành lập với tên là Liên Đoàn Thanh Niên, dưới ảnh hưởng của phe cải cách.

25-4-1989: Liên Xô bắt đầu triệt thoái lực lượng Hồng quân đóng tại Hung về nước.

2-5-1989: Hung Gia Lợi tháo gỡ những hàng rào sắt dọc theo biên giới với nước Áo.

20-5-1989: Phe cải cách trong đảng Công Nhân Xã Hội Hung tổ chức hội nghị riêng.

6-6-1989: Đảng cầm quyền và các đảng đối lập đồng ý tham dự Hội Nghị Hiệp Thương, nhưng đến ngày 13-6-1989 mới chính thức bắt đầu.

7-6-1989: Tối Cao Pháp Viện chính thức phục hồi danh dự cho cố Thủ tướng Imre Nagy và những người liên hệ trong cuộc chính biến 1956. Cựu Tổng bí thư Janos Kadar tự sát.

9-6-1989: Chính quyền Hung Gia Lợi quyết định ngưng xây đập thủy điện trên sông Donau.

11-6-1989: Đảng Nhân Dân tổ chức đại hội kiện toàn đảng lần thứ nhất.

16-6-1989: Cố Thủ Tướng Imre Nagy được phục hồi danh dự trong buổi lễ cải táng với 250 ngàn người tham dự.

23-6-1989: Đảng Công Nhân Xã Hội Chủ Nghĩa Hung Gia Lợi bầu Miklos Nemeth làm Chủ tịch đảng, từ bỏ con đường vô sản chuyên chính, chọn Imre Poszgay làm ứng cử viên Tổng Thống.

1-7-1989: Janos Berecz tập họp những đảng viên khuynh tả trong phe trung gian lập ra Lực Lượng Đổi Mới Hung Gia Lợi.

11-7-1989: Tổng thống Hoa Kỳ George Bush viếng thăm Hung Gia Lợi.

11-7-1989: 500 người Đông Đức chạy qua biên giới Hung xin tỵ nạn chính trị.

5-8-1989: Nhóm Diễn Đàn Dân Chủ thắng lớn trong cuộc bầu cử bổ khuyết dân biểu quốc hội.

16-8-1989: Đảng Công Nhân Xã Hội Chủ Nghĩa Hung chính thức công bố quan điểm cho rằng việc đàn áp cuộc nổi dậy của quần chúng Tiệp tại thủ đô Prague vào mùa xuân-1968 là sai lầm.

21-8-1989: Liên Đoàn Thanh Niên Dân Chủ Hung Gia Lợi cử đại diện tham dự lễ kỷ niệm chính biến Praha tại thủ đô Tiệp Khắc.

1-9-1989: Đảng Công Nhân Xã Hội Chủ Nghĩa Hung quyết định tách rời cơ chế đảng ra khỏi nhà nước.

10-9-1989: Chính quyền Hung cho người dân Đông Đức đi tỵ nạn sang Tây Đức.

18-9-1989: Hội Nghị Hiệp Thương tan vỡ vì bất đồng quan điểm về phương thức tổ chức bầu cử Tổng Thống.

6-10-1989: Đảng Công Nhân Xã Hội Chủ Nghĩa Hung tổ chức Đại Hội bất thường, đổi tên thành đảng Xã Hội, loại Karoly Grosz ra khỏi Bộ chính trị.

23-10-1989: Quốc hội Hung Gia Lợi công bố tu chính hiến pháp, đổi tên nước thành Cộng Hòa Hung Gia Lợi, thành lập chính thể Cộng Hòa. Hơn 80 ngàn người biểu tình để tưởng niệm những người đã hy sinh trong biến cố 1956.

26-11-1989: Trưng cầu dân ý về việc bầu cử Tổng thống theo hình thức trực tiếp hay gián tiếp.

26-1-1990: Tổng thống Tiệp là Vaclav Havel diễn thuyết tại quốc hội Hung Gia Lợi, đề xướng việc ba nước Hung, Tiệp và Ba Lan họp thượng đỉnh.

25-3-1990: Tổ chức tổng tuyển cử tự do lần thứ nhất.

8-4-1990: Tổ chức tổng tuyển cử lần hai. Diễn Đàn Dân Chủ về nhất chiếm 164 ghế, đảng Xã Hội (cựu cộng sản cải cách) chỉ chiếm được 33 ghế.

23-5-1990: Nội các Josef Antall được thành lập gồm ba nhóm liên hiệp là Diễn Đàn Dân Chủ, đảng Những Người Tiểu Nông Độc Lập, đảng Dân Chủ Thiên Chúa Giáo.

21-8-1990: Nhà văn Arpad Goncz thuộc Liên Minh Tự Do Dân Chủ được Quốc hội bầu làm Tổng thống mang tính cách biểu tượng.

11-9-1990: Thủ tướng Josef Antall công bố "Chương Trình Kinh Tế Để Canh Tân Đất Nước" dày 220 trang lý thuyết, nhưng rất mơ hồ.

25-10-1990: Chính quyền Josef Antall tăng giá dầu 66% tạo ra làn sóng chống đối mạnh mẽ trong giới tài xế Taxi, vận chuyển, chủ hãng.

27-10-1990: Chính quyền và phía các nghiệp đoàn Taxi, Công Đoàn họp hòa giải. Chính phủ quyết định chỉ tăng giá thật thấp và không tăng thuế dầu.

12-12-1992: Thủ tướng Josef Antall bị bệnh chết, Bộ trưởng Nội vụ Peter Boross được đề cử lên làm Thủ tướng.

8-5-1994: Hung Gia Lợi tổ chức bầu cử Quốc hội đợt I. Đảng Xã Hội (cựu cộng sản cải cách) chiếm 31,48% số phiếu, Liên

Minh Tự Do Dân Chủ chiếm 19, 43%, Diễn Đàn Dân Chủ chiếm 12,04%.

29-5-1994: Bầu cử Quốc hội đợt II, đảng Xã Hội chiếm quá bán số ghế trong Quốc hội với 209 ghế (tổng số ghế Quốc hội là 384 ghế), Liên Minh Dân Chủ chỉ chiếm được 70 ghế, Diễn Đàn Dân Chủ chiếm 37 ghế.

22-6-1994: Đảng Xã Hội và Liên Minh Tự Do Dân Chủ ký hiệp ước thành lập chính quyền liên hiệp, đảng Xã hội giữ 10 bộ, Liên Minh Tự Do Dân Chủ giữ 3 bộ. Gyula Horn, Chủ tịch đảng Xã hội được bầu lên làm Thủ tướng.

Nước Đức sau thống nhất năm 1990

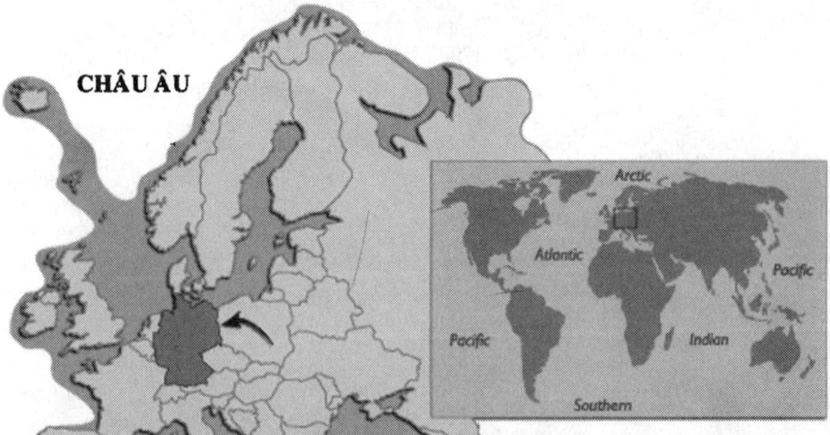

ĐỨC

CHƯƠNG IV

CUỘC CÁCH MẠNG DÂN CHỦ TẠI ĐÔNG ĐỨC

I- SƠ LƯỢC BỐI CẢNH LỊCH SỬ

Ngày 28-11-1943, Tổng thống Roosevelt (Hoa Kỳ), Thủ Tướng Churchill (Anh) và Tổng bí thư Stalin (Liên Xô) họp nhau ở Teheran để phối hợp chiến lược tấn công phe Trục (Đức, Ý và Nhật). Trong cuộc họp này, ba nước đã đưa ra nguyên tắc là ai chiếm vùng nào trước thì sẽ giữ quyền ảnh hưởng tại nơi đó. Sau cuộc hội đàm kể trên, phe Đồng Minh gồm Anh và Hoa Kỳ tấn công quân phát xít Đức và Nhật ở khắp nơi. Ngày 25-8-1943, quân Đồng Minh giải phóng thủ đô Paris. Ngày 12-9-1944, Hoa Kỳ, Anh và Liên Xô họp nhau ở London để bàn về việc phân chia thành phố Bá Linh. Ngày 17-1-1945, Liên Xô tiến vào Ba Lan và các nước Đông Âu. Ngày 4-2-1945, Anh, Hoa Kỳ và Liên Xô họp thượng đỉnh ở Yalta đồng ý cho Pháp tham gia vào lực lượng chiếm đóng Bá Linh.

Ngày 30-4-1945, Hitler tự sát, bộ chỉ huy Đức Quốc Xã tan rã, ngày 7-5, quân đội Liên Xô, Anh, Pháp và Hoa Kỳ tiến chiếm thành phố Bá Linh. Đức Quốc Xã đầu hàng vô điều kiện, toàn bộ nước Đức đặt dưới sự kiểm soát của Hoa Kỳ, Anh, Pháp và Liên Xô. Ngày 17-7, Liên Xô, Hoa Kỳ và Anh họp thượng định ở Potsdam để quyết định về việc phân chia nước Đức như sau:

a/ Nửa phía Bắc vùng cựu Đông Pomerania dành cho Liên Xô chiếm đóng, và cho đến khi hiệp ước về nước Đức được ký kết thì vùng lãnh thổ phía Đông của hai con sông Oder và Neisse được trả lại cho Ba Lan, vì đây là vùng đất của Ba Lan bị Đức chiếm từ trước. Năm 1950, Đông Đức đồng ý sự phân ranh này và chọn hai con sông Oder và Neisse làm biên giới giữa Đông Đức và Ba Lan.

b/ Những vùng lãnh thổ còn lại được đặt dưới sự chiếm đóng của bốn nước Hoa Kỳ, Anh, Pháp và Liên Xô, chia nước Đức thành hai vùng Đông và Tây. Thành phố Bá Linh nằm trong vùng Đông Đức, dưới sự kiểm soát của Liên Xô, nhưng cũng bị chia làm hai, Đông Bá Linh do Liên Xô kiểm soát, Tây Bá Linh do ba nước Hoa Kỳ, Anh và Pháp chiếm đóng.

Ngay sau Hội nghị Yalta giữa Anh, Hoa Kỳ và Liên Xô vào tháng 2-1945, thế giới bắt đầu đi vào chiều hướng lưỡng cực dưới hai ảnh hưởng của Liên Xô và Hoa Kỳ. Sau khi thiết lập ảnh hưởng của mình trên những vùng đất chiếm đóng, Stalin giới hạn chặt chẽ sự tiếp xúc giữa Liên Xô và những nước Cộng sản tại Đông Âu với thế giới bên ngoài. Chính sách bế quan tỏa cảng này đã khiến Thủ Tướng Churchill của Anh trong một bản tuyên bố ở Fulton vào ngày 5-3-1946, mô tả rằng các nước Cộng sản bị bao vây bởi một "*bức màn sắt*". Ngày 10-3-1946, ngoại trưởng của bốn nước Liên Xô, Pháp, Hoa Kỳ và Anh họp tại Moscow để giải quyết số phận của nước Đức nhưng bất thành vì sự xung đột ý kiến giữa Liên Xô và Hoa Kỳ. Tình trạng xung đột này đã đưa đến việc Stalin ra lệnh phong tỏa thành phố Bá Linh, không cho các nước Đồng Minh dùng đường bộ băng qua lãnh thổ Đông Đức để tiếp tế cho Tây Bá Linh từ ngày 23-6-1948 kéo dài đến ngày 12-5-1949. Trong thời gian này, Hoa Kỳ đã phải thiết lập cầu không vận để tiếp tế cho Tây Bá Linh.

Để giúp các nước Tây Âu và kể cả Đông Âu tái thiết những vùng bị tàn phá trong Đệ Nhị Thế Chiến, Hoa Kỳ đã đưa ra kế hoạch Marshall vào ngày 5-6-1947 (Marshall là tên của vị ngoại trưởng Hoa

Kỳ đề nghị chính sách yểm trợ vào thời đó). Ngược lại, vì muốn giữ ảnh hưởng độc nhất của mình lên các nước Cộng sản Đông Âu, Liên Xô đã ép buộc các nước này không được nhận viện trợ của Hoa Kỳ, thay vào đó, Liên Xô gom các nước Cộng sản để thành lập tổ chức COMECON (Hội Nghị Yểm Trợ Phát Triển Kinh Tế) vào ngày 5-1-1949. Chỉ có Nam Tư không tuân hành đường lối của Liên Xô, và từ lúc đó sự xung đột giữa Nam Tư và Liên Xô ngày một gia tăng.

Từ năm 1948, lãnh thổ Đức (Tây Đức) đặt dưới sự quản lý của ba nước Anh, Pháp và Hoa Kỳ đã thành lập Hội Đồng Nghị Viện nhóm họp ở Bonn để soạn thảo bản hiến pháp mới. Bản hiến pháp này được thông qua vào tháng 4-1949 và ngày 23-5-1949, Tây Đức chính thức thành lập nước Cộng Hòa Liên Bang và tổ chức cuộc tuyển cử đầu tiên sau Đệ Nhị Thế Chiến vào tháng 8. Ngày 15-9, Tiến sĩ Konrald Adenauer của đảng Dân Chủ Thiên Chúa Giáo (CDU) được bầu làm Thủ tướng đầu tiên của Tây Đức, và liên tục tái đắc cử cho đến năm 1969. Trong khi đó, phần lãnh thổ do Liên Xô chiếm đóng (Đông Đức) cũng thành lập nước Cộng Hòa Dân Chủ Đức (DDR) vào ngày 7-10-1949, dưới sự lãnh đạo của Walter Ulbricht, Tổng bí thư đảng Thống Nhất Xã Hội Chủ Nghĩa Đức.

Lúc đầu, thành phố Bá Linh tuy ở dưới hai thể chế khác nhau nhưng dân Đức vẫn có thể qua lại làm việc, mua bán... nhờ vậy mà thành phần bác sĩ, kỹ sư và ngay cả những người thợ chuyên môn ở bên Đông vẫn tìm được cơ hội để trốn qua sống bên Tây. Mặt khác lúc đó, nhà cửa và hàng tiêu dùng bên Đông rẻ hơn bên Tây nên người dân chọn nhà ở bên Đông, nhưng lại đi qua bên Tây làm việc. Đồng Đức mã bên Đông có giá trị gấp 4 đến 5 lần bên Tây khiến mọi người thích qua bên Tây mua sắm, việc này làm cho nền kinh tế bên Đông xuống dốc. Đến đầu năm 1960 số người bên Đông trốn qua Tây Đức càng lúc càng nhiều, khiến chính quyền Đông Đức vào ngày 13-8-1961 phải quyết định xây bức tường để ngăn chận làn sóng tỵ nạn.

Bức tường Bá Linh, thường được thế giới gọi là "Bức tường ô nhục", cao từ 4 đến 5 mét, dài 45 cây số cắt ngang gần 200 con đường trong thành phố, và 120 cây số bao quanh phần thành phố Tây Bá Linh tiếp giáp với Đông Đức. Để kiểm soát bức tường này, công an Đông Đức đã xây 285 chòi canh ở những khu vực trọng yếu. Trong 28 năm bức tường Bá Linh tồn tại (1961-1989) có khoảng 5 ngàn người thành công trong việc vượt bức tường trốn thoát qua phía Tây, nhưng có đến gần 200 người bị bắn chết ngay trên bờ tường hoặc khi vừa vượt qua được phía chân tường bên thành phố Tây Bá Linh.

Đông Đức luôn luôn cố cạnh tranh với Tây Đức, nhưng Tổng bí thư Ulbricht phải thú nhận là năng suất của người thợ Đông Đức chỉ bằng ¼ người thợ bên Tây Đức. Vì vậy, trong đại hội đảng Thống Nhất Xã Hội Chủ Nghĩa Đức lần thứ 6 vào năm 1963, Trung ương đảng đưa ra kế hoạch tân kinh tế: "*Hệ Thống Mới Hoạch Định và Hướng Dẫn Nền Kinh Tế Quốc Dân*". Với chính sách này Đông Đức chấp nhận nguyên lý tiền lời, cho người dân có quyền sở hữu xí nghiệp và tự quyết định vấn đề sản xuất. Đông Đức chấp nhận để cho vật giá thay đổi theo giá cả thị trường, công nhân viên ngoài tiền lương còn được tiền thưởng nếu sản xuất có lời, điều này đã kích thích sự sản xuất của người lao động nên nền kinh tế của Đông Đức tiến hơn các nước xã hội chủ nghĩa khác vào thời đó.

Ngoài ra, Đông Đức cho các xí nghiệp được tự vay mượn vốn ngân hàng trung ương để đầu tư, nhưng nếu hàng tồn kho vượt quá quy định của kế hoạch, xí nghiệp phải trả thêm một số phân lời nhiều hơn lãi suất bình thường. Biện pháp này nhằm buộc các ban quản trị xí nghiệp phải chịu trách nhiệm về vấn đề lời lỗ của xí nghiệp khi vay vốn. Nhờ những chính sách này nên từ thập niên 60 đến 70, nền kinh tế Đông Đức khá ổn định so với các nước trong vùng và nổi bật về lãnh vực thể dục đối với thế giới. Nhưng đến tháng 5-1971, khi Erich Honecker lên thay thế Walter Ulbricht trong vai trò Tổng bí thư đảng Thống Nhất Xã Hội Chủ Nghĩa Đức, kiêm luôn chức Chủ tịch nhà nước Cộng Hòa Dân Chủ Đức, ông ta đã áp dụng trở lại nguyên tắc trung ương tập quyền, hủy bỏ tất cả những kế hoạch cải tổ của Ulbricht.

Trong cuộc bầu cử Quốc hội Tây Đức vào tháng 10-1969, liên minh hai đảng Xã Hội Dân Chủ (SPD) và Tự Do Dân Chủ (FDP) thắng lớn. Hai nhóm này liên kết thành lập chính quyền, đề cử Willy Brandt làm Thủ tướng. Thủ tướng Willy Brandt cho nối lại quan hệ ngoại giao với Liên Xô và Ba Lan. Sau khi chính thức bang giao với Ba Lan vào tháng 12-1970, Tây Đức bắt đầu mở những cuộc đối thoại với Đông Đức và giúp nước này phát triển kinh tế. Từ năm 1971, Tây Đức đã viện trợ cho Đông Đức mỗi năm lên đến 2 tỷ Mỹ kim dưới hình thức bồi hoàn cho Đông Đức phí tổng xây cất, tân trang và bảo trì con đường xa lộ chạy từ Tây Đức ngang qua lãnh thổ Đông Đức để vào thành phố Tây Bá Linh, hoặc trả tiền xử lý rác ở Tây Bá Linh, và tiền thuế nhập cảnh của người Tây Đức sang Đông Đức. Nhờ những nguồn viện trợ này mà Đông Đức có được một số ngoại tệ lớn để thanh toán các khoản khiếm hụt mậu dịch và không bị nợ ngoại trái ngập đầu như các nước Ba Lan và Hung Gia Lợi.

Đến tháng 12-1972, hai quốc gia Đông và Tây Đức ký văn kiện xác nhận việc tôn trọng chủ quyền của nhau, và công nhận sự hợp pháp của hai nước (hai quốc gia trong một nước Đức). Sau đó, Tây Đức đã vận động các nước Tây phương ủng hộ văn kiện này, nhờ vậy mà Hoa Kỳ, Gia Nã Đại và nhiều nước khác đã thiết lập quan hệ ngoại giao với Đông Đức. Việc đến gần Tây Đức của Honecker đã bị Liên Xô coi như kẻ xé rào trong khối xã hội chủ nghĩa và sự kình chống giữa Đông Đức và Liên Xô bắt đầu bùng nổ từ đó. Sự xung đột giữa Đông Đức và Liên Xô bộc phát lớn từ thập niên 80, khi Liên Xô thất bại trong việc lôi kéo Đông Đức cùng ngăn chặn việc Hoa Kỳ và khối NATO đặt hỏa tiễn tầm trung tại Tây Đức. Honecker muốn cải thiện quan hệ với Tây Đức để mong có được viện trợ kinh tế, nhưng Liên Xô luôn luôn chống đối và tìm cách ngăn chặn mọi nỗ lực đến gần Tây Đức của Đông Đức. Sự kiện này đã khiến Honecker phải đình hoãn chuyến viếng thăm Tây Đức dự trù vào năm 1984.

Mặt khác, để cạnh tranh kinh tế với Tây Đức, từ đầu thập niên 80, sau Đại hội đảng Thống Nhất Xã Hội Chủ Nghĩa Đức lần thứ 10 (1981), Honecker ban hành chính sách "*phát triển kinh tế theo chiều sâu xã hội chủ nghĩa*" (Sozialistiche Intensivierung) mà mục tiêu nhắm tới là tăng cường đầu tư kỹ thuật để gia tăng năng suất của các xí nghiệp. Theo chính sách này, Honecker cho sát nhập nhiều xí nghiệp quốc doanh để thành lập gần 200 đại tổ hợp công ty đa ngành, cho ban giám đốc của các đại tổ hợp được nhiều quyền tự trị về ngoại thương cũng như đầu tư vào nghiên cứu, phát minh. Mặc dù trên lý thuyết, Đông Đức cho các đại tổ hợp công ty được quyền tự quản, nhưng các chính sách kinh doanh sản xuất vẫn do trung ương chỉ đạo, vì vậy mà giá cả và các mặt hàng sản xuất đã không đủ linh động thích ứng theo các điều kiện thị trường nên luôn luôn bị thua lỗ.

Ngoài ra, chính sách trung ương tập quyền đã khiến người dân không còn ham muốn làm việc, nạn tham nhũng cửa quyền phổ biến ở mọi cấp, khiến cho nền kinh tế liên tục phá sản, tạo ra tình trạng bất mãn trong quần chúng. Trên lý thuyết, hiến pháp Đông Đức quy định người dân làm chủ đất nước, nhưng trên thực tế mọi quyền lực đều nằm trong tay một thiểu số trong Bộ chính trị của đảng Thống Nhất Xã Hội Chủ Nghĩa. Cùng lúc, những cải cách chính trị bùng nổ ở Ba Lan và Hung Gia Lợi đã làm cho ngọn gió dân chủ thổi ngược lại Đông Đức, khiến cho người dân bắt đầu có những nỗ lực phản kháng từ hình thức phủ nhận một số chính sách do chính quyền đưa ra cho đến việc đình công, lãn công, đòi hỏi cải cách lan rộng ở nhiều nơi.

Trước tình hình như trên, Honecker và Bộ chính trị đảng Thống Nhất Xã Hội Chủ Nghĩa Đức vẫn ngoan cố, tiếp tục duy trì chính sách bế quan, thụ động không chịu "*đổi mới*", mặc dù Gorbachev có đưa ra lời khuyến cáo mạnh mẽ: "Wer zu spat kommt, den bestraft das Leben" (kẻ nào chậm trễ sẽ phải đền mạng!). Thực ra, Honecker và Bộ chính trị theo dõi rất kỹ các biến cố ở Ba Lan và Hung Gia Lợi, nhưng tự ái, cho là nếu thay đổi thì hóa ra Đông Đức đi theo con đường dân chủ hóa như Tây Đức, mất bản chất xã hội chủ nghĩa của Đông Đức, vì vậy Honecker chủ trương không làm theo Gorbachev, cho rằng Đông Đức đã cải cách xong không cần phải làm việc này. Sự ngoan cố và cố chấp của Honecker trước làn sóng đòi dân chủ ở các nước lân cận dâng cao đã làm cho cục diện chính trị tại Đông Đức thay đổi.

Đầu năm 1988, trong buổi lễ truy điệu những người lãnh đạo đảng Thống Nhất Xã Hội Chủ Nghĩa Đức (đảng Cộng sản Đông Đức) bị ám sát chết vào năm 1919, một số thanh niên đã cầm biểu ngữ hô câu "*hãy trả tự do cho những người không suy nghĩ giống mình*". Mật vụ Đông Đức đã đàn áp, bắt giữ một số trí thức và sinh viên. Những người bị bắt sau đó bị đuổi sang Tây Đức, nhưng sự kiện này lại tái bộc phát vào mùa thu năm 1988, khi nhà cầm quyền Đông Đức cấm lưu hành một tạp chí phát hành ở Liên Xô trình bày về một số cải cách của nước này. Sự kiện trên đã làm cho quần chúng, nhất là giới trí thức bất mãn. Từ đó, ở mọi góc đường, tiệm ăn, công trường cho đến xí nghiệp, dân Đông Đức tụ tập nói xấu chế độ, cũng như tỏ thái độ bất mãn về tình trạng độc tài của đảng Thống Nhất Xã Hội Chủ Nghĩa Đức.

II- NHỮNG DIỄN BIẾN CHÍNH TRỊ

CHỐNG BẦU CỬ GIAN LẬN

Ngày 8-5-1989, Đông Đức tổ chức bầu cử Hội đồng nhân dân địa phương. Giống như những lần tổ chức trước đây, mọi ứng viên đều phải được Mặt Trận Quốc Dân tuyển chọn, lập danh sách, người dân chỉ có nhiệm vụ khoanh tròn tên những người đã được hướng dẫn trước. Trong kỳ bầu cử lần này, ngoài những đảng phái nằm trong Mặt Trận Quốc Dân (gồm đảng Thống Nhất Xã Hội Chủ Nghĩa (đảng cầm quyền) và 4 tổ chức ngoại vi là đảng Tự Do Dân Chủ, đảng Dân Chủ, đảng Dân Chủ Thiên Chúa Giáo Đồng Minh và đảng Nông Dân Đồng Minh Đức) được đưa người ra ứng cử, Đông Đức còn mở rộng cho một số ứng viên của 5 tổ chức quần chúng khác tham gia. Năm tổ chức này là Nghiệp Đoàn Tự Do Đức, Liên Minh Thanh Niên Tự Do Đức, Liên Minh Phụ Nữ Dân Chủ, Liên Minh Văn Hóa, không nằm trong Mặt Trận Quốc Dân, nhưng hoạt động trong khuôn khổ cho phép của đảng Thống Nhất Xã Hội Chủ Nghĩa Đức.

Do tác động của biến cố Ba Lan và Hung Gia Lợi, dân Đông Đức đã bắt đầu ý thức về quyền sử dụng lá phiếu của mình nên đa số cử tri đã gạch chéo, loại bỏ tên các ứng viên do Mặt Trận Quốc Dân Đức đưa ra, và chỉ khoanh tròn một số ứng viên của 5 tổ chức quần chúng không trong Mặt Trận Quốc Dân. Khi công bố kết quả, chính quyền Đông Đức đã nguỵ tạo cho hầu hết các ứng viên của những đảng nằm trong Mặt Trận Quốc Dân trúng cử với số phiếu từ 90% đến 97%. Trước sự kiện gian lận và tráo trở này, quần chúng, sinh viên và giới trí thức đã cùng nhau tụ tập biểu tình tại các khu phố lớn Đông Bá Linh để phản đối.

Ngày 12-5, một phái đoàn đại diện đoàn biểu tình đến trao thỉnh nguyện thư tại trụ sở Quốc hội để yêu cầu hủy bỏ kết quả cuộc bầu cử, đã bị lực lượng công an đàn áp và bắt giữ 150 người trong đoàn biểu tình. Sự kiện này đã làm dân chúng ở Đông Bá Linh phẫn nộ và quyết định chọn ngày 8 mỗi tháng làm ngày xuống đường đòi tự do dân chủ. Mặc dù không khí chống đối đã tiềm ẩn trong mọi thành phần quần chúng, nhưng cuộc biểu tình hàng tháng ở Đông Bá Linh chưa tạo được ảnh hưởng sâu rộng ở các thành phố khác, và chính quyền Đông Đức tìm đủ mọi cách để ém nhẹm sự kiện này.

DÂN ĐÔNG ĐỨC VƯỢT BIÊN GIỚI XIN TỴ NẠN

Ngày 2-5-1989, Hung Gia Lợi mở cửa biên giới với nước Áo. Hung là quốc gia đầu tiên trong khối Cộng sản Đông Âu cũ mở cửa biên giới cho người dân qua lại với khối Tây Âu. Lợi dụng sự kiện này, từ tháng 6 đến tháng 8, hàng trăm gia đình ở Đông Đức lấy cớ đi nghỉ hè đã tràn ngập tại các cửa biên giới với Hung Gia Lợi và Tiệp Khắc, xin vượt tuyến qua nước Áo để tỵ nạn chính trị tại Tây Đức. Trước sự kiện này, Hung Gia Lợi, Tiệp Khắc mở các cuộc hội nghị với Đông Đức nhằm tìm biện pháp giải quyết, nhưng trong khi hai bên chưa có chính sách cụ thể thì chính quyền Hung Gia Lợi và Tiệp Khắc đã ngầm cho người Đông Đức chạy vào sứ quán Tây Đức tại Budapest và Prague.

Tin tức này được nhanh chóng loan tải ngược lại Đông Đức khiến cho mỗi ngày có hàng ngàn người Đông Đức chạy qua Hung để xin tỵ nạn tại Tây Đức. Cho đến tháng 9, chính quyền Honecker vẫn chưa có một đối sách cụ thể, nên Hung Gia Lợi quyết định cho người tỵ nạn Đông Đức di chuyển sang Tây Đức, qua ngả nước Áo. Từ ngày 30-9 đến 4-10, hơn 17 ngàn người Đông Đức di chuyển sang Tây Đức bằng xe lửa băng qua hai nước Ba Lan và Tiệp Khắc. Đặc biệt là đêm mồng 4 tháng 10, 6 chuyến xe lửa chở 11 ngàn người tỵ nạn Đông Đức đã rời thủ đô Prague, Tiệp Khắc, thực hiện cuộc hành trình băng ngang qua lãnh thổ Đông Đức để vào Tây Đức. Việc băng ngang lãnh thổ Đông Đức là một thoả thuận ngầm giữa các quốc gia liên hệ, nhằm đỡ làm mất mặt chính quyền Đông Đức. Nó cho người ta hiểu rằng, những người tỵ nạn đã được trao trả cho Đông Đức, rồi sau đó, Đông Đức cho họ sang Tây Đức vì lý do nhân đạo. Trong đêm này, công an Đông Đức bố trí đầy khắp các ga xe lửa nơi đoàn xe đi qua để ngăn chặn những người dân Đông Đức bất chấp nguy hiểm, tìm cách nhảy bám vào các toa xe. Trong khi đó, sứ quán Tây Đức tại Tiệp Khắc, Ba Lan, Bulgaria và Hung Gia Lợi, đã phải báo động vì không còn chỗ chứa những người Đông Đức tìm cách leo rào vào sứ quán để xin tỵ nạn chính trị.

Để ngăn chặn làn sóng tỵ nạn, chính quyền Đông Đức cho đóng cửa biên giới phía Tiệp Khắc; nhưng dân chúng bất chấp, tiếp tục đổ dồn về phía biên giới Hung. Ngoài ra, chính quyền Đông Đức huy động khoảng 100 công an bao vây sứ quán Hoa Kỳ tại Đông Bá Linh để ngăn chặn dân chúng chạy vào sứ quán xin tỵ nạn chính trị. Có khoảng 18 người đã chạy lọt vào bên trong tòa đại sứ Hoa Kỳ, nhưng Đông Đức không cho xuất cảnh. Tình trạng trên đã đặt Đông Đức ở vào tình thế vô cùng khó khăn: Hoặc để ngăn chận đoàn người tỵ nạn thì phải ra lệnh cấm tất cả dân chúng Đông Đức không được đi du lịch sang các nước xã hội chủ nghĩa anh em. Hoặc là nhắm mắt làm ngơ để cho dân ào ạt trốn ra nước ngoài. Đến ngày 4-11, Đông Đức quyết định mở cửa biên giới Hung, cho dân Đông Đức "tự do" tỵ nạn sang Tây Đức, và ngày 9-11, quyết định mở cửa biên giới phía Tây Đức.

THÀNH PHỐ LEIPZIG KHỞI ĐỘNG CUỘC ĐẤU TRANH

Leipzig là thành phố công nghiệp hóa học nổi tiếng của Đông Đức, nhưng rất cũ, trang thiết bị quá lạc hậu. Ngoài ra, thành phố Leipzig bị ô nhiễm môi sinh rất nặng nên đã phát sinh ra nhiều chứng bệnh hiểm nghèo. Vài năm trước đó, để xoa dịu sự bất mãn của người dân, chính quyền Đông Đức tung ra kế hoạch chống ô nhiễm môi sinh, chỉnh trang thành phố và nhà ở cho dân, nhưng chỉ làm lấy lệ rồi thổi phồng trên mặt báo. Tình trạng này đã làm cho dân chúng tại Leipzig bất mãn và khi làn sóng người Đông Đức chạy sang các nước Hung Gia Lợi, Tiệp Khắc để xin tỵ nạn tại Tây Đức, việc này đã tạo sức bật cho quần chúng nổi dậy mạnh mẽ hơn.

Tối thứ hai 27- 9, trí thức, sinh viên và công nhân tại thành phố Leipzig bắt đầu cuộc biểu tình đòi chính quyền trả lại quyền lực đúng nghĩa cho nhân dân. Họ đã chọn tối thứ hai hàng tuần, sau thánh lễ ở nhà thờ Tin Lành để tụ tập biểu tình tại công trường Karl Marx. Ngày 9-10, hơn 80 ngàn người đã tràn ra khắp các trục lộ giao thông ở Leipzig để tham gia cuộc biểu tình tuần hành. Đây là cuộc biểu tình đầu tiên và lớn nhất, kể từ khi đảng Cộng sản Đông Đức đàn áp cuộc nổi dậy của giai cấp công nhân vào tháng 6 năm 1953. Các đơn vị công an phối hợp với lực lượng mật vụ của Bộ nội vụ đã đàn áp để giải tán đoàn biểu tình. Việc đàn áp xảy ra ở nhiều nơi, đặc biệt như trong khuôn viên thánh đường Gethsemane, St. Nikolai... song vẫn không ngăn cản được làn sóng người xuống đường. Để tránh tin tức về cuộc đàn áp có thể bị tiết lộ ra thế giới bên ngoài, công an Đông Đức ngăn cấm phóng viên và ký giả ngoại quốc di chuyển đến những nơi có biểu tình. Nhưng cuộc biểu tình của 80 ngàn người tại Leipzig vẫn được loan tải rộng rãi trên thế giới tạo một chấn động lớn trong dư luận.

Lúc đó, Gorbachev tỏ ra khá lúng túng trước tin tức người dân Đông Đức lũ lượt chạy sang Tây Đức tỵ nạn và sự kiện 80 ngàn người biểu tình tại thành phố Leipzig, nhưng phải miễn cưỡng tuyên bố: "Những vấn đề của Đông Đức phải được giải quyết bởi chính Đông Bá Linh, chứ không phải bởi Mạc Tư Khoa". Mặt khác, khi báo chí Tây phương hỏi quan điểm của Liên Xô về những biến động ở Đông Đức, phát ngôn viên Bộ ngoại giao Liên Xô đã phải nói kiểu nước đôi: "Đối với những biến động tại Đông Đức, chúng ta hãy chờ và nhìn xem chuyện gì sẽ xảy ra. Liên Xô cũng có những vấn đề của mình cần phải được quan tâm giải quyết".

Một tuần sau, vào tối thứ hai 16-10, số người xuống đường lên đến 150 ngàn người. Đến ngày 23-10 sau khi Honecker tuyên bố từ chức số người biểu tình lên đến 200 ngàn người, rồi nửa triệu người vào ngày 6-11. Khí thế của cuộc biểu tình tại Leipzig đã lan rộng một cách nhanh chóng đến những thành phố lớn như Dresden, Berlin, Potsdam...

CÁC TỔ CHỨC CHỐNG CHÍNH QUYỀN XUẤT HIỆN

Trong khi quần chúng Đông Bá Linh biểu tình chống bầu cử gian lận, thì ngày 10-9-1989, Nữ sĩ Barbel Bohley cùng với 29 trí thức, văn nghệ sĩ thành lập "Diễn Đàn Mới" (Neues Forum) đòi tự do sinh hoạt chính trị và tự do ngôn luận. Sau khi cuộc biểu tình ở Leipzig bùng nổ thì có thêm hai tổ chức đấu tranh khác ra đời gồm nhóm Dân Chủ Thức Tỉnh (Democratic Awakening) và nhóm Sáng Kiến Cho Hòa Bình và Nhân Quyền (Initiative For Peace and Human Rights), dưới sự hậu thuẫn tích cực của Giáo hội Tin Lành. Trong ba nhóm kể trên, nhóm Diễn Đàn Mới mạnh nhất, quy tụ 25 ngàn thành viên tại 14 thành phố lớn ở Đông Đức. Lúc đầu, nhóm "Diễn Đàn Mới" được sự hậu thuẫn mạnh mẽ của dân chúng, sinh viên, trí thức, như một lực lượng chính trị quần chúng để đối kháng với nhà nước Cộng sản Đông Đức, nhưng Barbel Bohley đã phủ nhận chức năng này mà chỉ muốn duy trì Diễn Đàn Mới như một diễn đàn tư tưởng.

Các nhóm chống chính quyền tuy có mục tiêu chung là đòi tự do dân chủ, nhưng lại có quá nhiều dị biệt về đường lối đấu tranh. Những nhóm dựa vào hệ thống Giáo Hội Tin Lành không dám đi quá xa, họ rất thận trọng trong việc chống đối chế độ, với chủ trương đạt một thỏa hiệp để chính quyền Cộng sản Đông Đức cho phép một số người chống chế độ được phép hoạt động. Trong khi đó Giáo Hội Tin Lành tuy hậu thuẫn tích cực cho các nhóm nhưng lại không có điều kiện quy tụ các nhóm để tạo một lực đối đầu mạnh mẽ với chế độ. Nhóm Diễn Đàn Mới thì không chủ trương lật đổ chế độ, gồm những người tranh đấu được kết hợp lại một cách lỏng lẻo, chỉ đưa ra đường lối chung chung, đòi hỏi đối thoại thực sự giữa chính quyền và nhân dân, nhưng lại không trình bày được một sáng kiến nào về cải cách để buộc chính quyền thực hiện.

Song song, các nhóm chống chính quyền tại Đông Đức đã không có một khuôn mặt nào có tầm vóc như Lech Walesa của Ba Lan hay Vaclav Havel của Tiệp Khắc để lãnh đạo phong trào đấu tranh. Đây là điểm đặc thù của Đông Đức. Sở dĩ có tình trạng này là vì trong quá khứ, những người có thành tích đấu tranh đã bị đảng Cộng sản Đông Đức xem là nguy hiểm cho chế độ, đều bị đẩy đi sống lưu vong. Cho nên điểm đặc biệt cuả Phong trào đấu tranh tại Đông Đức là tập hợp chung của nhiều tổ chức, cá nhân cùng tham gia lãnh đạo phong trào chứ không quy về một tổ chức nào như trường hợp Công Đoàn Đoàn Kết ở Ba Lan, Diễn Đàn Dân Sự ở Tiệp Khắc hay Diễn Đàn Dân Chủ ở Hung Gia Lợi. Nhờ sự phối hợp đa dạng của nhiều tổ chức, nên phong trào đấu tranh đã vận động được sức dân tham dự vào các cuộc biểu tình một cách đông đảo chưa từng có. Đây là đặc điểm của phong trào quần chúng tự phát. Nhưng vì các tổ chức chống đối thiếu khuôn mặt lãnh đạo có tầm vóc nên đã không chiếm được ưu thế trong cuộc Tổng tuyển cử sau đó. Ngoại trừ đảng Cộng sản, những tổ chức, đảng phái chiếm ưu thế trong cuộc tổng tuyển cử đều nhờ vào cái bóng của các tổ chức liên đới bên Tây Đức.

TỔNG BÍ THƯ HONECKER TỪ CHỨC

Ngày 7-10-1989, Đông Đức tổ chức kỷ niệm 40 năm ngày thành lập Cộng Hòa Dân Chủ Đức. Erich Honecker tổ chức ăn mừng rất quy mô tại Đông Bá Linh, và mời rất nhiều lãnh tụ đảng Cộng sản các nước đến tham dự như để biểu dương sức mạnh của ông ta và đảng Cộng sản Đông Đức trước sự thoái trào của các đảng Cộng sản ở Ba Lan, Hung Gia Lợi và Tiệp Khắc vào lúc đó. Lợi dụng dịp tổ chức này, công nhân, sinh viên và giới trí thức đã xuống đường cầm biểu ngữ đòi Honecker từ chức. Mật vụ Đông Bá Linh được lệnh đàn áp thẳng tay, khiến hàng chục người bị thiệt mạng và hàng trăm người bị bắt. Cuộc đàn áp này đã gây chấn động dư luận, chính Gorbachev đã can thiệp và yêu cầu Honecker phải "đổi mới" thể chế.

Ngày 16-10, hơn 150 ngàn người biểu tình rầm rộ tại thành phố Leipzig để chống đối hành động đàn áp của công an ở Đông Bá Linh. Ngày 18-10, Bộ chính trị đảng Thống Nhất Xã Hội Chủ Nghĩa Đức nhóm họp chấp thuận cho Honecker từ chức chủ tịch Nhà Nước vì lý do sức khỏe. Nhưng do một số áp lực trong nội bộ Đảng, Bộ chính trị đã thu hồi tất cả những chức vụ khác trong đảng của Honecker. Tuy vậy, dân chúng Đông Đức vẫn chưa hài lòng. Công nhân và giới trí thức vẫn tiếp tục biểu tình đòi đem Honecker ra tòa xét xử về tội đã ra lệnh bắn vào những người Đông Đức vượt bức tường Bá Linh tỵ nạn và tội biển thủ công quỹ của gia đình Honecker. Để xoa dịu những phẫn hận của quần chúng, ngày 23-11-1989, Trung ương đảng Thống Nhất Xã Hội Chủ Nghĩa chỉ thị cho Ban kiểm tra trung ương đảng mở cuộc điều tra về gia đình Honecker. Đến ngày 3-12, Trung ương đảng quyết định khai trừ Erich Honecker ra khỏi đảng. Ngày 29-1-1990, Honecker bị bắt để điều tra, nhưng được phóng thích sau đó.

Cuối năm 1990, Erich Honecker bí mật chạy sang Liên Xô và lẩn trốn trong sứ quán Chí Lợi ở Mạc Tư Khoa. Sau khi Liên Xô sụp đổ vào tháng 12-1991, Honecker quyết định xin tỵ nạn chính trị, nhưng bị chính quyền thống nhất Đức đòi dẫn độ về Bá Linh để chịu cuộc xét xử về những tội ác đã gây ra trong thời gian cầm quyền. Một hồ sơ khởi tố dày 800 trang của toà án liên bang cáo buộc Honecker 49 tội trạng liên quan đến các vụ khủng bố ám sát các nhân vật đối lập, ra lệnh xây cất và gài chất nổ dọc theo bức tường Bá Linh, gây thiệt mạng cho 350 người tìm tự do, cướp đoạt của công gần 9 triệu Mỹ kim để phục vụ cho nhu cầu cá nhân...

Erich Honecker kỳ vọng vào bàn tay che chở của Clodomiro Almeyda, đại sứ Chí Lợi, vì ông này đã được Honecker cho tỵ nạn chính trị tại Đông Đức khi ông hoạt động chống lại nhà độc tài Chí Lợi Pinochet trước đây. Tuy nhiên, Bộ Ngoại Giao Chí Lợi không đồng ý và triệu hồi đại sứ Clodomiro Almeyda về nước. Cuối cùng Honecker đã bị dẫn độ về Đức năm 1992, ra tòa vài lần, nhưng vì sức khỏe của Honecker quá suy yếu nên ngày 12-1-1993, chính quyền thống nhất Đức xếp hồ sơ truy tố và cho Honecker tỵ nạn chính trị tại Chí Lợi. Honecker sang sống với gia đình người con gái ở thủ đô Chí Lợi San Diego và từ trần ngày 29-5-1994.

BỨC TƯỜNG BÁ LINH SỤP ĐỔ

Ngay sau khi Honecker từ chức Tổng bí thư, Hội Nghị Lần Thứ 9 của Ban chấp hành Trung ương Đảng Thống Nhất Xã Hội Chủ Nghĩa Đức nhóm họp đã đề cử Egon Krenz lên thay thế. Egon Krenz đã từng làm Bí thư Đoàn Thanh Niên Tự Do Đức trong nhiều năm giống như Honecker, thuộc phe giáo điều. Egon Krenz bị quần chúng tiếp tục chống đối mạnh mẽ, bởi vì Egon Krenz là người chịu trách nhiệm việc tổ chức và tráo phiếu trong cuộc bầu cử Hội đồng Nhân dân địa phương vào tháng 5-1989, và cũng là người đánh điện văn chúc mừng nhà cầm quyền Trung Quốc sau khi Bắc Kinh dẹp xong vụ nổi dậy của sinh viên ở quảng trường Thiên An Môn vào đầu tháng 6-1989. Dù vậy, ngày 24-10, Quốc hội Đông Đức bỏ phiếu bầu Egon Krenz làm Chủ tịch nước.

Egon Krenz tiếp tục đường lối của Honecker và ra lệnh cho mật vụ khủng bố và đàn áp những người lãnh đạo các phong trào biểu tình. Egon Krenz còn loại những đảng viên đòi hỏi cải cách ra khỏi đảng, khiến cho nội bộ đảng bắt đầu phân hóa. Các cơ sở đảng đã ra kiến nghị phê phán sự bảo thủ và ngoan cố của Bộ chính trị, nhiều đảng viên bỏ sinh hoạt khiến cho cơ sở đảng lúc này rơi vào tình trạng tê liệt. Vì vậy, tại Hội nghị lần thứ 10 của Ban chấp hành Trung ương đảng Thống Nhất Xã Hội Chủ Nghĩa nhóm họp vào ngày 8-11-1989, những cán bộ lãnh đạo trong Bộ chính trị từ chức. Egon Krenz miễn cưỡng chấp nhận đối thoại với các lực lượng quần chúng chống đảng để cải thiện tình hình.

Phần lớn những đòi hỏi của phong trào chống đối vào giai đoạn đó là yêu cầu chính quyền Egon Krenz phải giải quyết nạn tham nhũng và đưa những cựu viên chức nhà nước đảng viên tham ô ra tòa, đòi giải tán lực lượng mật vụ và tách rời đảng ra khỏi các cơ chế quốc gia. Đặc biệt vào thời điểm đó, hầu hết các cơ quan truyền thông của

Đông Đức bắt đầu ngả về phía quần chúng, loan tải các cuộc biểu tình nhiều hơn và vạch trần những câu chuyện tham nhũng, hối lộ của các viên chức nhà nước và phê phán cán bộ nhà nước cũng như đòi hỏi sự đối thoại nghiêm chỉnh giữa nhà nước với các lực lượng quần chúng đấu tranh. Áp lực đấu tranh của quần chúng được sự hậu thuẫn của các cơ quan truyền thông đã đẩy chế độ Egon Krenz rơi vào sự lúng túng và phải lần lượt nhượng bộ những đòi hỏi của các nhóm biểu tình.

Nương theo sự lúng túng này, các phong trào quần chúng đưa ra yêu sách là ngày nào chính quyền Đông Đức chưa gỡ bỏ bức tường Bá Linh, ngày đó chưa chứng tỏ thực tâm đối thoại để xây dựng nền chính trị dân chủ. Những áp lực này cộng với tình trạng hàng ngàn dân chúng vượt biên giới chạy sang Tây Đức tỵ nạn đã làm cho bộ phận lãnh đạo đảng rơi vào tình trạng tiến thoái lưỡng nan. Cuối cùng, sau cuộc họp ngắn, Trung ương đảng Thống Nhất Xã Hội Chủ Nghĩa Đức cho phổ biến một bản thông cáo đọc trên đài truyền hình vào lúc 6 giờ 57 phút tối ngày mồng 9-11-1989. Nội dung tuyên cáo rất ngắn gọn nhưng tạo sự phấn khởi không chỉ cho người dân Đức mà cho cả thế giới, là chính quyền Đông Đức chấp thuận cho người dân được tự do qua Tây Đức một cách vô điều kiện. Sự kiện này mang ý nghĩa là bức tường Bá Linh sụp đổ.

Sau khi tin này loan ra, đa số quần chúng Đông Đức còn bán tin bán nghi, vì họ có quá nhiều kinh nghiệm về những gian xảo của chế độ trong quá khứ. Đến 10 giờ đêm, một số dân chúng kéo nhau ra các cổng kiểm soát giữa Đông và Tây Bá Linh để coi thực hư như thế nào. Lúc đầu công an Đông Đức vẫn kiểm soát giấy thông hành ra vào Đông và Tây Bá Linh, nhưng khi số người tụ tập càng lúc càng đông và phản đối hành động xét giấy của công an, thì đến 11 giờ, lực lượng công an tự động biến mất. Đến nửa đêm, hơn 200 ngàn người ở bên Đông cũng như bên Tây thành phố Bá Linh tụ tập quanh bức tường, reo hò vui mừng ngày bức tường chính thức bị phá bỏ.

Ngay hôm sau ngày bức tường Bá Linh được mở cửa, vào ngày 10-11, tại thành phố Leipzig, hơn 500 ngàn công nhân, dân chúng, trí thức và cả một số đảng viên chủ trương cải cách trong đảng Thống Nhất Xã Hội Chủ Nghĩa Đức tham gia cuộc biểu tình quy mô đòi

Tổng bí thư Egon Krenz từ chức chủ tịch Nhà nước. Cũng từ cuộc biểu tình này, khẩu hiệu được đưa ra và sử dụng thống nhất trên cả nước là "*thống nhất nước Đức*". Ngày 13-11-1989, chính quyền Cộng sản Đông Đức đã đưa một nhân vật tương đối ôn hòa là Hans Modrow lên làm Thủ tướng. Nhưng vào thời gian đó, tình hình Đông Đức như đàn ong vỡ tổ, mọi sinh hoạt ở trong tình trạng vô chính phủ. Nhân viên nhà nước lo thủ thân, không dám lấy bất cứ quyết định gì, trong khi đó mọi sinh hoạt bị dừng lại, và người ta chỉ còn bàn tính chuyện đi biểu tình mà thôi. Hầu hết các nhà máy, công trường ngưng hoạt động, công nhân viên, quần chúng, sinh viên tụ tập chế diễu chế độ và hô khẩu hiệu đòi thống nhất nước đất nước.

LIÊN XÔ CHỐNG ĐỐI ĐỀ NGHỊ THỐNG NHẤT NƯỚC ĐỨC CỦA TÂY ĐỨC

Ngày 28-11, nhân chuyến viếng thăm thành phố Desden (Đông Đức) theo lời mời của chính quyền Đông Đức, Thủ tướng Tây Đức Helmut Kohl đã đưa đề nghị 10 điểm để tiến đến việc tái thống nhất nước Đức, do đảng Dân Chủ Thiên Chúa Giáo Tây Đức soạn thảo. Nhưng Egon Hrenz phản ứng một cách tiêu cực và nói với Thủ tướng Kohl rằng tình hình chính trị Đông Đức hiện chưa thuận tiện để suy nghĩ đến vấn đề này. Vào lúc đó, Liên Xô cũng không tán đồng đề nghị tái thống nhất nước Đức của Thủ tướng Kohl. Nikolai Portugalav, cố vấn Trung ương đảng cộng sản Liên Xô, tuyên bố với báo chí ngoại quốc rằng: "*trước tình hình chính trị hiện nay, Âu Châu không thể dễ dàng chấp nhận một nước Đức thống nhất. Sự liên hiệp và cơ cấu Liên bang là hai vấn đề hoàn toàn khác biệt. Liên bang trong một quốc gia không thể đặt thành chương trình nghị sự để bàn cãi. Tuy nhiên vấn đề có thể thương thảo là sự hình thành một cơ cấu liên bang, theo đó hai quốc gia Đức có những mối quan hệ mật thiết với nhau*".

Mặt khác, trong chuyến viếng thăm Ý Đại Lợi vào ngày 20-11, Gorbachev đã trả lời báo chí Tây phương về việc thống nhất nước Đức như sau: "*Hãy còn quá sớm để đề cập đến chuyện thống nhất nước Đức và triệt tiêu lực lượng quân sự của hai khối (NATO và WARSAW) tại đây*" . Đến ngày 5-12-1989, Ngoại trưởng Liên Xô Eduard Shevardnadze lên tiếng chỉ trích đề nghị của Thủ tướng Kohl.

Thông tấn xã TASS cũng phổ biến bài bình luận có đoạn như sau: "*Việc đề nghị tái thống nhất vào lúc này chỉ làm gia tăng thêm sự rối loạn hiện nay ở Đông Đức. Liên Xô tiếp tục duy trì tình hữu nghị với Đông Đức và khẳng định rằng những giải pháp đưa ra bởi Tây Đức sẽ làm phương hại đến quyền lợi chủ yếu của Liên Xô tại nơi đây*".

ĐẢNG THỐNG NHẤT XÃ HỘI CHỦ NGHĨA ĐỨC PHÂN RÃ

Ngày 1-12-1989, Quốc hội Đông Đức biểu quyết với đa số phiếu, hủy bỏ điều khoản áp đặt vai trò lãnh đạo nhà nước và xã hội của đảng Thống Nhất Xã Hội Chủ Nghĩa Đức. Trong khi đó, từ khi Honecker từ chức vào tháng 10-1989, đảng Thống Nhất Xã Hội Chủ Nghĩa Đức có đến 2 triệu 300 ngàn đảng viên, vậy mà chỉ hai tháng sau, khi những cuộc biểu tình của quần chúng bộc phát ở khắp nơi, số đảng viên bỏ đảng đã lên đến hơn 1 triệu người. Cho đến tháng 11-1989, số đảng viên còn lại khoảng 1 triệu 200 ngàn người, nhưng rất ít tham gia sinh hoạt. Trước tình trạng bi thảm này, trong Hội nghị bất thường của Trung ương đảng vào ngày 3-12, Tổng bí thư Egon Krenz, Bộ chính trị và Trung ương đảng tuyên bố từ chức và quyết định triệu tập đại hội đại biểu khẩn cấp để giải quyết nhu cầu chấn chỉnh nội bộ nhằm duy trì sự tồn tại của đảng. Đại hội đảng bất thường khai mạc vào ngày 8-12-1989 đã biểu quyết thay đổi cơ cấu tổ chức bằng cách bãi bỏ cơ chế Trung ương đảng, Bộ chính trị, chỉ giữ lại hai trách vụ Chủ tịch và Tổng bí thư đảng. Quyết định này nhằm loại bỏ hình thức dân chủ tập trung cũng như mô hình tổ chức đảng của thời Stalin, với mục tiêu mở rộng sinh hoạt dân chủ trong đảng. Đại hội đã bầu Gregor Gysi, 41 tuổi, lên làm Chủ tịch đảng thay thế Egon Krenz. Gregor Gysi nguyên là thủ lãnh Luật sư đoàn dưới thời Honecker, có nhiệm vụ (trên nguyên tắc) chấn chỉnh lại nội bộ đảng.

Đại hội cũng bàn đến vấn đề thay đổi tên đảng sao cho phù hợp với hoàn cảnh mới, nhưng nội bộ đã phân làm hai nhóm chủ trương hai tên khác nhau. Một nhóm thì chủ trương sử dụng tên cũ là đảng Thống Nhất Xã Hội Chủ Nghĩa (SED), nhóm khác thì đề nghị thay thế chữ Thống Nhất thành Dân Chủ, gọi là đảng Dân Chủ Xã Hội Chủ Nghĩa Đức (PDS), nhưng không có kết luận chung cuộc. Vì không muốn làm phân rã đảng, nên đại hội đã không biểu quyết tên đảng mà để cho hai nhóm tùy nghi sử dụng. Đây là dấu hiệu cuối cùng của sự hợp nhất.

Đầu năm 1990, một sự kiện khác thường xảy ra là đài tưởng niệm những người lính Liên Xô ở vùng ngoại ô thành phố Bá Linh bị phá hoại. Từ trước đến giờ, đài tưởng niệm là khu vực bất khả xâm phạm, nhưng nay lại bị phá hoại, cho thấy phong trào đấu tranh của quần chúng đã không dừng lại ở việc chống chính phủ Đông Đức mà còn chống lại Liên Xô. Nhân sự kiện này, đảng Thống Nhất Xã Hội Chủ Nghĩa Đức muốn lấy lòng Liên Xô, và cũng muốn đo lường mức độ hậu thuẫn của quần chúng đối với chính quyền nên đã tổ chức một cuộc biểu tình lên án hành động phá hoại tượng đài; nhưng cuộc biểu tình hoàn toàn thất bại vì chỉ có rất ít đảng viên tham gia, còn quần chúng thì không một ai còn quan tâm.

Sự thất bại trong việc tổ chức cuộc biểu tình ủng hộ Liên Xô đã làm cho nội bộ đảng phân hóa ngày một thêm trầm trọng. Nhóm chủ trương giữ tên đảng như cũ đòi hỏi bộ phận lãnh đạo đảng phải giữ quyền lực độc tôn của đảng bằng mọi giá để ổn định chính trị, trong khi nhóm khác thì đòi phải thay đổi cơ chế chính quyền cũ, tạo điều kiện tái lập một nền dân chủ mới. Từ đó trong đảng xuất hiện một số nhóm khác đề nghị thay đổi Cương lĩnh đảng cho phù hợp bối cảnh mới. Trước tình thế đó, Gregor Gysi đã phải triệu tập đại hội đảng để giải quyết đường lối chính trị mới cho đảng.

Đại hội đảng được tổ chức vào ba ngày cuối tháng 2-1990, quyết định không thể tiếp tục dùng hai tên đảng trong một đảng mà đồng ý đổi tên đảng là Dân Chủ Xã Hội Chủ Nghĩa (PDS). Sau đó, một nhóm khuynh tả trong đảng PDS đã tách ra cùng với một thành phần tả khuynh ngoài đảng, liên kết thành lập đảng Xã Hội Dân Chủ Đức (SPD), cùng tên với một đảng tả khuynh bên Tây Đức. Mục tiêu của nhóm này là muốn tìm sự hậu thuẫn của đảng Xã Hội Dân Chủ bên Tây Đức để có phương tiện hoạt động.

VẤN ĐỀ TRIỆT THOÁI QUÂN ĐỘI LIÊN XÔ VÀ ĐỒNG MINH

Tháng 2-1990, 4 nước Hoa Kỳ, Anh, Pháp và Liên Xô đã họp cùng với đại diện chính quyền Đông Đức và Tây Đức để thảo luận về một số nguyên tắc trong việc thống nhất nước Đức. Đây là những cuộc hội nghị trên danh nghĩa 2+4 (Zwei plus Vier), nghĩa là 2 nước Đức và 4 nước chiếm đóng. Trong hội nghị này, vấn đề triệt thoái quân đội của các nước đang đóng tại Đức đã được đề cập đến. Liên Xô đòi hỏi Tây Đức phải chịu phí tổn cho việc triệt thoái 309 ngàn Hồng Quân và 200 ngàn thân nhân liên hệ về Liên Xô. Ngoài ra, Liên Xô cũng cho biết là phải kéo dài thời gian triệt thoái thì Liên Xô mới giải quyết được vấn đề nhà ở và công ăn việc làm cho những người này. Sau đó, Liên Xô và Tây Đức đã tổ chức những hội nghị chuyên môn để giải quyết vấn đề nói trên. Kết quả Tây Đức phải chi cho Liên Xô 20 tỷ Đức mã và cuộc triệt thoái kéo dài trong 4 năm.

Tháng 9-1990, các nước ký bản Hiệp ước Thống Nhất Nước Đức trong đó có ghi những thoả thuận giữa Liên Xô và Tây Đức về vấn đề triệt thoái, và thêm điều khoản là các nước Anh, Pháp, Hoa Kỳ có quyền để quân đội của mình trú đóng tại Đức thêm 4 năm. Ngày 31-8-1994, buổi lễ chấm dứt việc triệt thoái quân đội Liên Xô cũ đã được tổ chức tại thành phố Bá Linh với sự tham dự của Tổng thống Cộng hòa Nga Boris Yeltsin và Thủ tướng Đức Helmut Kohl. Sau buổi lễ triệt thoái quân đội Liên Xô cũ, ngày 8 tháng 9 năm 1994, quân đội Đồng Minh của ba nước Anh, Pháp và Hoa Kỳ cũng chính thức triệt thoái ra khỏi nước Đức qua một buổi lễ tổ chức tại Bá Linh. Trong buổi lễ này có sự tham dự của Thủ tướng Anh Mayor, Tổng thống Pháp Mitterand và Ngoại trưởng Hoa Kỳ Christopher, gần 100 ngàn dân chúng Đức từ các nơi đã đổ về để xem quân đội Đồng Minh diễn hành lần cuối cùng tại cổng Brandenburg.

Trong khi đó, từ cuối năm 1989, các cuộc biểu tình quy mô đòi thống nhất nước Đức đã diễn ra hàng ngày tại thành phố Leipzig và những đe dọa đình công, bãi công bao trùm lên các thành phố lớn. Thủ tướng Hans Modrow bị đặt vào thế phải xúc tiến gấp việc thống nhất nếu không muốn nhìn thấy tình trạng tan rã của Đông Đức. Lúc đầu Thủ Tướng Hans Modrow dự định ngày 6-5-1990 sẽ tổ chức cuộc tổng tuyển cử tự do đầu tiên, nhưng vì tình hình kinh tế - xã hội ngày càng suy đồi quá nhanh, nên sau khi hội họp với đại diện của 9 nhóm quần chúng đấu tranh vào ngày 29-1-1990, Thủ tướng Modrow tuyên bố chọn ngày 28- 3 làm ngày bầu cử tự do. Tuyên bố xong, Thủ tướng

Modrow bay đi Mạc Tư Khoa để trình bày về những khó khăn và ý định thống nhất nước Đức của mình cho Gorbachev. Gorbachev bật đèn xanh cho Modrow bằng phát biểu:"Việc thống nhất nước Đức không phải là điều không thể xảy ra và ai cũng nghĩ đó là nguyên tắc bình thường".

THỐNG NHẤT TIỀN TỆ GIỮA ĐÔNG VÀ TÂY

Trong đề nghị 10 điểm để tiến đến việc tái thống nhất, Tây Đức chủ trương phải thống nhất tiền tệ giữa Đông và Tây Đức trước, vì hai lý do:

- Một là sau khi bức tường Bá Linh sụp đổ, hàng ngày có hàng ngàn người từ bên Đông chạy qua sống và tìm việc làm bên Tây. Chỉ riêng từ tháng 10-1989 đến tháng 1-1990 có hơn 300 ngàn người Đông Đức di dân sang Tây Đức tạo một gánh nặng xã hội cho Tây Đức. Vì vậy, Tây Đức muốn thống nhất tiền tệ trước để ngăn chặn đà di dân từ bên Đông.

- Hai là sự thống nhất tiền tệ còn giúp cho Tây Đức dễ dàng đưa những khung sườn pháp lý như chế độ thuế khóa, lao động, dịch vụ... bên Tây, áp dụng bên Đông, nâng sinh hoạt xã hội hai bên lên gần nhau, để khi thống nhất không bị nhiều ngăn cách. Ngày 23-1-1990, Thủ tướng Helmut Kohl đã đưa ra dự án thống nhất tiền tệ qua năm giai đoạn như sau:

Giai Đoạn I: Trước khi thực hiện tổng tuyển cử tự do, Đông Đức sẽ cải sửa luật lệ và hiến pháp để công nhận quyền tư hữu và tự do kinh doanh. Song song, Đông Đức bãi bỏ những luật lệ ràng buộc sự độc chiếm của nhà nước trong lãnh vực mậu dịch với nước ngoài, cũng như cải tổ luật thuế khóa để tăng cường sự tranh đua đầu tư của người dân và từ bên ngoài.

Giai Đoạn II: Đông Đức tiến hành việc giải tư các xí nghiệp quốc doanh cho đến ngày 30-9-1990.

Giai Đoạn III: Bãi bỏ nguyên tắc kinh tế hoạch định, đồng thời bãi bỏ chế độ bao cấp giá cho đến tháng 1-1992.

Giai Đoạn IV: Bắt đầu cho người dân có thể trao đổi hai đồng Đức Mã giữa Đông và Tây.

Giai Đoạn V: Tất cả đồng Đức Mã bên Đông sẽ đổi để sử dụng đồng Đức Mã bên Tây, bãi bỏ quyền phát hành giấy bạc của Ngân hàng Quốc Gia Đông Đức. Áp dụng chế độ tiền tệ thống nhất trên cả nước theo chính sách tiền tệ của Tây Đức.

Vào lúc đó, dự án này gặp khá nhiều sự chỉ trích của giới ngân hàng và chuyên môn bên Tây Đức. Họ cho là liệu sự thống nhất tiền tệ vội vã giữa Đông và Tây có giải quyết rốt ráo vấn đề kinh tế của bên Đông hay không? Một số dẫn chứng đưa ra về nguyên nhân chính yếu của tình trạng khó khăn lúc bấy giờ trong nền kinh tế của Đông Đức là: 1) Năng xuất của một người thợ bên Đông không bằng một nửa người thợ bên Tây Đức; 2) Thị trường chứng khoán bên Đông Đức suy thoái tạo ra tình trạng thiếu hụt tư bản một cách trầm trọng; 3) Nhà nước độc chiếm mọi lãnh vực khiến cho mọi hoạt động kinh tế mất khả năng cạnh tranh, kể cả lãnh vực mậu dịch ngoại quốc... Do đó, sự thống nhất tiền tệ vội vã giữa Đông và Tây chỉ tạo thêm khủng hoảng cho cả hai bên. Các giới này đề nghị là trước khi đi vào tiến trình thống nhất tiền tệ, điều cần thiết là Đông Đức phải công nhận tự do kinh doanh, quyền tư hữu, tiền lời các trương mục ký thác ở ngân hàng...

Sau khi thâu nhận những ý kiến đóng góp của các giới chuyên môn, ngày 7-2-1990, chính quyền Tây Đức đã quyết định kế hoạch thống nhất tiền tệ giữa Đông và Tây đặt trên tiền đề cải cách nền kinh tế Đông Đức, và đẩy mạnh sự chuyển hướng sang nền kinh tế thị trường của nước này. Ngày 13 và 14-2, Thủ tướng Hans Modrow của Đông Đức đã bay sang Bonn thảo luận với Thủ tướng Helmut Kohl về kế hoạch thống nhất tiền tệ lần chót, hai bên ký thông cáo chung đồng ý tiến hành dự án thống nhất tiền tệ do Tây Đức đưa ra. Chính quyền bên Tây cũng đã yêu cầu Thủ tướng Modrow phải chuẩn bị một số luật lệ để tiến hành dự án này song song với việc cải cách kinh tế, qua những điều kiện như sau: 1) Công nhận quyền tự do kinh doanh; 2) Công nhận quyền tư hữu tài sản không giới hạn; 3) Mở rộng tự do đầu tư; 4) Cải cách chế độ thuế khóa, vật giá để ổn định sinh hoạt xã hội.

Để giúp Đông Đức thực hiện các cải tổ này, Tây Đức cũng đã khuyến khích tư nhân đầu tư sang phiá Đông trên dưới 20 tỷ Đức Mã để tạo ra khoảng vài chục ngàn công việc cho người dân Đông Đức. Sau khi ký xong văn kiện thống nhất tiền tệ với Đông Đức, Thủ tướng Helmut Kohl đã bay đi Mạc Tư Khoa, Paris và Hoa Thịnh Đốn hầu giải thích về kế hoạch thống nhất nước Đức và tìm sự ủng hộ của Tổng Thống Gorbachev, Mitterand và George Bush. Ngày 19-2-1990, hội nghị chuyên môn giữa Đông và Tây Đức nhóm họp để thảo luận chi tiết về tiến trình thi hành việc thống nhất tiền tệ. Sau đó, ngày 1-7-1990, hai nước đã chính thức thực hiện kế hoạch thống nhất tiền tệ.

TÌNH HÌNH VÔ CHÍNH PHỦ CỦA ĐÔNG ĐỨC

Sau khi thống nhất tiền tệ được một tháng, vật giá bên Đông được nâng lên gần bằng bên Tây. Nghĩa là giá của những loại thực phẩm như bánh mì, sữa, tăng cao trong khi giá những hàng tiêu dùng có tính xa xỉ phẩm như cà phê, đồ điện gia dụng... thì giảm. Do đó, cuộc sống của người dân Đông Đức gặp khá nhiều khó khăn, và nạn thất nghiệp ngày một gia tăng. Cho đến cuối tháng 8-1990, tỷ số thất nghiệp trên cả nước Đông Đức lên đến 10%. Mặt khác, việc thống nhất tiền tệ cũng đã làm ảnh hưởng đến hoạt động của các xí nghiệp công nghiệp và nông nghiệp.

Trước hết, cho đến tháng 5-1990, Đông Đức có vào khoảng 8 ngàn xí nghiệp quốc doanh, nhưng sau khi thống nhất tiền tệ, các xí nghiệp này được cải tổ thành công ty. Tất cả những công ty này đều được quản trị bởi một cơ chế cấp quốc gia, gọi là Ngân hàng Tín Dụng. Ngân Hàng Tín Dụng được thành lập dưới thời nội các Thủ tướng Hans Modrow vào tháng 1-1990, có nhiệm vụ quản trị những số tiền thu được từ việc giải tư các xí nghiệp quốc doanh, và lập kế hoạch trang trải các chi phí cho việc tái phối trí nền kinh tế Đông Đức. Theo dự tính của chính quyền Tây Đức thì cho đến giữa năm 1990, Ngân Hàng Tín Dụng này sẽ có khoảng 7 tỷ Đức Mã thu được từ việc giải tư một số xí nghiệp quốc doanh. Tuy nhiên, theo báo chí cho biết thì một tháng sau khi thống nhất tiền tệ, vì phải trả tiền lương và tiền điều hành những xí nghiệp quốc doanh còn lại, số tiền dự thâu kể trên đã hết sạch.

Ngoài ra, sau khi chuyển hướng từ kinh tế hoạch định sang kinh tế thị trường, nhiều xí nghiệp Đông Đức đã không có khả năng cạnh tranh với hàng hóa phía Tây Đức. Hầu hết các xí nghiệp không bán được hàng, không thu được tiền, phải sa thải nhân công, khiến cho sinh hoạt kinh tế bị hỗn loạn. Trong khi đó, sự hứa hẹn đầu tư ào ạt từ bên Tây sang cũng đã không tiến triển như ý muốn, trong 8 ngàn xí nghiệp quốc doanh do Ngân Hàng Tín Dụng quản trị chỉ bán được 12 công ty, thu được 800 triệu Đức Mã, trong khi con số nợ tích lũy mà Đông Đức cần thanh toán lên đến 108 tỷ Đức Mã vào thời đó.

Tình trạng này đã làm cho các xí nghiệp bên Đông không thể liên doanh với bên Tây, khiến cho tình trạng sản xuất bên Đông càng ngày càng sút giảm. Tình trạng nông nghiệp của Đông Đức cũng đối diện với sự bế tắc cùng cực, gần một nửa nông dân rời bỏ hợp tác xã đi buôn quanh bán quẩn kiếm sống. Có thể nói là trong thời gian đầu, sau khi thống nhất tiền tệ, Đông Đức càng ngày càng trực diện trước vấn đề khủng hoảng kinh tế, chính trị không lối thoát. Hàng ngày có từ 1.000 đến 1.500 người rời bỏ Đông Đức chạy sang Tây Đức hoặc các nước lân cận. Sản xuất trong các xí nghiệp tê liệt, ngay cả những cơ quan phụ trách về an ninh như cảnh sát, quân đội cũng bắt đầu chểnh mảng, không kể đến những cơ sở hành chánh, y tế... tự động đóng cửa.

Mặc dù vậy, trong thời gian đầu năm 1990, có đến 70% dân chúng Đông Đức còn muốn giữ nước này như một quốc gia và chưa muốn sớm được sát nhập với Tây Đức. Lý do là họ sợ không hưởng được những trợ cấp của nhà nước sau 40 năm làm việc ở Đông Đức. Tuy nhiên tình trạng kinh tế ngày một suy sụp khiến họ không còn hy vọng gì nơi chế độ Đông Đức, nên từ đó mới nảy sinh hai khuynh hướng: Một là vứt bỏ tất cả chạy tỵ nạn sang Tây Đức lập lại cuộc đời mới; Hai là sát nhập sớm vào Tây Đức để có một cuộc cải tổ mới.

Lợi dụng khung cảnh vô chính phủ, xã hội rối loạn, người dân phập phồng lo âu cho tương lai, một số thành phần cực hữu làm sống lại phong trào quốc gia cực đoan theo kiểu Phát Xít Đức ngày xưa với khẩu hiệu bài trừ ngoại quốc và chống chủ nghĩa cộng sản. Nhóm cực hữu này đã tạo ra những vụ đánh đập, bắn giết những người lao động đến từ Ba Lan, kể cả công nhân hợp tác Việt Nam tại một số thành phố. Tình trạng đó đã đưa Đông Đức rơi vào khúc quanh nguy hiểm với nhiều nan đề vượt ra ngoài vòng kiểm soát và giải quyết của chính quyền Hans Modrow. Ngoài những bất ổn kể trên, chính quyền Đông Đức còn phải đối phó với sự vùng dậy của nông dân đòi lại ruộng đất của họ đang bị xung vào các hợp tác xã nông nghiệp của chính quyền.

TỔNG TUYỂN CỬ TỰ DO

Theo dự định lúc đầu, Đông Đức sẽ tổ chức cuộc tổng tuyển cử tự do vào tháng 9-1990, nhưng vì tình hình ngày một khó khăn, chính trị bất ổn, kinh tế phá sản, và áp lực quần chúng ngày một lên cao, nên đảng Dân Chủ Xã Hội Chủ Nghĩa Đức và chính quyền Hans Modrow phải gấp rút xúc tiến cuộc bầu cử tự do vào ngày 18-3-1990. Đây có thể coi như một cảnh làm đám cưới để chạy tang.

Cuộc tuyển cử này bầu ra 400 ghế quốc hội (gọi là Nghị Hội Nhân Dân). Phương thức tái thống nhất hai nước là đề tài tranh luận của các đảng phái trong cuộc bầu cử này. Ngoài ra, bên Tây Đức cũng đã móc nối những thành phần ở phía Đông đứng ra lập một số tổ chức có liên hệ với Tây Đức, để ra ứng cử. Đặc biệt là Liên Minh của đảng Dân Chủ Thiên Chúa Giáo và Xã Hội Thiên Chúa Giáo (CDU-CSU) bên Tây đã cung cấp tiền bạc và phương tiện giúp cho đảng Dân Chủ Thiên Chúa Giáo bên Đông ra tranh cử với một lực lượng rất hùng hậu.

Dĩ nhiên cuộc bầu cử đã đưa đến kết quả như tại nhiều nước Cộng sản ở trong khối Đông Âu cũ là các đảng chống chính quyền Đông Đức như đảng Dân Chủ Thiên Chúa Giáo, đảng Xanh, Đảng Dân Chủ Tỉnh Thức, Liên Minh Dân Chủ Tự Do, Liên Đoàn Xã Hội Đức chiếm quá bán trong Quốc hội. Trong khi đó, đảng Dân Chủ Xã Hội, thuộc nhóm cực tả của cựu đảng Cộng sản Đông Đức nhờ được sự hậu thuẫn của đảng SPD bên Tây Đức nên chiếm được 21% số phiếu, còn đảng Dân Chủ Xã Hội Chủ Nghĩa Đức của phe chủ trương cải cách trong cựu đảng Cộng sản Đông Đức, chỉ chiếm được 16% số phiếu. Lothar De Maizière, Chủ tịch đảng Dân Chủ Thiên Chúa Giáo Đông

Đức được Quốc hội đề cử làm Thủ tướng không cộng sản đầu tiên sau 40 năm thống trị của đảng Cộng sản Đông Đức, để thành lập chính phủ liên hiệp với đảng Dân Chủ Xã Hội.

Ngày 9-4-1990, Thủ tướng Lothar De Maizière công bố danh sách tân nội các liên hiệp. Đảng Dân Chủ Thiên Chúa Giáo chiếm 11 ghế trong số 24 ghế Bộ trưởng, đảng Dân Chủ Xã Hội chiếm 7 ghế. Sáu ghế còn lại chia ra như sau: ba ghế cho Liên Minh Dân Chủ Tự Do, 2 ghế cho Liên Đoàn Xã Hội Đức và 1 ghế cho đảng Dân Chủ Tỉnh Thức. Điều làm nhiều người ngạc nhiên vào lúc đó là Thủ tướng Lothar De Maizière đã đề cử Markus Meckel (Chủ tịch đảng Dân Chủ Xã Hội, vừa mới thay thế Ibrabhin Boehme phải từ chức vì dính líu vào các vụ đàn áp biểu tình trong năm 1989) làm Bộ trưởng Ngoại giao. Sáu chức Bộ trưởng còn lại mà đảng Dân Chủ Xã Hội nắm giữ là Thương mại, Tài chánh, Lao động và Xã hội, Truyền thông, Canh nông, Nghiên cứu và Kỹ thuật. Peter Michel Diestal, Tổng thư ký Liên Đoàn Xã Hội Đức giữ chức Bộ trưởng Nội vụ. Mục sư Rainer Eppelmann, chủ tịch đảng Dân Chủ Tỉnh Thức được chọn làm Bộ trưởng Quốc phòng và Giải trừ quân bị.

THẢO LUẬN TIẾN TRÌNH TÁI THỐNG NHẤT NƯỚC ĐỨC

Vào ngày 1-2-1990, nhân thảo luận với Tây Đức về việc thống nhất tiền tệ, Thủ tướng Hans Modrow đã đề nghị tiến trình tái thống nhất nước Đức chia làm bốn giai đoạn như sau:

Giai Đoạn I: Hai nước Đông và Tây Đức sẽ ký kết một số điều ước để tiến hành việc thống nhất từng lãnh vực.

Giai Đoạn II: Hai nước sẽ thống nhất hoàn toàn, nhưng mỗi nước vẫn giữ chủ quyền riêng. Nghĩa là dân chúng và các cơ chế xã hội được thống nhất nhưng quyền điều hành quốc gia vẫn duy trì biệt lập.

Giai Đoạn III: Chủ quyền của hai nước sẽ được giao lại cho Ủy ban lãnh đạo thống nhất hai nước, và cơ chế chính quyền hai nước sẽ bãi bỏ sau đó.

Giai Đoạn IV: Thực hiện cuộc tổng tuyển cử thống nhất để thành lập chính quyền thống nhất theo nguyện vọng của người dân.

Trong khi tiến hành 4 giai đoạn kể trên, hai nước phải giữ thái độ trung lập về quân sự: Đông Đức sẽ rút ra khỏi Tổ Chức Hiệp Ước Warsaw (WTO) và Tây Đức rút ra khỏi Tổ Chức Hiệp Ước Bắc Đại Tây Dương (NATO). Thực ra những đề nghị của Hans Modrow đưa ra một phần lấy từ những đề nghị của bên Tây Đức và đã được Gorbachev đồng ý khi Hans Modrow viếng thăm Liên Xô vào ngày 30-1-1990. Đề nghị của Đông Đức là muốn hai nước có tư thế ngang nhau khi thống nhất, trong khi Tây Đức thì chủ trương Đông Đức chỉ là một phần lãnh thổ và sát nhập vào nước Tây Đức. Do đó, Tây Đức không có nhu cầu phải rời khỏi khối NATO. Vấn đề này đã trở thành sự tranh cãi giữa các đảng phái của hai phía. Nhưng trong cuộc tổng tuyển cử tự do vào ngày 18-3, những đảng phái có cùng quan điểm với Tây Đức chiếm đa số trong Quốc hội Đông Đức và lại chủ trương thống nhất nhanh, nên mọi quá trình thảo luận sau đó đã tiến hành tốt đẹp.

Sau khi nhậm chức Thủ tướng, De Maizière đã tích cực liên lạc với Thủ tướng Helmut Kohl của Tây Đức để thảo luận chi tiết về các thủ tục thống nhất. Ngày 31-8-1990, chính phủ hai bên đã ký: "Điều Ước Thống Nhất Quốc Gia" dày 900 trang, gồm một số nội dung căn bản như sau:

- Tất cả những tiểu bang của Đông Đức sẽ căn cứ vào điều 23 của hiến pháp Tây Đức, tự động sát nhập vào lãnh thổ của (Cộng Hòa Liên Bang Đức) Tây Đức.

- Thủ đô của nước Đức thống nhất đặt tại thành phố Bá Linh. Trụ sở của Quốc hội và Chính phủ Liên bang sẽ được quyết định sau khi thống nhất.

- Sáu triệu hồ sơ của người dân Đông Đức do cơ quan mật vụ Đông Đức thực hiện sẽ phải giao lại đầy đủ cho Quốc hội Liên bang để tùy nghi xử lý.

- Hành Vi Phá Thai (bên Tây Đức không công nhận, Đông Đức công nhận) sẽ được giữ nguyên cho đến khi Quốc hội thống nhất Liên bang quyết định bằng một đạo luật mới.

- Những Hiệp Ước mà Tây Đức đã ký kết với Cộng Đồng Âu Châu sẽ được áp dụng chung cho các tiểu bang ở Đông Đức sau khi thống nhất.

- Những người mua đất đai ở Đông Đức để đầu tư sẽ được luật pháp bảo vệ nếu có những tranh chấp từ những người chủ cũ hay người thừa kế các vùng đất này trước đây.

Mặt khác để phục hưng kinh tế, Tây Đức đã công bố kế hoạch và một số ngân sách nhằm tái thiết Đông Đức qua một số chương trình như sau:

- Tài trợ đầu tư phát triển trị giá 15 tỷ Đức mã.

- Tài trợ các chương trình chấn hưng các địa phương trị giá 10 tỷ Đức Mã gồm: 1) Giải quyết tình trạng ô nhiễm môi sinh; 2) Tu sửa bệnh viện, các trung tâm cộng đồng; 3) Hệ thống giao thông.

- Tài trợ việc tu sửa các chung cư trị giá 10 tỷ Đức mã.

- Tài trợ việc chấn hưng các trung tiểu xí nghiệp trị giá 13,5 tỷ Đức mã.

Cho đến khi Quốc hội hai bên chính thức phê chuẩn "Điều Ước Thống Nhất", các đảng ở hai phía đã có những cuộc tranh luận gay gắt về phương thức và thời điểm tiến hành việc thống nhất. Sự tranh luận này xảy ra khá căng thẳng ở bên Đông, trong đó đảng Dân Chủ Xã Hội đã không đồng ý với một số nội dung kể trên và tuyên bố rút ra khỏi chính phủ liên hiệp của Thủ Tướng De Maizière vào ngày 18-8-1990, khiến cho việc điều chỉnh "Điều Ước" giữa hai bên Đông và Tây Đức có lúc bị gián đoạn. Nhưng sau cùng, ngày 23-8, Quốc hội Đông Đức phê chuẩn hiệp ước thống nhất ký kết giữa Tây và Đông Đức, đồng thời bỏ phiếu chọn ngày 3-10-1990 làm ngày thống nhất hai nước.

THỐNG NHẤT NƯỚC ĐỨC

Đúng ngày 3-10-1990, căn cứ theo điều 23 của hiến pháp Cộng Hòa Liên Bang Đức (Tây Đức) 5 tiểu bang của Đông Đức tự động sát nhập vào Tây Đức nâng số tiểu bang của Cộng Hòa Liên Bang Đức lên thành 16 tiểu bang, có diện tích 356.910 cây số vuông, dân số gần 81 triệu người (1992), thủ đô đặt tại Bá Linh (cho đến năm 1993 Thủ đô vẫn đặt ở Bonn). Hiện nay Cộng Hòa Liên Bang Đức áp dụng hiến pháp của Tây Đức ban hành ngày 23-5-1949, theo chế độ cộng hòa, quốc hội gồm hai viện: Hạ Viện Liên Bang (Bundestag) gồm 662 ghế, nhiệm kỳ 4 năm, và Thượng Viện Liên Bang (Bundesrat) có 68 ghế, gồm đại biểu chính thức của các Tiểu bang. Mỗi tiểu bang được quyền đề cử từ 3 đến 6 đại biểu tùy theo tiểu bang lớn hay nhỏ.

Vào ngày đó, cả nước Đức vui mừng được thống nhất, hầu hết các nơi đều tổ chức những buổi lễ lớn nhỏ để mừng ngày thống nhất. Ngày hôm sau mồng 4-10, Quốc hội Liên bang Đức nhóm họp tại trụ sở Quốc hội cũ thời Đức Quốc Xã ở Thủ đô Bá Linh, các đảng bắt đầu cuộc tranh luận về ngân sách dành cho công cuộc tái thống nhất quốc gia. Chủ tịch đảng Dân Chủ Xã Hội (SPD) phê phán chính quyền của Thủ tướng Helmut Kohl đã không thành thực cho biết toàn bộ ngân sách phải chi cho kế hoạch tái thiết Đông Đức, mà chỉ nói từng phần để thu hút phiếu mà thôi. Để phản luận lại, Thủ Tướng Kohl đã kêu gọi dân Đức không chỉ nghĩ đến những số tiền dành cho vấn đề tái thiết Đông Đức mà còn cả những ngân khoản phải chi cho vấn đề thống nhất nước Đức, tức là những khoản nợ khác mà Tây Đức phải trả cho Đông Đức đã vay mượn trước đó. Lần đầu tiên sau khi thống nhất không đầy một tuần, Thủ tướng Helmut Kohl cho biết chính quyền Tây Đức đã phải chi khoảng 1.000 tỷ Đức mã cho việc tái thống nhất Đông Đức.

Ngày 14-10-1990, Cộng Hòa Liên Bang Đức tổ chức bầu cử quốc hội cấp tiểu bang cho các vùng thuộc cựu Đông Đức. Liên minh của đảng Dân Chủ Thiên Chúa Giáo và đảng Xã Hội Thiên Chúa Giáo của Thủ tướng Helmut Kohl chiếm số phiếu cử tri cao nhất ở 4 trong 5 tiểu bang tổ chức bầu cử. Trong khi đó những ứng viên của các đảng tả khuynh hay cựu cộng sản thất bại nặng nề, kể cả đảng Dân Chủ Xã Hội. Điều này cho thấy là quần chúng Đông Đức kỳ vọng rất nhiều vào chính sách phục hưng kinh tế sau thống nhất của chính quyền Thủ tướng Kohl và đây là điều tốt giúp cho đảng Dân Chủ Thiên Chúa Giáo chiến thắng trong kỳ bầu cử thống nhất tới.

Ngày 2-12-1990, nước Đức thống nhất đã tổ chức bầu cử Quốc hội

Liên bang đầu tiên sau hơn 30 năm chia cắt. Hai tuần trước bầu cử, Bộ trưởng Tài chánh của chính quyền Liên bang tuyên bố rằng con số thâm thủng ngân sách dự tính trong năm 1991 khoảng 35 tỷ Đức mã, nay có thể tăng lên là 140 tỷ Đức Mã. Đây là con số quá lớn nằm ngoài dự tưởng của mọi người nên đã tạo ra sự tranh luận gay gắt giữa các đảng trong lúc tranh cử. Để trấn an cử tri, đảng Dân Chủ Thiên Chúa Giáo của Thủ tướng Helmut Kohl đã phải khẩn cấp ra bản tuyên bố không tăng thuế. Đảng Dân Chủ Tự Do (tham gia chính quyền liên hiệp với đảng Dân Chủ Thiên Chúa Giáo) chủ trương không tăng thuế nhưng tăng cường các biện pháp tăng thuế ở các xí nghiệp bên phía Đông hơn là cho chế độ ưu đãi về thuế.

Kết quả cuộc bầu cử thống nhất như sau: Liên minh Dân chủ Thiên Chúa Giáo và đảng Xã hội Thiên Chúa Giáo, chiếm 319 ghế đạt tỷ lệ 43,8% phiếu; đảng Dân Chủ Tự Do (FDP) được 79 ghế, chiếm tỷ lệ 11% phiếu. Hai đảng này đã liên hiệp thành lập chính quyền và chiếm quá bán trong quốc hội với 398 ghế. Trong khi đó, đảng Dân Chủ Xã Hội (SPD) được 239 ghế, chiếm 33,5%; đảng Xanh thất bại từ 49 ghế xuống còn có 8 ghế, chiếm tỷ lệ 5,1%; đảng Dân Chủ Xã Hội PDS (cựu cộng sản) chỉ được 17 ghế, chiếm 2,4%.

Ngày 20-6-1991, Quốc hội Liên Bang Đức bỏ phiếu biểu quyết về việc di chuyển trụ sở Chính phủ và Quốc hội Liên bang về thành phố Bá Linh. Trước đây, trong Điều Ước Thống Nhất có ghi rõ là Thủ đô sẽ đặt tại Bá Linh nhưng không xác định rõ trụ sở của Chính phủ và Quốc hội sẽ đặt ở Bonn hay là Bá Linh. Cuộc bỏ phiếu không căn cứ trên đảng phái mà thực hiện theo sự quyết định của mỗi dân biểu. Kết quả có 337 phiếu đồng ý di chuyển về Bá Linh trong khi có 320 phiếu muốn giữ nguyên trụ sở ở Bonn. Sự chọn lựa giữa Bonn và Bá Linh của hai bên đã có những lý do của nó. Nhóm chủ trương giữ nguyên trụ sở ở Bonn cho rằng việc di chuyển sẽ làm cho ngân sách Liên bang thêm tốn kém trong khi đã bị thâm thủng quá nhiều cho việc tài trợ các chương trình tái thiết năm tiểu bang bên Đông Đức. Trong khi nhóm chủ trương di chuyển về Bá Linh nhằm hai mục tiêu: 1/Tạo cầu liên đới giữa hai vùng Đông và Tây sau hơn 30 năm chia cắt và 2/Trực diện với sự khó khăn kinh tế của bên Đông để có những quyết định chính xác giúp cho các vùng bên Đông mau chóng phục hồi.

Lúc đó, thành phố Bá Linh cũng đã đặt kế hoạch chỉnh trang gấp rút, xóa bỏ tất cả tên các con đường mang âm hưởng xã hội chủ nghĩa như công trường Lênin, đường Hồ Chí Minh... bằng tên của những vị anh hùng dân tộc Đức trước Thế Chiến Thứ Hai. Đến năm 2000, tất cả những văn phòng chính phủ, Quốc hội đã dọn chính thức về thủ đô Bá Linh.

KHỦNG HOẢNG TÀI CHÁNH SAU KHI THỐNG NHẤT

Vào thời điểm năm 1990, Tổng Sản Lượng Quốc Gia (GNP) của Tây Đức tăng 4%, trong khi GNP của Đông Đức giảm 16%. Điều này cho thấy là vào thời điểm thống nhất, nền kinh tế Đông Đức bị coi như phá sản.

Vào năm 1991, GNP của Cộng Hòa Liên Bang Đức chỉ đạt 1,5%. Nếu tính riêng cho bên Tây Đức thì GNP (1990) từ 4% giảm xuống còn 2,5% (1991). Trong khi đó tại Đông Đức, do sự chuyển hướng từ nền kinh tế tập trung sang cơ chế thị trường tuy có tạo ra rối loạn nhưng có dấu hiệu khôi phục trở lại khi GNP (1990) từ trừ 16% đã nâng lên trừ 10%. Lý do là nhờ các ngành mậu dịch, tiểu thương, giao thông, dịch vụ và xây dựng bắt đầu hồi phục trở lại và nhờ số tiền đầu tư vào Đông Đức từ 5 tỷ Đức Mã (1990) tăng lên gấp ba lần, khoảng 15 tỷ Đức Mã (1991).

Mặt khác, sau khi thống nhất, Đông Đức phơi bày ra toàn bộ nền kinh tế đổ nát mà trước đó không ai có thể đánh giá đúng mức độ trầm trọng như vậy. Nhà máy cũ kỹ, trang thiết bị lạc hậu, môi sinh ô nhiễm, công nhân không có tay nghề, lười biếng... Khi bước vào nền kinh tế thị trường mà phẩm chất và giá cả hàng hóa giữ vai trò quyết định thì toàn bộ những nhà máy này không thích hợp và phải đóng cửa. Con số thất nghiệp tại Đông Đức trong hai năm đầu sau khi thống nhất lên đến 2 triệu 600 ngàn người, nâng tổng số thất nghiệp trên cả nước Đức lên hơn 3 triệu người vào giữa năm 1992. Cơ quan quản trị tài sản quốc gia lãnh phần giải tư hơn 4.000 xí nghiệp quốc doanh tại Đông Đức. Chương trình này tiến hành rất chậm, mỗi năm đem lại cho ngân sách khoảng 7 tỷ Mỹ kim. Trong khi đó, chính quyền Liên Bang phải nhận lãnh món nợ cũ của Đông Đức cao gấp 10 lần số tiền trên, tức 70 tỷ Mỹ kim. Triển vọng của việc giải tư cũng rất mù mịt, những xí nghiệp nào còn sử dụng được đã bán, còn lại những xí nghiệp cũ kỹ chỉ thích hợp để vào bảo tàng viện, ghi nhớ một thời phá hoại của chủ nghĩa cộng sản mà thôi.

Giải quyết những lãnh vực vừa nêu trên, chính quyền Liên Bang đã lâm vào tình trạng khủng hoảng tài chánh. Nền kinh tế lại ở trong giai đoạn suy trầm chung, nên không thể nào phục hồi nhanh chóng nền kinh tế Đông Đức như dự tính ban đầu. Trong khi đó tỷ lệ phát triển của Đức năm 1990 là 5,1%, năm 1991 chỉ còn 3,1% và năm 1992 chỉ còn 1%, do nền kinh tế Đông Đức kéo giật lùi. Vào năm 1994, nền kinh tế của Đức được hồi phục nhưng không bằng nhịp độ trước khi thống nhất, một phần do tình hình kinh tế thế giới nói chung bị đình đọng, nhưng phần lớn là do bên Đông còn phát triển quá chậm.

Thâm thủng ngân sách cũng là vấn nạn lớn hiện nay của nước Đức. Vào thời điểm năm 1991, ngân sách thâm thủng lên đến 120 tỷ Đức Mã, trong đó thâm thủng cho những tài trợ ở Đông Đức lên đến 90 tỷ Đức Mã. Vào năm 1992, Bộ Tài Chánh Cộng Hòa Liên Bang Đức chiết tính, mặc dù đã áp dụng chính sách "thắt lưng buộc bụng", ngân sách liên bang phải chịu đựng một món nợ to lớn và gia tăng khủng khiếp: từ 800 tỷ Đức Mã vào năm 1990 là năm nước Đức vừa thống nhất lên đến 1.000 tỷ Đức Mã vào hai năm sau đó. Con số này đang tăng lên 1.400 tỷ Đức Mã vào năm 1994, nhưng vẫn chưa thấm vào đâu.

KHỦNG HOẢNG XÃ HỘI VÀ HÀNH CHÁNH SAU THỐNG NHẤT

Sau khi thống nhất, chính quyền bên Tây đã phải thiết lập lại toàn bộ cơ sở hành chánh mới ở bên Đông. Trở ngại lớn nhất không phải là cơ sở vật chất hay phương tiện mà là nhân sự. Sau khi thống nhất, một số lớn cán bộ hành chánh cao cấp bên Tây được điều động sang Đông để tổ chức, huấn luyện và đào tạo cán bộ hành chánh theo đúng quan niệm "phục vụ nhân dân". Cho đến giữa năm 1994, tức sau gần 4 năm thống nhất, chương trình huấn luyện vẫn phải tiếp tục, với một ngân khoản khổng lồ, ngoài dự tưởng của chính quyền Thủ tướng Helmut Kohl. Lúc đó, mặc dù chính quyền nước Đức thống nhất cố gắng trong lãnh vực ổn định sinh hoạt chính trị và xã hội, nhưng trong vòng 5 năm đầu, xã hội có quá nhiều xáo trộn. Một trong những nguyên nhân gây nên là làn sóng tỵ nạn và hồi hương quá lớn, tạo nên những nhu cầu khổng lồ cho ngân sách. Con số người tỵ nạn đổ dồn đến Đức lên cao nhất so với các nước Âu Châu khác. Trước đây, mỗi năm có vào khoảng 100 ngàn người đến xin tỵ nạn tại Đức từ các nước Đông Âu cũ. Con số này tăng lên 260 ngàn người vào năm 1991, và tăng gấp đôi vào năm 1992. Ví dụ chỉ trong 10 tháng đầu năm 1992, có hơn 300 ngàn người nộp đơn xin tỵ nạn, trong đó có hơn 100 ngàn người từ cựu Liên Bang Nam Tư, 100 ngàn từ Romania, Thổ Nhĩ Kỳ và Bulgaria. Công nhân lao động hợp tác Việt Nam có khoảng 10 ngàn người nộp đơn xin tỵ nạn, nhưng rất ít người được nhận.

Ngoài ra, những người Đức sống tại Liên Xô và Ba Lan trước đây nay lại lũ lượt kéo nhau hồi hương. Tình tự quê hương và đời sống phồn thịnh của Đức đã khiến hàng chục ngàn người Đức sống ở những phần đất của Đức nhưng bị cắt chia cho Ba Lan và Liên Xô sau Đệ Nhị Thế Chiến muốn trở về cố hương, và là một vấn đề mà chính phủ Đức không thể quay lưng. Sau ngày thống nhất, làn sóng bài ngoại đột ngột lên cao, đặc biệt là ở phần đất phía Đông Đức. Trong bối cảnh mới, thành phần trẻ vì chưa có điều kiện thích nghi, thiếu khả năng chuyên môn, thất nghiệp, sống khó khăn, đã có những hành động quá khích đối với người ngoại quốc sống tại Đức, trong các năm 1990 đến 1994. Các nhà lãnh đạo Đức và các đảng phái đã có một thời quan tâm và kêu gọi dập tắt phong trào này vì những hình ảnh đốt phá các trại tỵ nạn, như tại Hoyerswerda, Rostock,... vào cuối năm 1992, khiến người ta hồi tưởng lại phong trào Phát Xít Đức trước đây, mà nước Đức đang muốn xóa bỏ.

KHỦNG HOẢNG GIÁO DỤC - Y TẾ - AN SINH XÃ HỘI SAU THỐNG NHẤT

Đường lối giáo dục của Đông Đức hoàn toàn bị bãi bỏ, thay vào đó, Tây Đức đã phải vừa in thêm sách, vừa huấn luyện giáo viên và gấp rút tổ chức chương trình giáo dục bên Đông một cách khá vất vả trong ba năm đầu sau thống nhất. Để giải quyết nạn thiếu giáo chức, chính quyền Liên bang phải điều động giáo chức bên Tây sang dạy. Đặc biệt chính quyền Liên bang ưu tiên tổ chức các chương trình huấn nghệ để nâng cao trình độ tay nghề và hiểu biết cho công nhân bên Đông hầu đáp ứng được tiêu chuẩn làm việc bên Tây.

Hệ thống y tế của Đông Đức được coi là tối tân nhất so với các nước trong hệ thống Xã hội Chủ nghĩa trước đây, vậy mà sau khi thống nhất, các chuyên gia y tế bên Tây đã phải lắc đầu ngao ngán, vì nó quá thô sơ và lạc hậu. Còn vấn đề an sinh xã hội được coi là đồ xa xí phẩm không có trong hệ thống cộng sản. Đây là vấn đề ưu tư nhất của chính quyền Liên bang vì phải đầu tư một ngân sách rất lớn để tái lập hệ thống y tế phục vụ đại chúng bên Đông, nhằm quân bình tình trạng y tế của hai miền nhanh chừng nào tốt chừng ấy, nếu không nó sẽ sinh ra nhiều nan đề, có ảnh hưởng đến sức khoẻ của người dân bên Tây.

Lần đầu tiên người Đông Đức được hưởng bảo hiểm y tế và trợ cấp an sinh xã hội như trợ cấp thất nghiệp, trợ cấp hưu trí... nên rất phấn khởi. Nhưng ngược lại nó cũng đã tạo một gánh nặng cho ngân sách quốc gia. Riêng lãnh vực trợ cấp an sinh xã hội, chính quyền Liên bang đã chi gần 35 tỷ Mỹ kim cho bên Đông trong hai năm đầu sau khi thống nhất, trong đó ngân khoản trợ cấp cho những gia đình đông con lên đến 3,5 tỷ Mỹ kim hàng năm.

III- KẾT LUẬN

Cuộc cách mạng dân chủ tại Đông Đức được chia ra làm hai giai đoạn. Lúc đầu là những đợt chống đối ngầm dưới sự chủ động của lực lượng trí thức, công nhân, do ảnh hưởng của những biến cố thay đổi tại Ba Lan và Hung Gia Lợi. Giai đoạn hai là khi làn sóng người Đông Đức chạy vào Tiệp Khắc và Hung Gia Lợi, xin qua nước Áo để tỵ nạn tại Tây Đức, cùng lúc với sự ra đời của một số nhóm như Diễn Đàn Mới, Sáng Kiến Cho Hòa Bình Và Nhân Quyền, Dân Chủ Thức Tỉnh, đã châm ngòi cho các cuộc biểu tình hàng tuần ở thành phố Leipzig lôi cuốn hàng trăm ngàn người tham gia. Chính những cuộc biểu tình rầm rộ tại thành phố Leipzig, nơi bị ô nhiễm môi trường trầm trọng nhất, đã đẩy phong trào đấu tranh quần chúng bộc phát mạnh mẽ ở các nơi, trong một thời gian kỷ lục. Qua những diễn tiến của cuộc cách mạng ở Đông Đức, ta có thể rút ra một số nhận định như sau.

Trước hết, thành phần trí thức, sinh viên và công nhân là lực tác động đầu tiên châm ngòi cho các cuộc biểu tình đòi tự do dân chủ tại Đông Đức. Khác với Hung Gia Lợi hay Tiệp Khắc, tại Đông Đức không có một tổ chức chính trị nào được hình thành một cách quy mô để hướng dẫn quần chúng đấu tranh mà chỉ là sự kết hợp giữa nhiều khuynh hướng chính trị, vận động người dân qua các cuộc biểu tình để tạo rối loạn chính trị, từng bước đẩy nhà cầm quyền Đông Đức rơi vào thế thoái lui, nhượng bộ. Có thể nói cuộc cách mạng tại Đông Đức là cuộc cách mạng quần chúng, không có lực lượng chính trị lãnh đạo, mặc dù có một số tổ chức chống chính quyền ra đời vào lúc đó.

Sự ngoan cố của Honecker và Bộ chính trị của đảng Thống Nhất Xã Hội Chủ Nghĩa Đức, trong bối cảnh nhượng bộ và thoái lui của các đảng Cộng Sản Ba Lan, Hung Gia Lợi đã là hành động khiêu khích sự căm phẫn của thành phần công nhân, trí thức tại một số thành phố, trong đó thành phố Leipzig được coi là cái nôi khởi động chống đối nhà nước một cách mạnh mẽ và liên tục nhất. Giống như Ba Lan, tuy Giáo hội Tin Lành tại Đức không chủ động quy tụ các lực lượng đấu tranh nhưng đã góp phần đáng kể trong việc khuyến khích các tín hữu tham gia những cuộc biểu tình mỗi tối thứ hai hàng tuần sau thánh lễ. Ngoài ra, Giáo Hội cũng đã giúp đỡ che giấu thành phần chủ chốt trong các cuộc biểu tình khi bị công an, mật vụ Đông Đức truy lùng.

Kế đến, thành phần đảng viên cán bộ chủ trương đẩy mạnh cải cách trong đảng Thống Nhất Xã Hội Chủ Nghĩa tuy không ở vị trí tiên phong khởi động cuộc đấu tranh như Hung Gia Lợi, Tiệp Khắc, nhưng sự kiện họ ào ạt từ bỏ đảng, tham dự các cuộc biểu tình, đã làm cho guồng máy đảng rối loạn, đưa đến sự phân hóa nội bộ lãnh đạo trầm trọng. Sự kiện này đã làm tăng thêm đà suy thoái nhanh chóng của guồng máy đảng dẫn tới sự bất lực trong việc đối phó với những đòi hỏi của người dân.

Sau cùng, Đông Đức mau chóng tan rã và tiến đến việc thống nhất trong một thời gian kỷ lục, một phần nhờ vào những hỗ trợ từ Tây Đức trên hai lãnh vực. Thứ nhất là trong thời gian xảy ra các cuộc biểu tình và đình công từ giữa năm 1989 đến đầu năm 1990, các đảng phái và truyền thông Tây Đức đã thực hiện rất nhiều chương trình "tuyên truyền", vừa kích thích khí thế đấu tranh của quần chúng, vừa tác động làm soi mòn hàng ngũ đảng viên cán bộ trong đảng Thống Nhất Xã Hội Chủ Nghĩa Đức.

Song song, lúc diễn ra cuộc Tổng tuyển cử tự do vào tháng 3-1990, các đảng phái bên Tây Đức đã ngầm hỗ trợ tài chánh và phương tiện vận động cho những đảng phái hữu khuynh bên Đông Đức. Nhờ vậy, những đảng này đã đạt thắng lợi vẻ vang, giúp cho Tây Đức dễ dàng thực hiện được kế hoạch thống nhất của mình là sát nhập Đông Đức vào Tây Đức, trong khi các đảng tả khuynh Đông Đức thì chủ trương hai nước thống nhất một cách bình đẳng. Thứ hai là chính quyền Helmut Kohl đã có những nỗ lực đưa nhiều phái đoàn theo kiểu sứ giả đi vận động các quốc gia Tây phương và Liên Xô về kế hoạch thống nhất của mình, cũng như cam kết gìn giữ hòa bình cho toàn vùng Âu Châu sau khi thống nhất. Đặc biệt là Tây Đức đã phải đồng ý chi một số tiền lớn cho Liên Xô để nước này không gây khó khăn cho các nỗ lực thống nhất đất nước của Tây Đức vào thời đó.

Cho đến năm 1995, Tây Đức vẫn gặp rất nhiều khó khăn để tái thiết Đông Đức. Di sản của chế độ Cộng sản Đông Đức để lại quá hãi hùng, mặc dù Đông Đức được coi là tiên tiến nhất trong các nước xã hội chủ nghĩa vào thời đó. Nhân kỷ niệm 4 năm ngày nước Đức thống nhất vào ngày 3-10-1994, Viện Nghiên Cứu Alensbak đã thực hiện một cuộc thăm dò ý kiến của người dân hai vùng Đông và Tây Đức về cảm nghĩ thống nhất đất nước. Kết quả cho thấy là chỉ có 47% người bên Tây thỏa mãn với vấn đề thống nhất (so với tháng 10-1991 có đến 54% thỏa mãn), trong khi đó số người bên Đông thỏa mãn với vấn đề thống nhất chỉ còn 24% (so với tháng 10-1991, con số này lên đến 47%). Điều thực tế cho thấy là Tây Đức đã dành nhiều nỗ lực tái thiết Đông Đức nhưng cho đến cuối thập niên của thế kỷ 20 vẫn chưa nâng được mức sống bên Đông Đức lên ngang như Tây Đức. Khai thác sự bất mãn của quần chúng phía Đông, đảng Dân Chủ Xã Hội (cựu cộng sản) đã mở rộng các hoạt động tuyên truyền, nhờ vậy họ đã tăng được số ghế trong Quốc hội Liên bang từ 17 ghế (1991) lên đến 30 ghế (1994). Tuy nhiên, cựu đảng cộng sản ở Đức bị phân tán ra nhiều nhóm nhỏ không đủ sức để lật ngược tình hình như trước năm 1990.

NHỮNG DIỄN BIẾN CHÍNH TRỊ TẠI ĐÔNG ĐỨC

Từ Năm 1989 - 1994

8/5/1989: Công nhân, trí thức tổ chức biểu tình ở Đông Bá Linh chống kết quả bầu cử Hội đồng nhân dân địa phương.

11/6/1989: Làn sóng người Đông Đức bắt đầu tràn qua biên giới các nước Tiệp Khắc và Hung Gia Lợi để xin tỵ nạn tại Tây Đức.

14/9/1989: Bất chấp sự lên án và phản đối của chính quyền Đông Đức, Hung Gia Lợi quyết định cho dân Đông Đức đi tỵ nạn Tây Đức.

19/9/1989: Barbel Bohlay cùng với 29 người thuộc giới trí thức, văn nghệ sĩ đứng ra thành lập nhóm "Diễn Đàn Mới" (New Forum).

27/9/1989: 70 ngàn người tham dự cuộc biểu tình đầu tiên ở thành phố Leipzig, mở đầu cho các cuộc đấu tranh quy mô chống chế độ vào mỗi tối thứ hai.

3/9/1989: Hơn 17 ngàn người Đông Đức đã được Tây Đức chuyên chở trên xe lửa chạy qua ngả Ba Lan, Tiệp Khắc để vào Tây Đức tỵ nạn kéo dài cho đến ngày 4 tháng 10 năm 1989.

7/10/1989: Đông Đức tổ chức lễ kỷ niệm 40 năm ngày thành lập Công Hòa Dân Chủ Đức. Gorbachev khuyến cáo Honecker nên thay đổi đường lối.

16/10/1989: 150 ngàn người biểu tình ở thành phố Leipzig chống đối hành động đàn áp của công an vào ngày 7 tháng 10.

18/10/1989: Honecker từ chức chủ tịch nhà nước và Tổng Bí Thư Đảng vì lý do sức khoẻ, Egon Krenz lên thay thế.

23/10/1989: 500 ngàn người tham gia cuộc biểu tình tại thành phố Leipzig.

24/10/1989: Quốc hội Đông Đức kỳ 10 nhóm họp bầu Egon Krenz lên làm Chủ tịch nhà nước.

4/11/1989: Hơn 1 triệu người biểu tình tại thành phố Bá Linh đòi tự do ngôn luận, báo chí, và tự do lập hội.

8/11/1989: Hội nghị lần thứ 10 của Ban Chấp Hành Trung Ương Đảng Thống Nhất Xã Hội Chủ Nghĩa nhóm họp, quyết định cho toàn thể bộ chính trị từ nhiệm.

9/11/1989: Bức Tường Bá Linh sụp đổ.

17/11/1989: Quốc hội Đông Đức bầu Hans Modrow làm Thủ tướng.

20/11/1989: 500 ngàn người biểu tình ở Leipzig đòi thống nhất đất nước.

23/11/1989: Uỷ ban Kiểm Tra đảng Thống Nhất Xã Hội Chủ Nghĩa chính thức điều tra các tội phạm của Honecker.

28/11/1989: Thủ Tướng Helmut Kohl của Tây Đức công bố ba giai đoạn thống nhất nước Đức trong bản đề cương 10 điểm. Chủ tịch nhà nước Đông Đức Egon Krenz tỏ thái độ tiêu cực.

1/12/1989: Quốc hội Đông Đức bỏ điều khoản công nhận quyền lãnh đạo đất nước và xã hội của đảng Thống Nhất Xã Hội Chủ Nghĩa Đức trong hiến pháp Cộng Hòa Dân Chủ Đức.

3/12/1989: Trung Ương đảng Thống Nhất Xã Hội Chủ Nghĩa họp bất thường quyết định tổng từ chức và loại Honecker ra khỏi đảng.

3/12/1989: Hội Nghị Thượng Đỉnh Liên Xô - Hoa Kỳ, đồng ý cho hai nước Đông và Tây Đức thống nhất trong tiến trình tiệm tiến.

7/12/1989: Hội nghị bàn tròn giữa đảng Thống Nhất Xã Hội Chủ Nghĩa và đại diện một số tổ chức quần chúng đấu tranh đã quyết định chọn ngày 6-5-1990 làm ngày Tổng Tuyển cử tự do.

8/12/1989: Đảng Thống Nhất Xã Hội Chủ Nghĩa tổ chức đại hội bất thường bầu Gregor Gysi làm chủ tịch đảng, thay thế Egon Krenz.

9/12/1989: Hội nghị Cộng Đồng Âu Châu đồng ý quyền tự trị của hai nước Đông và Tây Đức.

16/12/1989: Đảng Thống Nhất Xã Hội Chủ Nghĩa thay đổi đảng danh nhưng có hai nhóm chủ trương hai tên khác nhau. Một nhóm chủ trương giữ nguyên như cũ. Một nhóm khác đề nghị bỏ chữ Thống Nhất thay chữ Dân Chủ, thành đảng Dân Chủ Xã Hội, nhưng không có quyết định chung cuộc.

19/12/1989: Thủ Tướng Kohl và Thủ Tướng Modrow hội đàm tại Bonn (thủ đô Tây Đức), cùng ký chung văn kiện tóm lược về bước căn bản để chuẩn bị vấn đề thống nhất nước Đức.

16/1/1990: 9 nhóm quần chúng đấu tranh cùng với đảng Thống Nhất Xã Hội Chủ Nghĩa thành lập nội các liên hiệp.

21/1/1990: Phó Chủ tịch đảng Thống Nhất Xã Hội Chủ Nghĩa Đức tuyên bố từ bỏ đảng, tạo sự rạn nứt trầm trọng trong nội bộ.

28/1/1990: Do những rạn nứt trầm trọng trong nội bộ, Thủ Tướng Modrow mở cuộc họp với 9 nhóm quần chúng đấu tranh, quyết định tổ chức tổng tuyển cử vào ngày 18-3, thay vì ngày 6-5.

29/1/1990: Erich Honecker bị bắt, nhưng sau đó được phóng thích.

30/1/1990: Gorbachev tuyên bố vấn đề thống nhất nước Đức là chuyện tất yếu, chính thức ủng hộ tiến trình thống nhất bên Tây Đức đưa ra.

4/2/1990: Đảng Thống Nhất Xã Hội Chủ Nghĩa Đức tổ chức đại hội chính thức đổi tên đảng là Đảng Dân Chủ Xã Hội.

13/2/1990: Thủ Tướng hai nước Đông và Tây Đức thảo luận về vấn đề thống nhất tiền tệ giữa Đông và Tây. Trong cuộc thảo luận này, để cứu nền kinh tế Đông Đức, hai bên đồng ý lập Ủy Ban chuyên môn để xúc tiến vấn đề.

25/2/1990: Đảng Xã Hội Dân Chủ ủng hộ vấn đề thống nhất hai nước Đông và Tây Đức.

1/3/1990: Thủ Tướng Kohl tuyên bố rằng việc thống nhất nên căn cứ vào điều 23 của Hiến pháp Tây Đức, tức 5 tiểu bang của Đông Đức sát nhập vào lãnh thổ của Cộng Hòa Liên Bang Đức.

18/3/1990: Đông Đức tổ chức Tổng Tuyển Cử Tự Do đầu tiên. Đảng Dân Chủ Thiên Chúa Giáo và một số đảng khuynh hữu chiếm quá bán số ghế trong Quốc hội.

12/4/1990: Quốc hội Đông Đức đề cử Chủ tịch đảng Dân Chủ Thiên Chúa Giáo là De Maizière làm Thủ Tướng và thành lập nội các liên hiệp với đảng Xã Hội Dân Chủ.

24/4/1990: Thủ Tướng của hai nước Đông và Tây Đức chính thức quyết định ngày 1-7 là ngày thống nhất tiền tệ giữa hai nước trong cuộc hội nghị thượng đỉnh ở Bonn.

5/5/1990: Ngoại trưởng của 6 nước Đông Đức, Tây Đức, Hoa Kỳ, Liên Xô, Anh và Pháp đã họp ở Bonn để thảo luận về vấn đề chuẩn bị thống nhất nước Đức.

18/5/1990: Chính phủ hai nước Đông và Tây Đức đồng ý ký tên vào Điều Ước trao đổi về kinh tế - tiền tệ - xã hội giữa hai nước.

21/6/1990: Quốc hội hai nước Đông và Tây Đức bắt đầu thảo luận Điều Ước về thống nhất hai nước.

2/7/1990: Chính phủ Đông và Tây Đức đồng ý chọn ngày 2-12 làm ngày tổ chức cuộc tổng tuyển cử thống nhất.

6/7/1990: Hội nghị NATO nhóm họp, công nhận Liên Xô là người "bạn" láng giềng, chấm dứt sự thù địch.

1/8/1990: Chính phủ Đông và Tây Đức ký vào Điều Ước Thống Nhất đất nước.

14/9/1990: Tây Đức ký hiệp ước hữu nghị với Liên Xô.

21/9/1990: Quốc hội Tây Đức biểu quyết Điều Ước Thống Nhất và ngày hôm sau, Quốc hội Đông Đức cũng biểu quyết thông qua Điều Ước này.

24/9/1990: Đông Đức tuyên bố đình chỉ việc tham gia vào hiệp ước Warsaw.

3/10/1990: Đông Đức chính thức sát nhập vào Tây Đức. Nước Đức thống nhất sau hơn 30 năm chia cắt.

14/10/1990: Nước Đức thống nhất tổ chức tuyển cử Quốc hội 5 tiểu bang của cựu Đông Đức. Đảng Dân Chủ Thiên Chúa Giáo của Thủ tướng Helmut Kohl thắng cử tại 4 tiểu bang.

21/2/1990: Nước Đức thống nhất tổ chức tổng tuyển cử. Liên Minh Dân Chủ Thiện Chúa Giáo thắng lớn. Thủ Tướng Kohl tiếp tục được bầu làm Thủ tướng của nước Đức thống nhất.

20/6/1991: Tân Quốc hội Liên Bang nhóm họp ở trụ sở Quốc Hội thời Đức Quốc Xã ở Bá Linh và biểu quyết dời trụ sở quốc hội liên bang và trụ sở chính phủ về thủ đô Bá Linh.

23/5/1994: Quốc hội Liên bang Đức bỏ phiếu tín nhiệm Roman Herzoo làm Tổng thống nước Đức.

31/8/1994: Chấm dứt đợt rút quân cuối cùng của Hồng Quân Liên Xô ra khỏi Đông Đức, sau gần 50 năm chiếm đóng.

8/9/1994: Quân đội của ba nước Đồng Minh gồm Anh, Pháp, Hoa Kỳ làm lễ triệt thoái ra khỏi Bá Linh.

16/10/1994: Đức tổ chức tổng tuyển cử lần thứ hai sau 4 năm thống nhất. Liên minh đảng Dân Chủ Thiên Giáo và đảng Xã Hội Thiên Chúa Giáo của Thủ tướng Kohl chiếm 294 ghế (đứng thứ nhất) đã liên hiệp với đảng Tự Do chiếm 47 ghế, thành lập nội các liên hiệp. Đảng Dân Chủ Xã Hội (cựu cộng sản) chiếm 30 ghế so với năm 1990 chỉ chiếm có 17 ghế trong Quốc hội Liên bang.

15/11/1994: Quốc hội Liên bang biểu quyết thông qua việc Thủ tướng Helmut Kohl tiếp tục làm Thủ tướng nhiệm kỳ thứ 5.

Bản đồ Cộng Hòa Quốc Czech sau khi tách khỏi Liên Bang Tiệp năm 1991

Bản đồ Cộng Hòa Quốc Slovenia sau khi tách khỏi
Liên Bang Tiệp năm 1991

CHƯƠNG V

CUỘC CÁCH MẠNG DÂN CHỦ TẠI TIỆP KHẮC

I- SƠ LƯỢC BỐI CẢNH LỊCH SỬ

Trước khi tách ra làm hai nước Czech (Tiệp) và Slovakia vào đầu năm 1994, liên bang Tiệp Khắc (Czechoslovakia) được thành lập bởi hai sắc dân Czech và Slovak. Từ xa xưa người Slovak là một bộ lạc của sắc dân Hung Gia Lợi, theo đạo Thiên Chúa Giáo, có ngôn ngữ riêng và chiếm 1/3 dân số Tiệp Khắc. Trong khi đó sắc dân Czech đông hơn, nói tiếng Slab, định cư ở hai vùng Behomnia và Movaria. Vào thế kỷ thứ 9, Bohemia và Moravia là một phần đất của đại đế Moravia và sau đó bị đế quốc La Mã thống trị. Trong suốt thời gian bị đế quốc La Mã chiếm đóng, những triều đại ở Bohemia đã xây dựng thành phố Prague trở thành trung tâm văn hóa của vùng Trung Âu. Từ năm 830, người Czech và Slovak đã có những nỗ lực liên hợp để tạo thành một quốc gia độc lập, nhưng cho đến khi sự thống trị của đế quốc Áo-Hung tan rã sau Đệ Nhất Thế Chiến năm 1918, thì việc thống nhất mới thực hiện được. Cộng hòa Tiệp Khắc được chính thức thành lập vào ngày 14-11-1918.

Sau khi độc lập, tình hình kinh tế và chính trị của Tiệp Khắc trở thành trung tâm mẫu mực cho toàn vùng Trung Âu. Đôi lúc tình hình chính trị của Tiệp đã bùng nổ những cuộc xung đột giữa người Czech và Slovak, và vấn đề đòi tự trị của người Tiệp gốc Đức, nhưng nói chung những vấn đề này được giải quyết ổn thỏa theo cơ chế nghị hội chính trị. Nghị hội được thành hình bởi sự tham gia của nhiều đảng phái nhỏ và nội các cũng được vận hành theo phương thức liên hiệp giữa nhiều đảng, đôi lúc có sự tham gia của đảng Cộng sản. Về mặt kinh tế, Tiệp Khắc là một quốc gia có nền công nghiệp phát triển nhất Âu Châu vào thời đó, nhờ nỗ lực chấn hưng của thời hoàng đế Hapsburg cai trị Tiệp Khắc từ năm 1526.

Trong khoảng thời gian gần 2 thập niên sau Đệ Nhất Thế Chiến, Tiệp Khắc phát triển mau chóng và mở rộng quan hệ với mọi quốc gia trên thế giới. Đóng góp cho nỗ lực này, Tiệp Khắc may mắn có được hai nhà lãnh đạo giỏi. Đó là ông Masarik, Tổng thống đầu tiên của Tiệp Khắc (từ năm 1918) và ngoại trưởng Benes. Ông Masarik là một nhà triết học nổi tiếng, đã dựa trên chủ thuyết tôn trọng nhân quyền và dân chủ đa đảng nên đã tạo dựng một cơ chế chính trị dân chủ rất bền vững. Ông Benes là nhà xã hội học, mới 34 tuổi, mà đã đưa Tiệp Khắc trở thành một quốc gia có tầm ảnh hưởng mạnh trong toàn vùng Âu Châu và Thế Giới. Ông Benes lên làm Tổng thống Tiệp Khắc vào năm 1935, sau khi ông Masarik về hưu.

Sau khi Hitler lên nắm quyền ở Đức, vấn đề xung đột giữa người Tiệp với sắc dân Đức ở Tiệp Khắc đã trở thành vấn đề quốc tế. Năm 1938, chính quyền Hitler xúi giục người Tiệp gốc Đức ở vùng Sudetenland nổi loạn chống chính quyền, rồi vin vào đó để lấy cớ đòi chính quyền Tiệp phải nhượng vùng đất này cho Đức để bảo hộ kiều dân Đức sống trên vùng Sudetenland. Vì ở thế cô, Tổng thống Benes, qua trung gian của Thủ tướng Anh là Neville Chamerlain đã phải ký với Hitler một hiệp ước ở Munich vào ngày 30-9-1938, đồng ý chuyển nhượng phần đất Sudetenland cho Đức với điều kiện Hitler và Mussolini bảo đảm hòa bình cho Tiệp Khắc. Ngày 2-10-1938, Hitler cho quân đội đến chiếm đóng vùng Sudetenland. Từ việc chiếm đóng Sudentenland, Hitler bành trướng ảnh hưởng và khống chế toàn bộ chính quyền Tiệp Khắc. Đến ngày 14-3-1939, Hitler giải thể Cộng hòa Tiệp Khắc, đặt hai vùng Bohemia và Moravia của Tiệp dưới sự bảo hộ của Phát xít Đức, trong khi đó, Hitler lại ủng hộ sắc dân Slovakia thành lập quốc gia độc lập thân Đức vào ngày 15-3-1939.

Sau hội nghị Munich, Tổng thống Benes xin tỵ nạn tại London và thành lập chính quyền lưu vong ở đây trong thời gian Thế Chiến Thứ Hai bùng nổ. Vào những năm gần cuối Thế Chiến, Liên Xô bắt tay với Đồng Minh tổng phản công quân Phát xít Đức ở mặt trận phía Đông Âu Châu, Tổng thống Benes nhận định rằng Liên Xô sẽ chi phối quyền lực tại Đông Âu sau Thế Chiến, nên đã tìm cách liên lạc với Liên Xô và móc nối với những người lãnh đạo đảng Cộng sản Tiệp. Tháng 12-1943, chính quyền Benes ký một hiệp ước hữu nghị với Liên Xô, và qua sự "đề nghị" của Stalin, các thế lực chống Phát xít Đức của Tiệp Khắc đã thành lập Mặt Trận Quốc Dân bao gồm nhiều đảng phái kể cả đảng Cộng sản Tiệp Khắc. Hồng quân Liên Xô tiến chiếm phía Đông Tiệp Khắc vào năm 1944, đến tháng 5-1945 thì tiến vào thủ đô Prague, đưa Benes về làm Tổng thống.

Dưới sự chiếm đóng của Hồng quân Liên Xô, Mặt Trận Quốc Dân tổ chức tổng tuyển cử vào tháng 5-1946, đảng Cộng sản Tiệp Khắc chiếm 37,9% số ghế, trở thành đảng mạnh nhất. Tổng thống Benes chỉ định Klement Gottwalt, một cán bộ của đảng Cộng sản làm Thủ tướng, thành lập chính quyền liên hiệp. Kể từ năm 1947, khi sự xung đột giữa Hoa Kỳ và Liên Xô lên cao điểm đưa đến cuộc chiến tranh lạnh, thì sự xung đột ngấm ngầm từ lâu giữa phe không cộng sản và phe cộng sản trong chính quyền liên hiệp Tiệp Khắc bùng nổ lớn. Đến tháng 2-1948, những thành viên không cộng sản trong chính phủ liên hiệp tổng từ chức, thừa dịp này, đảng Cộng sản Tiệp Khắc vận động những người lao động ủng hộ đảng cộng sản tổ chức biểu tình áp lực Tổng thống Benes phải để cho đảng cộng sản thành lập chính quyền đơn độc. Cuối cùng Tổng thống Benes đã phải nhượng bộ. Tháng 5-1948, quốc hội Cộng sản thông qua bản hiến pháp mới, nhưng Tổng thống Benes không đồng ý ký lệnh ban hành. Chính quyền Klement Gottwalt tổ chức trưng cầu dân ý bản hiến pháp, đa số cử tri bỏ phiếu ủng hộ nên Tổng thống Benes phải từ chức vào ngày 7-6-1948. Thủ tướng Klement Gottwalt được đề cử lên thay thế. Kể từ đó đảng Cộng sản Tiệp Khắc độc chiếm quyền lực cai trị.

Sau khi nắm quyền trong tay, đảng Cộng sản Tiệp Khắc bắt đầu áp dụng chính sách cải tạo theo khuôn mẫu Stalin. Đầu tiên, chính quyền Cộng sản ban hành chính sách quốc hữu hóa các xí nghiệp công nghiệp, tập thể hóa nông nghiệp và mở rộng thương nghiệp. Kế đến áp dụng kế hoạch tập trung để cải tổ nền kinh tế theo hướng công nghiệp nặng. Hậu quả của những chính sách cải tạo này là Tiệp Khắc từ một quốc gia phát triển về công nghiệp nhẹ và công nghiệp chế biến từ trước Thế Chiến Thứ Hai, trở thành nước đứng trên đà suy thoái về mọi mặt.

Tình trạng suy thoái kinh tế cùng với chính sách cai trị rập khuôn theo đường lối độc tài của Stalin đã làm cho nội bộ đảng Cộng sản Tiệp Khắc phân hóa. Một số lớn đảng viên nhìn thấy con đường cải tổ của Stalin quá cực đoan và chỉ đưa đến bế tắc, nhưng sự nhận thức này khá trễ so với Ba Lan và Hung Gia Lợi. Vì vậy mà mãi đến hơn 10 năm sau, Tiệp Khắc mới có phong trào chống đường lối Stalin vào năm 1968, trong khi Ba Lan và Hung Gia Lợi đã nổi dậy từ năm 1956. Từ cuối năm 1967, trong đảng Cộng sản Tiệp Khắc đã hình thành một khuynh hướng muốn cải cách và được sự ủng hộ rộng rãi trong đảng cũng như ngoài quần chúng. Tháng 1-1968, làn sóng cải cách bắt đầu lớn mạnh khi Tổng bí thư Antoni Novotny (theo đường lối cực đoan của Stalin) bị giải nhiệm, phía cải cách đề cử Alexander Dubcek, một người Tiệp Khắc gốc Slovak lên làm Tổng bí thư. Dubcek tuyên bố bãi bỏ đường lối xây dựng xã hội chủ nghĩa theo kiểu Stalin, chủ xướng đường lối "xã hội chủ nghĩa nhân bản". Biến cố này được gọi là "Mùa Xuân Prague" (1968).

Ngày 22-3-1968, Antonin Novotny từ chức Tổng thống, tướng Ludvik Svoboda được đề cử lên thay thế. Ngày 6-4-1968, Thủ tướng Joseph Lenant từ chức, Oldrich Cemik lên làm Thủ tướng. Nỗ lực đầu tiên của Thủ tướng Oldrich Cemik là công nhận quyền tự do ngôn luận, đưa ra kế hoạch cải cách kinh tế với hai chương trình: cho xí nghiệp tự quản và áp dụng nguyên lý thị trường. Ngoài ra còn đề nghị hai lãnh thổ Czech và Slovakia theo thể chế liên bang.

Chủ trương cải cách của Tiệp Khắc vào thời đó là bãi bỏ sự tập trung kế hoạch, nhưng vẫn tiếp tục duy trì quyền sở hữu tập thể các phương tiện sản xuất. Các xí nghiệp được quyền tự trị về các quyết định kể cả việc đầu tư bằng lợi nhuận tự mình tạo ra cũng như tín dụng ngân hàng. Nhà nước điều khiển nền kinh tế qua các chính sách tài chánh, tiền tệ và tín dụng cũng như đảm bảo về hạ tầng cơ sở. Tiệp

Khắc còn cho công nhân các xí nghiệp được bầu hội đồng công nhân và có quyền tham gia đóng góp ý kiến với ban quản trị xí nghiệp.

Nếu những cải cách của Tiệp Khắc được thi hành rộng rãi vào thời đó thì nó sẽ tạo một cuộc thay đổi rộng lớn, thiết lập một nền kinh tế hỗn hợp "*Xã hội chủ nghĩa thị trường*". Nhưng cuộc cải cách này đã tạo điểm tựa cho phong trào đòi tự do dân chủ bộc phát. Hơn 70 nhà trí thức đã ký vào một bản tuyên ngôn chỉ trích chế độ Sô Viết độc tài, đề nghị tái lập thể chế "*xã hội chủ nghĩa nhân bản*" như chủ trương của Tổng bí thư Alexander Dubcek.

Lo sợ những chương trình cải cách của Tiệp Khắc có thể ảnh hưởng đến các nước Đông Âu và nhất là gây nguy hiểm cho quyền lãnh đạo khối cộng sản của mình, Liên Xô quyết định dùng quân sự để lật đổ chế độ Alexander Dubcek. Đêm 20-8-1968, hơn 500 ngàn Hồng quân Nga và quân đội của bốn nước Đông Âu "anh em" trong khối Warsaw gồm Đông Đức, Ba Lan, Hung Gia Lợi và Bảo Gia Lợi (Romania tuyên bố không tham gia) đã tiến vào chiếm đóng Tiệp Khắc. Công nhân, sinh viên và những đảng viên cộng sản thuộc phe cải cách đã ào ra đường biểu tình, dùng bàn ghế ngăn chặn các góc đường để không cho Hồng quân Liên Xô tiến vào thủ đô. Đặc biệt là cuộc tử chiến giữa sinh viên và dân chúng Tiệp Khắc với quân đội và xe tăng của các nước trong Hiệp ước Warsaw tại đài Truyền Thanh Prague khiến cho hơn 100 người thiệt mạng. Mặc dù đạo quân Liên Xô khống chế toàn lãnh thổ, nhưng nhiều nhóm chống đối vẫn tiếp tục chống trả ở một số địa phương, nhất là các đài phát thanh bí mật tiếp tục hoạt động và kêu gọi dân chúng Tiệp bất hợp tác với Hồng quân Liên Xô. Tuy vậy, chỉ một vài tuần lễ sau, các lực lượng chống đối của quần chúng đều bị dẹp tan, Tổng bí thư Alexander Dubcek và toàn bộ cán bộ đảng của phe cải cách bị giải nhiệm. Tiệp Khắc bị đặt dưới sự chiếm đóng của 75 ngàn Hồng quân Liên Xô kể từ đó.

Tháng 4-1969, Gustav Husak lên làm Tổng bí thư, bắt đầu áp dụng chế độ Liên bang, nhưng bãi bỏ toàn bộ chương trình cải tổ do cựu Tổng bí thư Alexander Dubcek đưa ra trước đây. Những người nào không đồng ý với chính sách của Gustav Husak đều bị loại ra khỏi đảng và bị bắt đi tẩy não. Sau khi lên làm Tổng bí thư, Gustav Husak đã loại gần 500 ngàn người ra khỏi đảng, trong khi đó, lại ban đặc quyền đặc lợi cho những đảng viên giáo điều để bảo vệ quyền lực tuyệt đối cho Gustav Husak. Tổng bí thư Gustav Husak hoàn toàn lệ thuộc hẳn vào Liên Xô, ở trong nước thì triệt để đàn áp và khủng bố, đối ngoại thì chỉ giao thiệp với Liên Xô và các nước Cộng sản trong khối Comecon mà thôi.

Mặc dù Hồng quân Liên Xô dập tắt công cuộc thay đổi của những người Cộng sản cải cách Tiệp Khắc, nhưng trong lòng dân Tiệp Khắc vẫn duy trì ngọn lửa cách mạng. Nhiều người sau khi bị loại ra khỏi guồng máy đảng và chính quyền đã trở về đời sống công nhân tiếp tục lên tiếng chống đối những chính sách cai trị độc tài của Gustav Husak và thành lập những tổ chức bí mật để chống lại. Đặc biệt là vào năm 1977, gần 700 trí thức và cựu đảng viên thuộc phe cải cách của đảng Cộng sản Tiệp đã ký tên vào bản Hiến Chương Nhân Quyền, gọi tắt là nhóm **Hiến Chương 77**, vạch trần bản chất cai trị độc tài bất hợp hiến và vi phạm bản tuyên ngôn quốc tế nhân quyền của đảng Cộng sản (xem toàn văn bản Hiến Chương 77 ở phần cuối bài này). Ngoài ra, họ còn liên lạc và kêu gọi sự cộng tác với những tổ chức nhân quyền thế giới và những tổ chức chống Liên Xô ở khắp nơi. Sự xuất hiện của nhóm Hiến Chương 77 tạo sự chú ý của dư luận thế giới, do đó, chính quyền Cộng sản Tiệp Khắc đã thẳng tay khủng bố các thành viên ký tên và quản thúc những người lãnh đạo của phong trào. Đại diện cho nhóm này là Kịch tác gia Vaclav Havel, bị chế độ khủng bố giam giữ nhiều lần tổng cộng 5 năm.

Bước vào thập niên 80, kinh tế Tiệp Khắc suy thoái với tỷ lệ tăng trưởng dưới số không, đặc biệt là nền khoa học kỹ thuật lạc hậu và thua xa các nước lân cận. Tháng 12-1987, đảng Cộng sản Tiệp Khắc giải nhiệm Tổng bí thư Gustav Husak, đưa Milos Jakes lên thay thế, bắt đầu chính sách cải cách kinh tế theo hướng kinh tế thị trường, nhưng vẫn duy trì sự lãnh đạo duy nhất của đảng Cộng sản. Milos Jakes tiếp tục chính sách khủng bố và đàn áp những người ủng hộ nhóm Hiến Chương 77 và những nhân sự muốn cải cách ở trong đảng. Mặc dù áp dụng chính sách cải tổ kinh tế theo hướng thị trường, nhưng Tổng bí thư Milos Jakes không đồng ý với chính sách "tái phối trí" của Gorbachev, đồng thời, phê phán những bước cải tổ của chính quyền cộng sản ở Ba Lan và Hung Gia Lợi. Milos Jakes noi gương Honecker bên Đông Đức và Ceausescu bên Romania, đóng kín cửa không nghe không biết, tiếp tục duy trì tình trạng cô lập với bên ngoài. Trong khi đó, mặc dù luôn luôn bị guồng máy công an của chế độ theo dõi và cô lập, các tổ chức chống đối bí mật và nhóm Hiến Chương 77 đã tìm mọi cách liên lạc, chuẩn bị lực lượng để tổ chức những phong trào đấu tranh quần chúng như Công đoàn Đoàn Kết ở Ba Lan đã làm. Tháng 8-1988, những nhóm chống chính phủ lấy cớ tưởng niệm những người đã bị giết chết cách đấy 20 năm khi Hồng quân Liên Xô đưa quân vào Prague để đàn áp phe cải cách của đảng Cộng sản Tiệp vào năm 1968, để tổ chức một buổi tưởng niệm tại thủ đô Prague. Buổi tưởng niệm chỉ quy tụ khoảng 10 ngàn người tham dự, nhưng lại là biến cố châm ngòi cho phong trào đấu tranh của quần chúng sau này.

II- NHỮNG DIỄN BIẾN CHÍNH TRỊ

NHỮNG CHỐNG ĐỐI CỦA QUẦN CHÚNG BÙNG NỔ

Cho đến giữa năm 1989, những biến chuyển của tình hình Ba Lan và Hung Gia Lợi đã tác động mạnh mẽ vào các nước Đông Âu, đặc biệt là đối với giới trí thức Tiệp Khắc. Tuy chính quyền Cộng sản Tiệp Khắc tìm đủ mọi cách để ngăn chặn những tin tức này, nhưng các nhóm chống đối đã bí mật thu lượm tin tức ở biên giới, sau đó truyền đạt nhanh chóng vào trong nước. Đến tháng 10-1989, tin tức về việc Honecker từ chức Chủ tịch đảng Cộng sản Đông Đức đã làm cho nội bộ đảng Cộng sản Tiệp bị rúng động, nhưng ngoài mặt, Milos Jakes vẫn ngoan cố không chịu thay đổi. Trong khi đó, Thủ tướng Tiệp Khắc Ladislav Adamec, nhân chuyến thăm viếng nước Áo vào ngày 20-10-1989, tuyên bố ca ngợi biến cố "Mùa Xuân Prague" và sẵn sàng đối thoại với nhóm trí thức chống đối. Sau khi bức tường Bá Linh bị phá bỏ, trong một đại hội của Liên Minh Thanh Niên Xã Hội Chủ Nghĩa Tiệp Khắc tổ chức vào ngày 11-11-1989, trước sự tham dự đông đảo của nhiều nhân vật cao cấp trong đảng Cộng sản Tiệp Khắc và trước mặt Tổng bí thư Milos Jakes, Ủy viên trung ương đảng Vasil Mohorita tuyên bố là đảng Cộng sản Tiệp Khắc muốn sống còn thì phải thay đổi và chấp nhận thể chế đa đảng. Lời tuyên bố này không những gây phân hóa trong nội bộ đảng Cộng sản Tiệp, trước các biến cố ở Ba Lan, Đông Đức mà còn "bật đèn xanh" cho những tổ chức quần chúng bắt đầu phát động các chủ điểm chống chính quyền.

Từ ngày 11 đến ngày 13-11-1989, một tổ chức quần chúng bảo vệ môi sinh đã liên tiếp tổ chức các cuộc biểu tình ở thành phố kỹ nghệ Teprins, giáp biên giới Đông Đức, đòi hỏi chính quyền Cộng sản Tiệp

Khắc giải quyết vấn đề ô nhiễm môi trường trong thành phố. Mặc dù các cuộc biểu tình bị công an Tiệp Khắc đàn áp và ém nhẹm, nhưng những người chống đối đã tìm cách vượt qua biên giới Đông Đức, chuyền các tin này cho ký giả Tây Âu để phổ biến ngược lại vào Tiệp Khắc. Ngày 16-11-1989, đoàn nhạc giao hưởng nổi tiếng thế giới của Tiệp Khắc là Czech Fill, trong một buổi trình diễn tại thủ đô Prague, đã công bố một bản văn có chữ ký của toàn thể thành viên trong đoàn, gửi cho chính quyền Tiệp Khắc đòi hỏi phải tôn trọng nhân quyền, chấp nhận tự do dân chủ. Đoàn nhạc giao hưởng này còn tuyên bố bãi bỏ tất cả những khế ước trình diễn cho các đài của chính quyền cho đến khi nào những yêu cầu trên được đáp ứng.

Chiều ngày 17-11-1989, qua sự giúp đỡ của Tổ Chức Thanh Niên, một cơ quan ngoại vi của đảng Cộng sản Tiệp Khắc, Hội sinh viên tại Prague đã tổ chức buổi hội thảo tại trường đại học y khoa Kalr để tưởng niệm Jan Opletal, một sinh viên anh hùng bị Phát xít Đức giết vào năm 1939. Số người tham dự cuộc hội thảo tăng dần và tiếng la hét cũng từ từ chuyển về chiều hướng chống đối các giới lãnh đạo đảng Cộng sản Tiệp Khắc. Trong khí thế sôi sục này, sinh viên đã tự phát mang nến diễn hành đến công trường Wencesles, sân khấu của tất cả những giây phút lịch sử trong các biến cố của Tiệp Khắc vào những năm 1918, 1948 và 1968. Lúc đầu cảnh sát cho sinh viên diễn hành với điều kiện không được vào trung tâm thành phố, nhưng khi đến gần Kịch Trường Berlin, đoàn tuần hành đã hô to khẩu hiệu "Đả đảo Jakes", "Jakes phải từ chức", một số sinh viên đã tách đoàn tuần hành tiến thẳng vào thành phố. Nhóm tuần hành này đụng độ với lực lượng công an ngay trên đại lộ National, khởi đầu cho mọi xáo trộn.

Lực lượng công an chặn đầu đoàn biểu tình, nhưng phía sau đoàn biểu tình không hề biết nên vẫn đẩy tới, và dân chúng thấy lạ nên từ mọi hướng cùng đổ về làm khúc nghẽn này mỗi lúc một đông. Khi ấy từ trong đám đông, một sinh viên nhảy ra tấn công vào hàng rào công an ở phía trước, mở đầu cho việc công an ra tay đàn áp đoàn biểu tình, đánh một số người bị thương. Trong sự hỗn loạn đó, một sinh viên bị công an đánh vào đầu đến bất tỉnh, các sinh viên khác nhào lên kéo sinh viên bị đánh ra khỏi vòng vây của công an và thi thể của anh được gói vào một lá cờ Tiệp Khắc dính đầy máu. Tức thì người xung quanh loan tin có một sinh viên bị đánh chết để kích động thêm sự phẫn nộ trong đoàn biểu tình. Hai hôm sau một đài phát thanh Tây phương cho biết nạn nhân tên là Martin Smid, sinh viên ban Toán tại Đại học Prague, bị công an đánh chết trên đường phố và mang đi biệt tích. Bản tin này càng làm cho sự phẫn nộ của quần chúng bộc phát mạnh. Nhưng trong thực tế thì không có sinh viên nào chết trong cuộc đàn áp này. Theo báo cáo của Ủy ban điều tra Quốc hội Tiệp Khắc công bố sau này, không có sinh viên nào tên Smid bị đánh chết. Cả Tiệp Khắc vào lúc đó có hai sinh viên tên Martin Smid thì cả hai đều không có mặt ở Prague hôm biểu tình.

DIỄN ĐÀN DÂN SỰ (CIVIC FORUM) RA ĐỜI

Tuy nhiên vào lúc đó, tin tức về việc công an đàn áp và gây tử thương cho một sinh viên vào đêm 17-11-1989 đã được truyền đi một cách nhanh chóng trong Thủ đô Prague và một số thành phố lớn lân cận. Sáng ngày hôm sau, 18-11-1989, toàn thể sinh viên đã bãi khoá, thực hiện biểu ngữ, truyền đơn kêu gọi dân chúng chống lại hành động đàn áp của chính quyền và kêu gọi toàn quốc tổng đình công vào ngày 27-11-1989. Hậu thuẫn cho lời kêu gọi của sinh viên, nhóm Hiến Chương 77 ra một thông cáo phản đối hành động đàn áp sinh viên của chính quyền cộng sản và ủng hộ cuộc tổng đình công. Nhóm nghệ sĩ của Kịch Trường Berlin đã tuyên bố ngưng trình diễn 1 tuần lễ để phản đối sự đàn áp này. Song song, nhóm quản trị Kịch Trường Prague đã cho các tổ chức sinh viên, Hiến Chương 77 sử dụng địa điểm này làm nơi tổ chức các cuộc hội họp chống chính quyền. Từ chiều ngày 18-11-1989, học sinh, sinh viên và thanh niên từ các nơi đã đổ về công trường Wencesles tổ chức mít tinh chống chính quyền. Mặc dù trời rất lạnh với những cơn gió buốt người, nhưng sinh viên và thanh niên cứ mỗi chiều lại tụ tập tại đây để biểu tình đòi Tổng bí thư Milos Jakes từ chức.

Đêm ngày 19-11-1989, tại Kịch trường Prague, nhóm Hiến Chương 77, Ủy ban Helsinki, Phong trào đấu tranh cho tự do và quyền lợi quốc gia, Câu lạc bộ tái sinh Xã hội chủ nghĩa và một số tổ chức chống chính quyền khác đã tham dự một cuộc hội thảo chính trị, chính thức công bố thành lập Diễn Đàn Dân Sự (Civic Forum) để lãnh đạo phong trào vận động "*dân chủ hóa*" Tiệp Khắc. Diễn Đàn Dân Sự đã bầu ra một hội đồng đại biểu gồm có 18 người, đa số là của nhóm Hiến Chương 77, do Kịch Tác Gia Vaclav Havel làm đại diện. Nhóm

Diễn Đàn Dân Sự đã công bố một bản kiến nghị đối với đảng Cộng sản Tiệp Khắc gồm ba điểm: 1) Toàn thể lãnh đạo đảng phải từ chức; 2) Thành lập ủy ban điều tra vụ đàn áp sinh viên vào tối ngày 17-11-1989; 3) Phóng thích toàn bộ tù chính trị. Nếu chính quyền không thực thi ba điều này, nhóm Diễn Đàn Dân Sự sẽ ủng hộ sinh viên để thực hiện cuộc đình công trên toàn quốc vào ngày 27-11-1989. Nhằm biểu dương lực lượng và áp lực đảng Cộng sản phải thỏa mãn ba yêu cầu đưa ra, nhóm Diễn Đàn Dân Sự đã tổ chức một cuộc mít tinh với hơn 200 ngàn người tham gia vào ngày 21-11-1989.

Để đối phó với những chống đối của Diễn Đàn Dân Sự, ban lãnh đạo đảng Cộng sản đã liên tục tổ chức các cuộc họp, nhưng vì ý kiến xung đột một cách gay gắt nên không thống nhất được phương thức giải quyết. Tối 21-11-1989, Tổng bí thư Milos Jakes lên đài truyền hình, hứa hẹn sẽ thực hiện những chính sách cải cách, nhưng lại cực lực phê phán các nhóm chống đối và kết tội Diễn Đàn Dân Sự đang xúi giục dân chúng để làm loạn. Bí thư Thành ủy Prague là Miroslav Stepan cũng mạt sát một số đảng viên trong nhóm cải cách của đảng Cộng sản Tiệp Khắc là những phần tử phản lại xã hội chủ nghĩa và có âm mưu làm loạn cần phải bị khai trừ. Liên tiếp vào những ngày sau đó, nhiều cuộc họp trong nội bộ đảng đã diễn ra, nhưng vì phe giáo điều vẫn còn chiếm ưu thế trong đảng, chủ trương không những không đáp ứng các yêu sách của sinh viên và Diễn Đàn Dân Sự mà còn cho công an tăng cường bố ráp các hoạt động của những tổ chức chống đối. Bất mãn với chủ trương của nhóm giáo điều, Thủ tướng Ladislav Adamec tự quyết định gặp đại diện Diễn Đàn Dân Sự và hứa sẽ ra lệnh cho công an không được bắn vào đoàn biểu tình. Ladislav Adamec còn hứa là sẽ thảo luận lại vai trò lãnh đạo của đảng nêu trong hiến pháp và cho thành lập ủy ban điều tra vụ đàn áp ngày 17-11-1989. Trong khi đó, Vasil Mohorita, Chủ tịch Liên Minh Thanh Niên Xã Hội Chủ Nghĩa, một tổ chức ngoại vi của đảng Cộng sản Tiệp Khắc, đã xuất hiện ngay tại công trường Wencesles với sinh viên, tuyên bố ủng hộ các nỗ lực đối thoại với Diễn Đàn Dân Sự của Thủ tướng Ladislav Adamec.

TỔNG BÍ THƯ MILOS JAKES TỪ NHIỆM

Ngày 23-11-1989, hơn 300 ngàn người đã tham gia một cuộc biểu tình tại công trường Wencesles, những người không vào được công trường thì đứng dọc theo hai đường phố. Phe giáo điều trong đảng đã cấm tất cả công nhân ở trong những công đoàn có liên hệ đến đảng Cộng sản tham gia biểu tình, nhưng hoàn toàn vô hiệu quả, chính những người này lại tham gia hăng hái nhất. Trong khi đó tại Mạc Tư Khoa, Gorbachev tuyên bố: "những biến chuyển tại Tiệp Khắc hoàn toàn nằm trong phạm trù một thế giới đang đổi thay". Báo Pravda viết: "Hội nghị sắp tới của Trung ương đảng cộng sản Tiệp Khắc sẽ không đáp ứng được đòi hỏi của thời đại nếu không có những thay đổi căn bản về nhân sự và chính sách". Thông điệp của Liên Xô đã bật đèn xanh cho nhóm chủ trương cải cách theo Gorbachev ra tay.

Cuộc chỉnh lý nội bộ đảng Cộng sản Tiệp Khắc bắt đầu vào 8 giờ sáng ngày 24-11-1989 với quyết định thay thế một số nhân vật trong ban lãnh đạo. Bảy người trong số 13 nhân vật thuộc Hội đồng lãnh đạo đảng bị giải nhiệm, trong đó có Tổng bí thư Milos Jakes, và đương kim Tổng thống Gustav Husak. Trung ương đảng bầu Karel Urbanek, một nhân vật thuộc phe cải cách đã bị thất sủng một thời gian sau cuộc nổi dậy vào năm 1968, lên làm Tổng bí thư. Nhưng Hội nghị lại cho lưu nhiệm một số nhân vật giáo điều như Lenalto, Miroslav Stepan, trong Hội đồng lãnh đạo; tuy nhiên, Thủ tướng Ladislav Adamec, người chủ trương đối thoại với nhóm Diễn Đàn Dân Sự thì bị loại ra khỏi Hội đồng lãnh đạo vì lý do "kỷ luật". Điều này cho thấy là tuy Milos Jakes bị áp lực phải từ chức, nhưng phe giáo điều vẫn còn chiếm ưu thế trong đảng. Vì vậy, mặc dù dân chúng đón nhận tin vui về việc Tổng bí thư Milos Jakes từ chức, nhưng hoàn toàn không phấn khởi vì nhóm giáo điều vẫn còn kiểm soát tình hình. Sau khi tin Milos Jakes từ chức được loan truyền vào 4 giờ chiều, hơn 100 ngàn người đã tụ họp tại công trường Wencesles, Vaclav Havel xuất hiện trong đoàn biểu tình, lên tiếng kêu gọi mọi người phải tiếp tục đấu tranh.

Để tiếp tục tạo áp lực đòi hỏi thành phần giáo điều từ chức, Diễn Đàn Dân Sự đã tổ chức một cuộc biểu tình vào chiều 25-11-1989. Hôm đó là ngày thứ bảy, trùng hợp với buổi thánh lễ kỷ niệm ngày phong thánh cho công chúa Agnes của Bohemia, người đã từ bỏ cung điện để cùng chung sống với dân nghèo, được tổ chức tại thánh đường trên đồi cao. Giáo hội Công giáo ở Tiệp Khắc không mạnh như Giáo hội ở Ba Lan vì sự chia rẽ trầm trọng giữa Công giáo và Tín phản đã có từ lâu đời, mặc dù cả hai đều bị đàn áp dữ dội trong thời Stalin cai trị bên Nga và cả năm 1969. Nhưng trí thức và giáo dân Công giáo như

Vaclav Maly đã đóng một vai trò quan trọng trong hàng ngũ những người đối kháng lại chính quyền Cộng sản, đặc biệt Đức Tổng Giám Mục Frantsi Tomasek đã can đảm chống lại mọi áp bức của chế độ. Năm 1988, giáo dân và Giáo hội đã công bố một thỉnh nguyện thư đòi hỏi quyền tự do tín ngưỡng với hơn nửa triệu chữ ký ủng hộ.

Mặc dù cuộc biểu tình chính thức khai mạc lúc 2 giờ chiều, nhưng từ sáng sớm, dưới trời mưa tuyết, đã có hàng trăm ngàn người từ các thành phố lân cận đổ về để tìm chỗ đứng tại vận động trường Letha. Khi cuộc biểu tình khai mạc, đã có đến hơn nửa triệu người tham dự, bằng 1/3 dân số thành phố Prague. Trong buổi mít tinh này có sự hiện của đầy đủ các khuôn mặt đang chống lại nhóm giáo điều của đảng Cộng sản Tiệp Khắc. Trên khán đài chính, ngoài sự xuất hiện của Kịch tác gia Vaclav Havel, đoàn chủ tịch của Diễn Đàn Dân Sự còn có cựu Tổng thống Alexander Dubcek, Thủ tướng Ladislav Adamec, người đã chống lại nhóm giáo điều trong đảng Cộng sản Tiệp Khắc và một số cán bộ đảng cộng sản thuộc nhóm cải cách. Cuộc biểu tình này cho thấy tại Tiệp Khắc đang hình thành một lực lượng chính trị mới, thay thế lực lượng giáo điều của đảng Cộng sản. Trong cuộc biểu tình này, Vaclav Havel, đại diện cho Diễn Đàn Dân Sự cực lực công kích thành phần lãnh đạo giáo điều của đảng Cộng sản Tiệp Khắc và ca ngợi sự sáng suốt của Thủ tướng Adamec. Ông Havel đã lập lại 3 yêu cầu đưa ra trước đây, và đòi hỏi chính quyền Cộng sản phải mở rộng truyền thông quốc doanh để có sự tham gia của người ngoài đảng, đồng thời xác nhận ngày 27-11-1989 là ngày tổng đình công toàn quốc.

Buổi tối ngày 25-11-1989, ban chấp hành Trung ương đảng mở cuộc họp khẩn cấp, kéo dài đến sáng để giải quyết những yêu sách của Diễn Đàn Dân Sự. Khi phiên họp bắt đầu, nhóm lãnh đạo giáo điều tiếp tục chủ trương không nói chuyện và cực lực công kích Diễn Đàn Dân Sự là tổ chức phản động. Nhưng sau đó, nhóm cải cách đã phản công và đòi hỏi những cán bộ giáo điều như Lenalto, Miroslav Stepan phải từ chức, nếu không đảng sẽ tan rã. Sự hăm dọa của phe cải cách đã khiến cho Trung ương đảng phải nhượng bộ, và Hội nghị đã đề cử một số cán bộ có khuynh hướng cải cách vào thay thế, trong đó có Vasil Mohorita, một nhân vật thân cận với Thủ tướng Ladislav Adamec, chủ trương tích cực đối thoại với Diễn Đàn Dân Sự. Đây có thể coi là thắng lợi đầu tiên của nhóm cải cách, vì những nhân vật giáo điều lần lượt bị mất chức.

ĐỐI THOẠI GIỮA CHÍNH QUYỀN VỚI DIỄN ĐÀN DÂN SỰ

Ngay từ đầu, nhóm Diễn Đàn Dân Sự không chủ trương đối thoại với lãnh đạo đảng Cộng sản Tiệp Khắc, vì biết là không giải quyết được vấn đề. Nhưng nhóm Diễn Đàn Dân Sự lại chủ trương đối thoại với chính quyền Tiệp Khắc, đứng đầu là Thủ tướng Ladislav Adamec, với mục tiêu từng bước lôi kéo hàng ngũ cán bộ muốn thay đổi về phía quần chúng, tạo phân hóa trong nội bộ đảng. Đó là chiến lược làm suy yếu tiềm lực đảng Cộng sản từ bên trên cùng với các đòi hỏi thay đổi của quần chúng từ bên dưới.

Từ ngày 21-11-1989, nhóm Diễn Đàn Dân Sự đã có những cuộc thảo luận với Thủ tướng Ladislav Amadec, nhưng tại những lần thảo luận sơ bộ này, ông Vaclav Havel chưa tham dự chính thức. Cuộc đối thoại giữa Diễn Dàn Dân Sự và chính quyền cộng sản Tiệp Khắc chính thức bắt đầu từ 11 giờ sáng ngày 26-11-1989. Phía Diễn Đàn Dân Sự có 9 người gồm Kịch tác gia Vaclav Havel, Luật sư Jan Carnogursky, Kinh tế gia Vaclav Klaus.... Phía chính quyền cũng có 9 người gồm Thủ tướng Ladislav Adamec, Phó Chủ tịch Mặt Trận Quốc Dân kiêm Chủ tịch đảng Xã Hội là Kzela... Bàn hội nghị là hình chữ nhật. Để làm khung cho cuộc đối thoại, nhóm Diễn Đàn Dân Sự đã công bố bản đề cương gồm 7 vấn đề như sau:

1- Soạn thảo hiến pháp mới dựa theo nguyên tắc căn bản dân chủ và pháp quyền.

2- Bãi bỏ tất cả những quy định bất hợp lý về vai trò lãnh đạo của đảng. Thay đổi hệ thống chính trị để có sự tham gia của nhiều thành phần chính trị khác nhau. Hoàn toàn ủng hộ chế độ Liên Bang.

3- Tham gia vào Cộng đồng Âu Châu, thi hành chính sách ngoại giao hữu nghị với mọi quốc gia lân cận ở vùng Trung Âu. Phải duyệt lại tất cả nội dung của những hiệp định ký kết với các quốc gia từ trước đến nay, đặc biệt là đối với Liên Xô.

4- Tổ chức một thị trường khai phóng ở trong và ngoài nước, dựa trên căn bản công nhận quyền sở hữu đa dạng. Đặc biệt là phải giải quyết vấn đề thất nghiệp, lạm phát và nợ ngoại trái.

5- Thực hiện công bằng xã hội và giúp đỡ những người già yếu.

6- Bảo vệ môi sinh.

7- Thực hiện nền giáo dục dân chủ dựa trên nguyên tắc nhân quyền và tự do văn hóa nghệ thuật.

Hai bên đã thảo luận chi tiết từng vấn đề đã được nêu ra trên đây và phía chính quyền của Thủ tướng Ladislav Adamec đã ghi nhận và hứa sẽ cải tổ từng bước.

Trong khi cuộc đối thoại tiến hành, buổi trưa ngày 27-11-1989, tất cả các gác chuông nhà thờ và còi hụ của hầu hết các công trường đều đồng loạt kêu vang, chính thức báo hiệu cuộc tổng đình công hai tiếng đồng hồ bắt đầu. Diễn Dàn Dân Sự đã coi cuộc đình công như là một hình thức trưng cầu dân ý, về việc có chấp nhận sự độc tài của đảng Cộng sản hay không. Trước đó đảng Cộng sản Tiệp Khắc đã vận động các công đoàn có liên hệ với đảng không được tham gia, nhưng hoàn toàn thất bại. Trong khi cuộc đình công tiến hành thì có hơn 1 triệu người từ các đường phố đã túa ra công trường Wencesles. Tại thủ đô Prague, các cửa tiệm đều đóng cửa, lối cửa hầm các tàu điện ngầm cũng đóng kín. Những hình ảnh của cuộc đình công quy mô này được hệ thống truyền thanh và truyền hình (quốc doanh) cho phổ biến rộng rãi và liên tục trên toàn quốc, tạo một khí thế vô cùng sôi động.

Sau cuộc đình công, đảng Xã Hội, một thành viên trong Mặt Trận Quốc Dân do đảng Cộng sản Tiệp Khắc chỉ đạo đã bắt đầu chuyển hướng, không còn ủng hộ các chính sách của đảng Cộng sản. Ngày 28-11-1989, Kzela, chủ tịch đảng Xã Hội đã gặp ông Karel Urbanek, Tổng bí thư đảng Cộng sản Tiệp Khắc, đưa ra một số yêu sách như: thực thi bầu cử tự do, thành lập chính phủ liên hiệp, soạn thảo luật chính đảng, cho tự do báo chí và xét lại vụ án "Mùa Xuân Prague". Những yêu sách của đảng Xã Hội đã làm cho các đảng phái tham gia vào Mặt Trận Quốc Dân phải điều chỉnh lại đường lối ủng hộ đảng Cộng sản Tiệp Khắc như từ trước đến nay. Trong lúc đó, sự thành công của cuộc tổng đình công đã giúp cho tư thế chính trị của Diễn Đàn Dân Sự lớn mạnh và có trọng lượng để đối thoại với chính quyền Cộng sản. Từ lúc đó Thủ tướng Alexander Adamec đã hành xử trên tư thế chính phủ chứ không còn là đảng viên đảng Cộng sản nữa. Ông chính thức công nhận vai trò lãnh đạo của đảng Cộng sản đã hết, và Diễn Đàn Dân Sự là một lực lượng đang thay thế, nhiệm vụ của ông là mở rộng các cuộc đối thoại để chuẩn bị cho sự chuyển tiếp này.

CHÍNH QUYỀN MỚI RA ĐỜI

Từ ngày 28-11-1989, chính quyền Adamec và Diễn Đàn Dân Sự bắt đầu thảo luận về giải pháp chính trị. Phía Diễn Đàn Dân Sự đòi hỏi phía chính phủ phải thực hiện một số điều: Một là cải tổ nội các, mời những trí thức có khả năng chuyên môn không phải là đảng viên Cộng sản tham gia chính quyền. Hai là xóa bỏ điều quy định vai trò lãnh đạo của đảng Cộng sản đối với xã hội và quốc gia trong Hiến pháp. Chính quyền Adamec đã đồng ý về sự đòi hỏi này. Ngoài ra, Diễn Đàn Dân Sự còn đưa ra một số yêu sách khác để thảo luận với phía chính quyền như: 1) Cho đến ngày 10-12-1989, Tổng thống Gustav Husak phải từ chức; 2) Quốc hội ra nghị quyết chính thức phản đối vụ Liên Xô xua quân đàn áp phong trào cải cách năm 1968; 3) Giải tán tất cả những tổ chức, đoàn thể ngoại vi của đảng cũng như những cơ sở đảng trong các xí nghiệp; 4) Thực hiện tự do ngôn luận, lập hội, xuất bản; 5) Chính quyền không được can thiệp vào nội bộ các tôn giáo; 6) Tu chính luật về chế độ quân dịch.

Căn cứ vào những thoả thuận với Diễn Đàn Dân Sự, ngày 29-11-1989, Thủ tướng Ladislav Adamec đề nghị Quốc hội Liên bang thảo luận việc tu chính Hiến Pháp. Trong khi đó Tổng bí thư đảng Karel Urbanek lên đài truyền hình với giọng đanh thép kêu gọi đảng viên và quần chúng cương quyết chống lại sự thỏa hiệp của Thủ tướng Adamec với Diễn Đàn Dân Sự. Ông kêu gọi không nên bắt chước Ba Lan bán đứng đất nước cho tư bản ngoại quốc. Nhưng những lời kêu gọi của Karel Urbanek không còn được ai quan tâm. Quốc hội Liên bang đã chính thức biểu quyết bãi bỏ ba điều khoản trong Hiến pháp Tiệp Khắc như:

- Điều 4, quy định vai trò lãnh đạo của đảng Cộng sản;
- Điều 6, quy định vai trò lãnh đạo của đảng Cộng sản đối với Mặt Trận Quốc Dân;
- Điều 16, quy định nền giáo dục giảng dạy theo chủ thuyết Mác Lê-nin.

Nhưng vấn đề thành lập tân chính quyền đã gặp một số trở ngại. Phía Diễn Đàn Dân Sự đòi hỏi nội các phải mời những trí thức có khả năng chuyên môn tham gia, riêng Bộ trưởng Nội vụ phải là nhân vật không cộng sản, còn Bộ trưởng Quốc phòng có thể là một đảng viên Cộng sản nhưng không hiện dịch. Ngày 3-12-1989, Thủ tướng Adamec đề nghị danh sách tân nội các, trong đó ông lưu nhiệm 16 bộ trưởng thuộc đảng Cộng sản Tiệp Khắc, nhường 5 ghế bộ trưởng không quan trọng cho đảng Xã Hội (1 người), đảng Nhân Dân (1 người) và các nhóm đối lập (3 người).

Nhóm Diễn Đàn Dân Sự tuyên bố không chấp nhận thành phần nội các này và đòi hỏi trong vòng 1 tuần lễ phải thành lập lại nội các, đồng thời yêu cầu chính quyền Adamec phải chuẩn bị tổ chức Tổng Tuyển Cử tự do trong vòng 6 tháng tới. Để tạo thêm áp lực, Diễn Đàn Dân Sự tổ chức một cuộc biểu tình tuần hành vào ngày 4-12-1989 với hơn 300 ngàn người tham dự. Trong cuộc biểu tình này, Vaclav Havel tuyên bố nếu đến ngày 11-12-1989 mà Thủ tướng Ladislav Adamec không tổ chức lại nội các mới, thì ông sẽ thực hiện cuộc tổng đình công lần thứ hai. Nội dung yêu cầu này đã được đại diện của Diễn Đàn Dân Sự trao cho chính quyền trong cuộc đối thoại vào sáng ngày 5-12-1989.

Ngày 6-12-1989, nhóm Diễn Đàn Dân Sự đã đưa cho Thủ tướng Ladislav Adamec danh sách 7 người mà Diễn Đàn Dân Sự đề nghị tham gia vào nội các mới. Vì những áp lực của đảng Cộng sản, Adamec không chấp nhận yêu cầu này của Diễn Đàn Dân Sự, và cảm thấy khó có thể thành lập tân chính phủ đáp ứng được đòi hỏi của các phiá, nên đã từ nhiệm và đề nghị đệ nhất Phó Thủ tướng là Marian Calfa ra thành lập nội các. Marian Calfa là một luật sư, phụ tá cho Thủ tướng Ladislav Adamec để điều hành chính quyền trong thời gian Adamec thực hiện các cuộc đối thoại với Diễn Đàn Dân Sự. Sự thay đổi này đã làm cho Diễn Đàn Dân Sự thất vọng, vì Marian Calfa là một cán bộ Cộng sản gần với khuynh hướng giáo điều. Nhưng sau cùng, Diễn Đàn Dân Chủ chấp nhận Marian Calfa làm Thủ tướng với điều kiện 7 người của nhóm Diễn Đàn Dân Sự đề cử phải vào trong nội các mới.

Ngày 8-12-1989, chính quyền tổ chức Hội Nghị Bàn Tròn với sự tham dự của toàn thể các đảng phái trong Mặt Trận Quốc Dân và Diễn Đàn Dân Sự. Hội nghị đã đi đến thỏa thuận là Thủ tướng Marian

Calfa thành lập chính phủ "*hòa giải dân tộc*", với sự tham dự quá bán vào trong nội các của các nhóm đối lập, và sau khi nội các được thành lập, Tổng thống Gustav Husak sẽ từ chức. Ngoài ra, Hội nghị quy định là đảng Cộng sản Tiệp Khắc không được độc chiếm hai chức vụ Tổng thống và Thủ tướng, đồng thời, hai chức vụ trên cũng phải chia đều ra cho hai Cộng hòa Czech và Slovak. Nghĩa là nếu Tổng thống là người của sắc dân Czech thì Thủ tướng phải là người của sắc dân Slovak, hoặc ngược lại.

Ngày 11-12-1989, Tổng thống Gustav Husak từ chức sau khi Hội nghị chính thức thông qua thành phần tân nội các của Thủ tướng Marian Calfa. Nội các Marian Calfa gồm có 9 người thuộc đảng Cộng sản, trong đó có hai người làm phó thủ tướng là Valtr Komarek (đệ nhất Phó thủ tướng) và Vlaimir Dlouhy (đệ nhị Phó thủ tướng) cả hai người này đều gần với nhóm Diễn Đàn Dân Sự. Diễn Đàn Dân Sự có 7 người tham gia nội các, còn đảng Xã Hội và đảng Nhân Dân, mỗi đảng nhận hai ghế Bộ trưởng. Đặc biệt, Diễn Đàn Dân Sự giữ hai bộ Ngoại giao và Tài chánh. Những đòi hỏi đều được đáp ứng, nên nhóm Diễn Đàn Dân Sự tuyên bố chấm dứt cuộc tổng đình công dự trù vào ngày 11-12-1989. Thay vào đó, vào giữa trưa ngày này, tất cả còi hụ của các công trường kêu vang gần 5 phút để đánh dấu thắng lợi đầu tiên.

Sau đó, Hội nghị tiếp tục thảo luận về việc chọn lựa Tổng thống. Trên nguyên tắc, Marian Calfa là người thuộc sắc dân Slovak, nên Tổng thống phải là người không Cộng sản thuộc sắc dân Czech. Nhân vật có đủ tư cách để trở thành Tổng thống là Kịch tác gia Vaclav Havel, đại diện của Diễn Đàn Dân Sự, nhưng việc đề cử Vaclav Havel gặp sự chống đối của sắc dân Slovak vì họ muốn đề cử cựu Tổng thống Alexander Dubcek, người đã bị Hồng quân Liên Xô lật đổ trong cuộc chính biến "Mùa Xuân Prague" vào năm 1968, ra làm Tổng thống.

KỊCH TÁC GIA VACLAV HAVEL ĐƯỢC BẦU LÀM TỔNG THỐNG

Thủ tướng Marian Calfa tuyên bố rằng nội các của ông chỉ là chính quyền chuyển tiếp cho đến khi tổ chức xong tổng tuyển cử tự do. Nội các này sẽ giải quyết ba vấn đề: Một là chọn người làm Tổng thống thay thế Gustav Husak đã từ chức; Hai là chọn thời điểm và phương pháp tổ chức cuộc Tuyển cử; Ba là giải quyết việc Hồng quân Liên Xô đang trú đóng tại Tiệp Khắc.

Ngày 12-12-1989, đệ nhất Bí thư đảng Cộng sản Tiệp Khắc là Vasil Mohorita đề nghị dời lại cuộc tuyển cử để cùng tổ chức bầu cử Tổng thống trực tiếp. Mục tiêu của Vasil Mohorita khi đưa ra đề nghị này là muốn mua thời gian để tìm một nhân vật tương đối sáng giá, thân cộng để loại trừ đối thủ Vaclav Havel. Tuy nhiên Hội Nghị Bàn Tròn vào ngày 14-12-1989 đã bác bỏ đề nghị của Mohorita, chủ trương tiếp tục áp dụng nguyên tắc Quốc hội Liên Bang bầu Tổng thống, và nhiệm kỳ Tổng thống này chỉ có tính cách chuyển tiếp. Ngày 22-12-1989, Hội Nghị Bàn Tròn chính thức đồng ý đề cử Vaclav Havel làm ứng cử viên Tổng thống. Trong khi đó, để dung hòa vấn đề sắc tộc, Hội nghị đã để cử cựu Tổng thống Alexander Dubcek thuộc sắc tộc Slovak ra làm Chủ tịch Quốc hội Liên bang (gồm có hai viện Viện Nhân Dân và Viện Dân Tộc).

Ngày 28-12-1989, Quốc hội Liên bang thông qua luật bầu bổ khuyết dân biểu, và bầu Alexander Dubcek làm dân biểu của Viện Dân Tộc. Với tư thế đó, cựu Tổng thống Dubcek được sắp xếp ra làm chủ tịch Quốc hội Liên bang. Ngày 29-12-1989, dưới sự chủ tọa của tân Chủ tịch Quốc hội Liên bang Alexander Dubcek, Thủ tướng Marian Calfa đã đề cử Vaclav Havel vào chức vụ Tổng thống. Được quốc hội liên bang bỏ phiếu tín nhiệm với đa số quá bán, Vaclav Havel chính thức trở thành Tổng thống không cộng sản sau hơn 40 năm độc chiếm của đảng Cộng sản, kể từ khi cố Tổng thống Benes bị cưỡng bách từ chức vào tháng 6-1948.

Trong bài diễn văn đầu năm 1990, Vaclav Havel đã trình bày một số suy nghĩ của ông trong việc phục hồi nền dân chủ tại Tiệp Khắc, tạo một sự xúc động sâu sắc trong đại đa số quần chúng:

"Từ bốn mươi năm nay, cũng trong ngày này, quốc dân đã nghe từ cửa miệng những người thuộc lớp trước tôi cùng nói về một sự việc, với ít nhiều biến đổi: nào nước ta đang phồn thịnh, nào ta đã sản xuất được bao nhiêu triệu tấn thép, nào mọi người chúng ta ai nấy đều hạnh phúc ra sao, ta tin tưởng vào chính phủ ta đến thế nào và những viễn tượng tốt đẹp bao nhiêu đang mở ra trước mặt chúng ta. Tôi xin tạm cho rằng quốc dân đã không đề cử tên tôi vào chức vụ này để

cũng lại nói dối với quốc dân. Nước ta đang không phồn thịnh. Tiềm năng sáng tạo vĩ đại và tiềm năng tinh thần vĩ đại của dân tộc không được áp dụng có ý nghĩa. Có đến toàn bộ các ngành công nghệ đang sản xuất những thứ không có nhu cầu trong khi ta lại thiếu thốn những thứ cần thiết.

Nhà nước, tự mệnh danh là một nhà nước của công nhân lại đang làm nhục và khai thác họ. Nền kinh tế lạc hậu của ta làm hao phí năng lượng, là thứ mà ta đang thiếu thốn. Nước ta, có thời đã kiêu hãnh về việc giáo dục người dân, ngày nay lại chi tiêu quá ít vào giáo dục để đến nỗi ta đứng hàng thứ 72 trên thế giới về lãnh vực này. Ta đã làm ô nhiễm đất đai, sông ngòi và rừng của ta, được thừa hưởng muôn đời từ tổ tiên ta và ngày nay ta đang gánh chịu một tình trạng môi sinh tồi tệ nhất trong toàn vùng Âu Châu. Người lớn ở đây đã chết sớm hơn đa số các nước Âu Châu...

Điều tệ hại nhất là ta đang sống trong một môi trường băng hoại tinh thần. Tinh thần của ta đã lâm bệnh bởi vì ta quen với lối nghĩ một đàng nói một nẻo. Ta đã học cách không tin tưởng vào bất cứ một cái gì, không quan tâm đến nhau, chỉ lo cho chính bản thân mình mà thôi. Những quan niệm như tình thương yêu, tình bằng hữu, lòng nhân từ, khiêm tốn hay khoan dung đã mất đi cái bề sâu và kích thước của chúng, và, đối với nhiều người trong chúng ta, ngày nay chúng biểu thị cho một thứ hiếu kỳ tâm lý nào đó, hoặc chúng hiện về như những kẻ phiêu bạt, lạc lõng từ những thuở xa xưa, trông có vẻ lố bịch giữa các thời đại của máy điện toán và phi thuyền không gian này...

Chế độ trước đây, được vũ trang bằng một ý thức hệ kiêu căng và cố chấp, đã hạ người dân xuống thành những phương tiện sản xuất, và đẩy thiên nhiên xuống thành công cụ của nó. Từ những con người có tài và có tinh thần trách nhiệm đang khéo léo vun xới đất đai mình, chế độ đã biến họ thành những bánh xe của một dàn máy khổng lồ, ồn ào, hôi tanh, thô kệch nhưng lại hoàn toàn không có định hướng. Điều duy nhất mà nó có thể làm được tuy chậm chạp nhưng bất khả cưỡng là suy mòn dần, với tất cả những khớp răng của nó....

Tất cả chúng ta đã quen với hệ thống chuyên chế và đã chấp nhận nó như một sự kiện không thể thay đổi được, vì thế đã thật sự giúp cho nó tiếp diễn. Chúng ta không chỉ là nạn nhân mà còn phải chịu trách nhiệm về nó... Tại khắp nơi trên thế giới, mọi người đều ngạc nhiên thấy tại sao những công dân dễ bảo này của Tiệp Khắc, đã từng bị làm nhục và đã từng yếm thế, những con người dường như chẳng còn tin tưởng vào gì hết, lại tìm được sức mạnh to lớn như thế trong một vài tuần lễ để vứt bỏ đi cái hệ thống chuyên chế bằng một phong cách hoàn toàn ôn hòa và trang nghiêm. Chính chúng ta cũng ngạc nhiên nữa.

Và ta hỏi: Những người trẻ tuổi kia chưa hề biết đến một hệ thống nào khác đã lấy từ đâu được cái lòng khao khát chân lý ấy, cái lòng yêu quí tự do ấy, cái trí tưởng tượng chính trị ấy, cái lòng cam đảm và trách nhiệm công dân ấy? Cha anh của họ, đúng cái thế hệ tưởng đã lạc loài ấy, đã cùng tham gia với họ bằng cách nào? Tại sao lại có thể xảy ra sự kiện hàng trăm ngàn người đã hiểu ngay phải làm một cái gì, và không ai cần khuyên nhủ hay hướng dẫn gì hết?

Nhân loại chẳng bao giờ chỉ là một sản phẩm của những hoàn cảnh ngoại giới mà còn có thể vươn tới cái gì cao thượng hơn. Thế ra, những truyền thống nhân bản và dân chủ vẫn ngự trị trong tiềm thức của dân tộc ta và trong những sắc dân thiểu số ở nước ta, được truyền từ thế hệ này sang thế hệ khác mà không ai để ý, lại thức dậy đúng lúc trong mỗi người chúng ta và định hướng cho hành động của chúng ta...

Đương nhiên, chúng ta cũng đã phải trả giá cho cái tự do ngày hôm nay. Có nhiều người trong chúng ta đã chết trong lao tù từ những năm 1950. Nhiều người đã bị hành quyết. Hàng ngàn nạn nhân đã bị tiêu diệt. Hàng trăm con người tài ba của dân tộc bị đẩy ra nước ngoài... Những kẻ từng có thời cùng với họ tham gia chiến đấu chống độc tài đế quốc trong thời chiến tranh mà vẫn bị họ ngược đãi... Không thể bỏ quên bất cứ người nào đã phải trả giá cách này hay cách khác cho nền tự do của chúng ta. Các tòa án độc lập sẽ phải công bằng thẩm định mọi tội lỗi, nếu có, của những kẻ hữu trách, để cho tất cả sự thật về cái quá khứ gần đây của chúng ta phải được phơi bày.

Thế nhưng ta cũng chớ nên quên rằng các dân tộc khác đã phải trả một giá còn nặng hơn cho nền tự do của họ, và cũng còn gián tiếp trả cho nền tự do của chúng ta nữa. Mọi niềm đau của nhân loại đều liên can đến mỗi một con người... Giá như không có những thay đổi tại Liên Xô, Ba Lan, Hung Gia Lợi và Cộng hòa Dân chủ Đức, thì những gì đã xảy ra, và, tất nhiên, không với một phong cách êm lặng và ôn hòa như thế này.

Giờ đây, niềm khát vọng đó liệu sẽ có được thực hiện hay không, liệu lòng tự trọng công dân, quốc gia và chính trị sẽ có được hồi sinh hay không, chỉ còn tùy thuộc nơi chúng ta. Chỉ con người nào hay dân tộc nào có lòng tự trọng, trong cái nghĩa tốt đẹp nhất của từ ngữ, mới có khả năng lắng nghe tiếng nói của những kẻ khác, đồng thời chấp nhận họ như những kẻ ngang hàng, mới có thể tha thứ kẻ thù và mới có thể chuộc tội...

Nước chúng ta là một nước nhỏ. Tuy nhiên, có hồi ta đã tượng trưng cho những khúc quanh tinh thần của cả Châu Âu. Tại sao ta lại không thể trở thành như thế một lần nữa? Kẻ thù lớn nhất của ta hiện nay là những đặc tính xấu xa của chính ta: thờ ơ, kiêu căng, tham vọng, ích kỷ và tranh chấp cá nhân. Phía trước chúng ta là những cuộc bầu cử tự do, và, do đó, cũng là cuộc đấu tranh tiền tuyển cử. Chúng ta hãy đừng để mất đi cảm tình của thế giới, cảm tình mà ta đã giành được thật là nhanh chóng, bằng cách để vướng chân vào cái bụi cỏ thấp hèn của những đụng độ vì quyền lực. Chúng ta cũng đừng để cho những quyền lợi vị kỷ nở hoa dưới cái vỏ cao quí là mong muốn phục vụ lợi ích chung...

Có lẽ đồng bào hỏi tôi mơ ước một nền cộng hòa loại nào. Xin thưa: một nước cộng hòa độc lập, dân chủ, một nền cộng hòa thịnh vượng kinh tế và công lý xã hội, một nền cộng hòa nhân đạo phục vụ con người và, do đó, còn có hy vọng là con người sẽ phục vụ nó......" (Bản dịch tiếng Việt của tác giả Đặng Hoàng, Thế Kỷ 21, số 11, 3-1990)

NHỮNG ĐẢNG PHÁI ĐỐI LẬP XUẤT HIỆN

Trước những suy thoái liên tục về chính trị, đảng Cộng sản Tiệp Khắc đã quyết định tổ chức đại hội toàn đảng sớm hơn dự định, vào hai ngày 20 và 21-12-1989. Đại hội đã thảo luận về vấn đề tổng tuyển cử tự do, và đồng ý sẽ tiến hành vào cuối tháng 6-1990. Để đáp ứng nhu cầu mới, đại hội cũng thông qua Cương lĩnh Hành động mới với chủ trương thực hiện "nhà nước Dân chủ Xã hội Chủ nghĩa", đa đảng và cải cách kinh tế theo hướng Thị trường xã hội chủ nghĩa. Đại hội cũng đã sửa lại cơ cấu lãnh đạo, bằng cách phế bỏ hội đồng cán bộ lãnh đạo gồm 13 người, thành lập Bộ chính trị gồm 24 người. Đại hội đã bầu Alexander Adamec làm Chủ tịch đảng và Vasil Mohorira làm đệ nhất Bí thư.

Ngoài ra, từ trước đến nay, dưới sự chỉ đạo của đảng Cộng sản Tiệp, ban lãnh đạo đã cho thành lập đảng Cộng sản Slovak, hoạt động trong Cộng hòa Slovak, trong khi đó sắc dân Czech không có đảng Cộng sản riêng. Vì vậy để tiến đến hình thức liên bang chế, Đại hội đã biểu quyết thành lập đảng Cộng sản trong Cộng hòa Czech. Mặt khác, từ tháng 11-1989, một số đảng viên theo xu hướng cải cách triệt để đã thành lập hệ phái "*Diễn Dàn Dân Chủ của Người Cộng Sản*", nhưng vẫn không thỏa mãn một số chính sách cải tổ của đảng nên quyết tâm ly khai, khiến cho nội bộ đảng phát sinh ra những khủng hoảng. Đến tháng 2-1990, nhóm này đã từ bỏ đảng Cộng sản Tiệp, đổi tên thành nhóm Diễn Đàn Dân Chủ.

Bước vào năm 1990, Hội Nghị Bàn Tròn tiếp tục tiến hành để thảo luận về các quy chế tổ chức tổng tuyển cử. Ngày 11-1-1989, Hội nghị chính thức quyết định tổng tuyển cử sẽ diễn ra vào tháng 6-1990 và cuộc bầu cử Hội đồng Nghị viên địa phương diễn ra vào mùa Thu. Tổng tuyển cử sẽ thực hiện theo hình thức liên danh tại 14 đơn vị bầu cử trên toàn quốc. Ngoài ra, cho đến khi tổ chức tuyển cử để thành lập quốc hội mới, Hội Nghị Bàn Tròn đồng ý duy trì Quốc hội Liên bang hiện nay như là cơ chế chuyển tiếp, biểu quyết một số luật lệ cần thiết cho việc tổ chức tuyển cử, nhưng phải thay đổi một số thành phần trong quốc hội. Vào thời điểm đó, Quốc hội liên bang Tiệp Khắc có hai viện: Viện Nhân Dân gồm 200 người có nhiệm kỳ 5 năm và Viện Dân Tộc có 150 người (chia ra cho sắc dân Czech 75 ghế, sắc dân Slovak 75 ghế) có nhiệm kỳ 5 năm. Trong số 200 ghế ở Viện Nhân Dân, đảng Cộng sản chiếm đa số, vì vậy Hội Nghị Bàn Tròn đã đòi hỏi đảng Cộng sản Tiệp Khắc phải nhường lại 90 ghế cho Diễn Đàn Dân Sự.

Kể từ ngày 12-1-1990, đảng Cộng sản Tiệp Khắc mất hết mọi ưu thế tuyệt đối ở trong Chính quyền, Quốc hội và Tổng thống. Tiệp Khắc đang từ thể chế độc tài độc đảng chuyển sang hình thức đa đảng một cách ôn hòa. Người ta gọi đây là ***Cuộc Cách Mạng Nhung***. Từ thời điểm này, những đảng Xã Hội, đảng Nhân Dân bắt đầu thay đổi nhân sự lãnh đạo và cố tạo hình ảnh độc lập đối với đảng Cộng sản để hy vọng kiếm phiếu trong kỳ tổng tuyển cử tới. Một số thành phần khác cũng thành lập một số đảng phái chính trị như đảng Xanh, đảng Dân Chủ Xã Hội, đảng Nông Dân... để chuẩn bị chạy đua trong cuộc tổng tuyển cử. Ngoài ra, Diễn Đàn Dân Sự là tập hợp của sắc dân Czech, cho nên sắc dân Slovak cũng thành lập một tổ chức riêng lấy tên là Phong Trào Công Chúng Chống Bạo Động. Phong trào này tích cực hợp tác với Diễn Đàn Dân Sự trong chính quyền chuyển tiếp cũng như trong việc chuẩn bị cuộc Tuyển cử.

HỒNG QUÂN LIÊN XÔ TRIỆT THOÁI KHỎI TIỆP KHẮC

Sau khi nhậm chức Tổng thống, mối quan tâm đầu tiên của Vaclav Havel là mở rộng quan hệ đối ngoại với các quốc gia trong vùng Âu Châu và Hoa Kỳ để làm điểm tựa điều đình với Liên Xô về việc triệt thoái 75 ngàn Hồng quân ra khỏi Tiệp Khắc. Trong thông điệp đầu năm 1990, Tổng thống Havel đã nhấn mạnh đến nỗ lực liên đới tái lập một nền hòa bình và an ninh mới cho toàn vùng Âu Châu, sau khi Ba Lan, Hung Gia Lợi và Đông Đức chuyển sang thế chế tự do, đa đảng. Đặc biệt là đề nghị tái lập quan hệ với Tòa Thánh Vatican và Do Thái, đồng thời tăng cường mối quan hệ với Hoa Kỳ.

Ngày 2-1-1990, Tổng thống Vaclav Havel viếng thăm Đông và Tây Đức. Ngày 9-1-1990, tại Hội nghị của Comecon tổ chức ở thủ đô Sofia của Bảo Gia Lợi, phái đoàn Tiệp Khắc đề nghị cải cách cơ cấu tổ chức để tạo sự liên kết rộng rãi hơn với các nước Trung Âu. Ngày 25-1-1990, Vaclav Havel viếng thăm thủ đô Ba Lan, đề nghị một cuộc họp thượng đỉnh giữa ba nước Ba Lan, Tiệp Khắc và Hung Gia Lợi. Đến ngày kế khi sang thăm Budapest, Havel cũng đề nghị một cuộc họp thượng đỉnh giữa sáu nước Ý Đại Lợi, Áo, Nam Tư, Ba Lan, Hung Gia Lợi và Tiệp Khắc. Trong khi đó, từ ngày 4-1-1990, Ngoại trưởng Johanes của Tiệp Khắc đã nói chuyện với Ngoại trưởng Liên Xô đương nhiệm là Eduard Shevardnadze về kế hoạch rút quân Liên Xô ra khỏi Tiệp Khắc. Sau đó một phái đoàn chuyên môn của Liên Xô do thứ trưởng Ngoại giao dẫn đầu đến Prague để thảo luận chi tiết về kế hoạch rút quân vào hai ngày 15 và 16-1-1990. Trong hội nghị này, Tiệp Khắc đề nghị Liên Xô rút hết quân trong năm 1990, phía Liên Xô thì cho là không nên đặt sẵn khung thời gian mà phải thảo luận toàn bộ trong bối cảnh an ninh chung của Âu Châu khi Liên Xô triệt thoái và vấn đề quân đội Mỹ ở Âu Châu. Ngoài ra Liên Xô cũng đưa ra một số vấn đề kỹ thuật như chuẩn bị nhà ở, vấn đề chi phí vận chuyển 75 ngàn quân và vũ khí... phải được thảo luận trước khi quyết định ngày chính thức triệt thoái. Hội nghị đã đi đến kết luận là hai phía sẽ lập một số toán chuyên môn để giải quyết từng vấn đề và từ ngày 14-2-1990 bắt đầu lập kế hoạch rút quân.

Ngày 15-2-1990, Vaclav Havel viếng thăm Hoa Kỳ để thảo luận với Tổng thống George Bush về kế hoạch rút quân. Hoa Kỳ tán đồng và đồng ý cho Tiệp Khắc hưởng qui chế Tối Huệ Quốc để chấn chỉnh kinh tế. Trong cuộc viếng thăm này, Vaclav Havel được mời đến đọc diễn văn tại lưỡng viện Quốc hội Hoa Kỳ vào ngày 21-2-1990. Tổng thống Vaclav Havel đã trình bày một số quan điểm như: "... *chừng nào con người vẫn là con người, thì dân chủ, trong cái nghĩa trọn vẹn của từ ngữ, sẽ chỉ luôn luôn không gì hơn là một lý tưởng. Trong ý nghĩa này, Hoa Kỳ cũng chỉ đang trên đường đi tới dân chủ mà thôi. Thế nhưng Hoa Kỳ có được một ưu điểm lớn: đó là Hoa Kỳ đã không ngừng đi tới dân chủ từ hơn 200 năm nay rồi, và cuộc hành trình về phía mặt trời đó chưa bao giờ bị gián đoạn bởi một hệ thống chuyên chính. Hệ thống chuyên chính thuộc loại cộng sản đã để lại cho hai dân tộc Czech và Slovak, cũng như cho mọi sắc dân ở Liên Xô và những xứ mà Liên Xô đã chinh phục được trong thời đại của nó, một di sản gồm vô số xác chết, một quang phổ vô tận những sụp đổ kinh tế sâu xa và, trên hết, sự sỉ nhục con người đến tột độ. Nó đã mang lại cho chúng tôi những khủng khiếp mà, may mắn thay, Hoa Kỳ chưa từng biết tới...*"

Ngày 26-2-1990, Vaclav Havel viếng thăm Liên Xô và cùng với Gorbachev chính thức ký hiệp định triệt thoái Hồng quân Liên Xô ra khỏi Tiệp Khắc. Hai bên đồng ý việc rút quân được chia làm ba giai đoạn. Đầu tiên là triệt thoái lực lượng chủ lực cho đến tháng 5-1990, sau đó tiếp tục đợt thứ hai vào cuối năm 1990, và đến mùa hè năm 1991 thì triệt thoái toàn bộ Hồng quân và vũ khí ra khỏi Tiệp Khắc.

XUNG ĐỘT VỀ TỐC ĐỘ CẢI CÁCH KINH TẾ TRONG NỘI CÁC MARIAN CALFA

Chính quyền liên hiệp chuyển tiếp của Thủ tướng Marian Calfa, tuy vẫn còn nhiều cán bộ cộng sản nắm giữ những ghế quan trọng, nhưng nói chung, mọi việc đều tiến hành khả quan. Nguyên do là nhóm Diễn Đàn Dân Sự, dưới sự lãnh đạo của Tổng thống Vaclav Havel, muốn tạo một chính quyền hòa giải thật sự. Nếu không làm như vậy, thì Diễn Đàn Dân Sự và cả Tổng thống Vaclav Havel sẽ không tìm được những nhân sự thích hợp khi mà tỷ số đảng viên cộng sản còn chiếm quá đông trong thành phần thanh niên có khả năng chuyên môn tại Tiệp Khắc. Ngược lại những viên chức cộng sản cũng nhìn thấy là đảng Cộng sản đã hết thời và giờ đây, sở dĩ họ được lưu dụng là vì khả năng chuyên môn và lý lịch không nhúng tay vào máu trong quá khứ. Vì sự đối xử ôn hòa và "cầu hiền" của Vaclav Havel, Diễn Đàn Dân Sự và Phong Trào Công Chúng Chống Bạo Động lần lượt thu hút đông đảo cán bộ cộng sản tham gia.

Tuy vậy, những bất đồng trong chính phủ bắt đầu xuất hiện khi nội các phải đối đầu với những vấn nạn liên quan đến tầm mức và tốc độ tiến hành việc cải cách kinh tế. Vào thời điểm đó, toàn bộ những vị trí kinh tế then chốt đều được những thành viên cũ trong Viện Dự Báo Tương Lai (Institute of Prognostics) do Valtr Komarek làm giám đốc nắm giữ. Valtr Komarek là một cán bộ cộng sản chủ trương cải tổ theo đường lối Gorbachev và từng tham gia phong trào "Mùa Xuân Prague" năm 1968. Ông này chủ trương việc thị trường hóa từng bước, đặc biệt là cải tổ cơ cấu (xóa bỏ bao cấp, đóng cửa các xí nghiệp thua lỗ) trước khi cho tự do giá cả và ngoại thương. Valtr Komarek còn chủ trương phải thận trọng trong việc tư hữu hóa. Những quan niệm cải tổ của ông ta hoàn toàn đối nghịch với đường lối cải tổ kinh tế của Diễn Đàn Dân Sự, đứng đầu là kinh tế gia Vaclav Klaus và Vladimir Dlouhy (cựu đảng viên đảng Cộng sản Tiệp Khắc nhưng đã ngả theo Diễn Đàn Dân Sự), chủ trương phải đẩy nhanh tốc độ cải cách, dứt khoát tiến sang cơ chế thị trường.

Những bất đồng ý kiến một phần phát xuất từ sự khác biệt giữa hai phía trong việc đánh giá mức ổn định và tiềm năng kinh tế của Tiệp Khắc. Vì không bị nạn lạm phát cao và không có những món nợ ngoại trái quá lớn như Ba Lan hay Hung Gia Lợi, cán bộ cộng sản cho rằng cải cách kinh tế từ từ, ít tạo chấn động có thể đạt thành công hơn. Nhưng Bộ trưởng Kinh tế Vladimir Dlouhy và Bộ trưởng Tài chánh Vaclav Klaus của Diễn Đàn Dân Sự thì nghi ngờ là những quan điểm của Komarek không giải quyết kịp thời những chấn động do các bước tiến lên việc thị trường hóa đem lại. Họ cho rằng việc chữa trị bằng cách thay đổi mạnh mẽ vẫn cần thiết hơn cho trường hợp Tiệp Khắc. Chủ trương thay đổi từ từ chỉ kéo dài thời gian khủng hoảng và cản bước tiến thị trường hóa nền kinh tế.

Bất đồng này càng ngày càng bùng nổ lớn trong nội bộ chính quyền và trở nên công khai từ mùa xuân năm 1990 và càng lộ rõ trong cuộc vận động tranh cử. Mặc dù Thủ tướng Marian Calfa đã vận động Quốc hội Liên bang chuẩn y một số luật lệ kinh tế vào tháng 4-1990, nhưng sự bất đồng nội bộ đã làm trì hoãn việc áp dụng những thay đổi kinh tế mạnh bạo, dẫn tới một số hành động thiếu phối hợp, chẳng hạn như việc phá giá 18,6% đồng tiền Tiệp Khắc mà Vaclav Klaus ban hành ngay sau khi nhận trách nhiệm Bộ trưởng Tài chánh vào tháng 1-1990. Sự kiện này đã làm cho du khách Tây phương túa vào mua hàng ào ạt, tạo ra nhiều bất mãn, hoặc như những cấm đoán khắt khe mà ông áp dụng bổ xung vào ngân sách 1990 bị chỉ trích là đã bóp nghẹt những xí nghiệp tư doanh còn non nớt. Valtr Komarek chủ trương cải cách từng bước vì đây là chính quyền chuyển tiếp và không do dân bầu, do đó không có quyền quyết định những vấn đề căn bản và ảnh hưởng đến toàn bộ cơ cấu. Vaclav Klaus thì viện dẫn rằng, mặc dù mang tính chất chuyển tiếp, nhưng đã là chính quyền thì phải cấp thời đáp ứng nguyện vọng của dân chúng đang nóng lòng chờ đợi cải cách, nên phải áp dụng ngay không thể trì hoãn.

TỔNG TUYỂN CỬ TỰ DO

Cuộc tuyển cử tự do được tổ chức vào ngày 10-6-1990. Diễn Đàn Dân Sự (của Cộng hòa Czech) và Phong Trào Công Chúng Chống Bạo Động (của Cộng hòa Slovak) chiếm 170 ghế trong số 350 ghế của Quốc hội Liên bang. Quốc hội Liên bang có 2 viện gồm Viện Nhân Dân có 200 ghế và Viện Dân Tộc có 150 ghế (chia đều cho hai sắc dân Czech và Slovak, mỗi bên 75 ghế). Trong Viện Nhân Dân, Diễn Đàn Dân Sự và Phong Trào Công Chúng Chống Bạo Động chiếm được 87 ghế, đảng Cộng sản Tiệp Khắc chỉ chiếm được 27 ghế. Số ghế còn lại chia cho các đảng nhỏ như Xanh Lục, Phong Trào Dân Chủ Thiên Chúa Giáo Slovak, đảng Nhân Dân, Liên Minh Xã Hội Tự Do... Trong Viện Dân Tộc, Diễn Đàn Dân Sự chỉ chiếm được 50 ghế trong cánh sắc dân Czech, còn Phong Trào Công Chúng Chống Bạo Động chiếm được 33 ghế trong cánh sắc dân Slovak.

Mặc dù Diễn Đàn Dân Sự và Phong Trào Công Chúng Chống Bạo Động chiếm ưu thế, nhưng 2 tổ chức này không thể thành lập chính quyền riêng mà phải liên hiệp với một số đảng phái khác, trừ đảng

Cộng sản Tiệp Khắc. Thủ tướng Marian Calfa đã bỏ đảng Cộng sản ra tranh cử với tư thế của Phong Trào Công Chúng Chống Bạo Động nên được tiếp tục tín nhiệm vào vai trò Thủ tướng. Nội các mới của Thủ tướng Marian Calfa đã loại bỏ các đảng viên cộng sản, thay thế bởi 2 người của Phong Trào Dân Chủ Thiên Chúa Giáo Slovak và 6 thành viên độc lập. Trong chính phủ mới này, kinh tế gia Valtr Komarek bị loại ra khỏi nội các, người thay thế là Vaclav Vales, một chuyên gia kinh tế độc lập, trong chức vụ Phó Thủ tướng đặc trách cải cách kinh tế. Vladimir Dlouhy được tái chỉ định làm Bộ trưởng Kinh tế và ông Vaclav Klaus tiếp tục giữ chức Bộ trưởng Tài chánh, cả hai là thành viên của Diễn Đàn Dân Sự. Điều này cho thấy là nội các bắt đầu ngả theo hướng cải cách kinh tế thị trường nhanh chóng. Ngoài ra, Thủ tướng Marian Calfa còn phải cân bằng số thành viên sắc tộc Slovak và Czech trong chính quyền, với kết quả là phía Cộng hòa Czech chiếm 10 ghế, Slovak chiếm 6 ghế.

Tân nội các của Marian Calfa tuyên thệ nhậm chức vào ngày 29-6-1990. Mặc dù các bộ trưởng trong nội các đều đồng ý phải đẩy nhanh tốc độ cải cách, nhưng lại bất đồng ý kiến về phương thức tiến hành, đặc biệt là vấn đề tư hữu hóa. Cho đến mùa hè năm 1990, văn kiện "Đại Cương về Cải Cách Kinh Tế" ra đời, đưa ra những công tác chính và thời gian áp dụng những luật lệ cải tổ cần thiết. Văn kiện này được Quốc hội liên bang thảo luận và thông qua vào tháng 9. Nhưng lần này, những trở lực làm trì trệ cuộc cải cách kinh tế và chính trị của Tiệp Khắc lại đến từ sắc dân Slovak muốn lập một quốc gia độc lập đối với sắc dân Czech.

III- CỘNG HÒA LIÊN BANG TIỆP KHẮC TAN RÃ

TU CHÍNH HIẾN PHÁP

Trong cuộc tuyển cử tự do vào tháng 6-1990, một số người thuộc cộng hòa Slovak đã lập ra đảng Quốc Gia Slovak (The Slovak National Party) chiếm được 9 ghế trong Viện Dân Tộc. Trước đó, vào cuối tháng 3, đầu tháng 4-1990, một cuộc tranh cãi bất ngờ xảy ra tại Quốc hội liên bang về việc thay đổi tên nước đã làm cho vấn đề tự ái dân tộc bùng nổ. Các đại biểu Slovak không hài lòng khi chỉ bỏ chữ "Xã hội Chủ nghĩa" và đặt lại là Cộng Hòa Liên Bang Czechoslovak. Họ yêu sách và đã được chấp thuận khi đề nghị tách chữ Czechoslovak làm hai, tức là Cộng Hòa Liên Bang Czech và Slovakia. Họ lý luận rằng việc viết hai chữ dính vào nhau cho thấy sắc dân Slovak bị lệ thuộc và đi sau sắc dân Czech. Nhưng vấn đề không dừng ở đó.

Sau tuyển cử, vấn đề phân bố quyền lợi giữa hai cộng hòa Czech và Slovakia trong Liên bang đã trở nên quan trọng hơn là vấn đề cải tổ kinh tế, vì việc phân phối quyền lợi chính là sự chi phối quyền lực và tài nguyên của hai cộng hòa này trong Liên bang. Ngày nào mà chính quyền Liên bang còn tính đến chuyện thống nhất chính sách kinh tế và cải cách toàn bộ cơ cấu mà không có sự đồng ý của người Slovak, thì coi như không thể tiến hành. Vấn đề phức tạp này phát sinh do tập quán tài trợ tròng chéo có từ lâu dưới chế độ Cộng sản.

Việc tản quyền của trung ương cho hai cộng hòa quốc nhằm thực thi chính sách phát triển trong hai vùng Czech và Slovakia là nguyên tắc đúng, nhưng không phù hợp trong thực tế. Lý do là tình hình kinh tế hai nước khác nhau, nếu trung ương thả lỏng sự kiểm soát về tài nguyên và các chính sách kinh tế, mỗi nơi áp dụng một cách khác nhau thì sẽ đưa đến bế tắc. Đặc biệt tại Slovakia, nơi mà từ thập niên 70, chính quyền Gustav Husak tập trung phát triển công nghiệp nặng với sản phẩm quốc phòng, chế biến dầu hỏa, sẽ khó sống còn trong những điều kiện kinh tế thả nổi theo thị trường tự do. Vì vậy, nếu tản quyền kinh tế cho hai Cộng hòa Czech và Slovakia thì chính quyền Cộng hòa Slovakia sẽ có ảnh hưởng quá nhiều, làm trì trệ hay làm chuyển hướng chương trình cải cách kinh tế và làm mất tính cách đồng nhất chương trình phát triển của trung ương. Nhưng nếu tập quyền về trung ương vì nhu cầu phối hợp để tiến trình cải cách cho đồng bộ, làm Cộng hòa Slovakia bị thiệt hại, chắc chắn là sắc dân Slovak sẽ chống đối. Vì vậy mà từ tháng 8-1990 trở đi, chính quyền Liên bang và hai nước Cộng hòa Czech và Slovakia đã tổ chức những buổi họp để thảo luận về việc tu chính hiến pháp công bố năm 1968 theo hướng Liên bang chế.

Thành phần đại diện cho Cộng hòa Slovakia có 23 người, gồm 13 thành viên của Phong Trào Công Chúng Chống Bạo Lực, 7 thành viên của Phong Trào Dân Chủ Thiên Chúa Giáo Slovak và 3 thành viên của đảng Dân Chủ Slovak. Đây là đối thủ chính của chính phủ Liên bang, vì trên nguyên tắc, Cộng hòa Czech không có vấn đề, nên cũng có lúc đứng về phía Slovakia, đối lập với quan niệm của chính quyền Liên bang, nhưng thường họ chỉ đóng vai trò trung gian.

Thủ tướng Cộng hòa Slovakia là ông Vladimir Meciar, một thành viên của Phong Trào Công Chúng Chống Bạo Động, lúc đầu không có ý định đòi quyền tự trị, nhưng bị ảnh hưởng của Phong Trào Dân Chủ Thiên Chúa Giáo và nhất là sự ủng hộ của quần chúng cho đảng Quốc Gia Slovak, nên Vladimir Meciar chuyển dần sang lập trường ủng hộ quyền tự trị. Vì vậy mà những cuộc thảo luận giữa chính quyền Liên bang với Cộng hòa Slovakia ngày càng rơi vào bế tắc và nội bộ Phong Trào Công Chúng Chống Bạo Động cũng bắt đầu phân hóa. Trong lúc đó, Diễn Đàn Dân Sự hướng dần về phía hữu dưới sự lãnh đạo của tân chủ tịch Vaclav Klaus. Dân Slovak xem đây là một dấu hiệu mà sắc dân Czech muốn tái lập lại kiểu cai trị theo trung ương tập quyền, và vì thế lại gây thêm căng thẳng trong chính quyền liên bang.

Cuối cùng, vào ngày 12-12-1990, tu chính án thành hình với sự đồng ý của ba phía, để tạm thời tránh cơn khủng hoảng hiến pháp. Tu chính này có hiệu lực kể từ ngày 1-1-1991, cùng lúc với những bước đầu cải cách kinh tế như tự do giá cả, đổi tiền tệ trong nước, tư hữu hóa trong phạm vi nhỏ. Chính phủ Liên bang tiếp tục kiểm soát quốc phòng, ngoại thương, ngân hàng trung ương, thuế khóa liên bang, cải tổ giá cả và quan thuế. Chính phủ Liên bang trực tiếp thu thuế ở cả hai Cộng hòa thay vì chờ họ chuyển về. Một số bộ quan trọng, bao gồm hai cơ quan phụ trách về công nghiệp và ngoại thương, được giải tán ở cấp Liên bang, chuyển về cho các Cộng hòa quốc tự quản trị. Các Cộng hòa quốc được toàn quyền trong những lãnh vực không dành riêng cho Liên bang. Tuy vậy, vẫn còn một số lãnh vực không quyết định được trong các cuộc thương thảo, và phải giao lại cho nhóm soạn thảo hiến pháp mới, như vấn đề quyền kiểm soát giao thông và hệ thống truyền thông.

Quyền kiểm soát các ống dẫn dầu được giao lại cho công ty cổ phần Czech và Slovakia. Chủ quyền các tài sản sẽ thuộc về các Cộng hòa liên hệ nhưng không bao gồm tài nguyên thiên nhiên. Chính phủ Liên bang có quyền phân phối năng lượng trong tình trạng khẩn cấp, nhưng vấn đề còn đang được bàn cãi thêm là một mình chính phủ Liên bang hay mỗi Cộng hòa quốc được quyền ban hành tình trạng khẩn cấp. Một số tu chính nêu trên chỉ có tính cách tạm thời, vì trong thực tế sắc dân Slovak muốn tách khỏi Liên bang, đòi tự trị.

QUÁ TRÌNH PHÂN LY

Bước vào năm 1991, tình hình chính trị ở Tiệp Khắc rất hỗn loạn. Các đảng phái trong Cộng hòa Slovakia tổ chức biểu tình đòi tự trị. Không giống như các Cộng hòa Slovenia và Croatia của Liên bang Nam Tư cũ, Cộng hòa Slovakia của Tiệp Khắc rất nghèo và là vùng đất thí nghiệm kế hoạch công nghiệp nặng của cựu Tổng bí thư Gustav Husak nên bị ô nhiễm về môi trường rất nặng nề. Cộng hòa Slovakia không đồng ý chủ trương đẩy nhanh tốc độ cải tổ kinh tế thị trường của chính quyền Liên bang. Họ chủ trương phải cải cách từng bước và giải quyết cấp thời công ăn việc làm cho công nhân. Sự xung đột giữa sắc dân Slovak với chính quyền Liên bang bùng nổ lớn khi Thủ tướng Cộng hòa Slovakia là Vladimir Meciar cùng 7 bộ trưởng khác bị áp lực của chính quyền Liên bang phải từ chức vào đầu tháng 5-1991, vì không chấp nhận đường lối cải tổ của Liên bang. Ngày 19-5-1991, hơn 50 ngàn người đã tụ tập biểu tình tại thủ phủ Bratislava của Slovakia đòi tổ chức lại cuộc tổng tuyển cử. Trong khi đó, Tổng thống Vaclav Havel muốn đem vấn đề đòi tự trị của sắc dân Slovak ra trưng cầu dân ý. Vấn đề này đã được đưa ra thảo luận tại Quốc hội Liên bang và được quốc hội đồng ý tổ chức trưng cầu dân ý vào tháng 1-1992, năm tháng trước khi tổ chức lại cuộc tổng tuyển vào tháng 6-1992.

Những người lãnh đạo của Slovakia sợ bị thua trong cuộc trưng cầu dân ý nên đòi dời ngày tổ chức trưng cầu dân ý. Trong khi đó, các đảng phái Slovak tổ chức các cuộc vận động và biểu tình làm áp lực để đòi hỏi chính quyền Liên bang cho họ có hiến pháp riêng, cũng như Tổng thống và quân đội riêng. Mục tiêu của sắc dân Slovak là nếu thua trong cuộc trưng cầu dân ý, họ vẫn có nhiều quyền hơn. Sự đòi hỏi này đã bị chính quyền Liên bang chống đối mạnh mẽ. Đầu tháng 11-1991, tân Thủ tướng Cộng hòa Slovakia là Jan Carnogursky, một nhà lãnh đạo của Phong Trào Dân Chủ Thiên Chúa Giáo, tuyên bố ủng hộ việc soạn thảo hiến pháp độc lập cho sắc dân Slovak, và sẽ tổ chức tổng tuyển cử sớm hơn để trưng cầu về bản hiến pháp độc lập này. Lời tuyên bố của Jan Carnogursky được sự tán đồng của đảng viên Cộng sản và của Phong Trào Dân Chủ Thiên Chúa Giáo. Đặc biệt cựu Thủ tướng Cộng hòa Slovakia là Vladimir Meciar, chủ tịch

Phong Trào Dân Chủ Thiên Chúa Giáo đã lên tiếng phê phán chính sách của Liên bang và cho rằng thời đại của Liên bang đã chấm dứt, phải để cho các dân tộc được tự trị. Trước tình thế đó, đầu tháng 12-1991, Thủ tướng Liên bang là Marian Calfa, thuộc sắc dân Slovak tuyên bố là sự tách đôi Liên bang Tiệp Khắc rất có thể xảy ra. Lời tuyên bố này đã làm gia tăng tiến trình phân rã của Tiệp Khắc.

Tháng 6-1992, Tiệp Khắc tổ chức cuộc bầu cử quốc hội Cộng hòa Slovakia và Liên bang. Tại Cộng Hòa Slovakia, quốc hội chỉ có một viện gồm 150 ghế có nhiệm kỳ 4 năm, chia ra như sau: đảng Dân Chủ Slovak chiếm 74 ghế, đảng Dân Chủ Tả Phái (cựu Cộng sản) chiếm 29 ghế, Phong Trào Dân Chủ Thiện Chúa Giáo chiếm 18 ghế, đảng Quốc Dân Slovak chiếm 15 ghế, Liên Minh Dân Chủ Sắc Dân Hung Gia Lợi chiếm 14 ghế. Kết quả trên cho thấy đảng Dân Chủ Slovak là đảng chủ trương đòi tự trị chiếm quá bán trong quốc hội. Đây có thể coi như là một kết quả trưng cầu dân ý của sắc dân Slovak về vấn đề tự trị. Ngày 22-7-1992, tân quốc hội Cộng hòa Slovakia nhóm họp, đảng Dân Chủ Slovak đề nghị quốc hội thông qua tuyên ngôn chủ quyền về lãnh thổ với kết quả 100% phiếu ủng hộ, tạo chấn động mạnh mẽ đến chính quyền Liên bang. Tân quốc hội Slovakia cũng bầu Vladimir Meciar làm Thủ tướng để thực hiện các cuộc điều đình đòi độc lập với Liên bang.

Kết quả cuộc bầu cử quốc hội Liên bang cho thấy tổ chức Dân Chủ Dân Sự của Tổng thống Vaclav Havel vẫn chiếm ưu thế. Và vì sắc dân Czech chiếm 2/3 dân số Tiệp Khắc, nên Quốc hội Liên bang chịu sự chi phối mạnh mẽ của sắc dân Czech. Quốc hội Liên bang có 2 viện: Thượng viện gồm 81 ghế có nhiệm kỳ 6 năm, Hạ viện gồm 200 ghế có nhiệm kỳ 4 năm. Số ghế của các đảng phái trong Hạ viện được chia như sau: Diễn Đàn Dân Sự chiếm 76 ghế; nhóm Tả Phái (cựu Cộng sản) chiếm 35 ghế; đảng Dân chủ Xã hội chiếm 16 ghế; Liên Minh Xã hội Tự do chiếm 16 ghế; Liên Minh Dân Chủ Thiên Chúa Giáo và Đảng Nông Dân chiếm 15 ghế; Liên Minh Cộng Hòa và đảng Cộng Hòa chiếm 14 ghế; Liên Minh Dân Chủ Dân Sự chiếm 14 ghế; Phong Trào Dân Chủ Chủ Nghĩa Tự Quản chiếm 14 ghế. Quốc hội Liên bang đã bầu Vaclav Klaus, chủ tịch Diễn Đàn Dân Sự lên làm Thủ tướng thay thế Marian Calfa.

Từ đầu tháng 8-1992, Thủ tướng Vladimir Meciar của Cộng hòa Slovakia và Thủ tướng Vackav Klaus mở các cuộc hội nghị thảo luận về tiến trình độc lập của Cộng hòa Slovakia. Ngày 23-8-1992, hai bên đã công bố bản thông cáo chung, đồng ý tách Slovakia và Czech thành hai quốc gia độc lập. Ngày 26-8-1992, Quốc hội Cộng hòa Slovak và Liên bang thông qua bản quyết định này và chọn ngày 1-1-1993 làm ngày phân chia chính thức hai nước sau gần 74 năm "chung sống". Trong tiến trình độc lập, hai bên cũng đồng ý một số chính sách như sau: 1) Thành lập một liên minh về tài chánh và quan thuế; 2) Cùng duy trì một loại tiền tệ cho đến tháng 6-1993; 3) Việc phân chia quân đội và tài sản tính theo tỷ lệ dân số.

HAI QUỐC GIA ĐỘC LẬP

Ngày 1-1-1993, Cộng hòa Tiệp Khắc chính thức bị xóa tên, biến thành hai quốc gia: Cộng hòa Czech và Cộng hòa Slovakia.

Cộng hòa Czech có diện tích 79 ngàn cây số vuông, đặt thủ đô tại Prague. Sau khi độc lập, ngày 26-1-1993, Quốc hội nhóm họp bỏ phiếu tiếp tục tín nhiệm Vaclav Havel làm Tổng thống. Lần này Quốc hội đã trao cho ông Havel nhiều quyền hạn hơn, như quyền chỉ định hay giải nhiệm Thủ tướng và Chánh án toà án tối cao, đồng thời, có quyền giải tán quốc hội và là tư lệnh quân đội tối cao. Thủ tướng chính phủ là Kinh tế gia Vaclav Klaus được đề cử giữ chức vụ này từ tháng 7-1992. Theo nghị định chung, hai Cộng hòa Czech và Slovakia sẽ sử dụng tiền tệ chung trong vòng nửa năm sau khi độc lập. Tuy nhiên, nền kinh tế của Cộng hòa Slovak liên tục bị khủng hoảng nên đã phát sinh ra hiện tượng là nguồn tiền từ Slovakia du nhập vào Czech ngày một nhiều. Để tránh hỗn loạn, chính quyền của hai nước phải quyết định ngưng sử dụng tiền tệ chung và bắt đầu từ ngày 8-1992, hai nước phát hành đồng tiền riêng. Mặt khác, nhờ quá trình đẩy nhanh tốc độ cải cách theo hướng kinh tế thị trường và giải tư các xí nghiệp quốc doanh, từ cuối năm 1993, nền kinh tế Czech bắt đầu phục hồi. Tỷ suất tăng trưởng kinh tế năm 1994 đạt đến 1,5% so với năm 1990 là âm 3%. Đặc biệt Tiệp đã chận đứng được đà lạm phát từ 60% của năm 1991, xuống còn 1,5% trong năm 1993, và còn 1% năm 1994. Tiệp là quốc gia có vật giá ổn định nhất trong các nước Đông Âu và cũng là quốc gia mang ít nợ ngoại trái nhất. Hiện nay Cộng Hòa Tiệp đã trở thành thành viên của Cộng đồng kinh tế chung Âu Châu.

Mặc khác, tình hình chính trị ở Tiệp khá ổn định, các đảng phái khuynh hữu chiếm ưu thế trong sinh hoạt chính trị. Sau khi mất độc quyền, đảng Cộng sản Tiệp đã bị phân rã thành ba nhóm nhỏ, trong đó nhóm đảng viên có khuynh hướng cải cách lập ra nhóm Tả phái, còn chiếm được một số ghế trong Quốc hội, nhưng không có tiềm năng mạnh như các đảng Cộng sản ở Ba Lan và Hung Gia Lợi. Do đó, đảng Cộng sản Tiệp khó có trường hợp thắng thế trở lại như ở Ba Lan hay Hung Gia Lợi.

Cộng hòa Slovakia có diện tích 49 ngàn cây số vuông, đặt thủ đô ở Bratislava. Sau khi độc lập, Quốc hội Slovak đã bầu Michal Kovac, phó chủ tịch đảng Dân Chủ Slovak lên làm Tổng thống. Vốn là vùng đất nghèo nên sau khi tách làm đôi, nền kinh tế của Slovak liên tục bị khủng hoảng, tỷ lệ tăng trưởng -8%, một con số vô cùng bi đát, trong khi đó mậu dịch với Tiệp giảm xuống một nửa, và tỷ lệ thất nghiệp lên đến 10%. Tháng 7-1993, Slovak hạ giá đồng tiền xuống 10% nhưng vẫn không cứu vãn được tình thế, nạn lạm phát vẫn gia tăng, mức tăng trưởng kinh tế trong năm 1993 và 1994 tụt xuống -15%. Theo một thống kê vào tháng 11-1994, có đến 35% dân số cho rằng việc đòi độc lập là không nên, trong khi chỉ còn 23% ủng hộ quyết định này. Vì vậy sau 3 năm chia đôi, số người ủng hộ đảng Dân Chủ Tả Phái (phe cựu cộng sản) có chiều hướng gia tăng, chiếm 16% so với năm 1989 chỉ đạt 9%. Ngoài ra, Cộng hòa Slovakia còn phải giải quyết vấn đề đòi tự trị của người Slovakia gốc Hung. Mặc dù sắc dân này chỉ có khoảng 5 triệu người, nhưng đã tổ chức thành Liên Minh Người Hung Gia Lợi, có ảnh hưởng đáng kể trong Quốc hội và là chính đảng chiếm ưu thế tại hai vùng Komarno và Shamorin. Cộng Đồng Âu Châu lo ngại Slovakia có thể biến thành một trường hợp Nam Tư thứ hai, nên đã yêu cầu chính quyền Hung Gia Lợi ký thỏa ước không xâm lăng và không can thiệp vào nội bộ Slovakia để tránh làm bùng nổ những xung đột chủng tộc ở nước này.

IV- KẾT LUẬN

Chỉ trong vòng hai tháng từ cuộc biểu tình ngày 17-11-1989 của sinh viên tại Prague, đến sự hình thành Diễn Đàn Dân Sự mười ngày sau đó, ách độc tài của đảng Cộng sản Tiệp Khắc đã bị giật sập vào ngày 29-12-1989, khi Quốc hội liên bang bỏ phiếu đề cử cựu tù nhân chính trị của chế độ là Kịch tác gia Vaclav Havel lên làm Tổng thống. Cuộc cách mạng dân chủ ở Tiệp Khắc xảy ra quá nhanh và không có một nhân mạng nào phải hy sinh nên người ta gọi đây là cuộc cách mạng nhung lụa, nhờ hai nguyên do chính:

Thứ nhất, thành phần trí thức lãnh đạo phong trào chống đảng Cộng sản không phải là những nhân vật xa lạ với thành phần đảng viên muốn cải cách trong đảng Cộng sản, vì họ đã từng tham gia phong trào Mùa Xuân Prague năm 1968. Do đó khi Diễn Đàn Dân Sự được thành lập, những đảng viên muốn cải cách đã ủng hộ và kéo theo sự tham gia đông đảo của các nghiệp đoàn công nhân nằm trong sự chi phối của đảng Cộng sản trước đó. Ngoài ra, điều may mắn cho Tiệp Khắc là chính Thủ tướng đương nhiệm trong giai đoạn đó là Ladislav Adamec, tuy là một cán bộ lãnh đạo của đảng Cộng sản, nhưng đã có chủ trương đối thoại với nhóm Diễn Đàn Dân Sự để thay đổi tình hình.

Thứ hai, sự xuất hiện của Diễn Đàn Dân Sự và sự khởi động phong trào đòi chấm dứt vai trò cai trị độc quyền của đảng Cộng sản Tiệp Khắc đã xảy ra vào đúng thời điểm các đảng Cộng sản ở Ba Lan, Hung Gia Lợi và Đông Đức phải chấp nhận bầu cử tự do trước áp lực đấu tranh của quần chúng. Ngoài ra, quyết định của Hung Gia Lợi tháo bỏ biên giới để cho người dân Đông Đức chạy qua Tây Đức tỵ nạn, việc chấp nhận cho Công Đoàn Đoàn Kết thành lập chính quyền không cộng sản của Ba Lan, và sự sụp đổ bức tường Bá Linh vào đầu tháng 11-1989 ở Đông Đức, đã là những cơn địa chấn mãnh liệt, khiến cho thành phần lãnh đạo đảng Cộng sản Tiệp Khắc phải lùi bước.

Cuộc cách mạng dân chủ ở Tiệp Khắc là kết quả của hai nỗ lực: sự nổi dậy của quần chúng, và sự phân hóa đưa đến tình trạng soi mòn guồng máy lãnh đạo đảng Cộng sản Tiệp Khắc ở thượng tầng. Trong đó, vai trò của các lực lượng chống đối, đặc biệt là Diễn Đàn Dân Sự, Phong Trào Công Chúng Chống Bạo Động đã biết sử dụng sức mạnh của quần chúng đúng lúc để áp lực chính quyền phải đáp ứng những đòi hỏi cải tổ theo chủ trương của mình. Muốn làm được điều này, lực lượng đấu tranh phải có những con người từng trải đấu tranh và được quần chúng kính mến. Vaclav Havel là nhân vật tiêu biểu, vừa là người từng bị chế độ giam giữ gần 5 năm trong nhiều lần, khi cùng với 700 trí thức và văn nghệ sĩ ký tên vào bản Hiến Chương Nhân Quyền năm 1977 đòi đảng Cộng sản tôn trọng nhân quyền, tự do tín ngưỡng và tự do ngôn luận, vừa được quần chúng kính mến vì tính nhân bản của ông.

Đầu năm 1993, Cộng Hòa Tiệp Khắc bị phân làm hai quốc gia độc lập: Cộng hòa Czech và Cộng hòa Slovak. Đây là sự phân ly do hậu quả của hơn 40 năm bị cai trị bởi chủ nghĩa "tập quyền độc tài" của đảng Cộng sản Tiệp Khắc. Sự phân ly này có làm cho Tiệp Khắc bị suy yếu về mặt công nghiệp, vì phần lớn công nghiệp nặng tập trung ở Cộng hòa Slovakia, nhưng về lâu dài, có thể chấm dứt được mối xung đột chủng tộc đã kéo dài hơn nửa thế kỷ giữa hai sắc dân Czech và Slovak.

Tóm lại, cuộc cách mạng nhung ở Tiệp Khắc, nói đúng hơn chính là cuộc chuyển đổi quyền lực từ độc tài Cộng sản sang đa đảng dân chủ một cách êm thấm. Hình thức chuyển đổi này cũng đã tái diễn tại một số quốc gia trong thế kỷ 21 như tại Cộng Hòa Tân Nam Tư (2000), Ukraine (2004), Kyrgyzstan (2005) mà người ta đã gọi dưới các tên như Cách Mạng Cam, Cách Mạng Hoa Hồng.

NHỮNG DIỄN BIẾN CHÍNH TRỊ TẠI TIỆP KHẮC

Từ Năm 1989 - 1993

11-11-1989: Chủ tịch Liên Minh Thanh Niên Xã Hội Chủ Nghĩa phê phán lãnh đạo đảng Cộng sản Tiệp Khắc là độc tài.

17-11-1989: Xung đột giữa lực lượng công an và học sinh khiến cho một số người bị thương và nhiều người bị bắt.

18-11-1989: Sinh viên bỏ lớp xuống đường chống đối chính quyền về việc đàn áp tối ngày 17-11-1989.

19-11-1989: Diễn Đàn Dân Sự ra đời bầu Kịch tác gia Valav Havel là đại diện.

21-11-1989: Thủ tướng Ladislav Adamec hội đàm với đại diện Diễn Đàn Dân Sự. Tổng bí thư Milos Jakes lên truyền hình đả kích Diễn Đàn Dân Sự vận động dân chúng làm loạn.

23-11-1989: Hơn 300 ngàn người biểu tình chống đảng Cộng sản tại Công trường Wencelas.

24-11-1989: Ban chấp hành Trung ương đảng họp khẩn cấp, quyết định giải nhiệm 7 cán bộ cao cấp trong đó có Tổng bí thư Milos Jakes và Tổng thống Husak. Karel Urbanek được đề cử lên làm Tổng bí thư. Cựu Tổng thống Dubcek và Kịch Tác Gia Havel diễn thuyết tại cuộc biểu tình ở Công trường Wencesles phê phán việc lưu nhiệm thành phần đảng viên giáo điều trong đảng Cộng sản.

25-11-1989: 500 ngàn người biểu tình tại công viên Letha. Thủ tướng Cộng sản Ladislav Adamec tham gia.

26-11-1989: Hội nghị bàn tròn giữa Thủ tướng Adamec đại diện chính quyền và Kịch tác gia Valav Havel đại diện Diễn Đàn Dân Sự. Ban chấp hành Trung ương đảng Cộng sản Tiệp họp khẩn, giải nhiệm các cán bộ lãnh đạo của phe giáo điều.

27-11-1989: Tổng đình công hai tiếng đồng hồ, hơn 1 triệu công nhân tham gia.

28-11-1989: Chính phủ và Diễn Đàn Dân Sự đồng ý tu sửa hiến pháp và thành lập tân nội các.

29-11-1989: Quốc hội Liên Bang chính thức bãi bỏ điều khoản quy định vai trò lãnh đạo của đảng Cộng sản trong hiến pháp.

3-12-1989: Thủ tướng Adamec công bố danh sách tân nội các, để cho 5 người không cộng sản tham gia. Diễn Đàn Dân Sự và các nhóm chống đối bất mãn, yêu cầu tổ chức lại nội các.

4-12-1989: 300 ngàn người biểu tình tại công trường Wencelas. Các nguyên thủ trong hiệp ước Warsaw họp hội nghị thượng đỉnh tại Mạc Tư Khoa, ra nghị quyết nhận sai lầm trong việc đưa quân vào Tiệp Khắc năm 1968.

8-12-1989: Hội nghị bàn tròn giữa chính quyền với các nhóm đối lập, đồng ý thành lập chính quyền Liên hiệp.

10-12-1989: Tổng thống Gustav Husak từ nhiệm. Nội các Marian Calfa được thành lập, đảng Cộng sản chỉ còn chiếm một nửa trong nội các.

20-12-1989: Đảng Cộng sản tổ chức đại hội, Ladislav Adamec được bầu làm chủ tịch đảng, Vasil Mohorita làm đệ nhất bí thư, công bố bản Tân hiến pháp và nhận sai lầm trong vấn đề đàn áp dân chúng.

22-12-1989: Hội nghị bàn tròn chính thức đề cử Kịch tác gia Vaclav Havel làm Tổng thống.

28-12-1989: Alexander Dubcek chính thức trở thành chủ tịch Quốc hội liên bang.

29-12-1989: Vaclav Havel chính thức trở thành Tổng thống.

2-1-1990: Tổng thống Vaclav Havel thăm viếng Đông và Tây Đức.

9-1-1990: Phái đoàn Tiệp Khắc yêu cầu cải tổ lại cơ cấu của Comecon để có sự tham gia của các nước Trung Âu, phù hợp với bối cảnh mới.

15-1-1990: Hội nghị cấp thứ trưởng tại Prague bàn về vấn đề triệt thoái Hồng quân Liên Xô ra khỏi Tiệp Khắc.

15-2-1990: Liên Xô đồng ý triệt thoái Hồng quân ra khỏi Tiệp, chia làm ba đợt chấm dứt vào mùa hè năm 1991.

20-2-1990: Vaclav Havel thăm viếng Hoa Kỳ và hội đàm với Tổng thống George Bush. Hoa Kỳ đồng ý cho Tiệp Khắc hưởng quy chế Tối Huệ Quốc.

26-2-1990: Vaclav Havel thăm viếng Liên Xô, chính thức ký hiệp định về vấn đề triệt thoái Hồng quân ra khỏi lãnh thổ Tiệp Khắc.

10-6-1990: Tổng tuyển cử tự do.

29-6-1990: Marian Calfa được đề cử thành lập nội các liên hiệp với một đảng đối lập ngoại trừ đảng Cộng sản.

15-6-1992: Tổng tuyển cử lần thứ hai.

24-8-1992: Chính phủ Liên bang và Cộng hòa Slovakia đồng ý để hai sắc dân Czech và Slovak thành lập hai quốc gia độc lập.

1-1-1993: Tiệp Khắc phân ly thành hai Cộng hòa Czech và Slovakia.

PHỤ LỤC

TUYÊN NGÔN HIẾN CHƯƠNG 77

Tạp chí Luật Tổng hợp Tiệp Khắc số 120 xuất bản ngày 13-10-1976 đã cho đăng tải bản Công Ước Quốc Tế về Quyền Dân sự và Chính trị (Công ước 1) và bản Công ước Quốc tế về Quyền Kinh tế, Xã hội và Văn hóa. Những văn kiện này đã được ký kết bởi đại biểu nước Cộng hòa chúng ta vào năm 1968, tái cam kết năm 1975, và có hiệu lực kể từ ngày 23-3-1976. Từ ngày đó trở đi, công dân nước ta có quyền và Nhà Nước có bổn phận phải theo tinh thần của những văn kiện này.

Những quyền tự do cho mỗi cá nhân mà các văn kiện này bảo đảm là những giá trị chính yếu cho nền văn minh nhân loại. Đó là mục tiêu mà hầu hết những lực lượng cấp tiến trong lịch sử đã nhắm tới. Một nền luật pháp nếu bao gọn được các điều này có thể đóng góp rất nhiều cho việc phát triển con người trong xã hội chúng ta.

Chúng tôi chào mừng việc Cộng Hòa Xã Hội Chủ Nghĩa Tiệp Khắc đã vươn lên tham gia vào những Công ước này.

Việc đăng tải những văn kiện này cũng là lời nhắc nhở rất khẩn trương rằng biết bao nhiêu quyền dân sự căn bản này tại đất nước ta vẫn chỉ là chuyện trên giấy tờ.

Quyền tự do phát biểu tư tưởng trong khoản 19 của Công ước 1 chẳng hạn, vẫn hoàn toàn là điều mơ tưởng. Hàng chục ngàn công dân bị cấm hành nghề chuyên môn của họ chỉ vì có chính kiến khác với Nhà Nước. Họ thường xuyên bị đủ loại kỳ thị và trù dập bởi các cơ quan công quyền, bị tước đoạt mọi phương tiện để bào chữa cho mình. Thực chất, họ trở thành nạn nhân của một loại chính sách phân biệt chủng tộc.

Hàng trăm ngàn công dân khác vẫn không có cái quyền "không phải sống trong sợ hãi" đã ghi trong phần mở đầu của Công ước 1. Họ sống trong nổi hồi hộp thường xuyên là sẽ mất việc làm và nhiều thứ khác nữa nếu lỡ lời nói thật ý tưởng của mình.

Ngược với khoản 13 của Công ước 2 về quyền được giáo dục, nhiều thanh niên bị đứt đường học vấn chỉ vì tư tưởng của họ hoặc bố mẹ họ. Vô số công dân sợ hãi không dám biểu lộ tín ngưỡng, vì làm vậy, chính họ và con cái họ sẽ không được học lên cao.

Nếu có ai dám thi hành quyền "sưu tầm, tiếp nhận, và chia sẻ ý tưởng, dữ kiện từ đủ mọi nguồn, không phân biệt biên giới, bằng lời nói, chữ viết, in ấn, hoặc bằng hình thức nghệ thuật" (đoạn 2, khoản 19 Công ước 1), họ ắt đã bị trừng phạt nặng nề trước tòa sau khi bị chụp mũ là đã vi phạm một luật hình sự nào đó. Một bằng chứng cụ thể là vụ xử các nhạc sĩ trẻ hiện giờ.

Quyền tự do ngôn luận bị đè bẹp bởi sự tập trung kiểm soát tất cả phương tiện truyền thông, in ấn, và văn hóa. Không một tác phẩm chính trị, triết lý, khoa học hay nghệ thuật nào được phát hành nếu nó có chút gì khác với ý thức hệ và mỹ quan của Nhà Nước. Phê bình những triệu chứng khủng hoảng trong xã hội là điều bị cấm ngặt. Việc bào chữa cho những cá nhân bị các cơ quan tuyên truyền Nhà Nước vu khống, mạ lỵ là điều không tưởng. (Sự bảo vệ của pháp luật chống việc "đả thương danh dự và bôi nhọ danh tánh" như liệt kê trong khoản 17 của Công ước 1 là điều không có trong thực tế). Những người bị vu khống không có cách gì để chống chế lại, có tìm đến pháp luật để xin can thiệp cũng vô ích. Những buổi thảo luận trước công chúng về những vấn đề tri thức và văn hóa đương nhiên là không bao giờ xảy ra. Nhiều học giả, cán bộ văn hóa, cũng như thường dân bị trù dập chỉ vì trong quá khứ họ đã lỡ xuất bản hay tuyên bố những điều gì mà ngày nay bị lên án bởi chế độ hiện tại.

Quyền tự do lương tâm và tín ngưỡng trong khoản 18 của Công ước 1 bị giới hạn một cách có hệ thống bằng những đạo luật tuỳ tiện. Tu sĩ bị giới hạn trong mọi sinh hoạt và bị thường xuyên đe dọa rút giấy phép hành đạo. Những ai tuyên xưng tín ngưỡng bằng lời nói hay hành động bị mất công ăn việc làm và bị nhiều loại trả thù khác. Giáo lý bị đè chặn,...

Nhiều quyền dân sự bị giới hạn một cách ngặt nghèo hay bị dập tắt hẳn vì mọi cơ quan, đoàn thể Nhà Nước đều răm rắp theo mọi chỉ thị chính trị của cơ chế Đảng và mệnh lệnh của các đảng viên cao cấp. Hiến pháp Tiệp Khắc và toàn bộ đạo luật quốc gia không hề qui định nội dung, hình thức, hay việc thực thi những loại mệnh lệnh như vậy. Các lệnh này thường là những chỉ thị miệng, đằng sau hậu trường, mà người dân thường không hề hay biết cũng như vượt xa tầm kiểm soát của họ. Những kẻ ra lệnh này chỉ phải chịu trách nhiệm với chính họ và hệ thống Đảng của họ chứ không phải quần chúng nhân dân. Nhưng những chỉ thị này lại là yếu tố quyết định trên mọi cơ quan lập pháp và hành pháp của Nhà Nước, hệ thống tòa án, các chức năng chế tài, công đoàn, các hội đoàn xã hội, các đảng chính trị, các xí nghiệp, các viện nghiên cứu, các trường học,... Lệnh của Đảng ủy vượt trên quyền hạn của luật pháp.

Khi hội đoàn hoặc cá nhân hành sử quyền và nghĩa vụ của mình nhưng lại không phù hợp với những chỉ thị trên, họ không có một cơ quan độc lập nào để xin xét xử. Chính vì vậy, các quyền trong Công ước bị trói buộc trầm trọng, như khoản 21 và 22 về quyền tự do hội họp, lập hội và những giới hạn cần thiết; khoản 25 về sự bình quyền trong việc tham gia việc chung; khoản 26 cấm mọi loại kỳ thị về quyền được luật pháp bảo vệ. Tình trạng hiện nay cũng cấm cản quyền của công nhân, thợ thuyền tổ chức công đoàn và các đoàn thể khác để bảo vệ quyền lợi kinh tế và xã hội của họ, kể cả quyền đình công (đoạn 1, khoản 8, Công ước 2).

Các quyền dân sự khác, kể cả những ngăn cấm rõ ràng về việc "xâm phạm một cách tùy tiện và bất hợp pháp đời tư, gia đình, gia cư và thư từ của dân" (khoản 17, Công ước 1) đều đang bị vi phạm nặng nề với những thủ thuật của Bộ Nội vụ để kiểm soát đời sống hàng ngày của người dân, như nghe lén điện thoại, đặt ngầm những dụng cụ nghe lén trong nhà dân, kiểm duyệt thư từ, rình rập cá nhân, xét nhà, tuyển mộ thêm cho hệ thống chỉ điểm (bằng cả đe dọa lẫn hứa hẹn), v.v...Bộ Nội vụ thường xuyên can thiệp vào các quyết định thuê mướn, khuyến khích chính sách kỳ thị tại các ban ngành đoàn thể, chỉ thị ngầm các tòa án, và ngay cả điều động các chiến dịch tuyên truyền ở các cơ sở truyền thông đại chúng. Loại hoạt động ngầm ngầm này không hề được qui định bởi luật pháp và người dân không biết cách nào để tự bảo vệ mình.

Khi truy tố người dân vì động cơ chính trị, cả cơ quan điều tra lẫn xét xử của Nhà Nước vi phạm quyền của bị cáo và luật sư của họ, ngược với khoản 14 của Công ước 1 và luật pháp Tiệp Khắc. Cách giam giữ những người bị bỏ tù vì lý do chính trị được cố tình duy trì để sỉ nhục nhân phẩm, đe dọa sức khỏe, và bẻ gãy tinh thần của họ.

Đoạn 2, khoản 12 của Công ước 1 về quyền rời khỏi nước của người dân bị vi phạm khắp nơi. Dưới danh nghĩa "bảo vệ an ninh quốc gia" (đoạn 3), nhiều lý do vô cùng kệch cỡm đã được sử dụng để cấm dân chúng thực thi quyền này. Những quyết định cấp phát chiếu khán nhập nội cho người ngoại quốc cũng tùy tiện không kém. Nhiều người bị cấm vào Tiệp Khắc chỉ vì họ có quan hệ nghề nghiệp hay bè bạn với những đối tượng có tên trong sổ đen của Nhà Nước.

Nhiều công dân tại sở làm, trong vòng bạn bè thân, hay nhờ qua truyền thông ngoại quốc (diễn đàn công cộng duy nhất) kêu gọi chú ý đến những vi phạm nhân quyền, tự do, dân chủ một cách có hệ thống này và đòi có biện pháp xử lý một số trường hợp điển hình. Những lời kêu gọi này thay vì được sự ủng hộ của Nhà Nước, thì kẻ kêu gọi lại trở thành đối tượng bị điều tra.

Trách nhiệm bảo vệ các quyền dân sự dĩ nhiên thuộc về các cơ quan thẩm quyền là chính, nhưng không chỉ thuộc về họ mà thôi. Mỗi công dân cũng phải chịu trách nhiệm về tình trạng hiện nay cũng như trách nhiệm trong việc thực thi những Công ước ràng buộc cả cá nhân lẫn Nhà Nước đã được ký kết đúng theo luật lệ.

Chính ý thức chia xẻ trách nhiệm này, cùng với niềm tin của chúng tôi vào giá trị của sự dấn thân vào việc chung, những ao ước được góp phần vào đời sống xã hội, và nhu cầu chung phải tìm một cách mới hữu hiệu hơn để đến đích, đã dẫn đến việc thành lập HIẾN CHƯƠNG 77, và Bản Tuyên Ngôn này là lời công bố sự ra đời của Hiến Chương 77.

Hiến Chương 77 là một sự kết hợp mở rộng, không hình thức, và tự do cho mọi người từ nhiều nguồn tư tưởng, tôn giáo, và ngành nghề khác nhau, tập hợp lại vì một nguyện vọng chung là nỗ lực cá nhân cũng như tập thể đấu tranh cho sự tôn trọng nhân quyền và dân quyền tại đất nước chúng ta và trên thế giới. Đây là những quyền được công nhận bởi hai Công ước Quốc tế đã được bỏ phiếu chung quyết tại Hội nghị Helsinki, và được công nhận bởi nhiều đại hội quốc tế chống chiến tranh, bạo động, đàn áp xã hội và tâm linh. Đây cũng là những quyền đã được Liên Hiệp Quốc mô tả tổng quát trong bản Tuyên Ngôn Quốc Tế Nhân Quyền.

Hiến Chương 77 được thiết lập trên sự đoàn kết và thân hữu giữa những người cùng chia xẻ lý tưởng. Họ đã và đang gắn liền cuộc sống và công sức đời họ vào những lý tưởng này.

Hiến Chương 77 không phải là một tổ chức. Nó không có nội quy, cơ chế hội viên, hay bộ phận điều hành lâu dài. Bất cứ ai có cùng chung lý tưởng với Hiến Chương 77, tham gia hay ủng hộ công tác, thì đều là thành viên của Hiến Chương 77.

Hiến Chương 77 không phải là nền tảng cho những đối lập chính trị. Nó chỉ phục vụ cho những lợi ích xã hội tương tự như những nhóm hội của công dân đang sinh hoạt ở những nước Tây phương lẫn Đông phương khác. Hiến Chương 77 không có chủ định soạn thảo một chương trình riêng để cải tạo hệ thống xã hội, chính trị. Tuy nhiên, nó sẽ theo đúng mục đích và khởi động những cuộc đối thoại trong tinh thần xây dựng với các giới chức chính trị và Nhà Nước bằng cách hướng sự chú ý của công luận vào những vụ vi phạm nhân quyền và dân quyền cụ thể, bằng cách ghi vào văn kiện những vi phạm này, bằng cách đệ trình những đề nghị thiết lập và bảo đảm những quyền này, và bằng cách đóng vai trung gian trong những vụ xung đột vi phạm nhân quyền.

Danh xưng tiêu biểu Hiến Chương 77 nhấn mạnh sự kiện nó được thành lập vào những giây phút đầu năm 1977. Đây là năm đã được tuyên xưng là năm cho các tù nhân chính trị và cũng là năm Hội nghị Belgrade sẽ duyệt lại việc thi hành những giao ước đã ký kết tại Helsinki.

Chúng tôi, những người ký tên trong Bản Tuyên Ngôn này, ủy quyền cho Tiến sĩ Jiri Hajek, Tiến sĩ Vaclav Havel và Giáo sư Jan Patocka đại diện Hiến Chương 77 trong những tiếp xúc với Nhà Nước, các tổ chức khác và công luận thế giới. Chữ ký của ba vị này đủ để bảo đảm sự xác thực của những văn kiện do Hiến Chương 77 ấn hành. Chúng tôi, những người ký Bản Tuyên Ngôn này và những công dân khác sẽ tham gia trong tương lai, sẽ cùng làm việc với ba vị này, nhận lãnh công tác cụ thể, và cũng chia sẻ trách nhiệm cho sự nghiệp chung.

Chúng tôi tin rằng Hiến Chương 77 sẽ giúp đạt được mục tiêu là mọi công dân Tiệp Khắc sẽ được sống và làm việc trong một dân tộc tự do.

Prague, ngày 01 tháng 01 năm 1977

700 chữ ký bao gồm một số nhân vật tiên phong vào lúc đó như: Milan Huebl, Frantisek Kriegel, Jiri Hajek, Zdenek Mlynar, Jiri Mueller, Ludvik Vaculik, Pavel Kohout, Vaclav Havel, Karel Bartosek, Jan Tesar và Erika Kadlecova.

Bản đồ Bulgaria

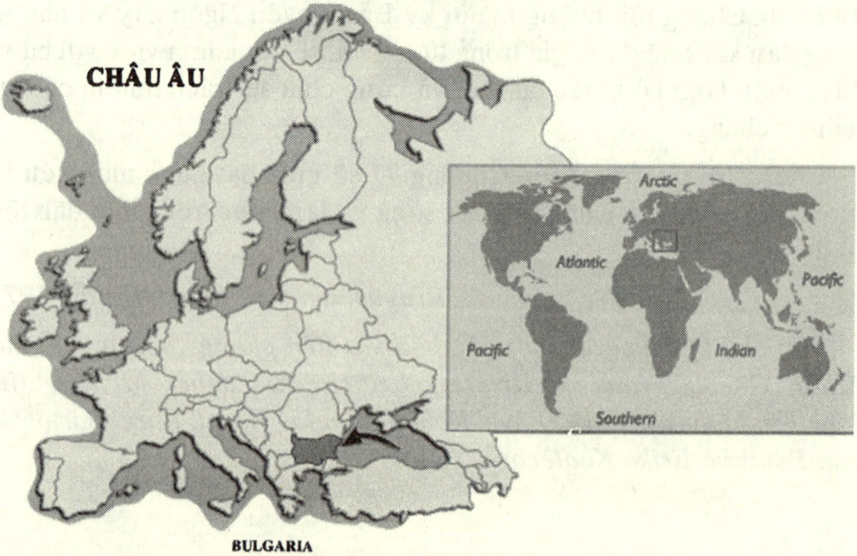

CHƯƠNG VI

CUỘC CÁCH MẠNG DÂN CHỦ TẠI BULGARIA

I- SƠ LƯỢC BỐI CẢNH LỊCH SỬ

Bulgaria (Bảo Gia Lợi) nằm ở phía Tây bán đảo Balkan, diện tích khoảng 100 ngàn cây số vuông, dân số chưa tới mười hai triệu người. Bulgaria bị đế quốc Ottonam thống trị từ năm 1396, kéo dài gần 500 năm cho đến năm 1908 mới giành được độc lập. Sau cuộc chiến Balkan (1912-1913), Bulgaria bành trướng lãnh thổ đến vùng Balkan, nhưng sau Đệ Nhất Thế Chiến vì đứng cùng phe với Đức nên bị mất phần đất ở Aegean. Từ năm 1920, Hoàng đế Tsar Boris III cai trị nước Bulgaria. Đến năm 1940, Hitler cho Boris sát nhập vùng phía Nam Dobruja (lãnh thổ của Romania) vào Bulgaria, nên nước này đứng vào phe liên minh với Phát Xít Đức, tham dự vào các cuộc chiến và chiếm được một số đất ở Hy Lạp và Nam Tư.

Sau đó, Hitler áp lực Tsar Boris III phải đem quân đánh Liên Xô.

Boris từ chối, sau chết một cách bí mật vào ngày 28-8-1943. Con trai của Tsar Boris III là Simeon II lên cầm quyền. Ngày 5-9-1944, Liên Xô tuyên chiến với Bulgaria, nhưng sau đó chấp nhận đình chiến, vì Simeon II tuyên bố rút lui khỏi phe Trục và chống lại Phát Xít Đức. Dưới sự chiếm đóng Hồng Quân Liên Xô, Bulgaria tổ chức trưng cầu dân ý chấm dứt chế độ phong kiến, thành lập chế độ Cộng Hòa Nhân Dân. Các đảng phái bị ép buộc phải tham gia Mặt Trận Tổ Quốc dưới sự chỉ đạo của đảng Cộng sản Bulgaria. Tháng 9-1946, chính quyền liên hiệp ra đời dưới sự lãnh đạo của Kimon Georgiev, Tổng bí thư đầu tiên của đảng Cộng sản Bulgaria, một nhân vật được coi là trung thành với Liên Xô nhất trong các lãnh tụ Cộng sản ở Đông Âu vào thời đó.

Bulgaria là một quốc gia có truyền thống nông nghiệp, mặc dù hiện nay được coi là quốc gia "tân hưng công nghiệp" trong vùng Balkan. Ngay từ trước Thế Chiến Thứ Nhất, người Bulgaria ít có ai sở hữu nhiều đất đai rộng lớn, phần đông chỉ làm chủ từng mảnh đất nhỏ, năng suất canh tác rất kém. Từ năm 1899, người Bulgaria thành lập "Liên Minh Nông Dân", một lực lượng chính trị còn hoạt động đến ngày nay, để bảo vệ quyền lợi cho riêng giới nông dân, và nhờ vậy họ đã thắng trong cuộc tuyển cử năm 1919. Liên Minh Nông Dân dưới sự lãnh đạo của Stanborisk đã tranh thủ được hậu thuẫn trong những cuộc vận động nông dân. Sau khi cầm quyền, Stanborisk xúc tiến việc cải cách ruộng đất, thành lập hợp tác xã và thực hiện nhiều chính sách khá dân chủ. Uy thế chính trị của Liên Minh Nông Dân suy giảm sau khi Stanborisk bị sát hại trong cuộc đảo chánh năm 1923, nhưng lực lượng nông dân vẫn duy trì được sức mạnh lớn trong nền kinh tế Bulgaria.

Từ năm 1947, mặc dù Kimon Georgiev áp dụng đường lối cải tổ của Liên Xô, nhưng vẫn tham khảo chính sách nông nghiệp của Stanborisk để vừa đưa Bulgaria đi theo con đường phát triển đặc thù, vừa phát huy khả năng chỉ đạo của mình. Nhưng sau đó bị sự ép buộc của Stalin, Bulgaria phải áp dụng triệt để chính sách cải tổ theo đường lối giáo điều và sắt máu của Liên Xô khiến nông dân nổi lên chống đối. Tháng 3-1954, Todor Zhivkov được bầu lên làm Tổng bí thư đảng Cộng sản Bulgaria, đã linh động thay đổi một số chính sách nhằm thỏa mãn sự đòi hỏi của nông dân nên những chống đối bắt đầu lắng dịu.

Nhờ những cải tổ của Todor Zhivkov giúp cho việc sử dụng đất đai được hiệu quả, sự tăng trưởng của nền nông nghiệp đạt được tỷ lệ cao trong suốt hai thập niên kế tiếp. Tuy nhiên, vào giữa thập niên 50, nền công nghiệp của Bulgaria vẫn còn rất lạc hậu, số lao động không có công ăn việc làm rất nhiều, nên Bulgaria đã phải "xuất cảng" lao động sang Liên Xô. Từ giữa năm 1959, đảng Cộng sản Bulgaria bắt đầu đưa ra kế hoạch công nghiệp hóa, sau khi đã thành công trên mặt cải tổ nông nghiệp. Tổng bí thư Totor Zhivkov được coi là người đầu tiên thiết kế nền công nghiệp của quốc gia này.

Trong tiến trình thực hiện công nghiệp hóa, Bulgaria có một sự may mắn. Đó là từ cuối thập niên 40, Nam Tư dưới sự lãnh đạo của Tito ra mặt chống lại Liên Xô nên bị loại ra khỏi Quốc Tế Cộng Sản. Tại bán đảo Balkan chỉ còn một mình Bulgaria là quốc gia Cộng sản theo Liên Xô, và là nước có vị trí chiến lược để bành trướng chủ nghĩa, nên Liên Xô không muốn Bulgaria ngả theo Nam Tư mà giành quyền tự chủ. Do đó, Liên Xô đã phải đổ nhiều viện trợ vào Bulgaria để "cầm chân" nước này. Sự kiện đó đã giúp cho Bulgaria hưởng được mọi ưu đãi về viện trợ và xuất cảng hàng hóa sang Liên Xô và khối Comecon. Vì vậy mà chỉ không đầy hai thập niên sau đó, Bulgaria đã nhanh chóng trở thành một quốc gia "tân hưng công nghiệp" trong khối Cộng sản. Đương nhiên Bulgaria không thể sánh kịp với các nước Đông Đức hay Tiệp Khắc là những quốc gia đã tiến bộ về kỹ nghệ từ trước thế chiến, nhưng là một quốc gia công nghiệp lớn so với các nước Balkan bên cạnh.

Tuy nhiên, dù Liên Xô muốn "cầm chân" Bulgaria bằng cách dành cho nước này nhiều ưu đãi, nhưng về lâu dài cũng có lúc cạn sức. Do đó mà từ đầu thập niên 80 trở đi, tình trạng phát triển kinh tế của Bulgaria bắt đầu suy thoái. Bulgaria đã phải đưa ra luật vận động đầu tư từ các nước Tây Âu và nhanh chóng cải tổ cơ chế quản lý để thu hút vốn từ bên ngoài, đồng thời cho các xí nghiệp tự quản để gia tăng hiệu năng sản xuất. Từ tháng 1-1984, Bulgaria thay đổi một số lớn nhân sự lãnh đạo trong đảng và nhà nước, đưa một số cán bộ trẻ lên cầm quyền nhằm giúp củng cố sức mạnh cho triều đại Tổng bí thư Totor Zhivkov. Nhưng đó cũng là lúc phát sinh ra những xung đột ý kiến trong nội bộ đảng về quan niệm "cải cách kinh tế phải đi đôi với cải cách chính trị, thực hiện dân chủ".

Khi Gorbachev cầm quyền ở Liên Xô đưa ra hai chính sách "cải tổ" và "tái phối trí" vào tháng 5-1985, Bulgaria là quốc gia đầu tiên theo chân Gorbachev, xóa bỏ chế độ bao cấp, bãi bỏ đặc quyền cho cán bộ đảng và bỏ tệ sùng bái lãnh tụ. Song song, từ tháng 7-1987, Bulgaria sát nhập 28 khu vực hành chánh trên toàn quốc để thành 9 khu vực và cải tổ chế độ bầu cử, công nhận nguyên tắc bầu cử, ứng cử đa thành phần. Nhưng nói chung, những cải tổ này chỉ mang tính cách hình thức nên quần chúng không quan tâm bao nhiêu. Cho đến khi phong trào đòi tự do dân chủ ở Đông Âu bùng nổ vào giữa năm 1989, nội bộ đảng cộng sản Bulgaria bị rúng động, và đã phải đưa ra một số biện pháp cải tổ tích cực hơn.

II- NHỮNG DIỄN BIẾN CHÍNH TRỊ

KHỦNG HOẢNG KINH TẾ - XÃ HỘI BÙNG NỔ

Trong hai thập niên 60 và 70, Bulgaria có sức phát triển mạnh về công nghiệp, nhưng nhiều vấn nạn cũng đã phát sinh. Đó là vấn đề ô nhiễm môi sinh, xử dụng năng lượng hoang phí, quản lý lạc hậu... khiến số nợ ngoại trái ngày một gia tăng. Tính đến năm 1984, Bulgaria đã nợ ngoại trái lên đến gần 60 tỷ Mỹ kim, trong khi đó, mức thu hoạch nông phẩm liên tục bị sút giảm do ảnh hưởng của thời tiết, và nhất là hạ tầng cơ sở nông nghiệp bị hư hỏng vì không đầu tư tu sửa trong gần hai thập niên dồn sức cho công nghiệp hóa.

Ngoài ra, việc đẩy mạnh công nghiệp hóa đã kéo theo tình trạng nông dân lũ lượt bỏ nông thôn về thành thị tìm việc làm, khiến cho thành phố mở rộng, nhiều thành phố tân lập được hình thành bên cạnh các nhà máy, công trường. Việc đô thị hóa một cách nhanh chóng như vậy đòi hỏi những ngân khoản lớn để đầu tư vào việc xây dựng những cơ sở công cộng như chung cư, hệ thống giao thông, bưu điện, trường học, hoặc chỉnh đốn lại hệ thống phân phối hàng hóa liên quan đến đời sống của người dân v.v... nhưng chính phủ không sao đáp ứng nổi. Người đông nghẹt vào giờ đi làm mỗi buổi sáng, hàng hóa đắt đỏ, muốn bắt máy điện thoại tại tư gia phải chờ nhiều năm trời, thiếu các khu buôn bán ở những chung cư, nên mỗi lần mua sắm phải đến tận trung tâm thành phố. Hơn thế nữa, lối điều hành quan liêu, những lạm của cán bộ hành chánh đã làm cho vấn đề phân phối hàng hóa bị rối loạn, những chính sách về dân sinh hoàn toàn bế tắc.

Vào những ngày nghỉ, từng đoàn người từ thành phố đổ về nông thôn để hái thêm rau trái hoặc mua ngũ cốc nhằm bù đắp vào sự thiếu hụt do tình trạng phân phối thiếu thốn ở các cửa hàng thương nghiệp nhà nước trong thành phố. Những căn phòng dưới hầm của các chung cư trở thành kho chứa lương thực mang từ các vùng quê, và cũng là nơi phát sinh thị trường chợ đen, làm đảo lộn sinh hoạt của dân chúng. Trong khi đó, chính phủ càng lúc càng bất lực trong việc đối phó, khiến cho sự mâu thuẫn giữa chính quyền và người dân càng ngày càng bùng nổ lớn. Hàng ngày có từng nhóm người cầm cờ đứng trước các công sở đòi hỏi chính quyền phải giải quyết nạn khan hiếm hàng hóa, phải giải quyết tình trạng ô nhiễm môi sinh... Những chống đối của quần chúng tuy ở quy mô nhỏ, nhưng cũng đã làm cho hai khuynh hướng giáo điều và cải cách trong đảng Cộng sản Bulgaria bắt đầu có những xung đột về mức độ cải cách kinh tế.

NGƯỜI BẢO GỐC THỔ BỎ NƯỚC RA ĐI

Những thay đổi ở Bulgaria gần giống như ở Liên Xô, tức là được tiến hành từ bên trên, dưới sự chỉ đạo của đảng Cộng sản. Nhưng vào ngày 29-12-1984, một quyết định của Trung ương đảng về vấn đề người Bulgaria gốc Thổ Nhĩ Kỳ đã tạo cơ hội cho phong trào đấu tranh chống kỳ thị chủng tộc ở các địa phương bộc phát, sau đó nhanh chóng biến thành làn sóng đòi cải cách chính trị. Nguyên nhân trực tiếp của cuộc khủng hoảng sắc tộc này bắt đầu từ sự kiện người Bulgaria gốc Thổ Nhĩ Kỳ muốn đổi tên sang gốc Slavs (gốc Nga và Ba Lan), dưới phong trào "vận động đổi tên" có từ tháng 10-1984, nhưng chính quyền Cộng sản Bulgaria không đồng ý và tìm cách ngăn chận. Đến tháng 3-1985, khi chính quyền ra lệnh đóng cửa một tờ báo xuất bản bằng tiếng Thổ và sát hại gần 100 người Bảo gốc Thổ tích cực trong các cuộc vận động đòi đổi tên, thì cuộc vận động biến thành cuộc đấu tranh quy mô chống kỳ thị chủng tộc.

Suốt từ năm 1985 đến giữa năm 1988, phong trào chống kỳ thị bị chế độ Cộng sản đàn áp một cách dã man, nhiều người lãnh đạo phong trào bị bắt, nên những chống đối dần dần lắng đọng, dù những đòi hỏi của sắc dân Thổ Nhĩ Kỳ không hề được giải quyết. Cho đến tháng 10-1988, chính quyền Bulgaria công bố luật cho sửa đổi quốc tịch. Ngày 29-5-1989, Tổng bí thư Todor Zhivkov lên đài truyền hình và truyền thanh thông báo về quyết định cho đổi tên, đồng thời chính thức cho phép người dân Bulgaria được đi du lịch bất cứ nơi nào. Tin tức trên đã được nhanh chóng loan tải trên toàn quốc. Từ đầu tháng 6-1989, hàng ngàn người đã tìm cách đi ra nước ngoài dưới nhiều hình thức, đặc biệt là những người Bulgaria gốc Thổ Nhĩ Kỳ. Tính đến ngày 22-8-1989, số người ra đi đã lên đến 300 ngàn. Trước tình trạng đó, chính phủ Bulgaria đã phải ra lệnh đóng cửa biên giới.

Những người Bulgaria gốc Thổ ra đi phần lớn sống ở vùng rừng núi phía Nam và Tây Bắc Bulgaria, đa số sống về nghề nông. Họ bất mãn chính quyền Bulgaria về việc không cho họ đổi tên và quan trọng hơn là đã dùng bạo lực thủ tiêu những người lãnh đạo của sắc dân Thổ trong các năm trước đó. Khi những người Thổ bỏ xứ ra đi, lực lượng nhân công ở các vùng nông thôn bị thiếu hụt, mùa màng đến kỳ gặt hái mà không có người làm. Chính quyền đã phải động viên thanh niên và một số người thất nghiệp ở thành phố về trợ giúp, nhưng cũng không giải quyết nổi. Sự kiện này làm cho người dân Bulgaria tức giận và cho rằng chính quyền đã xua đuổi người dân ra khỏi lãnh thổ. Sự bất mãn về vấn đề kỳ thị chủng tộc cùng với tình trạng thiếu thốn lương thực đã tạo ra những chống đối ngấm ngầm, nhưng chưa có "điểm nóng" để bộc phát.

CÁC NHÓM CHỐNG CHÍNH QUYỀN XUẤT HIỆN

Ba Lan, Hung Gia Lợi, Tiệp Khắc là những nước công nghiệp đô thị từ trước Thế Chiến Thứ Nhất, nên người dân ở các nước này quen thuộc với những cuộc đấu tranh quần chúng dưới dạng đình công, lãn công, biểu tình. Trong khi đó, người dân Bulgaria đa số sống ở thôn quê, việc đô thị hóa chỉ có từ vài thập niên sau này, họ chưa quen thuộc với phương cách đấu tranh đó, cho nên những cuộc vận động của các tổ chức chống chính quyền chưa tạo được tác dụng lớn. Nhưng từ khi những tin tức xuống đường biểu tình ở các nước Ba Lan, Hung Gia Lợi được loan truyền một cách dồn dập và nhanh chóng vào Bulgaria, việc này đã giúp cho những nhóm chống chính quyền dễ dàng hô hào quần chúng tham dự các cuộc biểu tình bày tỏ nguyện vọng.

Năm 1987, một số trí thức thành lập "*Hội ủng hộ dân chủ chủ nghĩa*" nhưng cũng chỉ giới hạn trong một số người ở thủ đô Sofia, vì chưa có điểm tựa để bung ra quần chúng. Đến tháng 4-1989, do ảnh hưởng của phong trào chống môi sinh ở các nước Âu Châu và nhất là ở Hung Gia Lợi, một số trí thức thành lập tổ chức *"Chống Ô Nhiễm Môi Sinh"*, nhưng vì vấn đề còn quá mới nên quần chúng ít quan tâm. Mãi cho đến tháng 10-1989, lợi dụng cuộc Hội nghị về Môi sinh của các nước Âu Châu nhóm họp tại Sofia, thủ đô Bulgaria, từ cuối tháng 10 đến giữa tháng 11-1989, hai tổ chức trên đã thực hiện một số cuộc biểu tình chống chính phủ. Người dân Bulgaria chưa bao giờ có truyền thống biểu tình chống chính quyền, mà lần này, hai tổ chức trên huy động được vài ngàn người tham gia một cách liên tục trong nhiều ngày, nên sự việc trên được coi là biến cố lớn. Tuy vậy, các cuộc biểu tình của hai nhóm trên cũng chưa tạo được động lượng trong dân chúng. Lý do là đa số người Bulgaria gốc nông dân coi những hành động xuống đường biểu tình là cách vận động đấu tranh của giới trí thức. Đại đa số người dân vào lúc đó suy nghĩ là họ không dính líu gì đến việc chống lại đảng và chính phủ, mặc dù họ có bất mãn trước các chính sách do chính phủ đưa ra. Hơn thế nữa, từ trước đến nay vì bị tuyên truyền rằng "*yêu tổ quốc là yêu xã hội chủ nghĩa*", nên người dân nhầm lẫn quốc gia với đảng là một. Chỉ trích đảng nhưng không muốn lật đổ đảng, vì không ai muốn đụng đến uy quyền của quốc gia.

Vì những yếu tố nói trên, những thay đổi ở Bulgaria trong thời gian đầu, phần lớn là do những biến chuyển chính trị từ các nước Đông Đức, Ba Lan, Hung Gia Lợi tác động vào, khiến cho nội bộ đảng Cộng sản Bulgaria bắt buộc phải cải tổ, hơn là do sự chống đối mạnh mẽ của người dân như ở các nước khác. Do đó, khi Todor Zhivkov xin từ chức Tổng bí thư vì lý do sức khoẻ, tin này được loan ra ngoài khiến đa số dân chúng Bulgaria ngạc nhiên. Bởi vì phần lớn người dân vẫn nghĩ rằng quyền lực của Todor Zhivkov rất vững vàng (cai trị 35 năm), và vì khôn ngoan đi bước đổi mới trước khi Gorbachev đưa ra chính sách "tái phối trí" nên đã tạo cho người dân có ấn tượng là triều đại Todor Zhivkov khó bị thay thế. Trong thực tế, Todor Zhivkov từ chức không phải vì lý do sức khoẻ mà là do Hội nghị Ban chấp hành Trung ương đảng Cộng sản Bulgaria ngày 10-11-1989 ép phải từ chức, một ngày sau khi bức tường Bá Linh sụp đổ (9-11-1989). Đây là đòn "tiên hạ thủ vi cường" của Trung ương đảng Bulgaria nhằm tạo hình ảnh đảng tự thay đổi để "phù hợp" với tình thế, nhằm giảm thiểu sự chống đối của quần chúng. Peter Mladenov, 53 tuổi, người đã giữ chức Ngoại trưởng suốt 17 năm được đề cử lên thay thế.

CHẤP NHẬN TỔNG TUYỂN CỬ TỰ DO

Sau khi thay thế Todor Zhivkov để lên làm Tổng bí thư, Peter Mladenov tuyên bố Bulgaria phải tiến đến một quốc gia dân chủ pháp trị, chấp nhận đa nguyên, đa đảng. Ngày 14-11-1989, Tổng bí thư Peter Mladenov mở các cuộc đối thoại với thành phần văn nghệ sĩ, trí thức chống đối, để kêu gọi sự hợp tác. Ngày 16-11-1989, Peter Mladenov giải nhiệm một số nhân vật thuộc phe cựu Tổng bí thư Todor Zhivkov gồm Dimital Stoyanov và 3 ủy viên Bộ chính trị khác, cộng thêm con trai của cựu Tổng bí thư Todor Zhivkov là Viladimil Zhivkov, ra khỏi Bộ chính trị. Tổng bí thư Peter Mladenov đề cử Andrei Lukanov, nguyên là Bộ trưởng Ngoại thương từ thời Zhivkov cầm quyền (1987), được coi là nhân vật thân Liên Xô và ủng hộ đường lối cải cách của Gorbachev, vào Bộ chính trị. Qua hôm sau, 17-11-1989, Quốc hội bỏ phiếu bầu Peter Mladenov làm Chủ tịch nước, đồng thời biểu quyết hủy bỏ điều 237 của bộ Luật Hình Sự có nội dung ngăn cấm mọi hoạt động chính trị của người dân, và quyết định phóng thích tù nhân chính trị.

Trong bài phát biểu trước Quốc hội, Tổng bí thư Peter Mladenov chỉ trích cựu Tổng bí thư Todor Zhivkov đã lạm dụng quyền hành, biển thủ công quỹ quốc gia. Ông cũng tuyên bố rằng Bulgaria phải tiến đến việc thực hiện Tổng tuyển cử tự do. Ngày hôm sau, Andrei Lukanov tuyên bố thêm rằng cuộc tuyển cử này sẽ được tiến hành theo thể thức đa đảng. Nương theo chiều hướng này, hai tổ chức "Chống Ô Nhiễm Môi Sinh" và "Hội Ủng Hộ Chủ Nghĩa Dân Chủ" đã tổ chức một cuộc biểu tình tại thủ đô Sofia vào ngày 18-11-1989, lên án cựu Tổng bí thư Todor Zhivkov và đòi quyền tự do ngôn luận. Ngoài ra cũng vào lúc đó, một nhóm trí thức, phần lớn thuộc các đại học và viện khoa học, đã ra một kháng thư đòi hỏi đảng Cộng sản Bulgaria phải tôn trọng những điều căn bản về nhân quyền và phi chủ nghĩa trong vấn đề giáo dục.

Tiếp theo sau cuộc biểu tình của hai tổ chức "Chống Ô Nhiễm Môi Sinh" và "Hội Ủng Hộ Chủ Nghĩa Dân Chủ", ngày 7-12-1989, một số trí thức, văn nghệ sĩ, sinh viên và quần chúng đã cho ra đời tổ chức "Liên Minh Các Thế Lực Dân Chủ", bầu triết gia Zhelyu Zhelev làm Chủ tịch. Đây là một cơ chế có chức năng quy tụ những cá nhân, nhóm, tổ chức chống đối nhà nước Cộng sản, nhằm chuẩn bị lực lượng để tham gia cuộc Tổng tuyển cử tự do. Sau khi thành lập,

Liên Minh đã tổ chức một cuộc mít tinh vào ngày 9-12-1898. Sau đó, Liên Minh đứng ra tổ chức một Hội Nghị Bàn Tròn giữa các đoàn thể đối lập để yêu cầu đảng Cộng sản Bulgaria hủy bỏ điều 1 hiến pháp (quy định Bulgaria là một quốc gia theo chủ nghĩa xã hội, đặt dưới sự lãnh đạo của đảng cộng sản), và giải quyết những đòi hỏi của người Bulgaria gốc Thổ.

ĐẢNG CỘNG SẢN BULGARIA GẶP KHỦNG HOẢNG

Để triệt tiêu ảnh hưởng của nhóm cựu Tổng bí thư Todor Zhivkov, ngày 10-12-1989, Bộ chính trị đảng Cộng sản Bulgaria đã loại 27 cán bộ, kể cả cựu Tổng bí thư Todor Zhivkov ra khỏi Trung ương đảng, đưa Alexander Lirov vào Bộ chính trị. Kể từ đó, đảng Cộng sản Bulgaria được đặt dưới quyền điều hành trực tiếp của ba nhân vật: Peter Mladenov, Andrei Lukanov và Alexander Lirov. Trong Hội nghị thu hẹp của Ban chấp hành Trung Ương đảng ngày 12-12-1989, Bộ chính trị đưa ra dự thảo tu chính luật bầu cử, đề nghị tổ chức Tuyển cử tự do vào tháng 6-1990 và tổ chức đại hội đảng lâm thời vào đầu năm 1990. Trung ương đảng cũng biểu quyết chấp nhận việc hủy bỏ điều 1 hiến pháp, thay vào đó là chính sách đối thoại với mọi thành phần xã hội. Ngày 14-12-1989, Quốc hội Bulgaria bắt đầu thảo luận về dự luật thành lập chính đảng, thể thức tổ chức Tổng tuyển cử và sửa đổi luật hình sự, nhưng chưa thảo luận về việc hủy bỏ điều 1 hiến pháp.

Sau phiên họp thu hẹp của Trung ương đảng vào ngày 12-12-1989, nội bộ đảng Cộng sản Bulgaria bắt đầu phân hóa, nhiều nhân sự trong đảng muốn tách ra tạo thành những tổ chức riêng. Đầu tiên vào ngày 26-12-1989, một số đảng viên Cộng sản tự lập ra nhóm "Diễn Đàn Dân Chủ Đảng Cộng Sản Bulgaria", đến ngày hôm sau 27-12-1989, một nhóm khác lại cho ra đời hệ phái"Bulgaria Âu Châu". Sau khi đảng bị công kích về một Nghị quyết của Bộ chính trị liên quan đến vấn đề sắc tộc Thổ Nhĩ Kỳ, một số đảng viên lập ra thêm hai hệ phái khác nữa là: "Phong Trào Vận Động Dân Chủ Xã Hội Chủ Nghĩa" (10-1-1990) và "Mặt Trận Thống Nhất Bảo Vệ Xã Hội Chủ Nghĩa" (13-1-1990). Những hệ phái trên không chủ trương ly khai khỏi đảng Cộng Sản, trong khi đó một số đảng viên thân Liên Xô ly khai khỏi đảng Cộng sản, thành lập tổ chức "Thống Nhất Xã Hội Chủ Nghĩa Cải Cách" vào ngày 16-1-1990, tham gia vào Liên Minh Các Thế Lực Dân Chủ.

Trong khi nội bộ bị phân hóa thành nhiều hệ phái, thì bên ngoài, đảng bị làn sóng chỉ trích dữ dội của các tổ chức chống đối vì một Nghị quyết của Bộ chính trị đưa ra vào ngày 29-12-1990 liên quan đến vấn đề người Bulgaria gốc Thổ. Quyết định này gồm có sáu mục:

1) Vận động cho một quốc gia thuần chủng Bulgaria. Bãi bỏ tất cả những quy định đi ngược lại nỗ lực mới này trong bản hiến pháp hiện hành. Cực lực phê phán những sai lầm chính trị mà cựu Tổng bí thư Todor Zhivkov đã làm trong việc kỳ thị sắc dân Thổ trong thời gian qua.

2) Tiến hành việc giải quyết vấn đề người Bulgaria gốc Thổ Nhĩ Kỳ dựa trên những báo cáo của Bộ chính trị trong các kỳ Hội nghị Trung ương đảng.

3) Đoàn đại biểu quốc hội của đảng Cộng sản sẽ đệ trình phương thức giải quyết vấn đề sắc tộc Thổ trước Quốc hội.

4) Tổ chức các cuộc thảo luận rộng rãi trong mọi thành phần quần chúng để thu góp ý kiến liên quan đến chính sách người Bảo gốc Thổ của đảng Cộng sản Bulgaria.

5) Việc giải quyết vấn đề sắc tộc Thổ phải dựa trên nguyên tắc bảo toàn lãnh thổ, quyền lợi và an ninh của dân tộc Bulgaria.

6) Tổ chức các buổi thuyết trình về vấn đề này tại các địa phương để mọi người dân đều hiểu rõ nội vụ.

Ngay sau khi Nghị quyết được công bố, ngày 30-12-1989, Liên Minh Nông Dân, một tổ chức ngoại vi của đảng Cộng sản trong Mặt Trận Tổ Quốc ở thành phố Karjari, đã lập tức ra tuyên ngôn phản đối và đòi phải tổ chức trưng cầu dân ý. Liên Minh Nông Dân cho rằng đảng Cộng sản Bulgaria không chịu từ bỏ sự độc chiếm quyền lực và tự cho mình là người duy nhất có quyền quyết định mọi vấn đề liên quan đến vận mệnh dân tộc. Ngày 2-1-1990, Liên Minh Nông Dân đã tổ chức một cuộc mít tinh tại thành phố Kalyari, quy tụ khoảng 15 ngàn người, nhưng quần chúng tham gia lại chia làm hai nhóm chống đối và ủng hộ quyết định kể trên của đảng Cộng sản Bulgaria. Trong khi đó tại phía Nam thành phố Haskovo và tại thủ đô Sofia cũng đã diễn ra những cuộc mít tinh chống đối tương tự. Đặc biệt là một đoàn biểu tình tuần hành bằng xe hơi đã xuất phát từ thành phố Kalyari đến tham dự cuộc mít tinh tại thủ đô Sofia, sau đó đến thẳng quốc hội để trao thỉnh nguyện thư.

Ngày hôm sau, 3-1-1990, tại Kalyari, một "Ủy Ban Thống Nhất Dân Tộc" được thành lập và ra tuyên cáo cho rằng trong suốt 35 năm thống trị, đảng Cộng sản Bulgaria không bao giờ đặt quyền lợi của người dân lên trên quyền lợi của đảng, mọi quyết định chỉ nhắm vào việc củng cố độc quyền lãnh đạo của đảng. Ngay cả những quyết định về việc giải quyết các xung đột chủng tộc, đảng Cộng sản cũng chỉ dựa trên báo cáo của Bộ chính trị, mà hoàn toàn không lắng nghe nguyện vọng của người dân liên hệ. Điều này cho thấy đảng Cộng sản vẫn tiếp tục chủ trương độc tài, gạt bỏ mọi đóng góp ý kiến của nhân dân cả nước. Tuy bày tỏ thái độ chống đối quyết liệt lề lối cai trị độc tài của đảng Cộng sản Bulgaria, nhưng "Ủy Ban Thống Nhất Dân Tộc" vẫn chọn thái độ hòa hoãn, kêu gọi một cuộc đối thoại công khai và nghiêm chỉnh giữa đảng Cộng sản với các tổ chức chống chính quyền. Ủy Ban còn kêu gọi tinh thần trách nhiệm, quyết định sáng suốt, hành động hợp lý của dân chúng để không tạo ra tình trạng rối loạn chính trị, vô chính phủ gây ra những đổ vỡ không cần thiết. Đây là thế đấu tranh "vừa đánh vừa nâng" đã được nhiều tổ chức chống chính quyền Cộng sản ở các nước Đông Âu cũ áp dụng, trong lúc tấn công vào những điểm yếu của đảng Cộng sản vẫn không loại bỏ phương cách đối thoại.

Ủy Ban Thống Nhất Dân Tộc đưa ra ba đề nghị đối với Bộ chính trị đảng Cộng sản Bulgaria như sau:

1) Vấn đề tôn trọng nhân quyền phải được thảo luận công khai và rộng rãi tại Quốc hội, để soạn thành những điều khoản được ghi vào hiến pháp;

2) Đảng Cộng sản Bulgaria, Liên Minh Nông Dân và các tổ chức chống đối sẽ cùng thảo luận về những vấn đề dân tộc, trong tinh thần xây dựng, sau đó, kết quả của những thảo luận này được mang ra quốc hội thảo luận và biểu quyết thành dự luật chung cho cả nước;

3) Phải đưa ra tòa xét xử công khai những nhân vật lãnh đạo đảng và nhà nước đã có những hành vi đàn áp, khủng bố người dân trong suốt 35 năm qua, dựa trên những hồ sơ tố cáo của dân chúng cả nước.

Ủy Ban Thống Nhất Dân Tộc yêu cầu Bộ chính trị phải trả lời cụ thể về ba đề nghị này cho đến 6 giờ chiều ngày 4-1-1990, nếu không,

Ủy ban sẽ phát động cuộc đình công trên toàn quốc. Sau khi bản tuyên cáo được phổ biến, nhiều thành phố đã hưởng ứng và tự thành lập những Ủy ban địa phương để chuẩn bị cuộc đình công nếu đảng Cộng sản không trả lời.

Cho đến 5 giờ 30 chiều ngày 4-1-1990, Bộ chính trị đảng Cộng sản Bulgaria hoàn toàn im lặng, không lên tiếng về yêu sách mà Ủy Ban Thống Nhất Dân Tộc đưa ra. Rạng sáng ngày 5-1-1990, Ủy Ban Thống Nhất Dân Tộc kêu gọi công nhân và dân chúng toàn quốc tổng đình công và biểu tình để đòi hỏi Bộ chính trị phải trả lời các yêu sách. Hai thành phố sôi động nhất là Karjari và Haskovo. Thành phố Haskovo chỉ có khoảng 100 ngàn cư dân, vậy mà có đến 25 ngàn người tham gia biểu tình và đình công. Điều đáng chú ý là cán bộ đảng viên cộng sản ở nhiều địa phương bắt đầu tham gia những cuộc mít tinh và ký tên phản đối Bộ chính trị. Trong ngày này, một nhóm trí thức đã cho ra mắt tổ chức "Phục Hưng Tân Dân Tộc Bulgaria".

Trước tình thế sôi bỏng đó, đảng và chính phủ đã cử Thủ tướng Andrei Lukanov, một số bộ trưởng, cán bộ đảng, và một số cán bộ trong Liên Minh Nông Dân (một tổ chức ngoại vi của đảng Cộng sản) đi đến các địa phương để giải độc. Đây là một chuyện lạ chưa bao giờ xảy ra. Nhưng Angel Dimitrov, Phó Thủ tướng, đồng thời là Chủ tịch Liên Minh Nông Dân, khi đến thành phố Karjari, thay vì giải độc lại lên tiếng chỉ trích sự quyết định độc tài của đảng Cộng sản và cho biết là trong kỳ tuyển cử tới, Liên Minh Nông Dân sẽ giữ một khoảng cách đối với đảng Cộng sản.

Ngày 7-1-1990, dân chúng các tỉnh đã dùng xe buýt, xe con... kéo lên thủ đô Sofia tham gia cuộc biểu tình, với gần 100 ngàn người tham dự. Cuộc biểu tình biến thành diễn đàn tố giác các quyết định độc tài của Bộ chính trị và đòi đưa ra tòa xét xử những cán bộ nhũng lạm và từng liên hệ đến những vụ khủng bố người dân trong suốt thời gian qua. Những người lên phát biểu có cả quân nhân, công an và cảnh sát. Đại diện của các Ủy ban địa phương về tham gia cuộc biểu tình đã tập họp tại nhà thờ Nefuski để soạn thảo bản tuyên cáo chung. Tuy lúc đầu có sự xung đột ý kiến về nội dung, nhưng sau cùng các đại diện đã thông qua, bao gồm nhiều chữ ký của các Ủy Ban Thống Nhất Dân Tộc các địa phương và các đảng đối lập.

HỘI NGHỊ BÀN TRÒN VÀ TỔNG TUYỂN CỬ

Tối ngày 7-1-1990, mọi nỗ lực giải độc đều thất bại, Bộ chính trị đã quyết định nhượng bộ bằng cách cho liên lạc mời đại diện các đoàn thể tôn giáo, tổ chức chống đối... đến tham dự Hội Nghị Quốc Dân được triệu tập vào ngày hôm sau, 8-1-1990. Đây là thủ đoạn mua thời gian mà hầu hết những đảng Cộng sản ở các nước Đông Âu cũ đều sử dụng khi bị những tổ chức chống đối dồn vào thế lúng túng phải nhượng bộ. Tuy nhiên, khi phải tham dự Hội nghị với các tổ chức chống đối, tiềm lực của đảng Cộng sản bắt đầu suy yếu do những chống đối phát tác trong nội bộ. Vào lúc đảng Cộng sản Bulgaria chấp nhận mở Hội Nghị Quốc Dân, nội bộ đảng đã bắt đầu chia ra nhiều hệ phái khác nhau như đã trình bày bên trên.

Hội nghị khởi sự từ trưa ngày 8-1-1990, với phần phát biểu quan điểm và ý kiến của từng đoàn thể, tổ chức, cho đến ngày 12-1-1990 thì họp đúc kết để đưa ra một tuyên bố chung. Ngày 17-1-1990, trên trang nhất của các nhật báo đã đăng bản Tuyên Ngôn của Hội Nghị gồm có bốn điểm chính như sau: 1) Xác nhận nguyên tắc bảo vệ sự toàn vẹn lãnh thổ; 2) Tất cả mọi người dân đều được bình đẳng trước pháp luật và chính quyền cam kết tôn trọng mọi sự hoạt động tự do của các tôn giáo cũng như quyền tự do tín ngưỡng của các sắc dân; 3) Mọi người dân có quyền tự do chọn lựa tên và có thể sử dụng bất cứ ngôn ngữ nào ngoài tiếng Bulgaria, nếu những nơi đó không là chỗ công cộng; 4) Tôn trọng quốc kỳ và phù hiệu quốc gia hiện hữu.

Theo bản Tuyên Ngôn này thì những ai mang quốc tịch Bulgaria đều là công dân Bulgaria. "Dân tộc Thổ" không còn tồn tại, những người này bị buộc phải trở thành công dân Bulgaria dù nói tiếng Thổ hoặc theo đạo Hồi. Tuy bản Tuyên Ngôn đã giải quyết được mối quan tâm về vấn đề chủng tộc trong quần chúng, nhưng những suy nghĩ chính trị giữa đảng Cộng sản với các tổ chức chống đối vẫn còn rất nhiều dị biệt. Do đó mà cuộc đấu tranh vẫn tiếp diễn với những cuộc biểu tình đình công ngày một lan rộng vì thái độ thiếu mềm dẻo và thiếu linh động của Bộ chính trị đảng Cộng sản Bulgaria.

Ngày 15-1-1990, Quốc hội nhóm họp chính thức thông qua việc bãi bỏ điều khoản quy định trên hiến pháp vai trò lãnh đạo đất nước của đảng Cộng sản. Ngày 16-1-1990, ba tổ chức gồm: đảng Cộng sản Bulgaria, Liên Minh Các Thế Lực Dân Chủ và Liên Minh Nông Dân tham dự Hội Nghị Bàn Tròn để thảo luận về một số nguyên tắc tổ chức cuộc Tuyển cử tự do và thành lập chính quyền liên hiệp. Ngày 22-1-1990, Hội Nghị Bàn Tròn đã mở rộng thêm sự tham gia của một số tổ chức chống đối khác để thống nhất quan điểm về cuộc bầu cử và thành lập chính quyền liên hiệp. Ngày 30-1-1990, Đại hội lâm thời của đảng Cộng sản Bulgaria khai mạc tại thủ đô Sofia, biểu quyết đổi tên thành Đảng Xã Hội Bulgaria, thông qua Cương Lĩnh và Điều lệ mới, đồng thời biểu quyết nội quy cấm cán bộ lãnh đạo đảng kiêm nhiệm hai trách vụ đảng và nhà nước cùng một lúc. Đại hội đảng đã bầu Alexander Lirov lên làm Chủ tịch đảng.

Để tiến tới việc thành lập chính quyền liên hiệp chuyển tiếp cho đến khi tổ chức xong cuộc Tuyển cử tự do vào tháng 6-1990, nội các Georgi Atanasov tổng từ chức vào ngày 1-2-1990, đại diện ba đảng gồm đảng Xã Hội Bulgaria (nguyên là đảng Cộng sản), Liên Minh Các Thế Lực Dân Chủ và Liên Minh Nông Dân sắp xếp nhân sự ra nắm chính quyền. Tuy nhiên việc thành lập nội các gặp nhiều trở ngại vì phe Cộng sản muốn nắm giữ những bộ quan trọng. Ngày 3-2-1990, Liên Minh Các Thế Lực Dân Chủ tuyên bố không tham gia vào chính phủ liên hiệp, đến ngày 7-2-1990 thì nhóm Liên Minh Nông Dân cũng tuyên bố rút lui. Cuối cùng, ngày 13-2-1990, đảng Xã Hội Bulgaria đơn độc thành lập chính quyền, đề cử Andrei Lukano ra làm Thủ tướng. Ngày 25-2-1990, các tổ chức chính quyền đã tổ chức mít tinh ngay tại thủ đô Sofia để biểu dương lực lượng nhằm áp lực đảng cầm quyền đẩy mạnh việc cải tổ chính trị.

Từ tháng 3-1990 trở đi, đảng Xã Hội Bulgaria đã tổ chức những cuộc thảo luận bàn tròn với các tổ chức chống đối. Trong khi đó, Thủ tướng Andrei Lukano cũng thỏa mãn một số yêu sách đòi tăng lương cho công nhân và giải quyết vấn đề "đổi tên" của sắc dân Thổ Nhĩ Kỳ. Nói chung những nỗ lực của nội các Andrei Lukano đã làm cho những cuộc đình công, biểu tình tạm lắng đọng. Tất cả mọi sinh hoạt chính trị đều dồn vào cuộc vận động tranh cử. Ra tranh cử, ngoài các ứng viên của đảng Xã Hội Bulgaria còn có ứng viên của một số tổ chức chống chính quyền như Liên Minh Các Thế Lực Dân Chủ, Liên Minh Nông Dân, đảng Dân Chủ Cấp Tiến và Phong Trào Vận Động Tự Do và Quyền Lợi của người Bảo gốc Thổ Nhĩ Kỳ.

Ngoại trừ Liên Minh Nông Dân đã có cơ sở vững chắc ở các tỉnh, những đảng chống đối khác vì mới thành lập trong một thời quá ngắn, thiếu phương tiện vận động, chỉ tập trung ở thủ đô và một số thành phố lớn, nên đảng Xã Hội Bulgaria đã chiếm nhiều ưu thế. Kết quả đảng này về nhất chiếm 211 ghế, Liên Minh Các Thế Lực Dân Chủ được 144 ghế, các nhóm Liên Minh Nông Dân, đảng Dân Chủ Cấp Tiến và Phong Trào Vận Động Tự Do và Quyền Lợi chỉ chiếm được 45 ghế.

NHỮNG KHỦNG HOẢNG CHÍNH TRỊ MỚI

Tin tức thắng lợi của đảng Xã Hội Bulgaria đã tạo thêm sự bất mãn trong giới trí thức, nhất là những nhóm ủng hộ Liên Minh Các Thế Lực Dân Chủ. Vì vậy, từ ngày 12-6-1990, tức ngay sau ngày công bố kết quả cuộc tuyển cử, sinh viên và giáo sư đã chiếm đại học Sofia, căng lều vải tại công trường đối diện với văn phòng trung ương của đảng Xã Hội Bulgaria, để chống kết quả tuyển cử. Họ đã phát động phong trào "Sự Thật" để vạch trần những tội ác của đảng Cộng sản, đòi hỏi Chủ tịch nước Peter Mladenov và Thủ tướng Andrei Lukano từ chức.

Nhóm chống đối đã cho công bố bạch thư tố cáo cựu Tổng bí thư Peter Mladenov đã ra lệnh cho công an dùng vũ lực đàn áp cuộc biểu tình ngày 2-12-1989 tại thủ đô Sofia. Phong trào "Sự Thật" đã nhanh chóng lan rộng trên toàn quốc với sự hưởng ứng mạnh mẽ của sinh viên và quần chúng. Ngày 6-7-1990, Peter Mladenov phải lên đài truyền hình thú nhận rằng chính ông ta đã ra lệnh đàn áp cuộc biểu tình, và sau đó tuyên bố từ chức Chủ tịch nước. Phong trào chống đối của giới trí thức tiếp tục đòi hỏi chức vụ Chủ tịch nước không được bầu cho đảng Xã Hội Bulgaria và toàn bộ lãnh đạo đảng này phải từ nhiệm. Tình thế này đã đẩy đảng Xã Hội vào cuộc khủng hoảng mới, Alexander Lirov phải tuyên bố từ chức Chủ tịch đảng để hy vọng cứu vãn tình hình, nhưng cuộc đấu tranh càng lúc càng bùng nổ lớn.

Ngày 10-7-1990, tân quốc hội nhóm họp không có Chủ tịch nước, thành lập ủy ban soạn thảo hiến pháp mới. Ngày 19-7-1990, các nhóm chống đối đã chiếm được xác ướp của Georgi Dimitrov, cha đẻ của đảng Cộng sản Bulgaria từ năm 1947, và đem ra hỏa thiêu tại một nghĩa trang trong thủ đô. Hành động này đã chạm đến tự ái của những thành viên đảng Cộng sản, khiến cho nhiều nơi xảy ra các cuộc xô xát giữa thành viên đảng Cộng sản với các nhóm sinh viên, trí thức chống đối. Ngày 28-7-1990, hơn 250 ngàn cựu đảng viên Cộng sản tổ chức mít tinh vừa để vinh danh Georgi Dimitrov, vừa lên tiếng công kích các tổ chức chống đối. Nhưng các lực lượng chống chính quyền và phong trào "Sự Thật" không ngồi yên. Họ tiếp tục tổ chức biểu tình, mít tinh và hô hào đình công trên toàn quốc, khiến cả nước rơi vào tình trạng hỗn loạn, vô chính phủ.

Ngày 1-8-1990, tân quốc hội tái nhóm để bầu lại Chủ tịch nước (Peter Mladenov đã từ chức). Quốc hội bỏ phiếu đến 5 lần mà không có ai đạt được 2/3 số phiếu theo yêu cầu. Cuối cùng, đảng Xã Hội Bulgaria dồn phiếu cho Zhelyu Zhelev, chủ tịch Liên Minh Các Thế Lực Dân Chủ lên làm Chủ tịch nước (Tổng thống) với 284/389 phiếu, vì nghĩ rằng nhân vật này không có nhiều kinh nghiệm chính trị, trước sau gì cũng sụp đổ. Nhưng sự kiện Zhelyu Zhelev được bầu làm Tổng thống đã nói lên sự thắng thế của các phe chống đối, giải quyết phần nào những bất mãn đối với đảng cầm quyền nên tình hình bắt đầu lắng đọng. Ngày 16-12-1990, Andrei Lukano tuyên bố từ chức Thủ tướng, Demiter Popov được đề cử lên thay thế.

Ngày 25-7-1991, tân Quốc hội công bố bản hiến pháp mới, đổi tên nước thành Cộng Hòa Bulgaria theo chế độ Cộng hòa. Quốc hội có 1 viện gồm 240 dân biểu, nhiệm kỳ 4 năm. Bản hiến pháp mới cũng quy định việc tổ chức bầu cử quốc hội mới sẽ được thực hiện vào tháng 10-1991. Nhưng từ giữa tháng 8-1991 trở đi, các cuộc đình công và biểu tình của công nhân lại bắt đầu bùng nổ vì bất mãn trước một số cải tổ kinh tế của chính phủ Demiter Popov. Khoảng 27 ngàn trong số 75 ngàn thợ mỏ than đá trên toàn quốc đã đình công, đòi hỏi nhà nước phải tăng lương và nâng cao đời sống. Họ đòi tăng mức lương căn bản từ 40 Mỹ kim lên ít nhất 130 Mỹ kim một tháng.

Chính phủ Demiter Popov đe dọa rằng cuộc đình công sẽ làm gián đoạn việc cải tổ kinh tế và sẽ đuổi các giám đốc ngành mỏ nào tiếp tục hô hào đình công. Nhưng Thủ tướng Demiter Popov chưa giải quyết xong vụ công nhân hầm mỏ đình công, thì các nhân viên phục vụ bệnh viện, được sự hỗ trợ của Liên Đoàn Mậu Dịch Podkrepa, đã đình công một giờ để cảnh cáo chính phủ nhằm phản đối mức lương quá thấp, tình trạng thiếu phương tiện y khoa gây ảnh hưởng 75% số bệnh viện trên toàn quốc. Trong khi đó, giới y sĩ tuyên bố đình công toàn phần, khiến cho hệ thống y tế cả nước bị tê liệt. Công nhân ngành hóa học, kim khí, địa chất của Liên Đoàn Podkrepa cũng kêu gọi đình công trên toàn quốc nếu chính phủ không thoả mãn yêu sách của thợ mỏ. Công nhân thuộc lãnh vực năng lượng cũng tuyên bố đình công. Việc đình công của giới thợ mỏ đã ảnh hưởng rất nặng đến việc cung cấp điện và hơi sưởi cho dân chúng, khiến người dân càng ngày càng bất mãn với đảng Xã Hội Bulgaria. Vì vậy trong cuộc bầu cử vào ngày 16-10-1991, đảng Xã Hội Bulgaria thảm bại, lực lượng đối lập chiếm đa số ghế. Kết quả cuộc bầu cử Quốc hội mới như sau: Liên Minh Các Thế Lực Dân Chủ chiếm 110 ghế, đảng Xã Hội Bulgaria chiếm 106 ghế, Phong Trào Vận Động Tự Do và Quyền Lợi chiếm 24 ghế. Tháng 11-1991, tân quốc hội nhóm họp, bầu Dimitrov thuộc Liên Minh Các Thế Lực Dân Chủ lên làm Thủ tướng, thành lập chính phủ liên hiệp.

Tháng 1-1992, Bulgaria tổ chức bầu cử Tổng thống, nhưng không có ứng viên nào sáng giá ngoài đương kim Tổng thống hiện tại, triết gia Zhelyu Zhelev được tái đắc cử thêm nhiệm kỳ thứ hai. Tình hình Bulgaria bắt đầu ổn định cho đến tháng 10-1992 thì bắt đầu có sóng gió, khi báo chí phanh phui một vụ buôn bán vũ khí giữa chính phủ Bulgaria với cộng hòa Macedonia. Đề tài này trở thành mục tiêu tấn công của đảng Xã Hội Bulgaria, khiến cho Thủ tướng Dimitrov phải từ chức. Cuối tháng 12-1992, Lyuben Berov, một trí thức không thuộc đảng phái nào được đề cử lên làm Thủ tướng.

ĐẢNG CỘNG SẢN THẮNG THẾ TRỞ LẠI

Bước vào năm 1993, tình hình chính trị của Bulgaria gặp rất nhiều khủng hoảng, từ giữa tháng 6 đến tháng 7-1993, nội bộ chính quyền đã xảy ra một số mâu thuẫn về các chính sách cải cách kinh tế, khiến cho công nhân, sinh viên tổ chức các cuộc đình công, biểu tình để đòi Tổng thống Zhelyu Zhelev và Thủ tướng Lyuben Berov từ chức. Tuy những chống đối này không bùng nổ lớn như các năm trước đó, nhưng nó cũng đã khiến cho Bulgaria ở trong tình trạng bất ổn chính trị, khó có thể thu hút đầu tư từ bên ngoài như mong muốn.

Ngoài ra, mặc dù từ tháng 9-1990, dưới sự cố vấn của Quỹ Tiền Tệ Quốc Tế (IMF), Bulgaria chuyển hướng sang kinh tế thị trường, nhưng đến đầu năm 1992 mới thực sự khởi động việc này. Đến tháng 4-1992, Quốc hội mới thông qua đạo luật giải tư các xí nghiệp quốc doanh và từ tháng 4-1993 mới tiến hành việc khuyến khích tư doanh. Bulgaria cũng cho tự do hóa việc buôn bán nhiên liệu và hàng hóa, nâng lãi suất tiền tệ và định lại mức hối đoái, nhưng tình trạng thất nghiệp gia tăng, nhất là lương căn bản của công chức và công nhân không thể theo kịp đà lạm phát lên đến 200%, vì vậy các cuộc đình công đòi tăng lương của công nhân viên chức vẫn liên tục bộc phát, khiến cho các hoạt động kinh tế bị khủng hoảng nặng nề. Đặc biệt là trong nhiều năm, nền kinh tế Bulgaria hoàn toàn tùy thuộc vào Liên Xô và khối Comecon, nên sau khi khối này tan rã, Bulgaria không có khả năng điều chỉnh thị trường nội địa, nhất là nguồn nhiên liệu từ bên ngoài. Về phương diện nông nghiệp, từ tháng 3-1992, Bulgaria công bố Luật Đất Đai, chính thức công nhận quyền tư hữu và đưa ra chính sách khuyến khích tiểu nông. Nhưng vấn đề này cũng tạo ra mầm mâu thuẫn chính trị, khi chính quyền Bulgaria không công bằng trong việc hoàn trả lại ruộng đất đã từng bị đảng Cộng sản tịch thu vào những năm sau Đệ Nhị Thế Chiến cho những chủ đất cũ. Cho đến nay vấn đề này cũng chưa được giải quyết một cách trọn vẹn.

Ngày 18-12-1994, khoảng 5 triệu cử tri Bulgaria đã đi bầu Quốc hội (trước thời hạn). Trong cuộc bầu cử này, đảng Xã Hội Bulgaria không chỉ vượt qua đối thủ của mình là tổ chức Liên Minh Các Thế Lực Dân Chủ mà còn chiếm được quá bán với 125 ghế trên tổng số 240 ghế trong quốc hội. Trong khi đó Liên Minh Các Thế Lực Dân Chủ chỉ còn có 69 ghế (mất 41 ghế), Liên Minh Nông Dân chiếm 19 ghế, Phong Trào Vận Động Tự Do và Quyền Lợi chiếm 16 ghế. Nguyên do đưa đến sự thắng thế trở lại của đảng Xã Hội Bulgaria (cựu Cộng sản) có thể nhìn thấy là từ sau cuộc bầu cử quốc hội vào tháng 10-1991, tình hình kinh tế, chính trị và xã hội chưa được cải thiện nhiều để đáp ứng sự mong đợi của người dân. Trong khi đó chính phủ của Liên Minh Các Thế Lực Dân Chủ và sau đó là chính phủ không đảng phái của Thủ tướng Lyuben Berov đã không đủ sức giải quyết những nan đề do chế độ Cộng sản để lại trong nhiều năm trước như lạm phát, sản xuất suy giảm, tình trạng thất nghiệp lan tràn, nhất là các tệ nạn xã hội gia tăng. Dân chúng thì lại nóng lòng muốn được tăng lương, có công việc làm ổn định. Đảng Xã Hội Bulgaria đã tung ra nhiều hứa hẹn và vì còn những cơ sở đảng vững vàng ở nhiều địa phương nên đã chiếm ưu thế trong kỳ bầu cử.

Tuy nhiên, dù đảng Xã Hội Bulgaria chiếm quá bán trong quốc hội, nhưng một mình không thể nào giải quyết tình trạng khó khăn chung của đất nước nên không thể đơn phương thành lập chính quyền như trước đó, mà phải thành lập chính quyền liên hiệp với những đảng đối lập khác. Kể từ đó, tình hình Bulgaria bắt đầu cải thiện ngày một tốt hơn cho đến nay.

III- KẾT LUẬN

Trong các đảng Cộng sản tại Đông Âu cũ, đảng Cộng sản Bulgaria được coi là một đảng vô cùng trung thành với Liên Xô về mọi phương diện. Đặc biệt là việc Tổng bí thư Todor Zhivkov đưa ra chính sách công nghiệp hóa được Liên Xô giúp đỡ để "cầm chân" nước này trong vùng Balkan, điều này vô hình chung đã giúp cho triều đại Todor Zhivkov vững chắc, với 35 năm độc chiếm quyền lực cai trị. Tuy vậy, Bulgaria cũng không đi ra khỏi cảnh ngộ chung của các nước Cộng sản là luôn luôn phải đối phó với một nền kinh tế khủng hoảng, mặc dù trên bình diện chính trị vẫn ổn định. Hơn nữa, Bulgaria vốn là một quốc gia nông nghiệp, đa số dân chúng sống ở nông thôn, ít có điều kiện tiếp xúc với bên ngoài, cho nên ý thức chống đối chỉ tiềm ẩn trong thành phần trí thức, quần chúng ở các thành phố lớn. Mặt khác, dưới hệ thống kiểm soát chặt chẽ và tuyên truyền một chiều, đa số người dân Bulgaria đã lầm lẫn"đảng và quốc gia" là một. Họ bất mãn với những chính sách của đảng nhưng "chưa" muốn lật đổ đảng, vì không muốn đụng đến uy quyền của đảng. Nhờ vậy mà Todor Zhivkov mới giữ vững được quyền lực cai trị kéo dài đến 35 năm, dài nhất trong các chế độ Cộng sản.

Ngoài ra, khi phong trào đòi tự do dân chủ lan sang đến Đông Đức, và khi bức tường Bá Linh sụp đổ (9-11-1989), đảng Cộng sản Bulgaria đã đi trước tình hình, thay thế Tổng bí thư Todor Zhivkov bằng Peter Mladenov vào ngày 10-11-1989. Lúc đó, những cuộc biểu tình đầu tiên của quần chúng chỉ vừa xảy ra ở thủ đô Sofia, quy tụ chỉ được vài ngàn người. Tổng bí thư Peter Mladenov đã thay đổi chính sách rất nhanh, tuyên bố cho phép dân chúng hoạt động chính trị, tổ chức tổng tuyển cử tự do vào tháng 6-1990. Đặc biệt, chính Peter Mladenov lại công kích cựu Tổng bí thư Todor Zhivkov là không chịu cải cách chính trị, sau đó trực tiếp gặp gỡ giới văn nghệ sĩ, trí thức để kêu gọi hợp tác. Đòn giải nhiệt nhanh chóng này khiến cho quần chúng bỡ ngỡ, các tổ chức chống đối mất mục tiêu tấn công, và khiến cho phong trào đấu tranh bị mất ngay động lượng khi mới phát động.

Tuy nhiên, khi các tổ chức chống đối nhanh chóng đổi mục tiêu đòi thay đổi chế độ bằng cách tấn công vào bản chất độc tài của đảng Cộng sản, thể hiện qua Nghị quyết của Bộ chính trị về vấn đề sắc tộc Thổ, thì cục diện cũng nhanh chóng thay đổi. Các tổ chức đã dùng "điểm nóng" của vấn đề chủng tộc để kích động quần chúng, nhưng chưa đủ, họ đã gia tăng cường độ đấu tranh bằng việc đòi truy tố những cán bộ lãnh đạo đảng trong quá khứ ra tòa, nhằm tấn công vào tư thế lãnh đạo của Bộ chính trị. Lúc đó, đảng Cộng sản Bulgaria hoàn toàn rơi vào tình trạng lúng túng. Cuối cùng Bộ chính trị phải chấp nhận mở Hội Nghị Quốc Dân, để đối thoại trực tiếp với các tổ chức đối lập. Đây là phương cách mà hầu hết các đảng Cộng sản đều áp dụng để mua thời gian tìm các biện pháp cứu nguy. Đảng Cộng sản Ba Lan đã áp dụng đối với Công Đoàn Đoàn Kết khi cả nước bị tê liệt bởi cuộc đình công kéo dài gần 4 tháng trời. Đảng Cộng sản Hung Gia Lợi cũng đã chấp nhận Hội nghị Bàn Tròn với các tổ chức chống đối, vì nội bộ đảng đã tan rã do sự tranh giành ưu thế lãnh đạo giữa phe giáo điều và cải cách.

Thông thường, các đảng phái chống chính quyền Cộng sản đều thắng lớn trong các cuộc Tuyển cử tự do đầu tiên, nhưng Bulgaria lại xảy ra hoàn toàn trái ngược. Đây là một bài học cần phải rút tỉa cho các lực lượng đối lập. Lịch trình tuyển cử ấn định vào tháng 6-1990, tức không đầy nửa năm sau khi đảng Cộng sản chấp nhận Tuyển cử tự do, cho nên các tổ chức chống chính quyền mới ra đời không thể nào có điều kiện chuẩn bị cho kịp. Đó là chưa nói đến yếu tố bị mất động lượng trong giai đoạn đầu phát khởi cuộc đấu tranh vào cuối năm 1989, khi đảng Cộng sản Bulgaria chấp nhận thay đổi, đi trước tình hình. Đảng Cộng sản Bulgaria biết rất rõ rằng các đảng chống đối chỉ tập trung ở thủ đô, chưa lan rộng ra các địa phương, cho nên đưa ra thời điểm Tổng tuyển cử sớm, nhằm cắt cỏ dưới chân phong trào chống đối, để giành phiếu tại địa phương, nơi mà đa số quần chúng nông dân còn chịu nhiều ảnh hưởng tuyên truyền của đảng trong quá khứ.

Điều may mắn cho Bulgaria là lực lượng trí thức và sinh viên đã không đầu hàng kết quả tuyển cử ngoài ý muốn. Lần này, họ không nhắm vào chế độ, vào đảng mà tấn công vào uy tín cá nhân của những người lãnh đạo đảng Xã Hội Bulgaria bằng phong trào "Sự Thật". Đòn này khó hiệu quả trong một chế độ độc tài độc đảng, nhưng lại dễ kích động quần chúng trong một thể chế đa nguyên, khi mà uy tín của người lãnh đạo được định trên giá trị đạo đức của mỗi cá nhân. Cả Chủ tịch nước là Peter Mladenov và Chủ tịch đảng là Alexander Lirov đã phải từ chức trước làn sóng chống đối, mặc dù đảng Xã Hội đang chiếm ưu thế trong Quốc hội. Nhưng cũng giống như các chính quyền chuyển tiếp hậu Cộng sản, chính quyền của đảng Xã Hội Bulgaria đã bất lực trong việc giải quyết những đòi hỏi của quần chúng khi chuyển đổi từ nền kinh tế kế hoạch sang nền kinh tế tự do. Vì vậy mà họ đã bị thảm bại trong cuộc bầu cử Quốc hội lần thứ hai vào tháng 10-1991. Điều này cho ta rút ra một bài học là di sản của chế độ Cộng sản để lại cho các chính quyền chuyển tiếp, dù là cựu Cộng sản hay không cộng sản, đều tạo ra những nan đề như nhau.

Sau đó, khi Liên Minh Các Thế Lực Dân Chủ lên cầm quyền, tuy đã đưa Bulgaria ra khỏi khủng hoảng kinh tế, nhưng vẫn chưa ổn định được tình hình, vì hai nguyên do: Một là các biện pháp chuyển đổi từ nền kinh tế hoạch định sang kinh tế thị trường còn quá mới lạ, chưa có một kinh nghiệm nào trong quá khứ để rút tỉa. Các nước phải tự mò mẫm giải quyết theo từng hoàn cảnh riêng của mình, trong khi ngân sách lại thâm thủng, lạm phát gia tăng mà không có bất cứ tài trợ nào từ bên ngoài, khiến cho mọi kế hoạch cải tổ tiến rất chậm. Hai là cơ chế hành chánh vẫn còn trì trệ, chưa đáp ứng được những thay đổi của tình hình.

Trong khi đó, rút kinh nghiệm trong lần thất bại trước, đảng Xã Hội Bulgaria đã đưa ra một số khuôn mặt trẻ, nhất là Chủ tịch đảng Zhan Videnov, 35 tuổi, cùng với một số chính sách có tính cách cải cách mạnh bạo hơn, nên đã thu hút được sự quan tâm của quần chúng. Cuộc bầu cử vào ngày 18-12-1994 đưa đến sự thắng thế trở lại của đảng Xã Hội, cho thấy là nó hoàn toàn mang tính chất "tạo ấn tượng" giữa các đảng ra tranh cử trước nhu cầu muốn thay đổi nhanh của quần chúng, hơn là vấn đề tranh chấp về ý thức hệ như trong quá khứ. Đảng Xã Hội đã làm được việc này. Kết quả này cho thấy là người ta đã không lo sợ Bulgaria sẽ đi ngược trở lại con đường cách đây 4 năm, mặc dù đảng Xã Hội thắng thế. Tuy Bulgaria còn gặp khó nhiều khó khăn trong việc giải quyết sự ổn định kinh tế, nhất là ngăn chặn đà lạm phát và nạn thất nghiệp, hai căn bệnh phổ biến trong các nước hậu cộng sản, nhưng nói chung, Bulgaria có được những cơ sở công nghiệp tương đối phát triển trong hai thập niên 60 và 70 nên đã bắt đầu cất cánh từ cuối thập niên 90.

NHỮNG DIỄN TIẾN CHÍNH TRỊ TẠI BULGARIA

Từ năm 1989-1994

22-4-1989: Tổ chức "Chống Ô Nhiễm Môi Sinh" được thành lập.

29-5-1989: Tổng bí thư Todor Zhivkov lên đài truyền hình thông báo quyết định cho người dân Bulgaria tự do đi du lịch ra nước ngoài.

6-8-1989: Gần 300 ngàn người Bulgaria gốc Thổ Nhĩ Kỳ xin đi ra nước ngoài.

22-8-1989: Bulgaria quyết định đóng cửa biên giới để ngăn chận làn sóng ra đi của người Bulgaria gốc Thổ.

30-10-1989: Hai tổ chức "Chống Ô Nhiễm Môi Sinh" và "Ủng Hộ Chủ Nghĩa Dân Chủ" tổ chức các cuộc biểu tình, nhân Hội nghị về môi sinh của các nước Âu Châu họp tại thủ đô Sofia, Bulgaria từ cuối tháng 10 đến giữa tháng 11-1989.

10-11-1989: Tổng bí thư Todor Zhivkov từ chức vì lý do sức khoẻ nhưng trong thực tế là bị giải nhiệm, Ngoại trưởng Peter Mladenov lên thay thế.

17-11-1989: Tổng bí thư Peter Mladenov được Quốc hội bầu làm Chủ tịch nước, tuyên bố rằng Bulgaria phải tiến đến việc áp dụng chế độ tuyển cử tự do.

18-11-1989: Ủy viên Bộ chính trị đảng Cộng sản Bulgaria là Andrei Lakanov tuyên bố cuộc tuyển tự do sẽ được tiến hành theo hình thức đa đảng. Hai tổ chức "Chống Ô Nhiễm Môi Sinh và "Ủng Hộ Chủ Nghĩa Dân Chủ" tổ chức cuộc biểu tình với 10 ngàn người tham dự, chỉ trích cựu Tổng bí thư Todor Zhivkov và đòi tự do ngôn luận.

7-12-1989: Liên Minh Các Thế Lực Dân Chủ thành hình, bầu triết gia Zhelyu Zhelev làm chủ tịch.

8-12-1989: Liên Minh Các Thế Lực Dân Chủ tổ chức cuộc biểu dương lực lượng với 50 ngàn người tham dự tại thủ đô Sofia.

9-12-1989: Liên Minh Các Thế Lực Dân Chủ tổ chức Hội Nghị Bàn Tròn với các nhóm chống chính quyền, đòi hỏi đảng Cộng sản bãi bỏ điều 1 Hiến pháp và giải quyết những đòi hỏi của người Bảo gốc Thổ Nhĩ Kỳ.

10-12-1989: Bộ chính trị loại cựu Tổng bí thư Todor Zhivkov ra khỏi Trung ương đảng cùng với 27 cán bộ khác để triệt tiêu ảnh hưởng của nhóm Zhivkov.

12-12-1989: Hội nghị của ban chấp hành Trung ương đảng Cộng sản Bulgaria nhóm họp quyết định cải tổ luật bầu cử, tổ chức Tổng tuyển cử vào tháng 6-1990 và biểu quyết chấp thuận sửa đổi hiến pháp, theo đó loại bỏ vai trò chỉ đạo của đảng cộng sản.

14-12-1989: Quốc hội thảo luận dự luật về chính đảng và sửa đổi luật hình sự.

26-12-1989: "Diễn Đàn Dân Chủ", một hệ phái nằm trong đảng Cộng sản Bulgaria được thành lập.

27-12-1989: "Bulgaria Âu Châu", một hệ phái nằm trong đảng Cộng sản Bulgaria được thành lập.

30-12-1989: Bộ chính trị đảng Cộng sản Bảo công bố Nghị quyết 6 điểm về vấn đề người Bảo gốc Thổ, bị chống đối mạnh mẽ.

2-1-1990: Thành phố Karjari tổ chức biểu tình chống Nghị quyết của Bộ chính trị.

3-1-1990: Ủy Ban Thống Nhất Dân Tộc được thành lập ở thành phố Kalyari ra tuyên cáo chỉ trích đảng Cộng sản Bảo độc tài, đồng thời ra yêu sách ba điểm đòi Bộ chính trị phải trả lời.

5-1-1990: Bộ chính trị không trả lời, Ủy Ban Thống Nhất Dân Tộc kêu gọi đình công trên toàn quốc.

7-1-1990: Biểu tình chống chính phủ tại thủ đô Sofia.

8-1-1990: Đảng Cộng sản Bulgaria triệu tập Hội Nghị Quốc Dân với sự tham dự của đại diện các tổ chức tôn giáo và các tổ chức chống đối.

10-1-1990: "Phong Trào Vận Động Dân Chủ Xã Hội Chủ Nghĩa", một hệ phái trong đảng Cộng sản Bulgaria, được thành lập.

12-1-1900: Tuyên cáo chung ra đời, coi như giải quyết xong vấn đề khủng hoảng của người Bảo gốc Thổ.

13-1-1990: "Mặt Trận Thống Nhất Xã Hội Chủ Nghĩa", một hệ phái đảng Cộng sản Bulgaria được thành lập.

15-1-1990: Quốc hội biểu quyết thông qua việc bãi bỏ điều 1 hiến pháp (điều khoản quy định vai trò lãnh đạo của đảng Cộng sản Bảo).

16-1-1990: Một nhóm đảng viên ly khai khỏi đảng Cộng sản Bulgaria thành lập tổ chức "Thống Nhất Xã Hội Chủ Nghĩa Cải Cách". Ba tổ chức gồm đảng Cộng sản Bulgaria, Liên Minh Các Thế Lực Dân Chủ, Liên Minh Nông Dân tham dự Hội Nghị Bàn Tròn để bàn về nguyên tắc tổ chức Tổng tuyển cử và thành lập nội các liên hiệp.

30-1-1990: Đảng Cộng sản Bulgaria tổ chức đại hội đảng lâm thời, chính thức đổi tên thành đảng Xã Hội Bulgaria, bầu Alexander Lirov làm chủ tịch đảng.

1-2-1990: Thủ tướng Georgir Atanasov từ chức, để thành lập nội các liên hiệp.

3-2-1990: Liên Minh Các Thế Lực Dân Chủ tuyên bố không tham gia nội các liên hiệp với đảng Cộng sản Bulgaria.

7-2-1990: Liên Minh Nông Dân tuyên bố không tham gia nội các liên hiệp.

18-2-1990: Đảng Xã Hội Bulgaria đơn độc thành lập chính quyền, đề cử Ủy viên Bộ chính trị là Andrei Lukano ra làm Thủ tướng.

10-6-1990: Tổng tuyển cử tự do.

12-6-1990: Công bố kết quả Tổng tuyển cử, đảng Xã Hội Bulgaria thắng lớn đứng hạng nhất chiếm 211 ghế, Liên Minh Các Thế Lực Dân Chủ chiếm 144 ghế, về nhì. Bất mãn trước sự thắng cử của đảng Xã Hội, sinh viên và trí thức lập Phong Trào "Sự Thật" công bố bạch thư tố cáo cựu Tổng bí thư Peter Mladenov đã ra lệnh cho công an dùng vũ lực đàn áp cuộc biểu tình ngày 2-12-1989, đòi Peter Mladenov từ chức Chủ tịch nước.

6-7-1990: Peter Mladenov lên đài truyền hình công nhận đã ra lệnh đàn áp cuộc biểu tình ngày 2-12-1989 và từ chức Chủ tịch nước.

10-7-1990: Tân Quốc hội nhóm họp không có Chủ tịch nước, thành lập Ủy ban soạn thảo Hiến pháp mới.

1-1-1990: Quốc hội bầu Triết gia Zhelyu Zhelev, Chủ tịch Liên Minh Các Thế Lực Dân Chủ làm Chủ tịch nước (Tổng thống).

16-12-1990: Thủ tướng Andrei Lukano từ chức, Demiter Popov được đề cử lên thay thế.

25-7-1991: Tân Quốc hội công bố bản hiến pháp mới, đổi tên nước thành Cộng Hòa Bulgaria. Quốc hội có 1 viện gồm 240 dân biểu có nhiệm kỳ 4 năm.

18-12-1994: Bulgaria tổ chức bầu cử Quốc hội lần thứ 2 (trước thời hạn). Đảng Xã Hội Bulgaria chiếm quá bán với 125 ghế, Liên Minh Các Thế Lực Dân Chủ mất 41 ghế xuống hàng thứ 2, còn 69 ghế, Liên Minh Nông Dân chiếm 19 ghế và Ủy Ban Tự Do và Quyền Lợi chiếm được 16 ghế.

Bản đồ Romania

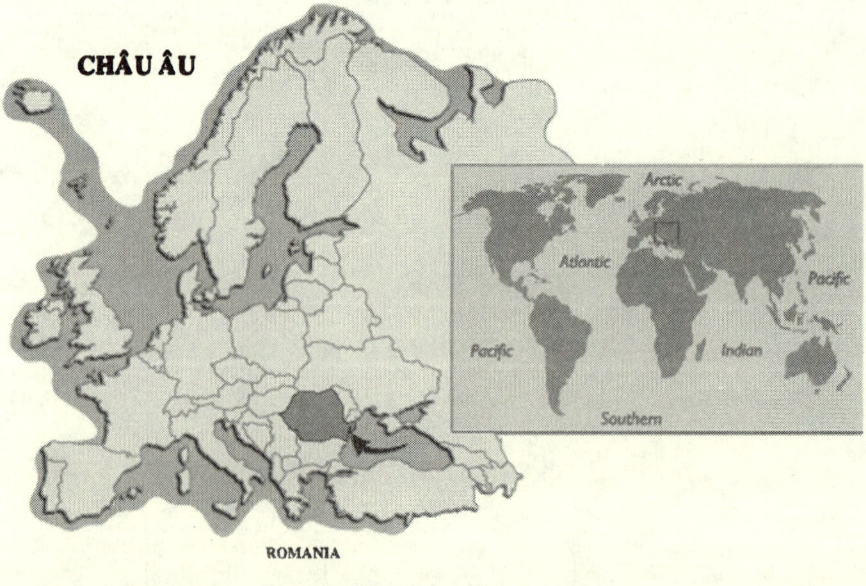

CHƯƠNG VII

CUỘC CÁCH MẠNG DÂN CHỦ TẠI ROMANIA

I- SƠ LƯỢC BỐI CẢNH LỊCH SỬ

Từ năm 106 đến năm 271 trước Tây Lịch, Romania (Lỗ Ma Ni) bị đế quốc La Mã chiếm đóng, nên các sắc dân và ngôn ngữ trong khu vực này đã bị người La Mã đồng hóa. Sau khi đế quốc La Mã sụp đổ, vùng đất này bị hai lãnh chúa cai quản nên chia thành hai vùng Wallachia và Moldavia. Đến năm 1859, hai vùng này bị đế quốc Thổ Nhĩ Kỳ thống trị và từ năm 1861 thống nhất thành nước Romania. Năm 1877, Romania tuyên bố độc lập và trở thành Vương quốc theo hiệp ước Berlin. Cho đến năm 1881, Romania theo thể chế quân chủ dưới sự cai trị của Hoàng đế Carol đệ nhất. Năm 1886, Romania theo chế độ quân chủ lập hiến.

Trong Đệ Nhất Thế Chiến, Romania đứng về phe Đồng Minh, nên sau khi chiến tranh kết thúc vào năm 1918, Romania sáp nhập một số vùng đất lớn của Hung Gia Lợi như Bessarabia, Bukovina, Transylvania và Banat vào lãnh thổ của mình. Đến năm 1940, hai vùng Bessarabia và phía Bắc Bukovina bị Liên Xô chiếm đóng, một phần của miền Nam Dobrudja phải trả lại cho Bảo Gia Lợi và phía Bắc Transylvania trả lại cho Hung Gia Lợi. Do đó vào năm 1941, Thủ tướng Romania lúc đó là Thống Chế Ion Antonescu đứng về phía Đức Quốc Xã để chống lại Liên Xô.

Năm 1944, Hồng Quân Liên Xô giúp vua Michael lật đổ chính quyền của Thống Chế Ion Antonescu, từ đó Romania lại đứng về phe Đồng Minh thân Liên Xô. Dưới áp lực của Liên Xô, vua Michael đã phải chấp nhận việc thành lập chính quyền liên hiệp với thành phần cộng sản Romania do Liên Xô huấn luyện và đào tạo từ thập niên 30. Cuối năm 1946, Romania tổ chức tổng tuyển cử, nhưng trong thực tế, nó là cuộc dàn dựng hợp pháp để đưa thành phần cộng sản lên cầm quyền, tiếm đoạt quyền lực từ vua Michael. Năm 1947, vua Michael bị ép buộc thoái vị, thành phần cộng sản lên cầm quyền, đổi tên nước thành Cộng Hòa Nhân Dân Romania vào ngày 30 tháng 12. Kể từ đó, đảng Cộng sản Romania áp dụng đường lối của Liên Xô để xây dựng chế độ xã hội chủ nghĩa sắt máu.

Năm 1952, Gheorghe Gheorghiu Dej được bầu lên làm Tổng bí thư đảng Cộng Sản Lỗ, bắt đầu tách ra khỏi ảnh hưởng của Liên Xô để tiến lại gần Trung Cộng và Nam Tư. Ngày 22-8-1965, Romania công bố bản hiến pháp mới, đổi tên nước thành Nhà Nước Xã Hội Chủ Nghĩa Romania. Trong năm này, Gheorghe Gheorghiu Dej qua đời, Nicolae Ceausescu lên thay. Nicolae Ceausescu duy trì một ách độc tài tàn bạo với chủ trương sùng bái cá nhân bệnh hoạn. Đối nội, để bảo vệ vị trí của mình, Ceausescu cho lập một lực lượng công an độc lập, gồm 6 ngàn cô nhi được huấn luyện đặc biệt, coi vợ chồng Ceausescu là cha mẹ ruột, sẵn sàng thủ tiêu, trù dập bất kỳ ai dám chống lại quyền lực của lãnh tụ. Ceausescu không tin dùng người ngoài, đưa toàn bộ người thân trong gia đình nắm giữ những chức vụ then chốt trong đảng, nhà nước để mặc tình thao túng và hưởng thụ.

Nicolae Ceausescu tung lực lượng công an đe dọa, khủng bố trong quần chúng để không ai dám nghĩ đến chuyện đi ngược lại chế độ.

Có thể nói là từ thập niên 60 đến 80, người dân Romania sống trong tình trạng khủng bố thường trực của bộ máy bạo lực, đặc biệt là toán mật vụ riêng của Ceausescu. Mặc dù trong giai đoạn đó có xảy ra hai cuộc nổi dậy của công nhân đòi cải thiện cuộc sống vào năm 1977 ở vùng thung lũng Jiu và năm 1987 ở thành phố Bradsov, nhưng đã bị lực lượng mật vụ của Ceausescu đàn áp một cách dã man.

Trong khi đó, về mặt đối ngoại, Ceausescu khôn khéo giữ một tư thế tương đối độc lập với Liên Xô, và vì vậy đã giành được cảm tình của dư luận và của một số chính quyền Tây phương. Ceausescu đã từ chối gửi quân theo Liên Xô xâm lăng Tiệp Khắc năm 1968, lên tiếng phản đối Liên Xô xâm lăng A Phú Hãn năm 1979, từ chối lời kêu gọi tẩy chay Thế Vận Hội ở Los Angeles năm 1984. Tư thế "độc lập" này khiến Ceausescu được Tây phương dành cho nhiều ưu tiên, giúp đỡ.

Từ khi Gorbachev lên cầm quyền tại Liên Xô thì sự "độc lập" của Ceausescu đã trở nên quá đáng. Cùng với Zhivkov ở Bulgaria, Husak ở Tiệp Khắc và Honecker ở Đông Đức, Ceausescu từ chối thay đổi chính sách mặc dù khi đó, tình trạng kinh tế của Romania xuống dốc thê thảm. Đời sống người dân được tóm tắt bằng 3 chữ F: Foame (Đói), Frug (Lạnh) và Frica (Khủng Bố). Tình trạng thiếu lương thực ở Romania càng ngày càng trầm trọng, người dân hàng ngày phải sắp hàng mua thực phẩm từ sáng sớm, nhưng không có gì để mua. Vào mùa Đông, Ceausescu ra lệnh tiết kiệm nhiên liệu, mọi sinh hoạt của quần chúng vào ban đêm và ngay cả những xí nghiệp sản xuất phải hoạt động dưới những ánh đèn mờ, nhiệt độ lò sưởi trong phòng phải hạ thấp dưới 14 độ C. Bên cạnh những khó khăn của đời sống, người dân còn phải canh chừng, phập phồng lo sợ sự theo dõi, khủng bố của cơ quan mật vụ đặc biệt của Ceausescu.

Bất mãn trước tình trạng đói khổ này, thỉnh thoảng có những cuộc tụ tập biểu tình của thành phần công nhân, trí thức, học sinh đòi cải thiện đời sống, nhưng không kéo dài lâu và bị công an giải tán. Mãi cho đến tháng 4-1989, ảnh hưởng từ những biến động ở Ba Lan, Hung Gia Lợi, sáu nhân vật kỳ cựu của đảng Cộng sản Romania như cựu Bộ trưởng Ngoại giao Corneliu Manescu (thân Liên Xô), cựu Đại sứ Brukan của Romania tại Liên Hiệp Quốc,... đã gửi một bản kiến nghị cho Tổng bí thư Ceaucescu. Nội dung của bản kiến nghị này chỉ trích đảng và nhà nước Romania không quan tâm đến đời sống người dân, và vạch trần một số việc làm sai lầm của chế độ. Sáu nhân vật này đề nghị Ceausescu phải cải tổ chính trị, công nhận một số quyền tự do của người dân và nhất là đình chỉ việc xuất cảng lương thực vì lương thực là vấn đề sinh tử của người dân vào thời đó. Tuy nhiên Ceausescu đã ban hành lệnh quản thúc những người này. Trong bài phỏng vấn của tuần báo Newsweek, số ra đầu tháng 6-1989, Ceausescu đã lên tiếng chỉ trích sáu nhân vật này là tay sai của thế lực ngoại quốc như Mỹ, Anh, Pháp và Liên Xô.

Nhưng sự kiện sáu nhân vật kỳ cựu trong đảng lên tiếng chống Ceausescu đã có ảnh hưởng sâu rộng trong quần chúng, nhất là thành phần đảng viên thân Liên Xô. Giọt nước làm tràn ly xảy ra vào tháng 10-1989, khi Ceausescu tự nhiên gây sự, manh nha đòi Liên Xô trả lại vùng đất Moldavia. Mặt khác, từ nhiều năm trước, Ceausescu đã áp dụng chính sách kỳ thị chủng tộc đối với người Romania gốc Hung (chiếm 8% dân số nước Lỗ), đưa đến những căng thẳng ngoại giao với chế độ Hung Gia Lợi "anh em". Sau khi bức tường Bá Linh sụp đổ (9-11-1989), tuy trên bề mặt Ceausescu và Bộ Chính Trị tỏ thái độ cương quyết duy trì con đường độc tài, nhưng trong thực tế nội bộ lãnh đạo bắt đầu bối rối. Sự kiện này biểu thị rõ rệt nhất trong bài diễn văn của Ceausescu đọc ở đại hội đảng Cộng sản Romania lần thứ 14 vào ngày 20-11-1989, không còn những lời lẽ trịch thượng như trước, nhưng mọi sự đã quá trễ.

II- NHỮNG DIỄN BIẾN CHÍNH TRỊ

CUỘC TÀN SÁT TẠI THÀNH PHỐ TIMISOARA

Nếu Leipzig ở Đông Đức là thành phố khởi động các cuộc biểu tình đưa đến sự sụp đổ của nhà độc tài Honecker, thì thành phố Timisoara ở Romania là nơi khởi động cuộc chính biến đưa đến sự sụp đổ triều đại Ceausescu sau đó. Timisoara là thành phố lớn thứ ba ở Lỗ, nằm gần biên giới của 2 nước Hung Gia Lợi và Nam Tư. Timisoara có một thời từng là lãnh thổ của đế quốc Ottoman và của đế quốc Áo, nên có một lịch sử khá phức tạp, bao gồm nhiều chủng tộc chung sống với nhau, trong đó sắc dân Hung Gia Lợi chiếm quá bán. Khởi đầu vào ngày 23-11-1989, hàng trăm công nhân làm việc trong các xí nghiệp cơ khí đã tụ tập biểu tình trước trụ sở đảng Cộng sản Romania ở thành phố Timisoara, để chống đối việc Đại hội đảng Cộng sản Romania đã tín nhiệm Ceausescu làm Tổng bí thư. Cuộc biểu tình bị lực lượng mật vụ đặc biệt của Ceausescu đàn áp và toàn bộ người biểu tình bị bắt giữ.

Ngày 16-12-1989, người Romania gốc Hung trong thành phố Timisoara đã tụ tập biểu tình chống lệnh trục xuất một vị mục sư người Hung Gia Lợi, tên là Laszlo Tokes ra khỏi nước, vì những hoạt động đấu tranh nhân quyền. Phần lớn người Hung Gia Lợi tại Timisoara thuộc Giáo Hội Công Giáo Cải Cách, nhưng khi tổ tiên của họ có những cải cách về tôn giáo thì họ theo giáo phái Karwan, vì vậy mà những bài giảng trong nhà thờ của Giáo Hội Cải Cách hoàn toàn bằng tiếng Hung. Mục sư Laszlo Tokes sinh năm 1952, con của một nhà thần học danh tiếng tại Transylvania. Ông được thuyên chuyển tới thành phố này 3 năm trước đó, hoạt động tích cực để bảo vệ nhân quyền của sắc dân thiểu số nên gây được nhiều ảnh hưởng trong giáo dân. Vào tháng 8-1989, mục sư Laszlo đã lên tiếng tố cáo tình cảnh khốn cùng của sắc dân thiểu số gốc Hung ở Romania tại quốc hội Hung, và mặc dù ông bị công an đặc biệt của Ceausescu đe dọa và bị ám sát hụt mấy lần, nhưng ông vẫn tiếp tục đấu tranh đòi cải thiện tình trạng nhân quyền cho người Hung. Ngày 28-11-1989, tòa án tỉnh Timisoara ra lệnh Mục sư đến hạn chót là ngày 14-12-1989 phải rời khỏi xứ. Hơn 526 giáo dân sống ở tỉnh này đã ký tên yêu cầu tòa án đình chỉ việc trục xuất nhưng không thành. Lúc 3 giờ chiều ngày 15-12-1989 tòa án thi hành lệnh trục xuất, nhưng có hơn 200 giáo dân làm thành hàng rào ngăn chặn không cho công an thi hành án lệnh của tòa án.

Công an thành phố Timisoara quyết định dùng vũ lực để phá hàng rào của đoàn người biểu tình, cuộc xô xát xảy ra và công an đã nổ súng vào đoàn người biểu tình khiến cho hơn 30 thường dân bị tử thương. Tin tức này đã nhanh chóng truyền đi các nơi, tạo một không khí căng thẳng trong thành phố. Hàng ngàn người kéo nhau đến tiếp viện, trương biểu ngữ chống chính quyền. Một số đông khác kéo nhau ra quảng trường trước tòa thị chính biểu tình, công an và cảnh sát cố ngăn chận nhưng vô hiệu vì số người mỗi lúc một đông lên đến hàng chục ngàn người. Đám đông hô to các khẩu hiệu "Tự do cho chúng tôi", "Đả đảo Ceausescu".

Để vận động thêm người tham dự biểu tình, đám đông đã tiến về phía ký túc xá sinh viên và một số nơi khác. Sau đó bị quân đội và cảnh sát đến trấn áp nên đám đông phải rã hàng, nhưng sau đó họ tập họp lại và hô khẩu hiệu "quân đội hãy ủng hộ chúng tôi". Trước trụ sở đảng Cộng Sản tại địa phương, gần 2000 người khác tụ họp, hô khẩu hiệu "đả đảo Ceausescu", nhưng bị công an tấn công. Cuộc biểu tình tiếp tục kéo dài đến sáng hôm sau và có nhiều người bị công an bắt giữ.

Qua ngày hôm sau, 17-12-1989, dân chúng tiếp tục túa ra đường biểu tình, tụ họp ở nhà thờ Chính Thống Giáo Romania và khách sạn Continental. Lúc này, chính quyền thành phố Timisoara đã tăng cường thêm quân đội canh gác tại các ngả đường. Vào giữa trưa, đoàn biểu tình tiến thẳng vào trụ sở đảng Cộng Sản địa phương, phá vỡ cửa ra vào và giật sập bức tượng Ceausescu. Bí thư đảng bộ Cộng sản tại đây cố gắng thuyết phục nhưng bị đoàn biểu tình bao vây nên phải nhờ công an hộ tống trốn thoát.

Ba giờ chiều, công an bắt đầu nã súng vào đám đông đang tụ tập biểu tình giữa nhà thờ Chính Thống với khách sạn Continental, tạo ra tình trạng hỗn loạn với những tiếng khóc, tiếng la. Cùng lúc đó xe tăng và cảnh sát dã chiến tiến thẳng vào nhà thờ Chính Thống, nhưng sau đó rút lui, đoàn biểu tình tụ họp trở lại trước nhà thờ Chính Thống. Sau đó, đám đông đã túa ra đường phố, phá vỡ các cửa tiệm lấy những đồ vật làm hàng rào ngay trên đường phố để ngăn chận xe tăng và đốt một số xe cảnh sát. Đoàn biểu tình đã xé huy hiệu ở giữa lá cờ tam sắc và lấy đó làm cờ cho đoàn biểu tình. Vào tối hôm đó, mục sư Laszlo dâng thánh lễ cuối cùng và bị bắt sau đó. Có tin đồn là ông bị giết chết, nhưng vào ngày 21-12-1989, Ngoại trưởng Hung Gia Lợi tuyên bố cho biết ông vẫn còn sống và bị quản thúc tại một làng phía bắc Moldovia.

Ngày 18-12-1989, phẫn nộ trước sự đàn áp của nhà cầm quyền đối với đoàn người biểu tình, giới công nhân đã truyền miệng cho nhau khởi xướng cuộc đình công. Mọi người đều đến sở nhưng không làm việc, khiến cho toàn thành phố ở trong tình trạng tê liệt. Đường dây điện thoại viễn liên của thành phố bị cắt, công an và quân đội được tăng cường đến kiểm soát các khu vực trọng yếu với xe tăng và súng máy án ngữ. Đoàn người biểu tình vẫn tiếp tục tụ họp tại nhà thờ Chính Thống, hô khẩu hiệu đòi Ceausescu từ chức và hát bài "Dân Romania ơi, hãy tỉnh dậy". Vào buổi chiều hôm đó, trước khi đi công du Iran, Ceausescu đã ra lệnh tàn sát những người biểu tình ở Timisoara, khiến cho hàng ngàn người bị thương vong, nhưng mọi tin tức về cuộc tàn sát đã bị bít kín vì công an đặc biệt của Ceausescu đã phong tỏa Timisoara trước khi ra tay.

Mặc dù bị tàn sát, dân chúng bất chấp mọi hiểm nguy, túa ra đường tiếp tục biểu tình đòi lật đổ Ceausescu. Đặc biệt công nhân hãng điện Banat bỏ sở, túa ra đường tham dự biểu tình với biểu ngữ "**Không làm việc dưới sự chỉ huy của vũ khí**" và yêu cầu thả hết những người đã bị bắt. Đêm hôm đó, có hơn 70 ngàn người đã tràn ra đường phố tiến về sân vận động nơi chứa xác của những nạn nhân bị công an bắn chết. Đoàn biểu tình đã la, khóc và hô to "hãy trả lại những người bị chết cho chúng tôi". Trước khí thế này, đại diện quân đội, công an, cảnh sát và lãnh đạo đảng vội vã tới, hứa là sẽ thả những người bị bắt và triệt thoái quân đội ra khỏi thành phố. Nhưng những lời hứa đó không được thực hiện nghiêm chỉnh.

Ngày hôm sau, 19-12-1989, phẫn nộ trước sự lật lọng của phía chính quyền, hơn 100 ngàn người đã tụ tập trước công trường Thắng Lợi để phản đối, nhưng lần này công an và quân đội đã không sử dụng vũ khí để đàn áp. Lúc đó trong quân đội đã có ý kiến phản đối việc đàn áp, nhưng thái độ của vị chỉ huy không được rõ ràng. Chính phủ Romania vẫn giữ im lặng về sự kiện tàn sát ở Timisoara. Hệ thống truyền hình và truyền thanh chỉ loan tin về chuyến công du Iran của Ceaucescu, trong khi đó tình hình tại thủ đô Bucharest bắt đầu căng thẳng, lực lượng phòng thủ được tăng cường thêm để canh giữ các cơ quan nhà nước. Các xí nghiệp, công xưởng đều ở trong tình trạng báo động.

BAN HÀNH THIẾT QUÂN LUẬT

Ngày 20-12-1989, ngoại trừ các tiệm bánh mì làm việc, còn tất cả các xí nghiệp, công trường, nông trường ở Timisoara đều đình công.

Trước trụ sở đảng, quân đội và cảnh sát đứng canh phòng nhưng đám đông vẫn tụ họp từ sáng sớm. Vào buổi trưa, công nhân xí nghiệp điện Banat đã rời khỏi chỗ làm và cùng với công nhân các hãng khác tiến về trung tâm thành phố. Sau đó bóng dáng của công an, cảnh sát biến mất.

Trưa ngày 20-12-1989, những người Romania gốc Hung đã thành lập Liên Minh Dân Chủ Người Hung, đưa ra một kiến nghị gồm 5 điểm để yêu cầu nhà cầm quyền Romania phải thỏa mãn: 1) Toàn bộ lãnh đạo nhà nước phải từ chức; 2) Tổ chức tổng tuyển cử tự do trong thời gian nhanh nhất; 3) Đưa ra toà xét xử những người đã ra lệnh tàn sát người biểu tình vào ngày 18-12 vừa qua ở Timisoara; 4) Cho phép ký giả ngoại quốc vào săn tin; 5) Thông tin chính thức những yêu cầu này trên các cơ quan truyền thông trung ương.

Lúc 7 giờ tối cùng ngày, sau khi vội vã trở về nước từ Iran, Ceausescu đã lên nói chuyện trên hệ thống truyền hình và truyền thanh với giọng điệu sắt máu. Ceausescu cho rằng không có cuộc thảm sát ở Timisoara mà chỉ là cuộc "hành quân" của quân đội để dẹp một đám người Phát-xít và bọn bất lương muốn lật đổ chính quyền. Ceausescu còn tố cáo các thế lực ngoại quốc (ám chỉ Hung Gia Lợi, vì nước này đã loan tải tin thảm sát ở Timisoara nhiều lần trên đài và cung cấp cho các hãng truyền thông Tây phương) đã xúi giục dân chúng ở Timisoara nổi loạn để thừa dịp xâm chiếm lãnh thổ Lỗ. Ngay sau đó, Ceausescu ban hành lệnh thiết quân luật trên toàn thành phố Timisoara, nhưng dân chúng vẫn kéo đến tụ họp tại công trường càng lúc càng đông và kêu gọi toàn quốc, đặc biệt là quần chúng ở thủ đô Bucharest nổi dậy.

8 giờ 32 phút sáng ngày 21-12-1989, đài phát thanh ở thành phố Sibiu, ngoại ô thủ đô Bucharest đã cho phát thanh bài nhạc "Dân Romania Hãy Thức Tỉnh". Bản nhạc này được sáng tác từ thế kỷ 19 nhưng bị cấm lưu hành dưới chế độ Cộng sản và đã được dùng trong các cuộc biểu tình ở Timisoara. Biết đây là tín hiệu nổi dậy của một tổ chức nghiệp đoàn bí mật, giới công nhân đã tràn ra phố, đến 4 giờ 30 chiều thì quân đội đứng về phía quần chúng, thành phố Sibiu là thành phố thứ hai sau Timisoara vượt ra khỏi tầm kiểm soát của chính quyền Cộng sản Romania.

TRIỀU ĐẠI CEAUSESCU SỤP ĐỔ

Để chứng tỏ với dư luận rằng quần chúng thủ đô vẫn còn ủng hộ đường lối độc tài của đảng Cộng sản Romania, nhà độc tài Ceausescu đã cho dàn dựng một cuộc mít tinh tại công trường Cộng Hòa trong thủ đô Bucharest vào sáng ngày 21-12-1989. Phe ủng hộ Ceausescu đã ép đoàn biểu tình hô những khẩu hiệu vừa công kích cuộc biểu tình ở Timisoara, vừa ủng hộ chính quyền Ceausescu, để hệ thống truyền hình truyền thanh trực tiếp loan đi khắp nước. Nhưng khi Ceausescu bắt đầu diễn thuyết thì tiếng huýt gió và la ó phản đối từ những người tham dự biểu tình nổi lên, khiến cho đài truyền hình phải lập tức ngưng phát hình, chuyển sang một chương trình khác. Cuộc mít tinh ủng hộ Ceausescu dự định bắt đầu từ 9 giờ sáng, nhưng đến 12 giờ trưa mới bắt đầu. Một phần của đoàn người tham dự mít tinh có từ 30 đến 40 ngàn người đã tự động tách ra khỏi hàng rào kiểm soát của công an và cảnh sát, tiến ra đại lộ Magel, biểu tình chống chính phủ. Các lối ra của đại lộ bị vây bởi công an, cảnh sát và quân đội, xe xịt nước, xe bọc sắt chạy quanh uy hiếp, bắn súng thị uy, đoàn biểu tình dù tan hàng, nhưng sau đó tập họp lại ngay lập tức và trong đó có một số người can đảm đứng làm hàng rào ngay trước mũi xe tăng. Đến 10 giờ tối, mười mấy xe quân đội bị dân chúng lật và châm lửa đốt. Quá 12 giờ khuya, xe tăng tiến vào đại lộ và bắn loạn xạ vào đoàn biểu tình, tuy không có một ai bị chết hay bị thương nhưng có rất nhiều người bị bắt.

Sáng ngày 22-12-1989, tình hình thủ đô Bucharest bắt đầu căng thẳng. Vào buổi trưa, lệnh giới nghiêm được ban hành khắp toàn lãnh thổ, cùng lúc đó có tin Bộ Trưởng Quốc Phòng Vasire Milea tự sát vì bị chỉ trích là có âm mưu phản nghịch. Thực ra Vasire Mile là tướng thân Liên Xô, được Liên Xô hậu thuẫn để cùng với Ion Iliescu lập Mặt Trận Cứu Quốc, đảo chánh Ceausescu, nhưng vì ông không tuân lệnh Ceausescu cho quân đội bắn vào đoàn biểu tình nên bị mật vụ Ceausescu nghi ngờ và thủ tiêu. Sau khi nghe tin Bộ trưởng Quốc Phòng bị mật vụ Ceausescu giết, dân chúng càng phẫn nộ, bất chấp lệnh giới nghiêm túa ra đường biểu tình lên đến hàng trăm ngàn người, đứng đầy khắp các nẻo đường trong thủ đô. Đoàn biểu tình dự định tiến ra công trường Cộng Hòa từ đại lộ Magel, nhưng bị cảnh sát và quân đội chặn lại. Đến buổi chiều thì quân đội tự động rút lui. Dân chúng tràn ra công trường Cộng Hòa. Sau đó, hàng chục ngàn người tiến thẳng vào trụ sở đảng Cộng Sản, hạ quốc kỳ và cờ đảng xuống. 3 giờ chiều đoàn biểu tình đã chiếm được đài phát thanh. Lực lượng chống Ceausescu dưới tên Mặt Trận Cứu Quốc đã cho phát thanh lời phát biểu của những người ủng hộ cuộc đấu tranh như cựu Ngoại Trưởng Corneliu Manescu... Mặt Trận Cứu Quốc là tổ chức do một nhóm quân đội thân Liên Xô và một số cựu cán bộ đảng viên cộng sản bị thất sủng dưới thời Ceausescu hợp tác thành lập vào đêm xảy ra vụ tàn sát ở thành phố Timisoara. Sự thành lập Mặt Trận này hoàn toàn do Liên Xô hậu thuẫn từ nhiều tháng trước với mục tiêu lật đổ chế độ Ceausescu. Chính Mặt Trận Cứu Quốc này đã khai thác biến cố Timisoara để làm bùng nổ cuộc đảo chánh tại thủ đô Bucharest.

Sáu giờ tối cùng ngày 22-12-1989, Thủ Tướng Dasucalescu tuyên bố từ chức và trao quyền lại cho Mặt Trận Cứu Quốc. Ion Iliescu, một cựu Ủy viên Trung ương đảng Cộng sản Romania bị thất sủng dưới thời Ceaucsescu, được bầu làm phát ngôn viên của Mặt Trận, lên đài truyền hình công bố 10 chính sách của Mặt Trận Cứu Quốc như sau:

1- Thiết lập thể chế chính trị dân chủ đa nguyên.

2- Thiết lập một cuộc tuyển cử tự do trong vòng 4 tháng tới.

3- Lấy tên nước là Romania. Thành lập hội đồng soạn thảo hiến pháp, dựa trên nguyên tắc ba quyền (Hành pháp-Lập pháp-Tư pháp) độc lập.

4- Bãi bỏ chế độ trung ương tập quyền, cải tổ nền kinh tế dựa theo lợi ích và năng suất quốc dân.

5- Bãi bỏ kế hoạch đô thị hóa nông thôn.

6- Cải cách giáo dục, bãi bỏ chính sách giáo dục giáo điều.

7- Tôn trọng quyền lợi và tự do của dân tộc thiểu số.

8- Đình chỉ việc xuất cảng thực phẩm, cung cấp đủ điện nước và chất đốt cho dân chúng.

9- Thiết lập chính sách ngoại giao phù hợp với việc Âu Châu thống nhất, chấp hành hiệp ước Warsaw.

10- Tôn trọng nhân quyền.

Mười chính sách trên được 39 thành viên lâm thời của Mặt Trận Cứu Quốc soạn thảo và ký tên. Ngay sau đó, Tướng Stefan Gusa, Tham Mưu Trưởng Quân Đội Romania, đã ra lệnh cho quân đội đứng về phía Mặt Trận Cứu Quốc và tham gia đảo chánh lật đổ Ceausescu. Ông cũng lên đài phát thanh kêu gọi quân đội trên toàn quốc ngưng bắn và trở về đơn vị. Trong khi đó, đài phát thanh, trụ sở trung ương đảng và những cơ sở trọng yếu của chính quyền quanh thủ đô Bucharest được dân chúng, đặc biệt là giới thanh niên sinh viên tự thành lập các nhóm tự vệ canh giữ. Toán mật vụ đặc biệt của Ceausescu đã cố gắng lấy lại đài phát thanh bằng cách sử dụng những đường hầm bí mật xâm nhập vào công trường Cộng Hòa, xả súng bắn vào dân chúng gây nên cảnh nội chiến trong Thủ đô.

NỘI CHIẾN TRONG THỦ ĐÔ BUCHAREST

Từ đêm 22 cho đến ngày 23-12-1989, thủ đô Bucharest trở thành một bãi chiến trường. Mặt Trận Cứu Quốc đã dùng đài phát thanh và đài truyền hình kêu gọi dân chúng bình tĩnh và cảnh giác người dân không được tiến về những nơi xảy ra các cuộc giao tranh giữa mật vụ của Ceausescu với lực lượng quân đội theo Mặt Trận Cứu Quốc. Qua hệ thống truyền thanh, Mặt Trận Cứu Quốc đã nhanh chóng loan tải những tin tức liên quan về những đơn vị quân đội theo Ceausescu trước đó lần lượt buông súng tham gia Mặt Trận, tạo một không khí sôi nổi trên cả nước.

Chiều ngày 23-12-1989, Ion Iliescu lên đài thông báo bắt được vợ chồng Ceausescu. Tin này tạo nên một sự khích động cuồng nhiệt cho dân chúng. Ion Iliescu cũng tuyên bố sẽ thả hết chính trị phạm. Sau khi tin vợ chồng Ceausescu bị bắt được loan tải rộng rãi, Liên Minh Dân Chủ Người Hung đang đặt bản doanh tại một hí viện trong thành phố Timisoara đưa ra lời yêu cầu đưa vợ chồng Ceausescu về xử tại tòa án thành phố Timisoara nơi đã xảy ra vụ thảm sát mới 5 ngày trước đó. Điều yêu cầu này đã không được thỏa mãn, Mặt Trận Cứu Quốc đã lập tòa án đặc biệt để xử vợ chồng Ceausescu ngay ngày 24-12-1989. Trong khi đó, tình hình xung đột chưa chấm dứt, súng vẫn nổ liên tục ở công trường Cộng Hòa, đài phát thanh và gần Bộ Quốc Phòng. Tuy nhiên những cứ điểm trọng yếu lần lần rơi vào tay nhóm quân đội theo Mặt Trận Cứu Quốc. Đến buổi chiều 24-12-1989, quân đội của Mặt Trận Cứu Quốc đã đẩy lui lực lượng mật vụ Ceausescu và một số đơn vị quân đội theo Ceausescu, làm chủ phi trường quốc tế. Sau đó, Ion Iliescu lên đài truyền hình tuyên bố rằng tình hình đang trở lại bình thường, và đọc bản thông cáo chính thức của Mặt Trận Cứu Quốc cho rằng "*cuộc cách mạng đã thành công*", ra lệnh ngưng bắn trên toàn lãnh thổ, nếu ai trái lịnh sẽ bị xử phạt nặng nề. Những người theo Ceusescu đang bị bắt sẽ được đưa ra tòa án xét xử công khai theo pháp luật.

Đến ngày 25-12-1989, tiếng súng trong thủ đô đã tắt. Người dân túa ra đường mừng đêm Giáng Sinh đầu tiên không có mặt nhà độc tài Ceausescu trong hơn 3 thập niên dài. Trên toàn quốc, quân đội và dân chúng bắt tay nhau ăn mừng chiến thắng. Mặt Trận Cứu Quốc kêu gọi vãn hồi trật tự trong nước và khuyên mọi người trở về hãng xưởng làm việc. Tuy nhiên vào ngày này, tin tức quan trọng nhất được loan báo vào buổi tối hôm đó là việc xử tử hình vợ chồng Ceausescu. Cái chết của người phản đạo vào mùa Giáng Sinh. Tòa án quân sự đã cho chiếu lại cảnh xử bắn hai vợ chồng Ceausescu trên đài truyền hình. Phản ứng chung của người dân tuy hoan nghênh việc xử bắn, nhưng tỏ ý bất mãn về việc tử hình quá cấp bách này vì họ cho rằng vợ chồng Ceausescu phải được đưa ra xử công khai trước quần chúng.

THÀNH LẬP CÁC CƠ CHẾ CỦA MẶT TRẬN CỨU QUỐC

Sau đêm vợ chồng Ceaucescu bị xử bắn, 39 nhân vật trong Mặt Trận Cứu Quốc đã trải qua những phiên họp dài để thảo luận về vấn đề lãnh đạo đất nước và cơ chế hành chánh chuyển tiếp sau khi chính quyền Ceausescu sụp đổ. Ngày 28-12-1989, Mặt Trận Cứu Quốc đề nghị thành lập Hội Đồng Lãnh Đạo Mặt Trận Cứu Quốc Trung ương và địa phương, với một số quyền hạn như sau:

1- Công bố những sắc lệnh và luật pháp vãn hồi ổn định xã hội.

2- Bổ nhiệm và giải nhiệm Thủ Tướng, thừa nhận sự thành lập nội các do Thủ Tướng đề nghị.

3- Bổ nhiệm và giải nhiệm Chủ Tịch Tối Cao Pháp Viện và Chánh án Viện Kiểm Sát.

4- Soạn thảo chế độ tuyển cử.

5- Bổ nhiệm ủy ban soạn thảo tân hiến pháp.

6- Thừa nhận dự án ngân sách quốc gia.

7- Quy định việc trao tặng huân chương.

8- Thừa nhận việc thăng chức cấp tướng, đề đốc trong quân đội.

9- Thừa nhận việc ân xá hoặc giảm án tử hình.

10- Phê chuẩn và ra thông cáo hủy bỏ các điều ước quốc tế.

11- Ban hành lệnh tổng động viên hoặc động viên từng phần khi tình trạng đất nước có biến động.

Ngoài ra, những hoạt động của quân đội cũng như nhân viên của Bộ Nội Vụ được sắp xếp lại, đặt dưới quyền kiểm soát của Hội Đồng Quân Sự Tối Cao của Mặt Trận Cứu Quốc. Cơ quan công an, cảnh sát cũng đặt dưới quyền chỉ huy của Mặt Trận Cứu Quốc tại trung ương cũng như tại địa phương. Mặt Trận Cứu Quốc ra thông cáo kêu gọi sự hòa giải dân tộc để chấm dứt tình trạng thù hận của dân chúng đối với một số cựu đảng viên cộng sản. Đây cũng là "lá bùa" hộ mạng nhằm triệt tiêu những bất mãn hay chống đối của quần chúng đối với những cán bộ cựu cộng sản đã tham gia vào Mặt Trận Cứu Quốc chống lại Ceausescu.

NHỮNG NGHI VẤN VỀ MẶT TRẬN CỨU QUỐC

Từ đầu năm 1990, các Ủy ban Mặt Trận Cứu Quốc ở địa phương đã lần lượt được thành lập, trong khi đó, Công Đoàn Lao Động Tự Do và một số đảng phái chính trị bắt đầu xuất hiện. Chủ tịch Hội Đồng Lãnh Đạo Mặt Trận Cứu Quốc là Ion Iliescu bắt đầu đề cập về một số công tác ổn định tình hình như sắp xếp nhân sự trong nội các mới, bãi bỏ một số kế hoạch đầu tư phi kinh tế của chế độ cũ, tăng cường nhu yếu phẩm trên thị trường. Nhất là Mặt Trận cho nhập cảng lương thực để phân phối cho dân chúng, cấp thời giải quyết việc bồi thường những thiệt hại của người dân trong hai tuần lễ xảy ra cuộc chính biến.... Nói chung, những kế hoạch của Ion Iliescu đưa ra đã tạo một sự phấn khởi trong giới công nhân và nông dân. Nhưng cũng từ giờ phút đó, sau hai tuần lễ "nội chiến", người dân bắt đầu suy nghĩ về ý nghĩa của cuộc cách mạng và thành phần lãnh đạo trong Mặt Trận Cứu Quốc. Lúc đầu, cuộc cách mạng ở Romania hoàn toàn có tính cách tự phát của quần chúng. Nhưng cho đến khi cuộc tàn sát ở thành phố Timisoara xảy ra, thành phần đảng viên Cộng sản vốn bị Ceausescu trù dập mới nhảy vào điều hướng cuộc nổi dậy của quần chúng. Cho nên dư luận chung đã cho là cuộc cách mạng xảy ra ở Romania là do sự thù ghét chế độ độc tài Ceausescu hơn là để giật sập chế độ đảng trị cộng sản. Hai vấn đề mà người dân Romania đã bàn tán là tính cách của Mặt Trận Cứu Quốc trong sự chuyển hướng của Romania và ảnh hưởng của nó đối với đất nước này trong việc xây dựng thể chế dân chủ.

Thứ nhất, về tính cách của Mặt Trận Cứu Quốc, đa số những người lãnh đạo đều là đảng viên hoặc những người từng làm việc dưới chế độ Ceausescu. Những người trong ban lãnh đạo Mặt Trận Cứu Quốc không phải là những nhân vật chống chế độ cộng sản mà chỉ là những người không ưa nhà độc tài Ceausescu. Thế nên dưới cái nhìn của người dân thì đây chẳng qua chỉ là một sự hoán chuyển quyền lực mà thôi. Với tính cách như vậy, một thời gian không lâu sau cuộc chính biến, bộ mặt của Mặt Trận Cứu Quốc đã bị rơi. Một sự kiện điển hình là Mặt Trận Cứu Quốc, tuy có đưa ra tòa xét xử một số nhân vật dưới chế độ cũ, nhưng tòa án chỉ xét xử cho có lệ, không đi đến đâu và không làm cho người dân thỏa mãn. Đặc biệt là đã không đưa ra tòa xét xử một cách minh bạch và nghiêm chỉnh những tên công an mật vụ đã từng làm cho người dân điêu đứng suốt mấy thập niên.

Thứ hai, đa số dân chúng và những nhân vật từng đối lập với Ceausescu đã lớn tiếng chỉ trích rằng, mặc dù Ceausescu không còn, nhưng những người có tinh thần đấu tranh khác với Mặt Trận Cứu Quốc vẫn bị theo dõi, các điện thoại viễn liên, thư từ liên lạc đều bị nhân viên bộ nội vụ kiểm duyệt, nghe lén. Những nghi vấn về các việc làm mờ ám và khủng bố đối lập của Hội Đồng Lãnh Đạo Mặt Trận Cứu Quốc đã được bàn tán sâu rộng trong quần chúng. Đặc biệt là nhiều nhóm quần chúng đã công khai đòi hỏi Hội Đồng lãnh đạo Mặt Trận Cứu Quốc phải công khai hóa những việc làm của toán công an mật vụ. Vào thời đó, người dân đã nghi ngờ rằng những nhà lãnh đạo trong Mặt Trận Cứu Quốc đang sử dụng bộ máy công an mật vụ mới để tiếp tục thao túng quyền lực, duy trì đảng cộng sản Romania.

THÀNH LẬP HỘI ĐỒNG LÂM THỜI THỐNG NHẤT DÂN TỘC

Trên nguyên tắc, Mặt Trận Cứu Quốc chỉ là cơ chế chuyển tiếp, có tính cách tạm thời để lãnh đạo quốc gia cho đến khi tân chính phủ được thành lập sau cuộc Tuyển cử tự do vào tháng 5-1990. Nhưng trên thực tế, Hội Đồng lãnh đạo Mặt Trận Cứu Quốc đã chi phối và sắp đặt quyền lực cai trị có tính cách dài hạn. Chẳng hạn như về việc trực tiếp lãnh đạo quân đội, soạn thảo chế độ tuyển cử trong tương lai cũng như chính sách ngoại giao. v.v... Hội Đồng lãnh đạo Mặt Trận Cứu Quốc vừa là cơ quan ban hành sắc lệnh, vừa đóng vai trò điều hành các cơ chế hành chánh, vừa giải quyết luôn những vấn đề tranh chấp của bên tư pháp. Tức là Mặt Trận biến thành một cơ chế tóm thu cả ba quyền Hành pháp, Lập pháp và Tư pháp, không khác gì sự hành xử của đảng Cộng sản Romania chỉ vài tháng trước đó. Mặt Trận Cứu Quốc đã vi phạm nguyên tắc "tam quyền phân lập" như đã tuyên bố ngay sau khi lên nắm chính quyền. Ngay cả nhân sự trong Mặt Trận cũng biến thành nơi chia chác quyền lực cho phe nhóm liên hệ. Lúc đầu khi thành lập, Mặt Trận Cứu Quốc chỉ có 39 người, nhưng về sau lên đến 145 người, những người gọi là được "bổ sung" vào Mặt Trận phần lớn là những nhân vật có liên hệ phe nhóm với những người cầm đầu trong Mặt Trận, rất ít những nhân vật đã tham gia vào cuộc cách mạng vừa qua được đưa vào Mặt Trận.

Với những đặc quyền như trên, Mặt Trận Cứu Quốc sẽ chiếm ưu thế trong cuộc Tuyển cử, do đó mà khi Mặt Trận Cứu Quốc tuyên bố tham gia cuộc tuyển cử, người dân Romania đã bày tỏ sự phẫn nộ và liên tục tổ chức biểu tình chống đối. Trước sự chống đối gay gắt của quần chúng, nhất là giới thanh niên sinh viên, Mặt Trận Cứu Quốc đã phải đứng ra triệu tập một hội nghị chính trị để giải quyết tình trạng khủng hoảng này. Ngày 1-2-1990, Mặt Trận Cứu Quốc họp với đại diện của 29 đảng phái, tổ chức chính trị tân lập sau cuộc đảo chánh nhà độc tài Ceausescu. Hội nghị đi đến việc thành lập "Hội Đồng Lâm Thời Thống Nhất Nhân Dân" bao gồm các đại diện đảng phái, kể cả Mặt Trận Cứu Quốc. Hội Đồng này sẽ đứng ra tổ chức cuộc Tổng Tuyển Cử và đóng vai trò giám sát các hoạt động của Hội đồng lãnh đạo Mặt Trận Cứu Quốc trung ương lẫn địa phương cho đến tháng 5-1990.

XUNG ĐỘT CÁC SẮC TỘC

Cuộc cách mạng Romania khởi đầu bằng cuộc biểu tình chống đối của nhóm người Romania gốc Hung. Điều này cho thấy tính cách quan trọng của vấn đề sắc tộc trong cuộc cách mạng cũng như tính chất phức tạp của nó. Khi Ceausescu còn cầm quyền, đảng Cộng sản Romania đã triệt để áp dụng biện pháp "đồng hóa" các dân tộc thiểu số vào lề lối sinh hoạt của sắc dân Romania. Tiêu biểu cho chính sách này là bãi bỏ khu tự trị của người Romania gốc Hung, giới hạn các trường học và hạn chế việc sử dụng ngôn ngữ của sắc dân Hung Gia Lợi trong các lãnh vực văn hóa, xã hội. Thậm chí, chính quyền Ceausescu còn ban hành đạo luật cấm người Romania gốc Hung giao lưu với nước Hung Gia Lợi, để phá đổ tình tự dân tộc của sắc dân này.

Sau khi chính quyền Ceausescu sụp đổ, Mặt Trận Cứu Quốc Romania đã khẳng định lập trường tôn trọng quyền lợi và sự tự do của các sắc dân thiểu số. Mặt Trận Cứu Quốc cũng đã hứa là trong vòng 6 tháng sẽ công bố một bản tuyên ngôn quy định các quyền lợi của người Romania gốc thiểu số, cũng như thiết lập một bộ luật để bảo đảm sự hoạt động của dân tộc thiểu số. Trong các sắc dân thiểu số, sắc dân Hung Gia Lợi đông và có tổ chức. Ngay trong thời kỳ đấu tranh chống chính quyền độc tài Ceausescu vào tháng 12-1989, Liên Minh Dân Chủ Hung Gia Lợi đã được thành lập và công bố bản tuyên cáo bày tỏ lập trường ủng hộ Mặt Trận Cứu Quốc. Song song Liên Minh Dân Chủ Hung Gia Lợi cũng chủ trương đòi Mặt Trận Cứu

Quốc phải dẹp bỏ mọi luật lệ sai lầm dưới thời Ceausescu đối với người Romania gốc Hung, và phải để các sắc dân thiểu số sống và làm việc một cách bình đẳng với sắc tộc Romania.

Nhưng trong thực tế, khi Mặt Trận Cứu Quốc lên nắm quyền, họ đã không thực hiện những điều đã hứa mà còn công kích tổ chức Liên Minh Dân Chủ Hung Gia Lợi là thành phần quá khích, muốn giành lấy sự độc lập riêng. Ngay trong việc kiểm kê dân số để phân phối khu vực bầu cử, những thành viên trong Mặt Trận Cứu Quốc đã làm việc vô nguyên tắc, ghi trên hồ sơ ít hơn số người cư trú hiện hữu, nhằm giảm bớt số ghế đại biểu của các sắc dân trong cuộc tuyển cử sắp tới. Sự kiện này không chỉ ảnh hưởng đến người Romania gốc Hung mà còn khiến cho nhiều sắc dân khác như Hy Lạp, Serbia, Do Thái, Ukraine, Tiệp Khắc... sẽ không có được một đại biểu nào trong quốc hội. Vì vậy những người Romania gốc Hung và các sắc dân thiểu số khác đã tổ chức các cuộc biểu tình phản đối và đưa ra những tuyên ngôn, kiến nghị cho rằng cuộc cách mạng dân chủ của Romania chưa chấm dứt.

TỔNG TUYỂN CỬ TỰ DO

Tháng 5-1990, Hội Đồng Lâm Thời Thống Nhất Dân Tộc và Mặt Trận Cứu Quốc tổ chức cuộc Tuyển cử tự do. Trong cuộc tuyển cử này, đa số thành viên của Mặt Trận Cứu Quốc thắng cử và Ion Iliescu được bầu làm Tổng thống. Nhưng các nhóm đối lập cho rằng cuộc bầu cử gian lận và mờ ám nên đã hô hào quần chúng biểu tình chống đối, diễn ra một cách liên tục tại thủ đô Bucharest. Ngày 13-6-1990, Ion Iliescu ra lệnh cho công an bắn vào đoàn biểu tình khiến cho 4 người bị thiệt mạng và 93 người bị thương. Sự kiện này làm cho dân chúng, nhất là thanh niên sinh viên tức giận, họ càng tham gia biểu tình đông hơn vào ngày hôm sau. Ngày 14-6-1990, Ion Iliescu tuyên bố là lực lượng công an đã không làm tròn bổn phận, nên đã phải "mời" gần 7 ngàn công nhân hầm mỏ từ phía Tây Romania ủng hộ Ion Iliescu vào thủ đô với gậy gộc trên tay để "giúp" chính phủ dẹp loạn biểu tình. Nhóm người này tràn ra đường đánh đập bất cứ người nào "khả nghi chống chính quyền", rồi đốt phá những cơ sở của các nhóm đối lập.

Hành động đàn áp của Ion Iliescu đã bị thế giới lên án và ra quyết nghị cô lập kinh tế nếu Romania tiếp tục đàn áp người biểu tình. Ngày 21-6-1990, Ion Iliescu phải thả một số người biểu tình bị đánh đập dã man trong tù để làm dịu tình hình. Riêng Marian Munteanu, một lãnh tụ sinh viên đấu tranh đã bị ghép tội "xúi giục sinh viên nổi loạn". Ngày 28-6-1990, Ion Iliescu đề cử Petre Roman ra làm Thủ tướng và thành lập tân chính phủ gồm có 23 người. Trong số này, Petre Roman lưu nhiệm 5 bộ trưởng dưới thời Ceausescu, trong đó có Bộ trưởng Quốc phòng Victor Stanculescu. Sự kiện này làm cho các đảng đối lập tiếp tục biểu tình chống đối và thế giới lên án vì lo sợ Ion Iliescu đi vào con đường cộng sản như trước đây. Ion Iliescu đã phải gấp rút ra một thông điệp tuyên bố là chính quyền sẽ có khuynh hướng "trung lập" và hứa đuổi hết những bộ trưởng nào bất tuân chính sách "dân chủ hóa". Ngoài ra, Ion Iliescu cũng phải tuyên bố từ chức chủ tịch Mặt Trận Cứu Quốc, vì luật không cho phép Tổng thống đứng đầu hay làm thành viên của một đảng phái nào.

Trong khi đó, nội các Roman đã cho áp dụng chính sách kinh tế thị trường và giải quyết nạn thất nghiệp cũng như giảm thiểu sự thiếu hụt lương thực trong nước. Thủ tướng Petre Roman còn đưa ra kế hoạch tổng điều chỉnh giá cả và cải tổ một số biện pháp về thuế và trợ cấp. Nhưng những cải tổ nửa vời đã làm cho nạn lạm phát gia tăng lên đến 180%, trong khi lương vẫn thấp và giá cả tăng vọt hàng ngày. Mặc khác, tuy áp dụng kinh tế tự do, nhưng mọi đặc quyền kinh tế đều nằm trong tay cơ chế nhà nước. Phẫn nộ trước tình trạng này, từ tháng 6-1991, các đảng đối lập đã tổ chức những cuộc biểu tình chống đối, đòi Thủ tướng Petre Roman phải từ chức. Lần này ngoài thành phần dân chúng ủng hộ các nhóm đối lập biểu tình, còn có hơn 6 ngàn công nhân đã từng vào thủ đô "giúp" chính phủ chống biểu tình vào tháng 6 vừa qua, tự động chiếm các xe lửa và tràn vào thủ đô biểu tình đòi Thủ tướng Petre Roman từ chức. Dân chúng thủ đô đã ủng hộ nhóm công nhân hầm mỏ, đặt phòng tuyến đánh nhau với công an bằng bom xăng và gậy gộc, kéo dài cả tuần lễ. Tháng 11-1991, Thủ tướng Roman phải từ chức để làm nguội tình hình.

Tháng 10-1992, Romania phải tổ chức tuyển cử lại như một hình thức trưng cầu ý kiến quần chúng. Mặc dù các nhóm đối lập vận động tẩy chay không bỏ phiếu cho Ion Iliescu, nhưng Ion Iliescu vẫn được tái tín nhiệm Tổng thống thêm một nhiệm kỳ 4 năm kéo dài đến tháng 10-1996. Trong khi đó thực lực các đảng phái trong quốc hội chia ra như sau: Thượng viện có 143 ghế, nhiệm kỳ 4 năm, thì Mặt Trận Dân Chủ Cứu Quốc chiếm 49 ghế, Hội nghị Dân Chủ chiếm 34 ghế, Mặt Trận Cứu Quốc chiếm 18 ghế và đảng Dân Tộc Thống Nhất chiếm 14 ghế, Liên Minh Dân Chủ Hung Gia Lợi chiếm 12 ghế, và những cá nhân độc lập chiếm 16 ghế. Hạ viện có 328 ghế, nhiệm kỳ 4 năm gồm Mặt Trận Dân Chủ Cứu Quốc chiếm 117 ghế, Hội Nghị Dân Chủ chiếm 82 ghế, Mặt Trận Cứu Quốc chiếm 43 ghế, đảng Dân Tộc Thống Nhất chiếm 30 ghế, Liên Minh Dân Chủ Hung Gia Lợi chiếm 27 ghế, cá nhân độc lập chiếm 29 ghế.

Tháng 11-1992, tân quốc hội nhóm họp, đề cử Nicolae Vacaroiu lên làm Thủ tướng. Trong giai đoạn này, nội bộ của Mặt Trận Cứu Quốc đã xảy ra sự xung đột giữa hai cánh giáo điều và cấp tiến, khiến cho tình hình chính trị bị khủng hoảng. Đến tháng 7-1993, Mặt Trận Cứu Quốc tổ chức đại hội để đổi tên thành đảng Xã Hội, một số nhân sự cấp tiến đã bỏ sang các đảng phái khác. Kể từ đó Mặt Trận Cứu Quốc xuất hiện với tên mới là đảng Xã Hội, nhưng không còn chiếm nhiều ưu thế như trong quá khứ.

Tổng thống Ion Iliescu đã lèo lái nền dân chủ son trẻ của Romania trong bối cảnh kinh tế khủng hoảng liên tục, nợ ngoại trái chất chồng và nạn tham nhũng hoành hành khắp các cơ chế. Trong tình hình đó, Romania tuy thoát khỏi chế độ độc tài Ceausescu, nhưng những trì lực của xã hội cũ đã làm cho mọi cải tổ của ông Ion Iliescu tiến hành quá chậm. Cuộc bầu cử quốc hội vào ngày 3-11-1996, với sự thắng thế của các đảng đối lập đã làm ảnh hưởng đến việc tái tranh cử chức vụ Tổng thống của ông Ion Iliescu. Đa số cử tri Romania đều muốn thay đổi và không muốn Ion Iliescu tiếp tục cầm quyền. Vì thế, trong cuộc bầu cử Tổng thống vòng thứ hai vào ngày 17-11-1996, ông Ion Iliescu đã bị loại trước đối thủ sáng giá của chính trường Romania vào thời đó là ông Emil Constantinescu.

Ông Emil Constantinescu tuy là một cựu đảng viên Cộng sản

Romania nhưng đã từ bỏ đảng này ngay sau khi Liên Xô tung ra chính sách cởi trói từ năm 1985, và tham gia chống chính quyền Ceaucescu vào năm 1989. Ông Emil Constantinescu lên nhậm chức Tổng thống vào cuối năm 1996 với sự ủng hộ rộng lớn của các đảng đối lập và nhất là sự ủng hộ nồng nhiệt của người Romania gốc Hung (chiếm 7% dân số). Nhờ vậy mà tình hình chính trị của Romania đã bắt đầu ổn định và kinh tế phục hồi kéo dài đến ngày nay.

III- KẾT LUẬN

Cuộc cách mạng ở Romania là một cuộc chính biến, do những người không đồng ý với chính sách cai trị độc tài của Ceausescu, khai thác cuộc nổi dậy của người Romania gốc Hung ở thành phố Timisoara, để làm cuộc đảo chánh. Tuy nhiên, cuộc đảo chánh này thành công là nhờ sự hậu thuẫn của Liên Xô qua cánh quân đội và nhóm đảng viên thân Liên Xô. Vì vậy, khác với Ba Lan, Đông Đức và Tiệp Khắc, cuộc cách mạng dân chủ của người dân Romania vừa chớm nở, biến thành cuộc đảo chánh cướp chính quyền của phe cộng sản thân Liên Xô.

Trong các chế độ Cộng sản tại Đông Âu cũ, Ceausescu đã áp dụng một đường lối cai trị không chỉ độc tài mà còn gian ác, vừa bắt dân chúng sống khắc khổ trong tình trạng đói khổ triền miên (một hình thức kiểm soát bao tử); vừa bao trùm một mạng lưới khủng bố trong xã hội bằng một lực lượng công an riêng (kiểm soát tư tưởng), để ngăn ngừa các cuộc nổi loạn. Chính vì vậy mà dù dân chúng có bất mãn đến đâu cũng chỉ dám chống đối trong tiềm thức. Ngay cả những đảng viên cao cấp dù có bất đồng quan điểm với Ceausescu cũng phải im lặng và không dám chia xẻ suy nghĩ của mình cho bất cứ ai. Trong hoàn cảnh đó khó có một tổ chức hay một đảng phái chính trị nào có thể hiện hữu để chống lại Ceausescu. Nhưng sự ngoan cố không chịu thay đổi của Ceausescu đã làm cho một số nước có liên hệ với Romania bắt đầu khó chịu. Đó là Hung Gia Lợi (vì vấn đề kỳ thị của gần 2 triệu người Hung ở Lỗ) và Liên Xô (do sự ngoan cố chống Liên Xô nhiều lần của Ceausescu). Hai nước này đã giúp cho lực lượng chống Ceausescu ở trong nước nổi dậy với hai động lượng khác nhau. Hung Gia Lợi mượn kế giúp người Romania gốc Hung tranh đấu chống kỳ thị chủng tộc, nhưng đã ngầm hỗ trợ nhóm người Hung chống Ceausescu đứng lên đòi thay đổi chính trị.

Trong khi đó, Gorbachev đã nhiều lần gặp và đề nghị Ceausescu thay đổi chính sách, nhưng Ceausescu không những không đồng ý với Gorbachev mà còn công kích ông ta đang đi vào con đường xét lại nguy hiểm. Đến tháng 10-1989, Ceausescu gây sự với Gorbachev và đòi Liên Xô trả lại đất Moldavia. Gorbachev đã bí mật gặp một số tướng lãnh thân Liên Xô vào đầu tháng 11-1989 và đề nghị đảo chánh Ceausescu. Nhóm tướng lãnh này vốn đã bất mãn với Ceausescu từ lâu vì Ceausescu dành nhiều đặc quyền và vũ khí tối tân cho lực lượng công an đặc nhiệm của mình, trong khi chỉ trang bị những vũ khí thô sơ cho 128 ngàn bộ đội. Ceausesecu còn bắt quân đội phải đi lao động như xây đường hỏa xa, xây nhà... mà lại không được thêm tiền lương. Nhóm quân đội đồng ý thực hiện cuộc đảo chánh, nhưng yêu cầu Gorbachev phải viện trợ vũ khí tối tân thì mới có thể chống lại lực lượng công an đặc biệt.

Kế hoạch đảo chánh do KGB trực tiếp soạn thảo và bí mật chuyển vũ khí từ biên giới Liên Xô đến tận thủ đô Bucharest dưới nhiều hình thức. Tháng 11-1989, nhóm đảng viên thân Liên Xô, đã chọn "điểm nóng" ở thành phố Timisoara, đó là sự kiện người Romania gốc Hung đang chống lại lệnh trục xuất Linh mục Laszlo Tokes ra khỏi Lỗ, để phát khởi cuộc đấu tranh. Cuộc biểu tình trước trụ sở đảng Cộng sản ở Timisoara phản đối đại hội bầu Ceausescu tiếp tục làm Tổng bí thư là do nhóm đảng viên thân Liên Xô kích động. Cuộc biểu tình bị đàn áp, nhưng nhờ làn sóng của người Romania gốc Hung bao vây nhà thờ Chính Thống không cho công an vào bắt Linh mục Laszlo Tokes, nên đã làm cho phong trào đấu tranh bùng nổ, đưa đến sự sụp đổ triều đại Ceausescu không đầy 10 ngày sau đó.

Vì bản chất cuộc cách mạng Romania nằm trong toan tính của Gorbachev hợp cùng với nhóm tướng lãnh và cán bộ Cộng sản thân Liên Xô nhằm lật đổ Ceausescu, cho nên phe cộng sản trong Mặt Trận Cứu Quốc đã nắm trọn quyền lực. Đặc biệt là việc xử tử hình vợ chồng Ceausescu một cách vội vã, và chỉ chiếu lên truyền hình những đoạn Ceausescu mạt sát lực lượng đấu tranh của quần chúng, chứ không chiếu toàn bộ phiên "tòa đặc biệt" kết án tử hình Ceausescu. Do đó, dân chúng nghi ngờ rằng những người lãnh đạo trong Mặt Trận Cứu Quốc sợ Ceausescu tiết lộ những liên hệ giữa họ với chế độ cũ, gây bất lợi cho thế lãnh đạo nên đã hành quyết Ceausescu một cách bí mật.

Đầu năm 1990, sau khi Mặt Trận Cứu Quốc chính thức nắm quyền, dân chúng đã đòi phải đặt đảng Cộng sản ra khỏi vòng pháp luật. Lúc đầu họ đồng ý, nhưng liền sau đó, lấy lý cớ tôn trọng đa nguyên và dân chủ đa đảng, họ tuyên bố lại rằng không thể cô lập và giải tán đảng Cộng sản. Những người lãnh đạo trong Mặt Trận Cứu Quốc tuy tuyên bố là bãi bỏ mọi hình thức cai trị độc tài của đảng Cộng sản Lỗ, nhưng trên thực thế cai trị, nhóm lãnh đạo mới này vẫn tóm thu ba quyền (Hành pháp, Lập pháp, Tư pháp) vào trong tay.

Sự kiện này xảy ra vì hai lý do tự thân của Romania: Một là những người lãnh đạo mới trong Mặt Trận Cứu Quốc vẫn còn quen với lối cai trị "cực quyền" dưới thời Ceausescu. Hai là qua hàng thập niên sống dưới chế độ phong kiến, người dân Romania và ngay cả những người được bầu vào quốc hội mới vào tháng 6-1990 cũng rất bỡ ngỡ với những nguyên tắc sinh hoạt dân chủ. Do đó mà suốt từ năm 1990 đến cuối năm 1993, tình hình Romania rất phức tạp. Lực lượng dân chủ chưa trưởng thành đủ mạnh, trong khi những người cầm đầu các guồng máy nhà nước vào lúc đó là những cựu đảng viên, cán bộ Cộng sản nên sự thay đổi cách suy nghĩ và cách hành xử theo nếp sống dân chủ gặp rất nhiều sự phức tạp.

Đây là một bài học chung cho các nước vừa thoát khỏi ách cộng sản. Muốn nâng ý thức trách nhiệm và dân trí của quần chúng theo kịp với đà thay đổi của xã hội, việc đầu tiên là phải có những cán bộ nắm vững quy luật sinh hoạt dân chủ để sớm tạo dựng được một khung sườn pháp lý căn bản, đảm bảo cho tiến trình chuyển đổi dân chủ được tốt đẹp. Nếu sự chuyển đổi được tiến hành trong khuôn khổ pháp định dân chủ rõ ràng, đảng cộng sản hay không cộng sản cầm quyền đều muốn làm xã hội phát triển, và chắc chắn các cựu đảng Cộng sản khó quay ngược về thời vô sản chuyên chuyên chính xa xưa.

MỘT SỐ DIỄN BIẾN CHÍNH TRỊ TẠI ROMANIA

Từ Năm 1989 - 1996

16-4-1989: Sáu nhân vật kỳ cựu trong đảng Cộng sản Romania đưa kiến nghị yêu cầu Ceausescu từ chức.

19-8-1989: Ceausescu kêu gọi các nước Đông Âu ngăn chặn phong trào dân chủ hóa ở Ba Lan nhưng thất bại.

24-10-1989: Ceausescu chỉ trích việc cải cách ở các nước Đông Âu.

7-11-1989: Ceausescu ra lệnh đóng cửa biên giới Hung Gia Lợi.

14-11-1989: Đại hội Đảng Cộng sản Romania lần thứ 16 khai mạc. Ceausescu tái đắc cử Tổng bí thư đảng lần thứ 6.

23-11-1989: Hàng trăm công nhân thành phố Timisoara biểu tình trước văn phòng đảng Cộng sản chống đối việc Ceausescu tái đắc cử Tổng bí thư đảng.

01-12-1989: Ceausescu thừa có nhận sự sai lầm của ban lãnh đạo đảng trong kỳ họp Ban chấp hành Trung ương đảng Cộng sản Romania.

16-12-1989: Người Romania gốc Hung tại thành phố Timisoara biểu tình chống chính quyền trục xuất Linh mục Laszlo Tokes ra khỏi nước vì những hoạt động đấu tranh nhân quyền.

18-12-1989: Ceausescu ra lệnh tàn sát những người biểu tình ở thành phố Timisoara khiến cho hơn 4 ngàn người bị thiệt mạng.

19-12-1989: Ceausescu ban hành lệnh thiết quân luật, đặt Timisoara trong tình trạng báo động. Biểu tình chống đối lan rộng khắp toàn quốc.

20-12-1989: Tổ chức Liên Minh Dân Chủ Người Hung Gia Lợi được thành lập, công bố kiến nghị 5 điểm đối với nhà cầm quyền Romania.

21-12-1989: Ceausescu cho tổ chức một cuộc mít tinh ủng hộ chính mình tại thủ đô Bucharest, nhưng thất bại. Đa số quần chúng lợi dụng cuộc mít tinh, biểu tình chống Ceausescu.

Đêm hôm đó, công an và mật vụ đặc biệt của Ceausescu xả súng vào dân chúng biểu tình khiến hàng chục người bị tử thương.

22-12-1989: Hơn nửa số quân đội gia nhập đoàn biểu tình. Vợ chồng Ceausescu bỏ trốn. Đoàn biểu tình chiếm cứ những cơ quan trọng yếu. "Mặt Trận Cứu Quốc" được thành lập với 39 thành viên và công bố chính sách 10 điểm.

24-12-1989: Mặt Trận Cứu Quốc tuyên bố đã chiếm lại được những cứ điểm chiến lược. Lực lượng công an và quân đội vẫn còn đụng độ với lực lượng mật vụ của Ceausescu.

25-12-1989: Vợ chồng Ceausescu bị xử bắn tại tòa án quân sự đặc biệt. Mặt Trận Cứu Quốc tuyên bố vãn hồi trật tự.

26-12-1989: Mặt Trận Cứu Quốc đề cử Ion Iliescu, cựu đảng viên Cộng sản Romania lên làm Chủ Tịch. Ion Ilieacu tuyên bố sẽ xúc tiến việc dân chủ hóa.

28-12-1989: Mặt Trận Cứu Quốc ra tuyên cáo kêu gọi hòa giải dân tộc, thành lập Hội đồng Mặt Trận Cứu Quốc ở trung ương và địa phương, công bố quốc hiệu mới là Romania, và một số quyền hạn của Hội Đồng Cứu Quốc.

30-12-1989: Hội Đồng Mặt Trận Cứu Quốc thành lập ban lãnh đạo, đề cử Ion Iliescu làm chủ tịch Hội đồng, tương đương vai trò chủ tịch nhà nước.

31-12-1989: Ion Iliescu đọc diễn văn nhậm chức, công nhận sự hoạt động tự do của các đảng phái chính trị, quyết định tự do hóa thị trường nông phẩm.

07-1-1990: Đảng Nông Dân biểu tình ở Bucharest, chỉ trích trong Hội Đồng Mặt Trận Cứu Quốc vẫn còn phe nhóm Ceausescu.

08-1-1990: Romania chính thức cho người dân được tự do đi du lịch nước ngoài.

13-1-1990: Ion Iliescu tuyên bố rút lại việc đặt đảng Cộng sản Romania ra ngoài vòng pháp luật, chọn ngày 28-5-1990 làm ngày Tổng Tuyển cử tự do. Dân chúng phản đối việc Mặt Trận Cứu Quốc ra tranh cử.

19-1-1990: Hội Đồng Mặt Trận Cứu Quốc soạn thảo luật bầu cử, ấn định việc bầu cử Tổng thống và Quốc hội.

28-1-1990: Mặt Trận Cứu Quốc cùng với 29 đảng phái, tổ chức chính trị họp hội nghị, chính thức thành lập Hội Đồng Lâm Thời Thống Nhất Dân Tộc. Giải tán Hội Đồng Mặt Trận Cứu Quốc.

13-2-1990: Hội Đồng Lâm Thời Thống Nhất Dân Tộc bầu Ion Iliescu làm Chủ Tịch Hội Đồng Lâm Thời Thống Nhất Dân Tộc. Đa số những người trong Mặt Trận Cứu Quốc được lưu nhiệm vào làm thành viên trong Hội Đồng Lâm Thời Thống Nhất Dân Tộc.

18-2-1990: Biểu tình chống chính phủ tại thủ đô Bucharest.

28-5-1990: Tổng Tuyển cử, nhân sự của nhóm cựu Mặt Trận Cứu Quốc thắng đa số. Dân chúng và các đảng đối lập biểu tình.

13-6-1990: Ion Iliescu ra lệnh bắn vào nhóm biểu tình khiến cho 4 người bị tử thương.

14-6-1990: Ion Iliescu đưa hơn 7 ngàn công nhân hầm mỏ ở phía Tây Bắc ủng hộ Iliescu về thủ đô hợp tác với công an, quân đội để giải tán đoàn biểu tình.

26-6-1990: Petre Roman được đề cử làm Thủ tướng

01-7-1990: Roman đưa ra một số chính cải sửa, điều chính giả cả, nhưng vật giá vẫn leo thang và khan hiếm trầm trọng.

10-6-1991: Dân chúng tiếp tục biểu tình chống chính phủ.

09-10-1992: Romania tổ chức Tuyển cử lần thứ hai. Ion Iliescu được tín nhiệm làm Tổng thống nhiệm kỳ thứ 2.

04-11-1992: Nicolae Vacarovin được đề cử lên làm Thủ tướng.

15-07-1993: Mặt Trận Tổ Quốc đổi tên thành đảng Xã Hội.

03-11-1996: Romania tổ chức bầu cử quốc hội, phe đối lập chiếm đa số phiếu.

17-11-1996: Ông Emil Constantinescu, cụu đảng viên đảng Cộng sản Romania, đắc cử Tổng Thống Romania.

Bản đồ Tân Nam Tư sau khi các cộng hòa quốc Slovenia, Croatia, Macedona, Bosnia độc lập sau năm 1991.

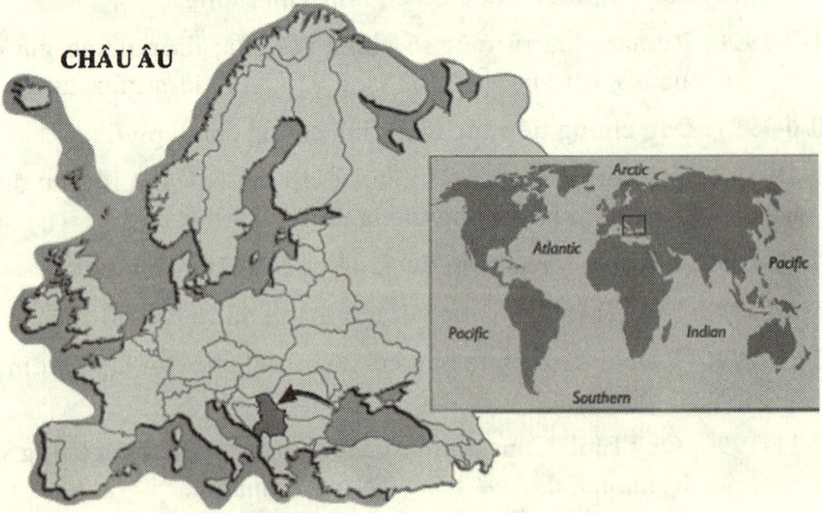

TÂN NAM TƯ

CHƯƠNG VIII

CUỘC CÁCH MẠNG DÂN CHỦ TẠI NAM TƯ

I- SƠ LƯỢC BỐI CẢNH LỊCH SỬ

Sau Đệ Nhất Thế Chiến (1914-1918), đế quốc Áo-Hung (Austro-Hungarian) tan rã, vương quốc Serb, Roats và Slovenes được thành lập từ những vùng đất Croatia, Dalmatia, Bosnia, Herzegovina, Slovenia, Voyovodina và Montenegro. Nhưng vì là tập hợp của nhiều chủng tộc khác biệt về ngôn ngữ, tôn giáo, văn hóa, trong chế độ quân chủ chuyên chế, nên vùng đất này liên tục xảy ra những cuộc nội chiến về chủng tộc và tôn giáo, cho đến khi vua Alexandira thống nhất được đất nước và đổi tên thành vương quốc Nam Tư vào năm 1929. Năm 1934, hoàng đế Alexandria bị ám sát chết, một hội đồng nhiếp chính được thành lập để tiếp tục điều hành triều đại này cho đến năm 1941 thì xảy ra một cuộc nội loạn giữa phái ủng hộ Hoàng gia với phái chống thể chế quân chủ chuyên chế tại Belgrade. Lợi dụng tình trạng này, Đức Quốc Xã đưa quân xâm chiếm Nam Tư, chia nước này làm hai vùng, thiết lập hai chính phủ Belgrade và Zagreb thân Đức để cai trị các lãnh thổ của Nam Tư.

Dưới thời chiếm đóng của Đức Quốc Xã, hai phong trào kháng chiến chống Đức đã được thành lập. Một là tổ chức do Thống Chế Josip Broz Tito lãnh đạo, thuộc đảng Cộng sản Nam Tư đã hoạt động bí mật từ năm 1921. Hai là tổ chức của tướng Draja Mihailovitch quy tụ những nông dân và quân nhân ủng hộ ấu chúa là vua Pierre đang lưu vong tại Áo. Trong giai đoạn đầu của cuộc kháng chiến, hai phong trào này thường có những sự phối hợp để chống lại Đức Quốc Xã, nhưng dần dần về sau, họ trở thành thù địch, và bên nào cũng lợi dụng quân Đức để tiêu diệt đối phương. Thống chế Tito được sự hậu thuẫn mạnh mẽ của đảng Cộng sản Liên Xô nên lần lần củng cố được lực lượng, và tới cuối năm 1942, Tito chiếm được một số lãnh thổ, tự thiết lập chính phủ kháng chiến. Trong khi đó, nhóm Mihailovitch lúc đầu được Đồng Minh giúp đỡ, nhưng đến năm 1943 thì bị Đồng Minh bỏ rơi. Tới năm 1944, chính phủ lưu vong của vua Pierre cũng bỏ rơi Mihailovitch. Lợi dụng lúc phe Đồng Minh mở cuộc tổng phản công quân Đức Quốc Xã tại các mặt trận Âu châu vào đầu năm 1945, Tito cũng tung lực lượng Cộng sản của mình chiếm giữ những phần đất do quân Đức bỏ lại, và khi lực lượng này tới vùng Belgrade, Hồng quân Nga mới kéo quân từ Đông Bắc xuống hợp lực với Tito để giải phóng Nam Tư.

Sau khi Nam Tư được giải phóng, các nước Đồng Minh buộc chính phủ hoàng gia của vua Pierre phải cùng với Tito thiết lập chính phủ liên hiệp, bầu Tito làm Chủ tịch nước. Tháng 9-1945, Josip Broz Tito cho tổ chức bầu cử Quốc hội để chọn 470 ghế đại biểu có nhiệm kỳ 4 năm. Phe Cộng sản toàn thắng cùng với 40 ghế của Mặt Trận Nhân Dân vốn có cảm tình với phe Cộng sản. Sau đó, Quốc hội này tuyên bố thành lập Liên Bang Cộng Hòa Nhân Dân Nam Tư, loại các thành phần Hoàng gia ra khỏi chính quyền, thiết lập nền vô sản chuyên chính dưới sự lãnh đạo của đảng Cộng sản Nam Tư.

Sau khi chiếm được chính quyền, Josip Broz Tito, một mặt đóng vai trò trung thành với Stalin như các nước Đông Âu khác; mặt khác thi hành chính sách cải tạo xã hội Nam Tư theo đường lối cộng sản của riêng mình. Về lãnh vực ruộng đất, Josip Broz Tito ban hành đạo luật quốc hữu hóa không bồi thường các ruộng đất của người Đức và những người đã từng cộng tác với Đức Quốc Xã, đồng thời tịch thu tài sản của những công ty nặc danh và các tổ chức tôn giáo. Tito đem ruộng đất quốc hữu hóa phân phối cho nông dân nghèo, ưu tiên dành cho những người có công từng tham gia phong trào kháng chiến của Tito trước đây. Song song, Tito cho thành lập hợp tác xã nông nghiệp, giao cho những bần cố nông quản lý, và bắt buộc tất cả nông dân có ruộng đất phải gia nhập hợp tác xã.

Về công nghiệp, Tito cũng ban hành một đạo luật quốc hữu hóa các cơ sở công nghiệp của người Đức, Ý và những người đã hợp tác với Đức Quốc Xã. Từ trước Thế Chiến, hầu hết các xí nghiệp hoạt động ở Nam Tư đều do người ngoại quốc đầu tư, do đó, Tito đã linh động cho bồi hoàn một cách tối thiểu những xí nghiệp của người ngoại quốc (ngoại trừ dân Đức và Ý) và của người Nam Tư khi bị quốc hữu hóa. Song song, từ năm 1947, Tito đề ra kế hoạch ngũ niên với chương trình công nghiệp hóa 40 ngành kỹ nghệ then chốt như luyện sắt, thép, cơ khí... nhằm đưa nền kinh tế của Nam Tư ra khỏi tình trạng lạc hậu và chậm tiến.

Về phương diện chính trị, Tito áp dụng chính sách độc tài đảng trị, thẳng tay khủng bố và triệt hạ những thành phần chống lại đảng Cộng sản, không khác gì Stalin. Trên phương diện đối ngoại, Tito theo đuổi giấc mộng như của Stalin là thành lập một chế độ Liên bang của vùng Balkan. Trong hai năm 1946 và 1947, Tito đã nhiều lần sang thăm viếng Bulgaria và Hung Gia Lợi để vận động cho việc thành lập liên bang bao gồm ba nước Nam Tư, Hung và Bảo nhưng đều thất bại. Chủ đích của Josip Broz Tito là không muốn lệ thuộc vào hệ thống Cộng sản do Stalin chỉ đạo, mà muốn thành lập một khối Cộng sản riêng ở vùng Balkan. Âm mưu của Tito khiến cho Stalin lo ngại nên tìm mọi cách ngăn chặn.

NAM TƯ LY KHAI KHỎI KHỐI LIÊN XÔ

Nam Tư tuyên bố ly khai ra khỏi khối Cộng sản Quốc tế do Liên Xô chỉ đạo vào năm 1948, khi Hoa Kỳ đưa ra kế hoạch Marshall nhằm giúp tái thiết các nước Âu Châu sau Đệ Nhị Thế Chiến. Chương trình Marshall bao gồm những nước Tây Âu, Trung và Đông Âu và cả Liên Xô. Cùng thời gian đó, Stalin phục hồi lại hệ thống Quốc tế Vô sản để buộc các nước Cộng sản ở Đông Âu vừa mới thành lập phải theo quỹ đạo của mình. Khối Cộng sản Quốc tế tổ chức rất chặt chẽ bởi những đạo luật căn bản, trong đó bản điều lệ của Khối gồm 21 điều do Lênin soạn thảo công bố vào năm 1920 được coi là vòng "kim cô" đối với các nước thành viên. Trong bản điều lệ này, điều khoản số 6 quy định các đảng Cộng sản thành viên của Liên Xô không được có khuynh hướng quốc gia. Điều khoản số 14, buộc các đảng Cộng sản phải ủng hộ triệt để, một cách vô điều kiện Cộng Hòa Liên Bang Xô Viết. Điều khoản số 16 thì buộc các nước thành viên phải tuân theo mệnh lệnh của Quốc tế Vô sản do Liên Xô đứng đầu. Ngoài ra, để chi phối chặt chẽ các đảng Cộng sản đàn em, Stalin còn buộc các nước Đông Âu phải từ chối nhận viện trợ của Hoa Kỳ, trong khi Ba Lan và Tiệp Khắc thì rất mong muốn được nhận. Ngoài ra, Stalin với tư thế lãnh đạo khối Cộng sản Quốc tế đã chỉ thị cho các đảng Cộng sản ở những quốc gia Pháp, Bỉ, Ý, Áo... phải rút ra khỏi chính quyền liên hiệp, chống lại các chính quyền thân Hoa Kỳ.

Sau khi đã kiểm soát các đảng đàn em, Stalin bắt đầu chiến dịch trừng phạt Josip Broz Tito. Chiến dịch tấn công này mở đầu bằng Giác Thư của Trung Ương đảng Cộng sản Liên Xô gửi cho đảng Cộng sản Nam Tư cảnh cáo Josip Broz Tito và Bộ Chính Trị, buộc phải tuân phục những mệnh lệnh của Điện Cẩm Linh. Giác Thư này được sao ra nhiều bản gửi cho tất cả các đảng Cộng sản trong Khối để dằn mặt. Đến ngày 28-6-1948, Quốc tế Cộng sản, lúc này còn đặt văn phòng điều hành ở Thủ đô Belgrade, công bố Giác Thư của Liên Xô và buộc tội Nam Tư đã phản lại phong trào Quốc tế Vô sản. Sau khi công bố Giác Thư, Quốc tế Cộng sản chuyển văn phòng từ Belgrade về thủ đô Bucharest của Romania. Trong giác thư, Liên Xô và Quốc Tế Cộng Sản cáo buộc Tito và đảng Cộng sản Nam Tư 5 tội:

> Một là, có thái độ bất kính và thóa mạ Liên Xô, hoặc đối với những phái đoàn kỹ thuật, quân sự do Liên Xô gửi sang;
>
> Hai là, chậm trễ trong việc thi hành chính sách cải cách ruộng đất, khiến tầng lớp phú nông và trung nông bành trướng thế lực;
>
> Ba là, đã nóng vội thi hành các chính sách quốc hữu hóa công nghiệp, thương nghiệp không đúng với chu kỳ mà Liên Xô chỉ đạo;
>
> Bốn là, thiếu tính cách dân chủ và có khuynh hướng tư bản hóa trong nội bộ đảng Cộng sản Nam Tư;
>
> Năm là, có khuynh hướng thân Hoa Kỳ.

Năm tội mà Liên Xô cáo buộc Nam Tư qua bản giác thư công bố ra bên ngoài chỉ là diện. Điểm của vấn đề là Stalin muốn cô lập Tito để không cho đảng Cộng sản Nam Tư thành lập một khối riêng hoặc quay về chính sách quốc gia hóa, vượt ra khỏi vòng kiềm tỏa của Liên Xô. Thật ra thì ngay trong thời kỳ chiến tranh chống Đức Quốc Xã, Josip Broz Tito đã rất bất mãn trước những hành xử của Stalin như đã chậm trễ trong việc tiếp viện vũ khí và phương tiện để đánh Đức Quốc Xã, luôn luôn tìm cách khống chế những kế hoạch phản công quân Đức của lực lượng kháng chiến Cộng sản. Hơn nữa, suốt trong giai đoạn 1942-1943, Liên Xô tiếp tục giữ chính sách ngoại giao thân thiện với chính quyền hoàng gia lưu vong, bằng cách nâng phái đoàn ngoại giao của chính quyền vua Pierre lên hàng đại sứ ở Mạc Tư Khoa. Trong khi Tito đánh nhau với Đức Quốc Xã, đài phát thanh Mạc Tư Khoa không loan tin cũng như không một lời bình luận. Đặc biệt là Tito rất bực tức về thái độ của Liên Xô đã về hùa với phe Đồng Minh bắt đảng Cộng sản Nam Tư phải thành lập chính quyền liên hiệp với vua Pierre và còn có ý muốn giúp vua Pierre tái lập quyền bính tại Nam Tư sau khi giải phóng.

Ngoài ra, vào khoảng tháng 5-1945, khi quân đội của Tito trú đóng ở Trieste bị quân Đồng Minh buộc phải rút quân ra khỏi vùng này, Tito đã cầu cứu Liên Xô, nhưng Stalin không lên tiếng can thiệp. Những sự kiện trên đã làm cho Tito chán nản và bắt đầu bất phục tùng Stalin, nhưng vì ở thế yếu nên từ năm 1945 đến 1948, Tito vẫn phải theo các chỉ thị chung của Liên Xô như các đảng Cộng sản chư hầu khác. Ví dụ, Liên Xô đã bắt từng nước chư hầu phải ký những hiệp ước thương mại cam kết bán rẻ nông phẩm, hải sản và nguyên vật liệu cho Liên Xô, ngược lại các nước này phải nhập cảng từ Liên Xô máy móc và trang thiết bị với giá cao và nhiều khi vượt ra ngoài khả năng của họ. Với chính sách này, Liên Xô đã tái lập một đế quốc với nhiều chư hầu chung quanh để cung cấp các phương tiện cung phụng, không khác gì các chế độ quân chủ hay thực dân mà Liên Xô từng lên tiếng công kích.

Sau khi nhận Giác Thư, đảng Cộng sản Nam Tư triệu tập đại hội đảng vào tháng 7-1948 để phân tích sự kiện và trả lời. Trong đại hội này, vì đảng còn ở trong thế yếu và không muốn tạo lý cớ cho phe thân Liên Xô trong đảng tấn công mình, Josip Broz Tito chọn đường lối mềm dẻo, không tấn công trực tiếp vào Stalin mà chỉ cho rằng những cáo buộc của Quốc Tế Cộng Sản là bất công, yêu cầu suy xét lại. Nhưng sau vài tháng thăm dò ý kiến trong toàn đảng về nội dung giác thư, Tito thấy rằng hầu hết đảng viên đều bất mãn về thái độ trịch thượng của Stalin, do dó Tito đã bộc lộ thái độ cứng rắn, ngang nhiên công kích Liên Xô và Stalin. Josip Broz Tito cho xuất bản một cuốn bạch thư vạch rõ những lỗi lầm cùng chính sách tham lam, tàn ác của Stalin. Tito cũng tố cáo Liên Xô can thiệp trắng trợn vào nội bộ Nam Tư như đòi hỏi cho các nhân viên ngoại giao Liên Xô có những đặc quyền sống và làm việc tại Nam Tư để thiết lập hệ thống tình báo rộng lớn khắp Âu Châu, hoặc Stalin ngang nhiên đưa nhiều chuyên gia Liên Xô sang Nam Tư nắm giữ những cơ chế kinh tế quan trọng, và xúi giục đảng viên, dân chúng chống lại Tito.

Sau đó, Tito còn tấn công Liên Xô về mặt lý thuyết bằng cách cho một số lý thuyết gia của đảng như Djilas, Kardlj viết các bài nghị luận chỉ trích lề lối chỉ đạo của Liên Xô trong việc cải tạo xã hội chủ nghĩa Mác-Lê. Đặc biệt là mô hình Stalin chỉ tạo dựng ra một guồng máy thư lại để nắm giữ độc quyền các sinh hoạt quốc gia, tạo lập một giai cấp mới để thống trị nhân dân chứ không phải để giải phóng nhân dân như Mác và Lênin chủ trương. Mặt khác, Nam Tư cố gắng đưa ra những chủ trương mới để xây dựng nền tảng dân chủ nhân dân theo đúng chủ nghĩa Mác Lê, bằng cách đưa ra quan niệm công nhân tự quản lý, trong các sinh hoạt kinh tế. Chủ trương của Josip Broz Tito là một nền kinh tế trong đó những đơn vị sản xuất sẽ tự ấn định những kế hoạch chi tiết, trong khuôn khổ một kế hoạch lớn của nhà nước do chính quyền quy định nên.

Mặt khác, đảng Cộng sản Nam Tư còn chủ trương rằng vì mỗi nước đều có hoàn cảnh riêng, nên mỗi đảng Cộng sản phải được tự do lựa chọn con đường nào thích hợp nhất để tiến lên xã hội chủ nghĩa mà không bị trói buộc theo khuôn mẫu chung của hệ thống Quốc Tế Cộng Sản. Những chủ trương của đảng Cộng sản Nam Tư đã ảnh hưởng đến các quốc gia cộng sản Đông Âu, song trên lập trường xây dựng chế độ cộng sản ở trong nước, Tito đã sử dụng những kỹ thuật không khác gì đảng Cộng sản Liên Xô, nên những chủ trương của Tito vẫn dẫn liên bang Nam Tư đi vào ngõ cụt sau này.

TITO THIẾT LẬP CHẾ ĐỘ CỘNG SẢN RIÊNG

Trước khi bị phân rã vào năm 1991, Nam Tư là một quốc gia tổ chức theo hình thức Liên Bang bao gồm 6 nước Cộng Hòa là Slovenia, Croatia, Bosnia-Herzegovina, Serbia, Macedonia, Montenegro và hai Khu Tự Trị là Kosovo và Vojvodina (trực thuộc sự quản trị của Cộng Hòa Serbia). Diện tích Nam Tư vào khoảng 255 ngàn cây số vuông, có 28,2 triệu dân bao gồm 24 chủng tộc khác nhau. Vì là một quốc gia tập hợp nhiều sắc dân, bao gồm nhiều vùng đất có quá khứ thành lập khác nhau, nên việc tạo dựng mối quan hệ hài hòa giữa các nước Cộng Hòa để tuân phục đường lối chung của Liên Bang là một nan đề của Josip Broz Tito. Sau khi thoát ra khỏi sự khống chế của Liên Xô năm 1948, Tito đã mất gần 4 năm sau đó để giải quyết những vấn đề nội bộ và tìm đường hướng đi riêng cho Nam Tư.

Năm 1952, đảng Cộng sản Nam Tư tổ chức Đại hội đảng lần thứ 6, quyết định một số vấn đề quan trọng. Thứ nhất, đổi tên đảng thành Liên Minh Những Người Cộng Sản Nam Tư. Thứ hai, bãi bỏ hình thức trung ương tập quyền như mô hình Stalin. Thứ ba, đảng không còn đóng vai trò chỉ huy mà là thuyết phục và hợp tác, dựa theo nguyên tắc phân quyền và tự quản lý giữa các nước Cộng Hòa và Khu Tự Trị. Thứ tư, tu chính hiến pháp để phù hợp với đường lối mới của đảng và bầu Tito làm Tổng thống vĩnh viễn. Dựa trên bốn cải tổ căn bản này, Quốc hội Liên bang Nam Tư đã soạn thảo ra hiến pháp mới công bố vào năm 1953, quy định Nam Tư đi theo con đường Xã hội Chủ nghĩa Tự Trị-Tự Quản, chấm dứt việc áp dụng mô hình của Stalin.

Mặc dù từ năm 1947, Nam Tư đã đưa ra kế hoạch ngũ niên lần thứ nhất, rập khuôn theo đường lối Stalin cho quốc hữu hóa tất cả các xí nghiệp và ruộng đất, nhưng Thống chế Titto lại cho là khi nào nhà nước còn nắm trọn quyền điều hành thì công nhân lẫn nông dân vẫn chưa thực sự trở thành chủ nhân của các phương tiện sản xuất, vẫn chỉ là người làm công ăn lương, không giống như lý thuyết do Mác chủ trương. Do đó, từ năm 1954, Nam Tư bắt đầu thí nghiệm mô hình của riêng mình, cho phép công nhân của khoảng 200 nhà máy trên toàn quốc được tham dự vào các quyết định của xí nghiệp. Tại mỗi nhà máy, công nhân sẽ tự bầu ra ủy ban quản trị của công nhân.

Nhưng đường lối cho công nhân tham gia vào việc quản trị xí nghiệp của Nam Tư đã gặp một số trở ngại. Đầu tiên là tuy Tito chống lại Liên Xô và chọn con đường riêng, nhưng các cơ chế vẫn rập khuôn theo kiểu Stalin, tức các đảng ủy vẫn tiếp tục chi phối quá nhiều vào các hoạt động của xí nghiệp. Kế đến việc cho công nhân trực tiếp quản lý chỉ có thể hữu hiệu trong một xí nghiệp nhỏ dưới 100 người, còn đối với những xí nghiệp lớn thì chỉ tạo thêm tình trạng hỗn loạn và vô trách nhiệm. Mặt khác, từ sự nới lỏng này, suốt trong hai thập niên 60 và 70 đã có một số chủng tộc như người Albania, Slovenia, Croatia nổi lên đòi tự trị, và ngay trong nội bộ đảng cũng bùng nổ những mầm đối kháng về chủng tộc và đòi tự trị. Vì vậy, trong đại hội đảng lần thứ 10 vào năm 1974, để giữ sự nhất thống trong đảng, đại hội đã biểu quyết áp dụng lại nguyên tắc dân chủ tập trung và tu chính hiến pháp.

TU CHÍNH HIẾN PHÁP 1974

Ngày 31-1-1974, bản hiến pháp lần thứ tư của Liên Bang Nam Tư được công bố, theo đó, tất cả những sinh hoạt kinh tế, chính trị, xã hội đều dựa trên nền tảng Xã hội chủ nghĩa Tự quản. Theo kinh tế gia Rudolf Bicamic của Nam Tư thì lý thuyết này dựa trên bốn nguyên tắc: -Tản quyền; -Giảm sự chi phối của guồng máy nhà nước; -Dân chủ hóa; -Giảm thiểu sự chi phối của chính trị. Mục tiêu của việc áp dụng nguyên tắc này là Nam Tư muốn giảm thiểu vai trò chi phối của đảng trong những quyết định về kinh tế-xã hội.

Trên phương diện chính trị, hiến pháp lần này quy định Hội Đồng Cán Bộ Liên Bang gồm 9 người, thay vì là 23 người như quy định của hiến pháp năm 1971 (mỗi nước Cộng Hòa chọn 3 người, mỗi Khu Tự Trị chọn 2 người và Tito là 23 người). Chín người này gồm đại diện 6 của nước Cộng Hòa, đại diện của Hai Khu Tự Trị và Chủ Tịch Liên Minh Những Người Cộng sản Nam Tư. Theo sự quy định này, quyền hạn của Liên Bang, Cộng Hòa Quốc và Khu Tự Trị đều có một phiếu ngang nhau khi biểu quyết những vấn đề quan trọng của Liên Bang. Hội Đồng Cán Bộ Liên Bang có nhiệm vụ làm trung gian hòa giải những tranh chấp về chủng tộc, lãnh thổ của các Cộng Hòa Quốc và Khu Tự Trị.

Mặt khác, để giảm bớt quyền hạn của chính quyền Liên Bang, hiến pháp 1974 công nhận chủ quyền kinh tế mỗi Cộng Hòa Quốc và các Khu Tự Trị, cũng như cho phép các chính quyền này có một số quyền hạn về quốc phòng và ngoại giao. Ngoài ra, chế độ Lập Pháp cũng được cải tổ. Trước đây Liên Bang Nam Tư có hai Quốc hội: Viện Liên Bang và Viện Cộng Hòa Quốc, Khu Tự Trị, nay thêm một cơ chế nữa có tên là Viện Tổng Hợp bao gồm ba Hội Đồng Lao Động, Xã Hội-Chính Trị, và Cộng Đồng. Tất cả các cơ chế này được vận hành theo hình thức tự trị tự quản, đại biểu được tuyển cử theo hình thức dân chủ trực tiếp. Mặc dù có sự phân quyền giữa trung ương và địa phương, các cơ chế xã hội được trực tiếp tham gia đóng góp ý kiến, nhưng vẫn nằm dưới sự chi phối của Liên Minh Những Người Cộng Sản Nam Tư, với lý do là để tránh sự phân hóa.

HỆ THỐNG XÍ NGHIỆP TỰ QUẢN

Về phương diện kinh tế, hiến pháp 1974 công nhận sự phân quyền dựa trên sự thương thảo và giao kết trong tinh thần dân chủ. Nhà nước giảm thiểu sự can thiệp vào xí nghiệp, để cho công nhân được tự do trong việc lấy các quyết định sản xuất và đóng góp ý kiến với cán bộ cấp cao hơn. Hệ thống Tự Quản lấy "*Tổ Chức Liên Hợp Cơ Bản Của Công Nhân*", gọi tắt là Tổ Tự Quản, làm đơn vị thấp nhất. Mỗi Tổ Tự Quản bao gồm một số công nhân có quyền làm chủ mọi phương tiện sản xuất, được phép tự quyết định về các kế hoạch sản xuất và tự kế toán để tính lời lỗ và đem chia cho các thành viên.

Nhiều Tổ Tự Quản sẽ liên kết lại thành những "Tổ Kết Hợp Lao Động" cũng có thẩm quyền như các Tổ Tự Quản. Một Tổ Kết Hợp Lao Động tương đương với một xí nghiệp trong hệ thống kinh tế khác, như các hợp tác xã sản xuất. Trong mỗi Tổ Kết Hợp Lao Động, công nhân sẽ thảo luận để cùng nhau thỏa thuận là những lãnh vực quyết định nào dành cho Tổ Tự Quản, và quyết định nào chuyển lên cho Tổ Liên Kết Lao Đông giải quyết. Giữa các Tổ Liên Hợp Lao Động cũng có những thỏa thuận trong việc sản xuất, phân chia quyền lợi và chịu trách nhiệm liên đới khi mua bán với nhau. Trên các Tổ Liên Hợp Lao Động sẽ có giao kèo với chính quyền trong vùng, hay với đảng Cộng sản, đoàn thể quần chúng tại địa phương.

Theo hiến pháp 1974, hệ thống Tự Quản bảo đảm việc công nhân làm chủ nhà máy, xí nghiệp bằng cách dành cho công nhân trong mỗi Tổ Liên Hợp Lao Động có quyền bỏ phiếu để bầu ra ban quản trị. Ban quản trị được bầu lên hai năm một lần, và có quyền tái ứng cử.

Theo nguyên tắc thì công nhân sẽ bầu những ban quản trị nào phục vụ cho quyền lợi của họ. Nhưng trong thực tế thì chỉ có một số cán bộ thay nhau lần lượt cầm quyền. Mặc dù công nhân được phân chia quyền lợi do lợi nhuận của xí nghiệp, nhà máy mang lại, nhưng không phải công nhân nào cũng có thể dự phần vào việc quản trị, họp hành, kiểm tra sổ sách... Để chống lại sự lạm quyền của ban quản trị các xí nghiệp, nhà máy, chính quyền Liên bang đưa ra một đạo luật "Bảo Vệ Giá Trị Của Tài Sản Xã Hội Chủ Nghĩa", theo đó những quyết định quan trọng của xí nghiệp phải được chính quyền duyệt xét. Điều quy định này đã giúp cơ hội cho đảng Cộng sản Nam Tư nhân danh việc bảo vệ tài sản xã hội chủ nghĩa để đưa cán bộ đảng vào chi phối trong ban quản trị.

Ngoài ra, trên bình diện Liên bang, chính quyền không còn tập trung thực hiện những kế hoạch chi tiết và tỉ mỉ như trước mà chỉ đưa ra chỉ tiêu hướng dẫn. Những hướng dẫn này bao gồm việc cung cấp tin tức và ưu tiên để cho các Tổ Liên Hợp Lao Động theo đó mà thương thảo, phối hợp với nhau. Ví dụ, mỗi Cộng Hòa Quốc và Khu Tự Trị có quyền lập ngân hàng nhân dân riêng. Dựa theo trái phiếu do Liên Bang phát hành, mỗi địa phương tự đề ra chính sách ngoại tệ hay lưu hành đồng tiền cũng như chế độ thuế khóa. Sự quy định này đã tạo ra nhiều thị trường với nhiều hạng giá khác nhau trong Liên Bang. Mặt khác, sự quy định mới của hiến pháp 1974 còn cho phép các Tổ Liên Hợp Lao Động không những được quyền tự quản về các hoạt động đang tiến hành, mà còn có quyền quyết định số phần trăm tiền lời đem chia cho công nhân, và số phần trăm để dành để tái đầu tư. Số phần trăm tiền lời để dành đó được đem ra đầu tư theo những dự án mà chính Tổ Liên Hợp Lao Động quyết định lấy. Như vậy vai trò của chính quyền giảm thiểu sự chi phối rất nhiều.

Hệ thống Tự Quản, trên lý thuyết là nguyên tắc quản trị nhằm giảm thiểu các hình thức tập quyền độc đoán bên trên, tạo sự tham gia và đóng góp tích cực của mọi tầng lớp công nhân. Và vì họ có quyền quyết định thực sự, nên không làm tê liệt các đơn vị kinh tế bên dưới mà còn giúp gia tăng hiệu năng sản xuất. Nhưng trong thực tế thì hệ thống Tự Quản vẫn bị nhà nước và đảng chi phối như là những chủ nhân ông. Lý do là khi hoạt động, mọi xí nghiệp đều nằm trong khuôn khổ bao cấp và tín dụng của chính quyền Liên Bang. Khi nhà nước đứng ra bảo đảm cho xí nghiệp, nhà máy vay nợ, thì nhà nước phải có quyền kiểm soát, việc này đưa đến sự lệ thuộc của ban quản trị vào các đảng ủy địa phương. Mặt khác, vì để cho mỗi cộng hòa quốc tự trị nên quyền của địa phương mạnh hơn, quyền của chính quyền trung ương giảm đi, tạo ra sự chênh lệch về kinh tế giữa các vùng, mà trung ương không thể can thiệp hay chi phối.

Cho đến khi tan rã, Nam Tư có đến 8 vùng kinh tế khác nhau do sự tồn tại của 6 cộng hòa quốc và 2 khu tự trị. Mỗi vùng cố tự bảo vệ lấy quyền lợi của mình, và tự đặt ưu tiên cho khu vực của mình để đòi hỏi trung ương phải thoả mãn. Bên cạnh đó, vì giá cả do các xí nghiệp tự định đoạt nên khuynh hướng chung của các xí nghiệp là tìm cách tăng giá đến tối đa, không quan tâm đến người tiêu thụ, vì không sợ bị cạnh tranh trong hệ thống bao cấp. Hậu quả là tình trạng lạm phát gia tăng. Song song, cũng như tại nhiều nước cộng sản khác, hệ thống tín dụng do nhà nước độc chiếm, vì thế đưa đến việc ngân hàng có toàn quyền cho các xí nghiệp vay mà không cần biết xí nghiệp đó có khả năng hoàn trả lại hay không, và nhất là không chú trọng gì đến mức lời. Khi mức lạm phát tăng mà lãi xuất cho vay ở dưới mức đó, thì trên thực tế ngân hàng đã chịu lỗ, với một lãi xuất âm.

Nhưng để bao cấp và nuôi dưỡng các xí nghiệp, ngân hàng trung ương tiếp tục đổ tiền ra cho vay làm gia tăng lạm phát vì khối tiền tệ tăng mà hiệu năng sản xuất không tăng. Trong khi đó, Nam Tư lại đi vay mượn thêm tiền từ ngoại quốc lên đến 20 tỷ Mỹ kim vào thời điểm 1984. Số tiền này không được sử dụng để gia tăng sản xuất, mà chỉ để đắp vào các lỗ hổng ngân sách, khiến cho lạm phát càng gia tăng. Hậu quả của tình trạng này là hoạt động của các nhà máy, xí nghiệp bị tê liệt khiến cho nạn thất nghiệp và cán cân mậu dịch thâm thủng với nợ ngoại trái ngày một chồng chất.

KHỦNG HOẢNG KINH TẾ BÙNG NỔ

Sau khi Tito qua đời vào tháng 5-1980, Liên Bang Nam Tư được điều hành bởi Hội Đồng Cán Bộ Liên Bang có 9 người, tiếp tục đường lối Xã hội chủ nghĩa qua hai chính sách: tự chủ quản lý và phi đồng minh, trong tình trạng kinh tế khủng hoảng cùng cực. Cuối năm 1981, để chấn chỉnh nạn lạm phát và tiến hành chương trình cải cách kinh tế, Chủ tịch Hội Đồng Cán Bộ Liên Bang, cũng là chủ tịch Liên Minh Những Người Cộng Sản Nam Tư, cho thành lập Ủy Ban Ổn Định

Kinh Tế Liên Bang. Đến năm 1983, Ủy Ban này mới đưa ra chương trình ổn định kinh tế, nhưng cũng chỉ áp dụng một số nguyên tắc đã đưa ra từ trước và vì áp dụng trễ nên cũng không thể nào cải thiện tình hình như ý muốn.

Nạn lạm phát lên đến 1000% là áp lực nặng nề cho Liên Bang Nam Tư vào thời đó. Nó ảnh hưởng rất nặng nề trên đời sống người dân khiến từ năm 1987, giới công nhân lao động đã tổ chức nhiều cuộc đình công. Lúc đầu, các cuộc đình công thuần túy đòi hỏi quyền lợi dân sinh, và phê phán sự bất lực của Thủ Tướng Branko Mikulif về các chính sách cải cách kinh tế, nhưng dần dần sau đó, nội dung tranh đấu của các cuộc đình công chuyển hướng sang lãnh vực chính trị như đòi phải mở rộng quyền tự do lao động, tư tưởng, đi lại...

Tháng 1-1987, Hội Đồng Cán Bộ Liên Bang tuyên bố sẽ tu chính hiến pháp. Tháng 5-1988, Thủ Tướng Mikulif (được tuyển chọn từ Cộng Hòa Quốc Bosnia-Herzegovina) thiết lập Hội Đồng Cải Cách Chế Độ Kinh Tế, đưa ra bản đề cương cải cách chế độ kinh tế. Bản đề cương này có mục đích duyệt xét toàn bộ các chính sách kinh tế, xã hội và chính trị đã được đưa ra trong bản hiến pháp 1974 để chận đứng tình trạng khủng hoảng kinh tế và lược duyệt lại hệ thống tự quản, theo nguyên tắc hiệp thương kinh tế từng được áp dụng từ thập niên 50. Đề cương này còn đề nghị tích cực áp dụng nguyên tắc thị trường và thống nhất một thị trường trên toàn Liên Bang hơn là thực thi nhiều loại thị trường như lúc đó. Ngoài ra, bản đề cương còn đề nghị chấm dứt việc cho các Cộng Hòa Quốc, Khu Tự Trị được độc lập trong các chính sách xã hội, thuế khóa... mà phải để cho Liên Bang hoạch định nhằm thống nhất thị trường chung.

Những đề nghị nêu trên nhằm tăng cường quyền hạn cho chính quyền Liên Bang để đối phó với tình trạng suy thoái kinh tế, đã được Quốc Hội Liên Bang biểu quyết thông qua. Nhưng khi đưa về cho các Cộng Hòa Quốc thực thi thì các nơi lại viện dẫn nhiều lý do để không thi hành nghiêm chỉnh. Mỗi vùng lại dựa theo tình hình địa phương đề nghị tu sửa, rồi nhân đó đặt ra các luật lệ tự bảo vệ vùng mình, ngăn cản sự cạnh tranh từ các vùng khác, gây nên tình trạng sứ quân. Rốt cuộc kế hoạch cải cách kinh tế của Thủ tướng Mikulif chỉ có giá trị trên giấy tờ.

II- NHỮNG DIỄN BIẾN CHÍNH TRỊ

XUNG ĐỘT CHỦNG TỘC Ở KHU TỰ TRỊ KOSOVO

Liên Bang Nam Tư có 24 sắc tộc khác nhau, trong đó người Serb chiếm ưu thế, và sống trải rộng khắp các Cộng Hòa Quốc, Khu Tự Trị. Do đó, sự xung đột giữa người Serb với các sắc dân khác liên tục xảy ra từ xưa đến nay. Cái chết của Tổng Thống Tito vào tháng 5-1980 đã tạo ra một khoảng trống lãnh đạo rất lớn cho Nam Tư trong tình trạng kinh tế suy thoái cùng cực. Lợi dụng tình trạng này, dân Albania trong Khu Tự Trị Kosovo, trực thuộc Cộng Hòa Quốc Serb đã tổ chức các cuộc biểu tình đòi độc lập bắt đầu từ tháng 3 và 4-1981.

Thực ra cuộc nổi dậy đòi độc lập của người Albania ở Khu Tự Trị Kosovo đã có từ tháng 10-1968, khi họ nương theo chính sách cởi mở kinh tế và chính trị của Tito, tổ chức các cuộc biểu tình đòi tống xuất người Serb (vì sắc dân này chỉ chiếm thiểu số mà lại nắm giữ địa vị lãnh đạo trong Khu Tự Trị Kosovo), và kêu gọi người Albania ở Cộng Hòa Macedonia lân cận tiếp sức. Để giải quyết tình trạng tranh chấp, chính quyền Liên Bang đã phải nâng vùng Kosovo thành Khu Tự Trị độc lập, nhưng vẫn trực thuộc trong Cộng Hòa Quốc Serb. Đến năm 1971, người Albania lại nổi lên đòi mở rộng quyền tự trị. Chính quyền Liên Bang phải nhượng bộ, đưa đến việc cải tổ hiến pháp 1974, quy định rằng chính quyền Liên Bang, Cộng Hòa Quốc và Khu Tự Trị ngang hàng với nhau, nhưng Khu Tự Trị Kosovo vẫn nằm trong nước Cộng Hòa Serb.

Người Albania không chịu trực thuộc trong Cộng Hòa Serb và tiếp tục tổ chức các cuộc biểu tình bạo động đòi chính quyền Liên Bang phải nâng cấp Khu Tự Trị Kosovo thành Cộng Hòa Quốc. Lần này thì chính quyền Liên Bang không nhượng bộ, và đã thẳng tay đàn áp một cách mạnh mẽ làm cho một số người thương vong, khiến cho một số quốc gia Tây phương lên tiếng phản đối. Điểm đặc biệt của cuộc chính biến này, người Albania chính thức đưa ra khẩu hiệu “Cần chủ nghĩa tư bản, không cần chủ nghĩa xã hội”, và công kích chính sách tự quản xã hội chủ nghĩa của chính quyền Liên Bang. Do đó, Liên Minh Những Người Cộng Sản Nam Tư và chính quyền Liên Bang, lúc đầu cho rằng cuộc nổi loạn này do sự xúi dục của chính quyền Albania và người Albania hải ngoại, nên đã tìm cách dập tắt, nhưng sau đó, khi cuộc nổi dậy bùng nổ quá mạnh, Liên Minh Những Người Cộng Sản Nam Tư phải bắt đầu thảo luận về vấn đề Kosovo.

Căn nguyên của vấn đề Kosovo là do tình trạng tụt hậu kinh tế và vì áp dụng triệt để nguyên tắc tự quản Xã hội chủ nghĩa, nên đã khiến cho vấn đề trở nên phức tạp. Người Albania viện dẫn rằng những điều đòi hỏi của họ phù hợp với Hiến pháp 1974, quy định sự bình đẳng giữa các sắc dân, nên họ đã đòi thành lập Cộng Hòa Quốc. Trong khi đó, người Serb cực lực chống đối. Lý do là Khu Tự Trị Kosovo nguyên là thủ đô của vương quốc Serb trước khi bị sát nhập vào Liên Bang Nam Tư. Đất Kosovo là thánh địa của dân tộc Serb, không thể tách rời ra khỏi Cộng Hòa Serb. Vì vậy khi Liên Minh Những Người Cộng Sản Nam Tư thảo luận về vấn đề này, các Cộng Hòa Quốc như Serb, Slovenia và Croatia đều bất mãn, bắt đầu có những chống đối ngấm ngầm trong nội bộ.

Sau khi biến cố Kosovo xảy ra, đảng viên của Liên Minh Những Người Cộng Sản Nam Tư ở Kosovo đã chủ xướng cuộc biểu tình ủng hộ và đòi Hội Đồng Cán Bộ phải giải quyết, nhưng chính quyền Cộng hòa Serb đàn áp và bắt giữ một số người, đưa ra tòa với tội danh "phản cách mạng". Đến tháng 10-1987, một nhân vật lãnh đạo của sắc dân Albania, đã từng là đại diện Khu Tự Trị Kosovo từ sau Đệ Nhị Thế Chiến, bị quy trách nhiệm về các cuộc bạo động, và bị khai trừ ra khỏi đảng. Nhưng vấn đề không đơn giản như vậy.

Sở dĩ Hiến Pháp 1974 được tu chính không phải để giải quyết tình trạng khủng hoảng kinh tế mà là để giải quyết vấn đề của sắc dân Albania. Do đó, hiến pháp đã quy định rằng các Khu Tự Trị có quyền tương đương với Liên Bang và các Cộng Hòa Quốc cũng như nắm trong tay các quyền về cảnh sát, giáo dục, tư pháp. Cho nên sau khi chính biến Kosovo xảy ra, người Serb và Montenegro sống ở vùng này bị người Albania tìm cách trấn áp, khủng bố nên hai sắc dân này lần lượt bỏ Kosovo trốn về các Cộng Hòa Quốc Serb và Montenegro.

Ngược lại, những sắc dân thiểu số khác tại đây cũng sống trong cảnh khủng bố và trả thù của người Albania nên họ đã tự thành lập những tổ chức vũ trang để tự vệ, đồng thời tổ chức các cuộc mít tinh để phản đối những hành động thù nghịch của người Albania. Những sắc dân này còn cầu cứu sự bảo hộ của chính quyền Cộng Hòa Serb, nhưng chính quyền này không thể hành động hữu hiệu vì sự ràng buộc của hiến pháp. Trước tình trạng này, Cộng Hòa Serb yêu cầu chính quyền Liên Bang tu chính hiến pháp. Từ mùa hè đến mùa thu năm 1988, những người Serb và Montenegro đã tổ chức các cuộc mít tinh ở khắp Khu Tự Trị Kosovo để yêu cầu tu chính hiến pháp. Cuối cùng, vào tháng 11-1988, hiến pháp 1974 được tu chính, nhưng bị người Albania phản đối và tổ chức các cuộc biểu tình bạo động vừa tấn công sắc dân Serb, vừa đòi tái lập quyền tự trị.

Đầu tháng 2-1989, dân Albania đã tổ chức hai cuộc biểu tình lớn. Đến ngày 12-2-1989, hơn 1000 công nhân trong các hầm mỏ ở vùng Đông Bắc Kosovo lãn công và biểu tình thầm lặng để đòi quyền tự trị. Ngày 27-2-1989, Hội Đồng Cán Bộ Liên Bang đã ban hành lệnh thiết quân luật trên toàn vùng Kosovo, đặt Khu Tự Trị dưới quyền kiểm soát của quân đội Nam Tư. Ngày 2-3-1989, Chủ tịch Liên Minh Những Người Cộng Sản ở Kosovo ra lệnh bắt giam những người chủ mưu các cuộc đình công, và ban hành sắc lệnh cưỡng chế lao động đối với những người lao động đã tham gia đình công vào ngày 12-2-1989.

Trước tình thế như trên, ngày 23-3-1989, Quốc hội Khu Tự Trị Kosovo tự ý thông qua đề nghị tu chính hiến pháp. Trong khi đó, Quốc hội Liên bang lại hậu thuẫn cho Quốc hội Cộng hòa Serb thông qua một tu chính hiến pháp, cho phép Cộng Hòa Serb có quyền về quốc phòng, an ninh, hiệp tác quốc tế và xã hội, giảm thiểu quyền hạn của các Khu Tự Trị. Sự kiện này càng đẩy người Albania vào chân tường nên họ đã tổ chức các cuộc biểu tình chống đối một cách mãnh liệt. Đến cuối tháng 4-1989, các cuộc bạo động của người Albania tuy có giảm bớt, nhưng tình trạng đối đầu giữa người Albania với các sắc dân Serb, Montenegro trong Khu Tự Trị Kosovo càng ngày càng trở nên kịch liệt và cho đến đầu năm 1990, cuộc nổi dậy ở Kosovo trở thành một vấn đề không thể giải quyết.

Trong đại hội lâm thời Liên Minh Những Người Cộng Sản Nam Tư lần thứ 14, đoàn đại biểu của Cộng Hòa Quốc Slovenia đã rút lui khỏi phòng họp vì bất mãn trước thái độ giải quyết của Trung Ương Đảng về những đòi hỏi của Khu Tự Trị Kosovo. Sự kiện này cho thấy là cuộc đấu tranh của người Albania đã được sự ủng hộ từ các Cộng Hòa Quốc. Ngày 23-1-1990, hơn 2000 người Albania ở thủ phủ Pristina của Khu Tự Trị Kosovo biểu tình đòi tôn trọng nhân quyền và đòi tổ chức bầu cử tự do. Sau đó, những người Albania trong Khu Tự Trị Kosovo tổ chức biểu tình vũ trang đòi tách ra khỏi Cộng Hòa Serb, đụng độ với lực lượng cảnh sát Cộng Hòa Quốc khiến cho 20 người tử vong.

Ngày 1-2-1990, Hội Đồng Cán Bộ Liên Bang quyết định đưa quân đội vào trấn đóng tại các khu vực trọng yếu thuộc Khu Tự Trị Kosovo. Trong thời gian đó, một số người Albania đã thành lập đảng Dân Chủ Đồng Minh Kosovo, đòi mở rộng quyền tự trị và tổng tuyển cử tự do. Cuộc nổi dậy đòi tự trị của người Albania đã làm cho nội bộ Liên Bang chia làm hai phe. Một bên gồm phía chính quyền Liên Bang và Cộng Hòa Serb cho rằng những người Albania muốn tách rời ảnh hưởng của liên bang Nam Tư, nên bằng mọi giá phải bảo vệ lãnh thổ của Serb và Nam Tư. Trong khi đó, nhóm đảng viên của Liên Minh Những Người Cộng Sản Đồng Minh của hai Cộng Hòa Quốc Slovenia và Croatia thì cho rằng việc tu chính hiến pháp là hành động sai lầm, và tiếp tục chủ trương ủng hộ cuộc đấu tranh của người Albania.

CỘNG HÒA SLOVENIA ĐÒI LY KHAI

Trong khi vấn đề đòi tự trị của Khu Tự Trị Kosovo chưa được giải quyết xong thì vấn đề Slovenia bắt đầu bùng nổ. Cộng Hòa Quốc Slovenia nằm ở phía Bắc Liên Bang Nam Tư, giáp ranh với các nước Ý, Áo và Hung Gia Lợi. Dân số của nước Cộng Hòa này có khoảng 2 triệu người, trong đó người Slovenia có khoảng 1 triệu 700 ngàn người, chiếm 90% dân số Cộng Hòa Quốc. Đây là sắc dân có nhiều khả năng nhất trong Liên Bang, lợi tức trung bình đầu người lên đến 612 Mỹ kim thời đó, đứng hàng thứ nhất so với các Cộng Hòa Quốc trong Liên Bang, so với lợi tức đầu người trong Khu Tự Trị Kosovo chỉ có 74 Mỹ kim. Nhờ sự giàu có này mà chính quyền nước Cộng Hòa Slovenia có tiếng nói khá mạnh trong Liên Bang mặc dù dân số ít hơn Cộng Hòa Serb. Khi hiến pháp 1974 cho các Cộng Hòa Quốc được quyền giao dịch thương mại tự do với các nước trên thế giới, Cộng Hòa Quốc Slovenia đã đi đầu về lãnh vực này. Nhờ vậy mà những sản phẩm công nghiệp điện tử, cơ khí, điện của Cộng Hòa Slovenia được sự thừa nhận trên thị trường Tây phương và nước cộng hòa này có liên hệ giao thương chặt chẽ với các nước trong Cộng Đồng Kinh Tế Âu Châu.

Bước vào thập niên 80, trong tình trạng xuống dốc chung của nền kinh tế Liên Bang, Slovenia trở thành nơi phải cáng đáng việc trả nợ ngoại trái cho Liên Bang, nên Slovenia thiếu ngoại tệ để du nhập trang thiết bị cải thiện tình trạng sản xuất, do đó làm cho nền kinh tế của Slovenia xuống dốc, không theo kịp đà cạnh tranh với các nước tiên tiến khác. Để cứu vãn tình trạng này, Cộng Hòa Slovenia chọn giải pháp tách rời Liên Bang, trở thành một quốc gia độc lập để tài nguyên của Sovenia không bị phung phí vào những vùng đất khác. Ý muốn ly khai khỏi Liên bang của Cộng Hòa Quốc Slovenia, được sự hậu thuẫn của Cộng Hòa Croatia.

Tháng 5-1988 xảy ra một biến cố tác động mạnh mẽ lên tính tự ái của người dân Slovenia. Biến cố này bắt đầu bằng một bài báo của ký giả Yansha, người Slovenia, ứng cử viên Chủ Tịch Đoàn Thanh Niên Slovenia, tiết lộ rằng quân đội Nam Tư sẽ được đưa vào Cộng Hòa Quốc Slovenia để trấn áp các cuộc biểu tình đòi độc lập của người Slovenia. Chính quyền Nam Tư lấy lý do "tiết lộ những điều cơ mật của nhà nước" nên bắt giữ Yansha và 3 người liên hệ khác. Sự kiện này làm cho người Slovenia tức giận.

Đến ngày 18-7-1988, chính quyền Liên Bang đem sự kiện trên ra xét xử trong tòa án quân sự tại thủ đô Ruebryana của Cộng Hòa Quốc Slovenia nhưng lại dùng ngôn ngữ Serb chứ không bằng tiếng Slovenia. Thái độ kỳ thị này làm cho người Slovenia vốn dĩ đã có ác cảm với người Serb và chán ghét chính quyền Liên Bang, nay có lý cớ để liên đới với người Albania ở Khu Tự Trị Kosovo phát động cuộc chiến tranh chủng tộc chống lại sắc dân Serb và đòi tách ra khỏi Liên Bang.

Tháng 10-1988, Liên Minh Những Người Cộng Sản Nam Tư tổ chức đại hội kỳ 17 từ ngày 17 đến 19-10-1988 để thảo luận kế hoạch cải cách ba mặt chính trị, kinh tế và cơ cấu đảng, đồng thời quyết định về đối sách của đảng đối với vấn đề Khu Tự Trị Kosovo. Nhưng đại hội đã không những không giải quyết được các vấn đề trong nghị trình mà còn trở thành diễn đàn đấu đá nhau về chủng tộc, khu tự trị giữa các đại biểu của đảng. Đặc biệt, những thảo luận về vấn đề tự trị của Kosovo đã làm bùng nổ lớn sự đối lập giữa đoàn đại biểu Serb với Slovenia.

Ngày 27-2-1989, người Albania tổ chức cuộc biểu tình quy mô

trong toàn Khu Tự Trị Kosovo. Chính quyền Liên Bang phải ban hành lệnh giới nghiêm, trong khi đó, người Slovenia tập trung tại thủ phủ Ljubljana của Cộng Hòa Slovenia để biểu tình ủng hộ người Albania ở Kosovo, và chỉ trích hành động đàn áp của chính quyền Cộng Hòa Quốc Serb.

Đến tháng 4-1989, đoàn đại biểu Slovenia tham dự Hội Nghị Ban Chấp Hành Trung Ương Liên Minh Những Người Cộng Sản Nam Tư nhóm họp từ ngày 14 đến 19-4-1989, đã đặt vấn đề duyệt xét lại nguyên tắc "dân chủ tập trung" và "nội dung bản Cương Lĩnh" của đảng. Mặt khác, ngày 27-9-1989, Quốc hội của Cộng Hòa Quốc Slovenia đơn phương đề nghị tu chính một phần hiến pháp Liên Bang, cũng như biểu quyết chấp thuận những điều sau: 1) Cho chính quyền Cộng Hòa Quốc Slovenia được quyền có những quyết định độc lập đối với chính quyền Liên Bang; 2) Chính quyền Liên Bang muốn đưa quân đội, cũng như muốn ban hành lệnh giới nghiêm trên toàn lãnh thổ Cộng Hòa Slovenia phải có sự đồng ý của Cộng Hòa Sloveina; 3) Công nhận chủ quyền kinh tế của Cộng Hòa Quốc Slovenia.

Sau sự tu chính hiến pháp nói trên, Hội Đồng Cán Bộ Liên Bang và chính quyền Cộng Hòa Quốc Serb đã kiện lên Tối cao Pháp viện vì cho đây là hành động vi hiến. Từ đó, sự xung đột giữa Cộng Hòa Slovenia và Serb càng ngày càng gia tăng, và bùng nổ lớn vào ngày 29-11-1989: Bộ Nội vụ Cộng Hòa Slovenia ban hành lệnh cấm những người Serb và Montergro trong Khu Tự Trị Kosovo không được vượt ranh giới để vào thủ đô Ljubljana của Cộng Hòa Quốc Slovenia tham gia biểu tình đòi giải quyết vấn đề xung đột tại Khu Tự Trị Kosovo, dự định tổ chức vào ngày 1-12-1989.

Lệnh đóng cửa ranh giới Slovenia không đơn thuần là một quyết định hành chánh của Slovenia, mà còn là thái độ dằn mặt chính quyền Liên Bang: 29-11-1989 là ngày Quốc Khánh của Liên Bang Nam Tư, kỷ niệm cuộc khởi nghĩa chống Đức Quốc Xã do những người Cộng sản Nam Tư lãnh đạo. Sự kiện này đã khiến cho Cộng Hòa Serb tuyên bố cắt đứt mọi liên hệ kinh tế với Cộng Hòa Slovenia, trước sự bó tay của chính quyền Liên Bang. Ngày 4-2-1990, Liên Minh Những Người Cộng Sản Nam Tư tại Slovenia tuyên bố tách ra khỏi cơ chế đảng cấp Liên Bang.

Đến ngày 7-3-1990, Quốc Hội của Cộng Hòa Quốc Slovenia tuyên bố bỏ chữ xã hội chủ nghĩa trong tên nước, thành Cộng Hòa Slovenia, và tổ chức cuộc trưng cầu dân ý về quyết định tách ra khỏi Liên Bang.

III- LIÊN BANG NAM TƯ TAN RÃ

Vào cuối thập niên 80, Liên Bang Nam Tư đã trực diện với hai nguy cơ sinh tử: 1) Tình trạng lạm phát phi mã khiến cho nền kinh tế liên tục bị khủng hoảng và sự xung đột chủng tộc, đòi ly khai khỏi Liên bang của một số Cộng Hòa Quốc, đã làm cho chính quyền Liên Bang lúng túng trong cách đối phó; 2) Trước đây, để giữ hòa khí và tạo chất keo nối liền những chủng tộc trong các Cộng Hòa Quốc và Khu Tự Trị, Thống chế Tito đã tu chính hiến pháp 1974, nâng quyền của Liên Bang, Cộng Hòa Quốc và Khu Tự Trị ngang hàng với nhau. Nhưng sau khi Tito chết vào năm 1980, "cây đại thụ" của chế độ để trấn áp các mâu thuẫn sắc tộc không còn nữa, thêm tình trạng kinh tế ngày một suy thoái nên đã kích thích mầm mống mẫu thuẫn sắc tộc bùng nổ.

Điểm nổi bật trong tiến trình tan rã của Liên Bang Nam Tư là nội bộ Liên Minh Những Người Cộng Sản Nam Tư phân hóa trầm trọng vì vấn đề chủng tộc, nên không còn thiết tha gì đến việc suy nghĩ những đối sách cải cách kinh tế để cứu sống Liên Bang. Cho nên các hội nghị của Trung ương đảng, thay vì để gỡ rối khủng hoảng kinh tế, thì lại tốn nhiều thời giờ cho việc gỡ rối khủng hoảng chính trị nội bộ. Mặt khác, các nước Đông Âu bị Liên Xô ép buộc vào con đường Xã Hội Chủ Nghĩa sau Đệ Nhị Thế Chiến, trong khi người dân Nam Tư bị một số lãnh tụ Cộng sản bản xứ mượn chiêu bài giải phóng để đưa đất nước vào con đường Cộng sản. Do đó mà khi các đảng Cộng sản ở Hung Gia Lợi, Ba Lan... không giải quyết nổi những khó khăn kinh tế thì liền bị các thế lực quần chúng, trí thức đòi tự do dân chủ đánh sập, trong khi đó, mặc dù Liên Bang Nam Tư bị khủng hoảng kinh tế kéo dài, đời sống người dân cùng cực thiếu thốn, những phản ứng chống đối tuy có nhưng không bộc phát mạnh, và thường có khuynh hướng tách rời đảng nhiều hơn là quay lại chống cơ chế đảng cấp Liên Bang.

Từ cuối năm 1989, do những biến động tại Ba Lan, Hung Gia Lợi... một số Cộng hòa quốc trong Liên bang Nam Tư bắt đầu chủ xướng ly khai khỏi Liên bang và chấp nhận chế độ đa đảng. Ngày 16-12-1989, Liên Minh Những Người Cộng Sản ở Slovenia đã đi bước tiên phong, chấp thuận cho một số trí thức thành lập đảng Dân Chủ Xã Hội. Tại Cộng hòa Croatia, từ tháng 12-1989, những đảng nằm trong Liên Minh Xã Hội Chủ Nghĩa, một Mặt Trận ngoại vi của đảng Cộng sản, đã thực hiện cuộc vận động chữ ký đòi chính quyền Cộng sản Croatia phải chấp nhận chế độ đa đảng. Cuối cùng, trước áp lực của những cuộc biểu tình và đình công của quần chúng, chính quyền Cộng hòa Croatia đã phải công nhận chế độ chính trị đa đảng vào ngày 23-12-1989.

Trước những biến chuyển ở các Cộng hòa quốc, tháng 1-1990, Liên Minh Những Người Cộng Sản Nam Tư đã tổ chức đại hội lâm thời lần thứ 14 để thảo luận về hai vấn đề: 1- Bầu cử tự do và 2- Công nhận chế độ chính trị đa đảng. Vào lúc đó, khuynh hướng chung của những đại biểu cộng sản ở các nước Cộng hòa, ngoại trừ đại biểu của cộng hòa Serb và Montenegro, là muốn ly khai khỏi sự khống chế của chính quyền trung ương, đặt tại thủ phủ của Cộng hòa Serb. Lý do là Cộng hòa Serb, dựa vào diện tích rộng nhất và số dân đông nhất, đã chi phối khá nhiều trong guồng máy chính quyền Liên bang. Vì vậy mà trong đại hội, thay vì thảo luận nhiều về vấn đề bầu cử tự do, các đại biểu đã thảo luận về vấn đề độc lập của các Cộng hòa quốc. Đại hội coi như tan rã vì không đưa ra được một nghị quyết cụ thể nào để giải quyết tình trạng khủng hoảng chung vào lúc đó. Sau đại hội này, Liên Minh Những Người Cộng Sản tại mỗi Cộng hòa quốc đã bắt đầu tổ chức trưng cầu dân ý và bầu cử quốc hội để chọn con đường riêng cho mỗi sắc dân. Đây cũng là điểm khởi đầu cho cuộc nội chiến giữa các Cộng hòa với nhau.

CỘNG HÒA SLOVENIA TUYÊN BỐ ĐỘC LẬP

Sau khi dự đại hội Liên Minh Những Người Cộng Sản Nam Tư lâm thời trở về, những đại biểu trong Liên Minh Những Người Cộng Sản ở Cộng hòa Slovenia đã tổ chức Hội nghị lâm thời vào ngày 4-2-1990, quyết định tách ra khỏi Liên Minh Những Người Cộng Sản Nam Tư, đổi tên thành đảng Dân Chủ Cải Cách. Chính quyền Cộng sản Slovenia đã công bố "Luật Chính Đảng" trong đó cho phép những tổ chức nào có trên 500 thành viên và có trụ sở, được công khai hoạt động, đồng quyết định tổ chức trưng cầu dân ý và chuẩn bị bầu cử tự do. Sau khi Luật Chính Đảng được công bố, tại Cộng hòa Slovenia có đến 17 đảng phái xuất hiện như Liên Minh Xã Hội Dân Chủ, đảng Dân Chủ Thiên Chúa Giáo, Liên Minh Nông Dân, đảng Xanh Lục, đảng Dân Chủ Cải Cách (cựu Cộng sản)...

Ngày 22-4-1990, Cộng Hòa Slovenia tổ chức trưng cầu dân ý về việc ly khai ra khỏi Liên bang, bầu cử Quốc hội và Tổng thống. Có đến 87% cử tri đồng ý ly khai khỏi Liên bang, thành lập Cộng hòa Slovenia độc lập. Về kết quả bầu cử quốc hội, đa số phiếu dồn cho các Liên Minh Xã Hội Dân Chủ, đảng Dân Chủ Thiên Chúa Giáo, đảng Nông Dân và đảng Xanh Lục, trong khi đảng Dân Chủ Cải Cách (cựu cộng sản) hoàn toàn thảm bại. Tuy nhiên Milan Kucan, chủ tịch đảng Dân Chủ Cải Cách, một thành viên cựu Cộng sản, nhưng vì có chủ trương cải cách và tích cực đòi độc lập đối với Liên bang nên đã đắc cử Tổng thống.

Ngày 25-6-1991, Cộng Hòa Slovenia tuyên bố độc lập khỏi Liên bang Nam Tư. Phản ứng ban đầu của chính quyền Liên bang, dĩ nhiên là phủ nhận, coi điều đó có tính cách "đơn phương, bất hợp pháp và không chính đáng". Kế tiếp chính quyền Liên bang lập tức đóng cửa hai phi trường trong lãnh thổ Slovenia, đồng thời, đặt 20 ngàn binh sĩ liên bang tại đây trong tình trạng báo động. Trong khi người dân tại thủ đô Ljubljana của Slovenia tưng bừng liên hoan đánh dấu ngày tuyên bố độc lập bằng những hồi chuông giáo đường và pháo bông, thì chính quyền Liên bang điều động chiến xa và chiến đấu cơ thị uy. Vì Slovenia là xứ trù phú nhất trong liên bang, nên chính quyền trung ương nỗ lực bằng mọi cách ngăn cản không cho nước này tách khỏi liên bang. Chính quyền Liên bang đã đưa một lực lượng quân đội gần 180 ngàn binh sĩ, 2.000 chiến xa và 300 chiến đấu cơ đến uy hiếp Slovenia. Trên cán cân quân sự, Slovenia lúc đó chỉ có 2 triệu dân. Dân Slovenia tự động tìm mua và trang bị áo giáp với súng tự động để chống trả. Về phần cơ giới, chính quyền Slovenia, tuy không có thiết giáp và chiến đấu cơ, nhưng đã sử dụng xe đò và xe bus cản đường, đồng thời kêu gọi dân chúng dùng mọi phương tiện có thể có để chiến đấu. Chính quyền Slovenia đã vận động các nước Tây phương can thiệp. Ngoại trưởng James Baker của Hoa Kỳ vào lúc đó đã tuyên bố không công nhận tư thế quốc gia của Slovenia, nhưng cũng không đồng ý cách giải quyết bằng vũ lực của chính quyền Liên bang Nam Tư. Tuy chiến đấu trong tình trạng ô hợp, nhưng với lòng quyết tâm cao độ, dân quân Slovnia đã chiếm nhiều ưu thế trong các trận đụng độ với quân đội Liên bang vào đầu tháng 7-1991. Đặc biệt là Slovenia đã kêu gọi được hơn 2.000 binh sĩ Liên bang đào ngũ và đầu hàng. Quân đội Liên bang chính thức tuyên chiến và đặt toàn vùng Slovenia trong tình trạng thiết quân luật.

Sau khi cuộc chiến bùng nổ, Cộng Đồng Âu Châu đã đứng làm trung gian hòa giải và đưa ra nghị quyết hòa bình, kêu gọi các bên ngưng bắn. Ngày 10-7-1991, Quốc hội Cộng hòa Slovenia bỏ phiếu chấp thuận đề nghị này, tạm hoãn quyết định độc lập trong vòng ba tháng. Một phái đoàn giám sát quốc tế đến Nam Tư để kiểm soát việc ngưng bắn. Tuy nhiên sau đó, cuộc nội chiến lại chuyển sang Cộng hòa Croatia nên tình hình chiến sự tại cộng hòa Slovenia bắt đầu lắng đọng. Đến tháng 12-1991, Slovenia công bố bản hiến pháp mới, theo chế độ Cộng Hòa và Quốc hội chia làm hai viện: Thượng Viện có 40 ghế, nhiệm kỳ 5 năm; Hạ Viện 90 ghế, nhiệm kỳ 4 năm và được sự cộng nhận của các quốc gia Tây Âu. Tháng 12-1992, Slovenia tổ chức bầu cử Hạ Viện với kết quả: Liên Minh Xã Hội Dân Chủ chiếm 22 ghế, đảng Dân Chủ Thiên Chúa Giáo chiếm 15 ghế, đảng Nông Dân chiếm 14 ghế, đảng Dân Tộc chiếm 12 ghế và đảng Dân Chủ Cải Cách (cựu cộng sản) chiếm 10 ghế...

Cộng Hòa Quốc Slovenia rộng 20.200 cây số vuông với 1,9 triệu dân, trong đó người Slovenia chiếm 91%; người Croat chiếm 2,9%; người Serb chiếm 2,2%, thủ phủ đặt tại Ljubijana. Sau khi độc lập, tuy có tiềm năng kinh tế cao, nhưng quốc gia này vẫn gặp rất nhiều khó khăn trong việc cải tổ theo hệ thống thị trường. Đặc biệt là khi tách khỏi Liên bang, Slovenia đã mất đến 33% thị trường tiêu thụ, khiến nhiều xí nghiệp bị phá sản, tình trạng thất nghiệp leo thang. Tuy nhờ sự viện trợ và giúp đỡ kinh tế của các quốc gia Tây Âu, nhưng Slovenia cũng phải mất gần 10 năm mới chấn hưng được kinh tế và thoát ra khỏi những trì trệ về chính trị nội bộ, và Slovenia đã trở thành thành viên của Cộng đồng Âu Châu vào năm 2004.

QUÁ TRÌNH ĐÒI ĐỘC LẬP CỦA CỘNG HÒA CROATIA

Tháng 12-1989, Cộng Hòa Croatia công bố luật Chính đảng và công nhận sinh hoạt chính trị đa đảng. Đầu năm 1990, một số đảng phái xuất hiện như Liên Đoàn Dân Chủ, Liên Minh Đồng Thuận Quốc

Gia, đảng Cộng Sản, Liên Minh Dân Chủ Xã Hội, Hiệp Hội Ủng Hộ Nhân Quyền, đảng Nông Dân, đảng Dân Chủ Thiên Chúa Giáo, đảng Xanh Lục... Tháng 2-1990, chính quyền Cộng hòa Croatia quyết định tổ chức trưng cầu dân ý, bầu cử Quốc hội và Tổng thống vào ngày 21-5-1990. Giống như tại Cộng hòa Slovenia, đại đa số cử tri Croatia đã bỏ phiếu tán đồng việc ly khai khỏi Liên bang, thành lập quốc gia độc lập. Trong khi đó, tuy những thành viên cộng sản hoàn toàn mất phiếu trong cuộc bầu cử quốc hội, nhưng Liên Minh Đồng Thuận Quốc Gia (CNA) có khuynh hướng trung gian vẫn thua phiếu rất xa đối với nhóm cực hữu là Liên Đoàn Dân Chủ do Franjo Tudjman lãnh đạo. Lý do là nhóm cực hữu đã đưa ra những lời tuyên bố mạnh mẽ đòi độc lập, khích động được khát vọng của đa số cử tri. Nhờ thế Franjo Tudjman cũng đắc cử Tổng thống với tỷ lệ rất cao.

Tháng 12-1990, tân Quốc hội Croatia công bố bản hiến pháp mới lấy tên nước là Cộng hòa Croatia, theo chế độ Tổng thống chế. Hiến pháp quy định Quốc hội gồm có hai viện: Thượng viện có 63 ghế, nhiệm kỳ 4 năm; Hạ viện có 138 ghế, nhiệm kỳ 4 năm. Trong khi đó, tám thành viên thuộc Hội đồng Chủ tịch Liên bang Nam Tư nhóm họp khẩn cấp vào ngày 15-5-1991, sau khi việc bỏ phiếu bầu tân Tổng thống Nam Tư bị thất bại. Theo đạo luật "*Luân Phiên Lãnh Đạo*" của Liên bang thì chức vụ tối cao này sẽ đến lượt phó Tổng Thống Nam Tư là ông Stipe Mesic, đại diện Cộng hòa Croatia, đảm nhiệm. Nhưng sự việc không thành vì Cộng hòa Serb lấy lý cớ sắc dân Croat đòi ly khai ra khỏi Liên bang. Tổng thống Nam Tư đương nhiệm là Borisav Jovic (dân Serb) tuyên bố chống lại ông Stipe Mseic vì ông này tuyên bố là nên giải thể Liên bang Nam Tư.

Ngày 25-6-1991, cùng với Cộng hòa Slovenia, Cộng hòa Croatia tuyên bố độc lập và chính thức ly khai khỏi Liên bang Nam Tư. Sự tuyên bố độc lập của Croatia không chỉ bị chính quyền Liên bang Nam Tư và Cộng hòa Serb chống đối mạnh mẽ, mà còn bị sắc dân Serb sống tại Croatia, được Cộng Hòa Serb xúi giục và cung cấp vũ khí, tổ chức vũ trang chống lại chính quyền Tudjman. Quân đội Liên bang được huy động tiến chiếm một số vùng đất của Croatia. Cộng Đồng Âu Châu phải kêu gọi ngưng chiến và đòi quân đội Nam Tư phải rút ra khỏi lãnh thổ Croatia. Ngày 5-8-1991, chính quyền Liên bang ra lệnh ngưng chiến trên toàn lãnh thổ Croatia, tuy có hiệu lực ở một vài nơi, nhưng vẫn "ngầm" khuyến khích sắc dân Serb tấn công vùng bờ biển Adriatic, và hai vùng Đông và Nam của Croatia.

Một cuộc đụng độ xảy ra tại thành phố Bratiskovcim khiến 5 nhân viên an ninh của Croatia bị tử thương đã làm cho cuộc ngưng bắn không còn hiệu lực, nội chiến lại bùng nổ khắp lãnh thổ Croatia. Đến ngày 6-8-1991, chính quyền Liên bang bất ngờ tuyên bố ngưng bắn kể từ 6 giờ sáng, vì dân Serb trong Cộng hòa Croatia đồng ý buông súng. Thêm vào đó, các lực lượng quân đội Liên bang và quân du kích Serb thực hiện ngay việc rút quân ra khỏi các vị trí kiểm soát của chính phủ Croatia một khoảng cách ít nhất không thể tấn công bằng súng liên thanh, bích kích pháo và súng lớn. Việc rút quân phải hoàn tất trước 6 giờ chiều ngày 7-8-1991. Croatia chấp nhận lệnh ngưng bắn nhưng yêu cầu Cộng Đồng Âu Châu đến giám sát, trong khi Cộng hòa Serb chống đối việc này.

Ngày 8-9-1991, cuộc chiến vẫn tiếp diễn chung quanh thành phố chiến lược Parkrac, sau đó mở rộng sang vùng Okucani, cách thủ đô Zagreb của Croatia 110 cây số, gần xa lộ chiến lược nối thủ đô Belgrad của Serb và Zagreb bị đóng. Ngày 22-9-1991, dưới áp lực của Liên Hiệp Quốc và Cộng Đồng Âu Châu, Bộ trưởng Quốc phòng Nam Tư là Veljko Kadijevic tuyên bố ngưng chiến. Quân đội Liên bang vội vã trút bỏ quân phục rút ra khỏi các căn cứ ở Zagreb khoảng 90 cây số về hướng Bắc gần biên giới Cộng hòa Serb. Trong mấy tháng nội chiến, số tử vong của hai bên đã lên đến 500 người. Mặc dù vẫn còn một vài vụ vi phạm ngưng chiến, viễn ảnh hòa bình bắt đầu ló dạng sau các cuộc họp giữa chính quyền Liên bang, chính quyền Croatia và ủy ban hòa giải của Cộng Đồng Âu Châu. Croatia đã chứng tỏ thế đoàn kết dân quân của mình trong các trận đánh ác liệt vây chặt 14 trong số 32 căn cứ của quân đội Liên bang đóng rải rác khắp nơi trên lãnh thổ Croatia.

Ngày 6-10-1991, chính quyền Croatia ban lệnh Tổng động viên để tăng cường lực lượng phòng thủ chống lại các hoạt động du kích của sắc dân Serb. Đến tháng 11-1991, quân du kích Serb được sự yểm trợ của quân đội Liên bang dùng xe tăng và phi cơ bắn hỏa tiễn vào thủ đô Zagreb của Croatia, cùng lúc cho quân tấn công vào thành phố Karlovac và tiến vào vùng Vukovar ở phía Đông Croatia, một căn cứ quan trọng mà quân Croatia tử thủ từ nhiều tháng qua. Sự kiện này làm vô hiệu hóa bản hòa ước ngưng bắn mới nhất do sáu nước trong Cộng Đồng Âu Châu đứng ra dàn xếp. Vì thế các ngoại trưởng của

Cộng Đồng Âu Châu đã phải họp khẩn để buộc các nước Cộng hòa ngưng bắn, nếu không sẽ cấm vận xăng dầu và đình chỉ buôn bán với Nam Tư. Cộng hòa Serb lên tiếng bác bỏ mạnh mẽ kế hoạch ngưng bắn mới của Cộng Đồng Âu Châu, và tuyên bố sẽ tận dụng mọi phương tiện để tiêu diệt sự ly khai đòi độc lập của Croatia.

Ngày 8-1-1991, trước sự ngoan cố của Nam Tư, bất tuân lệnh ngưng bắn lần thứ 12 của Cộng Đồng Âu Châu, Ngoại trưởng Hòa Lan là Hans Van Den Broekm đại diện cộng đồng, tuyên bố ban hành lệnh cấm vận kinh tế Nam Tư (lúc này Liên Bang Nam Tư nằm trong sự kiểm soát của Cộng hòa Serb). Hòa Lan quyết định hủy bỏ các ký kết mậu dịch, cấm nhập cảng vải, và loại Nam Tư ra khỏi danh sách các nước nhận viện trợ, khoảng gần 1 tỷ Mỹ kim. Lúc đó, Nam Tư trao đổi mậu dịch với Cộng Đồng Âu Châu vào khoảng 60% nhưng lại mua phần lớn nhiên liệu ở Trung Đông. Đa số dầu được chuyển đến Serb qua các ống dẫn dầu từ những hải cảng của Cộng hòa Croatia đang bị quân Serb và Liên bang kiểm soát. Cộng Đồng Âu Châu yêu cầu Liên Hiệp Quốc ra lệnh cấm bán dầu cho Cộng hòa Serb.

Ngày 20-11-1991 nhiều sự kiện căng thẳng đã xảy ra. Đó là vài ngày sau khi chiếm được thành phố Vukovar, quân Liên bang đổ lỗi cho quân đội Serb đã cắt cổ khoảng 41 trẻ em trước khi tháo chạy. Họ nói rằng đã tìm thấy xác các em nhỏ từ 5 đến 7 tuổi trong căn hầm của trường mẫu giáo ở Borovo Naselje. Chính quyền Croatia phủ nhận tin này và cho đây là kế hoạch tuyên truyền của quân đội Serb, yêu cầu Cộng Đồng Âu Châu và Hồng Thập Tự Thế Giới điều tra vụ này. Trong khi đó, nhiều chứng nhân gồm phóng viên ngoại quốc và ngay cả một số binh lính Serb đã chứng kiến quân Liên bang bắn chết 80 binh sĩ của Cộng hòa Croatia khi họ ra đầu hàng. Chính quyền Liên bang lại tố cáo quân bảo vệ Croatia đã quét sơn làm dấu các ngôi nhà của người Serb cư ngụ trong Cộng hòa Croatia, để khi phải rời khỏi thành phố Vukovar sẽ dùng dao và rìu giết chết những người này. Giới chức Croatia thì tố cáo quân đội Liên bang và du kích người Serb đã giam cầm những người tình nghi dù họ đang bị thương và đau ốm nặng. Vukovar là thành phố chiến lược của Croatia, từng được dân quân cố thủ suốt ba tháng trời dưới các trận mưa pháo kích kinh hoàng.

Sang đến tháng 12-1991, các trận đánh dữ dội vẫn tiếp diễn ở vùng bờ biển Adriatic và hai thành phố Osijek và Vinkovci phía Tây

Vukovar. Sau 12 lần nỗ lực dàn xếp ngưng bắn của Cộng Đồng Âu Châu bị thất bại, Liên Hiệp Quốc bắt đầu can thiệp. Ngày 16-12-1991, các nước trong Cộng Đồng Âu Châu công nhận hai nước cộng hòa Croatia và Slovenia. Trong khi đó, trưởng phái đoàn quân đội bảo vệ hòa bình của Liên Hiệp Quốc là Cyrus Vance, đã duyệt qua ranh giới thành phố Osijek và xác nhận việc vi phạm ngưng bắn của quân đội Liên bang vẫn tiếp diễn. Trong buổi hội đàm với Tổng thống Slobodan Milosevic của Cộng Hòa Serb và Bộ trưởng Quốc phòng Veljko Kadijevic của Liên bang Nam Tư, Cyrus Vance nói rằng việc ngưng bắn và kế hoạch hòa bình đã không được Liên bang Nam Tư thi hành nghiêm chỉnh, đồng thời, ông thông báo quyết định của Liên Hiệp Quốc đưa 10 ngàn quân vào bảo vệ hòa bình cho Croatia.

Trước đó, ngày 4-121991, để đáp lại đề nghị của Cộng Đồng Âu Châu, Quốc hội Croatia đã chấp thuận dành nhiều quyền tự trị cho 600 ngàn người Serb hiện đang sống tại Croatia để giải quyết vấn đề nội chiến. Theo quyết định này, Croatia sẽ để cho sắc dân Serb được độc lập về văn hóa, có tòa án và cảnh sát riêng do họ kiểm soát. Ngày 1-1-1992, Liên Hiệp Quốc gửi 15 ngàn quân Mũ Xanh đến Croatia để kiểm soát vấn đề ngưng bắn và giúp chống trả lại quân Serb. Các nước trong Cộng Đồng Âu Châu cũng bắt đầu viện trợ cho Croatia để ổn định kinh tế.

Dưới sự bảo vệ của đoàn quân Mũ Xanh Liên Hiệp Quốc, Croatia tổ chức bầu cử Hạ Viện vào tháng 2-1993: Liên Minh Dân Chủ chiếm 85 ghế, đảng Dân Chủ Thiên Chúa Giáo chiếm 14 ghế và một số đảng đối lập khác chiếm 39 ghế. Tháng 2-1993, Croatia tổ chức bầu cử Thượng Viện: Liên Minh Dân Chủ tiếp tục chiếm đa số với 37 ghế, đảng Dân Chủ Thiên Chúa Giáo chiếm 16 ghế và đảng Nông Dân chiếm 10 ghế.

Cộng Hòa Quốc Croatia rộng 56.500 cây số vuông và có 4,78 triệu dân, gồm 78% người Croat, 12,2% người Serb. Thủ phủ Croatia đặt tại Zagreb. Tuy được độc lập nhưng 13 lãnh thổ của Croatia vào lúc đó vẫn đang ở trong tình trạng bị quân du kích Serb chiếm đóng, cùng với sự hiện diện của 15 ngàn quân Mũ Xanh của Liên Hiệp Quốc. Trên nguyên tắc vào tháng 3-1995, đội quân Mũ Xanh của Liên Hiệp Quốc sẽ triệt thoái khỏi vùng Đông Klainer của Cộng hòa Croatia, do sự yêu cầu của Tổng thống Franjo Tudjman, nhưng vì tình hình chiến sự ở Bosnia vẫn tiếp diễn, và sợ quân đội Croatia tấn công vào các khu vực chiếm đóng của quân du kích Serb. nên Liên Hiệp Quốc vẫn duy trì một số quân ở lại để giữ hòa bình. Tháng 8-1995, chính quyền Croatia đã chiếm lại hầu hết các phần đất do du kích Serb chiếm đóng trước đây và ký Hiệp ước hòa bình với Bosnia và Cộng hòa Serb tại Paris vào ngày 14-12-1995.

CỘNG HÒA MACEDONIA TUYÊN BỐ ĐỘC LẬP

Việc Cộng hòa Slovenia và Croatia tuyên bố độc lập vào ngày 25-6-1991 đã đưa đến cuộc nội chiến giữa Cộng hòa Serb với Cộng hòa Croatia từ mùa Thu năm 1991. Cộng Hòa Macedonia thấy Liên bang Nam Tư khó tồn tại nên ngày 26-9-1991, Macedonia tổ chức trưng cầu dân ý việc ly khai khỏi Liên bang, và được đa số cử tri đồng ý. Căn cứ vào kết quả này, ngày 20-11-1991, Quốc hội Macedonia tuyên bố độc lập và công bố bản tân hiến pháp. Nhưng vào thời điểm này Macedonia chưa được Liên Hiệp Quốc và các quốc gia Tây Âu thừa nhận như là một quốc gia, vì vẫn không chịu đổi quốc kỳ và tên nước. Đến tháng 4-1993, Macedonia đổi tên nước thành Cộng Hòa Macedonia, thì liền được Liên Hiệp Quốc công nhận và từ đó nước này tái lập quan hệ ngoại giao với Đan Mạch, Đức, Pháp, Anh, Hòa Lan.

Cộng Hòa Macedonia rộng 20.571 cây số vuông, có dân số 2 triệu người gồm 68% người Macedonia, 20% người Albania, 5% người Thổ Nhĩ Kỳ, thủ phủ đặt tại Skopje. Sau khi độc lập, từ năm 1992 đến cuối năm 1993, người Albania từ Cộng Hòa Serb đã tràn qua biên giới đến định cư ở vùng Kombo, khiến cho tổng số nhân khẩu người Albania từ 20% vọt lên đến 40% dân số Macedonia. Trong khi đó, tình trạng kinh tế của Macedonia vốn đã suy thoái nay lại bị ảnh hưởng bởi sự chế tài của Liên Hiệp Quốc đối với tân Nam Tư (bao gồm hai Cộng hòa Quốc Serb và Montenegro), nên sinh hoạt nói chung rất khó khăn. Đặc biệt, đa số người Albania không tìm được việc làm nên gây ra nhiều tệ đoan trong xã hội. Tháng 1-1993, Quân đội Macedonia bắt giữ một tổ chức người Albania dự mưu đảo chánh để thành lập một nước Cộng Hòa riêng. Trước tình hình bất ổn này, Hội Đồng Bảo An Liên Hiệp Quốc đã quyết định gửi 300 quân Mũ Xanh đến bảo vệ vùng biên giới Macedonia.

NỘI CHIẾN Ở CỘNG HÒA BOSNIA-HERZEGOVINA

Cộng Hòa Bosnia-Herzegovina rộng 51.200 cây số vuông, có dân số vào khoảng 4,4 triệu người gồm 44% người Hồi Giáo, 33% người Serb sống ở thôn quê và 18% người Croat, thủ phủ đặt tại Sarajevo. Năm 1990, Cộng hòa Bosnia-Herzegovina chưa dự tính tách rời khỏi Liên bang như hai Cộng hòa Slovenia và Croatia, mặc dù vẫn tổ chức bầu cử quốc hội và công bố bản tân hiến pháp, theo chế độ chính trị đa đảng. Tân hiến pháp được công bố vào tháng 6-1990, quy định quốc hội có một viện gồm 240 ghế. Tháng 11-1990, Bosnia-Herzegovina tổ chức bầu cử quốc hội với kết quả là đảng Dân Chủ Hành Động chiếm 86 ghế, đảng Dân Chủ Serb chiếm 72 ghế, Liên Minh Dân Chủ người Croatia chiếm 44 ghế, và 39 ghế còn lại dành cho các đảng phái khác.

Ngày 3-3-1992, Cộng hòa Bosnia-Herzegovina chính thức tuyên bố độc lập, được Hoa Kỳ và các nước trong Cộng Đồng Âu Châu công nhận. Chính quyền Cộng hòa Bosnia-Herzegovina do sắc dân Hồi Giáo nắm giữ, vì vậy người Serb chống lại quyết định độc lập kể trên, và vì được sự hậu thuẫn của Cộng Hòa Serb nên họ đã tổ chức vũ trang chống lại chính quyền Hồi Giáo, khiến cho cuộc nội chiến bùng nổ giữa ba sắc dân: người Serb (*được sự ủng hộ của Tân Liên bang Nam Tư*); người Croatia và người Hồi Giáo (*lúc đầu được sự ủng hộ của Cộng hòa Croatia*). Cuộc nội chiến phát khởi từ tháng 4-1992, mỗi ngày một lớn, khiến cho 6/10 dân số trở thành dân tỵ nạn với 2 triệu 780 ngàn người, và số tử vong lên đến hơn 200 ngàn người.

Cuộc chiến ở Bosnia-Herzegovina trải qua năm giai đoạn như sau.

Giai đoạn I, bắt đầu từ tháng 4-1992 kéo dài đến tháng 12-1992.

Hai sắc dân Croat và Hồi giáo, dưới sự ủng hộ của Cộng hòa Croatia liên minh với nhau chống lại sắc dân Serb được sự ủng hộ mạnh mẽ của Tân Liên bang Nam Tư, đứng đầu là Cộng hòa Serb. Lực lượng quân sự của hai bên gồm khoảng 40 ngàn binh sĩ, sử dụng hầu như toàn bộ vũ khí nặng gồm có máy bay, xe tăng, trọng pháo và cuộc chiến mở rộng khắp lãnh thổ Bosnia. Trong giai đoạn này, Hội Đồng Bảo An Liên Hiệp Quốc đã đưa 14 ngàn quân Mũ Xanh vào Bosnia-Herzegovina để giúp đỡ quốc gia này chống trả lại các cuộc tấn công và tàn sát của quân Serb.

Giai đoạn II, bắt đầu từ đầu năm 1993 đến tháng 5-1993.

Người Croatia và Hồi Giáo không còn ở thế liên minh với nhau để chống lại người Serb mà lại quay sang thù địch. Hai sắc dân Croat và Hồi Giáo tấn công lẫn nhau để chiếm vùng Nam Trung Bộ Bosnia, từ đó cuộc nội chiến trở thành tay ba giữa sắc dân Croatia, Hồi giáo và Serb. Để giải quyết cuộc nội chiến, tháng 1-1993, Liên Hiệp Quốc tổ chức Hội Nghị về Hòa Bình tại Luân Đôn. Giải pháp hòa bình của Cộng Đồng Âu Châu và Liên Hiệp Quốc là chia Bosnia-Herzegovina làm 10 khu vực tự trị. Lý do là vùng đất này có ba sắc dân lớn là người Serb, Hồi Giáo và Croat. Mỗi sắc dân sẽ chiếm ba vùng tự trị, không có cơ chế trung ương tập quyền cấp quốc gia, còn khu vực thủ đô Sarajevo thì phi quân sự hóa, ba nhóm cùng kiểm soát. Sắc dân Croat và Hồi Giáo cùng đồng ý giải pháp này, nhưng người Serb cực lực chống đối vì cho là phạm vi đang chiếm đóng bị thu nhỏ. Vào thời điểm này, quân du kích Serb kiểm soát 72% lãnh thổ, trong khi quân Croat kiểm soát 19% và quân Hồi Giáo kiểm soát có 9% lãnh thổ.

Giai Đoạn III: bắt đầu từ tháng 6-1993 đến tháng 2-1994

Vào tháng 6-1993, Hội nghị hòa bình tái nhóm, hai sắc dân Croat và Serb có ý muốn giải quyết cuộc nội chiến bằng giải pháp chính trị nên đồng ý đề nghị hòa bình của Cộng Đồng Âu Châu. Đó là giải pháp ba dân tộc thành lập ba Cộng hòa quốc trong thể chế Liên bang. Nhóm Hồi Giáo cầm quyền tại Bosnia chống đối, cho rằng vấn đề trên không thực tế nên từ chối tham gia cuộc thảo luận. Cũng trong khi đó, một số người Hồi Giáo khác chiếm thành phố Buhati nằm ở phía Tây Bắc của Bosnia, tuyên bố thành lập khu tự trị độc lập. Nhóm Hồi Giáo đòi tự trị ở thành phố Buhati đơn phương ký hiệp định hòa bình với sắc dân Croat và Serb vào ngày 19 và 22-10-1993, tạo ra tình trạng phân rã trong nội bộ sắc dân Hồi Giáo.

Sắc dân theo đạo Hồi cầm quyền ở Bosnia cho rằng nhóm Hồi Giáo đòi tự trị ở Buhati vi phạm hiến pháp nên đã xua quân tới đàn áp, lực lượng người Serb và Croat phải giúp đỡ nhóm Hồi Giáo đòi tự trị này để chống trả lại quân chính quyền, khiến cho cuộc nội chiến biến thành sự xung đột giữa bốn nhóm. Vào thời gian đó, nhiều cuộc đụng độ cho thấy là người Serb liên minh với người Croat để chống lại chính quyền Hồi Giáo. Ngày 29-11-1993, đại diện ba nhóm Hồi Giáo, Serb và Croat đã cùng với ngoại trưởng 12 nước trong Cộng đồng Âu Châu tham dự Hội Nghị Hòa Bình tại Genève. Đại diện của ba nhóm chính thức đồng ý giải phải thành lập ba Cộng hòa trong thể chế Liên bang. Trong Hội nghị này, Cộng Đồng Âu Châu đề nghị sắc dân Serb và Cộng hòa Serb nhượng cho nhóm Hồi Giáo từ 3 đến 4% lãnh thổ chiếm đóng, thì Cộng hòa Serb sẽ được bỏ lệnh cấm vận.

Đến ngày 20-12-1993, Hội nghị hòa bình tái nhóm tại trụ sở Liên Hiệp Quốc ở Genève. Hai vấn đề đã được đưa ra thảo luận theo sự đòi hỏi của nhóm Hồi Giáo đang cầm quyền tại Bosnia trong việc thành lập ba nước Cộng hòa là: 1) Nhóm Hồi giáo sẽ chiếm 1/3 lãnh thổ; 2) Lãnh thổ từ vùng Trung Bosnia trải dài đến vùng biển Adriatic sẽ thuộc về nhóm Hồi Giáo. Hai sắc dân Serb và Croat không chấp nhận hai đòi hỏi đó nên không tham dự Hội nghị, trong lúc Tổng thống Tudjman của Cộng hòa Croatia và Tổng thống Milosevic của Cộng hòa Serb đưa ra một đề nghị mới về việc phân chia lãnh thổ Bosnia, nhưng nhóm Hồi Giáo lại không đồng ý. Đến ngày 23-12-1993, Hội nghị chuyển về trụ sở Cộng Đồng Âu Châu ở Brussel, nhưng cũng không giải quyết được, vì nhóm Hồi Giáo lại đòi hỏi các sắc dân Croat và Serb phải nhượng từ 3 đến 4% phần đất đang chiếm lại cho nhóm Hồi Giáo, trong khi họ tiếp tục đưa quân tấn công các cứ điểm của hai sắc dân Croat và Serb.

Ngày 22-1-1994, cục diện tại Bosnia trở nên căng thẳng khi quân du kích Serb bắn trọng pháo vào Thủ đô Sarajevo khiến cho nhiều thường dân bị thiệt mạng. Sự kiện này khiến Liên Hiệp Quốc ra quyết nghị lên án, và khối quân sự NATO đòi quân du kích Serb phải triệt thoái tất cả những loại vũ khí hạng nặng ra khỏi Thủ đô Sarajevo trong vòng 10 ngày, nếu không sẽ dùng không lực oanh tạc. Phe Serb ra tuyên cáo phản đối, nhưng sau đó, do áp lực của khối NATO, đồng thời hai nhóm Hồi Giáo và Serb đã thảo luận trực tiếp nên quân du kích Serb đồng ý triệt thoái các loại súng hạng nặng ra khỏi Sarajevo.

Giai Đoạn IV: bắt đầu từ tháng 3-1994 đến tháng 10-1994

Ngày 26-2-1994, dưới sự hỗ trợ của Bộ ngoại giao Hoa Kỳ, đại diện của nhóm Hồi Giáo cầm quyền ở Bosnia, Cộng hòa Croatia và nhóm du kích quân Croat tại Bosnia tham dự hội nghị tại Hoa Thịnh Đốn để thảo luận về thế liên minh giữa sắc dân Hồi Giáo và Croat nhằm chống lại sắc dân Serb. Hội nghị tập trung thảo luận việc thành lập một chính quyền Liên bang giữa sắc dân Hồi Giáo và Croat theo 2 tiến trình: 1) Chính quyền Hồi Giáo ở Bosnia sẽ cùng với quân du kích Croat thành lập "Liên minh Quốc gia"; 2) Sau đó, "*Liên minh Quốc gia*" ở Bosnia sẽ cùng với Cộng hòa Croatia thành lập "Liên bang Quốc gia". Đến ngày 3-3-1994, các phía đều đồng ý giải pháp này và thành lập "Ủy Ban Hành Động" gồm đại diện ba bên để thảo luận về các vấn đề kỹ thuật. Trong hai tuần đầu của tháng 3-1994, ba nhóm sẽ: 1) Soạn thảo bản Hiến pháp "Liên Minh Quốc gia" cho Bosnia; 2) Soạn thảo một số nguyên tắc căn bản trong việc thành lập Liên bang Quốc gia; 3) Soạn thảo hiệp định quân sự chung; 4) Chuẩn bị việc cơ cấu hóa Liên minh Quốc gia và Liên bang Quốc gia.

Trong việc thống hợp thành Liên minh Quốc gia giữa sắc dân Croat và Hồi Giáo ở Bosnia, vấn đề thành lập 1 bộ chỉ huy quân sự chung được thảo luận rốt ráo và đã đưa đến quyết định: 1) Tiếp tục duy trì tình trạng tổ chức như hiện nay; 2) Chấm dứt tình trạng chống đối lẫn nhau giữa quân đội hai bên; 3) Triệt thoái tất cả những quân đội ngoại nhập, ngoại trừ đội quân Mũ xanh của Liên Hiệp Quốc, từ đó, từng bước sẽ thành lập bộ tư lệnh chung. Sự liên kết giữa hai nhóm Hồi Giáo và Croat đã làm cho nhóm Serb bực tức và tìm cách ngăn chặn. Ngày 1-4-1994, Quốc hội Bosnia thông qua bản Hiến pháp thành lập Liên minh Quốc gia, theo đó, nhiệm kỳ của Tổng thống chính quyền Liên minh Quốc gia tại Bosnia là 4 năm, hai sắc dân Hồi Giáo và Croat sẽ thay phiên nhau lãnh đạo hàng năm, khi người đại diện của một sắc dân lên làm Tổng thống, thì đại diện của sắc dân kia làm phó Tổng thống. Nội các gồm có Thủ tướng và các Bộ trưởng. Sắc dân Croat chiếm 1/3 ghế trong nội các. Quốc hội có hai viện: Thượng viện có số đại biểu đồng đều của hai sắc dân Hồi Giáo và Croat, những vấn đề sắc tộc sẽ được giải quyết ở Thượng viện. Liên bang sẽ được hình thành giữa Liên minh Quốc gia ở Bosnia với Cộng hòa Croatia trong tương lai, hai bên giữ nguyên chủ quyền, nhưng hợp tác về quân sự và liên minh về thuế khóa, tiền tệ.

Trong khi sắc dân Hồi Giáo và Croat tạo thế liên minh, thì quân du kích Serb gia tăng áp lực quân sự quanh thủ đô Sarajevo và Golajude là khu dân cư của nhóm Hồi Giáo, khiến NATO phải dùng không quân thả bom vào 6 căn cứ của quân Serb để buộc Serb phải rút quân ra khỏi Sarajevo và vùng Golajude. Sau đó, Hội Nghị Hòa Bình tái nhóm tại Genève gồm có đại diện ba phía với Liên Hiệp Quốc vào giữa tháng 4-1994. Trong hội nghị này, nhóm Hồi giáo và nhóm Croat đứng chung một vị thế là Liên minh Quốc gia, đối thoại với quân du kích Serb và đại diện Liên Hiệp Quốc, nhưng hội nghị cũng không đạt kết quả. Đến ngày 5-7-1994, Hoa Kỳ, Nga, Anh, Pháp và Đức đã cùng đề nghị việc phân chia lãnh thổ Bosnia để chấm dứt cuộc chiến như sau: 1) Liên minh Quốc gia của hai sắc dân Hồi Giáo và Croat ở Bosnia chiếm 51% lãnh thổ, sắc dân Serb chiếm 49%; 2) Thủ đô Sarajevo đặt dưới sự quản lý của Liên Hiệp Quốc; 3) Thành phố Mostal sẽ do Cộng Đồng Âu Châu quản lý.

Năm nước hòa giải còn đưa ra điều kiện là nếu quân du kích Serb chấp nhận đề nghị này, Liên Hiệp Quốc sẽ giải tỏa cấm vận Tân Liên Bang Nam Tư. Nếu không, thì không những Liên Hiệp Quốc tiếp tục duy trì cấm vận mà còn cho chính quyền Hồi Giáo được phép mua vũ khí và oanh tạc những vùng đất chiếm đóng của quân du kích Serb. Đề nghị này đã đặt lực lượng Serb vào tình thế khó xử vì họ đang kiểm soát 72% lãnh thổ, nếu chấp nhận họ sẽ mất một số đất và số dân đã cùng chiến đấu trong nhiều năm qua. Vì vậy, du kích Serb tại Bosnia tuyên bố không chấp nhận đề nghị của năm quốc gia, trong khi Cộng hòa Serb vì muốn Liên Hiệp Quốc bãi bỏ cấm vận để cứu nguy kinh tế nên cố gắng thuyết phục quân du kích chấp thuận. Tổng thống Milosevic gửi khuyến cáo đến ông Radovan Karadzic, thủ lãnh của du kích Serb, cho biết nếu không chấp nhận đề nghị hòa bình nêu trên, Cộng hòa Serb sẽ đóng cửa biên giới và đoạn tuyệt với lực lượng du kích Serb. Trước những áp lực này, ngày 3-8-1994, Hội đồng cán bộ của quân du kích Serb đã phải họp đến lần thứ ba để thảo luận về đề nghị của 5 nước, nhưng các đại biểu vẫn bỏ phiếu không tán đồng. Ngày 4-8-1994, Tổng thống Milosevic của Cộng Hòa Serb tuyên bố đoạn giao với lực lượng du kích Serb tại Bosnia.

Ngày 22-9-1994, Hội đồng bảo an Liên Hiệp Quốc ra quyết nghị nới lỏng việc chế tài Tân Liên Bang Nam Tư (Cộng hòa Serb và Cộng hòa Montenegro), trong khi vẫn chế tài quân du kích Serb. Quân đội của khối NATO bắt đầu oanh tạc một số căn cứ của quân Serb quanh Thủ đô Sarajevo. Cuộc nội chiến Bosnia tái bùng nổ với sự phản công mạnh mẽ của quân du kích Serb vào các vùng kiểm soát của quân đội Mũ Xanh Liên Hiệp Quốc cũng như những cứ điểm của Liên minh Quốc gia (Hồi giáo và Croat). Cuộc chiến không chỉ bùng nổ ở Cộng hòa Bosnia-Herzegovina mà còn lan rộng đến Cộng hòa Croatia, đặc biệt là vùng Klainer, nơi quân du kích Serb vẫn chiếm đóng, chống lại quyết định tuyên bố độc lập của Cộng hòa Croatia.

Giai Đoạn V: bắt đầu từ tháng 11-1994 đến tháng 12-1995

Ngày 19-11-1994, Cựu Tổng thống Carter của Hoa Kỳ thảo luận với Radovan Karadzic, lãnh tụ của lực lượng du kích quân Serb tại Bosnia về một đề nghị đình chiến. Sau đó, ông Carter họp báo cho biết du kích quân Serb đã đồng ý: 1) Đình chiến 4 tháng hoặc có thể kéo dài nếu có sự đồng ý của các bên liên hệ; 2) Thảo luận chi tiết về kế hoạch đình chiến vĩnh viễn; 3) Thảo luận lại đề nghị hòa bình của năm quốc gia Hoa Kỳ, Pháp, Anh, Nga và Đức; 4) Trong thời gian đình chiến, quân đội Mũ Xanh Liên Hiệp Quốc bảo đảm sự tự do đi lại. Những đề nghị này đã được lực Liên minh Quốc gia (sắc dân Hồi giáo và Croat) đồng ý. Ngày 23-12-1994, đại diện của quân du kích Serb và Liên minh Quốc gia ký văn kiện đình chiến 4 tháng, có hiệu lực từ ngày 1-1-1995.

Trong thời gian đình chiến, tuy vẫn xảy ra một số giao tranh ở khu tự trị Buhati và chung quanh khu vực Thủ đô Sarajevo, nhưng nói chung, đây là cuộc đình chiến dài nhất trong cuộc nội chiến. Sau thời hạn 4 tháng, Liên Hiệp Quốc muốn thuyết phục các phe liên hệ tiếp tục kéo dài để đưa đến việc đàm phán đình chiến vĩnh viễn, nhưng bất thành. Ngày 15-5-1995, cuộc chiến bộc phát trở lại khi quân du kích Serb tấn công vào quân đội Hồi Giáo tại Thủ đô Sarajevo. Quân đội khối NATO đã oanh tạc các căn cứ của quân du kích Serb. Để trả thù, quân Serb tấn công vào các vị trí kiểm soát của quân đội Mũ Xanh Liên Hiệp Quốc và bắt giữ 370 người làm con tin. Sự kiện này khiến cho lực lượng Liên Hiệp Quốc tại Bosnia và khối quân sự NATO lúng túng. Trước đây, du kích quân Serb đã từng bắt giữ con tin sau các cuộc oanh tạc của khối quân sự NATO, nhưng lần này số người bị bắt quá nhiều đã làm cho nội bộ các nước Âu Châu bất đồng quan điểm, một số nước đề nghị Liên Hiệp Quốc nên gấp rút triệt thoái để tránh bị sa lầy.

Ngày 31-5-1995, Hội đồng Bảo an Liên Hiệp Quốc nhóm họp nhằm thảo luận 4 giải pháp như sau: 1) Triệt thoái quân đội ra khỏi Bosnia; 2) Giữ nguyên hiện trạng; 3) Tăng cường sức mạnh quân sự để trấn áp lực lượng du kích bằng sự tham gia của nhiều nước; 4) Thay đổi mục tiêu và nhiệm vụ của lực lượng Mũ Xanh tại Bosnia.

Hội nghị đã loại bỏ ba giải pháp đầu, tập trung thảo luận giải pháp số 4. Trong khi đó, khối NATO thực hiện các cuộc oanh tạc để đòi quân Serb phải phóng thích con tin, và đề nghị thành lập lực lượng đặc nhiệm với khoảng 10 ngàn quân của 15 nước Âu Châu, phần lớn là của Anh, Pháp và Hòa Lan để yểm trợ lực lượng Mũ Xanh của Liên Hiệp Quốc trang việc tái phối trí tại Bosnia. Tổng thống Slobodan Milosevic của Cộng hòa Serb cũng tìm cách thuyết phục quân du kích Serb phóng thích con tin.

Ngày 13-6-1995, Radovan Karadzic, thủ lãnh du kích quân Serb tuyên bố phóng thích toàn bộ con tin. Ngày 16-6-1995, Hội đồng bảo an Liên Hiệp Quốc bỏ phiếu tán đồng việc thành lập lực lượng đặc nhiệm gồm 15 ngàn quân của ba nước Anh, Pháp và Hòa Lan, nhưng khi đề cập đến vấn đề chi phí cho lực lượng đặc nhiệm này, vào khoảng 400 triệu Mỹ kim cho 6 tháng công tác mà các nước phải chia nhau đóng góp, thì gặp trở ngại. Lý do là Quốc hội Hoa Kỳ không đồng ý về sự đóng góp này, nên chính phủ Mỹ chần chừ trong việc quyết định. Trong khi đó, từ ngày 15-6-1995, chính quyền Liên Minh Quốc gia tại Bosnia đã huy động 30 ngàn quân mở các cuộc hành quân tấn công vào các cứ điểm của du kích quân Serb quanh Thủ đô Sarajevo với mục tiêu giải phóng khu vực này. Liên Hiệp Quốc yêu cầu chính quyền Liên Minh Quốc gia đình chỉ các cuộc tấn công vì lo sợ các cuộc phản kích của du kích quân Serb.

Ngày 14-11-1995, dưới áp lực của Hoa Kỳ, các phe liên hệ tham dự hội đàm đình chiến tại Dayton, tiểu bang Ohio, Hoa Kỳ, và đi đến quyết định đồng ý đình chiến trong một biên bản ký tạm vào ngày 21-11-1995. Đại diện của ba phe Bosnia, Cộng hòa Serb và Croatia gặp nhau tại Paris và chính thức ký kết hiệp định chấm dứt chiến tranh vào ngày 14-12-1995, và hai phía đồng ý nguyên tắc chia đôi lãnh thổ theo tỷ lệ Liên minh Quốc gia của hai sắc dân Hồi Giáo và Croat ở Bosnia chiếm 51%; sắc dân du kích Serb chiếm 49%. Cuộc nội chiến ở Bosnia-Herzegovina tuy chấm dứt vào đầu năm 1996 nhưng lực lượng Mũ Xanh Liên Hiệp Quốc vẫn ở lại đây đến năm 1998.

TÂN CỘNG HÒA NAM TƯ RA ĐỜI

Mặc dù có một số Cộng Hòa Quốc tách ra khỏi Liên Bang, nhưng hai nước Cộng Hòa Serb và Montenegro vẫn quyết định duy trì Liên

Bang Nam Tư, tuy không được thế giới công nhận vì Serb vẫn tiếp tục các cuộc chiến tranh xâm chiếm đất đai của Cộng hòa Bosnia-Herzegovina. Tân Cộng Hòa Liên Bang Nam Tư có diện tích 100 ngàn 217 cây số vuông với dân số 11 triệu người, trong đó sắc dân Serb chiếm 65%, còn lại là người Albania, Hồi Giáo và Croat. Cộng Hòa Liên Bang Nam Tư nay bao gồm: Cộng Hòa Serb rộng 88.300 cây số vuông, có 9,8 triệu dân (65% người Serb,17% người Albania, 2,4% Hồi Giáo, 1,1% người Croat); Cộng Hòa Montenegro rộng 8.700 cây số vuông, có dân số khoảng 1,1 triệu người, đa số là người Serb; thêm hai vùng tự trị là Kosovo ở miền Nam Cộng Hòa Serb rộng 5.203 cây số vuông, có dân số 2 triệu người hầu hết là người Alabania, số ít còn lại là người Serb, Croat, và khu Tự Trị Vojodina ở phía Bắc Cộng Hòa Serb rộng 4.432 cây số vuông, có dân số 2 triệu người đa số là người Serb.

Sau khi hai nước Cộng Hòa Serb và Montenegro tuyên bố duy trì Tân Liên bang Nam Tư vào ngày 27-4-1992, Quốc hội Liên bang cũ đã công bố bản hiến pháp mới vào đầu tháng 5-1992, quy định Quốc hội Liên bang có 2 viện: Viện Dân Sự có 138 ghế (Cộng hòa Serb chiếm 108 ghế và Cộng hòa Montenegro chiếm 30 ghế). Viện Cộng Hòa có 40 ghế, chia đều cho mỗi nước Cộng hòa 20 ghế. Tháng 12-1992, Liên Bang tổ chức bầu cử Viện Dân Sự với kết quả là đảng Xã Hội Serb chiếm 47 ghế, đảng Cấp Tiến Serb chiếm 34 ghế, Phong Trào Dân Chủ Serb chiếm 30 ghế và đảng Dân Chủ Xã Hội Montenegro chiếm 17 ghế, còn lại là những ghế dành cho các cá nhân ra ứng cử độc lập. Tháng 6-1993, Tân Liên bang tổ chức bầu cử Tổng thống, ông Zoran Lilié gốc người Serb thắng cử, nhưng chức vụ này chỉ có tính cách nghi lễ.

Mặc dù chính quyền Tân Liên bang Nam Tư được thành lập, nhưng trên thực tế, gần như Cộng hòa Serb chi phối hoàn toàn các sinh hoạt chính trị, xã hội trong toàn Liên bang. Cộng hòa Serb đã giúp người Serb trong Cộng hòa Croatia nổi dậy chống quyết định độc lập của người Croat, sau đó lại yểm trợ người Serb trong Cộng hòa Bosnia-Herzegovenia chống chính quyền người Hồi Giáo, khiến cho cuộc nội chiến bùng nổ rộng lớn, đe dọa hòa bình của các nước vùng Balkan và của vùng Trung Âu. Vì vậy, từ tháng 5-1992, Hội đồng Bảo an Liên Hiệp Quốc ra quyết nghị tiếp tục chế tài Tân Liên Bang Nam Tư bằng cách bao vây kinh tế. Do đó, bước vào năm 1993, tình trạng kinh tế của Tân Liên Bang Nam Tư bị khủng hoảng trầm trọng, lạm phát gia tăng với tốc độ phi mã (mỗi tháng tăng lên từ 100% đến 300%). Từ đó, vào tháng 8-1993, chính quyền Liên Bang phải thực hiện chính sách nhà nước trực tiếp quản lý giá cả nhu yếu phẩm để kiểm soát nạn lạm phát.

Sau khi cùng với Cộng hòa Montenegro thành lập Tân Liên bang Nam Tư, Cộng hòa Serb tổ chức tổng tuyển cử vào tháng 12-1992, với kết quả là đảng Xã Hội Serb chiếm ưu thế, nên Slobodan Milosevic, Chủ tịch đảng này được bầu làm Tổng thống. Mặc dù vậy, đảng Xã hội phải thành lập chính quyền liên hiệp với đảng Cấp Tiến Serb, khuynh hữu. Đến tháng 9-1993, vì bất đồng quan điểm trong việc cung cấp vũ khí cho du kích quân Serb tại Bosnia, đảng Cấp Tiến rút lui khỏi nội các và đệ trình lên Quốc hội Quyết nghị bất tín nhiệm nội các của Tổng thống Milosevic. Tổng thống Milosevic bất mãn, tuyên bố giải tán Quốc hội, cho tổ chức tuyển cử lại vào tháng 12-1993. Lần này, đảng Xã Hội của Tổng thống Milosevic thắng lớn, chiếm 123 ghế trong số 250 ghế của Quốc hội, trong khi đảng Cấp Tiến chỉ còn có 39 ghế, đảng Dân Chủ chiếm 31 ghế.

Ngày 21-11-1995, Milosevic cử đại diện tham dự cuộc hội đàm đình chiến tại Bosnia ở thành phố Dayton, tiểu bang Ohio Hoa Kỳ. Ngày 14-12-1995, Hiệp định đình chiến được ký kết chính thức tại Paris giữa Milosevic đại diện Serb, với đại diện Bosnia và đại diện Croatia. Tháng 5-1996, tòa án quốc tế tại Hòa Lan chính thức xúc tiến hồ sơ truy tố các tội phạm chiến tranh trong đó có hồ sơ tội ác của Slobodan Milosevic. Liên Hiệp Quốc chính thức bãi bỏ cấm vận Tân Nam Tư vào ngày 1-10-1996, sau khi Bosnia tổ chức thành công cuộc bầu cử tự do. Ngày 17-11-1996, Tân Nam Tư tổ chức cuộc tuyển cử hội đồng nhân dân các cấp địa phương. Các đảng phái không cộng sản chiếm ưu thế nhưng Milosevic không chịu công nhận kết quả khiến cho quần chúng tụ tập biểu tình phản đối kéo dài hơn 77 ngày, trong khi đó quân đội tuyên bố không đàn áp đoàn biểu tình nên Milosevic đã phải nhượng bộ và công nhận kết quả.

Lúc đó, tình hình kinh tế của Tân Nam Tư bị suy thoái toàn diện vì sự cô lập của thế giới do đường lối cai trị độc tài của Milosevic; nhưng vì muốn tiếp tục giữ địa vị tổng thống thêm nhiệm kỳ thứ 3 nên Milosevic đã tìm mọi cách gian lận để tiếp tục 'đắc cử' trong kỳ bầu cử vào tháng 7-1997. Kể từ thời điểm này, Milosevic ở trong tình trạng tứ bề thọ địch. Ở bên ngoài thì bị thế giới phong tỏa kinh tế và lên án là độc tài, ở bên trong thì bị các nhóm đối lập tổ chức biểu tình chống đối ngày một quyết liệt. Trong tình hình đó, đáng lý Milosevic phải thoái lui nhưng ông vẫn cương quyết ôm cứng quyền lực vào trong tay. Thậm chí, trong cuộc bầu cử tổng thống vào ngày 24-9-2000, Milosevic đã bị đánh bại bởi ứng cử viên tổng thống độc lập Vojislav Kostunica, nhưng Milosevic lại không chịu công nhận kết quả. Trước sự ngoan cố của Milosevic, các đảng phái, các tổ chức tôn giáo và xã hội đã đoàn kết đứng sau lưng Vojislav Kostunica tổ chức các cuộc biểu tình đòi Milosevic phải thoái nhiệm. Trước áp lực của quần chúng quá mạnh, trong khi quân đội và cảnh sát không chấp hành mệnh lệnh với lý do '*không thể bắn vào nhân dân*', Milosevic phải tuyên bố chuyển giao quyền lãnh đạo cho Vojislav Kostunica vào ngày 5-10-2000.

IV- KẾT LUẬN

Sự tan rã của Liên Bang Nam Tư, trên bề mặt là do những xung đột về chủng tộc và cuộc nội chiến giữa các Cộng hòa quốc, là hệ quả của những tranh giành lãnh thổ giữa các chủng tộc, pha lẫn màu sắc tôn giáo. Nhưng bên trong, chính sự bế tắc của đường lối kinh tế Cộng sản (mặc dù Nam Tư đã áp dụng nền kinh tế thị trường xã hội chủ nghĩa từ thập niên 70), và những tác động của Đông Âu, đã làm cho các Cộng hòa quốc nương theo những khủng hoảng này mà tuyên bố độc lập. Mặc dù sự tan rã đảng Cộng Sản Nam Tư không giống như các nước Đông Âu qua những cuộc tuyển cử tự do chính thức, nhưng sự tách rời của các Cộng hòa quốc đã làm cho Liên Minh Những Người Cộng Sản Nam Tư từng bước suy yếu và biến thái dưới nhiều hệ phái khác nhau trong mỗi Cộng hòa quốc.

Trước Thế Chiến Thứ Hai, Nam Tư là vùng tranh chấp của nhiều sắc tộc, nhưng sở dĩ Josip Broz Tito thống nhất và quy tụ được các sắc tộc ở đây về một mối là nhờ guồng máy bạo lực Cộng sản. Mộng của Tito không khác gì Stalin là bành trướng thế lực Cộng sản do ông ta lãnh đạo đến toàn vùng Balkan. Stalin biết rõ tham vọng của Tito nên đã ra tay trước bằng cách khai trừ và cô lập Nam Tư ra khỏi Quốc Tế Cộng Sản, nên mộng của Tito đã không thành. Sau khi Tito mất, cây đại thụ của chế độ bị đốn ngã, một khoảng trống lãnh đạo đã xuất hiện trong Liên Bang Nam Tư, và từ đó các phe nhóm (giữa các cộng hòa quốc) bắt đầu tranh giành quyền lực, từng bước đưa đến sự suy thoái nội bộ, làm tan rã Nam Tư. Vì vậy, điểm khác của Nam Tư so với cuộc cách mạng ở các nước Đông Âu cũ là phong trào đấu tranh quần chúng không bộc phát mạnh mẽ bằng các cuộc biểu tình đòi tự do dân chủ, mà tiềm ẩn dưới chủ trương đòi tự trị, xung đột sắc tộc.

Vấn đề tranh chấp sắc tộc ở Cộng hòa Bosnia-Herzegovina là hình ảnh thu nhỏ của vấn đề sắc tộc tại Liên bang Nam Tư trước khi tan rã. Năm 1945, Tito thống nhất Nam Tư, công nhận quyền tự trị của các sắc tộc nhằm làm dịu bớt những xung đột, nhưng không thể giải quyết được vấn đề sắc tộc từ gốc rễ. Lý do là trong các sắc tộc của Liên Bang Nam Tư, người Serb đông nhất chiếm đến 60% dân số, còn các sắc dân khác không thiết tha gì đến việc duy trì sự tồn tại của Liên bang. Mặt khác các khu vực kinh tế trong Liên bang Nam Tư không phát triển đồng đều, nhiều sắc dân ở những khu vực có nền kinh tế phát triển như Slovenia thấy không có lợi khi nằm trong Liên bang nên đã tìm cách ly khai. Trong khi đó, để xóa bỏ khoảng cách trên, chính quyền Cộng sản Nam Tư đã áp dụng chính sách "bình sản", tức là lấy nơi giàu chia cho nơi nghèo, và việc này đã làm gia tăng mầm đối kháng trong nội bộ các nước.

Mặt khác, chính sách tự quản của Tito là nguyên nhân chính đưa đến sự phân ly của các Cộng hòa. Chính sách phi trung ương tập quyền đưa ra từ đầu thập niên 70, với việc chấp nhận cho các Cộng hòa quốc và Khu Tự Trị có quyền hạn ngang hàng với chính quyền Liên bang khi biểu quyết những chính sách quan trọng của Liên bang, sự phân tán quyền lực kinh tế và gia tăng quyền lực chính trị cho các Cộng hòa và Khu Tự Trị đã tạo điều kiện cho các sắc dân muốn thoát khỏi sự chi phối của người Serb. Khi Tito mất, mầm mống của cuộc khủng hoảng chính trị ở Nam Tư đã bộc phát, chính quyền Liên bang trên thực tế không còn khả năng điều động các Cộng hòa quốc. Đầu năm 1990, Liên Minh Những Người Cộng Sản Nam Tư công nhận chế độ đa đảng, các chính đảng phân chia theo sắc tộc lần lượt xuất hiện, khiến đảng viên Cộng sản Nam Tư mất chỗ dựa, và hoàn toàn thua cuộc trong các cuộc tuyển cử sau đó.

Khi cuộc khủng hoảng vừa xuất hiện ở Nam Tư, các nước Tây phương, trên nguyên tắc, vẫn còn ủng hộ một Liên bang Nam Tư thống nhất, lãnh thổ toàn vẹn, nên chưa muốn công nhận sự độc lập của các Cộng hòa. Nhưng khi cuộc xung đột quân sự bùng nổ ở Slovenia và nhất là tại Croatia vào tháng 6-1991, Cộng Đồng Âu Châu lo sợ một cuộc chiến bùng nổ ở Trung Âu nên đã quyết định can thiệp. Các nước trong Cộng Đồng Âu Châu thấy làn sóng đòi độc lập của các sắc tộc nổi lên và Liên bang Nam Tư bị chia cắt là điều không thể tránh, nên lần lượt công nhận các quốc gia mới tuyên bố độc lập với hy vọng dập tắt được cơn khủng hoảng. Nhưng, chính sự công nhận nền độc lập của các Cộng hòa Slovenia, Croatia của Tây phương lại là một thách thức chính trị đối với tư thế lãnh đạo Liên bang của những người Cộng sản Nam Tư còn nắm quyền ở hai Cộng hòa Serb và Montenegro. Những người Cộng sản trong Cộng hòa Serb chống lại chính sách của Cộng Đồng Âu Châu, nên đã khuyến khích, giúp đỡ người Serb ở tại các Cộng hòa tuyên bố độc lập, tổ chức vũ trang chống lại chính quyền.

Khi Hoa Kỳ và Cộng Đồng Âu Châu công nhận nền độc lập của Cộng Hòa Bosnia-Herzegovina vào tháng 3-1992, việc giải quyết xung đột giữa các bên bằng phương pháp hòa bình đã đi vào bế tắc. Người Serb đông nhất trong các sắc dân sống tại Bosnia bất mãn nên tuyên bố độc lập với nước này. Cuộc nội chiến Bosnia bùng nổ và trở thành điểm nóng bao trùm nhiều yếu tố tôn giáo, sắc tộc và chính trị. Về mặt tôn giáo, chính quyền Bosnia do người Hồi Giáo lãnh đạo, nên các nước Hồi Giáo đã ra mặt ủng hộ nền độc lập của Bosnia và tìm cách giúp đỡ để thành lập một quốc gia Hồi Giáo trong vùng Balkan. Về mặt sắc tộc, cả ba sắc dân Hồi, Serb và Croat đều có hậu thuẫn riêng. Người Serb thì có Cộng hòa Serb, người Croat thì có Cộng hòa Croatia và người Hồi thì có các nước Hồi Giáo, chọn Bosnia làm nơi tranh giành ảnh hưởng. Mục tiêu của sắc dân Croat hay Serb là muốn sát nhập đất Bosnia vào Cộng hòa mẹ của mình là Croatia hay Serb để thành lập Liên bang, trong khi người Hồi Giáo thì muốn giữ Bosnia để thành lập nước Hồi Giáo độc lập.

Về phương diện chính trị, các quốc gia Hoa Kỳ và Cộng Đồng Âu Châu thấy rằng cuộc nội chiến ở Bosnia không chỉ tạo khủng hoảng cho vùng Balkan mà còn ảnh hưởng đến tình hình an ninh chung cho toàn vùng Âu Châu. Nhưng các nước này thay vì nhanh chóng dập tắt cuộc chiến bằng giải pháp quân sự hay thương thuyết hòa bình với các phe liên hệ, thì lại cho áp dụng chính sách vừa dọa, vừa dỗ với mục tiêu can thiệp không rõ ràng. Trước hết, Liên Hiệp Quốc không gọi những gì xảy ra ở Bosnia là chiến tranh, mặc dù số thương vong đã lên đến 200 ngàn người. Liên Hiệp Quốc đã đưa gần 22 ngàn quân Mũ Xanh vào Bosnia nhưng không có nhiệm vụ chiến đấu mà chỉ để giúp đỡ nhân đạo, chuyển vận đồ tiếp tế, dưới mỹ từ "bảo vệ hòa bình". Điều mỉa mai là trong khi ba phe liên hệ tiếp tục bắt giết lẫn nhau, thì đạo quân Mũ xanh Liên Hiệp Quốc chỉ hiện hữu như những kẻ giám sát việc giết chóc của các bên, vì họ không được quyền can thiệp.

Kế đến, Liên Hiệp Quốc hoàn toàn không biết rõ mục tiêu đưa quân vào Bosnia. Lực lượng NATO chỉ oanh tạc khi nào du kích quân Serb tấn công quá mạnh tay vào quân chính quyền Bosnia, trong khi đạo quân 22 ngàn lính Mũ Xanh không biết rõ là đi vào Bosnia để giải quyết chiến trận hay để làm trọng tài cho các phe đánh nhau. Sau khi bị quân du kích Serb bắt trên 300 con tin, các nước đã quyết định đưa thêm 15 ngàn quân đặc nhiệm, tức là tiếp tục leo thang quân số nhưng lại không vạch rõ là đưa quân vào để chiến đấu hay tiếp tục "bảo vệ hòa bình". Sau cùng, giải pháp hòa bình mà năm nước Hoa Kỳ, Anh, Pháp, Nga và Đức đưa ra nhằm cắt 51% lãnh thổ cho phía Liên minh Quốc gia (sắc dân Hồi và Croat) và 49% cho sắc dân Serb, cho thấy, Liên Hiệp Quốc đã xử ép sắc dân Serb, trong khi họ đang kiểm soát 72% lãnh thổ. Cho dù người Serb bị áp lực để phải chấp nhận giải pháp kể trên, nhưng việc phân chia lại lãnh thổ đưa đến sự di dân hàng loạt sẽ khiến không tránh khỏi một cuộc xung đột sắc tộc lại tái diễn.

Tóm lại, những xung đột sắc tộc tại các nước Cộng hòa, đặc biệt là cuộc nội chiến tại Bosnia cho thấy chính sách thống hợp thành liên bang dưới sự khống chế của một ý thức hệ giáo điều đã để lại nhiều di sản khủng khiếp sau khi nó tan rã. Những xung đột này không đơn thuần là ý chí độc lập mà còn do một số sắc dân lớn bị tiêm nhiễm tư tưởng bành trướng của chủ thuyết Mác-Lê. Khủng hoảng Nam Tư là một trường hợp đặc thù đối với các nước cộng sản ở Đông Âu cũ.

NHỮNG DIỄN BIẾN CHÍNH TRỊ TẠI NAM TƯ

Từ Năm 1989 - 1995

12-2-1989: Hơn 1000 công nhân hầm mỏ vùng Đông Bắc Kosovo (thuộc Cộng hòa Serb) lãng công và biểu tình thầm lặng đòi quyền tự trị.

27-2-1989: Người Albania tổ chức biểu tình tại Khu Tự Trị Kosovo, bị chính quyền Serb đàn áp. Hội Đồng Cán Bộ Liên Bang ban hành lệnh thiết quân luật tại Kosovo, đặt dưới sự kiểm soát của quân đội Liên bang. Người Slovenia biểu tình tại Thủ phủ Ljubijana của Cộng hòa Slovenia để ủng hộ cuộc đấu tranh của người Albania và chống hành động đàn áp của chính quyền Cộng hòa Serb.

28-2-1989: 500 ngàn người Serb biểu tình ở thủ đô Belgrad (Cộng hòa Serb) để phản đối cuộc mít tinh của sắc dân Slovenia nhằm chống lại người Serb.

2-3-1989: Chủ tịch Liên Minh Những Người Cộng Sản tại Kosovo bị bắt vì ủng hộ việc đòi tự trị.

12-3-1989: Công nhân Khu Tự Trị Kosovo đình công chống lệnh bắt Chủ tịch Liên Minh Những Người Cộng Sản Nam Tư tại Kosovo.

23-3-1989: Quốc hội Khu Tự Trị Kosovo tự ý thông qua đề nghị tu chính hiến pháp.

28-3-1989: Quốc hội Cộng hòa Slovenia thông qua tu chính hiến pháp nhằm tăng cường quyền hạn cho Cộng hòa quốc.

14-4-1989: Ban chấp hành trung ương Liên Minh Những Người Cộng Sản Nam Tư tổ chức hội nghị đặt vấn đề thảo luận lại nguyên tắc dân chủ tập trung và nội dung bản Cương lĩnh của đảng. Phái đoàn đại biểu thuộc Cộng hòa Slovenia từ bỏ hội nghị để phản đối quyết nghị về vấn đề Kosovo.

28-6-1989: 500 ngàn người Serb tham dự mít tinh để kỷ niệm 600 năm chiến đấu cho thánh địa Kosovo.

4-9-1989: Hội nghị lần thứ 9 các nước phi đồng minh nhóm họp tại Belgrad.

27-9-1989: Quốc hội Cộng hòa Slovenia thông qua tu chính hiến pháp, đòi phân ly khỏi Liên bang, giành lại chủ quyền về kinh tế.

29-11-1989: Bộ Nội Vụ Cộng Hòa Slovenia cấm người Serb và người Montenegro ở Khu Tự Trị Kosovo vào biểu tình tại Ljubljana. Liên Minh Những Người Cộng Sản Cộng hòa Serb tuyên bố đoạn giao với Cộng hòa Slovenia.

16-12-1989: Liên Minh Những Người Cộng Sản ở Slovenia họp đại hội công nhận chế độ đa đảng.

23-12-1989: Liên Minh Những Người Cộng Sản ở Croatia tuyên bố công nhận chế độ đa đảng.

26-12-1989: Ban chấp hành trung ương Liên Minh Những Người Cộng Sản Nam Tư quyết định bãi bỏ chế độ độc đảng.

20-1-1990: Đại hội lâm thời của Liên Minh Những Người Cộng Sản Nam Tư bỏ chế độ độc đảng, công nhận đa nguyên chính trị và đa đảng.

24-1-1990: Người Albania biểu tình, gần 40 ngàn người đòi quyền độc lập từ sắc dân Serb.

28-1-1990: Xung đột ở Khu Tự Trị Kosovo khiến 20 người tử thương.

1-2-1990: Chính phủ liên bang đàn áp cuộc biểu tình của người Albania và cho quân đội án ngữ ở Khu Tự Trị Kosovo.

4-2-1990: Liên Minh Những Người Cộng Sản Slovenia họp hội nghị tuyên bố ly khai khỏi Liên bang và đổi tên thành đảng Dân Chủ Cải Cách.

7-3-1990: Quốc hội Cộng hòa Slovenia bỏ chữ Xã Hội Chủ Nghĩa trong tên nước, chính thức đổi tên nước thành Cộng Hòa Slovenia.

22-4-1990: Cộng hòa Slovenia tổ chức trưng cầu dân ý về sự ly khai khỏi Liên bang, bầu cử Quốc hội và Tổng thống.

21-5-1990: Cộng hòa Croatia tổ chức trưng cầu dân ý về sự ly khai khỏi Liên bang, bầu cử Quốc hội và Tổng thống.

25-6-1991: Cộng hòa Slovenia và Cộng hòa Croatia tuyên bố độc lập, bị chính quyền Liên bang và Cộng hòa Serb phản đối.

26-6-1991: Người Serb trong Cộng hòa Croatia phản đối quyết định độc lập, và được sự ủng hộ của Cộng hòa Serb nên đã thành lập tổ chức vũ trang chống lại chính quyền.

26-9-1991: Cộng hòa Macedonia tổ chức trưng cầu dân ý ly khai khỏi Liên bang.

20-11-1991: Cộng hòa Macedonia tuyên bố độc lập.

3-2-1992: Cộng hòa Bosnia-Herzegovina tuyên bố độc lập.

1-4-1992: Cuộc nội chiến ở Bosnia-Herzegovina bùng nổ giữa ba sắc dân Hồi Giáo, Croat và Serb.

27-4-1992: Hai Cộng hòa Serb và Montenegro thành lập Tân Liên Bang Nam Tư.

15-1-1993: Liên Hiệp Quốc tổ chức Hội Nghị về Hòa Bình tại Luân Đôn. Giải pháp hòa bình của Cộng Đồng Âu Châu và Liên Hiệp Quốc là chia Bosnia-Herzegovina làm 10 khu vực tự trị nhưng các phe liên hệ không đồng ý.

29-11-1993: Đại diện ba nhóm Hồi Giáo, Serb và Croat cùng với ngoại trưởng 12 nước trong Cộng đồng Âu Châu tham dự hội Nghị hòa bình tại Genève.

19-11-1994: Cựu Tổng thống Carter của Hoa Kỳ tiếp xúc và thảo luận với Radovan Karadzic, lãnh tụ của lực lượng du kích quân Serb tại Bosnia về đề nghị đình chiến.

14-11-1995: Dưới áp lực của Hoa Kỳ, các phe liên hệ cuộc chiến Bosnia gặp nhau tại Dayton, tiểu bang Ohio để bàn về hiệp định đình chiến và ký tạm bản Hiệp định ngày 21-11-1995.

14-12-1995: Đại diện của ba phe Bosnia, Cộng hòa Serb và Croatia gặp nhau tại Paris và chính thức ký kết hiệp định chấm dứt chiến tranh. Hai phía đồng ý nguyên tắc chia đôi lãnh thổ theo tỷ lệ Liên minh Quốc gia của hai sắc dân Hồi Giáo và Croat ở Bosnia chiếm 51%; sắc dân du kích Serb chiếm 49%.

5-10-2000: Do áp lực của quần chúng, Tổng thống Milosevic tuyên bố chuyển giao quyền lãnh đạo cho ứng cử viên Tổng thống đắc cử Vojislav Kostunia.

Bản đồ Việt Nam

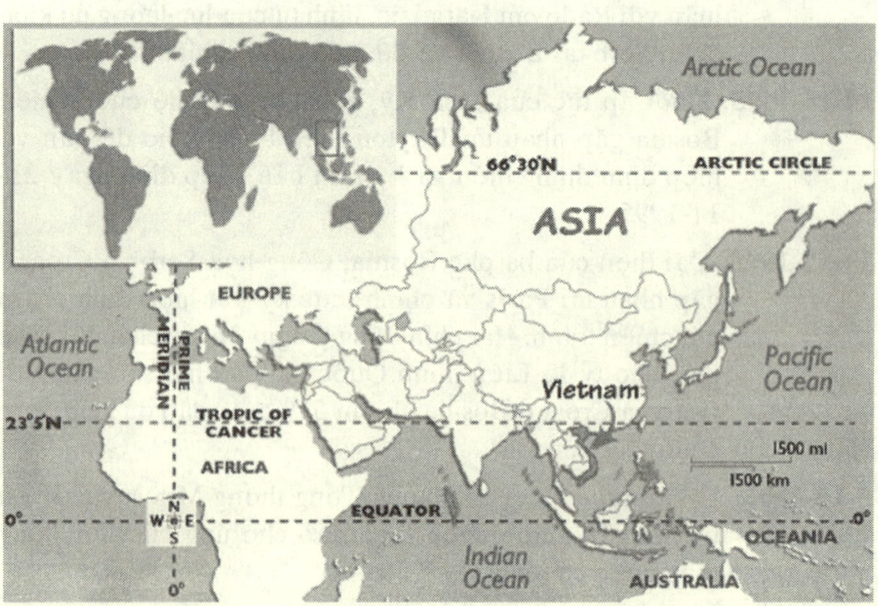

CHƯƠNG IX

VIỆT NAM TRƯỚC CƠN BÃO DÂN CHỦ TẠI ĐÔNG ÂU

Cuộc cách mạng dân chủ tại Đông Âu đã tác động mạnh mẽ vào Việt Nam. Lúc đó, từng người, tùy theo vị trí trong xã hội, đã có những phản ứng khác nhau.

Thành phần lãnh đạo đảng Cộng Sản Việt Nam, thì cố bưng bít mọi tin tức hoặc diễn giải sai lạc về những diễn biến xảy ra ở các nước Đông Âu và cương quyết chống lại xu hướng đa nguyên chính trị, cho đó là đầu dây mối nhợ đưa đến sự sụp đổ của chế độ và sự mất độc quyền cai trị của đảng. Họ tiếp tục cố thủ trong lô cốt giáo điều Mác-Lê để duy trì độc quyền cai trị, dù biết là chủ nghĩa này đã phá sản. Những người trí thức, văn nghệ sĩ và một số đông cán bộ đảng viên thì nhìn rõ là chủ nghĩa Mác - Lê không còn là ý thức hệ "ưu việt" như họ đã bị nhồi nhét và tin tưởng một cách mù quáng trong quá khứ. Trong số này, đã có người can đảm nhìn ra chính ý thức hệ Mác - Lê đang là chướng ngại ngăn cản đà phát triển của đất nước và sự tiến bộ của dân tộc. Đặc biệt là đã có một số văn nghệ sĩ viết bài ca ngợi dân chủ đa nguyên và tố cáo những tệ nạn trong xã hội do chế đố cực quyền sản sinh ra.

Trong khi đó, vì bị chế độ bưng bít mọi luồng thông tin từ bên ngoài và bị bộ máy tuyên truyền diễn dịch sai lạc về mục tiêu đấu tranh của các phong trào dân chủ tại Đông Âu, đại đa số quần chúng ở trong nước đã không có một nhận thức rõ ràng về các biến cố này nên tỏ thái độ thờ ơ. Một thiểu số tuy biết rõ các diễn biến nhờ những liên lạc và tin tức chia xẻ từ một số người thân đang tu nghiệp hoặc đang lao động tại các nước Đông Âu, nhưng cũng chỉ có phản ứng chờ đợi. Điều bất hạnh là vào thời gian này, những nhânvật đấu tranh tiêu biểu ở trong nước như Hòa Thượng Thích Huyền Quang, Hòa Thượng Thích Quảng Độ, Giáo sư Đoàn Viết Hoạt, Bác sĩ Nguyễn Đan Quế, Linh Mục Trần Đình Thủ, ông Võ Đại Tôn.... lại ở trong vòng lao lý hay dưới sự quản thúc của chế độ. Chỉ có người Việt tại hải ngoại, trực tiếp theo dõi những diễn biến tin tức qua các hệ thống truyền thanh và truyền hình quốc tế, thì rất phấn chấn trước những biến cố dồn dập tại Đông Âu, nhưng phản ứng của họ nói chung thì rất là phức tạp. Một số người thì có ý nghĩ "bất chiến tự nhiên thành", tức chờ đợi đảng Cộng sản Việt Nam tự tan rã do mất chỗ dựa vào khối Cộng sản quốc tế. Một số người khác thì chờ đợi những văn nghệ sĩ trí thức ở trong nước vùng lên làm cuộc chuyển đổi lịch sử. Những người tích cực ở các tổ chức đấu tranh thì tìm cách chuyển tin tức về trong nước và hỗ trợ những tiếng nói đối kháng để dấy lên phong trào dân chủ hóa Việt Nam.

Lược qua một số phản ứng của từng thành phần nói trên, chúng ta thấy những người có điều kiện theo dõi các diễn tiến tại Đông Âu đều thấy rõ là chủ nghĩa Mác - Lê đã phá sản, kể cả một số người nằm trong thành phần lãnh đạo đảng Cộng sản Việt Nam. Nhưng vào lúc đó, lực lương đấu tranh của người Việt còn quá non yếu, trong khi quần chúng lại bị bưng bít và thiếu lãnh đạo nên đã không thể phát động một cao trào nhằm tạo ra những xoay chuyển cần thiết. Tuy nhiên, chính nhờ những biến chuyển này mà người Việt Nam đã rút kinh nghiệm để nuôi dưỡng phong trào đấu tranh, tiếp tục đối kháng và gây khó khăn rất nhiều cho chế độ Hà Nội trong suốt hơn một thập niên vừa qua, với một số những diễn biến đáng chú ý sau đây.

TỪ "CỞI" ĐẾN "TRÓI" CỦA ĐẢNG CỘNG SẢN VIỆT NAM

Cho đến năm 1985, nền kinh tế Liên Xô và các nước Cộng sản nói chung đã ngưng phát triển và gặp những áp lực không thể cưỡng lại của tình thế. Thứ nhất là tình trạng nghèo khốn và cùng quẫn của dân chúng đã gây nên những sức ép trong xã hội. Thứ hai là tình trạng quan liêu, cửa quyền của guồng máy nhà nước đã làm mất hiệu năng kinh tế. Thứ ba là tình trạng suy đồi và thoái hóa của guồng máy đảng đã làm cản trở mọi chính sách cải tổ. Để cứu vãn tình thế, tại Đại hội Toàn Đảng lần thứ 27 vào tháng 7-1985, ban lãnh đạo đảng Cộng sản Liên Xô đã phải đưa ra chủ trương *cởi mở công khai* (Glasnost), và *tái phối trí* (Perestroika) guồng máy chính trị, kinh tế và xã hội. Mục tiêu chính của Perestroika là tái phối trí lại bộ máy sản xuất, cải thiện hiệu quả lao động của dân chúng hầu giải quyết bài toán thiếu hụt kinh tế. Ưu tiên bành trướng đế quốc cộng sản đã được tạm hoãn để quay về giải quyết những vấn đề nội chính, qua việc thu hút tài nguyên và kỹ thuật của Tây phương, cần thiết cho sự tái phối trí và nâng cao hiệu năng kinh tế. Qua chủ trương này, Tổng bí thư đảng Cộng sản Liên xô thời đó là Gorbachev đã chỉ thị các đảng Cộng sản chư hầu phải rập khuôn làm theo, mở đầu cho những biến cố xảy ra ở Đông Âu.

Đảng Cộng sản Việt Nam không thể là một biệt lệ, và đang bị khủng hoảng trầm trọng về kinh tế, chính trị, xã hội sau 10 năm (1975-1985) cải tạo miền Nam để "tiến nhanh tiến mạnh, tiến vững chắc" lên xã hội chủ nghĩa nên cũng đã phải thay đổi chính sách theo Liên Xô. Từ những năm 1984, qua sự chỉ đạo của các cố vấn Liên Xô, Trung ương đảng Cộng sản Việt Nam đã tập trung chấn chỉnh về mặt lưu thông phân phối, đặc biệt là thị trường, giá, lương, tiền nhưng vẫn theo cơ chế cũ nên hoàn toàn thất bại. Đến tháng 5 năm 1986, tại hội nghị lần thứ 10 của ban chấp hành Trung ương đảng, lãnh đạo Hà Nội mới nhận ra rằng những sai lầm trong việc chỉ đạo công tác giá, lương, tiền đã tạo thêm tình trạng khủng hoảng nên mới "hạ quyết tâm" xóa bỏ cơ chế tập trung quan liêu bao cấp, chuyển sang hạch toán kinh doanh xã hội chủ nghĩa, tức là xoá bỏ cơ chế kinh tế tập trung bao cấp để chuyển sang cơ chế thị trường. Tháng 12 năm 1986, đảng Cộng sản Việt Nam tổ chức đại hội đại đảng kỳ VI dưới khẩu hiệu "đổi mới" và "cải tổ cơ cấu" theo bước đi của Gorbachev. Đây cũng có thể coi là đại hội chỉnh đảng quan trọng vì hàng loạt cán bộ thuộc cánh Lê Duẩn (ông Lê Duẩn chết vào tháng 7-1986) bị loại ra khỏi Trung ương đảng.

Trong báo cáo đọc trước đại hội, Trường Chinh, với tư cách xử lý thường vụ Tổng bí thư đã nói rằng: "*Đối với hệ thống các nước xã hội chủ nghĩa, đổi mới là một bước tiến về phía trước. Đối với nước ta, đổi mới lại càng quan trọng, đó là vấn đề sống còn... Chỉ bằng cách đổi mới đường lối suy nghĩ và hành động - đổi mới tư duy, nhất là đổi mới tư duy về kinh tế, đổi mới lề lối làm việc, đổi mới tổ chức, cán bộ - ta mới có thể đưa chúng ta ra khỏi tình hình cực kỳ khó khăn hiện nay*". Nhưng Trường Chinh lại khẳng định: "*đổi mới không có nghĩa là từ bỏ xã hội chủ nghĩa mà là tận dụng khả năng của đất nước để gia tăng sản xuất nằm trong khung của một hệ thống xã hội chủ nghĩa. Đây là những mâu thuẫn kéo dài dây dưa trong nội bộ đảng mãi cho đến sau này*".

Đại hội đảng Cộng sản kỳ VI đã bầu Nguyễn Văn Linh làm Tổng bí thư, bắt đầu cho áp dụng một số cải tổ theo xu hướng đổi mới. Vào lúc đó, Bộ chính trị và Trung ương đảng tập trung giải quyết bài toán khủng hoảng kinh tế trên căn bản xóa bỏ chế độ tập trung bao cấp, bãi bỏ chính sách hai giá, thực hiện chế độ khoán hộ để khuyến khích nông dân canh tác hầu giải quyết tình trạng thiếu hụt lương thực, bắt đầu cho các xí nghiệp quốc doanh tự quản và công nhận nhiều thành phần kinh tế hoạt động bên cạnh quốc doanh và tập thể, theo xu hướng kinh tế thị trường. Từ cuối năm 1987, Trung ương đảng bắt đầu thảo luận về công tác đổi mới tổ chức, cán bộ và năng lực lãnh đạo các cấp đảng ủy để giảm thiểu tình trạng quan liêu, tiêu cực trong đảng cũng như ngoài xã hội. Hỗ trợ cho nỗ lực này, Tổng bí thư Nguyễn Văn Linh với bút hiệu N.V.L đã viết một loạt bài "*Những Việc Cần Làm Ngay*" đăng trên Nhật báo Nhân Dân, từ ngày 25-5-1987, tạo sự quan tâm trong dư luận. Loạt bài của Nguyễn Văn Linh đã mở màn cho giai đoạn xuất hiện một số bài viết nêu bật các tệ đoan xã hội, nạn cường hào ác bá địa phương, nạn tham nhũng cửa quyền của cán bộ đảng trên một số báo.

Sau những loạt bài của Nguyễn Văn Linh, Bộ chính trị đã bật đèn xanh cho đội ngũ văn nghệ sĩ của đảng bắt đầu tham gia cái gọi là "*chiến dịch chống tiêu cực*" trong xã hội và trong các cơ sở đảng.

Chính sự bật đèn xanh này, có thể nói là trong giai đoạn đầu khi Nguyễn Văn Linh lên cầm quyền đã tạo ra một sinh khí mới trong các hoạt động của giới văn nghệ sĩ. Ban bí thư đã ra chỉ thị "*tăng cường sự lãnh đạo của đảng nhằm sử dụng tốt hơn báo chí trong cuộc đấu tranh chống tiêu cực*", qua việc cho phép sử dụng báo chí, đài phát thanh để nêu lên những sự việc, cá nhân làm điều sai trái. Bản chỉ thị còn nêu lên một số điểm cụ thể như: " *Phê bình công khai trên báo, đài trước mắt cần tập trung phê phán bệnh quan liêu, vô trách nhiệm, làm trái chủ trương chính sách của đảng và nhà nước, làm rối loạn trật tự, kỷ cương, gây lãng phí lớn, chống tệ ức hiếp quần chúng, chuyên quyền độc đoán, bắt người trái phép...*"

Bộ chính trị còn bật đèn xanh cho Tướng Trần Độ lúc đó là Trưởng ban văn hoá- văn nghệ Trung ương, đứng ra tổ chức một cuộc gặp gỡ giữa Nguyễn Văn Linh với gần 100 văn nghệ sĩ, trí thức tại Hà Nội vào hai ngày 6 và 7-1-1987, với mục tiêu vận động tinh thần của giới này tham gia vào chiến dịch "sửa sai". Những nhân vật tiêu biểu được mời trong dịp này có các nhà văn như Nguyễn Khải, Anh Đức, Nguyên Ngọc, Nguyễn Minh Châu, Dương Thu Hương.... các nhà thơ như Lưu Quang Vũ, Tào Mạt, Hồ Ngọc, Thanh Hương.. các nghệ sĩ Huy Du, Phạm Tuyên, Vũ Tự Lân... các nhà điện ảnh Trần Văn Thuỷ, Bùi Đình Hạc, Đoàn Lê, Lý Thái Bảo... và một số trí thức như Nguyễn Khắc Viện, Phan Huy Lê, Phan Đình Diêu... Cuộc họp mặt này được cựu Tướng Trần Độ ghi lại trong tập sách "Đổi Mới: Niềm Vui Chưa Trọn Vẹn" xuất bản tại hải ngoại vào năm 2000. Cuộc gặp gỡ diễn ra 2 ngày, tổng cộng khoảng 15 tiếng đồng hồ, Nguyễn Văn Linh chỉ phát biểu 5 phút mở đầu và 50 phút kết luận sau hai ngày ngồi lắng nghe gần mấy chục phát biểu của các văn nghệ sĩ, trí thức.

Trong phần phát biểu mở đầu, Nguyễn Văn Linh đã nêu ra câu hỏi: "*Hình như từ ngày giải phóng đến nay, những thành tựu văn học nghệ thuật của chúng ta nghèo hơn trước, không biết thế có đúng không? Nếu không đúng như thế thì tôi mừng. Còn nếu đúng như thế thì sao? Hay do lãnh đạo có sự kiểm duyệt, sự hạn chế gì? Nếu có tình hình ấy, tôi đề nghị đó là một chủ đề để chúng ta trao đổi..*" Phát biểu của Nguyễn Văn Linh đã như mở toạc cánh cửa "khống chế" của đảng, giúp cho các văn nghệ sĩ lần lượt bày tỏ những "ấm ức" từ lâu. Nhà văn Hồ Ngọc phát biểu: "*Vâng, văn nghệ ta nghèo, vừa nghèo, vừa lạc hậu như đất nước ta hiện nay vậy... chỉ vì những vấn đề cơ bản chưa bao giờ được đề cập một cách công khai và được giải quyết một cách đầy đủ, đến nơi đến chốn... do đó trong thực tiễn đời sống văn học nghệ thuật đã đẻ ra biết bao nhiêu chuyện rắc rối, thậm chí đau lòng..,*" Giáo sư Nguyễn Khắc Viện đi thẳng vào câu trả lời: "*Trong những năm qua văn học nghệ thuật của ta chưa đóng được đầy đủ vai trò của nó. Vì bị trói buộc. Sự lãnh đạo văn nghệ trong mấy năm qua nhiều lúc còn thô sơ, tỉa cành bắt sâu trong một vườn hoa quý lại dùng dao búa làm rừng khai hoang. Người làm văn nghệ luôn luôn bị nhắc nhở: phải làm thế này, không được làm thế kia. Bị trói buộc bởi một loạt huý kỵ...*" Nhà văn Anh Đức nêu lên cốt lõi của vấn đề: "*yêu cầu lớn của nhân dân và của xã hội hiện nay là yêu cầu cầu dân chủ hoá*". Nhà thơ Lưu Quang Vũ đã nói về sự tệ hại của "bao cấp về tư tưởng" rằng: "*chỉ cần một người suy nghĩ cho mọi người, một cái đầu tối cao suy nghĩ cho mọi nguời, tất sẽ dẫn đến một tình trạng độc đoán về tư tưởng và như vậy tất bóp chết mọi sáng tạo, làm khô kiệt văn học nghệ thuật*".

Sau khi lắng nghe nhiều phát biểu công kích thẳng vào sự lãnh đạo của đảng, ở phần kết thúc cuộc gặp mặt, Nguyễn Văn Linh đã thừa nhận một số sai lầm của đảng trong lãnh vực văn học nghệ thuật, qua ba điểm như:

1/ Đảng đã đánh giá thấp vai trò văn hoá văn nghệ và vị trí của các văn nghệ sĩ và các nhà hoạt động văn hoá;

2/ Đảng lãnh đạo văn hoá văn nghệ thiếu dân chủ, còn độc đoán và áp đặt;

3/ Cơ chế tổ chức, quản lý và các chế độ, chính sách đối với văn hoá và văn học nghệ thuật còn nhiều điều chưa đúng, còn nhiều điều bất công.

Trong lãnh vực kinh tế xã hội, Nguyễn Văn Linh cũng cho rằng đảng đã phạm nhiều sai lầm nên khiến đời sống người dân còn quá khổ. Trung ương đang cố gắng sửa chữa các sai lầm. Muốn sửa phải tìm ra nguyên nhân. Có giải quyết, sửa chữa các sai lầm mới đổi mới được, đổi mới chính sách, đổi mới tổ chức, đổi mới cán bộ... Nguyễn Văn Linh cũng đã nói với các văn nghệ sĩ rằng, ông ta không là nhà báo, nhà văn nhưng "ngứa ngáy" quá nên viết "những việc cần làm ngay", nhiều người hoan nghênh, hưởng ứng nhưng cũng có người cho rằng "*sao lại bôi đen chế độ, không khéo đây là một kiểu phát động cách mạng văn hóa*". Cái khó bây giờ là dám nêu cái xấu, nên tôi thông cảm với quý vị. Sau đó, Nguyễn Văn Linh đã kêu gọi các văn nghệ sĩ: "*không nên uốn cong ngòi bút của mình. Người nghệ sĩ phải dũng cảm, có tấm lòng trong sáng, đừng chùn bước*".

Cuộc gặp gỡ nói trên đã có tác dụng làm thay đổi một phần tư duy của bộ phận lãnh đạo. Chỉ 10 ngày sau, Nguyễn Văn Linh cho triệu tập cuộc họp Bộ chính trị để thông qua nghị quyết về văn hoá văn nghệ, đã được tướng Trần Độ chuẩn bị cả năm trước đó mà bị ngâm tôm. Ngày 28-1-1987, dưới chữ ký của Tổng bí thư Nguyễn Văn Linh, Nghị Quyết 05 mang tựa đề "*Đổi mới và nâng cao trình độ lãnh đạo, quản lý văn học, nghệ thuật và văn hóa, phát huy khả năng sáng tạo, đưa văn học, nghệ thuật và văn hóa phát triển lên một bước mới*" đã được ra đời.

Nội dung chính của Nghị Quyết đã có những đoạn cởi trói cho sự tự do sáng tác của văn nghệ sĩ vào giai đoạn đó như sau: "*Tự do sáng tác là điều kiện sống còn để tạo nên giá trị đích thực trong văn hóa, văn nghệ để phát triển tài năng... Tác phẩm văn nghệ không vi phạm pháp luật, không phản động (chống lại dân tộc, chống lại chủ nghĩa xã hội, phá hoại hòa bình) và không đồi trụy (truyền bá tội ác, sự sa đọa, phá hoại nhân phẩm) đều có quyền được lưu hành và đặt dưới sự đánh giá, phán xét của công luận và sự phê bình. Đảng và nhà nước khuyến khích thảo luận, tranh luận công khai để tìm chân lý. Cần tạo một không khí hồ hởi trong sáng tác, khêu gợi nhiều cảm hứng sáng tạo nghệ thuật, trong việc phát triển các loại hình và thể loại văn nghệ, các hình thức biểu hiện*".

Nương theo lời kêu gọi của Nguyễn Văn Linh rằng giới văn nghệ sĩ phải: *"nói lên sự thật, dù là sự thật phũ phàng"* và *"không nên uốn cong ngòi bút của mình"*, một số văn nghệ sĩ như Phùng Gia Lộc, Trần Khắc, Hồ Trung Tú, Ngô Ngọc Bội, Hà Văn Thùy, Lâm Thị Thanh Hà, Hoàng Hữu Các, Nguyễn Khải, Nguyễn Huy Thiệp... đã viết nhiều bài như *"Cái Đêm Hôm Ấy... Đêm Gì"*, *"Người Đàn Bà Qùy"*, *"Suy Nghĩ Trên Đường Làng"*, *"Chuyện Của Ông Lão Thường Dân"*, *"Bông Lúa Nổi Giận"*, *"Công Lý, Đừng Quên Ai"*, *"Đêm Trắng"*, *"Cái Thời Lãng Mạn"*, *"Tướng Về Hưu"*... không những phản ảnh tình trạng cường hào ác bá tại nông thôn mà còn gián tiếp nêu lên những chính sách sai lầm của đảng trong thời gian vừa qua. Những tác phẩm *"Bên kia bờ ảo vọng"* của Dương Thu Hương, *"Thời xa vắng"* của Lê Lựu, *"Một giờ trước lúc rạng sáng"* của Nguyễn Quang Lập, *"Ly Thân"* của Trần Mạnh Hảo... tuy không công kích thẳng chế độ nhưng đã trình bày những mâu thuẫn trong nội tâm con người, những hoài nghi, những bất mãn của cá nhân và lo âu, xao xuyến trước những vấn đề của đất nước.

Đặc biệt vào thời gian này, Ban bí thư và Thành ủy Hà Nội còn cho phép xuất bản những tập sách nhỏ dưới tựa đề "Sách hưởng ứng Những việc cần làm ngay", do nhà văn Tô Hoài phụ trách. Mục tiêu của loại sách này là để: *"in chọn lọc những phóng sự, điều tra, nghiên cứu về các vấn đề xã hội mà ai cũng quan tâm, điển hình những con người đáng biểu dương, những con nguòi bị phê phán... để phát huy đức tính cách mạng, khắc phục mọi thói hư tật xấu"*. Một vài thiên phóng sự đã tạo chú ý dư luận thời đó như *"Ruộng đất mà biết nói năng"* của Bùi Dư, viết về những vụ cưỡng đoạt, chiếm dụng đất đai của cán bộ khiến cho Tổng Cục Ruộng Đất phải lên tiếng. Phóng sự *"Tiếng Hú Của Con Tàu"* của Nguyễn Thị Vân Anh đề cập về những tiêu cực của ga xe lửa ở Hà Nội và những bỉ ổi, thương tâm của hành khách trên các tuyến xe lửa, khiến cho Nguyễn Văn Linh phải yêu cầu Đỗ Mười trong ban bí thư vào thời đó điều tra và sau đó Tổng Cục Đường Sắt phải lên tiếng. Thiên điều tra *"Sữa để làm gì"* của Lê Bầu viết về những nghịch lý của các nông trường sản xuất sữa. Nói chung, những thiên phóng sự, điều tra đã phần nào mở toang cánh cửa bưng bít, phơi bày một số nghịch lý đã bị che dấu từ hàng chục năm qua.

Từ năm 1988 bắt đầu xuất hiện thêm những cây bút lý luận như Lữ Phương, Hà Sĩ Phu, Lê Ngọc Trà, Phạm Xuân Nguyên, Lại Thiên Ân... tạo ra những cuộc bút chiến giữa họ và các cán bộ tuyên huấn của đảng về quan niệm giữa văn nghệ và chính trị, đòi đảng chấp nhận sự độc lập của văn nghệ. Một số bài viết khác đề cập về dân chủ hóa, phủ nhận chủ nghĩa xã hội, đòi đa nguyên đa đảng đã tạo sự quan tâm trong quần chúng. Trong giai đoạn này, nhiều hội văn nghệ sĩ địa phương được thành lập và cho ra đời một số tờ báo địa phương như tờ Sông Hương ở Huế, tờ Langbiang ở Lâm Đồng, tờ Đất Quảng ở Đà Nẵng, tờ Nghĩa Bình ở Quy Nhơn, tờ Cánh Én ở Phú Khánh... Những bài viết công kích chủ nghĩa xã hội, đòi hỏi đảng phải thực thi dân chủ hóa, nhất là vạch trần những tội ác của cán bộ lãnh đạo đảng ở cấp trung ương lẫn địa phương đã tạo rất nhiều khó khăn cho nội bộ đảng, vì vai trò lãnh đạo của đảng bị thách đố. Trong khi đó, những biến chuyển chính trị ở các nước Đông Âu cũ như Ba Lan, Hung Gia Lợi, Tiệp Khắc về việc xuất hiện các phong trào quần chúng đòi tự do dân chủ đã tác động vào Việt Nam, làm cho Trung ương đảng Cộng sản Việt Nam bắt đầu lúng túng.

Lo sợ quyền lực lãnh đạo của đảng bị soi mòn trước sức bật mạnh mẽ của giới văn nghệ sĩ, trí thức trong nước, Bộ chính trị bắt đầu giảm tốc độ đà đổi mới, bước đầu là giới hạn những bài viết đề cập về các tệ đoan ở trong đảng. Tại Hôi nghị lần thứ 5 của ban chấp Trung ương đảng khoá VI vào tháng 6-1988, Nguyễn Văn Linh lại lớn tiếng phê phán một số bài viết cũng như một số tác phẩm đã vượt quá giới hạn. Nguyễn Văn Linh cho rằng *"dân chủ phải có lãnh đạo, tự do không phải là vô bờ bến"* và ra lệnh cấm phổ biến một số tác phẩm. Liền sau đó, những loạt bài ký tên N.V.L đăng trên báo Nhân Dân bị ngưng vĩnh viễn.

Tháng 9-1988, Ban Chấp Hành Hội Nhà Văn (họp từ ngày 5 đến ngày 9-9-1988) đã ra nghị quyết "uốn nắn" lại tờ Văn Nghệ có nội dung như sau: *"Vừa qua, tuần báo Văn Nghệ đã có một số đóng góp tích cực trong công cuộc đổi mới. Song bên cạnh đó, tuần báo đã có những khuyết điểm, lệch lạc, trong đó có những lệch lạc nghiêm trọng. Ban chấp hành giao cho Ban thư ký uốn nắn chấn chỉnh tờ tuần báo Văn Nghệ về nội dung và tổ chức, nhằm nâng cao chất lượng của tuần báo Văn Nghệ theo hướng đổi mới"*. Nghị quyết "uốn nắn" lại tờ Văn Nghệ đã bị giới văn nghệ sĩ trong nước phản ứng mạnh mẽ. Ngay từ tháng 9-1988, gần một trăm nhà sáng tác trẻ hội thảo ở Hà Nội, rồi tiếp theo là mười hai nhà văn ở Sài Gòn, báo Sông Hương (Huế), những nhà văn ở các địa phương như Lâm Đồng, Phú Khánh, Nghĩa Bình đã viết thư, ra thông cáo ủng hộ việc làm của báo Văn Nghệ và phản đối nghị quyết của Hội Nhà Văn. Trong quá trình *"cởi trói tư duy"* tờ Văn Nghệ của Hội Nhà Văn nhập cuộc chậm nhất so với các tờ báo Lao Động, Đại Đoàn Kết, Tuần Tin Tức... Song, dưới sự điều động của nhà văn Nguyên Ngọc, Tổng Biên Tập tờ Văn Nghệ, tuần báo này đã đi hàng đầu trong cuộc *"đổi mới báo chí"*, bằng hàng loạt bài phóng sự điều tra, bút ký, truyện ngắn, thơ, lý luận văn học từ mùa Xuân năm 1987, đã tạo một ảnh hưởng rất lớn trong dư luận.

Trước những chống đối của các nhà văn, đầu tháng 10-1988, Ban thư ký Hội Nhà Văn đã công bố một bản tin "cụ thể" để giải thích lý do *"uốn nắn"* tờ Văn Nghệ. Nhưng bản tin giải thích của Ban thư ký không thỏa mãn được dư luận nên nhiều nhà văn tiếp tục viết bài công kích cả Ban Tuyên Huấn Trung ương đảng Cộng sản Việt Nam. Đến ngày 2-12-1988, theo chỉ thị của Ban Tuyên Huấn Trung ương đảng, Hội Nhà Văn đã ra quyết định cách chức Tổng biên tập tờ Văn Nghệ của Nhà văn Nguyên Ngọc. Sự cách chức Nguyên Ngọc được coi như dấu mốc của giai đoạn cởi trói "văn nghệ" bắt đầu xiết lại. Song song với nghị quyết "uốn nắn" tờ Văn Nghệ, Ban Tuyên huấn Trung ương đảng đã cho đình chỉ hai tờ báo "Tổ Quốc" và "Dân Chủ" của hai đảng ngoại vi là Đảng Dân Chủ và Đảng Xã Hội vừa tuyên bố tự giải tán mấy tháng trước đó. Lúc đó, hai tờ báo này đã tích cực loan tải những bài viết kêu gọi đảng phải dân chủ hóa và chấp nhận đa nguyên, đặc biệt là đăng lại những bài viết đề cập về vấn đến dân chủ của một số học giả tại những nước Đông Âu.

Để bắt đầu kiểm soát lại các hoạt động báo chí, đầu tháng 1-1989, Bộ thông tin ra một quyết định để giải quyết những *"trường hợp vi phạm luật pháp và quy định trong lãnh vực truyền thông"*, tức báo chí và ngành in ấn với những điểm đáng chú ý như:

1/ Điều chỉnh tình trạng phát hành sách báo không do kế hoạch và được Bộ Thông tin định trước mà chỉ do sáng kiến của Cơ quan;

2/ Điều chỉnh việc cấp giấy phép phát hành;

3/ Điều chỉnh cơ chế phát hành.

Quyết định trên còn viết rằng: *"Ngay tức khắc, việc cấp giấy phép cho báo chí, cơ quan phát hành, nhà in, sẽ tạm thời đình chỉ. Các cơ quan, các Ủy ban Nhân dân địa phương tức thời thành lập các Ủy ban điều tra tình hình in ấn và phát hành sách báo ở địa phương, cơ quan mình để trừng phạt đích đáng các thành phần "xấu" đã lợi dụng tình hình để sử dụng truyền thông vào những việc phi pháp, gây thiệt hại cho tổ quốc xã hội chủ nghĩa. Các Bộ, Sở, Cơ quan và địa phương tức thời kiểm điểm lại những sách báo đã được in ấn, phát hành trong thời gian qua để ngăn chặn, những sách báo đã được tung ra một cách phi pháp, nhất là những sách báo từ nước ngoài được phiên dịch hoặc phổ biến trái phép..."*

Sau khi tung biện pháp kiểm soát hoạt động báo chí, Hội nghị lần thứ 6 của Ban chấp hành Trung ương đảng khóa VI từ ngày 20 đến 29-3-1989, đưa ra chủ trương "ngưng" kế hoạch cởi trói tư duy với nhận định rằng: *"Mặc dù chính sách cởi trói tư duy do Trung ương đảng đề ra đã mang tính chỉ đạo và sáng suốt, nhưng vì các cán bộ cơ sở không chấp hành đúng chỉ thị nên nhiều sự phát triển nói chung là không được đồng bộ (?). Tình trạng kinh tế, xã hội vẫn còn khó khăn nhiều mặt và không đảm bảo được chỉ tiêu do nhà nước đề ra..."* Nghị Quyết của Hội nghị này cũng đã bắt đầu tấn công thẳng vào giới văn nghệ sĩ như sau: *"Công tác lãnh đạo tư tưởng thiếu chủ động, chưa dự kiến trước những khuynh hướng tư tưởng sai lệch có thể nảy sinh trong quá trình đổi mới, chưa kịp thời trang bị những nhận thức mới cần thiết cho đảng viên.. Chưa kịp thời ngăn chận những tư tưởng sai lầm trong một số cán bộ, đảng viên, những lệch lạc của một số cơ quan báo chí, xuất bản, văn hóa, văn nghệ, để tình trạng văn hoá phẩm xấu lan tràn kéo dài"*. Sau đó, Trung ương đảng đã công bố 6 nguyên tắc nhằm xiết chặt hàng ngũ đảng và ngăn cấm mọi lên tiếng đòi hỏi đa nguyên. Sáu nguyên tắc, đó là:

Một, *"tiến lên xã hội chủ nghĩa"* là điều phải thực hiện cho được vì là con đường do đảng và Hồ Chí Minh vạch ra. Xây dựng con người xã hội chủ nghĩa phải là mục tiêu của đảng và nhân dân. Việc "đổi mới" là một phương sách hữu hiệu nhất được áp dụng để đạt đến những mục tiêu kể trên, trong tình hình chính trị cũng như kinh tế hiện nay.

Hai, chủ nghĩa Mác -Lê luôn luôn là lý thuyết căn bản soi sáng cho những chính sách do đảng đề ra. Những suy tư "đổi mới" phải nhắm đến mục tiêu làm giàu mạnh chủ nghĩa xã hội, chứ không thể phản nghịch và đe dọa xã hội chủ nghĩa.

Ba, đổi mới hành động và những cơ chế trong hệ thống chính trị không thể đi ra ngoài đường hướng gia tăng sức mạnh lãnh đạo của đảng. Vì thế, mọi cuộc chỉnh đốn hàng ngũ đảng viên phải làm giàu mạnh tính chuyên chính vô sản, để đảng và nhà nước quản lý mọi vấn đề một cách hiệu quả hơn.

Bốn, sự chỉ đạo sáng suốt của đảng phải được chấp nhận và thi hành triệt để, hầu có thể bảo vệ cũng như xây dựng quê hương xã hội chủ nghĩa. Chúng ta phải phê bình những hành động tiêu cực của các cán bộ lãnh đạo địa phương. Vì những sai trái của cấp bộ địa phương mà uy tín chỉ đạo của đảng bị phương hại.

Năm, dân chủ phải được trải rộng cho từng đời sống xã hội. Dân chủ được đề cập ở đây không thể bị ngộ nhận là dân chủ tư bản, mà phải được thông suốt là dân chủ xã hội chủ nghĩa. Dân chủ xã hội chủ nghĩa phải được tiến hành song đối với chế độ tập quyền trung ương, và quá trình này là trách nhiệm của nhân dân và cán bộ nhà nước. Dân chủ được áp dụng cho từng cá nhân, đồng thời việc trừng phạt cũng phải được triệt để sử dụng đối với những bọn chống phá cách mạng, làm nguy hại cho nền an ninh xã hội chủ nghĩa.

Sáu, yêu nước phải là yêu chủ nghĩa quốc tế vô sản và quốc tế xã hội chủ nghĩa, nối kết sức mạnh quốc gia với những điều trong kỷ nguyên mới của quốc tế xã hội chủ nghĩa.

Dựa trên 6 nguyên tắc này, Trung ương đảng đã huy động cán bộ khai triển thành những bài viết nhằm tấn công các quan điểm đòi đa nguyên và sáng tác tự do của những nhà văn "phản kháng" và tập trung công sức đánh bóng lại chủ nghĩa xã hội. Ngày 31-5-1989, Trần Trọng Tân, Trưởng ban Tuyên Huấn Trung Ương đã viết bài: "Tại sao chúng ta không chấp nhận chủ nghĩa đa nguyên", với một vài nội dung như: "*... Chúng ta phải thấu triệt đa nguyên là tính hiện thực xã hội chủ nghĩa trong một vài phạm trù kinh tế, hay cũng phải hiểu là tính đa dạng của mẫu mực xã hội chủ nghĩa đang phát huy trong các nước xã hội chủ nghĩa anh em. Chủ nghĩa đa nguyên không thể bị ngộ nhận như là một hệ thống đa đảng, tương tự như chế độ nguỵ quyền của miền Nam trước đây... Trong tiến trình cải tiến dân chủ, đồng chí Tổng Bí Thư (Nguyễn Văn Linh) đã mang đến cho chúng ta nhận thức mới, là phải cải tạo hệ thống chính trị, song hành với việc phát huy năng động tính của dân chủ xã hội chủ nghĩa. Chúng ta phải tin tưởng vào vai trò lãnh đạo của đảng trong việc thay đổi biện pháp lãnh đạo. Vì thế, chúng ta xác tín chống lại chủ nghĩa đa nguyên, vì chúng có xu hướng cổ võ cho sự hình thành những đảng đối lập, những tổ chức chính trị hoạt động biệt lập. Hiện tượng những bọn thiểu số chủ trương đa nguyên muốn tấn công vào vai trò chỉ đạo sáng suốt của đảng, làm lạc hướng mục tiêu xã hội chủ nghĩa, nếu không kịp thời tiêu diệt, cơ chế chính trị trong nước sẽ đi đến tình trạng rối loạn và vô chính phủ*".

Ngoài ra, để xiết chặt hàng ngũ văn nghệ sĩ, trí thức trước các diễn biến phức tạp tại những nước cộng sản ở Đông Âu, Ban bí thư đã ra chỉ thị mang số 52-CT/TW ngày 8-6-1989 về "*đổi mới và nâng cao chất lượng phê bình văn học, nghệ thuật*". Sau đó, Ban bí thư còn giải tán Ban Văn hóa - Văn nghệ do Tướng Trần Độ làm Trưởng ban, để sát nhập vào trong Ban Tuyên Huấn cải danh thành Ban Văn hoá Tư tưởng Trung ương, giao cho Trần Trọng Tân làm Trưởng ban. Hành động sát nhập hai ban nói trên lại với nhau và giao cho Trần Trọng Tân, một lý thuyết gia Mao-ít phụ trách, được coi như gián tiếp cách chức cựu Tướng Trần Độ. Song song, nhằm tạo lý cớ để khống chế xu thế đòi dân chủ hóa trong nội bộ đảng và ngăn chặn những phong trào chống đối của quần chúng có thể xảy ra như trường hợp Công Đoàn Đoàn Kết tại Ba Lan, Phong Trào Sinh Viên tại Trung Quốc, Trung ương đảng đã vẽ ra hình ảnh mất an ninh, do sự xuống cấp toàn bộ của các cán bộ đảng viên, cộng với sự xúi giục của những bọn phản động đang đeo đuổi chủ nghĩa bá quyền đế quốc.

Trong bài viết "*Tăng cường phòng thủ Quốc gia và những nghĩa vụ bảo vệ an ninh*", Trung tướng Đặng Vũ Hiệp, Phó chủ nhiệm Tổng cục chính trị quân đội, đăng trên tờ Tuyên Truyền vào tháng 7-1989, đã viết như sau: "*Kẻ thù của nhân dân ta đã thay đổi chiến thuật, vẫn ngoan cố thực hiện mưu đồ ngăn cản những bước tiến lên xã hội chủ nghĩa, phá hoại mọi cơ chế hoạt động của cơ quan nhà nước. Chúng gia tăng các hoạt động chống phá, nhắm đến việc đe dọa an ninh toàn cõi Việt Nam. Chúng gọi đây là cuộc đấu tranh động não với sự hậu thuẫn của sức mạnh quân sự. Những bọn phản động tăng cường hoạt động phá hoại cách mạng trên các mặt trận kinh tế, chính trị, văn hóa và chủ thuyết. Mục tiêu của chúng là vô hiệu hóa mọi chính sách của nhà nước, gây khủng hoảng kinh tế, rối loạn trật tự xã hội, tạo thêm bất mãn trong quần chúng nhân dân, âm mưu thay đổi chế độ, và mưu đồ biến những cuộc nổi loạn xã hội thành nổi loạn chính trị*".

Bài viết của Tướng Đặng Vũ Hiệp được coi là lời cảnh cáo về sự an nguy của chế độ và cũng là lý do để Bộ chính trị đóng lại cánh cửa "đổi mới" sau hai năm "cởi trói" từ tháng 5-1987 đến tháng 6-1989, trước những biến chuyển không lường được tại Đông Âu và Liên Xô vào lúc đó.

NHỮNG PHẢN ỨNG LẠC ĐIỆU CỦA HÀ NỘI TRƯỚC BIẾN CỐ ĐÔNG ÂU

Từ tháng 6-1989 trở đi đã xảy ra rất nhiều biến cố quan trọng nằm ngoài dự kiến của Bộ chính trị và Trung ương đảng Cộng sản Việt Nam.

Biến cố đầu tiên là hàng trăm ngàn sinh viên Trung Quốc đã chiếm quảng trường Thiên An Môn đòi đảng và nhà nước Cộng sản Trung Hoa chấp nhận những quyền tự do cơ bản và sinh hoạt chính trị đa đảng trong suốt nhiều tuần lễ từ giữa tháng 5. Tuy sau đó Đặng Tiểu Bình đã ra lệnh cho quân đội đàn áp vào rạng sáng ngày 3 tháng 6, khiến cho trên vài ngàn người bị tử thương, nhưng biến cố này đã tác động mạnh mẽ trong dư luận, khiến cho Hà Nội phải ra chỉ thị đề cao cảnh giác ở trong nước.

Biến cố thứ hai là Công Đoàn Đoàn Kết thắng lớn trong cuộc Tổng tuyển cử tự do lần đầu tiên vào hai ngày 4 và 18- 6, sau gần 45 năm độc chiếm quyền lực của đảng Thống Nhất Xã Hội Chủ Nghĩa Ba Lan (đảng Cộng sản Ba Lan). Kết quả của cuộc Tổng tuyển cử này đã khiến đảng Cộng sản Ba Lan mất độc quyền, Luật sư Tadeusz Mazowieckj của Công Đoàn Đoàn Kết lên cầm quyền với nội các liên hiệp vào ngày 19-8-1989.

Biến cố thứ ba là nội bộ đảng Công Nhân Xã Hội Hung bị phân hóa trầm trọng khiến đảng phải tổ chức đại hội bất thường vào ngày 23-6-1989, chính thức từ bỏ con đường chuyên chính vô sản và cho Quốc hội tu sửa hiến pháp, chính thức bãi bỏ chế độ cai trị độc đảng, bỏ tên nước Cộng Hòa Nhân Dân và thay bằng Cộng Hòa Hung Gia Lợi, đồng thời quyết định tổ chức tổng tuyển cử tự do vào hai ngày 26-3 và 8-4-1990. Kết quả của cuộc tổng tuyển cử này giống như Ba Lan là các đảng phái chống chính quyền Cộng sản Hung Gia Lợi đã toàn thắng, với sự ra đời của chính quyền liên minh cánh hữu chấm dứt sự chi phối của chính quyền Cộng sản kéo dài trong 45 năm.

Biến cố thứ tư là cuộc biểu tình trên 200 ngàn người tại thành phố Leipzig vào tối ngày 15-10-1989 đã khiến cho Erich Honecker, Chủ tịch đảng Thống Nhất Xã Hội Chủ Nghĩa Đức phải từ chức, một tuần sau khi Honecker tổ chức lễ duyệt binh kỷ niệm 40 năm ngày thành lập Cộng hòa dân chủ Đức. Sự từ chức đột ngột của Honecker làm cho đảng Cộng sản Đông Đức rối loạn, phân rã thành nhiều hệ phái, tân chủ tịch đảng là ông Egon Krenz đã không thể điều hành nổi trước quá nhiều áp lực của quần chúng nên đã thoái lui bằng cách ra lệnh phá bỏ bức tường Bá Linh, vào tối 9-11-1989, chấp nhận cho dân chúng tại Đông và Tây Băc qua lại tự do.

Biến cố thứ năm là cuộc tàn sát tại thành phố Timisoara vào ngày 23-11-1989, đã tạo sự phẫn nộ trong dân chúng, dẫn đến các cuộc biểu tình chống chính quyền Ceaucescu một cách rộng lớn tại thủ đô Bucharest từ ngày 22-12-1989. Ceaucescu ra lệnh giới nghiêm trên toàn quốc nhưng đã quá trễ vì dân chúng bất chấp lệnh giới nghiêm, túa ra đường biểu tình lên đến hàng trăm ngàn người, đứng đầy khắp các nẻo đường trong thủ đô. Quân đội quay về phía quần chúng và ủng hộ Mặt Trận Cứu Quốc do Ion Iliescu lãnh đạo nên đã cô lập lực lượng công an bảo vệ Ceaucescu. Ngày 23-12-1989, vợ chồng Ceaucescu bị bắt và bị Mặt Trận Cứu Quốc kết án tử hình trong một tòa án đặc biệt diễn ra vào ngày 24-12-1989.

Trong thời gian xảy ra những biến cố dồn dập tại Đông Âu, đảng Cộng sản Việt Nam tổ chức Hội nghị lần thứ 7 của Ban chấp hành Trung ương đảng tại Sài Gòn từ ngày 15 đến 24-8-1989. Hội nghị đã phải thay đổi nghị trình để bàn về thế đối phó với biến cố Đông Âu trong nội bộ và giải thích lập trường của đảng đối với bên ngoài. Sau đó, Ban chấp hành đã ra một bản thông báo có một số nội dung như sau:

"Công cuộc cải tổ đang diễn ra ở nhiều nước xã hội chủ nghĩa, nhưng một số nước đang gặp khó khăn nghiêm trọng. Ở nước ta, công cuộc đổi mới đã thu được những kết quả ban đầu, trong tình hình kinh tế xã hội còn nhiều khó khăn, trước những diễn biến phức tạp của tình hình thế giới hiện nay, trước hết là những âm mưu và hành động điên cuồng chống phá lại xã hội chủ nghĩa của bọn đế quốc... Trước những diễn biến phức tạp mới của tình hình, trong một số ít cán bộ đảng viên đã xuất hiện một số tư tưởng lệch lạc, chao đảo. Nếu không sớm ngăn chặn và phát hiện, có thể dẫn tới những tác hại không nhỏ. Hội nghị lần thứ 7 BCHTƯ đã phát biểu một số nhiệm vụ về công tác tư tưởng, khẳng định tính chất tất yếu lịch sử của chủ nghĩa xã hội, bằng những phần tử vững chãi của hệ thống xã hội chủ nghĩa thế giới. Hơn lúc nào hết, chúng ta không được hoài nghi chân lý tất thắng của chủ nghĩa

xã hội, chúng ta có trách nhiệm góp phần phấn đấu tích cực của mình vào việc bảo vệ và phát huy những thành quả của chủ nghĩa xã hội, góp phần củng cố khối đoàn kết của các nước xã hội chủ nghĩa, bảo vệ sự trong sáng của chủ nghĩa Mác-Lê.

"Hội nghị lần thứ 7 BCHTƯ nhấn mạnh rằng, cuộc đấu tranh trên mặt trận tư tưởng đang diễn ra gay gắt và phức tạp, đòi hỏi các cấp, các cơ quan chính quyền, các đoàn thể phải luôn luôn tỉnh táo, ý thức, coi trọng công tác tư tưởng, tăng cường lãnh đạo và quản lý công tác tư tưởng. Việc đổi mới sự lãnh đạo và quản lý công tác tư tưởng nhằm nâng cao chất lượng và hiệu quả công tác tư tưởng, bảo đảm tính chủ động kịp thời, tính chiến đấu sắc bén, phục vụ tích cực việc thực hiện các chủ trương chính sách của đảng và nhà nước, củng cố sự thống nhất về tư tưởng và hành động trong toàn đảng, thúc đẩy công cuộc đổi mới, khắc phục tâm trạng bi quan mất cảnh giác, uốn nắn kịp thời những nhận thức lệch lạc, chủ động phản kích những luận điệu thù địch".

Vào lúc đó, đảng Cộng sản Việt Nam coi biến cố Đông Âu chỉ là sự biến thái giai đoạn và vẫn còn tin tưởng tuyệt đối vào thành trì vững chãi của khối cộng sản do Liên Xô lãnh đạo nên mới đưa năm nguyên tắc nhằm xác định lại quan điểm của đảng Cộng sản Việt Nam, đồng thời cảnh cáo các đảng viên đang chao đảo, bất mãn và không còn tin tưởng vào thiểu số cán bộ thượng tầng đang nắm giữ quyền lực độc tôn, để tiếp tục cố thủ trong lô cốt giáo điều xã hội chủ nghĩa. Năm nguyên tắc này là:

1- Khẳng định tính tất yếu lịch sử của chủ nghĩa xã hội và những thành tựu vĩ đại của hệ thống xã hội chủ nghĩa thế giới.

2- Khẳng định tính khách quan và phương hướng xã hội chủ nghĩa của quá trình cải tổ, cải cách và đổi mới.

3- Nhận rõ bản chất của chủ nghĩa tư bản, nâng cao cảnh giác cách mạng, đấu tranh chống chủ nghĩa đế quốc và các thế lực phản động quốc tế.

4- Giáo dục trong đảng và trong nhân dân lòng kiên trì với mục tiêu lý tưởng xã hội chủ nghĩa trên cơ sở quán triệt những nguyên tắc và chính sách đổi mới của đảng.

5- Nâng cao phẩm chất đạo đức cách mạng xã hội chủ nghĩa, tăng cường sự đoàn kết thống nhất trong đảng, sự thống nhất ý chí và hành động trong xã hội, đấu tranh chống những biểu hiện tiêu cực.

Trong bài diễn văn bế mạc Hội nghị, Nguyễn Văn Linh đã chỉ trích gay gắt một số khuynh hướng chủ trương xét lại vai trò lãnh đạo của đảng, đang ngấm ngầm vận động trong hàng ngũ đảng viên. Nguyễn Văn Linh kết tội khuynh hướng này là *"đang nhận sự hậu thuẫn và xúi giục của chủ nghĩa đế quốc mà đứng đầu là đế quốc Mỹ. Đó là giấc mơ vô nhân của bọn đại biểu cho chủ nghĩa tư bản khét tiếng, không đội trời chung với chúng"*. Ngoài ra, Nguyễn Văn Linh còn dựa vào lý thuyết cực kỳ lạc hậu trước đây, để hô hào đảng viên kiên định theo đường lối xã hội chủ nghĩa: *"Trước đây, trong một thời gian dài khi phân tích tình hình thế giới, chúng ta đều thống nhất nhận định: Thế giới có hai phe, phe xã hội chủ nghĩa và phe tư bản chủ nghĩa. Có bốn nguyên tắc cơ bản, đó là mâu thuẫn giữa phe xã hội chủ nghĩa và phe tư bản chủ nghĩa; mâu thuẫn giữa giai cấp công nhân và nhân dân lao động với giai cấp tư sản trong các nước tư bản chủ nghĩa; mâu thuẫn giữa các nước thuộc địa và phong trào giải phóng dân tộc với chủ nghĩa đế quốc; mâu thuẫn giữa các nước đế quốc với nhau. Vậy mà sau đó, trong một thời gian dài, chúng ta không còn nhất trí nữa. Phải chăng những luận điểm đó đã lỗi thời? Hoàn toàn không phải như vậy? Tôi cho rằng đây là một sai lầm nghiêm trọng của các đảng viên đã không thông suốt chủ nghĩa Mác-Lê vĩ đại, và sai lầm trong công tác tư tưởng. Trên thực tế, chừng nào còn chủ nghĩa đế quốc, chừng nào cách mạng xã hội chủ nghĩa chưa thắng lợi trên phạm vi toàn thế giới, thì những luận điểm niêm yết nói trên vẫn giữ nguyên giá trị"*.

Khai triển những quan điểm trên, ngày 28-8-1989, Nhật báo Nhân Dân, cơ quan ngôn luận của đảng Cộng sản Việt Nam đã viết một bài quan điểm về chính phủ Tadeusz Mazowieckj của Ba Lan, có một đoạn đáng chú ý như sau: *"Thực chất sự kiện chính trị đang diễn ra ở Ba Lan là Công Đoàn Đoàn Kết với sự tiếp tay của các thế lực đế quốc, chủ yếu là đế quốc Mỹ, đang làm cuộc đảo chính phản cách mạng ở Ba Lan"*. Trong đoạn kết của bài này, báo Nhân Dân còn tin tưởng là *"giai cấp công nhân và nhân dân lao động Ba Lan sẽ đập tan cuộc đảo chánh phản cách mạng"*. Trong khi đó, ngày 29-8, Thành Ủy Hà Nội đã huy động nhân sự trong các cơ quan nhà nước, các tổ chức ngoại vị nằm trong Mặt trận tổ quốc như Công đoàn, Hội Phụ nữ, Hội Nông dân, Đoàn thanh niên cộng sản.., tổ chức cuộc biểu tình ủng hộ đảng Công Nhân Thống Nhất Ba Lan (đảng Cộng sản Ba Lan). Đoàn biểu tình đã phổ biến bản thông cáo kết án Công Đoàn Đoàn Kết Ba Lan là nguyên nhân đưa đến cuộc khủng hoảng chính trị tại Ba Lan và kêu gọi đảng Cộng sản Ba Lan phải *"cương quyết đập tan cuộc đảo chính phản cách mạng của các thế lực thù địch, giữ vững thành quả cách mạng. Những thế lực thù địch này đã nhận sự tiếp tay của đế quốc, chủ yếu là đế quốc Mỹ"*.

Mặt khác, trong hội nghị quy tụ 200 cán bộ phụ trách công tác tư tưởng tại Sài Gòn, Trần Trọng Tấn, Trưởng ban Văn hóa Tư tưởng Trung ương đã lên tiếng chỉ trích gay gắt Hoa Kỳ và Công Đoàn Đoàn Kết Ba Lan, đồng thời khẳng định rằng đảng Cộng sản Việt Nam sẽ không chấp nhận để tự rơi vào một tình trạng tương tự. Trần Trọng Tấn đã phát biểu rằng: *"Chúng ta bày tỏ mối quan tâm sâu xa trước tình hình chính trị tại Ba Lan, cực lực lên án những thế lực phản động chống lại chủ nghĩa xã hội tại Ba Lan. Những lực lượng phản động này núp dưới nhãn hiệu của cái gọi là Solidarity, đang nhận sự tiếp tay của chủ nghĩa đế quốc mà đặc biệt là đế quốc Mỹ, để âm mưu thực hiện một cuộc đảo chính phản cách mạng. Chúng ta chia xẻ những khó khăn của đảng Công Nhân Thống Nhất Ba Lan, khẳng định và tin tưởng rằng với kinh nghiệm sẵn có trong quá khứ, đảng Công Nhân Thống Nhất Ba Lan sẽ chiếm lại ưu thế chính trị, san bằng mọi thế lực phản động chống lại chủ nghĩa xã hội, và tiếp tục bước lên con đường xã hội chủ nghĩa đã vạch ra. Chúng ta cương quyết tiến hành công cuộc đổi mới trong nước, để tăng cường sức mạnh cho lực lượng các nước xã hội chủ nghĩa anh em"*.

Tuy công kích và mạt sát Công Đoàn Đoàn Kết, nhưng khi nghe tin Quốc hội Ba Lan chính thức tấn phong Luật sư Tadeusz Mazowieckj của Công Đoàn làm Thủ tướng, Đỗ Mười, lúc bây giờ là Chủ tịch Hội đồng Bộ Trưởng và Nguyễn Cơ Thạch (Bộ trưởng Ngoại giao) đã phải đánh điện văn chúc mừng tân Thủ tướng Ba Lan. Phản ứng "lạc điệu" về biến cố Ba Lan đã làm cho Trung ương đảng thấy bị hố nên sau đó, các cán bộ cao cấp và báo chí của đảng không còn dám có phản ứng chống đối mạnh mẽ như đối với biến cố Ba Lan. Đến ngày 2-9-1989, trong bài diễn văn đọc trong ngày "Quốc Khánh", Tổng bí thư Nguyễn Văn Linh nói xa xôi đến những thay đổi đang xảy ra ở Đông Âu: *"Chúng ta thấy rõ đây là cơn đau đẻ của sự sinh thành"*;

nhưng rồi cũng đã cực lực lên án tư tưởng đa nguyên, đa đảng như sau:

"Chúng ta không cho phép bất cứ lực lượng nào thành lập các đảng đối lập, để chống chính quyền nhân dân, chống chủ nghĩa xã hội. Một nền dân chủ đích thực hay một nền dân chủ hình thức không tùy thuộc ở chỗ có một đảng hay nhiều đảng, vấn đề cơ bản là nền dân chủ đó phục vụ tầng lớp nào và giai cấp nào trong xã hội. Đó là điều vỡ lòng của nhận thức Mácxít-Lêninít. Nền dân chủ của chúng ta là nền dân chủ xã hội chủ nghĩa, dân chủ đối với nhân dân lao động và chuyên chính đối với kẻ thù của nhân dân. Vì vậy, nền dân chủ đó về bản chất như Lênin nói: Gấp triệu lần dân chủ tư sản"... Dân chủ không phải muốn nói gì thì nói, viết gì thì viết, làm gì thì làm, bất chấp hậu quả ra sao. Đó thực chất là hành động vô chính phủ. Ấy vậy mà khi đảng ta uốn nắn lại những lệch lạc đó, có một số người cho rằng làm như vậy là hạn chế dân chủ, là cánh cửa dân chủ chưa kịp mở đã vội đóng lại, v.v..."

Ngày 26- 9, các cơ quan tuyên truyền của đảng đã đồng loạt loan tải bài viết *"Bạo lực cách mạng và Bối cảnh mới của đấu tranh giai cấp"* của Trung tướng Trần Xuân Cường, thuộc ban giảng huấn Học viện Nguyễn Ái Quốc. Mục tiêu của bài viết là để phân tích những biến chuyển xảy ra ở Đông Âu là do "chiến lược tiến chiếm hòa bình" (lúc này Hà Nội chưa dùng nhóm từ Diễn Biến Hòa Bình) của các nước Tây phương đối với khối xã hội chủ nghĩa, để kêu gọi toàn thể đảng viên phải cảnh giác, sẵn sàng dùng "bạo lực" để bảo vệ tổ quốc xã hội chủ nghĩa. Trần Xuân Cường đã viết *"Từ sau chiến tranh thế giới lần thứ hai, chủ nghĩa đế quốc tăng cường sử dụng các thủ đoạn tiến chiếm hòa bình, để làm mục chủ nghĩa xã hội từ bên trong. Song ít nhất, chúng cũng đã thực sự ba lần thất bại trong thủ đoạn chiến lược này: ở Hung năm 1956, Tiệp Khắc năm 1968 và Ba Lan năm 1956 và 1980... Ngày nay, chúng vẫn tiếp tục âm mưu đó trong những điều kiện mới. Chúng đã đổi mới và hoàn thiện chiến lược và sách lược tiến chiếm hòa bình, trên cơ sở rút kinh nghiệm những lần thất bại trước đây... Ngày nay, đảng và nhà nước ta sau khi chuẩn bị đánh lại sự xâm lược vũ trang từ bên ngoài, thì đồng thời cũng lùi vào cái thế đánh bại âm mưu tiến chiếm hòa bình từ bên trong".*

Đầu tháng 10, Nguyễn Văn Linh dẫn một phái đoàn sang Đông

Đức tham dự buổi lễ kỷ niệm 40 năm thành lập Cộng hòa Nhân dân Đức tổ chức vào ngày 7-10-1989. Tại đây, Nguyễn Văn Linh và phái đoàn cao cấp của đảng Cộng sản Việt Nam đã chứng kiến hàng loạt các cuộc biểu tình đòi tự do dân chủ của quần chúng, đưa đến sự từ chức của Erich Honecker vào ngày 18-10, và sự sụp đổ bức tường Bá Linh vào ngày 9-11. Đông Đức là cái phao cứu vớt sau cùng, nơi mà phái đoàn Nguyễn Văn Linh có thể đem về một "cẩm nang" giải quyết những khó khăn trong nước, thì cũng là nơi mà sự sụp đổ xảy ra nhanh nhất. Biến cố Đông Đức đã làm cho Nguyễn Văn Linh choáng váng, trở về Hà Nội trong tình trạng suy nhược và cáo bệnh không tiếp ai trong một thời gian. Mãi cho đến ngày 16-12-1989, Nguyễn Văn Linh mới xuất hiện trong Hội nghị của Thành ủy Sài Gòn, nhấn mạnh đến công tác tư tưởng trong hàng ngũ đảng viên và nhiệm vụ "bảo vệ tổ quốc xã hội chủ nghĩa", trước sự tan rã của các đảng Cộng sản anh em tại Đông Âu. Nhưng khi nghe tin nhà độc tài Ceaucescu bị Mặt Trận Cứu Quốc tuyên án tử hình vào ngày 24-12-1989, Nguyễn Văn Linh quyết định ở ẩn tại Sài Gòn không tiếp bất cứ ai cho đến đầu năm 1990, với lý do là bận theo dõi tình hình Đông Đức.

ỦY VIÊN BỘ CHÍNH TRỊ TRẦN XUÂN BÁCH BỊ KHAI TRỪ VÌ CỔ VÕ ĐA NGUYÊN

Đại hội đảng kỳ VI vào tháng 12-1986, Trần Xuân Bách được đưa vào Bộ chính trị và Ban bí thư. Trách vụ chính của Trần Xuân Bách là tạo quan hệ với hai nước Lào và Căm Bốt, giữ chặt quan hệ giữa đảng Cộng sản Việt Nam với các đảng Cộng sản và công nhân chưa giành được chính quyền, chỉ đạo Ban đối ngoại Trung ương và Ban Việt kiều Trung ương (sau ngày đổi tên là Ủy ban về người Việt Nam ở nước ngoài do Thứ trưởng Nguyễn Đình Bin làm chủ nhiệm). Ngoài ra theo ông Bùi Tín, tác giả tập sách Hoa Xuyên Tuyết cho biết là từ năm 1987, Trần Xuân Bách được Bộ chính trị giao công tác thông tin cho Bộ chính trị, nghĩa là thu thập tình hình trong và ngoài nước, đọc các sách báo tin tức từ nước ngoài để tổng hợp và báo cáo lại cho các ủy viên trong Bộ chính trị. Trong tư thế này, Trần Xuân Bách đã trực tiếp sử dụng các cơ quan thông tin của Ủy ban khoa học xã hội, Bộ ngoại giao và Thông tấn xã, lập ra một ban "tư vấn" với một số cán bộ có khả năng ngoại ngữ, giúp Bách tổng hợp những tin tức sốt dẻo nhất, từ đó đề xuất những ý kiến để hình thành chính sách. Do những nguồn thông tin phong phú, mới mẻ và kịp thời nên đã làm cho quan điểm "giáo điều" của Trần Xuân Bách bị thay đổi.

Trong bài tham luận đọc ở Hội nghị lần thứ 7 của Ban chấp hành Trung ương vào tháng 8-1989, Trần Xuân Bách đã đề nghị đảng phải đổi mới bằng đi hai chân: *chân kinh tế thị trường với việc mở rộng kinh tế hàng hóa, phát triển thị trường và chân chính trị là đi mạnh vào việc áp dụng dân chủ rộng rãi, chấp nhận đa nguyên* (ý niệm đa nguyên mà Trần Xuân Bách sử dụng lúc này mang ý nghĩa công nhận nhiều khuynh hướng trong xã hội chứ chưa hề có ý nghĩa công nhận đa đảng). Ý kiến của Trần Xuân Bách bị chống đối, bị coi là quá khích và hữu khuynh. Trong một cuộc phỏng vấn về vấn đề Căm Bốt của Ký giả Hiebert, tờ Viễn Đông Kinh Tế (Far Eastern Economic Review) vào tháng 12-1989, Trần Xuân Bách đã nói: *"Sau mười năm chiến thắng, chúng tôi đã thấy nhiều lỗi lầm và nhiều sự thất bại. Chúng tôi cố gắng kỹ nghệ hóa nhưng chưa có được những nền tảng vững chắc. Những cơ cấu quản trị cũ kỹ đã làm đình trệ sự đổi mới về kinh tế này"*. Đến ngày 5-1-1990, trong một buổi thảo luận về chủ nghĩa xã hội tại Ủy ban Khoa Học và Xã Hội, Trần Xuân Bách đã đọc một bài diễn văn đề cập về "Chủ nghĩa xã hội thật sự là gì? ", với một vài nội dung đáng chú ý:

"... Một điểm rất thống nhất của toàn thể xã hội, toàn thể nhân dân hiện nay là trăn trở với tình hình thế giới và trong nước, muốn đưa dân tộc ta tiến lên. Trong đảng Cộng sản Việt Nam, nếu ai bình chân như vại trước tình hình hiện nay là thiếu trách nhiệm. Chủ nghĩa xã hội thế giới đang đứng trước những thử thách lớn và những triển vọng lớn cũng là do thời đại. Tất cả các dân tộc đều trong hoàn cảnh bức xúc, cả chủ nghĩa tư bản, cả chủ nghĩa xã hội, cả loài người đều như vậy. Có hai lý do của sự bức xúc:

- Một là chỉ còn mười năm nữa là bước sang thế kỷ XXI, dân tộc nào bị tụt hậu vào giữa thế kỷ XXI là nguy hiểm vô cùng, vì đây là thời đại của cách mạng khoa học kỹ thuật, của bùng nổ thông tin và giao lưu quốc tế. Xử lý vấn đề này không thể một nhóm, một người nào làm được. Cả dân tộc phải chuẩn bị và làm công việc này.

- Hai là diễn biến chính trị ở các nước xã hội chủ nghĩa đang căng thẳng, phức tạp và có tính dây chuyền. Vì sao có tính dây chuyền?

Vì ta ở trong thời đại thông tin, không thể bưng bít thông tin được. Ai bưng bít thông tin là lạc hậu nhất. Phải cung cấp thông tin đầy đủ để người ta lựa chọn. Không thể nghĩ rằng ở châu Âu thì sôi sục, còn ở châu Á thì ổn định. Không thể chủ quan cho mình là ổn định. Tất cả các nước xã hội chủ nghĩa đều nằm trong sự vận động để tiến lên, đều có những mâu thuẫn lớn, đều phải phá vỡ sức đè nén của những cái cũ, không anh nào có thể yên trí mình ổn định được. Có khi tuần này còn huênh hoang, tuần sau đã bị đảo lộn.

Tình hình chung hiện nay là biểu hiện của tư duy khoa học đang lấn át tư duy giáo điều, tư duy khoa học đang thay thế tư duy giáo điều. Lịch sử đang thay đổi mạnh. Mác trao cho ta vũ khí biện chứng duy vật và duy vật lịch sử, chớ không trao cho ta Kinh Thánh! Việc vận dụng những nguyên lý của chủ nghĩa cộng sản phải căn cứ vào hoàn cảnh lịch sử đương thời của Mác nói".

Bài nói chuyện này đã được đăng lên tờ Tạp chí Cộng sản số tháng 1-1990. Những quan điểm của Trần Xuân Bách đã công khai ra bên ngoài, tạo một sự quan tâm sâu rộng trong giới trí thức xã hội chủ nghĩa vào lúc đó. Đến ngày 19-1-1990, trong một cuộc phỏng vấn do một phóng viên của đài phát thanh Hung Gia Lợi thực hiện, khi được hỏi cảm tưởng về những biến chuyển chính trị ở các nước Đông Âu, Trần Xuân Bách đã nói là: *"mỗi quốc gia có một đường lối riêng để phát triển xã hội của họ. Việt Nam rất kính trọng những chọn lựa mà các nước xã hội chủ nghĩa anh em đang theo. Việt Nam ủng hộ những phát triển về một hệ thống dân chủ ở những nước xã hội đó"*. Trong một cuộc hội thảo vào ngày 1-2-1990, tổ chức tại Học viện Nguyễn Ái Quốc (nay đổi là Học viện Chính trị Quốc gia) nhân kỷ niệm 60 năm ngày thành lập đảng Cộng sản Việt Nam, Trần Xuân Bách đã đề xướng đảng phải thay đổi thì mới trị được cái "bệnh" của đảng.

Những phát biểu của Trần Xuân Bách càng ngày càng "xé rào" ra khỏi 6 nguyên tắc mà Trung Ương Đảng đã quy định hồi năm 1989, khiến cho một số ủy viên Bộ chính trị thấy khó chịu. Bộ chính trị của đảng Cộng sản Việt Nam vào giai đoạn này gồm có 13 ủy viên chính thức là Nguyễn Văn Linh, Phạm Hùng, Võ Chí Công, Đỗ Mười, Võ Văn Kiệt, Lê Đức Anh, Nguyễn Đức Tâm, Nguyễn Cơ Thạch, Đồng Sỹ Nguyên, Trần Xuân Bách, Nguyễn Thanh Bình, Đoàn Khuê, Mai Chí Thọ và một uỷ viên dự khuyết là Đào Duy Tùng. Do yêu cầu của Đào Duy Tùng và được sự hậu thuẫn mạnh mẽ của Ủy viên bộ chính trị Nguyễn Đúc Tâm, Trưởng ban tổ chức Trung ương đảng, Bộ chính trị đã họp khẩn cấp vào ngày 16-2-1990. Tại cuộc họp này, Nguyễn Văn Linh, Nguyễn Đức Tâm, Đào Duy Tùng, Lê Đức Anh, Đoàn Khuê... đã chỉ trích quan điểm của Trần Xuân Bách là nguy hiểm, và Bộ chính trị dự kiến sẽ đề nghị Trung ương đảng cách chức Ban bí thư và Bộ chính trị, nhưng còn giữ vai trò Trung ương đảng.

Tuy nhiên, khi vấn đề của Trần Xuân Bách được đưa ra thảo luận trong Hội nghị lần thứ 8 của Ban chấp hành Trung ương đảng khóa VI, họp từ ngày 12 đến 27-3-1990, đa số các Bí thư tỉnh và phe giáo điều đã phê phán Trần Xuân Bách không đáng là đảng viên, vô kỷ luật, vô tổ chức trong khi đảng cần sự nhất trí, và thống nhất để vượt qua những khó khăn trước các diễn biến phức tạp tại Đông Âu. Cuối cùng Hội nghị đã có khoảng 2/3 Ủy viên Trung ương biểu quyết cách chức Trần Xuân Bách ra khỏi Trung ương đảng, trong khi đó có đến 1/3 Ủy viên chống lại quyết định này. Sau đó, Trung ương đảng dưới chữ ký của Nguyễn Văn Linh đã phổ biến bản thông báo của Hội nghị nhấn mạnh đến yêu cầu *"giữ vững sự ổn định chính trị, kinh tế và xã hội, trước hết là ổn định về chính trị"*, loại Trần Xuân Bách ra khỏi mọi cương vị lãnh đạo của đảng, với lý do *"vi phạm nghiêm trọng nguyên tắc tổ chức và kỷ luật của đảng, gây ra nhiều hậu quả xấu"*.

CUỘC ĐẤU TRANH CỦA ÔNG NGUYỄN HỘ VÀ CÂU LẠC BỘ NHỮNG NGƯỜI KHÁNG CHIẾN CŨ

Trong khi Trung Ương Đảng Cộng sản lúng túng đối phó vấn đề Trần Xuân Bách chưa xong, thì lại xảy ra sự chống đối một cách quyết liệt của Câu Lạc Bộ Những Người Kháng Chiến Cũ trong cùng thời gian. Câu Lạc Bộ Những Người Kháng Chiến Cũ, được thành lập bởi một ban chấp hành gồm 24 người, từng là cán bộ đảng viên cao cấp trong thời chiến tranh Việt Nam trước năm 1975, do ông Nguyễn Hộ đứng đầu. Đơn xin thành lập đã gửi cho Thành ủy Sài Gòn từ năm 1985 nhưng không ai dám quyết định mãi cho đến khi Lê Đức Thọ, Trưởng Ban tổ chức Trung Ương đảng đồng ý thì Thành phố Sài Gòn mới cấp giấy phép cho hoạt động vào ngày 16-5-1986. Theo ông Đỗ Trung Hiếu, một thành viên của tổ chức này thì Câu lạc bộ hoạt động và phát triển từ năm 1986 cho đến tháng 3-1990, lúc ông Hộ phải bỏ Sài Gòn đi trốn vì bị đàn áp. Trong khoảng thời gian 4 năm này, Câu lạc bộ đã có một số giai đoạn hoạt động đáng chú ý.

Giai đoạn I: từ ngày 16-5-1986 cho đến ngày 3-4-1988, tập trung vào việc xây dựng và phát triển Câu lạc bộ với số hội viên lên đến 20 ngàn người tại Sài Gòn và các tỉnh miền Nam. Vào lúc đó, Câu lạc bộ được coi là tổ chức quần chúng không do đảng Cộng sản Việt Nam lãnh đạo, phát triển nhanh và mạnh nhất với nhiều hoạt động đa dạng.

Giai đoạn II: từ ngày 3-4-1988 cho đến 23-3-1990, tập trung vào cao trào đấu tranh đòi đổi mới, chống tham nhũng quan liêu bảo thủ. Đây là thời kỳ Nguyễn Văn Linh làm Tổng bí thư, tung ra chính sách đổi mới và cởi trói tư duy nên Câu lạc bộ đã lập ra Ban Tư Vấn Chính Trị vào ngày 3-4-1988 để phát động hai nỗ lực; 1/Chống tham nhũng; 2/Tổ chức các sinh hoạt chính trị ủng hộ đổi mới. Để xây dựng Câu lạc bộ thành một lực lượng giữ vai trò chính trị xã hội thật của nó, ông Nguyễn Hộ và ban thường vụ của Câu lạc bộ nộp đơn xin đổi tên thành Hội Truyền Thống Kháng Chiến Cũ nhưng chưa được Thành ủy chấp thuận, ra đặc san Truyền thống Kháng Chiến để quảng bá hoạt động nên thu hút đông đảo sự quan tâm và hưởng ứng của đồng bào mọi giới. Trong thời kỳ này, Hội đã tổ chức được những sinh hoạt đáng chú ý như:

Ngày 3-6-1988, tổ chức hội thảo, thảo luận công khai về việc đề cử chủ tịch hội đồng bộ trưởng mới quy tụ 200 cán bộ trung cao cấp, sĩ quan cấp tướng của quân đội đến dự. Kết thúc buổi hội này là một bản kiến nghị gửi Trung ương đảng và quốc hội về việc chọn lựa chủ tịch Hội đồng bộ trưởng không theo kiểu bè phái, áp đặt phi dân chủ. Ngày 11-6-1988, 44 thành viên của Câu Lạc Bộ Những Người Kháng Chiến Cũ đứng tên trong một kiện nghị gửi Trung ương đảng yêu cầu kiểm điểm bộ chính trị và ban bí thư về việc thực hiện Nghị quyết VI đã vi phạm nguyên tắc dân chủ trong nội bộ đảng. Đây là một loại kiến nghị thách đố sự lãnh đạo tối cao của đảng.

Ngày 11-6-1989, Câu lạc bộ đã tổ chức một buổi hội thảo về Quyền tự do dân chủ của công dân và những vấn đề cấp bách khác hiện nay của xã hội, và sau đó đã có 75 thành viên ký tên vào một kiến nghị gửi cho đại biểu quốc hội khóa VIII, đề nghị việc '*xem xét, đối chiếu, và có thái độ đối với một số hành động vi hiến của một số cơ quan nhà nước*'. Trong đó nêu đích danh Bộ Thông Tin đã vi phạm điều 67 của hiến pháp về tự do báo chí, đã đóng cửa một loạt các tờ báo, chỉ vì các báo này dám nói thẳng, nói thật, chống tiêu cực quan liêu, bảo thủ, cửa quyền. Ngày 18-9-1989, Câu Lạc Bộ Những Người Kháng Chiến Cũ tổ chức hội thảo về '*tiến trình đổi mới toàn bộ các mặt*' quy tụ gần 100 cán bộ trung cao cấp, tướng tá tham dự. Tại cuộc hội thảo này, nhiều cán bộ cao cấp đã lên phê phán các sai lầm của đảng như Thiếu tướng Tô Ký, Bác sĩ Trần Hữu Nghiệp, Cán bộ lão thành Huỳnh Văn Tâm, Nhà giáo Nguyễn Văn Hợi, Thượng tướng Trần Văn Trà, Nhà báo Hồ Ngọc Nhuận,... Những phát biểu của các nhân vật nói trên đã được chính ông Dương Đình Thảo và Võ Thành Công thay mặt thành ủy Sài Gòn lên xác nhận là đúng sự thật, gây ra một sự bàn tán sôi nổi trong dư luận thành phố Sài Gòn vào lúc đó.

Ngày 13-11-1989, Câu Lạc Bộ tổ chức hội thảo đề tài '*Tìm hiểu nguyên nhân trì trệ hiện nay trong việc đổi mới*' với hơn 700 cán bộ, trung cao cấp, tướng tá quân đội, trí thức các đại học tham dự. Tại Hội thảo này ông Nguyễn Hộ đã thông báo rằng Thành uỷ Sài Gòn ra quyết định không cho in tờ Truyền Thống Kháng Chiến và đòi dẹp cuộc hội thảo, khiến cho toàn thể cử tọa tham dự rất bất mãn và phản đối kịch liệt những việc làm sai trái của Thành ủy Sài Gòn. Ngày 7-1-1990, Câu lạc bộ đã tổ chức hội thảo suốt ngày tại nhà Văn hóa Lao động tại Sài Gòn về chủ đề '*công cuộc cải tổ ở Liên Xô và Đông Âu, tình hình đổi mới tại Việt Nam*'. quy tụ hàng ngàn người tham dự. Đây có thể coi là hội thảo quy mô nhất của Câu Lạc Bộ Những Người Kháng Chiến Cũ và đa số các diễn giả như Giáo sư Trần Bạch Đằng, Thượng Tướng Trần Văn Trà, Nhà báo Nguyễn Văn Trấn, Cán bộ lão thành La Văn Lâm, nhà báo Kim Tinh và rất đông cán bộ, tướng tá quân đội tham dự phát biểu. Đa số đều tán đồng công cuộc đổi mới ở Liên Xô và Đông Âu và cho rằng dân chủ là phong trào tràn ngập khắp thế giới. Dân chủ là đặt quyền lợi của dân lên trên hết. Nếu đảng Cộng sản Việt Nam không đổi mới, không có dân chủ thì dân sẽ thay đảng làm cuộc đổi mới, thiết lập dân chủ. Đặc biệt trong cuộc hội thảo này đã đi đến một kiến nghị quan trọng đòi hỏi đảng và nhà nước cho: 1/Lập hội cựu kháng chiến một cách chính thức trên toàn quốc; 2/Tờ Truyền thống kháng chiến được tái bản.

Có thể nói cuộc hội thảo hôm mồng 7-1-1990 của Câu Lạc Bộ Những Người Kháng Chiến Cũ đã làm cho Bộ chính trị và Trung ương đảng lo sợ. Vì thế mà bộ chính trị đã chỉ thị cho Thành ủy Sài gòn: 1/ Cấm không cho Câu lạc bộ tổ chức hội thảo; 2/ Cấm Câu lạc bộ không được ra đặc san Truyền Thống; 3/ Chỉ đạo ban chủ nhiệm Câu Lạc Bộ Những Người Kháng Chiến Cũ phải 'đấu tranh' nội bộ, loại những phần tử quá khích ra khỏi ban lãnh đạo, cụ thể là hai ông Nguyễn Hộ và Tạ Bá Tòng; 4/ Giải thể các tổ chức phụ thuộc như là ban liên lạc Thanh niên sinh viên cựu kháng chiến; 5/ Dẹp bản tin của Ban liên lạc thanh niên sinh viên. Ngày 4-3-1990, Thành ủy Sài Gòn đã cử Nguyễn Văn Hạnh tham dự cuộc họp với ban chủ nhiệm của Câu lạc bộ để kiểm điểm hai ông Nguyễn Hộ và Tạ Bá Tòng theo yêu cầu của Thành ủy. Cuộc họp gồm 18 người mà đa số là những người từ lúc thành lập Hội cho đến nay chưa hề xuất hiện. Cuộc họp đã biến thành cuộc đấu tố, dưới sự chỉ đạo của Nguyễn Văn Hạnh để tố cáo ông Nguyễn Hộ và Tạ Bá Tòng vi phạm 4 khuyết điểm: 1/ Đi chệch mục tiêu ban đầu; 2/ Mất dân chủ nghiêm trọng; 3/ Tổ chức và chuẩn bị đại hội không tốt, không đại diện cho những người kháng chiến chân chính; 4/ Phát hành tài liệu phạm pháp. Hai ông Nguyễn Hộ và Tạ Bá Tòng đã phản đối gay gắt và bỏ ra về. Nguyễn Văn Hạnh và những người của Thành ủy Sài gòn ở lại tiếp tục họp, bỏ phiếu bất tín nhiệm hai ông Nguyễn Hộ và Tạ Bá Tòng, bầu người của Thành ủy lên thay thế ban chủ nhiệm Câu lạc bộ.

Ông Nguyễn Hộ đã ra thông cáo phản đối và tuyên bố ông vẫn là chủ nhiệm Câu Lạc Bộ Những Người Kháng Chiến Cũ. Ngày 21-3-1990, ông Hộ rời Sài Gòn lên vùng nông thôn Sông Bé ở ẩn tại nhà những cán bộ của ông trong phong trào và cũng chính ngày này ông tuyên bố ly khai khỏi đảng Cộng sản. Sự kiện ông Nguyễn Hộ tuyên bố ly khai khỏi đảng đã được ông Tạ Bá Tòng thông báo cho ký giả Mike Morrow của tạp chí Asiaweek tại Hồng Kông và sau đó đài BBC loan tải rộng rãi trong đêm 26-3-1990, đã khiến cho Trung ương đảng tức giận nên đã phải ra thông báo lên án một số người lãnh đạo trong Câu Lạc Bộ Những Người Kháng Chiến Cũ là có hành động chống đảng, đồng thời chỉ thị cho Bộ nội vụ (tức Bộ Công an bây giờ) tung chiến dịch khủng bố. Ngày 23-4-1990, công an Bộ nội vụ chận bắt ông Đỗ Trung Hiếu, thư ký của Hội Truyền Thống tại Đà Nẵng. Ngày 29 tháng 4, công an Sài Gòn bắt giữ ông Tạ Bá Tòng và ông Hồ Hiếu. Ngày 5-5-1990, Thành ủy Sài Gòn ra văn thư tố cáo những khủng hoảng trong Hội Truyền Thống Kháng Chiến là do '*âm mưu và thủ đoạn của đế quốc Mỹ và bọn phản động*' khuynh đảo để chống phá đảng và nhà nước.

Ngày 11-6-1990, Võ Văn Kiệt qua trung gian của Nguyễn Văn Hoàng, cháu ruột của ông Nguyễn Hộ dàn xếp lên Phú Giáo tỉnh Sông Bé để gặp và thuyết phục ông Nguyễn Hộ không nên tiếp tục chống đảng. Cuộc gặp diễn ra từ 7 giờ 30 sáng cho đến 11 giờ và có cả thư của Võ Trần Chí (Bí thư Thành ủy Sài Gòn) gửi ông Hộ; nhưng ông Hộ đã cương quyết chống đến cùng nên cuộc gặp thất bại. Hai tuần sau, ông Kiệt có đề nghị gặp ông Nguyễn Hộ một lần nữa gần Sài Gòn nhưng ông Hộ chỉ gửi thư cho ông Kiệt, từ chối gặp. Ngày 30-7-1990, Ban tổ chức tỉnh uỷ Sông Bé đã tổ chức một buổi đấu tố các ông Nguyễn Hộ, Tạ Bá Tòng và nói xấu về các hoạt động của Câu lạc bộ, khiến cho bà Nguyễn Thị Kỳ Hương, tỉnh ủy Sông Bé bất mãn, không kềm chế được nên đã cởi quần trùm lên đầu Trưởng ban tổ chức tỉnh Sông Bé. Tất cả các quan chức của Tỉnh phải bỏ chạy. Dùng thủ đoạn bôi nhọ và triệt hạ uy tín của ông Nguyễn Hộ, Tạ Bá Tòng không được nên Cộng sản Việt Nam đã phải tung đòn cuối cùng là bắt giữ các nhân vật đầu não của Câu Lạc Bộ.

Ông Nguyễn Hộ bị bắt vào lúc 7 giờ sáng ngày 7-9-1990 tại tỉnh Sông Bé. Ông bị đưa về tạm giam ở K4 Xuân Lộc và sau đó giam ở nhà nghỉ Thành Ủy Sài Gòn 6 tháng và bị quản thúc tại gia 2 năm. Ông Tạ Bá Tòng và Đỗ Trung Hiếu bị giam ở Bộ nội vụ Sài Gòn hơn nửa năm và bị quản thúc tại gia hơn một năm rưỡi. Ông Hồ Hiếu bị giam ở Phan Đăng Lưu 6 tháng và bị quản thúc tại gia một năm rưỡi. Ngoài ra, công an còn bắt giam hàng trăm thành viên của Câu Lạc Bộ Những Người Kháng Chiến Cũ tại Sài Gòn, Tiền Giang, Hậu Giang, Sông Bé.... Tất cả những người này đều chung một số phận là bị ghép tội chống đảng nên bị kiểm điểm, bị kỷ luật, bị cách chức, bị thôi việc. Câu Lạc Bộ Những Người Kháng Chiến Cũ bị Thành ủy Sài Gòn chiếm đoạt và giải tán sau khi đảng Cộng sản Việt Nam dựng ra Hội Cựu Chiến Binh vào năm 1994.

Sự phản kháng của ông Nguyễn Hộ và cuộc đấu tranh của Câu Lạc Bộ Những Người Kháng Chiến Cũ tại miền Nam là một sự quật khởi đầy bất ngờ của những cán bộ, đảng viên cộng sản gốc miền Nam, đối với lãnh đạo đảng Cộng sản Việt Nam. Ông Nguyễn Hộ, ông Tạ Bá Tòng, ông Đỗ Trung Hiếu, ông Hồ Hiếu... là những nhân tố chính, đã khai thác sự tập hợp nhóm cựu chiến binh miền Nam để đòi hỏi những cải cách dân chủ khi biến cố Đông Âu xảy ra. Tuy cuộc đấu tranh của những người cựu chiến binh miền Nam bị thất bại sau khi Thành ủy Sài Gòn tổ chức 'đảo chánh' để chiếm Câu Lạc Bộ vào năm 1990; nhưng ông Nguyễn Hộ và nhiều người khác đã tiếp tục đấu tranh và gây rất nhiều khó khăn cho Hà Nội cho đến năm 1996. Chính tinh thần đấu tranh vì dân chủ và chống bất công của những người cựu chiến binh tại miền Nam đã tạo một tác động lớn lên nhiều thành phần chiến binh khác trên cả nước. Nhờ vậy mà tinh thần này vẫn tiếp tục duy trì nơi nhiều cựu chiến binh ở miền Bắc và nhiều nơi ở miền Trung, cụ thể là cuộc nổi dậy của toàn thể nông dân tỉnh Thái Bình chống sưu cao thuế nặng kéo dài trong nhiều tháng, là do lực lượng cựu chiến binh tại đây đứng ra tổ chức và lãnh đạo. Do đó mà ngày nay lực lượng cựu chiến binh đã là một nhân tố có thể sẽ góp phần trong việc châm ngòi cho các phong trào đấu tranh quần chúng trong thời gian tới.

HỌC TẬP - CHẤN CHỈNH NỘI BỘ HẦU ĐỐI PHÓ VỚI CÁC DIỄN BIẾN TẠI ĐÔNG ÂU

Sau khi khai trừ Trần Xuân Bách, Bộ chính trị đã ra chỉ thị 60 về *"Nhiệm vụ giữ gìn an ninh quốc gia trong tình hình mới"*, và tổ chức các buổi học tập trong nội bộ để khai triển nội dung Nghị quyết 8 là: *"Tiếp tục duy trì sự lãnh đạo của đảng, phủ nhận chính trị đa nguyên, tiếp tục chính sách đổi mới tăng cường công tác học tập tư tưởng để giữ vững định hướng xã hội chủ nghĩa"*.

Từ ngày 10 đến ngày 13-4-1990, Ban tổ chức trung ương đảng đã tổ chức hội nghị gồm những cán bộ chủ chốt trong các cơ quan hành chánh trung ương, tỉnh, thành. Sau đó, từ ngày 16 đến 24-4, Quân ủy trung ương đã tổ chức hội nghị gồm các chính ủy cao cấp trong quân đội. Nội dung chính của các Hội nghị là để *"các cán bộ nắm vững tình hình biến động thế giới, chỉ đạo những biện pháp đẩy lùi các thế lực phản động trong chiến lược tiến công xóa bỏ chủ nghĩa xã hội"*. Từ ngày 7 đến 10-5, Bộ nội vụ (nay đổi thành Bộ công an) đã triệu tập hội nghị gồm các cán bộ ngành an ninh, công an. Một trong những vấn đề nóng bỏng được đề cập trong hội nghị này là củng cố lại đội ngũ công an và mật vụ để *"sẵn sàng chiến đấu trong tình hình và nhiệm vụ mới"*, kế đến là vấn đề tinh thần, tư tưởng của đảng viên trong bộ máy an ninh. Song song với việc hướng dẫn công tác học tập nhằm chấn chỉnh tư tưởng trong nội bộ, Ban bí thư còn ra chỉ thị 7 điểm vào ngày 9-7-1990, kêu gọi các cấp đảng ủy mở chiến dịch "cải thiện quan hệ giữa đảng và quần chúng", và thanh lọc hàng ngũ đảng viên, với nội dung: *"Kiên quyết đưa ra khỏi đảng những đảng viên vi phạm nghiêm trọng nguyên tắc tổ chức, kỷ luật, thoái hóa, biến chất, tham ô lớn... Những đảng viên trình độ tác vụ quá thấp, năng lực hoạt động kém, không còn đắc dụng là đảng viên thì cũng không để ở trong đảng. Xử lý nghiêm minh theo kỷ luật đảng và pháp luật nhà nước đối với những đảng viên có hành vi tiêu cực..."*

Vào giai đoạn đó, tuy Trung ương đảng phổ biến rất nhiều tài liệu, nhưng chú ý nhất là tập tài liệu *"Bảo vệ an ninh chính trị và tư tưởng trong giai đoạn hiện nay"* do Nguyễn Quang Phòng soạn thảo, nhà xuất bản Sự Thật phát hành tháng 11-1990, được sử dụng học tập trong nội bộ. Qua nội dung của tài liệu này, Nguyễn Quang Phòng dựng lên một kẻ thù mới, tên của nó là "đa nguyên đa đảng" do các thế lực đế quốc cổ võ theo lối "tiệm tiến hòa bình" như sau:

"Âm mưu và thủ đoạn phá hoại của chủ nghĩa đế quốc và các thế lực phản động quốc tế đối với cách mạng nước ta nằm trong âm mưu chung chống phá các nước xã hội chủ nghĩa của chúng. Tuy nhiên, do hoàn cảnh đặc thù của nước ta, các thế lực thù địch cũng có những âm mưu và thủ đoạn riêng. Để hiểu đầy đủ âm mưu và thủ đoạn phá hoại của địch, chúng ta tìm hiểu âm mưu của chúng đối với các nước xã hội chủ nghĩa, kể cả hoàn cảnh xuất hiện những âm mưu đó. Đối với các nước xã hội chủ nghĩa, âm mưu nói trên của chủ nghĩa đế quốc trước hết là thay đổi chiến lược chống phá, từ chiến lược "ngăn chặn" trước đây, chuyển thành chiến lược "vượt trên ngăn chặn" (Beyond containment). Từ sau đại chiến thế giới thứ hai, các Tổng thống Mỹ thi hành chiến lược "ngăn chặn", nhằm hạn chế việc mở rộng ảnh hưởng của Liên Xô. Chiến lược "vượt trên ngăn chặn" mà Bu-sơ nêu ra là sự tiếp tục phát triển chiến lược "ngăn chặn" nhưng "mạnh bạo, lớn hơn bất kỳ một chiến lược nào trước đây", như Bu-sơ đánh giá. Chiến lược "ngăn chặn" chủ trương dùng các biện pháp đối đầu về quân sự, cô lập về chính trị, bao vây về kinh tế để kềm chế "sự bành trướng" của Liên Xô. Còn chiến lược "vượt trên ngăn chặn" tuy vẫn kế thừa, phát triển và tiếp tục thực hiện sự "kiềm chế" của chiến lược "ngăn chặn", nhưng sử dụng những biện pháp toàn diện hơn, tổng hợp hơn, sâu sắc

hơn và tế nhị hơn, thích ứng với những thay đổi trên thế giới, để ngăn chặn và trực tiếp phá hoại chủ nghĩa xã hội từ bên trong.

"Diễn biến chính trị ở các nước Đông Âu là thủ đoạn "thẩm thấu hòa bình" của chủ nghĩa đế quốc đi từ những giai đoạn cô lập về chính trị, cấm vận về kinh tế, đối đầu về quân sự. Chúng vừa gây sức ép từ bên ngoài, vừa xây dựng lực lượng chống chủ nghĩa xã hội, và hỗ trợ cácphần tử bất mãn, cơ hội hữu khuynh từ bên trong các nước xã hội chủ nghĩa, gây mất ổn định về chính trị, rối ren về kinh tế và xã hội. Chúng cố vũ các khuynh hướng tự do- dân chủ tư sản và dân tộc hẹp hòi, khuyến khích tư nhân hóa toàn bộ nền kinh tế. Chúng dùng viện trợ về kinh tế với điều kiện làm cho các nước này lệ thuộc vào các nước tư bản. Chúng cổ vũ các khuynh hướng đa nguyên chính trị, đa đảng, khuyến khích hình thành các đảng đối lập với đảng cộng sản. Đặc biệt, chúng tập trung mũi nhọn đả kích vào các đảng cộng sản và công nhân, vào các lực lượng công an và quân đội".

"Trước đây chủ nghĩa đế quốc ngăn chặn ở ngoại vi, không cho ảnh hưởng của các nước xã hội chủ nghĩa tác động tới các nước khác, nhất là tới các nước thế giới thứ ba. Ngày nay, với chiến lược "vượt trên ngăn chặn", chúng đánh thẳng vào trung tâm các nước xã hội chủ nghĩa, nhằm làm sụp đổ các nước xã hội chủ nghĩa ngay tại chỗ. Hiện nay mục tiêu chống phá của chủ nghĩa đế quốc đối với chủ nghĩa xã hội cũng thay đổi. Mục tiêu của chúng trước đây chỉ là từng bước ngăn chặn ảnh hưởng và làm suy yếu chủ nghĩa xã hội, ngày nay là xóa bỏ các nước xã hội chủ nghĩa, làm cho những nước này, "hòa nhập vào đại gia đình của thế giới tự do", "vào trật tự thế giới đang tồn tại hiện nay"...

Những nhận định của Nguyễn Quang Phòng về biến cố Đông Âu không khác gì quan điểm của Đào Duy Tùng, lúc đó đang là Ủy viên dự khuyết Bộ chính trị phụ trách về lý luận, cho là do các thế lực đế quốc từ bên ngoài tác động vào, chứ không phải do khát vọng tự do dân chủ của người dân vùng lên đấu tranh. Họ hoàn toàn loại bỏ những nỗ lực tranh đấu đòi dân quyền và dân sinh của công nhân, trí thức và của cả những người đảng viên muốn cải cách tại các nước Đông Âu cũ. Tài liệu còn hăm dọa trong nội bộ đảng rằng: *"bọn đế quốc và các thế lực phản động đặt lên hàng đầu việc phá hoại tư tưởng. Rút kinh nghiệm thành công từ sự phá hoại về tư tưởng ở các nước xã hội chủ nghĩa ở Đông Âu, chúng hy vọng có thể làm tan rã xã hội ta (Việt Nam) một cách dễ dàng hơn cũng bằng những âm mưu và thủ đoạn phá hoại về tư tưởng... Mục tiêu là làm cho một số người hoài nghi đối với chủ nghĩa xã hội, giảm lòng tin đối với Đảng và Nhà nước, làm nảy sinh những khuynh hướng chính trị, tư tưởng sai lầm".*

Đặc biệt, trong công tác chính trị, đảng chủ trương giáo dục cán bộ, đảng viên và quần chúng đảng hiểu rõ vị trí và tầm quan trọng của công tác đấu tranh tư tưởng, đó là không chấp nhận đa nguyên, đa đảng và phải tiếp tục chiến đấu để bảo vệ đường lối, quan điểm của đảng. Ngoài ra, công tác tư tưởng còn đặt trọng tâm vào việc *"quán triệt và thực hiện tốt chủ trương, chính sách đổi mới của đảng và nhà nước, tin tưởng vững chắc vào sự lãnh đạo của đảng, khắc phục được tư tưởng bi quan dao động và những hiện tượng sai trái khác như phủ nhận thành quả cách mạng, hạ thấp hoặc phủ nhận vai trò lãnh đạo của đảng, chủ trương đa nguyên chính trị, đa đảng..* Trong khi đó, Bộ chính trị đã tăng cường kiểm soát báo chí, xuất bản, sinh hoạt tư tưởng nhất là của giới trí thức và văn nghệ sĩ. Những ý kiến khác với Nghị quyết 7, 8 nói trên đều bị cấm đoán. Bộ chính trị còn ra lệnh giải tán hai đảng Dân Chủ và Xã Hội được thành lập theo nhu cầu "lịch sử" trước đây và đình chỉ vĩnh viễn hai tờ báo Tổ Quốc và Độc Lập của hai đảng này.

ĐẢNG CỘNG SẢN MÒ MẪM TÌM HƯỚNG ĐI MỚI TRONG SỰ PHÂN LIỆT NỘI BỘ

Trong lúc tiến hành việc "giải độc" cán bộ, đảng viên các cấp về những diễn biến xảy ra ở Đông Âu, ngay từ giữa năm 1989, Bộ chính trị đảng Cộng sản Việt Nam bắt đầu mò mẫm tìm một hướng đi mới, qua việc soạn thảo bản Cương lĩnh mới mà họ gọi là *"Cương Lĩnh xây dựng chủ nghĩa xã hội trong thời kỳ quá độ"*, trước sự sụp đổ hàng loạt các nước xã hội chủ nghĩa tại Đông Âu. Theo Đào Duy Tùng thì bản dự thảo này đã thảo luận và viết đi viết lại đến 15 lần, đến tháng 8-1990, Bộ chính trị mới đem ra thảo luận rộng rãi trong Hội nghị lần thứ 9 của ban chấp hành Trung ương đảng. Tại hội nghị này, Trung ương đã quyết định phổ biến lấy ý kiến trong quần chúng, đảng viên, trước khi công bố chính thức vào đại hội đảng lần thứ 7 vào năm 1991. Nội dung của bản dự thảo Cương lĩnh không có gì mới, vẫn là những từ ngữ dao to búa lớn, tiếp tục dựa vào những nguyên tắc kinh điển lỗi thời của thời kỳ "ai thắng ai" để tiếp tục cố thủ trong lô cốt Mác - Lê. Bản Cương lĩnh này có 6 chương:

Chương I đề cập về *"thắng lợi vĩ đại và những bài học của cách mạng Việt Nam"*, kể về công lao giải phóng đất nước của đảng và khoe khoang sự thành công vì nhờ biết kết hợp năm bài học lớn: 1/giương cao ngọn cờ độc lập dân tộc và chủ nghĩa xã hội; 2/coi sự nghiệp cách mạng là của nhân dân, vì nhân dân và do nhân dân; 3/ biết kết hợp sức mạnh dân tộc với sức mạnh thời đại; 4/phải giữ gìn đoàn kết thống nhất của đảng như con ngươi của mắt mình; 5/coi sự lãnh đảng là nhân tố quyết định mọi thắng lợi của cuộc cách mạng.

Chương II đề cập về *"quá độ lên chủ nghĩa xã hội ở nước ta"*, để khẳng định quyết tâm đi theo con đường xã hội chủ nghĩa, dù chủ nghĩa này đang gặp khó khăn. Dự thảo Cương lĩnh cho rằng bức tranh toàn cầu của thời đại ngày nay tuy có phức tạp và đầy mâu thuẫn nhưng nội dung cơ bản của thời đại này vẫn là sự quá độ từ chủ nghĩa tư bản lên chủ nghĩa xã hội trên phạm vi toàn thế giới, mở đầu bằng cuộc cách mạng tháng Mười Nga vĩ đại. Vì thế để kiên định với quyết tâm đi theo con đường xã hội chủ nghĩa, dự thảo Cương lĩnh đã vạch ra năm nguyên tắc: a/lấy liên minh công nhân - nông dân - trí thức làm nền tảng để xây dựng nhà nước xã hội chủ nghĩa (trước đây chỉ có 2 giai cấp là công nhân và nông dân mà thôi); b/tiến hành công nghiệp hoá; c/đa dạng hoá về hình thức sở hữu, với cơ cấu kinh tế nhiều thành phần nhưng lấy quốc doanh và tập thể làm nền tảng; d/bổ sung tư tưởng Hồ Chí Minh thành một tư tưởng chỉ đạo ngang hàng với Mác - Lênin; e/tiếp tục giương cao ngọn cờ đoàn kết dân tộc để tập hợp các lực lượng đứng sau lưng đảng; e/xây dựng và bảo vệ xã hội chủ nghĩa là nhu cầu thiết yếu hiện nay.

Chương III đề cập về *"Phát triển kinh tế xã hội"*, với chủ trương xóa bao cấp và kế hoạch hóa để theo đuổi việc áp dụng nền kinh tế hàng hóa theo khuynh hướng thị trường; đồng thời tiến hành một số đổi mới về văn hoá, xã hội, giáo dục, nghệ thuật để đáp ứng cho nhu cầu mở ra của xã hội.

Chương IV đề cập về *"quốc phòng, an ninh và chính sách đối ngoại"*, với chiều hướng mở rộng ngoại giao toàn phương vị nhằm giải tỏa tình trạng bị phong tỏa kinh tế và cô lập ngoại giao do sự chiếm đóng Kampuchia trước đây; nhưng vẫn còn xác định là sẽ phấn đấu không mệt mỏi nhằm củng cố và phát triển quan hệ hữu nghị và hợp tác truyền thống với Liên Xô và các nước xã hội chủ nghĩa khác. Đảng trước sau như một tiếp tục ủng hộ các cuộc đấu tranh giai cấp và chống lại các thế lực phản động, với lý luận cổ điển là "ai thắng ai".

Chương V đề cập *"hệ thống chính trị"* với nhu cầu hoàn thiện nền dân chủ xã hội chủ nghĩa trong đó đảng sẽ không nhúng tay vào điều hành sắp xếp các bộ phận mà chỉ lãnh đạo qua cương lĩnh, đường lối và những chủ trương chiến lược.

Bản dự thảo Cương lĩnh được viết ra trước khi có những biến chuyển sâu sắc lên tình hình Liên Xô (Liên bang Xô Viết sụp đổ vào tháng 12-1991) nên nội dung tuy có nhẹ nhàng so với các văn kiện trước đó, nhưng vẫn đặt nặng tin tưởng tuyệt đối vào sự tồn tại của Liên Xô để lãnh đạo khối Cộng sản quốc tế. Vì thế mà nương theo việc tổ chức các cuộc "học tập" về dự thảo Cương lĩnh, đảng Cộng sản Việt Nam đã huy động toàn bộ lực lượng báo chí, truyền thông và những cơ quan phụ trách công tác lý luận của đảng, mở hàng loạt chiến dịch tấn công vào các chủ trương đa nguyên, tiếp tục cổ võ xã hội chủ nghĩa là một giải pháp duy nhất để phát triển Việt Nam. Cuộc lấy ý kiến này đã tạo ra sự tranh luận gay gắt giữa một số trí thức xã hội chủ nghĩa với các cán bộ phụ trách công tác tư tưởng ở trong đảng. Cuối cùng thì bản Cương Lĩnh đã được thông qua trong đại hội đảng kỳ VII vào tháng 6-1991. Tuy nhiên, vì nội dung của bản Cương Lĩnh mới không đủ thuyết phục trong nội bộ nên đảng Cộng sản Việt Nam đã phải bày vẽ ra hai điều mới vào lúc đó.

Một, đưa tư tưởng Hồ Chí Minh lên ngang tầm với chủ nghĩa Mác Lê để hy vọng làm chất keo gắn bó cán bộ đảng viên trong sự phá sản của chủ nghĩa cộng sản. Họ đã gượng ép đề cao tư tưởng "bác Hồ" qua các tài liệu, sách vở ký tên Hồ Chí Minh mà nội dung chỉ toàn là sự kính cẩn nhắc lại giáo điều Mác, Lênin, Mao, và biểu hiện ra bằng sự máy móc rập khuôn theo những mô thức Liên Xô, Trung Quốc đã được chứng minh là hoàn toàn sai trật. Do đó, phần to lớn của cái gọi là tư tưởng Hồ Chí Minh này hiện nay không được nhắc đến nữa, trừ một khẳng định là Hồ Chí Minh đã chọn theo con đường xã hội chủ nghĩa. Phần còn lại được lãnh đạo Việt cộng tô vẽ và gán những "thánh ngôn" cho Hồ Chí Minh chỉ toàn là những câu cóp nhặt từ sách Tống Nho, kiểu "cần kiệm liêm chính", hay "vì lợi ích mười năm trồng cây, vì lợi ích trăm năm trồng người" và những khẩu hiệu trống rỗng như "độc lập, tự do, hạnh phúc"...

Hai, đưa ra chính sách *dân chủ hóa từ trong đảng* và kéo thêm giới trí thức vào trong thành phần chủ lực đảng, trở thành liên minh công - nông - trí thức, nhằm đối phó với thực tế bất lực và thiếu khả năng của lãnh đạo đảng. Dân chủ hóa từ trong đảng là cho phép những phê bình chỉ trích hay góp ý trong một đám quần chúng giới hạn mà lãnh đạo đảng có thể kiểm soát và tin cậy được. Mục tiêu là để vừa chứng minh rằng lãnh đạo Hà Nội sẵn sàng lắng nghe, khuyến khích đảng viên đóng góp ý kiến xây dựng đảng, vừa để giải quyết tình trạng những lạm quá mức của cán bộ đảng viên, gây tai hại cho đảng.

Ngoài hai điều thêm nói trên, kể từ năm 1991, đảng Cộng sản Việt Nam bắt đầu chủ trương dứt khoát xóa bỏ triệt để cơ chế quản lý tập trung, quan liêu bao cấp; phát triển nền kinh tế hàng hóa nhiều thành phần theo cơ chế thị trường. Mặc dù phải chính thức nói ra việc áp dụng cơ chế thị trường, Hà Nội vẫn quanh co gắn thêm nhóm từ "theo định hướng xã hội chủ nghĩa" để che dấu sự lấn cấn về lý luận. Ngoài ra, trên phương diện chính trị, đảng Cộng sản Việt Nam đề ra chủ trương xây dựng "nhà nước pháp quyền", "xây dựng pháp luật" và đổi mới hệ thống chính trị, cụ thể là tu sửa hiến pháp năm 1980 để tạo bộ mặt bớt chuyên chính vô sản. Tuy nhiên, dù cực đoan đến mấy, Bộ chính trị đảng Cộng sản Việt Nam đều thấy rõ là chủ nghĩa cộng sản đã mất giá trị kinh điển lý thuyết để dựa vào như trước. Hệ thống lý luận xã hội chủ nghĩa đã hoàn toàn gãy đổ. Hai đặc điểm then chốt là chuyên chính vô sản và kinh tế tập trung hoàn toàn mất tính cách khả thi. Và quan trọng hơn, lãnh đạo đảng Cộng sản Việt Nam cũng nhận ra rằng họ không còn điều kiện quay ngược trở lại để áp đặt chúng vào khung cảnh chính trị Việt Nam nữa. Ngoài ra, đảng Cộng sản Việt Nam đã sửa đổi nhóm từ công cuộc đổi mới đang trong thời kỳ quá độ tiến lên xã hội chủ nghĩa thành ra là: *tiến hành đổi mới theo định hướng xã hội chủ nghĩa*. Đây là sự tuột dốc về mặt tư tưởng, nhưng Bộ chính trị vẫn cố níu giữ chủ nghĩa Mác - Lê và tư tưởng Hồ Chí Minh, với hy vọng làm chất keo tạm gắn nội bộ và để biện minh cho việc đảng tiếp tục nắm quyền.

Nỗ lực của họ là tìm mọi từ ngữ, kể cả ngụy tạo nhằm nối kết được sự liên hệ giữa chủ thuyết Mác- Lê với cơ chế thị trường, để chứng minh rằng mô hình *"cơ chế thị trường theo định hướng xã hội chủ nghĩa"* là khả thi. Để thực hiện nỗ lực này, Đỗ Mười đã đại diện Bộ Chính Trị cho phổ biến một Nghị quyết mang tên: về công tác lý luận trong giai đoạn hiện nay, vào ngày 28-3-1992, đề ra nhiệm vụ: *"Tiếp tục đổi mới tư duy lý luận, đi sâu tổng kết thực tiễn và phát triển lý luận một cách sáng tạo, trước hết là tổng kết có lý luận những kinh nghiệm cơ bản trong cuộc đổi mới nhằm phục vụ việc chuẩn bị cho Hội nghị đại biểu toàn quốc giữa nhiệm kỳ và cho Đại hội đảng kỳ VIII. Việc tổng kết này là nhiệm vụ trung tâm của công tác lý luận mấy năm trước mắt nhằm làm sáng tỏ hơn nữa căn cứ khoa học và thực tiễn của việc xây dựng mô hình về còn đường đi lên chủ nghĩa xã hội ở Việt Nam"*.

Đối với lãnh đạo Hà Nội, lý luận là một công tác cực kỳ quan trọng, bởi phối hợp được với công tác tổ chức hàng ngũ đảng viên mới yên ắng, và đảng mới có hy vọng tồn tại. "Tổng kết thực tiễn" trở thành nhiệm vụ trung tâm của công tác lý luận vì nhằm đối phó ba vấn đề:

1/ Sự hụt hẫng hoàn toàn về tư tưởng và viện trợ, khi đảng vẫn quan niệm dựa vào Liên Xô như là cây cột chống trời xưa nay.

2/ Ngày nay, quốc tế cộng sản đã chết mà không chịu giãy trước, chỉ còn lại trên thế giới 4 nước không thể dựa lưng nhau, trong lúc Mỹ trở thành độc tôn của thế giới đa cực về kinh tế, nhưng đơn cực về chính trị.

3/ Các bức màn sắt màn tre đều đua nhau sập trước kỹ thuật truyền thông hiện đại. Dữ kiện về các biến động thế giới chỉ vài tiếng đồng hồ là tới Việt Nam. Riêng các dữ kiện trong nước, kể cả trong Trung ương đảng, cũng không còn bưng bít nổi như trước.

Chính vì vậy mà "tổng kết thực tiễn" lại phải xào nấu ra một món hổ lốn không thực tiễn khác. Đó là *"định hướng đi lên chủ nghĩa xã hội"*. Gia vị của nó là tư tưởng Hồ Chí Minh, màu sắc dân tộc, kinh tế mở do nhà nước điều tiết vĩ mô, dân chủ tập trung, đảng lãnh đạo. Rốt cuộc là Bộ chính trị đã không tìm ra một hệ thống lý luận nào khả dĩ có thể cho toàn đảng thấy rõ sự thành công của hướng đi mới.

Họ đã kết luận nửa vời rằng: "*Chúng ta chủ trương phát triển kinh tế thị trường không để cho nó vận động một cách tự phát, mù quáng, mà phải lãnh đạo, hướng dẫn điều tiết, phát huy mặt tích cực, hạn chế mặt tiêu cực, vì lợi ích của đại đa số nhân dân lao động, vì một xã hội công bằng và văn minh*". Hậu quả của việc chọn lựa hướng đi nửa vời nói trên, đã dẫn đến sự bất đồng ý kiến về mức độ và phương thức đổi mới chính trị, tạo ra sự phân hóa trầm trọng trong Bộ chính trị, chủ yếu không ở lý luận vốn chưa định hình như trên đã đề cập, mà là do thực tế điều hành, gắn liền với quyền và lợi của các phe nhóm.

Nếu ngày trước đã từng có thời tranh nhau "*chuyên chính vô sản*", các Ủy viên Bộ Chính Trị đã cố vượt qua đối thủ bằng cách chứng tỏ mình là người "mác-xít" nhất, cống hiến cho đảng nhiều nhất, và đã cùng nhau đưa cả nước phá sản, thì trong cuộc đua "kinh tế thị trường", các Ủy viên Bộ chính trị, lại phải cật lực chứng tỏ rằng chỉ có mình và phe mình mới là kẻ "*nắm bắt xu thế thời đại*" vững vàng nhất, "*biết rõ luật chơi văn minh*" sâu sát nhất, cũng gọi là cống hiến nhiều nhất vào việc bảo vệ cho đảng còn chỗ đứng, và đã đưa cả nước đến sát thềm xâm thực của tài phiệt ngoại quốc.

Trong thực tế, vấn đề trên không dễ dàng thực hiện, không chỉ vì "*công lao quá khứ*" mà chính là vì "*quyền lợi hiện tại và tương lai*" của từng cá nhân trong giới lãnh đạo đảng. Sự chòng chéo của các mối quyền lợi cá nhân này hiện vẫn chi phối vận mệnh đất nước. Ngay cả mức độ khác nhau của nỗ lực cống hiến cho việc bảo vệ chỗ đứng của đảng cũng không thể phân biệt một cách giản dị. Bởi ngày nay, "giữ đảng" chỉ là lý luận mặt nổi cho các toan tính "giữ quyền" của lãnh đạo ở mặt chìm. Cụ thể ra, thuần chính trị mà nói, cách ứng xử chung là **bám đảng** chứ không **giữ đảng**. Còn xu thế chung lại thuộc về kinh tế, là **giữ của** (để thành tư sản đỏ) chứ không phải **giữ đảng** (để thành vô sản đỏ).. Sự mò mẫm tìm hướng đi mới của giới lãnh đạo đảng Cộng sản Việt Nam sau khi Liên Xô tan rã, đã tạo ra tình trạng lập ê kíp riêng phát triển mạnh mẽ, gây ra những mâu thuẫn gay gắt trong đảng, với nhiều phe nhóm xuất hiện. Vào lúc đó, có hai phe kình chống nhau một cách gay gắt và còn tiếp tục kéo dài cho đến hôm nay gồm: Phe Đỗ Mười, Lê Đức Anh (thân Trung Quốc và có quan điểm giáo điều); Phe Võ Văn Kiệt (thân Tây phương và có quan điểm đẩy mạnh theo xu hướng thị trường).

NHỮNG LÊN TIẾNG PHẢN KHÁNG CỦA GIỚI TRÍ THỨC XÃ HỘI CHỦ NGHĨA

Thành phần văn nghệ sĩ và trí thức Việt Nam đã có những đối kháng với đảng Cộng sản Việt Nam từ thập niên 40 của thế kỷ 20 kéo dài liên tục cho đến ngày nay, qua nhiều thời kỳ khác nhau. Tuy nhiên, cho đến khi có biến cố Đông Âu xảy ra, đã có hai cuộc đối kháng của giới văn nghệ sĩ, trí thức tiêu biểu dưới chế độ Cộng sản là vụ Nhân Văn Giai Phẩm (1956-1958) và vụ Xét lại chống đảng (1963-1967).

Từ giữa thập niên 50, khi đảng Cộng sản thiết lập chế độ cộng sản và tiến hành chính sách cải tạo ruộng đất sắt máu ở miền Bắc, giới văn nghệ sĩ, trí thức miền Bắc tập họp quanh các tạp chí Giai Phẩm, Nhân Văn và Đất Mới, như Hoàng Cầm, Phùng Quán, Lê Đạt, Nguyễn Bính, Hữu Loan, Trần Dần... đã viết những bài vạch trần các sai lầm của cải cách ruộng đất, tranh luận về dân chủ, đòi tự do sáng tác và nhất là tấn công tham nhũng, đả kích sự quan liêu, sự xơ cứng chủ nghĩa giáo điều. Phong trào chống đối này đã phát triển nhanh chóng tạo một ảnh hưởng to lớn trên cả giới văn nghệ sĩ, trí thức và gián tiếp đặt lại vấn đề lãnh đạo của đảng trong sinh hoạt văn hoá - văn nghệ. Đầu năm 1958, đảng Cộng sản Việt Nam mở chiến dịch phản công lại bằng những thủ đoạn vu khống, trù dập và huy động cả một phong trào quần chúng mít tinh, biểu tình, học tập... để áp đảo nhóm Nhân Văn Giai Phẩm với kết quả 304 người bị đi "học tập cải tạo" và hàng ngàn người khác can tội liên lụy, phải sống một cuộc đời đen tối suốt hàng chục năm sau đó. Nhưng dù bị chế độ trù dập và khống chế, đa số những văn nghệ sĩ, trí thức liên hệ trong vụ án này đều rất khí khái, cương quyết không chịu khuất phục trước bạo quyền cho đến cuối đời.

Giữa thập niên 60, Nikita Khrutchev lên làm Tổng bí thư, công khai hạ bệ Stalin trong đại hội kỳ thứ 20 của đảng Cộng sản Liên Xô đã làm chấn động đến tinh thần của các nước xã hội chủ nghĩa và thu hút sự đồng tình của giới đảng viên, trí thức. Tuy nhiên, việc làm của Khrutchev đã bị Mao Trạch Đông lên tiếng công kích cho là theo chủ nghĩa xét lại nguy hiểm. Lúc đó, đảng Cộng sản Việt Nam đứng đầu là Lê Duẩn, Lê Đức Thọ tuy ngoài mặt thân thiện với Liên Xô, nhưng bên trong ngầm đi theo đường lối của Bắc Kinh, chống lại chủ trương xét lại của Khrutchev. Lê Duẩn cho rút toàn bộ du học sinh từ Liên Xô về nước và tiến hành việc theo dõi, truy bức để loại trừ những thành phần thân Liên Xô trong nội bộ. Chính vì thế mà từ đầu năm 1964, một số cán bộ cao cấp trong đảng, chính quyền và quân đội cũng như nhiều sinh viên, nghiên cứu sinh ở Liên Xô phải bỏ nhà, bỏ nước, xin tỵ nạn chính trị như các ông Nguyễn Minh Cần, Đại tá Lê Vinh Quốc....

Tháng 7-1967, Lê Duẩn và Lê Đức Thọ đã bắt đầu đợt bắt bớ quy mô gồm ông Hoàng Minh Chính, Thiếu tướng Đặng Kim Giang, ông Trần Minh Việt. Đến tháng 10, tới lượt ông Vũ Đình Huỳnh, ông Nguyễn Kiến Giang và nhiều người khác bị bắt. Đến tháng 12 thì nhà văn Vũ Thư Hiên bị đón đường chặn bắt và đưa ngay vào Hỏa Lò. Một vài ủy viên trung ương đảng tuy không bị bắt nhưng bị giam lỏng tại nhà như các ông Bùi Công Trình, ông Lê Liêm. Những người này bị gán ghép đủ thứ tội nào là "phản động, chống chế độ, phản cách mạng, chống đảng, tay sai nước ngoài" nhưng lại không hề được đưa ra xét xử mà bị giam giữ hàng chục năm. Cho đến nay, đảng Cộng sản Việt Nam vẫn còn làm ngơ đối với vụ án này dù đã có rất đông những cán bộ lão thành, những trí thức xã hội chủ nghĩa lên tiếng đòi phải bạch hoá trước công luận.

Tuy nhiên, cho đến khi đảng bắt đầu đưa ra chính sách kiểm thảo, phê bình tự phê sau biến cố Đông Âu từ tháng 3-1990, và kêu gọi cán bộ đảng viên góp ý về hai văn kiện "Cương Lĩnh Chính Trị Mới" và "Chiến Lược Kinh Tế - Xã Hội Năm 2000" để chuẩn bị đại hội đảng kỳ VI thì hàng loạt những kiến nghị, phát biểu của nhiều đảng viên lão thành và giới trí thức được phổ biến dưới nhiều hình thức, bắt đầu đặt thẳng vào vấn đề cốt lõi nhất, đó là bãi bỏ vai trò lãnh đạo độc tôn của đảng, công nhận đa nguyên đa đảng. Sau đây là những ghi nhận các phát biểu ghi lại theo thứ tự thời gian.

Đầu tiên là ông **Lê Hồng Hà**, một cán bộ lão thành đã công kích về sự nhận thức hời hợt của lãnh đạo đảng Cộng sản Việt Nam về các nhu cầu cải tổ ở Việt Nam, dựa trên những góp ý của "cố vấn" Liên Xô đối với bản dự thảo Cương Lĩnh của Hà Nội vào tháng 9-1989. Ông Lê Hồng Hà đã tiết lộ một số điều mà cố vấn Liên Xô nói với lãnh đạo đảng Cộng sản Việt Nam. Ông Lê Hồng Hà nói rằng: *"Về cơ bản, Liên Xô đã bác bỏ nhiều luận cứ của đảng Cộng sản Việt Nam. Chẳng hạn đảng nhấn mạnh khẩu hiệu đấu tranh "ai thắng ai", Liên Xô nói rõ đây là khẩu hiệu của thời Stalin và khuyên ta nên dùng ý niệm "mềm dẻo hơn, phù hợp hơn", "tránh cường điệu những mâu thuẫn" để có thể " vận động thật đông đảo lực lượng nhân dân vào công cuộc xây dựng* *xã hội chủ nghĩa". Đối với đường lối cơ bản xây dựng xã hội chủ nghĩa ở nước ta, đảng Cộng sản Việt Nam chủ trương "từng bước cải tiến đời sống nhân dân, nhanh chóng đưa nền sản xuất tự nhiên, nền sản xuất nhỏ lên nền sản xuất lớn xã hội chủ nghĩa" thì Liên Xô đề nghị đảo ngược, đó là "nhanh chóng cải thiện đời sống của nhân dân, đồng thời từng bước tiến lên nền sản xuất lớn xã hội chủ nghĩa". Đề nghị của Liên Xô rất thực tế vì nhân dân ta, trong một thời gian dài, đời sống vật chất rất thấp, cần được cấp bách cải thiện thế mà lãnh đạo không thấy cần nhanh chóng cải thiện. Mặt khác với một nền sản xuất "buôn thúng bán mẹt" thì làm sao và lấy gì để tiến nhanh lên nền đại công nghiệp. Qua đó, ta thấy rõ hơn sự cũ kỹ, sự chủ quan và ấu trĩ trong lý luận của nhiều vị có vai vế trong đảng Cộng sản Việt Nam".*

Đề cập về viễn cảnh tình hình đất nước hiện nay, ông Lê Hồng Hà viết rằng: *"Nhiều nước Đông Âu đang lao vào cơn lốc, độc lập với ý muốn của các đảng Cộng sản ở nước lớn. Liên Xô đang có những cố gắng cải tổ, xuất phát từ bên trên. Trung Quốc đang đi theo con đường thực dụng và đầy lúng túng. Một số khác tỏ ra cứng rắn hơn. Trước mắt, cơn giông tố còn đang xảy ra, chưa ai biết đến sẽ dẫn đến chỗ nào. Cuộc cải tổ nào thành công, nơi nào đổ vỡ, thất bại. Dù sao, xu thế chung của các nước là mở rộng dân chủ, mở cửa đối với thế giới, tôn trọng những quyền cơ bản của con người, đẩy mạnh phát triển và hợp tác kinh tế. Tình hình kinh tế và xã hội Việt Nam có lẽ trầm trọng hơn nhiều nước Đông Âu, đáng lẽ cơn lốc cũng đã xảy ra. Tuy nhiên do những yếu tố nội tại, cơn lốc chưa đến. Việt Nam không có truyền thống dân chủ, lại thiếu truyền thống quật cường nội bộ. Hoàn cảnh chưa thuận tiện để làm xuất hiện những nhà tư tưởng có tầm cỡ và, hoặc để, dấy lên phong trào quần chúng mạnh mẽ. Chính vì lẽ đó, cuộc thoát xác của Việt Nam, thường chỉ bắt đầu từ bên trên lãnh đạo. Nhưng nếu lãnh đạo không đủ nhạy bén để ứng xử, không dám tách quyền lực và quyền lợi của mình, thì xã hội phải chịu quy luật cơ bản của nó. Người xưa từng nói: "Chở thuyền là dân mà lật thuyền cũng là dân". Sử sách cũng còn đầy những tấm gương như thế...*

Nhà văn Dương Thu Hương, từ một người được đào tạo để viết những truyện theo "đơn đặt hàng" của chế độ, đã chuyển sang viết bằng tấm lòng chân thật và cảm thông trước những nỗi thống khổ của người dân và bằng sự phẫn uất của một con người có lý tưởng nhưng đã bị lôi kéo vào những chiêu bài tuyên truyền của đảng Cộng sản.

Năm 1986, với chuyện dài "Bên Kia Bờ Ảo Vọng" bà Dương Thu Hương đã nói lên tính "đạo đức giả" của cấp lãnh đạo Hà Nội và đến năm 1988, bà cho ra đời tiếp chuyện "Những Thiên Đường Mù", đánh thẳng vào nền tảng của chủ nghĩa cộng sản qua những biến cố xảy ra trên đất nước, khởi đi từ thảm kịch cải cách ruộng đất. Hai tác phẩm này cũng như những bài phát biểu của bà sau này đã tạo sự ý trong dư luận và gây khó chịu cho đảng Cộng sản rất nhiều. Trong bài viết lấy tên "tờ trình với chi bộ đảng, xưởng phim truyện" ký ngày 30-5-1990, bà Dương Thu Hương đã nêu lên một số vấn đề với lãnh đạo đảng, qua chi bộ Xưởng phim truyện I mà bà đang sinh hoạt:

1/ Trong bài trả lời phỏng vấn ngày 1-3-90, tôi cho rằng du nhập chủ nghĩa Mác vào Việt Nam (như hiện thục đã thấy) là một điều xa xỉ. Dân tộc Việt Nam thoát thai từ một xứ thuộc địa chỉ bao gồm nhiều tầng lớp nô lệ cấp độ khác nhau. Trong xã hội thuộc địa, điều kiện kinh tế và chính trị không cho phép hình thành các tập đoàn giai cấp theo nguyên nghĩa. Áp dụng nguyên lý đấu tranh giai cấp vào một cộng đồng như thế chỉ đem lại cảnh nồi da xáo thịt, tiêu hủy những trữ năng tinh thần to lớn trong truyền thống (như tinh thần đoàn kết, nền luân lý cổ truyền, thuần phong mỹ tục, các kênh liên kết tinh thần của cộng đồng...) và tiêu hủy những tiềm năng phát triển kinh tế (cải cách ruộng đất đã tiêu diệt lớp trung nông, những người sản xuất chính ở nông thôn; các cuôc cải tạo tư bản tư doanh ở miền Bắc năm 1956 và ở miền Nam năm 1977 đã làm tàn lụi kinh doanh và kỹ nghệ gia, nền tảng của sự phát triển công nghiệp và kinh tế đô thị).

2/ Trong bài phỏng vấn ngày 12-5-1989 và bài trả lời cán bộ Ban tổ chức trung ương ngày 1-3-90, tôi bác bỏ nguyên tắc chuyên chính vô sản và tập trung dân chủ vì trong cơ cấu xã hội chủ nghĩa (sở hữu toàn dân) chỉ có thể xảy ra một trong hai khả năng: a/tất cả mọi người đều là vô sản; b/hoặc tất cả mọi người đều không là vô sản. Theo khả năng a), vì không ai có quyền sở hữu tư liệu sản xuất (hầm mỏ, nhà máy, ruộng đồng). Theo khả năng b), vì coi tài sản không có tư liệu sản xuất mà còn bao gồm tài sản nghĩa thông thường (tiền, nhà cửa, áo quần, tiện nghi...). Lẽ thứ hai, khái niệm giai cấp kể từ ngày Mác viết Tuyên ngôn đến nay đã thay đổi ghê gớm không thể tưởng tượng nổi: cách đây một thế kỷ, công nhân Anh cả ngày làm việc ít hơn 18 giờ (theo tạo chí Tuần Lễ số 40 năm 1989, trang 2) và hiện nay, một tuần lễ là 44 giờ ở Liên Xô, thuộc loại nhiều giờ nhất thế giới (Theo tạp chí Tuần lễ số 40 năm 1989, trang 7). Với hoàn cảnh xã hội đã thay đổi như thế, còn áp dụng máy móc những nguyên lý, những quan niệm cách đây trên 100 năm tất dẫn đến những hậu quả âm tính.

3/ Ngày 8-4-1990, trong khi nói chuyện tại thành phố Hồ Chí Minh, tôi có nói tới lý tưởng: chủ nghĩa Cộng sản hấp dẫn nhân loại vì nó hứa hẹn một thế giới công bằng. Cách mạng lôi cuốn được hàng triệu người vượt qua đói khổ, chết chóc mà đi tới chiến thắng cũng vì nó nhân danh lẽ công bằng, nó mong ước xây dựng một xã hội bình đẳng, tự do bác ái. Cho nên, một câu trong bài Quốc tế ca (không hiểu do người dịch hay từ nguyên tác): "Đấu tranh này là trận cuối cùng, bao nhiêu lợi quyền tất qua tay mình..." đã mang tính chất phản bác lại mục tiêu cao quý của cách mạng, cướp chính quyền để dành "bao nhiêu lợi quyền tất qua tay mình" thì giai cấp ấy sẽ tạo nên một sự bất công mới, tàn khốc hơn. Bất công mới sẽ kéo theo nó hận thù và sẽ có lại một cuộc cách mạng khác xảy ra để tước đoạt lại cái quyền đã bị tước đoạt. Và cái vòng lẩn quẩn ấy mãi mãi giam hãm nhân loại trong cảnh máu chảy đầu rơi.

4/ Bài nói chuyện ngày 8-4 của tôi phủ định quá khứ hay không? Có lợi dụng dân chủ công khai gây ra sự nghi ngờ của quần chúng đối với sự lãnh đạo đảng hay không?... Tôi nghĩ, chỉ kẻ điên mới giơ tay che mặt trời và la lên rằng trời tối quá. Cũng chỉ kẻ điên mới cầm con đom đóm giữ đêm mà kêu to lên rằng trời sáng rõ rồi. Sự thật là sức mạnh tối cao. Sự thật là người tuyên án đầu tiên là kẻ phán quyết cuối cùng trong lịch sử. Ý chí của một đảng, một hệ thống, một lãnh tụ quốc gia còn bị các quy luật khách quan của đời sống bẻ gãy huống hồ ý kiến chủ quan của một cá nhân nhỏ bé, không quyền lực như bản thân tôi... Thử nhìn lại xem, chúng ta không thể không nghi ngờ thiện chí của các nhà sáng tạo hệ thống xã hội chủ nghĩa. Chắc chắn là họ mơ ước xây dựng nên một hệ thống xã hội tuyệt hảo: Dân chủ gấp triệu lần dân chủ tư sản - Hệ thống xã hội tiêu biểu cho triết học duy vật - Ưu việt về quyền con người - Ưu việt cho các giá trị tinh thần và đạo đức - Tiêu biểu tính tập thể - Ưu việt về tính sáng tạo của trí thức - Và cốt lõi nhất là ưu việt về năng suất lao động. Nhưng, hiện thực đã phơi bày rằng hệ thống xã hội chủ nghĩa vướng nhiều nhất về dân chủ - Vi phạm nhân quyền - Làm thui chột sức sáng tạo của trí thức - Đạo đức sa sút - Mắc tội sùng bái cá nhân, duy tâm, duy ý chí - Và điều cốt yếu là năng suất lao động và chất lượng sản phẩm thua kém một cách rõ rệt không thể biện minh.

Đoạn cuối của bài "tường trình" nói trên, bà Dương Thu Hương đã nói về mình như sau: *"Chính vì tin tưởng vào nghị quyết VI (nghị quyết đổi mới năm 1986), tin tưởng vào chủ trương tự hoàn thiện mình của đảng nên tôi mới thẳng thắn công khai phát biểu tư tưởng của mình. Kết cục là ngày hôm nay buộc tôi phải nhận thấy mình đã phạm cái tội lớn nhất mà những người lương thiện thường hay mắc : Đó là tội nhẹ dạ và cả tin"*. Từ quan điểm này, bà Dương Thu Hương sau đó đã bị công an theo dõi và trù dập như một người chống đảng.

Cùng thời gian này, **ông Nguyễn Kiến Giang** đã phổ biến một bài viết "Bàn về sự lãnh đạo của đảng" đăng trên tờ Khoa Học và Tổ Quốc số phát hành vào tháng 4-1990. Ông Nguyễn Kiến Giang đã viết: *"từ khi đảng nắm được chính quyền một cách toàn vẹn, lúc đầu ở miền Bắc và sau đó ở miền Nam, trên cả nước, thì cách hiểu về độc quyền lãnh đạo đã biến đổi về tính chất của nó. Từ chỗ là một sự lựa chọn lịch sử khách quan, sự độc quyền lãnh đạo của đảng dần dần được hiểu và được thực hiện thành sự thống trị tuyệt đối của đảng trong mọi lãnh vực đời sống xã hội, thậm chí có khi cả đời sống cá nhân, thành "đảng trị" (partocracy). Đảng biến thành "đảng nhà nước", thành một thứ "siêu Nhà nước", có toàn quyền quyết định tất cả, từ những chủ trương lớn, đến những biện pháp thực hiện nhỏ và mọi người dân chỉ còn được phép nghĩ theo, nói theo và làm theo những quyết định của đảng, có khi chỉ là của một cấp lãnh đạo thậm chí cá nhân lãnh đạo nào đó... Sự thống trị tuyệt đối của đảng thể hiện ở chỗ nào?*

Trước hết ở những đặc quyền và ở những độc chiếm của đảng và các đảng viên. Tất cả các cơ quan dân cử, các cơ quan lãnh đạo quản lý xã hội đều được cấu thành từ đảng viên (tất cả hoặc hết). Phải là đảng viên thì mới có thể giữ những chức vụ lãnh đạo và quản lý từ trên xuống dưới. Do đó, muốn hưởng những đặc quyền vật chất (lương bổng, gạo, phương tiện sinh hoạt) phải là đảng viên.... Nhưng còn một thứ đặc quyền khác còn nguy hiểm hơn nhiều: đặc quyền tinh thần, độc quyền chân lý. Có thể tính tác hại của đặc quyền vật chất thành những số tiền của mất đi, nhưng không thể nào tính được tác hại của đặc quyền tinh thần, của độc quyền chân lý bằng những thước đo sờ thấy. Mà tác hại của thứ đặc quyền này đối với xã hội thật ghê gớm. Một chủ trương phiêu lưu về đối nội đối ngoại có thể bắt cả xã hội trả giá nặng nề, làm chậm sự phát triển xã hội hàng thập kỷ. Một chủ trương sai, một quan điểm sai dẫn đến chỗ đánh thẳng vào di sản tốt đẹp của quá khứ, làm cho đời sống hiện tại xuống thấp và phá hoại cả niềm tin con người vào tương lai, nhiều thế hệ liền phải gánh chịu hậu quả không dễ gì xoá bỏ được.

Từ những phân tích nói trên, ông Nguyễn Kiến Giang cho rằng sự lãnh đạo của đảng chỉ được thừa nhận một cách tự nguyện và đầy đủ khi đảng thật sự là lãnh đạo trí tuệ (tập hợp được trí tuệ của toàn xã hội), là lãnh tụ chính trị (đưa ra được những chủ trương chính trị đúng đắn) và là lãnh tụ đạo đức (nêu gương đời sống lành mạnh) của xã hội. Từ đó ông đề nghị đảng Cộng sản cần tiến hành một số biện pháp rốt ráo như:

1/ Xóa bỏ điều 4 trong hiến pháp quy định về pháp lý vai trò lãnh đạo của đảng trong xã hội, các tổ chức đảng và đảng viên không thể dựa vào ưu thế pháp lý của mình trong lãnh đạo và sự lãnh đạo của đảng chỉ còn dựa vào phương pháp thuyết phục, tất cả các nghị quyết, chỉ thị của đảng không mang tính chất bắt buộc đối với các công dân về mặt pháp lý (trừ những trường hợp đã biến thành luật).

2/ Đảng không độc quyền chiếm các cơ quan dân cử, các cơ quan lãnh đạo và quản lý xã hội, chỉ dành một tỷ lệ không quá 50% thành phần những cơ quan ấy, như vậy sẽ tập hợp được những người ngoài đảng ưu tú vào công việc quản lý đất nước;

3/ Ban lãnh đạo các cấp, kể cả trung ương tiến hành đều đặn những cuộc đối thoại bình đẳng, tôn trọng lẫn nhau đối với những người tiêu biểu cho các xu hướng khác nhau trong xã hội, cả với những người có ý kiến trái ngược với ý kiến của đảng, không định kiến, không trù dập;

4/ Tiến hành những cuộc tranh luận công khai trên báo chí về những vấn đề quốc kế dân sinh, không hạn chế tư tưởng tự do, chỉ với điều kiện không được trái với hiến pháp và pháp luật;

5/ Cơ quan thuộc bộ máy đảng không được trực tiếp chỉ huy sự điều hành của những cơ quan, những tổ chức không thuộc hệ thống tổ chức của đảng (cụ thể Ban tuyên huấn không trực tiếp chỉ huy báo chí, ban tổ chức không trực tiếp quyết định công việc nhân sự);

6/ Cuối cùng, phải giải quyết tất cả những vụ án oan về tư tưởng và chính trị trước đây, sòng phẳng với những sai lầm của mình trong quá khứ, thật sự khôi phục đầy đủ các quyền công dân cho người bị oan ức, thực hiện hòa hợp dân tộc một cách chân thành.

Tháng 5-1990, ông **Lữ Phương**, nguyên Thứ trưởng thông tin văn hóa của Chính quyền cách mạng lâm thời miền Nam Việt Nam đã trình bày một số quan điểm trong bài: Chủ nghĩa xã hội Việt Nam, di sản và đổi mới", trong đó ông đã nêu lên một số vấn đề như sau: "... *Chủ nghĩa xã hội theo như những điều chúng ta hiểu và đã làm, sau một thời gian dài đem ra thực nghiệm trên thế giới, đang rơi vào tình thế khủng hoảng trầm trọng. Dưới ánh sáng của thực tiễn thì rõ rệt là vấn đề cách mạng, vấn đề chiến tranh giải phóng và vấn đề xây dựng một xã hội kinh tế, xây dựng một nhà nước xã hội chủ nghĩa là hai vấn đề không hoàn toàn giống nhau về bản chất. Học thuyết Mácxít về kinh tế chỉ là sự phê phán của Mác về nền kinh tế tư bản chủ nghĩa, còn về xây dựng cho bản thân nền kinh tế xã hội chủ nghĩa, sau khi đã có được chính quyền, thì lại tỏ ra không hoàn toàn rõ rệt. Đó mới chỉ là những phác thảo mang tính định hướng lô - gích*". Ông Lữ Phương chỉ ra rằng, khi đảng Cộng sản nắm chính quyền, bước sang thời kỳ xây dựng thì đã có những mâu thuẫn cùng cực: "*Người nông dân sau khi đươc chia ruộng đất thì liền bị đưa vào hợp tác, không còn được làm chủ miếng đất của mình; người tư sản dân tộc cũng không còn được làm chủ nhà máy để thực hiện câu "lợi nhà ích nước" - tất cả đều phải là hợp tác và quốc doanh. Quyền tự do đi lại, tự do mua bán đã biến thành chế độ hộ khẩu, chế độ tem phiếu: buôn bán tự do thì bị liệt vào "con phe" còn quyền tự do ngôn luận, tự do báo chi thì bị quy định một cách ngặt nghèo bởi lề luật của cái gọi là "đấu tranh tư tưởng": ai muốn tự do ngôn luận thì kể chuyện tiếu lâm hiện đại.*

Từ đó ông Lữ Phương đề nghị rằng: "*Biện chứng của cuộc khủng hoảng trong chủ nghĩa xã hội hiện thực hiện nay là sự phát triển đã đến điểm nút của những biện pháp xây dựng không thích hợp với thực tiễn cuộc sống đã bị chính cuộc sống đứng lên bác bỏ. Vì thế, đổi mới phải đặt ra cũng là để giải quyết mâu thuẫn căn bản đó, nghĩa là tìm kiếm một mô hình mới về chủ nghĩa xã hội chứ không là chấp vá lại một mô hình cũ.... Việc từ bỏ tất cả những thiên kiến, những giáo điều, những lề lối suy tưởng hoạt động theo thời kỳ chiến tranh và cách mạng, cướp chính quyền cũng phải được duyệt xét một cách can đảm. Không phải chỉ đặt vấn đề làm trong sạch đảng bằng cách "giáo dục" hay "trừng trị" (có người đòi lập pháp trường cát ở sân Tao Đàn) mà chính là một môi trường trong sạch về thực tế và lý luận"*. Từ những nhận định này, ông Lữ Phương đã đưa ra một vài tiền đề căn bản đáng chú ý như:

1/ Phải từ bỏ những phương pháp cách mạng và bạo lực để phát triển kinh tế và xã hội: phương pháp cải tạo hòa bình mang tính cách mạng đang là khả năng đã xuất hiện trong thời kỳ vượt bậc của khoa học kỹ thuật hiện nay.

2/ Phải từ bỏ khái niệm nhà nước giai cấp, vì khái niệm này đã đặt giả định của Mác trong những xã hội tư sản như Mác mô tả là giai cấp vô sản đã trở thành đại đa số dân cư (do sự phá sản của giai cấp tiểu tư sản, quý tộc, tiểu nông và cả tư sản bi cạnh tranh mà trở thành vô sản) và giai cấp tư sản thống trị chỉ còn lại một nhúm đầu xỏ ăn bám thừa thãi.

3/ Vấn đề chuyên chính vô sản cũng phải chuyển thành chuyên chính nhân dân thực hiện trong điều kiện hòa bình và thể hiện chuyên chính bằng hiến pháp và luật pháp như các nước hiện đại, dùng sự cưỡng chế của pháp luật để giữ an ninh trật tự, bảo vệ tổ quốc chứ không dùng luật pháp như công cụ của cách mạng như trong thời cách mạng bạo lực.

4/ Đảng lãnh đạo bằng thuyết phục, vận động chứ không bằng quyền lực hoặc đảng hòa mình trong xã hội, chứ không đứng ngoài càng không đứng trên xã hội. Đảng phải giao toàn bộ quyền lực cho nhà nước, trở về xã hội công dân, tự đặt mình trong luật pháp, bình đẳng với mọi tổ chức chính trị xã hội khác, từ đó khẳng định lại tài năng và phẩm chất của mình.... Nếu chương trình của đảng hợp lòng dân, thực tế và có hiệu lực để sớm đưa đất nước ra khỏi lạc hậu, nghèo nàn thì đảng sẽ thành đa số để cầm quyền - một cách công khai, pháp định, có thời hạn và được kiểm soát, chứ không phải do vận động ngầm hoặc những cách áp đặt mang tính chất siêu nhà nước hoặc siêu công dân".

Tháng 11-1990, trong dịp đến Paris tham dự hội nghị quốc tế, **ông Bùi Tín**, Phó tổng biên tập Nhật báo Nhân Dân, cơ quan ngôn luận của đảng Cộng sản đã gửi một kiến nghị gồm 12 điểm cho đảng Cộng sản Việt Nam qua làn sóng của đài phát thanh BBC tối ngày 27. Vào lúc đó, mặc dù ông Bùi Tín đề cập những sai lầm của chế độ và đề nghị cải sửa; nhưng ông vẫn khẳng định là người trung thành với lý tưởng xã hội chủ nghĩa và với tư cách một đảng viên. Nhưng sau hơn 12 năm sống lưu vong tại Paris, lập trường và quan điểm hiện nay ông Bùi Tín đã thay đổi và không còn tin vào đảng, vào lý tưởng xã hội chủ nghĩa, thậm chí ông còn tuyên bố từ bỏ tất cả những huy chương hay những khen thưởng mà ông nhận từ chế độ. Trong kiến nghị 12 điểm đưa ra cách nay 13 năm, ông Bùi Tín đã đề cập đến một vài điểm đáng quan tâm:

1/ Tình hình đất nước chưa ra khỏi cuộc khủng hoảng toàn diện nghiêm trọng; thời gian gần đây nhiều mặt còn xấu thêm làm cho cuộc sống của nhân dân thêm gay gắt. Do đó, tôi thấy việc thảo luận, hoàn chỉnh hai văn kiện "Cương lĩnh và Chiến lược" nên để thư lại một thời gian; cần tập trung trước hết vào những công việc lớn trước mặt, vài ba năm hoặc năm năm tới - nhằm đưa đất nước thoát ra khỏi khủng hoảng đạt được thế ổn định để bước vào thời kỳ phát triển...

2/ Hai nhiệm vụ chiến lược được xác định trước đây là xây dựng chủ nghĩa xã hội và bảo vệ tổ quốc xã hội chủ nghĩa. Đến nay, tình hình đã thay đổi, nên xác định một nhiệm vụ chiến lược bao trùm là xây dựng lại và phát triển đất nước về mọi mặt sau chiến tranh.

3/ Chúng ta đã phạm những sai lầm: chủ quan, duy ý chí, nôn nóng và vội vã cho nên đã vấp ngã. Muốn đi nhanh, hoá ra đi chậm và lâm vào khủng hoảng. Cần bình tĩnh và tỉnh táo. Cũng như trong đời sống hằng ngày khi đi đường cũng có lúc cần biết lùi lại hoặc đi vòng để tìm con đường hợp lý ngắn nhất đạt đến đích. Biết lùi khi cần để tiến lên là sáng suốt, không có gì phải hổ thẹn. Trên tinh thần đó, lúc này, nên xây dựng chế độ dân chủ thật sự có tính chất nhân dân.... Tên nước cũng nên trở lại là Nước Việt Nam dân chủ cộng hòa. Tên đảng nên trở lại với tên gọi đảng Lao động Việt Nam.... Không nên đặt mục tiêu quá xa trong khi mục tiêu gần còn cần một thời gian dài mới có thể đạt được.

4/ Trong đường lối đối ngoại, Việt Nam thực hiện chính sách hòa bình, hữu nghị, không liên kết và hợp tác với tất cả các nước; thực hiện đầy đủ trách nhiệm và quyền lợi của một nước thành viên Liên hiệp quốc; chủ trương hòa giải thật sự với những nước trước đây từng có chiến tranh với Việt Nam như Nhật Bản, Pháp, Hoa Kỳ, Trung Quốc, kiên quyết giở sang trang sử mới trong quan hệ với các nước đó.

Những quan điểm của ông Bùi Tín đã có một số tác dụng nhất định lên hàng ngũ đảng viên cao cấp trong đảng Cộng sản Việt Nam và có người đã phản ứng cho rằng việc làm của ông chẳng khác nào như "trứng chọi đá". Vì thế sau khi phổ biến kiến nghị 12 điểm, ông Bùi Tín đã viết một bài tham luận khác, bày tỏ một số quan điểm rốt ráo hơn. Lúc đó, ông Bùi Tín đã viết rằng: *"Các nước xã hội chủ nghĩa lâm vào khủng hoảng, trì trệ và đổ vỡ chủ yếu chính là vì đã bỏ qua, phớt lờ, không thực hiện những nội dung thực chất của cuộc cách mạng tư sản dân quyền. Những quyền tự do dân chủ ở đó trên thực tế đã quá thấp hơn rất nhiều so với các nước tư bản: tự do ngôn luận và tư tưởng; tự do tín ngưỡng; tự do lập hội, lập chính đảng, hội họp, mít tinh, tuần hành, tự do cư trú di chuyển(kể cả ra nước ngoài); tự do bầu cử, tự do xuất bản và báo chí; tự do kinh doanh và cạnh tranh; tự do sáng tạo nghệ thuật và văn hoá... Bỏ lửng nội dung dân chủ của cuộc cách mạng tư sản dân quyền để gọi là "tiến thẳng lên chủ nghĩa xã hội" là một việc làm trái quy luật, duy ý chí khổng lồ, thủ tiêu trên thực tế những quyền chính đáng của công dân; từ dưới đất, không chịu qua tầng 2·lại muốn lên ngay tầng 3, có hoạ là mất trí, chính chủ trương trái quy luât, viễn vông duy ý chí ấy là lấy trứng chọi với đá. Thái độ chủ quan duy ý chí, áp đặt, phản khoa học như thế mang mầm móng thất bại chủ yếu......"*

Đầu năm 1991, trong lá thư gửi cho Nguyễn Hữu Thọ, Chủ tịch Mặt trận tổ quốc đề ngày 6-1-1991, **Giáo sư Nguyễn Khắc Viện** đã đề nghị đại hội lần thứ VII của đảng Cộng sản tập trung giải quyết hai vấn đề: *1/ Cương quyết tuyên bố đảng trả lại mọi quyền hành cho các cơ quan dân cử và nhà nước. Cụ thể hoá là giải thể một loạt bộ phận trực thuộc trung ương cũng như cấp ủy trong các địa phương, trả lại Nhà nước một loạt nhà cửa, chuyển sang khoảng 2/3 cán bộ. 2/ Các đồng chí lãnh đạo tối cao các ban trung ương hiện nay tự nguyện rút lui, nhường chỗ cho những người mới.* Về tình hình, Giáo sư Nguyễn Khắc Viện còn có ý kiến như: *"Kinh tế tư nhân sẽ phát triển, các hãng quốc tế sẽ đầu tư. Đó là xu thế không thể cưỡng, làm cho khoa học kỹ thuật tiên tiến, một số người phát huy khả năng. Để phục vụ cơ cấu kinh tế đó, phải có ba bộ phận a/bộ máy quản lý kinh tế; b/bộ máy nhà nước cai trị; c/bộ máy văn hoá tư tưởng). Đã là kinh tế thị trường,* *lấy lãi làm gốc thì không nói chuyện nhân nghĩa. Cần phải phát huy quyền tự do dân, công bằng - xã hội, bảo vệ môi trường, tự do báo chí, tự do tư tưởng, tự do lập hội để tổ chức cuộc sống ngoài vòng ràng buộc của bộ máy nói trên. Hiện nay, đảng đang đi ngược lại. Thiếu dân chủ trong đảng, trong xã hội đã dẫn đến đẩy những người tâm huyết (như Bùi Tín, Dương Thu Hương và những đồng chí trước đây như Lê Liêm, Ung Văn Khiêm, Đặng Kim Giang) ra ngoài, biến thành đối lập và làm nản lòng một bộ phận lớn".*

Ngày 22-1-1991, ông Hoàng Minh Chính, nguyên Viện trưởng Viện triết học Mác Lê, người từng bị Lê Duẩn giam 17 năm tù từ năm 1964 vì bị ghép vào nhóm "xét lại chống đảng", đã viết một bài góp ý về dự thảo Cương lĩnh với 5 đề nghị rất thẳng thắn đối với đảng Cộng sản Việt Nam. Trong bài góp ý, ông Hoàng Minh Chính đã bác bỏ dự thảo Cương lĩnh và cho rằng: *"nội dung của dự thảo đã đánh giá tình hình thế giới theo mô hình giáo điều tả khuynh từ cách đây 30 - 40 năm, không nêu bật lên được điểm cơ bản nhất và mới mẻ nhất của thời đại mới ngày nay thuộc nửa sau thập kỷ 90. Do đó Cương lĩnh mắc phải mâu thuẫn trong nội dung, rắm rối trong trình bày, lập lại các quan điểm lỗi thời, vừa bi quan, vừa lạc quan vô căn cứ, thiếu nhất quán dẫn tới định hướng đường lối chiến lược cách mạng không phù hợp, thậm chí trái ngược tiến trình chủ đạo của thế giới loài người thời đại mới ngày nay"*. Ông cho rằng: *"trong 45 năm nay, chủ nghĩa xã hội thế giới lại lâm vào các cuộc khủng hoảng kinh tế- chính trị - tư tưởng - xã hội - đạo lý tiềm ẩn trầm trọng triền miên - rồi nổ tung ra công khai trong vài năm gần đây, dẫn tới sự đổ vỡ tan tành của một loạt nước xã hội chủ nghĩa Đông Âu vẫn được coi là mạnh nhất trước đây. Liên Xô cũng đang trải qua cuộc khủng hoảng toàn diện nghiêm trọng... Mô hình chủ nghĩa xã hội hiện thực tan vỡ trước mắt toàn thể nhân loại, thậm chí chỉ trong vòng có một năm (1989) do chính nhân dân các nước ấy tự nguyện phế bỏ. Như vậy, không thể gán ghép tuỳ tiện khiên cưỡng rằng đó là do chủ nghĩa tư bản đế quốc tấn công từ bên ngoài bằng "diễn biến hòa bình". Phải dũng cảm tỉnh táo mà nhận rằng, dù có cay đắng đến đâu đi nữa, đó là do căn bệnh ung thư tiềm ẩn trong cơ thể xã hội chủ nghĩa tới độ chín nẫu vỡ tung ra"*.

Ông Hoàng Minh Chính cũng viết rằng: *"Dự thảo Cương lĩnh chính trị cũng thiếu xuất phát từ thực tại khách quan Việt Nam mà chỉ lấy hệ tư tưởng trừu tượng làm tiền đề. Dự thảo Cương lĩnh nhận định đúng rằng nước là một xã hội vốn là thuộc địa, nửa phong kiến, nền kinh tế chủ yếu sản xuất nhỏ mà Liên hiệp quốc hiện nay phải xếp vào hàng một trong mười nước nghèo khó nhất trong tổng số 160 nước thành viên. Tuy nhiên dự thảo Cương lĩnh lại viết "nước ta quá độ lên chủ nghĩa xã hội... bỏ qua giai đoạn phát triển tư bản chủ nghĩa", trong khi các nước xã hội chủ nghĩa tại Đông Âu cũ vượt xa hơn Việt Nam về toàn diện tới cả nửa thế kỷ, mà họ còn thua kém tới vài thập kỷ so với Tây Âu, nay nhân dân họ đang phải xét lại phương hướng đường đi của đất nước mình. Việt Nam, với nền kinh tế tiền tư bản cực kỳ lạc hậu muốn bỏ qua giai đoạn phát triển tư bản chủ nghĩa mà tiến thẳng lên chủ nghĩa xã hội - vậy bằng cách nào?* Sau khi phân tích những kẽ hở của dự thảo Cương Lĩnh, ông Hoàng Minh Chính đã đưa ra 5 đề nghị:

1/ Kiên quyết từ bỏ phương pháp luận giáo điều Mao-ít, không lấy hệ tư tưởng trừu tượng bất kể là gì làm tiền đề xuất phát, mà phải lấy thực tại cuộc sống của nhân dân, lấy yêu cầu nguyện vọng cháy bỏng của các giai cấp xã hội Việt Nam đang rên xiết trong cuộc đại khủng hoảng toàn diện hiện nay, làm đối tượng mà vạch ra đường lối, chiến lược, sách lược...

2/ Phát huy mạnh mẽ tới hết cỡ các tiềm năng, vật lực, nhân lực, tài lực trí tuệ phong phú của tất cả các giai cấp, tầng lớp, dân tộc, sắc tộc trong nước và Việt kiều, từ nhà tư bản, nhà hữu sản đến người công nhân, nông dân, trí thức miền xuôi, miền núi theo đúng chính sách 5 thành phần kinh tế bình đẳng trước pháp luật, không bao cấp, chống độc quyền. Pháp chế hoá các chính sách. Kinh tế thị trường đòi hỏi phải phục tùng các quy luật cung cầu, cạnh tranh công khai hợp pháp, năng động sáng tạo, lợi nhuận cao, phải tư nhân hoá và đa dạng hoá sở hữu.

3/ Tháo gỡ tích cực mấy vấn đề quan hệ quốc tế nóng bỏng nhất, theo tư duy mới của thời đại như Liên hiệp quốc đã đề xướng, để mở đường cho sự đầu tư vốn từ ngoài, để tiếp thu kỹ thuật công nghệ hiện đại, và kinh nghiệm quản lí năng động sáng tạo của các nước tư bản phát triển, NICs và ASEAN. Xây dựng vài đặc khu kinh tế tự do dọc duyên hải bằng vốn nước ngoài. Mạnh dạn quyết tâm vươn lên thành con rồng thứ 5 hoặc thứ 6 trong 1/2 thập kỷ tới.

4/ Mạnh dạn gác lại mục tiêu coi là "trước mắt và lâu dài là xây dựng chủ nghĩa xã hội". Cần nghiên cứu cẩn trọng, lâu dài, không vội vã. Bởi vì chủ nghĩa xã hội trên lý thuyết do Mác - Ăng-ghen - Lênin sáng lập chỉ mới ở dạng tư duy trừu tượng, giả định. Bản thân của các ông cũng đã phải thay đi đổi lại nhiều lần và nhiều dự báo của các ông đã bị thời gian phủ định...

5/ Đảng phải pháp chế hoá quyền lực của mình bằng điều 4 ghi trong hiến pháp năm 1980 rằng: "đảng Cộng sản Việt Nam là lực lượng duy nhất lãnh đạo Nhà nước, lãnh đạo xã hội". Quyền lực tuyệt đối này đã được các cán bộ đảng các cấp, đặc biệt là các cán bộ thoái hoá biến chất, dùng làm vũ khí lộng quyền, đặc quyền đặc lợi, tham nhũng, đàn áp dân, lừa dối, đạo đức giả. Các cán bộ đảng cấp từ trung ương xuống tận cơ sở, họ là nguòi thay mặt đảng, quyền lực tuyệt đối của đảng trở thành quyền lực tuyệt đối của cá nhân họ, nhất là của các Ủy viên thường vụ, đặc biệt là của bí thư - lời họ nói là lời đảng nói.... Cũng do điều 4 đó của hiến pháp mà cấp ủy đảng đứng cao trên hết, trùm lên hết và ra lệnh cho tất cả các cơ quan bộ máy nhà nước, từ cơ quan hành pháp, cơ quan tư pháp tới cơ quan lập pháp; khỏi nói tới các đoàn thể quần chúng và Mặt trận...

Những đề nghị của ông Hoàng Minh Chính rất thẳng và trực diện vào vấn đề nên đã gây khá nhiều lúng túng cho những cán bộ lý luận của đảng Cộng sản vào thời đó. Đây cũng là yếu tố khiến ông bị chế độ Hà Nội cho công an sách nhiễu ông và gia đình liên tục đến những năm sau này, đồng thời liên tục bị các cán bộ phụ trách công tác lý luận mang lên trên mặt báo tấn công bằng những diễn dịch sai lạc và giáo điều.

Cũng trong thời gian này, tuy không viết dưới dạng của một bài góp ý về bản Dự thảo Cương lĩnh, **Tiến Sĩ Phan Đình Diệu**, một thành viên của đoàn chủ tịch Mặt trận tổ quốc vào lúc đó đã gửi đến Trung ương đảng một "kiến nghị" có tên là *"Kiến nghị về một chương trình cấp bách nhằm khắc phục khủng hoảng và tạo điều kiện lành mạnh cho sự phát triển đất nước"*. Đi từ những nhận định về thực trạng khủng hoảng, Tiến Sĩ Phan Đình Diệu cho rằng sau năm 1975, đảng Cộng sản Việt Nam đã áp dụng vội vã mô hình chủ nghĩa xã hội, đã làm tê liệt phần lớn những năng lực thực sự của đất nước, đồng thời tạo ra sự hỗn loạn và dối trá trong mọi hoạt động kinh tế và xã hội. Khi đảng đưa ra chính sách đổi mới từ năm 1986, tuy có mang lại kết quả là làm cho cuộc sống đỡ bị trói buộc và dễ thở hơn; nhưng những chính sách và biện pháp đổi mới ngập ngừng, nửa vời chưa đủ sức khơi dậy và phát huy đầy đủ những yếu tố tích cực, trong khi các yếu tố tiêu cực cũ lại có cơ hội được bổ sung thêm bởi những yếu tố tiêu cực mới. Từ những phân tích này, Tiến Sĩ Phan Đình Diệu đề nghị đảng phải nhất quán trong việc xác định mục tiêu hiện thực cho sự phát triển đất nước. Mục tiêu đó là xây dựng *"một nền kinh tế thị trường phát triển và một chế độ chính trị dân chủ, đoàn kết và hòa hợp dân tộc"*.

Theo Tiến Sĩ Phan Đình Diệu thì việc xác định mục tiêu nói trên là phù hợp với xu thế chung của thời đại, là mục tiêu phấn đấu của nhiều dân tộc. Ông cho rằng, từ năm 1986, đảng Cộng sản chuyển dần theo hướng phát triển nền kinh tế hàng hoá nhiều thành phần; nhưng vì bị vướng mắc giữa đòi hỏi khách quan thoát khỏi khủng hoảng và những mong muốn chủ quan tiếp tục quan điểm cũ về chủ nghĩa xã hội với chế độ quản lý tập trung, sở hữu nhà nước và kinh tế quốc doanh. Do đó đã nảy sinh nhiều khái niệm tự mâu thuẫn như: nền kinh tế hàng hoá có kế hoạch, nền kinh tế hàng hoá theo định hướng xã hội chủ nghĩa... Theo ông nếu đảng Cộng sản Việt Nam *"chọn kinh tế thị trường là hướng đi tới thì cần tạo mọi điều kiện thuận lợi và khuyến khích cho nó nhanh chóng hình thành và phát triển, chứ không nên đối xử ghẻ lạnh bằng những phân biệt và hạn chế. Kinh tế thị trường phát triển khi trong xã hội có sự tự do trao đổi hàng hoá giữa đông đảo các chủ thể kinh tế"*. Để nền kinh tế thị trường đáp ứng đúng các chức năng của nó, Tiến sĩ Phan Đình Diệu còn đề nghị thực hiện một chế độ chính trị tôn trọng các quyền tự do dân chủ của mỗi người dân. Ông cho rằng *"Chế độ chính trị dân chủ với việc bảo đảm các quyền cơ bản của công dân tự nó đã bao hàm sự thừa nhận tính đa nguyên. Đa nguyên là sự phản ảnh trung thực thực tiễn khách quan của xã hội vào thể chế chính trị. Dân chủ chỉ là sự tôn trọng tính trung thực của sự phản ảnh đó. Phủ nhận tính đa nguyên cũng đồng thời là phủ nhận nền dân chủ. Cần phải nhìn nhận một thực tế là không thể có dân chủ thật sự trong một chế độ có quy định trước sự độc quyền lãnh đạo tập trung của một đảng"*.

Trong phần cuối của bản Kiến Nghị, Tiến Sĩ Phan Đình Diệu đã đề nghị một số giải pháp cấp bách mà theo ông là để khắc phục tình trạng khủng hoảng, tạo lập một hoàn cảnh lành mạnh tối thiểu cho sự hoạt động bình thường của một nền kinh tế thị trường mà ta muốn xây dựng, một nền chính trị dân chủ cho mọi năng lực trong xã hội được tự do phát triển, qua một số biện pháp như:

1/ Về các giải pháp kinh tế - xã hội: *đảng Cộng sản nên: a/Kiên quyết chuyển sang nền kinh tế thị trường. Hoàn thiện hệ thống luật pháp phù hợp với với yêu cầu của kinh tế thị trường, đặc biệt là thừa nhận và bảo vệ quyền sở hữu tư nhân. b/Tổ chức lại hệ thống bộ máy nhà nước để thực hiện được chức năng quản lý nhà nước trong nền kinh tế thị trường. c/Tăng cường và hoàn thiện hệ thống tài chánh và ngân hàng.*

2/ Về cải cách chính trị: *đảng Cộng sản Việt Nam trong các năm 1991 - 1992 nên: a/Mặt trận tổ quốc, được sự hỗ trợ của đảng Cộng sản Việt Nam, hiệp thương với mọi lực lượng của dân tộc, các nhân sĩ, trí thức trong và ngoài nước, để tiến hành đại hội dân tộc và các sinh hoạt chính trị có tính cách dân tộc khác, dưới tiêu đề và mục tiêu chung là đại đoàn kết và xây dựng đất nước. b/Cải tổ bộ máy nhà nước hiện nay, đặc biệt thành lập một chính phủ cải cách cho giai đoạn cấp bách 1991-1992, đó phải là một chính phủ mạnh gồm những người thực sự có năng lực và trí thức để thực hiện có kết quả các giải pháp kinh tế xã hội cấp bách; c/Thực hiện đầy đủ một số quyền tự do dân chủ, đặc biệt là các quyền tự do tư tưởng, tự do ngôn luận và báo chí, tự do hội họp và lập hội; d/Bầu cử Quốc hội thật sự tự do và công bằng vào năm 1992 hoặc đầu năm 1993. Quốc hội sẽ xây dựng và thông qua Hiến pháp quy định chế độ kinh tế thị trường có điều tiết vĩ mô của Nhà nước và chế độ chính trị dân chủ.*

Những đề nghị rất tâm huyết của Tiến Sĩ Phan Đình Diệu nói trên nếu được đảng Cộng sản Việt Nam áp dụng một phần hoặc bán phần vào những năm này thì tình hình không những cải thiện mà đất nước Việt Nam sẽ có những chuyển biến sâu sắc trong thời gian qua. Tiếc thay, lãnh đạo Hà Nội không những không quan tâm đến nội dung Kiến nghị mà còn trù dập và cô lập các hoạt động của Tiến Sĩ Phan Đình Diệu vào những năm sau đó. Đặc biệt là sau khi Giáo sư Phan Đình Diệu trả lời một cuộc phỏng vấn của nhà sử học Na Uy là giáo sư S. Tonnesson, đăng trong một bài báo ở nước ngoài với tựa đề *"Giáo sư Phan Đình Diệu: Từ bỏ chủ nghĩa Cộng sản, tiến tới nền dân chủ lưỡng đảng là con đường chuyển hoá đất nước trong ổn định"*, liền bị báo Sài gòn giải phóng và báo Nhân Dân liên tục công kích một cách tàn tệ.

Trong tất cả những nhân vật viết các bài bày tỏ những quan điểm phê phán nội dung Cương Lĩnh cũng như đường lối đổi mới và sự phá sản của chủ nghĩa Cộng sản, **ông Hà Sĩ Phu** là người mà đảng Cộng sản Việt Nam căm thù nhất vì lối viết sắc bén và tấn công thẳng vào nền tảng lý luận của chủ thuyết Mác - Lênin, qua ba bài viết *"Dắt tay nhau đi dưới những tấm bảng chỉ đường của trí tuệ"* (tháng 8 năm 1988), *"Đôi điều suy nghĩ của một công dân* (tháng 5 năm 1993)" và *"Chia tay ý thức hệ* (tháng 8 năm 1995)". Chính ba bài viết này, đặc biệt là bài tiểu luận Chia tay ý thức hệ đã khiến cho Hà Sĩ Phu bị đảng Cộng sản Việt Nam quản thúc liên tục từ năm 1997 cho đến nay, sau khi hứng chịu hàng loạt những bài công kích, phê phán và đả kích một chiều của guồng máy tuyên truyền Hà Nội từ trung ương cho đến địa phương.

Trong bài viết: *"Dắt tay nhau đi dưới những tấm bảng chỉ đường của trí tuệ"*, ông Hà Sĩ Phu đã vạch ra những sai lầm và những điều nghịch lý của chế độ xã hội chủ nghĩa giữa lý thuyết và thực tế. Ông Hà Sĩ Phu đã cho rằng chủ trương đề cao giai cấp công nhân là giai cấp lãnh đạo xã hội là một sự ngụy biện của chủ nghĩa Mác và từ đó đã dẫn đến những nghịch lý của xã hội, đó là sự huỷ diệt tri thức. Nghịch lý này theo ông Hà Sĩ Phu là đã làm *"Sản xuất không phát triển, năng suất lao động thấp, sản phẩm hàng hóa ít, đời sống khó khăn. Đời sống tinh thần cũng bị hạ thấp do phải lùi bước trước những nhu cầu sinh tồn tối thiểu...'*. Ông còn cho rằng *'Khi người chỉ huy không đủ tri thức để điều hành công việc và thuyết phục quần chúng thì họ bị giằng co giữa hai động cơ: Một mặt rất muốn dùng những người trí thức, một mặt lại sợ trí thức. Để có thể che giấu sự kém cỏi của mình, để được yên tâm tọa hưởng giữa nơi mập mờ, lùng nhùng, họ không dám thực sự nâng cao dân trí, không dám cho dân phát triển dân chủ, tự do. Ánh sáng trí tuệ đối với họ lúc này lại là điều bất lợi..."*

Trong bài viết *"Đôi điều suy nghĩ của một công dân"*, ông Hà Sĩ Phu đã nhận định rằng sự sụp đổ và tan rã các thể chế xã hội chủ nghĩa ở Đông Âu và Liên Xô là *'sự sụp đổ có tính cội nguồn, triệt để và toàn cục'*. Từ cái nhìn này, ông Hà Sĩ Phu đã phân tích mối tương quan giữa con người và xã hội trong cái nhìn của chủ nghĩa xã hội, chủ nghĩa tư bản, để phê phán những sai lầm của Mác trong các quan niệm về đấu tranh giai cấp, về bóc lột, về ý niệm quốc gia, về bạo lực cách mạng và về tiến hóa xã hội. Bên cạnh đó, ông Hà Sĩ Phu cũng đã đưa những suy nghĩ nói trên, đặt trong tính cách Việt Nam với ba sự nhận xét rất đặc biệt của ông như sau: 1/Việt Nam mạnh về nghĩa hợp quần, yếu về ý thức xã hội; 2/Đạo Trung Dung bị hạ thấp thành phương châm Yên thân, nhẫn nhục; 3/Chống chính thống bằng con đường không chính thống. Ba yếu tố này, theo ông Hà Sĩ Phu đã giúp cho người Việt Nam vượt qua khó khăn nhưng đã trả giá cho chúng bằng sự *'tha hóa con người, tha hóa dân tộc'. Trả giá bằng sự lưu manh hóa, không phải lưu manh theo nghĩa thông thường mà là sự lưu manh lịch sử.* Do đó ông đã kết luận rằng: *'Từ bỏ một ý thức hệ độc tôn ngoại lai, không còn thích hợp với đất nước và thời đại là điều kiện thiết yếu để có thể xóa bỏ hận thù, góp sức, chung lòng đưa đất nước phát triển, là điều kiện thuận lợi để hòa nhập vào thế giới chung, và chỉ có thế dân tộc mới có khả năng thoát khỏi sự o ép của Tư bản nước ngoài.*

Trong loạt bài *'Chia tay ý thức hệ'*, ông Hà Sĩ Phu đã đặc biệt trình bày về những khủng hoảng của triết học Mác Lê, dẫn đến những dự phóng sai lầm của Mác đã làm hại nhân loại ra sao. Đồng thời ông cũng phân tích tính văn hóa thấp của trào lưu cộng sản, đã cản trở trong việc nhận thức thời đại để có cái nhìn sáng suốt và thực tiễn trước những yêu cầu khách quan của thời đại. Ông viết *'Khi mọi lý luận cũng như thực tế đã phơi bày đến mức này, nếu quả thật cả dân tộc 70 triệu này vẫn cứ nhất tề giữ vững cái 'định hướng xã hội chủ nghĩa' ấu trĩ do các thế hệ thiệt thòi trước kia đã chọn (như lời đảng ta khẳng định) thì hóa ra cả Dân tộc chỉ là một đàn vịt hay sao? Coi 'dân giàu, nước mạnh, xã hội công bằng và văn minh là chủ nghĩa xã hội thì chứng tỏ đảng ta đã khinh cái dân tộc này không còn ai biết gì, vì đó chỉ là câu nói đùa'*. Trong lời kết của loạt bài này, ông đã nói lên nỗi trăn trở của mình khi nghĩ về ý thức hệ Mác -xít. Ông viết *'Tôi thấy rõ đây là ý thức hệ phong kiến trá hình, của triều đại phong kiến cuối cùng, đang kìm hãm sự tiến bộ xã hội, và được dùng làm bình phong cho những yếu tố tiêu cực ẩn náu. Ít ai có ý nghĩ muốn phá cái bình phong ấy đi, trái lại ứng xử theo kiểu: Cứ để nó đấy, anh nấp tôi cũng nấp'*. Chính vì dám nói lên sự thật phũ phàng về cái bình phong Mác-xít và lối sống đầy ngụy biện của các quan chức cộng sản ngày nay, ông Hà Sĩ Phu đã bị giới công an tư tưởng trả thù một cách tàn bạo bằng bao vây kinh tế lẫn khủng bố tinh thần trong hơn 1 thập niên qua.

Nói chung, những lý luận và những quan điểm của các nhà trí thức đối kháng đã làm cho các cán bộ phụ trách công tác lý luận của đảng Cộng sản Việt Nam vô cùng bối rối và lúng túng trong cách phản luận. Họ chỉ được học như con vẹt để tuyên truyền một chiều, nên khi đối diện với những lý luận khoa học và thực tiễn của thời đại, giới công an tư tưởng của Hà Nội đã phải dùng đến bạo lực và gán ghép những luận điệu 'phản bội', 'chống đảng' hầu triệt hạ uy tín và đời sống của những nhà trí thức có tâm huyết vì dân tộc. Điều cần quan tâm là những nhà trí thức đối kháng lên tiếng trong thời kỳ này đã bị Hà Nội cô lập rất nặng nề và thiếu phương tiện phổ biến nên đã không tạo được sự chú ý và hưởng ứng trong quần chúng.

DU SINH VÀ CÔNG NHÂN HỢP TÁC ĐÃ ĐỨNG LÊN TRONG LÒNG QUỐC TẾ VÔ SẢN

Những biến cố xảy ra tại các nước Cộng sản ở Đông Âu vào lúc đó không chỉ tác động lên tình hình người Việt ở trong nước mà còn tạo ra nhiều biến chuyển sâu sắc lên khối người Việt đang học tập và làm việc tại đây. Cho đến năm 1991, số người Việt Nam đang du học, tu nghiệp và lao động tại những nước Đông Âu và Liên Xô cũ lên đến khoảng 400 ngàn người. Đa số tập trung ở Liên Xô cũ khoảng non 200 ngàn người. Tiệp Khắc vào khoảng 30 ngàn người. Đông Đức vào khoảng 70 ngàn người. Ba Lan vào khoảng 15 ngàn người. Số còn lại sống rải rác tại Bulgaria, Hung Gia Lợi, Nam Tư và Romania. Vào thời điểm này, đa số sang sống tại đây vì lý do kinh tế. Cuộc sống của họ được coi là tạm bợ với mục tiêu kiếm tiền để chuyển về nước giúp thân nhân và chuẩn bị cho cuộc sống tốt hơn trong tương lai ở Việt Nam. Cách hành xử của họ chủ yếu là thu mình tránh né mọi đụng chạm bất lợi với chính quyền hai nước và dân chúng sở tại. Trong trường hợp có đụng chạm, dù bất cứ hình thức nào, họ sẵn sàng chịu thua, chấp nhận mất mát, kể cả tài sản để được yên thân với hy vọng có thể tiếp tục ở lại và kiếm tiền, vì sứ quán không bao giờ bảo vệ họ. Nền kinh tế thiếu tổ chức, khủng hoảng và thiếu hụt của các nước cựu xã hội chủ nghĩa ở đây là cơ hội cho những người giỏi mánh mung buôn bán kiếm tiền và đã có nhiều người buôn bán rất giàu.

Do đó, buôn bán kiếm tiền đã trở thành phong trào, lôi kéo hầu hết mọi người kể cả nhân viên và viên chức trong bộ máy chính quyền Cộng sản Việt Nam (sứ quán, cơ quan, đoàn thể, công ty nhà nước) đại diện ở các nước tại Đông Âu và Liên Xô cũ. Vì những quan hệ phức tạp trong việc buôn bán, người Việt ở đây là một cộng đồng khá ô hợp, thiếu tổ chức và được chia thành những phường, hội, phe nhóm theo đường dây làm ăn riêng. Riêng tại Liên Xô cũ, tình trạng người Việt rất ô hợp, không có quan hệ cộng đồng và tình trạng trấn lột, cướp bóc giữa người Việt với nhau là hiện tượng phổ biến vào thời đó. Do cuộc sống khó khăn và bị nhiều sức ép như vậy, hầu hết người Việt ở đây, tuy không ưa chế độ cộng sản nhưng không quan tâm mấy về vấn đề chính trị và nếu có bất mãn thì cũng chỉ biểu hiện dưới hình thức tiêu cực như chửi rủa, mỉa mai, chán chường và bất hợp tác mà thôi. Lý do chính là đa số vẫn chưa thoát khỏi nỗi sợ hãi chính quyền, vì trước mặt là họ phải trở về Việt Nam. Hơn nữa họ bị sự chèn ép quá mạnh của hệ thống đảng, đoàn, đội trưởng thông dịch và sứ quán nên đành phải giữ thái độ im lặng.

Từ cuối thập niên 80, cuộc cách mạng dân chủ ở các nước xã hội chủ nghĩa tại Đông Âu bùng nổ đã mang một làn gió dân chủ, tự do đến với khối người Việt và làm cho tư duy của họ có sự chuyển biến rõ rệt. Những chính sách mới của các chính phủ dân chủ tại đây cho phép người Việt được tạm thời ở lại dù đã hết thời hạn lao động hay du học với điều kiện tự túc nên đã giúp cho đa số buông ra khỏi tầm kiềm chế của sứ quán. Những yếu tố này đã làm tan rã hệ thống quản lý của sứ quán. Phong trào đòi dân quyền của người Việt nổi lên, cũng từ đó các khuynh hướng dân chủ bắt đầu hình thành và tìm cách liên lạc, phối hợp với những phong trào dân chủ bên Tây Âu. Tuy người Việt tại Đông Âu và Liên Xô cũ đều mong muốn đất nước thay đổi có tự do dân chủ, nhưng sự suy nghĩ và phương cách hoạt động của họ còn có rất nhiều dị biệt với cộng đồng người Việt phía Tây Âu. Phần lớn bị ảnh hưởng tuyên truyền của Hà Nội vào thời gian trước đó nên họ có chung một cái nhìn là cộng đồng người Việt phía Tây cực đoan, quá khích, mang âm điệu phục quốc, trả thù nên họ rất ngại liên lạc.

Khi các nước Ba Lan, Tiệp Khắc, Đông Đức thoát khỏi gọng kềm của chủ nghĩa cộng sản và Liên Xô ở trong tình trạng rối loạn vào khoảng năm 1990 thì người Việt tại đây chủ yếu là các du sinh, nghiên cứu sinh đã chủ động đứng ra phát hành những tờ báo phổ biến các tin tức liện quan đến những thay đổi ở Đông Âu. Có người còn tập hợp một số anh chị em thiện chí lập ra tổ chức, phong trào đấu tranh. Vào giai đoạn này, đáng kể nhất là phong trào dân chủ hình thành tại Liên Xô và Tiệp Khắc, Đông Đức, Bulgaria.

Tại Tiệp Khắc, sinh viên học ở thành phố Plzen và Praha đã khởi xướng phong trào dân chủ qua việc thực hiện những tờ báo mang tên Tuổi Trẻ, Diễn Đàn (Praha); Điểm Tin Báo Chí (Plezen); Thời Mới (Ostrava & Zlin) và nhiều bản tin khác, được đông đảo mọi người hưởng ứng. Phần lớn anh chị em sinh viên trong phong trào quy tụ quanh tờ báo, chuyên chở những tin tức về cuộc cách mạng ở Đông Âu và những bài quan điểm chống chế độ độc tài Cộng sản. Ngoài ra vào lúc đó, một số anh chị em sinh viên đã thực hiện được một chương trình phát thanh Việt ngữ tại Praha, tuy chỉ phát nửa giờ mỗi tuần trên làn sóng FM. Ngoài ra, qua sự hỗ trợ của một giáo sư người Tiệp Khắc, nhóm sinh viên tại Praha, Plzen đã thường xuyên tổ chức nhiều cuộc hội thảo chính trị về tự do, dân chủ và đã mời nhiều đại diện của các Tổ chức đấu tranh ở bên Tây Âu sang tham dự và trao đổi. Đặc biệt là trong hai ngày 14 và 15-12-1990, đại diện của các tờ báo Diễn Đàn, Điểm Tin Báo Chí... đã tổ chức một cuộc hội thảo chính trị, thành lập Trung Tâm Liên Kết Người Việt tại Tiệp, do anh Trương Minh Dũng làm đại diện, để nuôi dưỡng phong trào đấu tranh và công bố một bản tuyên cáo được coi như bản Cương Lĩnh của Trung Tâm Liên Kết vào lúc đó, có nội dung như sau:

Ngày 10-12-1948, Đại Hội Đồng Liên Hợp Quốc đã thông qua quyết định số 217/III về bản Tuyên Ngôn Nhân Quyền và đã chỉ rõ: "Đại Hội Đồng Liên Hiệp Quốc xem bản Tuyên Ngôn này như là mục đích chung của tất cả các dân tộc, tất cả các quốc gia để mọi người, mọi tổ chức xã hội luôn có nó trong ý nghĩa để cố gắng tuyên truyền giáo dục cho mọi người lòng kính trọng những quyền và sự tự do của người khác, để từng bước bằng những biện pháp hiệu quả trong đất nước mình hoặc trên trường Quốc tế, tôn trọng và bảo vệ nó trong nhân dân của các nước thành viên, cũng như tất cả mọi nơi trên trái đất". Chính phủ nước Cộng hòa xã hội chủ nghĩa Việt Nam đã cam kết bằng chữ ký của mình tuân theo bản tuyên ngôn nhân quyền này. Nhưng trong thực tế, với chế độ độc tài độc đảng, nhà nước Cộng hòa xã hội chủ nghĩa Việt Nam đã luôn luôn vi phạm nghiêm trọng tới những quyền tự do cơ bản của con người. Vì lẽ đó chúng tôi yêu cầu:

1/ Quốc hội nước Cộng hòa xã hội chủ nghĩa Việt Nam phải hủy bỏ điều 4 trong Hiến pháp quy định về vai trò lãnh đạo độc quyền của đảng Cộng sản Việt Nam, điều 2 về chuyên chính vô sản, điều 6 về nguyên tắc tập trung dân chủ. Chính những điều quy định này đã đưa chế độ tại Việt Nam thành một chế độ độc tài, phản lại những quyền tự do tối thiểu của con người.

2/ Phải tổ chức bầu cử tự do dưới sự kiểm soát quốc tế để nhân dân Việt Nam được tự do lựa chọn người đại diện của mình.

3/ Phải lập tức hủy bỏ những điều luật vô lý cấm người dân tự do đi lại, huỷ bỏ chế độ hộ khẩu, và công an trị. Chấp nhận chế độ tự do lập hội, tự do ngôn luận, tự do báo chí và tự do tư tưởng. Chỉ có như vậy nhân dân Việt Nam mới có thể được hưởng những quyền mà Tuyên Ngôn Quốc Tế Nhân Quyền nêu ra là bình đẳng như mọi người trên thế giới.

Ngoài ra, ngày 15-6-1991, công nhân và sinh viên tại Tiệp đã cùng nhau tổ chức một cuộc biểu tình ngay trước sứ quán Cộng sản Việt Nam tại Praha phản kháng việc chính quyền bắt giữ nhà văn Dương Thu Hương và nhà thơ Nguyễn Chí Thiện. Mặc dù chính quyền Tiệp cho phép các du sinh và công nhân ở lại Tiệp nhưng giấy tờ hộ chiếu vẫn nằm trong sự kiểm soát của sứ quán Cộng sản Việt Nam, vì thế mà những người lãnh đạo phong trào đấu tranh tại Tiệp đều bị sứ quán trù dập, gây khó khăn nên đa số đã phải rút vào hoạt động bí mật và những tờ báo chỉ nuôi dưỡng được đến khoảng giữa năm 1992 thì phải đình bản và nhân sự của các nhóm này tản mác đi các nơi, đa số là qua Đức xin tỵ nạn chính trị.

Tại Liên Xô, khi phong trào dân chủ tại Ba Lan bộc phát, khoảng giữa năm 1988, một số sinh viên và nghiên cứu sinh thuộc trường đại học Tổng Hợp Thành phố Mạc Tư Khoa đã xuất bản tờ đặc san "Tuổi Trẻ" phổ biến những bài viết phân tích về tính không tưởng của chủ nghĩa xã hội và đề nghị xây dựng xã hội dân chủ đa nguyên tại Việt Nam. Ngoài ra, anh chị em sinh viên cũng đã phóng ảnh và chuyền tay nhau đọc nhiều bài viết của những văn nghệ sĩ ở trong nước như Dương Thu Hương, Nguyễn Huy Thiệp, Trần Mạnh Hảo... cũng như các diễn biến xảy ra tại các nước Đông Âu vào thời đó, tạo ra một không khí phấn khởi trong hàng ngũ người Việt tại Liên Xô. Giữa năm 1989, sứ quán và cơ quan an ninh của Hà Nội bắt đầu hoạt động bằng cách dọa dẫm và dẫn giải những người chủ chốt về nước. Từ đó, phong trào phải chuyển sang hoạt động bí mật, tung truyền đơn tố cáo các hành động khủng bố của sứ quán và đòi tự do dân chủ. Đến đầu năm 1990, ngoài tờ Tuổi Trẻ, còn có thêm những tờ báo khác như Dân Việt, Bản Tin Kinh Tế xuất hiện ở Mạc Tư Khoa, Tuổi Trẻ ở Kiev và Người Bạn Đường dưới dạng văn học nghệ thuật tại thành phố Leningrad; đồng thời nhiều tờ báo xuất bản tại Tiệp, Đông Đức, Ba Lan cũng được lưu hành rộng rãi tại Liên Xô vào thời đó. Nhìn chung, những phong trào này đều mang tính cách tự phát, thiếu tổ chức và thiếu sự liên kết giữa các nhóm tranh đấu với nhau vì thiếu căn bản từ đầu là không có sinh hoạt cộng đồng. Mặt khác, giống như tại Tiệp, vì để tránh sự trù dập và đàn áp của sứ quán, nhất là để cảnh giác sự trà trộn *"người của sứ quán"* nên hầu hết những thành viên trong các nhóm đấu tranh đều ẩn danh, hoạt động bí mật nên rất khó liên kết với nhau.

Riêng tại Đông Đức và Bulgaria, lúc đầu những nhóm sinh viên tại đây chỉ phổ biến những tờ báo xuất bản ở nơi khác cho bạn bè quen biết. Mãi đến năm 1990 khi một số sinh viên Việt Nam chạy trốn sứ quán từ Tiệp và Liên Xô qua Đông Đức, thì phong trào đấu tranh tại Đông Đức mới đa dạng với sự xuất hiện của nhiều tổ chức đấu tranh như Tổ Chức Dân Chủ Việt Nam phát hành tờ Cánh Én, Đảng Xã Hội Dân Chủ Việt Nam ra tờ Tia Sáng, Đảng Việt Nam Mới ra tờ Việt Nam Mới và một số tờ báo khác nhau như Diễn Đàn Tự Do Dân Chủ, Thiện Chí, Ngày Mới... tuy nhiên số lượng phát hành không nhiều và chỉ trong vòng nội bộ. Tại Bulgaria, từ năm 1991, nhóm sinh viên thanh niên tại Sofia đã cho ra tờ Tiếng Nói loan tải những tin tức và các bài quan điểm chống chính quyền Hà Nội. Đặc biệt là tại Thủ đô Sofia, đã xảy ra một cuộc xô xát mang tính cách kỳ thị giữa công an Bulgaria và công nhân hợp tác lao động Việt Nam, khi hàng trăm công an tấn công vào ký túc xá Krasna Poliana vào lúc 3 giờ chiều ngày 17-3-1991. Cuộc đàn áp này là một loạt những hành động kỳ thị và khủng bố người Việt có sự tiếp tay của sứ quán Cộng sản Việt Nam trong mục tiêu triệt hạ những sinh viên, công nhân dám kích động người Việt tại Bulgaria đấu tranh đòi tự do dân chủ tại Việt Nam. Cuộc tấn công vào ký túc xá Krasan Poliana của công an đã khiến cho 2 công nhân Việt Nam bị thiệt mang, 10 người bị thương nặng và hơn 50 người bị bắt giữ. Sau đó, sinh viên và công nhân tại Bulgaria đã phát động phong trào đấu tranh để đòi chính quyền Bulgaria giải quyết, nhưng thay thì giải quyết rốt ráo vấn đề chính quyền Bulgaria lại làm khó dễ tình trạng lưu trú của sinh viên và công nhân nên một số anh chị em chủ chốt phong trào đã phải lánh nạn sang quốc gia khác, khiến cho Phong trào đấu tranh tại Bulgaria bị tàn lụi vào đầu năm 1993.

Trước tình hình suy yếu chung của các phong trào đấu tranh, những thành viên hoạt động tích cực trong các tờ báo và trong các nhóm đã tổ chức cuộc gặp gỡ thân mật giữa những người Việt đang sống tại các nước cựu Cộng sản ở Đông Âu và Liên Xô cũ vào hai ngày 27 và 28-2-1993 ở Neuburg / Donau, Đức Quốc để hình thành một tổ chức chung. Đây có thể coi là một nỗ lực đáng được ca ngợi của các thành viên trong những đoàn thể, tổ chức người Việt tại các nước cựu cộng sản Đông Âu và Liên Xô, cố gắng tạo dựng lại lực lượng hầu tiếp tục đấu tranh trong những hoàn cảnh vô cùng khó khăn và phức tạp. Đáng tiếc là do áp lực của đời sống và nhất là áp lực của vấn đề cư trú, các nỗ lực đấu tranh của du sinh và công nhân hợp tác tại Đông Âu và Liên Xô bị phai nhạt dần từ năm 1995 trở đi.

VIỆT KIỀU YÊU NƯỚC RA KIẾN NGHỊ ĐÒI HỎI ĐẢNG CỘNG SẢN VIỆT NAM THAY ĐỔI

Vào tháng 4 năm 1975, trong lúc hàng triệu người Việt bỏ nước tìm tự do tại các trại tỵ nạn tại Đông Nam Á, thì cũng có hàng trăm sinh viên du học ra đi từ miền Nam Việt Nam đã 'hồ hởi' ca tụng sự cưỡng chiếm miền Nam của đảng Cộng sản Việt Nam. Những người này đã quy tụ chung quanh sứ quán Cộng sản và dựng lên các Hội Việt Kiều Yêu Nước tại một số quốc gia tiêu biểu như Pháp, Gia Nã Đại, Tây Đức, Thuỵ Sĩ, Bỉ, Nhật, Hoa Kỳ... Nhưng đến đầu thập niên 80, hầu hết các Hội Việt Kiều 'yêu nước' này đều đi vào thời kỳ suy yếu và khủng hoảng cùng cực vì đa số mất niềm tin vào chế độ do những chính sách sai lầm của đảng Cộng sản Việt Nam. Có thể nói là vào thời kỳ này, hội viên thì xa lánh hội còn các hội thì xa dần chế độ, thậm chí những buổi tiếp đón các quan chức của chế độ ra công cán hải ngoại đã không ai thèm đến hoặc đến cho có lệ xong rồi mạnh ai nấy ra về. Tuy nhiên, từ năm 1986, khi đảng Cộng sản Việt Nam đưa ra chính sách đổi mới, một không khí mới đã phát sinh trong các Hội Việt Kiều. Đầu năm 1987, Hội Người Việt Yêu Nước tại Tây Đức do Bùi Văn Nam Sơn làm chủ tịch đã đi bước tiên phong tổ chúc đại hội với khẩu hiệu *'Vì một nước Việt Nam đổi mới, năng động và phát triển'*, đưa ra một kiến nghị kêu gọi mọi thành viên ủng hộ chính sách đổi mới của đảng. Nương theo khí thế này, các Hội Việt Kiều Yêu Nước khác cũng tổ chức đại hội, ra kiến nghị ủng hộ đổi mới và thành lập nhiều phái đoàn Việt kiều về nước gặp gỡ giới lãnh đạo đảng, phát biểu ý kiến về nhu cầu đổi mới trên đài và trên báo chí nhà nước.

Đến năm 1988, Nguyễn Văn Linh ra lệnh xiết lại và phê phán gay gắt những ai đòi dân chủ đa nguyên, đã làm cho phong trào ủng hộ đổi mới của Việt Kiều xẹp xuống và tạo ra một sự phẫn nộ trong một số Việt Kiều về thái độ cực quyền của đảng Cộng sản. Tờ Đất Việt, vốn là tờ báo của Hội Việt Kiều Yêu Nước tại Gia Nã Đại, đã từng thay mặt toà đại sứ Hà Nội một thời gian khi Hà Nội không đủ tiền cử đại sứ ở nước này, đã lên tiếng công kích đầu tiên về chính sách xiết lại của Nguyễn Văn Linh. Trong một bài viết ký tên Trương Tam, bút hiệu của một bác sĩ từng là Trưởng ban học tập của phong trào, tác giả đã viết một bài nhận định về bản chất của đảng Cộng sản với tựa đề 'Suy nghĩ về đổi mới', được coi là cấp tiến nhất của Phong trào Viêt Kiều vào thời đó. Một đoạn trong bài viết này được trích dẫn như sau:

'Nỗi thống khổ và thời gian không cho phép chúng ta trù trừ làm thỏa thuận mãi được. Đảng nên tự giải tán để trả lại chức năng quản lý cho nhà nước, quyền làm chủ tập thể cho nhân dân. Mọi việc không phải Bộ chính trị, rồi Ban chấp hành trung ương thông qua, mới đến Quốc hội. Hội đồng chính phủ phải thực hiện rồi v.v... và v.v... Mọi thứ trật tự vẫn làm tê liệt xã hội. Quốc hội mới là cơ quan thực sự tập hợp những con người ưu tú nhất của đất nước. Chính phủ được cởi trói mà có chính sách rộng rãi, các tổ chức nhân dân sẽ giữ vai trò 'dân biết, dân bàn, dân làm, dân kiểm tra'. Khoa học, văn hoá, văn nghệ v.v... mới có cơ mà phát triển. Đồng thời với sự giải tán của đảng, Quốc hội phải sửa đổi Hiến pháp, bỏ độc quyền lãnh đạo, cho phép tổ chức nhiều đảng phái (trong điều kiện lịch sử của dân tộc, các đảng phái không thể mang ý nghĩa và tính chất chính trị và giai cấp tranh giành quyền lực như các đảng phái cổ điển ở các nước tư sản), đặt vấn đề nhiệm kỳ có giới hạn, lập các hội đồng cố vấn, bảo đảm tính luân chuyển và kế thừa v.v... Quyền làm chủ tập thể tự nó sẽ được xác lập

vì là động lực và mục tiêu của xã hội. Một xã hội như thế có phải là vô chính phủ? Theo thiển ý, một kiến thức thượng tầng thể hiện được tính đa dạng và phức tạp của cuộc sống sẽ rất vững chắc, nó mở cửa ra tương lai và biết rút ra nhanh chóng những bài học của quá khứ. Lòng tin vào cuộc sống sẽ trở lại, mọi người, trong điều kiện của từng người, sẽ tham gia xây dựng và kiện toàn cơ chế mới đó..'

Bài viết của Trương Tam cũng như nhiều bài viết khác của những thành viên đã từng hoạt động tích cực trong phong trào Việt Kiều yêu nước đã khiến đảng Cộng sản lo ngại và ra lệnh cho các ban chấp hành Hội kiểm thảo. Tình hình này đã dẫn đến những xung đột dữ dội giữa những thành viên ủng hộ và chống lại lệnh 'kiểm thảo' của đảng, khiến cho các Hội Việt Kiều Yêu nước bị phân hoá trầm trọng. Các hội bị bể ra làm nhiều nhóm nhỏ, mất dần sinh khí hoạt động. Tháng 5-1989, tại hội nghị Việt Kiều tổ chức ở Tây Đức, một lần nữa Hội Việt Kiều yêu nước đã khẳng định khoảng cách giữa các hội, các tờ báo với chế độ ở Việt Nam. Tại đây, các đại diện của những Hội Việt Kiều yêu nước phê phán tính cách độc đoán của đảng Cộng sản Việt Nam, và kiến nghị ban lãnh đạo chấp nhận chế độ đa đảng. Tờ Diễn Đàn Mới ở Bỉ đã công khai chống lại chuyên chính ở Việt Nam. Tờ Đất Việt ở Gia Nã Đại, Tờ Đoàn Kết ở Pháp, Đất Nước ở Úc, Nước Việt tại Thuỵ Sĩ, Đất Nước ở Đức... đã liên kết với nhau tạo thành một diễn đàn chống lại thể chế chuyên chính tại Việt Nam. Cuối năm 1989 sang đầu năm 1990, hàng loạt kiến nghị, tâm thư và tuyên bố của các Hội Việt Kiều yêu nước tung ra đã tạo thành một phong trào khá rầm rộ đòi hỏi chế độ phải thay đổi.

Đặc biệt, ngày 22-1-1990, một Tâm Thư gửi lãnh đạo Hà Nội về việc cải tổ hệ thống chính trị tại Việt Nam, đã được truyền nhau trong giới lãnh đạo của các Hội Việt Kiều Yêu Nước, thu hút khoảng 600 người ký tên có nội dung như sau:

"Lãnh đạo Đảng Cộng sản Việt Nam, hãy vì quyền lợi tối cao của dân tộc, sớm cải tổ hệ thống chính trị hiện có bằng cách:

1/ Thực sự tách rời những định chế của nhà nước ra khỏi bộ máy chính đảng để cho nhà nước thu hồi trọn vẹn những quyền lập pháp, tư pháp của mình, và để cho không một ai cũng như không một tổ chức nào có thể đứng trên và chi phối nhà nước.

2/ Thiết lập một nền dân chủ đa nguyên thực sự bảo đảm an toàn cá nhân và các quyền tự do ngôn luận, báo chí, hội họp, lập hội, lập đảng... nhằm tạo điều kiện cho mọi người Việt Nam, không phân biệt quá khứ, chính kiến hay tôn giáo tham gia luận bàn và đặc biệt thông qua tuyển cử tự do, làm và kiểm tra việc nước.

3/ Ngay trước mắt, mở ra cuộc đối thoại thành tâm với toàn thể xã hội, để toàn dân bàn định một cương lĩnh hành động và đề ra những biện pháp cấp bách đặt nền tảng cho mọi chế độ thật sự lấy dân làm gốc.

Bản Tâm Thư đã không chỉ bị đảng Cộng sản Việt Nam liệt vào loại "phản động" mà còn tố cáo những người ký tên là có âm mưu chống lại đảng và nhà nước Cộng sản Việt Nam. Hà Nội đã ra lệnh cho các sứ quán không cấp chiếu khán cho những ai đã ký vào Tâm Thư, thậm chí trục xuất một số Việt Kiều khi về tới phi trường. Song song, Cộng sản Việt Nam đã cử một số cán bộ cao cấp kín đáo ra hải ngoại tiếp xúc với một số hội viên các Hội Việt Kiều để chiêu dụ và tạo sự phân rã hàng ngũ các Hội Việt Kiều Yêu Nước. Trước những hành động trấn áp của Hà Nội, đa số các thành viên của những Hội Việt Kiều Yêu Nước đã chùn bước không dám đòi hỏi mạnh nữa vì sợ bị ghi vào sổ đen không cho về Việt Nam; một số nhỏ tuy không bất mãn với đảng Cộng sản Việt Nam nhưng rút vào bóng tối, viết bài phê phán chế độ chứ không còn công khai chỉ trích như thời gian qua. Nói chung, phong trào dâng kiến nghị của các Hội Việt Kiều Yêu Nước bộc phát trong ba năm từ năm 1988 đến năm 1990 thì tàn lụi theo thời gian.

CỘNG ĐỒNG NGƯỜI VIỆT TỴ NẠN TẠI HẢI NGOẠI VỚI PHONG TRÀO ĐẤU TRANH GIÀNH TỰ DO DÂN CHỦ CHO VIỆT NAM

Nhờ sống trong môi trường tự do dân chủ và nhờ được thừa hưởng trực tiếp những thành quả của cuộc cách mạng tin học ngay vào cuối thập niên 80 của thế kỷ 20, Cộng đồng người Việt tại hải ngoại đã theo dõi rất kỹ và rất sát về mọi biến động xảy ra tại các quốc gia cộng sản vào thời gian này, bắt đầu từ biến cố Thiên An Môn (6/1989) ở Trung Quốc, sang đến cuộc đấu tranh ngoạn mục của Công Đoàn Đoàn Kết tại Ba Lan rồi đến các cuộc biểu tình rầm rộ tại Hung Gia Lợi, Tiệp

Khắc, Đông Đức, Bulgaria, Romania... cho đến cuộc đảo chánh bất thành của nhóm giáo điều, đưa đến sự sụp đổ của đế quốc Liên Xô vào cuối năm 1991. Những tin tức nóng bỏng và dồn dập này đã tác động lên lòng nhiệt thành đấu tranh của người Việt tỵ nạn nên có thể nói là ở khắp nơi, người Việt tỵ nạn và các đoàn thể, tổ chức đấu tranh đã cùng nhau hợp tác hình thành những phong trào đấu tranh với hai nỗ lực: 1/ Hỗ trợ các cá nhân, đoàn thể đấu tranh tại quốc nội để đẩy mạnh sự ra đời của các phong trào đấu tranh quần chúng như các quốc gia Đông Âu; 2/ Vận động áp lực quốc tế can thiệp, bảo vệ sự lên tiếng đòi đa nguyên đa đảng của các nhà đối kháng, các văn nghệ sĩ tại Việt Nam.

Để thực hiện hai mục tiêu đấu tranh này, các đoàn thể, đảng phái và Cộng đồng người Việt Nam đã tiến hành nhiều loại công tác và sinh hoạt khác nhau, từ tháng 6-1989 kéo dài cho đến cuối năm 1993, với ba thời kỳ đáng chú ý.

Thời kỳ thứ nhất bắt đầu từ tháng 6-1989 đến tháng 9-1990. Đây là giai đoạn 'trăm hoa đua nở' với sự xuất hiện của hàng trăm bản tuyên ngôn, tuyên cáo ký tên bởi các cá nhân, đoàn thể, đảng phái, tổ chức đấu tranh, Cộng đồng, các Hội thanh niên sinh viên... trên toàn thế giới, kêu gọi thành lập các phong trào đấu tranh giành tự do dân chủ cho Việt Nam. Hầu hết các tuyên ngôn, tuyên cáo của các phong trào đấu tranh vào lúc này đều có chung một số nhận định như sau:

"Bên cạnh những reo hò chiến thắng của bao triệu con người từ Ba Lan qua Hung Gia Lợi; từ Đông Đức qua Tiệp Khắc; từ Tiệp Khắc đến máu và nước mắt vinh quang của quần chúng Romania trước bầu trời Tự Do và Dân Chủ.... Thế mà người ta còn phải chứng kiến guồng máy độc tài đảng trị vẫn ngang nhiên ngự trị và thách đố trước lương tâm của nhân loại và vẫn dối Trời hại Dân, gian xảo đủ muôn ngàn lối để được ăn ngồi an nhiên trên những chiếc ghế quyền lực đã vấy máu đồng bào, ngập tràn nước mắt quê hương. Vì đặc quyền đặc lợi của một số ít người mà hơn sáu chục triệu người phải nai đôi vai gầy yếu gánh vác đủ mọi hình thái của điêu linh thống khổ. Kể từ cuộc cách mạng tháng 8 năm 1945 dân tộc Việt Nam đã phải trải qua 45 năm ròng rã để ôm căm hờn trong đáy lòng tủi nhục câm nín.

Lớp người lãnh đạo cộng sản hiện nay vẫn còn lạc hậu, quan liêu, phong kiến, độc tài. Chế độ chính trị không chỉ tạo nên những luật lệ bất chính, những thủ tục bất công với cùm kẹp sưu cao thuế nặng để ngang nhiên cướp nhà, cướp của, cướp ruộng, cướp vườn, chẳng những thế mà còn cướp vợ, cướp chồng, cướp con cái của bao triệu gia đình.... Trước mối thù lớn của dân tộc, trước một thiểu số lãnh đạo ù lì, tiêu cực ngoan cố, ương ngạnh, bảo thủ, quan liêu, phong kiến, độc tài, bao nhiêu chiến sĩ ái quốc của dân tộc trong hàng ngũ kháng chiến cũ đã bị lừa dối, bị phản bội, bị bỏ rơi, bị lăng nhục chỉ vì những người ấy không còn tin tưởng vào guồng máy lãnh đạo đảng Cộng sản và đa số cá nhân của những kẻ đương quyền, nhưng trong tận cùng tuyệt vọng và cô đơn, tiếng nói của lương tâm các chiến sĩ dân tộc vẫn tiếp tục vang dội vào tâm thức uất nghẹn của toàn dân...

Rồi đây khi ngọn cờ Tự Do, Dân Chủ và Nhân Quyền đã đóng xong vai trò của nó thì ngọn cờ Chính thống Dân Tộc sẽ xuất hiện lại trên dòng sử mệnh của quốc dân để réo gọi trăm con trở về quần tụ, keo sơn gắn bó bên nhau như cha bên con, vợ bên chồng, như anh em, bạn bè ruột thịt bên nhau để tạo dựng nên một người mới thay thế mẫu người quan liêu, phong kiến lạc hậu, mẫu người Cộng sản, mẫu người thuần tuý vì lợi vì danh đang bị thiêu đốt bởi lửa của thời gian thử thách....

Giờ của lịch sử đã điểm dưới ánh sáng chói chang của hồn thiêng sông núi và theo tiếng sóng thét vang của các Anh Hùng Dân Tộc tự ngàn xưa. Ngọn cờ đấu tranh cho Tự Do Dân Chủ và Nhân Quyền sẽ phất phới bay cao phủ bóng mát xuống khắp giang sơn gấm vóc xua đuổi hết những ngọn lửa bạo tàn, để quốc dân ta được thở lại không khí Tự Do, lại được hưởng cơm no áo ấm trong cái thắm thiết của Tình Tự Dân Tộc nghĩa Đồng Bào...

Khởi đầu của nỗ lực này là từ anh chị em thanh niên sinh viên Việt Nam tại Liên bang Úc Châu, đã kết hợp tổ chức cuộc tuần hành nhân quyền tại Thủ đô Canberra Úc Châu và đưa đến sự ra đời của Phong Trào Thanh Niên Sinh Viên Tranh Đấu vào tháng 6-1989. Sự lên tiếng kêu gọi đấu tranh của Phong Trào Thanh Niên tại Úc được đưa ra cùng lúc với cuộc thảm sát của nhà cầm quyền Bắc Kinh đối với hàng ngàn sinh viên tại Thiên An Môn vào ngày 11-6-1989 đã kích thích giới thanh niên sinh viên Việt Nam ở khắp nơi tham gia, khiến cho nhiều đoàn thể quốc gia phải đứng lên nhập cuộc. Vì thế mà không đầy 10 tháng kể từ tháng 6-1989 đến tháng 7-1990 đã có gần

30 phong trào đấu tranh của giới trẻ và của các đoàn thể, cộng đồng người Việt tham gia như tại Nam California, Bắc California, Houston, Paris, Tokyo, Toronto, Seattle, Sydney, Melbourne, Genève, Oslo... Những phong trào đấu tranh này đã cùng tham dự một đại hội tổ chức vào tháng 7 năm 1990 tại Paris để bàn về những phương thức phối hợp đấu tranh hầu nuôi dưỡng cho phong trào đi lâu dài. Nhờ cuộc gặp gỡ này mà các Phong Trào đấu tranh ở khắp nơi có chung một điểm tựa để cùng liên kết với nhau và phát huy các nỗ lực đấu tranh theo môi trường chung quanh. Lập trường đấu tranh của các Phong Trào Giành Tự Do Dân Chủ vào lúc này đều có chung một nền tảng:

1/ Tranh đấu cho tự do dân chủ và nhân quyền tại Việt Nam.

2/ Sát cánh với mọi phong trào chống đối trong nước.

3/ Hỗ tương yểm trợ công cuộc đòi hỏi đổi mới, đòi xét lại chế độ Cộng sản từ căn nguyên để trở về với lập trường dân tộc của anh chị em cán binh, văn nghệ sĩ, trí thức trong hàng ngũ Cộng sản.

4/ Tranh đấu để tiến đến tự do dân chủ đa nguyên, nhưng không chấp nhận chủ nghĩa Cộng sản và tệ nạn quan liêu, phong kiến dưới bất cứ hình thức nào tại Việt Nam.

Lập trường đấu tranh uyển chuyển nói trên đã giúp cho các đảng phái, tổ chức đấu tranh của người Việt ở trong và ngoài nước có thể khai thác những thay đổi của tình hình, mở ra nhiều hình thái đấu tranh và đưa đến sự hình thành nhiều hình thức kết hợp giữa nhiều đoàn thể như Liên Minh Các Phong Trào Đấu Tranh Giành Tự Do Dân Chủ Cho Việt Nam (1990), Mặt Trận Quốc Dân (1992) hay Hội Nghị Liên Kết Người Việt Tự Do (1995) sau này.

Thời kỳ thứ hai từ tháng 9-1990 đến năm cuối năm 1991. Đây là thời kỳ các Phong trào đấu tranh giành tự do dân chủ cho Việt Nam đã phối hợp với các đảng phái, Cộng đồng mở những chiến dịch chuyển tin tức về sự tan rã của các chế độ Cộng sản tại Đông Âu và nhất là sự sụp đổ của Liên bang Xô Viết về Việt Nam, đồng thời mở các cuộc vận động chính giới các quốc gia lên tiếng ủng hộ những tiếng nói đối kháng của một số văn nghệ sĩ tại Việt Nam. Đa số tài liệu được các Phong trào và nhiều đoàn thể đấu tranh thực hiện dưới ba dạng: 1/ Những tin tức đấu tranh được thu ngắn, gửi dưới dạng thư thăm hỏi đồng bào trong nước. 2/ Những Video Tape ghi lại các tin tức biểu tình của những phong trào quần chúng tại Ba Lan, Hung Gia Lợi, Tiệp Khắc, dưới hình thức Video ca nhạc; 3/ Những hình ảnh và tài liệu sách báo để giúp cho đồng bào, cán binh Cộng sản Việt Nam có cơ hội hiểu rõ tình hình đấu tranh tại các quốc gia Đông Âu và Liên Xô cũ. Những tài liệu này đã được các Phong trào và các tổ chức chia nhau gửi đến từng địa chỉ của đồng bào từ Lạng Sơn đến Cà Mau. Trong giai đoạn đầu, việc chuyển tin tức mà các Phong Trào thường gọi vào lúc đó là '*Công Tác Chuyển Lửa Về Quê Hương*' đã đạt được kết quả khá cao, nhiều đồng bào đã nhận được và không chịu báo cho công an biết; nhưng càng ngày số lượng chuyển tin càng nhiều và dồn dập, khiến cho công an Việt cộng bắt đầu để ý theo dõi.

Trong những tài liệu cảnh giác về diễn biến hòa bình, Cộng sản Việt Nam đã báo động trong nội bộ về những tài liệu 'phản động' gửi từ hải ngoại vào trong nước với số lượng lớn. Cộng sản Việt Nam đã đe dọa mọi người là không được đọc, khi nhận được phải cáo ngay cho công an hay cơ quan trực thuộc. Chỉ trong hai năm 1989 và 1990, Cộng sản Việt Nam cho biết là họ đã chặn và giữ lại khoảng trên 80,000 tài liệu đủ loại được các phong trào gửi vào cho đồng bào tại Việt Nam. Con số mà Hà Nội khoe khoang giữ lại chỉ là một phần rất nhỏ trong hàng trăm ngàn tài liệu đã được các Phong trào, cá nhân, đoàn thể, đảng phái, Cộng đồng chuyển về Việt Nam một cách kín đáo và bí mật. Song song với công tác phá vỡ sự bưng bít thông tin qua Chiến Dịch Chuyển Lửa về Việt Nam, các đoàn thể, tổ chức của người Việt quốc gia cũng đã tích cực tham gia những buổi nói chuyện, trao đổi và phối hợp công tác đấu tranh chung với một số tổ chức, đoàn thể do những anh chị em du sinh và công nhân hợp tác tại Đức, Tiệp Khắc và Liên bang Nga thành lập. Nhờ nỗ lực tiếp cận này mà những ngộ nhận, thành kiến giữa hai môi trường Đông và Tây đã được nêu ra để mọi người có điều kiện giải tỏa hầu có thể hợp tác trong lâu dài.

Thời kỳ thứ ba từ đầu năm 1992 đến năm 1993. Đây là thời kỳ Hà Nội gặp rất nhiều khó khăn và lúng túng khi họ bị chính giới quốc tế và cả cộng đồng người Việt hải ngoại đả kích về những đàn áp chính trị tại Việt Nam. Chiến dịch đấu tranh cho các tù nhân chính trị và tù nhân lương tâm đã được các phong trào, đảng phái cùng đồng loạt phát động với sự hưởng ứng mạnh mẽ của các đoàn thể trong Cộng đồng. Danh sách tù nhân chính trị và tù nhân lương tâm đã được công bố từng đợt, tạo thành một hồ sơ với đầy đủ chi tiết được công bố trước công luận, khiến cho Cộng sản Việt Nam không thể chối cãi là tại Việt Nam không có tù nhân chính trị. Chiến dịch đấu tranh cho tù nhân chính trị còn giúp cho các nhà đối kháng tại quốc nội mạnh dạn hơn trong những lên tiếng đòi dân chủ đa nguyên và nhất là phê phán tình trạng cai trị kiểu gia trưởng của guồng máy đảng. Song song, các phong trào và nhiều đoàn thể trong cộng đồng đã phối hợp tổ chức hàng loạt các cuộc nói chuyện về 'tình hình tù nhân chính trị tại Việt Nam' thu hút nhiều sự tham gia rộng rãi của đồng bào. Chính nhờ chiến dịch đấu tranh này mà Hải Ngoại đã tạo được nhịp cầu cảm thông với các nhà đối kháng ở trong nước, đồng thời biến nó thành một vũ khí đấu tranh thường trực để tấn công đảng Cộng sản Việt Nam mỗi khi Hà Nội đưa những phái đoàn vận động ngoại giao, kinh tế và thương mại đến các quốc gia tự do như Nhật Bản, Hoa Kỳ, Gia Nã Đại, Úc Châu và các nước trong vùng Trung và Tây Âu.

o0o

Trong ba năm, từ năm 1989 khi biến cố Đông Âu bắt đầu bộc phát từ Ba Lan đến cuối năm 1991 với sự sụp đổ toàn diện của khối Cộng sản Quốc tế tại Liên Xô cũ, đảng Cộng sản Việt Nam bỗng chốc rơi vào hoàn cảnh mồ côi giữa chợ. Thật vậy, mọi hành xử của đảng Cộng sản Việt Nam trước đây đều được đế quốc Liên Xô chỉ đạo và yểm trợ một cách toàn diện; khi Liên Xô gặp khủng hoảng và toàn thể các nước trong khối Cộng sản bị rúng động vì cơn bão dân chủ thổi đến, Hà Nội đã phản ứng theo lối phản xạ hơn là tính toán, cân nhắc như trước đây. Chính vì vậy mà trong một loạt những diễn tiến của tình hình như đề cập bên trên, đảng Cộng sản Việt Nam đã không có một tầm nhìn chiến lược, mà chỉ chú tâm vào việc giữ đảng bằng mọi giá, không chú ý gì đến hạnh phúc và sự thịnh vượng của toàn dân. Hậu quả của tầm suy nghĩ như vậy đã biểu hiệu rõ rệt trong 20 năm (1986- 2006) mà Hà Nội áp dụng đường lối mở cửa, đổi mới. Đó là một Việt Nam vẫn chưa chấm dứt mối lo cho miếng ăn hàng ngày thì làm sao dân có đủ điều kiện chăm lo công nghiệp hóa hầu theo kịp các nước trong vùng?

NHỮNG DIỄN TIẾN CHÍNH TRỊ TẠI VIỆT NAM

Từ Năm 1986 Năm 1995

12-01-1986: Phụ tá ngoại trưởng và phụ tá Bộ trưởng quốc phòng Hoa Kỳ thăm Việt Nam thảo luận về vấn đề người Mỹ mất tích trong chiến tranh (MIA). Phía Cộng sản Việt Nam đưa ra chương trình hành động hai năm 1986-1987 về việc tìm kiếm MIA.

16-05-1986: Sau ba năm điều tra, Lê Đức Thọ, Trưởng ban tổ chức mới cho phép thành lập Câu Lạc Bộ Những Người Kháng Chiến Cũ và cho phép phát hành tờ báo Truyền Thống Kháng Chiến với những quy định rất khắt khe. Nhưng sau đó, ông Nguyễn Hộ, chủ nhiệm Câu Lạc Bộ đã cùng nhiều đảng viên lâu năm khác như Tạ Bá Tòng (Tám Cần), Đỗ Trung Hiếu (Mười Anh), nguyên chánh văn phòng Ban Dân Vận Thành ủy Sài Gòn, Hồ Hiếu... dùng diễn đàn Câu Lạc Bộ và tờ báo này đòi dân chủ và tố cáo tội ác của lãnh đạo.

03-07-1986: Lê Duẩn chết. Trường Chinh được cử làm Xử lý Tổng Bí Thư. Phe Lê Duẩn - Lê Đức Thọ bắt đầu yếu thế và nội bộ đã có những chống đối quy trách nhiệm lẫn nhau về các chính sách sai lầm trong quá khứ.

15-12-1986: Đảng Cộng sản Việt Nam triệu tập đại hội đại biểu toàn quốc kỳ VI tại Hà Nội, dưới chủ đề 'đổi mới' theo xu hướng của Liên Xô. Nguyễn Văn Linh được bầu làm Tổng bí thư. Trường Chinh, Phạm Văn Đồng, Lê Đức Thọ về hưu và được bầu vào ban cố vấn Trung ương đảng.

10-04-1987: Hội đồng bộ trưởng Việt cộng ra thông cáo khuyến khích Việt kiều gửi tiền, gửi quà về giúp thân nhân, nhằm bòn rút tiền bạc của đồng bào hải ngoại. Ủy ban nhân dân thành phố Sài Gòn lập công ty COSEVINA để lo dịch vụ này.

19-04-1987: Cộng sản Việt Nam tổ chức bầu cử quốc hội khóa VIII (1987 - 1992) tuyển chọn 496 đại biểu. Quốc hội khóa VIII bầu Võ Chí Công làm Chủ tịch Hội đồng nhà nước; Lê Quang Đạo làm Chủ tịch Ủy ban thường vụ quốc hội; Phạm Hùng làm Chủ tịch Hội đồng bộ trưởng.

15-05-1987: Công an Việt cộng mở chiến dịch tấn công và lục soát Dòng Đồng Công ở Thủ Đức kéo dài từ ngày 15 đến 21-5. Công an bắt giữ cha Trần Đình Thủ và nhiều tu sĩ, giáo dân. Hàng ngàn giáo dân đã tụ tập phản đối mãnh liệt.

18-05-1987: Tổng bí thư Nguyễn Văn Linh và Chủ tịch Hội đồng bộ trưởng Đỗ Mười viếng thăm Liên Xô. Cán bộ cao cấp Liên Xô yêu cầu Hà Nội phải đẩy nhanh tiến trình đổi mới, mở cửa vận động đầu tư và buôn bán với khối tư bản.

25-05-1987: Báo Nhân Dân bắt đầu xuất hiện loạt bài 'Những Việc Phải Làm Ngay' ký tên N.V.L, khoảng từ 200 đến 300 chữ, có nội dung phê phán tình trạng tiêu cực trong xã hội, nạn công thần quan liêu trong đảng. Nhưng loạt bài này chỉ kéo dài trong bốn tháng thì phải ngưng vì những bất đồng trong nội bộ Trung ương đảng.

22-07-1987: Tàu Cap Anamur, một chiếc tàu nhân đạo do một số cá nhân thiện nguyện đóng góp cứu vớt thuyền nhân Việt Nam trên Biển Đông, chính thức hoạt động vào tháng 8 năm 1979 và ngưng hoạt động vào ngày 22-7-1987 sau gần 10 năm hoạt động. Tổng kết số thuyền nhân đã được tầu này cứu vớt là 9.507 người.

01-08-1987: Tướng J. Vessey, đặc phái viên của Tổng thống Hoa Kỳ Regan thăm Việt Nam và bắt đầu nói chuyện về MIA.

28-08-1987: Tướng Hoàng Cơ Minh, Chủ tịch Mặt Trận Quốc Gia Thống Nhất Giải Phóng Việt Nam, đồng chủ tịch Việt Nam Canh Tân Cách Mạng Đảng cùng với một số chiến hữu lãnh đạo đã tự sát tại vùng Atopeu, Nam Lào khi quân đội Cộng sản bao vây.

06-10-1987: Tổng bí thư Nguyễn Văn Linh gặp gỡ giới văn nghệ sĩ tại Hà Nội, đề nghị văn nghệ sĩ không nên uốn cong ngòi bút, mở đầu giai đoạn cởi trói văn nghệ.

18-10-1987: Cộng sản Việt Nam kết án tù chung thân Linh Mục Trần Đình Thủ và một số linh mục khác với tội danh 'âm mưu lật đổ chính quyền'.

01-12-1987: Cộng sản Việt Nam mang ra xử 18 Kháng Chiến Quân của Mặt Trận Quốc Gia Thống Nhất Giải Phóng Việt Nam.

08-12-1987: Hội nghị lần thứ 4 của Trung ương đảng Cộng sản Việt Nam ra thông báo thú nhận đã có sai lầm trong việc chỉ đạo phát triển kinh tế trong các năm qua. Bộ chính trị, Ban bí thư, Trung ương, Hội đồng bộ trưởng liên đới chịu trách nhiệm trong việc chậm đổi mới phương thức chỉ đạo kinh tế; nhưng lại không ban hành biện pháp chế tài.

29-12-1987: Quốc hội Cộng sản Việt Nam công bố 'luật đầu tư nước ngoài vào Việt Nam'.

20-01-1988: Tổng thống Hoa Kỳ tuyên bố là trong khuôn khổ một giải pháp cho vấn đề Kampuchia bao gồm việc Việt Nam rút hoàn toàn quân đội ra khỏi Kampuchia, Hoa Kỳ sẵn sàng đi vào tiến trình thảo luận để bình thường hóa quan hệ với Việt Nam.

10-03-1988: Phạm Hùng, Chủ tịch Hội đồng bộ trưởng chết. Đỗ Mười được cử lên thay thế.

14-03-1988: Trung Quốc đem quân chiếm quần đảo Trường Sa, đụng độ lần đầu tiên với hải quân Việt cộng, đánh chìm 2 tàu và đổ bộ trấn giữ 7 hòn đảo. Việt cộng đã tăng cường phòng thủ trên biển và tại Trường Sa, trấn giữ 21 đảo còn lại.

24-05-1988: Cộng sản Việt Nam báo động tình trạng đói kém xảy ra tại 19 tỉnh miền Bắc khiến cho hàng chục ngàn người chết và đổ về các thành phố quanh Hà Nội và Hà Nội để xin ăn. Hà Nội chính thức yêu cầu Liên Hiệp Quốc viện trợ nhân đạo khẩn cấp.

26-05-1988: Bộ trưởng Quốc Phòng Cộng sản Việt Nam ra tuyên bố rút 50 ngàn quân và rút bộ tư lệnh quân đội tại Kampuchia về nước, số còn lại đặt dưới sự chỉ huy của bộ tư lệnh quân đội Kampuchia.

03-06-1988: Câu Lạc Bộ Những Người Kháng Chiến Cũ họp công khai thảo luận về việc đảng đề cử Đỗ Mười làm Chủ tịch Hội đồng bộ trưởng là hình thức độc tài.

08-06-1988: Đức Tổng Giám Mục Nguyễn Kim Điền qua đời. Cái chết của Ngài mang nhiều bí ẩn và Linh Mục Nguyễn Văn Lý đã điều tra vào cuối năm 1992, sau khi ra khỏi tù, tường thuật trong tài liệu 'Đức Tổng Giám Mục Philipphê Nguyễn Kim Điền đã chết như thế nào?'

11-06-1988: Câu Lạc Bộ Những Người Kháng Chiến Cũ lại mở phiên họp, viết kiến nghị yêu cầu kiểm điểm Bộ chính trị, Ban bí thư, Hội đồng bộ trưởng : 1/Về việc ra một số quyết định quan trọng ngược lại tinh thần nghị quyết đại hội đảng kỳ VI; 2/Về việc xử lý một số việc vi phạm luật pháp và hiến pháp; 3/Về tình hình tiếp tục phát triển xấu trên nhiều mặt, nạn đói xuất hiện...

12-06-1988: Bộ chính trị đảng Cộng sản Việt Nam ra nghị quyết đổi mới cách quản lý nông nghiệp bằng cách ngưng chính sách hợp tác hóa nông nghiệp, đưa ra chính sách 'khoán gọn' để kích động nông dân hăng hái sản xuất trở lại. Lợi dụng chính sách này, cấp đảng ủy địa phương đã lấy các ruộng đất tốt để chia cho bà con thân nhân, chừa lại ruộng xấu cho nông dân.

15-08-1988: Hơn 300 nông dân vùng châu thổ sông Cửu Long kéo lên Sài Gòn biểu tình chống lại sự phân chia ruộng bất công của các cấp ủy đảng và đòi hỏi Trung ương đảng phải trả lại ruộng đất đã bị tịch thu vào hợp tác xã năm 1976.

18-09-1988: Cộng sản Việt Nam đưa ra xét xử và kết án tử hình Đại Đức Thích Tuệ Sĩ và Đại Đức Thích Trí Siêu, đồng thời kết án tù chung thân hai ông Phạm Văn Ty và Tôn Thất Kỳ về việc tham gia tổ chức chính trị có tên là Lực Lượng Việt Nam Tự Do. Sau đó, qua nhiều áp lực đấu tranh của đồng bào và quốc tế, Cộng sản Việt Nam phải giảm án của hai vị Đại Đức xuống còn chung thân.

12-11-1988: Hơn 700 đoàn viên và cán bộ thuộc Câu Lạc Bộ Những Người Kháng Chiến Cũ tổ chức hội thảo tại Hội trường Quận ủy Quận 3, dù Thành ủy Việt cộng ở Sài Gòn chính thức cấm. Ông Nguyễn Hộ, chủ nhiệm Câu Lạc Bộ đã lên án lãnh đạo đảng là đã: *'biến nước Việt Nam trở thành nghèo nàn, lạc hậu nhất thế giới. Dân tộc Việt Nam đang chịu những tai họa lớn vì những sai lầm của giới lãnh đạo'*.

22-11-1988: Nông Dân huyện Thọ Xuân, tỉnh Thanh Hóa tổ chức biểu tình trước trụ sở huyện ủy để đòi trả lại ruộng đất canh tác mà nông trường Sao Vàng của đảng đã cưỡng chiếm.

02-12-1988: Ông Nguyên Ngọc, Tổng biên tập báo Văn Nghệ bị cách chức với tội 'lệch lạc' vì đã đăng những bài lên án chế độ và xã hội như 'Lời khai của bị án', 'Cái đêm hôm ấy đêm gì', 'Người đàn bà qùy', 'Chuyện như đùa'... Chấm dứt giai đoạn cởi trói văn nghệ.

03-12-1988: Cộng sản Việt Nam và Cao Ủy Ty Nạn Liên Hiệp Quốc thỏa thuận về tổ chức hồi hương tự nguyện người Việt Nam di tản từ các trại ty nạn tạm trú ở Hồng Kông, Mã Lai, Thái Lan, Nam Dương, Phi Luật Tân.

15-12-1988: Cộng sản Việt Nam chính thức đề nghị Trung Quốc tổ chức cuộc gặp gỡ cấp bộ trưởng ngoại giao để bàn về việc bình thường hóa ngoại giao giữa hai nước nhưng Bắc Kinh không xúc tiến. Mãi đến khi Cộng sản Việt Nam rút quân ra khỏi Kampuchia thì Bắc Kinh mới đi vào tiến trình đàm phán ở cấp thứ trưởng ngoại giao với Hà Nội từ ngày 16 đến 19 tháng 1 năm 1989, tại Bắc Kinh.

16-01-1989: Đàm phán vòng một cấp thứ trưởng ngoại giao Cộng sản Việt Nam và Trung Quốc về việc bình thường hóa quan hệ giữa hai nước tại Bắc Kinh.

06-04-1989: Ba chính quyền Cộng sản Việt Nam, Lào, Miên đã ra tuyên bố về việc rút hết quân ra khỏi Kampuchia vào cuối tháng 9 năm 1989.

24-04-1989: Tổng Bí Thư Nguyễn Văn Linh viếng thăm Cuba.

02-05-1989: Cuộc gặp gỡ giữa Hunsen và Sihanouk vòng Bốn tại Jakarta tán thành hội nghị quốc tế về Kampuchia gồm bốn bên Kampuchia, Việt Nam, Lào, các nước ASEAN và năm nước lớn, Hội đồng bảo an Liên Hiệp quốc.

05-06-1989: Đặng Tiểu Bình cho Lộ Quân 27 đóng ở Tân Cương về Bắc Kinh để tàn sát phong trào thanh niên sinh viên đòi dân chủ tại quảng trường Thiên An Môn khiến cho 5 ngàn người bị giết chết nhưng Trung Quốc đã đốt xác để phi tang. Biến cố này đã gây xúc động trên toàn thế giới khiến các quốc gia Tây Phương ra lệnh cấm vận kinh tế và phong tỏa ngoại giao đối với Bắc Kinh, trong khi Cộng sản Việt Nam thì lại về hùa với Bắc Kinh cho là sinh viên làm loạn, lật đổ chính quyền.

10-08-1989: Trần Xuân Bách, Ủy viên Bộ chính trị kiêm ủy viên thường trực ban bí thư đề nghị đảng kiểm điểm lại nguyên tắc đa đảng và điều 4 hiến pháp, trong Hội nghị lần thứ 7 của Trung ương đảng khóa VI.

18-09-1989: Câu Lạc Bộ Những Người Kháng Chiến Cũ hội thảo về Tiến trình đổi mới toàn bộ các mặt', bàn về cuộc sống đói kém của nông dân. Nông dân các tỉnh miền đồng bằng Cửu Long (Vĩnh Long, Vĩnh Bình, Long An, Tiền Giang..) kéo nhau từng đoàn lên Sài Gòn đưa nguyện vọng lên Trung ương đảng; cán bộ địa phương cướp ruộng của dân, giáo dục xuống cấp trầm trọng, thầy giáo run chân đứng giảng vì đói với ngân sách giáo dục 4,5% cho cả nước, bầu cử đảng chỉ là hình thức giả tạo; bộ máy tổ chức vẫn không có gì thay đổi; lãnh đạo đảng tham quyền lợi...

29-09-1989: Cộng sản Việt Nam tuyên bố đã rút hết quân ra khỏi Kampuchia.

07-10-1989: Nguyễn Văn Linh cầm đầu phái đoàn sang Đông Đức dự lễ kỷ niệm 40 năm thành lập nhà nước cộng sản Đông Đức. Tại đây, Linh chứng kiến tận mắt cao trào đấu tranh đòi tự do dân chủ của người Đông Đức; đưa đến sự kiện Erich Honecker phải từ chức Tổng bí thư đảng Cộng sản Đông Đức vào ngày 18-10-1989.

23-10-1989: Đại hội nhà văn Việt Nam kéo dài tám ngày tại Hà Nội, một số nhà văn đã công khai lên án chính sách đàn áp tự do báo chí.

06-11-1989: Tổng bí thư Nguyễn Văn Linh gửi thông điệp miệng cho Đặng Tiểu Bình: phía Việt Nam sẵn sàng gặp lại phía Trung Quốc ở cấp bộ trưởng hoặc thứ trưởng ngoại giao trong tháng 12-1989 để trao đổi các bước cụ thể về việc bình thường hóa quan hệ giữa hai nước.

13-11-1989: Câu Lạc Bộ Những Người Kháng Chiến Cũ mở hội thảo tại hội trường quân ủy quận 3. Ông Nguyễn Hộ thông báo Nguyễn Võ Danh, Thường trực thành ủy Sài Gòn ban ý kiến không cho tờ Truyền Thống Kháng Chiến ra nữa và hoãn buổi hội thảo này lại. Hơn 700 thành viên Câu Lạc Bộ đã phản đối ý kiến này của Thành ủy Sài Gòn.

12-12-1989: Đặng Tiểu Bình trả lời Nguyễn Văn Linh rằng Trung Quốc mong muốn sớm bình thường hóa quan hệ hai nước và nghiên cứu đề nghị của phía Việt Nam về vòng đàm phán mới.

07-01-1990: Câu Lạc Bộ Những Người Kháng Chiến Cũ tổ chức hội thảo về công cuộc 'đổi mới' của lãnh đạo đảng tại Sài Gòn và lên án chính sách đổi mới giả hiệu này. Sau đó báo Truyền Thống Kháng Chiến được lệnh ngầm của đảng không được in báo số 4 nữa. Hai ông Nguyễn Hộ và Tạ Bá Tòng bị loại ra khỏi Ban Chủ nhiệm Câu Lạc Bộ.

15-02-1990: Nông dân làng Bằng Giả, xã Tân Việt, Huyện Cẩm Bình, tỉnh Hải Phòng nổi lên chống lại chính sách cướp đất của lãnh đạo Huyện để xây dựng dinh thự và nhà ở cho cán bộ. Sau nhiều ngày biểu tình chống đối mà lãnh đạo đảng không chịu giải quyết, đồng bào đã bày tỏ bất mãn bằng cách tự động rào lấy những thửa ruộng của mình không cho cán bộ đến chiếm đất. Huyện đã phải huy động công an đến đàn áp thì xảy ra những cuộc xung đột đẫm máu khiến nhiều nông dân và công an bị thương nặng.

15-02-1990: Báo Lao Động loan tải một bản tin liên quan đến ông Phan Đắc Lữ, một cán bộ có 45 tuổi đảng bị bắt giam vì cất giữ một bài viết của bà Dương Thu Hương. Sự kiện này đã làm dư luận phẫn nộ, các báo đồng loạt công kích chính quyền và yêu cầu phải giải quyết nhanh chóng về tội trạng của ông Lữ. Trước sự phẫn nộ của dư luận, phó chủ tịch Hội đồng bộ trưởng Võ Văn Kiệt đã ra chỉ thị cho tỉnh Đồng Nai giải quyết gấp vấn đề này, đồng thời bộ trưởng nội vụ Mai Chí Thọ và bí thư trung ương đảng Phạm Thế Duyệt trực tiếp về tỉnh Đồng Nai xem xét sự việc. Cuối cùng ông Phạm Đắc Lữ được trả tự do sau 93 ngày ngồi tù mà không biết tội danh gì.

12-03-1990: Đào Duy Tùng, Nguyễn Hà Phan, Lê Phước Thọ đã kích động một số đông Ủy viên Trung Ương đảng mang Trần Xuân Bách Ủy viên Bộ chính trị, kiêm Ủy viên thường trực Ban bí thư ra đấu tố và chỉ trích nặng nề trong Hội nghị lần thứ 8 của Trung ương đảng khóa VI vì đưa ra chủ trương đảng phải vừa đổi mới kinh tế lẫn chính trị thì mới giữ ổn định. Sau khi bị đấu tố, Trần Xuân Bách bị loại ra khỏi Bộ chính trị, Ban bí thư và Trung ương đảng với tội danh là *'vi phạm nghiêm trọng nguyên tắc tổ chức và kỷ luật của đảng, gây ra hậu quả xấu...'*

15-03-1990: Đảng Cộng sản Việt Nam ra chỉ thị phải khai báo khi tạm vắng, tạm trú cho những người từ 15 tuổi trở lên khi đi vắng khỏi quận, huyện nơi thường trú, nếu vi phạm thì sẽ bị xử phạt như: 1/Nếu tạm vắng hoặc tạm trú đã quá 24 giờ mà không khai báo sẽ bị phạt tiền 5 ngàn đồng; vi phạm lần thứ hai phạt 10 ngàn đồng. 2/Người phụ trách các nhà trọ, khách sạn không ghi tên khách trọ, không làm thủ tục khai báo, sẽ bị phạt trên 10 ngàn đồng, vi phạm lần thứ hai sẽ bị phạt 50 ngàn đồng; nếu tái phạm phạt 100 ngàn đồng.

21-04-1990: Ông Tạ Bá Tòng, thành viên lãnh đạo của Câu Lạc Bộ Những Người Kháng Chiến Cũ bị công an Sài Gòn bắt giam. Đến ngày 3-11-1990, ông bị đưa về quản chế nơi cư trú với tội danh 'có hành vi cung cấp tin tức, tài liệu nói xấu các lãnh đạo cho phóng viên báo chí nước ngoài'. Ngày 25 -07-1992, ông bị khai trừ ra khỏi đảng Cộng sản Việt Nam.

23-04-1990: Cộng sản ra chỉ thị triệt hạ mọi hoạt động của Câu Lạc Bộ Những Người Kháng Chiến Cũ, bắt giữ ông Đỗ Trung Hiếu, ông Hồ Hiếu và Lê Đình Mạnh.

11-05-1990: Bác sĩ Nguyễn Đan Quế từ trong nước gửi ra hải ngoại 'Lời Kêu Gọi Của Cao Trào Nhân Bản' nhằm vận động cuộc đấu tranh đòi dân chủ đa nguyên tại Việt Nam. Ngày 14 tháng 6 năm 1990, ông bị bắt vì lời kêu gọi này.

16-05-1990: Linh Mục Chân Tín bị đày đi Duyên Hải. Giáo sư Nguyễn Ngọc Lan bị quản thúc tại nhà ở Sài Gòn.

28-07-1990: Giáo sư Nguyễn Ngọc Huy, Chủ tịch Liên Minh Dân Chủ qua đời tại Paris, khi chỉ còn 6 ngày nữa là khai mạc Đại Hội Liên Minh Dân Chủ Kỳ I. Ông là người đã bôn ba đấu tranh từ ngày ra hải ngoại vào năm 1975. Cái chết của ông đã gây nhiều thương tiếc trong cộng đồng người Việt tại hải ngoại.

29-08-1990: Đại sứ Trung Quốc Trương Duy Đức xin gặp Tổng bí thư Nguyễn Văn Linh và Thủ tướng Đỗ Mười để chuyển thông điệp của Tổng bí thư Giang Trạch Dân và Thủ tướng Lý Bằng mời Nguyễn Văn Linh, Phạm Văn Đồng, Đỗ Mười sang gặp ở Thành Đô, thủ phủ Tứ Xuyên để giải quyết vấn đề Kampuchia và vấn đề bình thường hóa ngoại giao giữa hai nước vào ngày 03-09-1990.

30-08-1990: Bộ chính trị Cộng sản Việt Nam họp bàn về việc gặp lãnh đạo Trung Quốc. Nguyễn Văn Linh nêu ý kiến là sẽ bàn việc hợp tác với Trung Quốc để bảo vệ chủ nghĩa xã hội chống đế quốc, và hợp tác giữa Nam Vang và Khờ Me Đỏ để giải quyết vấn đề Kampuchia, mặc dù trước đó Bộ ngoại giao cho là phương án này ít khả thi vì Trung Quốc chỉ tranh thủ Tây phương để phục vụ '4 hiện đại hóa'.

03-09-1990: Nguyễn Văn Linh, Phạm Văn Đồng, Đỗ Mười đến Thành Đô gặp lãnh đạo Bắc Kinh, tháp tùng có Hồng Hà, chánh văn phòng Trung ương, Hoàng Bích Sơn, Trưởng ban đối ngoại và Đinh Nho Liêm, Thứ trưởng Bộ Ngoại giao; nhưng trong phái đoàn không có Nguyễn Cơ Thạch, Bộ trưởng Ngoại giao.

07-09-1990: Ông Nguyễn Hộ bị bắt tại bờ sông Sài Gòn thuộc tỉnh Sông Bé.

18-09-1990: Tướng Võ Nguyên Giáp là khách mời đặc biệt của Trung Quốc dự lễ khai mạc Á Vận Hội tại Bắc Kinh.

03-10-1990: Hai nước Đông và Tây Đức thống nhất.

04-10-1990: Bộ trưởng Ngoại giao Cộng sản Việt Nam Nguyễn Cơ Thạch đọc một bài diễn văn tại Đại Hội Đồng Liên Hiệp Quốc tháng 10 năm 1990, nhìn nhận sai lầm trong đường lối lãnh đạo. "Mục đích của chúng tôi (Hà Nội) là xây dựng một xã hội vì dân nhưng trên thực tế đây là một xã hội của nhà nước và do nhà nước". Ông Thạch còn nói rằng việc xây dựng "xã hội vì dân, do dân đòi hỏi không chỉ đổi mới về kinh tế mà còn phải mạnh dạn đổi mới chính trị". Quan điểm của ông Thạch giống như điều ông Trần Xuân Bách, uỷ viên bộ chính trị, chủ trương và đã bị Trung ương đảng tước quyền hồi tháng 4 năm 1990, nên ông Thạch cũng bị cô lập sau lần phát biểu nói trên. Ông Nguyễn Cơ Thạch đã bị ép phải về hưu trong Đại hội đảng kỳ thứ VII vào năm 1991.

22-10-1990: Việt cộng mang ra xét xử 34 Kháng Chiến Quân của Mặt Trận Quốc Gia Thống Nhất Giải Phóng Việt Nam.

13-10-1990: Lê Đức Thọ, nguyên trưởng ban tổ chức, nhân vật số hai dưới triều đại Lê Duẩn làm Tổng bí thư đã nhúng tay vào một số vụ án như Nhân văn giai phẩm (1956), Chống đảng xét lại (1967), Xâm lăng Cam Bốt (1979)... chết vì bệnh ung thư cổ.

17-11-1990: Giáo sư Đoàn Viết Hoạt bị bắt lại cùng với một số đồng chí của ông vì đã phổ biến tạp chí Diễn Đàn Tự Do. Ông bị kết án 20 năm tù, nhưng nhờ áp lực quốc tế, bản án giảm xuống còn 15 năm tù. Ngày 3-09-1998, theo lời khuyên của gia đình và bạn bè, ông chấp nhận rời khỏi nhà tù, đoàn tụ gia đình tại Hoa Kỳ để có thể tiếp tục đấu tranh tại hải ngoại.

27-11-1990: Nhân dịp đến Paris tham dự Hội Nghị Quốc Tế, ông Bùi Tín, Phó Tổng Biên Tập Báo Nhân Dân đã gửi một bản kiến nghị gồm 12 điểm đến đảng Cộng sản Việt Nam qua làn sóng BBC. Bản kiến nghị của ông Bùi Tín đã tạo một chấn động lớn tại Việt Nam và trên toàn thế giới.

13-04-1991: Bộ Nội Vụ Cộng sản Việt Nam bắt giữ nhà văn Dương Thu Hương vì tội danh chuyển tài liệu chống chế độ ra nước ngoài. Bà được Hội Ân Xá Quốc Tế và Văn Bút Quốc Tế can thiệp nên Hà Nội phải thả ra vào tháng 11, sau hơn 7 tháng giam giữ.

04-05-1991: Đỗ Mười, chủ tịch Hội đồng bộ trưởng viếng thăm Liên Xô. Lãnh đạo Liên Xô yêu cầu Hà Nội phải thay đổi chính sách, mềm dẻo hơn đối với bên ngoài. Ngay sau đó ngày 10-5, Nguyễn Văn Linh cũng viếng thăm Liên Xô.

24-06-1991: Đảng Cộng sản Việt Nam tổ chức đại hội đảng toàn quốc lần thứ VII tại Hà Nội, dưới chủ đề Trí tuệ - Đổi mới - Dân chủ - Kỷ cương - Đoàn kết. Đại hội bầu Đỗ Mười làm Tổng bí thư và thông qua Cương lĩnh chính trị mới và Chiến lược phát triển kinh tế năm 2000.

21-08-1991: Những phần tử lãnh đạo bảo thủ trong đảng cộng sản

Liên Xô đã thất bại trong âm mưu lật đổ tổng thống Gorbachev. Cuộc đảo chính chỉ kéo dài 63 tiếng đồng hồ, sau khi Ủy ban khẩn cấp nhà nước Xô viết, tức Ủy ban đảo chánh gồm tám nhận vật bảo thủ tuyên bố là ông Gorbachev bị trọng bệnh nên không thể điều hành quốc gia, và được thay thế bởi ông Gennedy I Yanayev. Phe quân đội và phe giáo điều đã thành công trong việc giam lỏng Tổng bí thư Gorbachev, tuyên bố tình trạng khẩn cấp để nắm quyền lực trong tay nhưng cuối cùng, do những vận động của Yeltsin và phe cải cách, quân đội đã án binh bất động khiến cho cuộc đảo chánh thất bại.

23-08-1991: Dân chúng xóm Văn Hồ (Hà Nội) xung đột dữ dội với công an sau khi công an đánh người dân nghèo khổ câu cá lậu tại ở Hồ Bảy Mẫu. Hơn 30 công an bị tước khi giới và bị giam lỏng mấy tiếng đồng hồ. Bộ nội vụ Cộng sản Việt Nam phải tăng cường công an đến giải vây, tạo ra một cuộc xung đột đẫm máu. Hậu quả là có 1 thanh niên bị công an giết chết và hàng chục người bị thương. Dân xóm Văn Hồ đã huy động hàng trăm xe xích lô, xe đạp, xe gắn máy chở xác thanh niên bị giết đi ngang qua những đường phố chính và hô đả đảo công an. Hàng ngàn người khác hòa vào như cuộc biểu tình, khiến cho bộ nội vụ phải ra tay ngăn chận bằn dùi cui và lựu đạn khói để giải tán.

28-10-1991: Nhà thơ Nguyễn Chí Thiện tác giả tập thơ Hoa Địa Ngục, được Việt cộng phóng thích vì áp lực của các tổ chức nhân quyền thế giới. Ông bị tù tổng cộng ba lần 27 năm, trong các thời gian từ 1961 đến 1963, rồi từ 1965 đến 1977 và từ 1979 đến 1991.

05-11-1991: Tổng bí thư Đỗ Mười, Thủ tướng Võ Văn Kiệt thăm Trung Quốc, ký bản tuyên bố chính thức bình thường hóa quan hệ giữa hai nước.

20-11-1991: Việt cộng đưa Bác sĩ Nguyễn Đan Quế ra tòa và kết án 20 năm tù vì tội âm mưu lật đổ chế độ Hà Nội.

21-11-1991: Đám phán giữa Thứ trưởng ngoại giao Cộng sản Việt

Nam và Phụ tá ngoại trưởng Hoa Kỳ về việc bình thường hóa quan hệ giữa hai nước.

25-12-1991: Tổng thống, Tổng bí thư đảng Cộng sản Liên Xô Gorbachev tuyên bố giải thể Liên Xô và đảng Cộng sản Liên Xô. Đây là một quyết định có giá trị thế kỷ. Liên bang Nga ra đời với B. Yeltsin làm Tổng Thống.

18-01-1992: Tại nơi lưu đày ở tỉnh Thái Bình, Hòa Thượng Thích Quảng Độ hoàn tất "Bản nhận định về những sai lầm tại hại của đảng Cộng sản Việt Nam đối với dân tộc Việt Nam và Phật Giáo Việt Nam". Đến ngày 19-08-1994, Hòa Thượng gửi thư và bản nhận định này cho Tổng bí thư Đỗ Mười.

15-04-1992: Đài Phát Thanh Chân Trời Mới chính thức hoạt động trên làn sóng ngắn 15775 kilô chu kỳ từ 20:30 đến 21:30 hàng ngày. Tháng 4 năm 2004, Đài Chân Trời Mới chuyển qua phát trên làn sóng trung bình 1505 cũng từ 20:30 đến 21:30 hàng ngày.

23-04-1992: Hòa Thượng Thích Đôn Hậu, Xử lý Viện Tăng Thống Giáo Hội Phật Giáo Việt Nam Thống Nhất viên tịch tại chùa Linh Mụ (Huế). Hòa Thượng Thích Huyền Quang được trao quyền lãnh đạo Giáo Hội nhưng Cộng sản Việt Nam đã tìm cách ngăn chặn.

25-04-1992: Ông Nguyễn Sỹ Bình, từ Hoa Kỳ về hoạt động tại Việt Nam, bị bắt cùng với 16 thành viên trong đảng Nhân Dân Hành Động trong lúc đang họp tại một căn nhà ở Sài Gòn.

29-04-1992: Hoa Kỳ tuyên bố nới lỏng lệnh cấm vận đối với Việt Nam.

19-07-1992: Cộng sản Việt Nam tổ chức bầu Quốc hội khóa IX (1992-1997) tuyển chọn 395 đại biểu. Quốc hội khóa IX đã bầu Lê Đức Anh, ủy viên bộ chính trị làm chủ tịch nước, Nông Đức Mạnh làm chủ tịch quốc hội và Võ Văn Kiệt làm thủ tướng.

20-07-1992: Đài phát thanh Tiếng Nói Tự Do từ Mạc Tư Khoa do Tổ

Chức Phục Hưng và bà Irina vận động thành lập cùng với sự góp sức của một số nhân sĩ tại Hoa Kỳ và Nga, chính thức phát thanh về Việt Nam. Do một số bất đồng giữa các nhóm cộng tác và nhất là do áp lực của Cộng sản Việt Nam, Đài đã phải đóng cửa sau 1 năm hoạt động. Sự xuất hiện của đài Tiếng Nói Tự Do tại Mạc Tư Khoa là một đòn chiến lược quan trọng trong công cuộc vận động tự do trong bối cảnh tan rã của Liên Bang Xô Viết.

21-07-1992: Cộng sản Việt Nam tham gia Hiệp ước hợp tác và thân thiện Đông Nam Á (Hiệp ước Bali) và trở thành quan sát viên của ASEAN.

25-07-1992: Ông Đỗ Trung Hiếu một thành viên trong Câu Lạc Bộ Những Người Kháng Chiến Cũ bị khai trừ ra khỏi đảng Cộng sản vì tội vận động thành lập một số tổ chức quần chúng một cách trái phép để tập hợp lực lượng, và giúp tình báo nước ngoài phỏng vấn một số cán bộ ở nhà riêng để chống lại chế độ. Vợ ông Đỗ Trung Hiếu, bác sĩ Đỗ Thị Vân (nguyên phó Tổng thư ký ủy ban Mặt trận tổ quốc tại Sài gòn) cũng bị khai trừ ra khỏi đảng.

04-09-1992: Ông Lý Tống, cựu sĩ quan phi công Việt Nam Cộng Hòa bị bắt giữ sau khi cưỡng ép máy bay Việt cộng trên không phận Sài Gòn để rải hàng chục ngàn truyền đơn kêu gọi đồng bào tổng nổi dậy đấu tranh lật đổ chế độ Việt Cộng. Hành động can đảm của ông Lý Tống đã làm Cộng sản Việt Nam khiếp sợ nên đã ra chỉ thị tăng cường kiểm soát không phận Việt Nam.

16-11-1992: Thượng Nghị Sĩ John Kerry thăm Việt Nam chuyển thông điệp miệng của Tổng thống Bill Clinton và thư của tổng thống mãn nhiệm G. Bush gửi cho chủ tịch Lê Đức Anh về sự bình thường hóa quan hệ Hoa Kỳ- Việt Nam. Sau đó Lê Đức Anh gửi một lá thư riêng cho tổng thống Bill Clinton.

14-12-1992: Chính phủ Hoa Kỳ cho phép các công ty Hoa Kỳ được ký hợp đồng kinh doanh với Việt Nam.

15-12-1992: Ông Phạm Văn Quang đã can đảm giơ cao lá cờ Vàng Ba Sọc Đỏ ngay tại địa điểm Cộng sản Việt Nam tổ chức lễ khai mạc cuộc chạy đua việt dã (marathon) quốc tế ở bến Bạch Đằng, Sài Gòn. Ông bị kết án 15 năm tù vào ngày 12 tháng 2 năm 1994.

19-01-1993: Hơn 300 công nhân đình công tại công ty liên doanh Moun Tech tại Sài Gòn để phản đối chủ nhân về việc chế độ vệ sinh an toàn trong hãng quá tồi tệ và nhất là để chống lại các chính sách kỳ thị, đối xử bất công của ban quản lý.

06-02-1993: Cuộc đình công của 600 công nhân thuộc công ty liên doanh Reeyoung bùng nổ ở Sài Gòn.

22-02-1993: Hơn 700 công nhân thuộc công ty dệt may xuất khẩu Tân Bình, Sài Gòn tổ chức đình công đòi tăng lương.

12-03-1993: Tiến sĩ Phan Đình Diệu đọc bài phát biểu trong đại hội Mặt trận tổ quốc đề nghị cứu xét lại vấn đề ý thức hệ, không thể nào tiếp tục áp chế chủ nghĩa xã hội trong suy nghĩ đổi mới kinh tế theo hướng thị trường. Đây là hai vấn đề được ví như 'Nước' với 'Lửa'.

21-05-1993: Phật tử Nguyễn Văn Dũng sinh năm 1964 tự thiêu trước Bảo Tháp Cố Đại Lão Hòa Thượng Thích Đôn Hậu để chống đối việc Hà Nội đàn áp Giáo Hội.

24-05-1993: Hơn 40 ngàn Phật tử và đồng bào tại Thừa Thiên - Huế xuống đường biểu tình chống đàn áp tôn giáo và đòi hỏi phải trả tự do cho Đại Đức Thích Trí Tựu bị Việt cộng bắt giam sau khi quý Thầy chống lại việc công an Thừa Thiên - Huế gây khó khăn trong lễ tang của Hòa Thượng Thích Đôn Hậu.

29-05-1993: Việt cộng đưa ông Trần Mạnh Quỳnh (trở về từ Hoa Kỳ) và một số chiến hữu ra tòa vì tội 'chống phá chế độ'.

09-07-1993: Đảng Cộng sản Việt Nam huy động công an, bộ đội đến bao vây chùa Sơn Linh ở Bà Rịa - Vũng Tàu đang được sự bảo vệ của 2000 Phật tử. Sau đó công an đã bắt giữ Đại Đức Thích Hạnh Đúc cùng 26 chư tăng và 100 Phật tử.

25-08-1993: Đảng Cộng sản Việt Nam đưa một số thành viên của Liên Đảng Cách Mạng Việt Nam (do ông Hoàng Việt Cương lãnh đạo) ra tòa trong vụ án Đông Xuân.

03-10-1993: Đồng bào Thái tại huyện Thái Châu, tỉnh Sơn La nổi dậy chống chính quyền bị công an Việt cộng đàn áp giết chết 50 người kể cả 19 trẻ em.

15-12-1993: Tòa án Cộng sản Việt Nam ở Sài Gòn xử ông Nguyễn Thanh Vân cùng 10 chiến hữu khác trong Liên Minh Hùng Gia Đại Việt về tội 'phá rối an ninh và trật tự'.

10-01-1994: Công nhân của bốn xí nghiệp, công ty ở Sài Gòn đình công, trong số này có 250 công nhân xí nghiệp Hùng Sáng và 350 công nhân thuộc công ty Triumph Underwear chống lại sự hà khắc của ban quản trị và đòi đối xử công bằng.

12-01-1994: Đảng Cộng sản Việt Nam huy động công an tỉnh An Giang tấn công cơ sở sinh hoạt Phật sự của Tổng Giáo Hội Phật Giáo Tứ Ân Việt Nam Bửu Sơn Kỳ Hương, bắt giam nhiều vị chức sắc và cưỡng chiếm tài sản của Tổng Giáo Hội lên đến hơn 300 triệu đồng.

18-01-1993: Công nhân Xưởng gia công Linh Kiện Điện tử đình công tại Sài gòn để đòi tăng lương và đòi cải thiện chế độ làm việc.

22-01-1994: Đảng Cộng sản Việt Nam tổ chức Hội nghị đại biểu toàn quốc giữa nhiệm kỳ từ ngày 22 đến ngày 27 tháng 1 để kiểm điểm tình hình thực hiện các nghị quyết đưa ra trong đại hội đảng kỳ VII. Trong hội nghị này, lần đầu tiên Đỗ Mười đã nói đến 4 nguy cơ mà đảng Cộng sản Việt Nam đang phải trực diện: 1/ Nguy cơ tụt hậu kinh tế; 2/ Nguy cơ diễn biến hòa bình; 3/ Nguy cơ tham nhũng và các tệ nạn xã hội; 4/ Nguy cơ chệch hướng xã hội chủ nghĩa. Ngoài ra, Bộ chính trị đã tăng cường từ 13 lên đến 17 ủy viên: Bốn người mới vào là Lê Khả Phiêu (Chủ nhiệm

Tổng cục chính trị quân đội), Nguyễn Mạnh Cầm (Bộ trưởng ngoại giao), Nguyễn Hà Phan (Ủy viên thường trực ban bí thư), Đỗ Quang Thắng (Chủ nhiệm ủy ban giám sát trung ương đảng).

03-02-1994: Tổng Thống Hoa Kỳ Bill Clinton tuyên bố hủy bỏ lệnh cấm vận Cộng sản Việt Nam.

10-02-1994: Chương trình phát thanh Diễn Đàn Dân Chủ hướng về Việt Nam do Tổ Chức Phục Hưng thành lập chính thức phát sóng vào ngày mồng một Tết Giáp Tuất. Chương trình này gặp khó khăn về tài chánh nên đã ngưng hoạt động sau đó vài năm.

01-03-1994: Tạp Chí Cộng Sản trong một bản phân tích về tình hình ổn định chính trị tại Việt Nam xác nhận có ít nhất 120 điểm nóng xảy ra ở tỉnh Thanh Hóa từ tháng 11-1988 đến tháng 11-1993. Những điểm nóng này chính là các hình thức đấu tranh của người dân chống lại các chính sách hà khắc của đảng và nhà nước tại Thanh Hóa.

05-03-1994: Ông Nguyễn Hộ, cựu đảng viên cộng sản, từng giữ những nhiệm vụ trong guồng máy Việt cộng, phó chủ tịch uỷ ban Mặt trận tổ quốc tại Sài Gòn và là thành viên lãnh đạo của Câu Lạc Bộ Những Người Kháng Chiến Cũ bị bắt giữ lần thứ hai vì phổ biến tập sách 'Quan Điểm và Cuộc Sống' có những quan điểm chống lại đảng.

13-03-1994: Kỹ sư Trần Kiêm Khiết, đại diện công ty Hóa Học Dupont Hoa Kỳ ở Việt Nam, là Việt Kiều đầu tiên bị chết một cách mờ ám khi xác của ông rơi từ trên một cao ốc xuống đường Nguyễn Huệ Sài Gòn.

20-03-1994: Ban Văn Hóa Tư Tưởng Trung ương phổ biến một tài liệu học tập nội bộ 'Hoạt động của một số thế lực thù địch', đề cập đến 4 tổ chức nguy hiểm cho chế độ: 1/ Việt Nam Canh Tân Cách Mạng Đảng; 2/ Tổ chức CCFD của công giáo ở Pháp; 3/ Nhóm đối kháng của ông Hoàng Minh

Chính ở Hà Nội; 4/ Nhóm Câu Lạc Bộ Những Người Kháng Chiến Cũ của ông Nguyễn Hộ.

13-05-1994: Hơn 500 bà con tiểu thương chợ Ga Hải Phòng bãi thị và kéo lên biểu tình trước Ủy ban nhân dân thành phố Hải Phòng để chống lại việc tăng thuế quá cao. Tình trạng bãi thị đã lan rộng sau đó đến các tỉnh miền Trung và Sài Gòn.

28-05-1994: Đại Đức Thích Huệ Thâu tự thiêu tại Vĩnh Long để phản đối hành vi cưỡng bức tôn giáo và cướp chùa của chính quyền Vĩnh Long.

11-06-1994: Trận lụt khủng khiếp kéo dài hơn bốn tháng đã tàn phá 7 tỉnh miền đồng bằng Cửu Long, làm thiệt hại khoảng 3 ngàn tỷ đồng, tương đương 300 triệu Mỹ kim và hơn 400 người thiệt mạng.

25-06-1994: Cộng sản Việt Nam thả ông Nguyễn Hộ về nhà riêng và cho công an quản thúc ngày đêm.

15-07-1994: Chợ Đồng Xuân ở Hà Nội được xây dựng hơn 104 năm đã bị cháy làm chết một số người và bị thương một số người khác, thiệt hại lên đến 140 tỷ đồng.

14-08-1994: Đức Cha Phạm Đình Tụng được Tòa Thánh Vatican tấn phong làm Tổng Giám Mục Hà Nội. Chức vụ này bị bỏ trống 4 năm sau khi Đức Hồng Y Trịnh Văn Căn từ trần vào tháng 5 năm 1990.

13-10-1994: 18 doanh nhân gồm các cán bộ kinh tế của Trung Quốc, Đài Loan và Việt Nam đã bị thương trong vụ một quả lựu đạn ném vào nhóm người này khi đến thăm bến Bạch Đằng.

29-10-1994: Hơn 250 tù nhân chính trị ở trại A - 20 Phú Yên biểu tình phản đối ban giám thị gian dối không cho tù nhân gặp mặt phái đoàn nhân quyền Liên Hiệp Quốc.

05-11-1994: Tại Ngã Bảy Sài Gòn, Cộng sản Việt Nam ra lệnh bắt phái đoàn cứu trợ đồng bào tỵ nạn bão lụt miền Tây, gồm 60 tăng ni và 300 Phật tử, tịch thu toàn bộ phẩm vật cứu trợ. Trước đó, công an đã bắt giữ Thượng tọa Thích Không Tánh, Thích Trí Lực, Thích Nhật Ban, các Phật tử Phạm Văn Xua, Nguyễn Thị Em..

29-12-1994: Hòa Thượng Thích Huyền Quang bị bắt tại chùa Hội Phước, Quảng Ngãi.

04-01-1995: Hòa Thượng Thích Quảng Độ bị bắt tại Thanh Minh Thiền Viện ở Sài Gòn, sau khi Ngài rời bỏ nhà tù ở Thái Bình, một mình đi về cư trú tại Thanh Minh Thiền Viện.

21-01-1995: Nhà thơ Phùng Quán, một kiện tướng của phong trào Nhân Văn Giai Phẩm, đột ngột từ trần thọ 64 tuổi. Ông là tác giả của những bài thơ nổi tiếng năm 1956 như 'Chống tham ô lãng phí', 'Lời mẹ dặn' lên án chế độ cộng sản là ngu si, dốt nát, độc tài. Việt cộng đã trù dập ông trong suốt 30 năm.

23-01-1995: Hơn 1 ngàn công nhân thuộc công ty may mặc Đồng Nai tổ chức đình công để chống đối sự bất công và kỳ thị đối xử của ban quản lý.

03-02-1995: Ông Nguyễn Trung Thành, nguyên Vụ trưởng Vụ bảo vệ đảng (1962-1988), nguyên ủy viên thường trực ban bảo vệ trung ương (1977-1979) và chuyên giúp ban tổ chức trung ương đảng về công tác bảo vệ chính trị nội bộ, viết thư yêu cầu Bộ chính trị và Trung ương đảng giải oan cho 32 người trong vụ 'xét lại chống đảng' hồi thập niên 60. Nội dung lá thư có đề nghị một số việc cụ thể như lập một ban thẩm tra lại vụ án, xếp mức lương thỏa đáng cho các nạn nhân kể từ tháng 1 năm 1994, tùy trường hợp cấp nhà ở cho nạn nhân, các nạn nhân được hưởng chế độ khen thưởng.

15-02-1995: Hơn 300 công nhân xí nghiệp may Thiên Phú ở Củ Chi (Sài Gòn) đình công chống bóc lột lao động. Cùng ngày này, có 77 công nhân thuộc xí nghiệp Giày thể thao Kwang Nam của Nam Hàn đình công chống việc ban quản trị sa thải người bất hợp lý.

14-04-1995: Lê Đức Anh, chủ tịch nước ký thông cáo số 111 chỉ thị cho đảng ủy Hà Nội phạt kỷ luật hai ông Nguyễn Trung Thành và Lê Hồng Hà vì có hành vi chống đảng. Sau đó ngày 26-08-1995, Thành ủy Hà Nội ra quyết định khai trừ hai ông Nguyễn Trung Thành và Lê Hồng Hà ra khỏi đảng.

22-04-1995: Ông Hà Sĩ Phu hoàn tất tài liệu 'Chia Tay Ý Thức Hệ' gửi cho nhiều người trong nước và phổ biến ra hải ngoại vào cuối tháng 9. Tài liệu này mặc dù không đưa ra giải pháp nào nhưng đã vạch rõ sự ngụy biện hiện nay của đảng Cộng sản Việt Nam về việc tiếp tục duy trì chủ nghĩa Mác Lê như một tấm bình phong để giữ chặt quyền lực độc tôn.

01-07-1995: Đức Tổng Giám Mục Nguyễn Văn Bình, Tổng giáo phận Sài Gòn từ trần. Trách nhiệm này bị bỏ trống, dù Tòa Thánh Vatican đã bổ nhiệm Đức Giám Mục Huỳnh Văn Nghi làm Giám Quản Tông Tòa Sài Gòn nhưng Việt cộng không chấp thuận.

11-07-1995: Hoa Kỳ tuyên bố bình thường hóa quan hệ ngoại giao với Cộng sản Việt Nam.

28-07-1995: Cộng sản Việt Nam chính thức được thu nhận vào làm thành viên thứ 7 của Hiệp Hội Các Quốc Gia Đông Nam Á (ASEAN)

05-08-1995: Ngoại trưởng Hoa Kỳ Warren Christopher thăm Việt Nam, ký hiệp định thiết lập quan hệ ngoại giao giữa Hoa Kỳ và Việt Nam

09-08-1995: Ông Võ Văn Kiệt viết thư góp ý Bộ chính trị (có đóng dấu Tối mật) nhưng tài liệu này đã được phổ biến rộng rãi ở trong nước cũng như tại hải ngoại. Lá thư được mô tả là 'bất thường' có nội dung nhấn mạnh bốn điểm phản bác lại lập luận của phe bảo thủ do Đỗ Mười và Đào Duy Tùng đứng đầu. Ông Kiệt chủ trương là phải 'triệt để dân chủ ở trong đảng', nâng các thành phần kinh tế lên ngang hàng với nhau và thu nhỏ vai trò của quốc doanh.

11-08-1995: Cộng sản Việt Nam đưa Giáo sư Nguyễn Đình Huy ra xét xử, kết án ông 15 năm tù với tội danh 'âm mưu lật đổ chế độ' và kết án hai ông Trần Quang Lâm và Nguyễn Tấn Trí (có quốc tịch Hoa Kỳ) mỗi người 4 năm tù vì có liên hệ đến các hoạt động của ông Nguyễn Đình Huy. Đến ngày 7 tháng 11 năm 1995, Việt cộng trục xuất hai ông Trần Quang Lâm và Nguyễn Tấn Trí về lại Hoa Kỳ.

14-08-1995: Cộng sản Việt Nam đưa Hòa Thượng Thích Quảng Độ ra tòa kết án 5 năm tù, cùng với hai Thượng Tọa Thích Không Tánh, Thích Nhật Ban và cư sĩ Nhật Thường (ba vị bị kết án 3 năm đến 5 năm tù) vì tội 'phá hoại chính sách đoàn kết tôn giáo' khi tự đứng ra tổ chức đoàn cứu trợ nạn nhân bão lụt tại đồng bằng sông Cửu Long. Ngày 28-10-1995, tòa án xử phúc thẩm và giữ y án. Riêng Hòa Thượng Thích Quảng Độ không ra phiên tòa phúc thẩm vì Ngài không đồng ý bản án trước đó.

30-11-1995: Trong phiên họp quốc hội, trước khi bị mất chức, bộ trưởng y tế Nguyễn Trọng Nhân đã tố cáo các vị bộ trưởng tiền nhiệm và cấp lãnh đạo y tế chỉ chuyên tham nhũng bòn rút các ngân khoản viện trợ quốc tế. Từ năm 1989 đến năm 1992, Bộ Y tế đã để thất thoát 24 tỷ đồng (2 triệu 400 ngàn Mỹ kim) và 500 ngàn Mỹ kim khác. Ông Nhân cho biết là ngân sách dành cho y tế từ năm 1989 đến năm 1996 không có gì thay đổi và ở mức thấp nhất thế giới. Người dân Việt Nam vào lúc đó chỉ được nhà nước cung cấp dịch vụ y tế mỗi người là 0,83 Mỹ kim/năm, so với 1,26 Mỹ kim tại Bangladesh, 3,03 Mỹ kim tại Lào, 13,84 Mỹ kim tại Thái Lan.

01-11-1995: Cộng sản Việt Nam đồng ý để nhà thơ Nguyễn Chí Thiện rời Việt Nam sang tỵ nạn chính trị tại Hoa Kỳ.

15-11-1995: Giải nhân quyền của Trung Tâm Robert F Kennedy đã được trao cho Bác Sĩ Nguyễn Đan Quế và Giáo sư Đoàn Viết Hoạt.

16-12-1995: Hơn 50 ngàn dân chúng Sài Gòn ẩu đả với công an sau khi xem trận đấu Bóng Tròn của giải SEA GAMES. Kết quả chung kết Việt Nam thua Thái Lan 4-0 đã khiến cho dân chúng nổi giận.

27-12-1995: Theo báo cáo của Thứ Trưởng Giáo Dục Trần Xuân Nhĩ tại Hội nghị triển khai kế hoạch "hành động vì sự tiến bộ của phụ nữ đến năm 2000" thì Việt Nam vào lúc đó có hơn 3 triệu người mù chữ, trong đó có 2/3 là phụ nữ.

28-12-1995: Nhà thơ Bùi Minh Quốc, cựu đảng viên đảng Cộng sản, cựu chủ tịch Hội văn nghệ sĩ Lâm Đồng viết thư gửi quốc hội tố cáo về các hành động đàn áp tự do tư tưởng của công an Đà Lạt đối với ông và các nhà văn Hà Sĩ Phu, Tiêu Dao Bảo Cự.

HUNG GIA LỢI

Tổng Bí Thư Janos Kadar, người đi theo Liên Xô một cách triệt để và đã yêu cầu Hồng Quân Liên Xô tiến vào Hung để chống lại phe cải cách Hung năm 1956. Janos Kadar đã tự sát vào ngày 7-6-1989 sau khi nghe Tối Cao Pháp Viện tuyên bố phục hồi danh dự cho toàn thể nạn nhân trong biến cố 1956.

Rezso Nyers, nhân vật thuộc phe cải cách trong đảng Cộng sản Hung, đã đẩy mạnh tiến trình dân chủ hóa Hung sau khi Công Đoàn Đoàn Kết đã thắng lợi tại Ba Lan. Trước khi chính quyền Cộng sản Hung sụp đổ, ông trở thành Chủ tịch Đảng Xã Hội Hung, biến thể từ đảng Công nhân xã hội Hung và đã giành lại chính quyền trong cuộc bầu cử năm 1994.

Thủ Tướng Imre Nagy đã bị chính quyền Janos Kadar treo cổ vì đứng ra kêu gọi dân chúng chống lại các ảnh hưởng của Liên Xô vào năm 1956. Ông đã được phục hồi danh dự vào năm 1989 và cũng là cơ hội để cho phe cải cách trong đảng Cộng Sản Hung khai dụng giành quyền lực từ phe giáo điều, góp phần đẩy nhanh tiến trình dân chủ hóa tại Hung Gia Lợi.

Ngôi Mộ Của Cố Thủ Tướng Imre Nagy đã được cải táng trong một buổi lễ được Ủy Ban Chính Nghĩa Lịch Sử tổ chức vào ngày 16-6-1989.

Nhà văn Arpad Goncz đại diện của Liên Minh Tự Do Dân Chủ (hữu khuynh) được bầu lên làm Tổng Thống ngày 21-8-1990, người đã giải quyết thành công những xung đột giữa chính quyền cánh hữu với các lực lượng quần chúng trong việc tăng giá. Cuộc xung đột này kéo dài nhiều tháng và phía chính quyền cánh hữu phải bỏ chính sách tăng giá; nhưng đã tạo bất mãn sâu đậm trong quần chúng nên liên minh cánh tả gồm các nhóm cựu cộng sản Hung giành lại chính quyền trong cuộc bầu cử Quốc Hội năm 1994.

Cảnh sát Hung Gia Lợi đã cắt biên giới giữa Tiệp – Hung để cho người tỵ nạn Đông Đức có thể chạy vào khu vực sứ quán Tây Đức, tháng 8-1989.

Hàng trăm ngàn người Hung đã tụ tập trước trụ sở Quốc Hội nghe thông báo về tên nước mới và thể chế mới không còn dùng theo thể chế cộng sản, 23-10-1989.

ROMANIA

Linh Mục Laszo Tokes bi chính quyền Ceaucescu trục xuất ra khỏi Romania vì tranh đấu nhân quyền cứu giúp người Lỗ Ma Ni gốc Hung Gia Lợi tại thành phố Timisoara vào ngày 14-12-1989. Chính vụ trục xuất này đã tạo ra cuộc chống đối của người dân tại thành phố Timisoara, dẫn đến cuộc chính biến chấm dứt ách độc tài của Ceaucescu vào ngày 25-12-1989.

Khoảng 200 dân chúng tại thành phố Timisoara đã khởi động cuộc biểu tình chống lệnh trục xuất Linh Mục Laszlo Tokes của chính quyền Ceaucescu 17-12-1989. Chính cuộc biểu tình này đã làm cục diện Romiania thay đổi không đầy 2 tuần sau đó.

Nhà thờ Chính Thống Giáo Romania là nơi diễn ra những cuộc biểu tình chống chính quyền Ceaucescu tại thành phố Timisoara

Dân Chúng Timiosara biểu tình đòi tự do dân chủ.

Lực lượng công an đặc biệt của Ceaucescu đã cùng với sự yểm trợ của hàng chục xe tăng của quân đội nã súng một cách bừa bãi vào đoàn biểu tình giữa nhà thờ Chính Thống với Khách Sạn Continental, trung tâm thành phố Timisoara khiến cho hàng chục người bị giết chết và hàng trăm người khác bị thương.

Tưởng niệm những nạn nhân đã bị lực lượng công an đặc biệt của Ceaucescu sát hại tại Thành Phố Timisoara.

Tưởng niệm những nạn nhân bị giết ở thành phố Timisoara

Hàng trăm ngàn người tụ tập trước công trường Victory biểu tình phản đối hành động tàn sát người dân tại Timisoara của chính quyền Ceaucescu vào ngày 19-12-1989.

Phá sập tấm bảng hiệu của Đảng Cộng sản tại Thành Phố Timisoara.

Toàn quốc đã tổng đình công yêu cầu nhà độc tài Ceaucescu từ chức vào ngày 20-12-1989.

Dưới sự yểm trợ của Liên Xô, một số ủy viên Trung Ương Đảng và tướng lãnh quân đội đã lập Mặt Trận Cứu Quốc, bầu Ion Iliescu, cựu Ủy viên Trung Ương Đảng Romania bị thất sủng dưới thời Ceaucescu làm chủ tịch để họ hào quần chúng đấu tranh lật đổ chính quyền Ceaucescu vào ngày 22-12-1989.

Ceaucescu ra lệnh cho lực lượng công an đặc biệt bắn phá vào tất cả những nơi không còn ủng hộ Cceaucescu

Hỗn chiến trên đường phố giữa quân đội, đồng bào, sinh viên với lực lượng công an đặc biệt của Ceaucescu ngay trên các phố dẫn vào khu dinh thự

Dân chúng tranh nhau nhận bản tin do Mặt Trận Cứu Quốc phát hành loan tải những tin tức về tình hình đấu tranh trên toàn quốc vì vào lúc đó toàn bộ hệ thống thông tin của chính quyền Ceaucescu bị đông lạnh.

Dinh Thự của nhà độc tài Ceaucescu gồm có trên 1000 căn phòng trang trí lộng lẫy trước khi bị nhóm của quân đội của Mặt Trận Cứu Quốc chiếm đóng.

Quân đội và quần chúng trong Mặt Trận Cứu Quốc chiếm tư dinh của nhà độc tài Ceaucescu vào ngày 23-12-1989.

Quân đội đứng về phía quần chúng và Mặt Trận Cứu Quốc để chống lại lực lượng đặc biệt của nhà độc tài Ceaucescu.

Dân chúng vui mừng đã chiến thắng.

Dân chúng đã vui mùng túa ra đường chào mừng sự chiến thắng của quân đội khi Mặt Trận Cứu Quốc thông báo đã bắt được vợ chồng Ceaucescu vào tối ngày 23-12-1989.

Dân chúng vui mừng nghe tin vợ chồng Ceaucescu bị xử tử đêm 25-12-1989

Dân chúng tụ tập tại công trường Victory vui mừng ngày giải phóng.

Vợ chồng Ceaucscu đã bị bắt và đã bị xử tử ngày 25-12-1989.

Ion Iliescu (giữa) chủ tịch Mặt Trận Cứu Quốc đang lên đài truyền hình công bố 10 chính sách tạm thời của Mặt Trận như 1/ Thiết lập chế độ dân chủ đa nguyên; 2/ Tổ chức tổng tuyển cử trong vòng 4 tháng; 3/ Bãi bỏ toàn bộ chế độ độc tài của Ceaucescu....

BULGARIA

Tổng Bí Thư Todor Zhivkov đã bị đảng Cộng sản Bulgaria ép phải từ chức vào ngày 10-11-1989, một ngày sau khi bức tường Bá Linh sụp đổ để lấy lòng dân chúng là đảng Cộng sản Bulgaria tự thay đổi để tránh những cuộc biểu tình biển người như tại Ba Lan, Hung Gia Lợi... Chính vì thế mà cuộc cách mạng dân chủ tại Bulgaria là do đảng Cộng sản Bulgarìa chủ động tiến hành từ tháng 11-1989, chấp nhận tổ chức Tổng tuyển cử vào tháng 6-1990.

Hàng trăm ngàn dân chúng Bulgaria xuống đường chống kết quả Tổng Tuyển Cử vào ngày 12-6-1990 mà họ cho là đảng Cộng sản Bulgaria đã gian lận. Cuộc biểu tình này đã đẩy nhanh hơn đã cải cách chính trị tại Bulgaria.

NAM TƯ

Thống Chế Tito, người đã thống nhất các sắc dân trong Liên Bang Nam Tư vào năm 1945 và tách khỏi ảnh hưởng của Stalin năm 1948, kể từ đó Tito đi con đường cộng sản riêng với Liên Xô.

Khi Nikita Khrushchev tung ra chính sách hòa dịu với Tây Phương đã chủ động tạo lại sự bình thường với Nam Tư, đưa đến cuộc gặp gỡ giữa Krushchev với Tito vào năm 1963 tại Mạc Tư Khoa.

Hơn 15 ngàn người Albania trong khu tự trị Kosovo biểu tình đòi tách ra khỏi Cộng Hòa Serb lúc đó Milosevic làm Tổng Thống

Người dân Albanese trong khu Kosovo bị tàn sát một cách vô cùng hỗn loạn.

Hàng người Albanese đã phải bỏ khu Kosovo để chạy trốn các cuộc tàn sát của sắc dân Serb.

Tổng thống Milosevic của Cộng Hòa Serb đã viếng thăm Kosovo thay vì bảo vệ người Albanese lại đổ dầu vào lửa cho rằng các cuộc nổi dậy của người Albanese là phản động nên kêu gọi người Serb phải tiếp tục trừng trị (1-3-1989)

Phụ nữ và trẻ em trong khu tự trị Kosovo biểu tình yêu cầu quốc tế ngăn chặn hành động tàn sát của sắc dân Serb đối với người Albanese.

Người Serb bị xúi dục tổ chức cuộc biểu tình tại thủ đô Belgrade không cho khu tự trị Kosovo tách ra khỏi Cộng Hòa Serb

Người dân thuộc Cộng Hòa Slovenia biểu tình đòi ly khai ra khỏi liên bang Nam Tư 21-2-1989

Người dân thuộc Cộng Hòa Croatia đã tuyên bố ly khai khỏi Liên Bang Nam Tư trong cuộc trưng cầu dân ý ngày 21-5-1990.

Dân Nam Tư Biểu tình tại Thủ Đô Belgrade yêu cầu ngưng cuộc chiến tại Bosnia – Herzegovia sau khi Cộng hòa Bosnia – Herzegovia tuyên bố độc lập ngày 3-3-1992.

Cộng Hòa Serb và Cộng Hòa Montenegro liên kết thành lập Tân Liên Bang Nam Tư vào ngày 27-4-1992, dưới sự lãnh đạo của Milosevic, một hung thần trong cuộc nội chiến tại các cộng hòa quốc của Liên Bang Nam Tư

Tổng Thống Milosevic bị đánh bại trong cuộc bầu cử Tổng Thống vào ngày 24-9-2000; nhưng không muốn bàn giao. Do những áp lực của các đoàn thể quần chúng và sự bất hợp tác của quân đội nên cuối cùng Milosevic tuyên bố chuyển giao quyền lãnh đạo cho Tân Tổng Thống Vojislav Kostunia vào ngày 5-10-2000.

Sau khi thoái vị Tổng Thống, Milosevic bị bắt giải giao cho tòa án hình sự quốc tế để bị xét sự các tội diệt chủng, kỳ thị chủng tộc và tội ác chiến tranh trong thời gian cầm quyền tại Cộng Hòa Serb và Tân Nam Tư.

Milosevic bị hỏi cung tại tòa án hình sự Quốc Tế La Haye ở Hòa Lan. Milosevic đã chết vì bệnh tim trong tù vào năm 2005.

VIỆT NAM

Hồ Chí Minh đọc tuyên ngôn độc lập ngày 2 tháng 9 năm 1945 tại Hà Nội. Đây là ngày khởi đầu những oan nghiệt cho dân tộc Việt Nam trong suốt mấy thập niên sau này.

Đấu tố trong Cải Cách Ruộng Đất là chính sách học từ Trung Quốc đã tạo ra những thảm kịch kinh hoàng với hàng triệu nông dân vô tội bị chết oan uổng bởi sự cuồng tín của thành phần lãnh đạo đảng Công sản Việt Nam trong thập niên 50.

Cộng sản Việt Nam đã nghe theo Bắc Kinh và Mạc Tư Khoa để cấu kết với Pháp chia đôi Việt Nam trong Hiệp Định Genève Ngày 20-7-1954.

Hơn một triều đồng bào miền Bắc đã sử dụng mọi phương tiện để di cư vào Nam tìm tự do sau khi miền Bắc bị đặt dưới sự kiểm soát của Việt Minh Cộng sản. Quang cảnh Đồng Bào lên tàu di cư từ Hải Phòng (1954)

Dưới sự yểm trợ của Liên Bang Xô Viết và Trung Quốc, đảng Cộng sản Việt Nam đã núp dưới chiêu bài 'chống Mỹ cứu nước' đưa hàng triệu thanh niên xâm nhập miền Nam, gieo rắc chiến tranh để thực hiện ý đồ cộng sản hóa toàn thể Việt Nam và Đông Dương.

Quân Đội Việt Nam Cộng Hòa đã anh dũng chiến đấu để bảo vệ miền Nam Việt Nam Tự Do. Hình dựng lại ngọn cờ Vàng trên Cổ Thành Quảng Trị (1972)

Đồng Minh Hoa Kỳ đã vội vã tháo chạy sau khi áp lực chính quyền Việt Nam Cộng Hòa ký Hiệp Định Hòa Bình Ba Lê năm 1973. Tổng Thống Nixon đã không thể xoay trở tình hình khi ông bị dính vào vụ Watergate, buộc phải từ chức Tổng Thống vào tháng 7 năm 1974. Hình Tổng Thống Nguyễn Văn Thiệu và Tổng Tống Nixon gặp nhau tại California năm 1972

Những nỗ lực sau cùng của Đồng Minh Hoa Kỳ là cố di tản được người Việt Nam nào hay người đó trong giờ phút tuyệt vọng vào cuối tháng 4 năm 1975. Hình trực thăng di tản trên nóc sân thượng Tòa Đại Sứ Hoa Kỳ tại Sài Gòn nay là Tổng Lãnh Sự Quán.

Chiến xa Liên Xô của bộ đội miền Bắc ủi sập cửa Đinh Độc Lập vào sáng ngày 30-4-1975,. Một lần nữa thảm kịch đói nghèo, lạc hậu và độc tài bắt đầu phủ chụp lên toàn thể đất nước Việt Nam thân yêu.

Say men chiến thắng, đảng Cộng sản Việt Nam đã tổ chức buổi lễ gọi là mừng thắng lợi 'chống Mỹ cứu nước' tại Sài Gòn trong một bầu trời tang tóc của toàn thể dân chúng miền Nam sau ngày 30 tháng 4 năm 1975.

Để khống chế và uy hiếp người dân, đảng Cộng sản Việt Nam đã cho xử tử công khai những người bất đồng ngay trên đường phố Sài Gòn sau năm 1975.

Trong khi đó, hàng triệu người đã bất chấp hiểm nguy, tìm đường vượt biên vượt biển để tìm lấy ánh sáng tự do. Chưa bao giờ dân tộc Việt Nam bị đẩy vào tận cùng của một thảm kịch với hàng triệu người vùi thây nơi Biển Đông.

Có rất nhiều Việt Nam không chấp nhận lệnh đầu hàng sau ngày 30 tháng 4 năm 1975 và không chấp nhận thua cuộc, đã can đảm dựng lại thế trận tiến hành công cuộc Kháng Chiến Giải Phóng Việt Nam từ thập niên 80.

Việt Nam dưới sự cai trị của đảng Cộng sản Việt Nam sau ngày 30 tháng 4 năm 1975 đã bị băng hoại toàn diện.

Trường Chinh, Chủ tịch Quốc Hội và xử lý Thường Vụ Tổng Bí Thư sau khi Lê Duẩn chết vào 3-7-1986. Đại diện Đảng đọc bài diễn văn thú nhận một số hành động nóng vội và sai lầm trong mười năm (1975-1985) tại Đại Hội Đảng Lần Thứ VI (15-12-1986)

Nguyễn Văn Linh được đưa lên làm Tổng Bí Thư tai Đại Hội Đảng Kỳ VI (1986) trong vị trí trái độn giữa những tranh chấp các phe sau khi Lê Duẩn chết. Nguyễn Văn Linh đã không làm được gì trong 5 năm tại chức nên đã tự rút lui vào năm 1991.

Đỗ Mười, tay tổ giáo điều và hoàn toàn đi theo đường lối cải tổ của Bắc Kinh, được đưa lên làm Tổng Bí Thư từ Đại Hội Đảng Kỳ VII (1991) và tự rút lui giữa nhiệm kỳ VIII vào tháng 12 năm 1997. Nhưng tiếp tục đóng vai Thái Thượng Hoàng cho đến ngày hôm nay.

Võ Văn Kiệt, có nhiều triển vọng thay thế Nguyễn Văn Linh làm Tổng Bí Thư năm 1991 nhưng bị thua thế lực của phe nhóm Đỗ Mười ở Miền Bắc nên giữ ghế Thủ Tướng Chính Phủ từ năm 1991 đến năm 1997 từ nhiệm. Ông Kiệt có đầu óc thoáng nhất trong hàng ngũ lãnh đạo đảng Cộng Sản Việt Nam nhưng không dám vượt ra khỏi khuôn khổ của Đảng.

Lê Đức Anh, có một lý lịch rất mù mờ nhưng có công giúp Đỗ Mười giành chức Tổng Bí Thư năm 1991 nên được liên minh với phe Đỗ Mười và trở thành Thái Thượng Hoàng hiện nay. Lê Đức Anh đã sử dụng Tổng Cục II thuộc Bộ Quốc Phòng, như một phương tiện để khuynh loát giới lãnh đạo đảng.

Cộng sản Việt Nam đã làm buổi lễ rút quân ra khỏi Kampuchia, một cách rùm beng tại cửa khẩu Mộc Hóa vào tháng 9-1989 để chứng tỏ với Thế giới, đặc biệt là Hoa Kỳ là Hà Nội không còn khống chế Lào và Kampuchia để mong các quốc gia Tây Phương không còn cô lập ngoại giao và cấm vận kinh tế. Tuy rút ra khỏi Kampuchia, Hà Nội vẫn còn cài cắm nhân sự để tiếp tục khống chế xứ Chùa Tháp cho đến hôm nay.

Những nỗ lực đấu tranh của Cộng đồng người Việt Tỵ Nạn tại hải ngoại đã góp một phần đáng kể nuôi dưỡng ngọn lửa đấu tranh tại Quê Nhà. Cuộc Tuần Hành Nhân Quyền Cho Việt Nam đánh dấu 30 năm (1975-2005) ngày 30 tháng 4 tại Thủ Đô Hoa Thịnh Đốn Hoa Kỳ

Đêm Tưởng niệm 30 năm Quốc Hận 30/4 tổ chức trướctiền đình Quốc Hội Hoa Kỳ quy tụ gần 10 ngàn đồng bào từ các tiểu bang về tham dự đã là hình ảnh biểu dương sức mạnh đấu tranh của Cộng Đồng Việt Nam Tự Do.

Cuộc Đấu Tranh Cho Tự Do Việt Nam Luôn luôn được tiếp nối các thế hệ trẻ ở bất cứ đâu và bất cứ lúc nào trong suốt 30 năm qua (1975-2005)

Hơn 3000 đồng bào đã biểu tình trước Tòa Bạch Ốc phản đối chuyến công du của Phan Văn Khải tại Hoa Kỳ vào Tháng 6-2005.

Đồng Bào tại Úc Châu đã phá vỡ kế hoạch tuyên tuyền của Cộng sản Việt Nam khi dùng đài Truyền Hình Sắc Tốc Úc (SBS) chiếu chương trình thời sự Việt Nam hàng ngày cho đồng bào Việt Nam tại Úc xem hằng ngày. Cuộc biểu tình kéo dài gần hai tháng và cuối cùng hệ thống SBS đã phải huỷ bỏ kế hoạch này vào tháng 11 năm 2005.

Lê Khả Phiêu được Đỗ Mười đưa lên thay thế vai trò Tổng Bí Thư của mình giữa nhiệm kỳ VIII vào tháng 12 năm 1997. Nhưng Lê Khả Phiêu đã phản bằng cách loại vai trò Thái Thượng Hoàng của Đỗ Mười và Lê Đức Anh ở trong đảng nên đã bị Đỗ Mười vận động lật đổ trong Đại hội đảng kỳ IX vào năm 2001, mặc dù có Bắc Kinh đứng đàng sau ủng hộ ghế Tổng Bí Thư của Phiêu nhưng cũng thất bại.

Nông Đức Mạnh là một nhân vật ba phải, không có lập trường rõ ràng được hai ông Đỗ Mười và Lê Đức Anh đưa lên làm Tổng Bí Thư từ Đại Hội IX năm 2001 thay thế ông Lê Khả Phiêu. Đây là thời kỳ suy yếu nhất của thành phần lãnh đạo đảng Cộng sản Việt Nam vì không ai dám lấy bất cứ quyết định quan trọng nào.

Trần Đức Lương, một chuyên viên về địa chất nhưng thuộc khuynh hướng bảo thủ và dễ bảo nên được phe Đỗ Mười, Đào Duy Tùng đưa lên làm Chủ tịch nước hầu dễ khuynh loát.

Phan Văn Khải, người có đầu thoáng và rất gần với những quan điểm của Võ Văn Kiệt; nhưng vì lo sợ nhóm giáo điều ở trong đảng cô lập và truất ghế Thủ Tướng nên Phan Văn Khải đã không dám làm bất cứ những quyết định gì phản lại chủ trương hay dự tính của phe giáo điều. Chính vì thế mà thời Phan Văn Khải, cán bộ nhà nước lẫn ở trong đảng bị hủ hóa, tham những nhiều nhất và quy mô lớn.

Nguyễn Minh Triết có thời là ứng viên thay thế Nông Đức Mạnh trong vai trò Tổng Bí Thư nhưng lo ngại bị khống chế bởi nhóm giáo điều ở miền Bắc nên đã chọn ghế Chủ tịch nước để an phận trong sự lộng quyền của hai Thái Thượng Hoàng Đỗ Mười và Lê Đúc Anh

Nguyễn Tấn Dũng là người theo khuynh hướng bảo thủ, gần với Bắc Kinh và rất nghe lời Đỗ Mười và Lê Đức Anh trong mọi hành xử.

CT Trần ĐứcLương chào đón TT Bill Clinton trong chuyến viếng thăm Việt Nam năm 2000. Chuyến đi không mang lại kết quả gì thực tế cho đảng CSVN; nhưng giúp cho nhóm thân Mỹ trong đảng Cộng sản Việt Nam có dịp phát triển thêm thế và lực đối đầu với nhóm thân Bắc Kinh.

TBT Nông Đức Mạnh đón TBT Hồ Cẩm Đào trong chuyến công du Việt Nam đầu năm 2006. Qua chuyến đi này thái độ của Hồ Cẩm Đào hoàn toàn đổi khác, bày tỏ sự tích cực ủng hộ CSVN gia nhập vào WTO trong khi trước đó thái độ Bắc Kinh rất lừng khừng.

NHỮNG CUỘC BIỂU TÌNH, KHIẾU KIỆN CỦA NÔNG DÂN

Hơn 100 bà con đã biểu tình trong khu trung tâm Sài Gòn để phản đối hành động cưỡng chế đất đai trái phép ngày 16-3-2006.Đoàn biểu tình đang đi qua ngả tư Lê Thánh Tôn - Đồng Khởi, Trung Tâm Sài Gòn.

Cùng với nông dân tại Hưng Yên là bà con thuộc nhiều tỉnh thành khác như Thái Bình, Đồng Nai cùng tham dự cuộc biểu tình trong ngày 2 tháng 9 năm 2006 tại Hà Nội (Ảnh BBC).

Người dân vẫn tiếp tục cuộc biểu tình dù trời mưa to gió lớn. (Ảnh BBC.)

Người dân đứng dài trước trụ sở Văn Phòng Quốc Hội trong 5 ngày từ cuối tháng 8 đến đầu tháng 9/2006. (Ảnh BBC.)

Công an mặc sắc phục (lẫn thường phục) ngăn chặn các ngả đường không cho phóng viên ngoại quốc săn tin. (Ảnh BBC.)

Nông Dân Bến Tre đã lên Sài Gòn biểu tình đòi lại ruộng đất đã bị chính quyền trưng dụng nhưng không đền bù xứng đáng. Cuộc biểu tình chớp nhoáng diễn ra ngày 30-8-2006

Nông dân các tỉnh phía Bắc lên khiếu nại về tình trạng ruộng đất của mình bị cán bộ cướp đoạt.

Bà Đỗ Thị Luyện 60 tuổi, từ Bắc Giang đã trải qua 5 năm khiếu kiện vì sự oan ức của con bị đi tù không đúng thủ tục pháp lý xét xử

Bà Hoàng Thị Diên 65 tuổi, từ tỉnh Hà Tây đã trải qua 20 năm khiếu nại vì những đối xử bất công, kỳ thị.

Bà Nguyễn Thị Châu 50 tuổi, từ Tỉnh Bình Phước khiếu kiện vì đã bị trù dập, sách nhiễu của chính quyền địa phương trong 2 năm qua.

Bà Nguyễn Thị Gấm 65 tuổi, từ tỉnh Quảng Ninh, đã khiếu kiện liên tục 6 năm vì những trù dập tại địa phương.

Bà Ninh Thị Định 56 tuổi, từ Hải Phòng đã đi khiếu kiện liên tục 6 năm nhưng không ai giải quyết cho Bà

Bà Nguyễn Thị Hồng 56 tuổi, từ Quảng Bình đã liên tục đi khiếu kiện và bị trả thù. Hiện không có nhà ở

Hơn 100 người là những bộ đội, công nhân, lao động nghèo và trẻ em, ... đã bị giải tỏa trắng bởi dự án xây dựng cầu Thủ Thiêm, Tổ 17-KP2-Đường Ngô Tất Tố-P22-Q. Bình Thạnh.

Các nông dân tại Quảng Ninh lên khiếu kiện tại công viên Mai Xuân Thưởng, Hà Nội (17-9-2006)

Những người khiếu kiện đã sống cảnh mà trời chiếu đất tại công viên Mai Xuân Thưởng để chờ cán bộ giải quyết hồ sơ nhưng biệt vô âm tín.

Công an còng tay một người phụ nữ tại Kiên Giang khi bà phản đối mạnh về miền đất của bà bị chính quyền địa phương mượn sử dụng và nay lại tịch thu luôn

NHỮNG CUỘC ĐÌNH CÔNG CỦA CÔNG NHÂN

Các công nhân viên thuộc công ty Cheng Neng của người Đài Loan đình công đòi tăng lương tại Khu Chế Xuất Bình Dương 5-1-2006

Công nhân hãng Chang Sin của Chủ nhân Đài Loan đình công từ ngày 29-7 đến 1-8 năm 2005 để đòi tăng lương, trong khu chế xuất Đồng Nai

Công Nhân công ty YBN của Chủ nhân Đài Loan đình công đòi tăng lương và bảo hiểm lao động trong ngày 5-1-2006, trong Khu Chế Xuất Bình Dương.

Công Nhân Han Soll của Chủ nhân Đại Hàn đòi tăng lương có bạo động trong khu chế xuất Sài Gòn 4-1-2006

Hơn 900 công nhân công ty may mặc Liên Phương, Quận 9 Sài Gòn đã đình công ngày 9-1-2006, gặp chủ nhân để đòi tăng lương

Hơn 10 ngàn công nhân Công ty Sao Vàng đã đình công đòi tăng lương 2-4-2006

Công nhân công ty Pungkook của Chủ nhân Đại Hàn, đình công đòi tăng ca, tăng lương trong khu công nghiệp Bình Dương 6-1-2006

Công nhân công ty Kollan của Chủ Nhân Đài Loan, đình công đòi tăng lương, xảy ra cuộc bạo động khiến 19 người bị bắt giữ trong khu chế xuất Sài Gòn ngày 29-12-2005 kéo dài đến 5-1-2006

Công nhân Fatec Global Vina của Chủ nhân Đại Hàn, đình công đòi tăng lương bảo hiểm ý tế có rải truyền đơn đòi thành lập công đoàn tự do trong khu chế xuất Bình Dương ngày 11-10-2005.

Công nhân công ty Pungkook của Chủ Nhân Đại Hàn đình công đòi tăng lương.

Công nhân viên hãng Freetrend đình công kéo dài từ ngày 4-1 đến 6-1 năm 2006 để đòi tăng lương và cải thiện chế độ làm việc, bảo hiểm.

NHỮNG NHÀ ĐỐI KHÁNG TẠI VIỆT NAM

Một số nhà đối kháng đại diện nhóm 8406 tại vùng Sài Gòn

Một đại diện đảng Lao Động Anh tiếp xúc với các nhà đối kháng tại Hà Nội

GS Nguyễn Chinh Kết và Anh Đỗ Nam Hải đại diện khối 8406, viếng thăm Đức Đệ Tứ Tăng Thống vừa mời vào Sài Gòn chữa bệnh, bên cạnh là Thượng Tọa Thích Không Tánh

Hòa Thượng Thích Quảng Độ, Viện Trưởng Viện Hóa Đạo, Giáo Hội Phật Giáo Việt Nam Thống Nhất, đã kiên cường giữ vững Giáo hội trong hơn 30 năm qua.

Bác Sĩ Nguyễn Đan Quế, Chủ tịch Cao Trào Nhân Bản Việt Nam, người từ chối rời khỏi Việt Nam, ở lại đấu tranh cho tự do dân chủ tại Việt Nam

Linh Mục Nguyễn Văn Lý, đại diện Khối 8406 đã từng bị Cộng sản Việt Nam trù dập, sách nhiễu trong nhiều năm qua, nhưng Ngài luôn luôn kiên cường đối đầu với chế độ

Giáo sư Nguyễn Thanh Giang, một người trí thức đã kiên trì đấu tranh cho tự do dân chủ tại Việt Nam trong hai thập niên qua.

Giáo sư Hoàng Minh Chính, không bao giờ lùi bước trước bạo lực và hiện lãnh đạo Đảng Dân Chủ Thế Kỷ XXI.

CHƯƠNG X

ĐÔNG ÂU TẠI VIỆT NAM

Việt Nam rơi vào quỹ đạo cộng sản sau những biến chuyển của thế giới xuất phát từ thời Đệ Nhị Thế Chiến. Các nước trong vùng Đông Âu cũng vậy, nhưng tại Đông Âu, vai trò của Liên Xô mang tính chất quyết định trong tiến trình cộng sản hóa 8 nước trong vùng là Ba Lan, Đông Đức, Tiệp Khắc, Hung Gia Lợi, Romania, Bulgaria, Albania và Nam Tư. Trong khi đó tại Việt Nam, vai trò quyết định trong tiến trình cộng sản hóa không luôn luôn nằm tại Mạc Tư Khoa, có những lúc Cộng sản Việt Nam thành công nhờ sự yểm trợ của Cộng sản Trung Quốc, đặc biệt là trong giai đoạn chiến tranh Pháp - Việt, từ năm 1945 đến năm 1954. Cũng do sự yểm trợ của Bắc Kinh mà trong cơ cấu đảng Cộng sản Việt Nam, người ta thấy có sự xuất hiện của nhiều nhân vật lãnh đạo được Trung Quốc huấn luyện. Ngay cả sau này, vai trò của Trung Quốc trong việc hỗ trợ Mặt Trận Giải Phóng Miền Nam vào thời điểm quyết định của cuộc chiến Việt Nam năm 1975 là một yếu tố mà người ta không thể quên. Do đó, mặc dù Việt Nam giống Đông Âu ở tình trạng bị cộng sản thống trị và các đảng thống trị đều bị Liên Xô chi phối, người ta cần thấy là khả năng chi phối của Mạc Tư Khoa tại Việt Nam có những khác biệt so với khả năng chi phối tại Đông Âu.

Hơn thế nữa, Đông Âu là vùng trái độn nằm trong quỹ đạo của

đế quốc Liên Xô, và cũng là nơi Liên Xô trắc nghiệm những giải pháp xây dựng xã hội chủ nghĩa. Bất cứ một đế quốc nào cũng duy trì quyền lực bằng *sự ổn định sắt máu*, và các nước láng giềng chỉ sợ sự sụp đổ của nó sẽ gây bất ổn, gieo họa lây sang họ. Vì vậy, các nước Tây phương đều thương người dân Đông Âu là nạn nhân, đều hô hào tự do dân chủ, nhưng không chủ động can thiệp giúp họ được giải phóng ra khỏi bàn tay của đế quốc Liên Xô, ngay cả khi họ đã đổ máu như trong quá khứ. Khi các chế độ Cộng sản ở Đông Âu thoái lui và người dân vùng dậy bằng những phong trào đấu tranh rầm rộ, Tây phương vẫn phản ứng hết sức dè dặt vào lúc đầu.

Trong khi đó, Việt Nam không nằm trong thế quốc tế như Đông Âu, và nếu có liên hệ đến những quyền lợi quốc tế, vấn đề khoanh gọn trong tương quan giữa Liên Xô và Trung Quốc nhiều hơn là trong tương quan với Hoa Kỳ, Nhật Bản và ASEAN. Vì vậy, trong khi Liên Xô thương thảo từng bước với Hoa Kỳ về việc tài giảm vũ khí và quân đội tại Âu Châu, Liên Xô cũng bắt đầu triệt thoái khỏi các căn cứ quân sự tại Việt Nam, và báo trước là sẽ cắt viện trợ. Đối với Liên Xô, Việt Nam không có tính chất chiến lược bằng Đông Âu, khi Liên Xô đã thả nổi cho các đảng Cộng sản địa phương tự giải quyết bế tắc với tối thiểu tổn thất, việc họ thả nổi hay bỏ rơi Cộng sản Việt Nam là điều dễ hiểu.

Tuy nhiên, đi vào sự phân tích về chính trị địa dư, người ta nhận ra một số điểm khác biệt cần lưu ý:

Thứ nhất, hầu hết các quốc gia cựu cộng sản tại Đông Âu đều là những nước đã ít nhiều trải qua cuộc cách mạng kỹ nghệ, kể cả hai nước cộng sản chậm tiến nhất Âu Châu vào thời đó là Albania và Bulgaria. Trong khi đó, Việt Nam vẫn ở vào tình trạng nông nghiệp tiền kỹ nghệ. Vì vậy mới có những khác biệt về tiềm lực kinh tế, về cơ cấu hình thành đảng cộng sản. Sự dị biệt lớn nhất tựu trung vẫn là tình trạng chậm tiến của Việt Nam so với các nước xã hội chủ nghĩa ở Đông Âu.

Thứ hai, Việt Nam bị thực dân Pháp cai trị quá lâu, cộng sản xuất hiện cùng với phong trào toàn dân tranh đấu chống Pháp và cùng sự thoái trào của chủ nghĩa thực dân trên thế giới. Tình trạng này đưa đến một điểm khác biệt căn bản hơn đó là chiến tranh kéo dài tại Việt Nam, coi như từ năm 1945 đến năm 1975, trong khi các nước cộng sản tại Đông Âu đã có hòa bình, dù là hòa bình trong vòng tay sắt cộng sản. Tình trạng chiến tranh cũng đã ảnh hưởng đến sự hình thành và tổ chức của đảng Cộng sản Việt Nam, đặc biệt kỷ luật sắt trong chiến tranh đã ảnh hưởng lên lề lối sinh hoạt nội bộ đảng trong một giai đoạn dài sau khi chiến tranh kết thúc.

Thứ ba, Việt Nam và các quốc gia tại Đông Âu không những có sự khác biệt lớn về văn hóa, tư tưởng Đông và Tây Phương, mà còn khác cả con đường du nhập tư tưởng cộng sản vào đất nước mình. Chủ nghĩa cộng sản đi vào Việt Nam do một số người cuồng tín tin tưởng rằng đó là con đường tốt nhất để giải phóng dân tộc khỏi ách thực dân, trong khi chủ nghĩa cộng sản đi vào các quốc gia tại Đông Âu là do sức ép của Mạc Tư Khoa. Chính sự khác biệt của hai luồng văn hóa đã ảnh hưởng lên cung cách ứng xử của những người cộng sản tại hai vùng này.

Ba sự khác biệt căn bản đưa đến tình trạng là Việt Nam bị cai trị bởi một đảng Cộng sản cực đoan, lạc hậu, giáo điều, nhiều thủ đoạn và nhiều phe phái. Vì đặc tính bảo thủ và vì khả năng biến đổi thấp, Cộng sản Việt Nam đã có khuynh hướng cố thủ trong nguyên trạng, kể cả việc khấu đầu Bắc Kinh để không chỉ tìm một sự hậu thuẫn mới mà còn mong đợi Bắc Kinh dựng lên ngọn cờ lãnh đạo cho phe cộng sản còn rơi rớt lại sau năm 1991. Chính thái độ và cung cách ứng xử của lãnh đạo đảng Cộng sản Việt Nam cùng với những trì lực do sự phá sản của xã hội sau nhiều năm chiến tranh, Việt Nam đã không có những điểm nóng và những nan đề như đã xảy ra ở các nước Đông Âu, làm điểm tựa bộc phát những phong trào quần chúng đấu tranh. Kết quả là người dân tại Đông Âu đã vùng dậy với những cuộc đổi đời đầy ngoạn mục vào cuối thập niên 80 của thế kỷ trước, trong khi dân ta biết rất ít và nhiều khi không mấy quan tâm về cuộc biến động làm thay đổi tận gốc rễ thành trì của chủ nghĩa Cộng sản.

Mười bảy năm qua, người dân tại Đông Âu đã sống một cuộc đời mới dưới ánh sáng tự do dân chủ, trong khi đó, Việt Nam vẫn tiếp tục ngập chìm trong tình trạng lạc hậu, chậm tiến với nhiều nan đề mới nảy sinh từ những chính sách thay đổi vá víu của đảng Cộng sản Việt Nam trong hai mươi năm qua (1986-2006). Những nan đề mà đảng cộng sản Việt Nam đang phải đối diện không khác gì những vấn đề mà cách nay 17 năm, các đảng Cộng sản tại Đông Âu đã phải đối phó và đã thất bại. Nói cách khác, nếu 17 năm trước đây Việt Nam hoàn toàn bất động trước cơn bão 'dân chủ' thổi mạnh mẽ đến Đông Âu, thì nay, những đợt sóng ngầm của trào lưu dân chủ hóa đang bắt đầu chuyển động trong xã hội Việt Nam với những tín hiệu giống như đã từng báo hiệu sự sụp đổ các chế độ độc tài cộng sản tại Ba Lan, Hung Gia Lợi, Tiệp Khắc, Đông Đức, Bulgaria, Albania, Romania và Nam Tư trong hai năm 1989 và 1990.

I- NHỮNG YẾU TỐ ĐƯA ĐẾN SỰ TAN RÃ CÁC CHẾ ĐỘ CỘNG SẢN TẠI ĐÔNG ÂU

Tuy các quốc gia Đông Âu nằm chung trong hệ thống cai trị độc tài và thoái hóa của đảng cộng sản, nhưng do hoàn cảnh của mỗi nước và do sự xoay chuyển của ban lãnh đạo mỗi đảng, khi Liên Xô tung ra chính sách tự cứu vào năm 1985, những chế độ Cộng sản tại đây đã tan rã theo những cách khác nhau. Sự tan rã của đảng Công Nhân Thống Nhất Ba Lan đến từ những áp lực đấu tranh mạnh mẽ của Công Đoàn Đoàn Kết, trong khi đảng Công Nhân Xã Hội Hung Gia Lợi, đảng Thống Nhất Xã Hội Chủ Nghĩa Đức bị tan rã vì sự phân hóa trầm trọng của thượng tầng lãnh đạo, khiến cho đảng không còn đủ sức để chống trả lại các đòi hỏi của những phong trào dân chủ của quần chúng và các nhóm đối lập. Trong các chế độ Cộng sản tại Bulgaria và Romania, những đảng đối lập đã khai thác khát vọng tự do của quần chúng để cô lập đảng cầm quyền. Trong khi chế độ Cộng sản tại Liên Bang Nam Tư bị sụp đổ vì các Cộng hòa quốc đứng lên đòi độc lập, dẫn đến các cuộc chiến sắc tộc đẫm máu. Tuy mỗi chế độ đã tan rã vào những giờ phút cuối khác nhau, nhưng trên tổng thể, bốn yếu tố sau đây đã là căn nguyên chính dẫn đến những biến động chính trị tại các quốc gia Đông Âu:

Căn nguyên thứ nhất, những bất đồng quan điểm trong các chính sách cải tổ đã dẫn đến tình trạng phân liệt trong hàng ngũ lãnh đạo, khiến các đảng cộng sản lúng túng trong việc đối phó trước những đòi hỏi cải cách chính đáng của quần chúng và của các khuynh hướng đối lập.

Đây là yếu tố căn bản nhất dẫn đến sự suy thoái đầu tiên trong nội tình của các đảng Cộng sản. Chính sự cho phép tự cứu ở mỗi nước của ông Gorbachev, cựu Tổng bí thư Liên Bang Xô Viết, đã làm giới lãnh đạo các đảng Cộng sản tại Đông Âu lúng túng trong việc tiến hành những cải tổ về kinh tế theo hướng thị trường tự do. Sự lúng túng này còn dẫn đến tình trạng mất định hướng trong hàng ngũ của giới lãnh đạo trong sự giằng co giữa việc mở rộng kinh tế để sống còn và việc ôm giữ xã hội chủ nghĩa để củng cố quyền lực độc tôn. Tình trạng này đã đưa đến sự phân liệt cùng cực trong cấp lãnh đạo với những phe nhóm mà người ta hay gọi là phe cải cách, phe giáo điều và phe trung gian. Sự phân liệt này đã khiến cho tập đoàn lãnh đạo bị dao động trước tình thế và không còn khả năng chống đỡ trước áp lực của quần chúng.

TRƯỜNG HỢP BA LAN

Sự phân liệt trong hàng ngũ lãnh đạo đảng Công Nhân Thống Nhất Ba Lan bắt đầu từ những khác biệt quan điểm về chính sách cải cách kinh tế và đối sách về các cuộc đình công của Công Đoàn Đoàn Kết từ giữa tháng 5-1988, với hai phe: Giáo điều và Cải cách. Phe cải cách thắng thế và đã buộc cựu bộ trưởng công an Jaruzelski từ chức Thủ tướng, thay thế bởi Mesnel thuộc nhóm cải cách. Tuy nhiên Mesnel và phe cải cách chỉ chú trọng vào các cải tổ kinh tế trong khi lại cố tình trì hoãn các biện pháp cải cách chính trị nên nội bộ đảng Công Nhân Thống Nhất Ba Lan đâm ra bị xung đột dữ dội một lần nữa khi Công Đoàn Đoàn Kết tổ chức đình công quy mô trên toàn quốc lần thứ hai vào tháng 8-1988. Để đối phó với tình hình, đảng Công Nhân Thống Nhất Ba Lan đã phải cấp tốc tổ chức Hội nghị Trung Ương đảng lần thứ 8, chính thức quyết định thực thi cải cách kinh tế và chính tri, đồng thời chấp nhận đối thoại với Công Đoàn Đoàn Kết bằng phương thức Hội Nghị Bàn Tròn.

Sự nhượng bộ của đảng Công Nhân Thống Nhất Ba Lan đã làm cho hai đảng ngoại vi là Đảng Dân Chủ và Đảng Nông Dân Thống Nhất bất mãn, tuyên bố ly khai khỏi đảng Công Nhân Thống Nhất. Sự kiện này đã làm đảng cầm quyền tiếp tục suy yếu và toàn đảng chỉ còn nuôi hy vọng vào phe cải cách để lật ngược lại tình thế trong Hội Nghị Bàn Tròn với Công Đoàn Đoàn Kết. Mieczyslaw Rakowski là lá bài cuối cùng của phe cải cách đã được đảng Công Nhân Thống Nhất Ba Lan đưa ra làm Thủ tướng vào tháng 9-1988. Vào lúc này phe cải cách tiến hành hai biện pháp: Một là thực hiện cải cách kinh tế để cứu vãn nợ ngoại trái lên đến 30 tỷ Mỹ kim. Hai là thực hiện Hội nghị bàn tròn với Công Đoàn Đoàn Kết. Tuy nhiên phe giáo điều cố tìm cách ngăn cản phe cải cách, ví dụ đặt điều kiện Công Đoàn Đoàn Kết phải tôn trọng hiến pháp, luật pháp hiện hành, và chỉ bàn về sự hợp pháp của Công Đoàn mà thôi, hầu làm đình trệ những cuộc thảo luận của Hội Nghị Bàn Tròn. Trước những cản trở của phe giáo điều, Lech Walesa, thủ lãnh của Công Đoàn Đoàn Kết cương quyết không chịu tham dự Hội Nghị Bàn Tròn.

Trước sự bế tắc này, phe cải cách đã phải tìm cách hội đàm với Lech Walesa để khai thông vấn đề vào tháng 11-1988. Công Đoàn Đoàn Kết đưa ra một số điều kiện như:

1/ Thừa nhận sự hợp pháp của Công Đoàn;

2/ Phục hồi chức vụ và công việc của những người đã tham gia đình công,

3/ Cho những người đã liên hệ trong hai cuộc đấu tranh năm 1968 và năm 1970 tham gia hội nghị;

4/ Thu hồi lệnh giải tán xưởng đóng tàu Lênin,

thì Công Đoàn Đoàn Kết mới tham gia Hội Nghị. Những đòi hỏi của Công Đoàn đã làm cho đảng cầm quyền lúng túng và ở vào thế ứng xử vô cùng khó khăn vì phe bảo thủ bác bỏ hoàn toàn. Mãi đến tháng 1 năm 1989, đảng Công Nhân Thống Nhất Ba Lan phải triệu tập Hội nghị Trung ương đảng lần thứ 10 để thảo luận về các yêu sách của Công Đoàn Đoàn Kết, trong tình trạng phân liệt cùng cực giữa hai phe Giáo điều và Cải cách. Cuối cùng, do nhu cầu bảo vệ đảng, Hội nghị Trung ương đảng Công Nhân Thống Nhất Ba Lan đã phải nhượng bộ bốn yêu sách của Công Đoàn và đưa ra hai quyết định quan trọng. Đó là công nhận sinh hoạt chính trị đa thành phần và chấp nhận nghiệp đoàn đa thành phần. Quyết định nói trên là khởi điểm đưa đến sự tan rã của đảng Công Nhân Thống Nhất Ba Lan khi Công Đoàn Đoàn Kết thắng thế trong cuộc bầu cử tự do vào tháng 6 năm 1989, dẫn đến sự ra đời nội các của Thủ tướng Tadeusz Mazowieckj, một trí thức Công giáo của Công Đoàn Đoàn Kết vào tháng 9-1989.

TRƯỜNG HỢP HUNG GIA LỢI

Sự phân liệt trong hàng ngũ đảng Công Nhân Xã Hội Hung Gia Lợi (Hungary) bắt đầu từ năm 1986 kéo dài đến năm 1988 vì ba nguyên do: Một là sự bất đồng quan điểm về tốc độ cải cách kinh tế. Hai là sự đối phó lúng túng với việc 2 triệu người Romania gốc Hung Gia Lợi bị chính quyền Ceausescu đàn áp phải chạy trốn sang biên giới Hung - Lỗ để tỵ nạn chính trị. Ba là phe cải cách đã ngầm hỗ trợ những vận động chống ô nhiễm môi trường của các tổ chức Phi chính phủ (NGO) khiến cho phe giáo điều khó chịu nên liên tục tạo ra những xung đột ngấm ngầm trong nội bộ. Tháng 5-1988, đảng Công Nhân Xã Hội Hung tổ chức đại hội lâm thời, phe cải cách vận động đưa Karoly Grosz thuộc phe trung gian lên làm Tổng bí thư thay thế Janos Kadar thuộc phe giáo điều. Phe cải cách hy vọng phe trung gian đứng đầu bởi Tổng bí thư Karoly Grosz sẽ tiến hành những cải tổ sâu rộng về chính trị, giải quyết vấn đề người tỵ nạn Romania gốc Hung và chấp nhận thể chế chính trị đa đảng. Tuy nhiên phe trung gian bị phe giáo điều vận động để kéo dài nỗ lực cải tổ chính trị, nên đã làm cho phe cải cách khó chịu. Kể từ lúc này, sự xung đột tay ba giữa ba phe cải cách, giáo điều, và trung gian trong nội bộ đảng Công Nhân Xã Hội Hung đã làm cho giới lãnh đạo Hung mất dần khả năng chủ động tình hình.

Trong tình huống đó, tại hội nghị Trung ương đảng vào tháng 2-1989, phe cải cách đã đòi phải đưa vào nghị trình việc thảo luận lại bản chất cuộc chính biến năm 1956 và nghe ủy ban thẩm định lịch sử trình bày chi tiết về biến cố này. Cuối cùng, do áp lực vận động của phe cải cách, Trung ương đảng đã phải biểu quyết cho Tối Cao Pháp Viện tái thẩm định lại cuộc chính biến năm 1956. Quyết định này được coi là thắng lợi đầu tiên của phe cải cách đẩy phe giáo điều rơi vào thế thụ động. Từ tháng 4-1989, trong nội bộ đảng bắt đầu có những cuộc thanh lý hàng ngũ do sự chủ đạo của phe cải cách. Đến tháng 5, phe cải cách hầu như chiếm trọn quyền hành trong đảng và tiến hành Hội nghị hiệp thương giữa đảng cầm quyền với các tổ chức đối lập. Tuy nhiên, trong lúc tiến hành hội nghị hiệp thương, nội bộ đảng Công Nhân Xã Hội Hung bắt đầu phân hóa với sự xuất hiện của nhiều nhóm quyền lực khác nhau. Trước hết, nội bộ phe cải cách tách làm hai nhóm, một nhóm do Rezso Nyers thành lập Mặt Trận Tân Tháng Ba để thu hút số đảng viên thuộc phe trung gian và phe cải cách có khuynh hướng ôn hòa. Nhóm khác do Imre Poszgay thành lập Phong Trào Vận Động Dân Chủ Hóa Hung tập trung vận động giới trẻ, giới trí thức và nhóm đảng viên có chủ trương mạnh. Trong khi đó Janos Berecz thuộc phe trung gian vận động thành lập Lực Lượng

Đổi Mới Hung có chiều hướng tranh thủ nhóm đảng viên khuynh tả. Thành phần cực tả của phe giáo điều thì lập 'Hội Thống Nhất Những Người Theo Chủ Nghĩa Mác'.

Sự phân rã thành nhiều nhóm đã làm cho đảng Công Nhân Xã Hội Hung bị tê liệt. Phe cải cách chiếm ưu thế nên đã tổ chức Hội nghị bất thường, chính thức tuyên bố từ bỏ con đường chuyên chính vô sản và bãi bỏ hệ thống chỉ huy theo kiểu Liên Xô gồm Trung ương đảng, Bộ chính trị, Ban bí thư, để thay thế bằng một Ban chấp hành chính trị, điều hành theo lối 'tập thể' chỉ huy. Mặc dù phe cải cách chiếm quyền lực ở trong đảng, nhưng cán bộ thừa hành trong các cơ chế đảng và nhà nước vẫn thuộc phe giáo điều, nên đã tạo ra tình trạng hỗn loạn về điều hành khiến cho các bộ phận chấp hành của đảng và chính quyền không còn đủ khả năng để ứng phó với tình hình chính trị phức tạp đang diễn ra. Tháng 10-1989, đảng Công Nhân Xã Hội Hung tổ chức đại hội bất thường để thống nhất đảng, nhưng thay vì tạo sự thỏa hiệp chung giữa các phe để đối đầu với sự lớn mạnh của các tổ chức, đảng phái đối lập, thượng tầng lãnh đạo giữa các phe lại xung đột ý kiến một cách trầm trọng về hướng đi mới của đảng và không thông qua được bản cương lĩnh mới. Hậu quả là từ sau sự thất bại của đại hội bất thường này, đảng Công Nhân Xã Hội Hung phân rã thành ba mảnh: Phe cải cách thì đổi tên đảng thành đảng Xã Hội Hung và trở thành một lực lượng chính trị mới sau khi Hung Gia Lợi tổ chức tổng tuyển cử tự do. Nhóm cực tả trong phe giáo điều thì lập ra đảng Cộng sản chỉ có khả năng thu hút những người nghèo ở nông thôn. Một phần của phe trung gian thì gom lại để tái lập đảng Công Nhân Xã Hội Hung, quy tụ khoảng 10 ngàn đảng viên còn luyến tiếc quá khứ mà thôi.

TRƯỜNG HỢP BULGARIA

Sự phân liệt trong hàng ngũ lãnh đạo đảng Cộng sản Bulgaria bắt nguồn từ hai nguyên do. Thứ nhất là những biến chuyển chính trị từ các nước Ba Lan, Hung Gia Lợi, Đông Đức đã khiến cho giới lãnh đạo Bulgaria có những đánh giá và cách hành xử khác nhau. Thứ hai là giới lãnh đạo đã tỏ ra lúng túng trước những cuộc biểu tình rầm rộ và quy mô chống ô nhiễm môi sinh, xảy ra liên tục từ tháng 10 đến giữa tháng 11-1989 mà trước đó không hề có. Chính những tác động này đã khiến cho giới lãnh đạo ở vào thế không thay đổi không được.

Hội Nghị Trung Ương Đảng vào tháng 11-1989 đã buộc Tổng bí thư Todor Zhivkov từ chức, đưa ngoại trưởng Peter Mladenov lên thay thế nhằm tạo hình ảnh 'đảng tự thay đổi'. Sau đó, để triệt tiêu ảnh hưởng nhóm bảo thủ của cựu Tổng bí thư Todor Zhivkov, Bộ chính trị đã loại 27 cán bộ kể cả cựu Tổng bí thư Todor Zhivkov ra khỏi Trung ương đảng, đưa Alexander Lirov, một nhân vật cấp tiến vào Bộ chính trị. Kể từ đó, đảng Cộng sản Bulgaria được đặt dưới sự điều hành của bộ ba Peter Mladenov, Andrei Lukanov và Alexander Lirov. Trong hội nghị thu hẹp của Trung ương đảng ngày 12-12-1989, bộ ba nói trên đã đưa ra dự thảo tu chính luật bầu cử, đề nghị cho bầu cử tự do vào tháng 6-1990 và tổ chức đại hội đảng vào đầu năm 1990. Sau phiên họp này, nội bộ đảng Cộng sản Bulgaria phân hóa, nhiều nhân sự trong đảng đã tự tách ra thành lập những nhóm riêng.

Trong khi nội bộ đảng Cộng sản bị phân hóa thành nhiều hệ phái thì bên ngoài, đảng lại bị các tổ chức chống đối chỉ trích dữ dội về một Nghị quyết của Bộ chính trị liên quan đến vấn đề người Bulgaria gốc Thổ, tạo ra làn sóng xung đột chủng tộc. Các đoàn thể chống đối đã tổ chức các cuộc biểu tình ở những thành phố lớn và thành lập Ủy ban thống nhất dân tộc, ra tuyên ngôn tố cáo đảng Cộng sản Bulgaria không có thiện chí tôn trọng nguyện vọng của người dân, những thay đổi bề mặt chỉ để che dấu tham vọng củng cố quyền lực độc tôn của đảng mà thôi. Ủy ban thống nhất dân tộc đưa ra ba yêu sách đối với Bộ chính trị đảng Cộng sản Bulgaria gồm:

1/ Vấn đề tôn trọng nhân quyền phải thảo luận công khai tại quốc hội, để soạn thành điều khoản ghi trong hiến pháp;

2/ Đảng Cộng sản Bulgaria và các tổ chức chống đối cùng thảo luận về những vấn đề dân tộc và sau đó mang ra quốc hội thảo luận và biểu quyết thành dự luật chung cho cả nước;

3/ Phải đưa ra tòa xét xử công khai những nhân vật lãnh đạo đảng và nhà nước đã có những hành vi đàn áp, khủng bố người dân trong 35 năm qua, dựa trên những hồ sơ tố cáo của dân chúng.

Bộ chính trị đã hoàn toàn im lặng trước các yêu sách của Ủy ban thống nhất dân tộc, nên Ủy ban này đã huy động cuộc đình công trên toàn quốc kể từ ngày 5-1-1990, với hàng triệu người tham gia, tạo chấn động lớn trên toàn quốc.

Trước sức ép của dư luận, bộ chính trị đảng Cộng sản Bulgaria đã phải nhượng bộ, cho mời đại diện các tôn giáo, các tổ chức chống đối tham gia Hội nghị quốc dân vào ngày 8-1 để bàn về cuộc tổng tuyển cử tự do. Tuy nhiên, do sự thiếu mềm dẻo và thiếu linh động, Bộ chính trị đã không những không làm thỏa mãn yêu sách của những tổ chức chống đối trong Hội nghị mà còn tạo ra sự bất mãn của các phe nhóm trong nội bộ đảng Cộng sản Bulgaria. Ngày 30-1-1990, đảng Cộng sản Bulgaria tổ chức đại hội đảng lâm thời thông qua cương lĩnh và điều lệ mới, trong đó có hai quyết định quan trọng là thay đổi tên đảng thành đảng Xã hội Bulgaria và cấm các cán bộ lãnh đạo kiêm nhiệm hai trách vụ đảng và nhà nước cùng một lúc. Ngoài ra, đại hội lâm thời đã bầu Alexander Lirov, nhân vật cấp tiến lên làm chủ tịch đảng. Kể từ đại hội này trở đi, phe cấp tiến nắm thế chủ động ở trong đảng, các nhóm bảo thủ hay trung gian đã bị tước hết quyền lực. Mặc dù phe cải cách chiếm trọn quyền lực và phải đổi tên, từ lúc này đảng Xã hội Bulgaria đã bị suy yếu rất nhiều do những tấn công liên tục của giới trí thức và thanh niên sinh viên.

Căn nguyên thứ hai, sự bất mãn của người dân đã biểu hiện thành những phản kháng, dẫn đến tình trạng bất phục tùng dân sự với sự xuất hiện nhiều tổ chức ngoài luồng, những tổ chức đối lập đã khiến cho các cơ quan, đoàn thể của chế độ không còn có khả năng kiểm soát người dân.

Đây là tiến trình xảy ra một cách tất yếu khi chế độ không còn khả năng kiểm soát bao tử của người dân qua việc bãi bỏ chính sách hộ khẩu và áp dụng quy luật thị trường. Nói cách khác, những mầm móng sinh hoạt đa nguyên của xã hội xuất phát từ chính sách cởi trói của các đảng Cộng sản, làm nảy sinh những khuynh hướng đối kháng một cách đa diện từ tôn giáo, văn hóa, từ thiện lên đến công đoàn, sinh viên, thanh niên... đã khiến cho bộ máy bạo lực mất dần khả năng kiểm soát và từ đó những thành phần thi hành bạo lực bị vô hiệu trước sự xuất hiện nhanh chóng của những nhóm quần chúng ngoài luồng. Trong bối cảnh đó, các tổ chức và những đảng phái đối lập đã hình thành từ tình trạng bí mật, tiến sang bán công khai và trở thành công khai khi những chống đối của quần chúng được các lực lượng đối kháng điều hướng thành những phong trào quần chúng, đẩy đảng cầm quyền phải thoái lui, nhượng bộ trước các đòi hỏi chính đáng của người dân.

TRƯỜNG HỢP HUNG GIA LỢI

Bắt đầu từ tháng 6-1985, khi đảng Công Nhân Xã Hội Hung Gia Lợi cho nhiều khuynh hướng chính trị tham gia vào cuộc bầu cử quốc hội, các nhóm chống chính quyền Cộng sản đã mang vấn đề ô nhiễm môi trường do việc xây dựng nhà máy kỹ nghệ và đập thuỷ điện làm đề tài chống đối, hầu tạo điều kiện xuất hiện công khai sau nhiều năm hoạt động bí mật. Giữa năm 1987 khi Rezso Nyer, Ủy viên Trung ương đảng Công Nhân Xã Hội Hung thuộc phe cải cách, đứng ra vận động thành lập tổ chức Mặt Trận Tân Tháng Ba đòi hỏi ban lãnh đạo phải chấp nhận thể chế chính trị đa đảng thì các nhóm chống chính quyền đã lần lượt xuất hiện đấu tranh một cách công khai, dưới dạng các tập hợp quần chúng ngoài luồng như Hội thanh niên tự do, Hội nghiên cứu nhân quyền, Nghiệp đoàn công nhân Taxi, Liên đoàn những người kinh doanh cá thể.... Sự xuất hiện đấu tranh công khai của nhiều đoàn thể quần chúng gia tăng cùng với sự phân liệt trong nội đảng Công Nhân Xã Hội Hung ngày một gay gắt, từ tháng 6-1988, các nhà đối kháng đã cho ra đời một số đảng chính trị để điều hướng, đưa các cuộc đấu tranh quần chúng lên cao điểm. Đảng Dân Chủ Độc Lập Hung Gia Lợi, đảng Dân Chủ Thiên Chúa Giáo, Liên Minh Tự Do Dân Chủ, Liên Đoàn Thanh Niên Dân Chủ... là những lực lượng được thành lập trong thời kỳ này và đã khai thác các cuộc đình công của công nhân, các cuộc đấu tranh của những người kinh doanh cá thể để tạo áp lực chính trị lên đảng Cộng sản Hung.

Hoạt động chống đối của các tổ chức quần chúng và đảng phái đối lập qua những cuộc biểu tình với hàng trăm ngàn người tham dự, ở những đô thị lớn từ tháng 6 cho đến tháng 10-1989, đã khiến cho đảng và nhà nước Hung Gia Lợi rơi vào tình trạng tê liệt. Trước tình hình này, đảng Cộng sản Hung đã phải tổ chức đại hội bất thường dưới sự chủ đạo của phe cải cách vào đầu tháng 10. Để sống còn, đảng Công Nhân Xã Hội Hung đã phải quyết định đổi tên thành đảng Xã Hội, tuyên bố bãi bỏ chế độ cai trị độc đảng và tổ chức tổng tuyển cử tự do vào ngày 26-3-1990. Sau đại hội bất thường này, đảng Cộng sản Hung Gia Lợi rã thành ba nhóm. Đa số thuộc nhóm cải cách xuất hiện trong đảng Xã Hội Hung, những đảng viên thuộc nhóm trung gian thì tiếp tục giữ tên đảng Công nhân Xã Hội Hung, còn một thiểu số cực tả trong nhóm giáo điều thì lập ra đảng Cộng sản Hung tiếp tục lý luận Mác - Lê. Cuộc tổng tuyển cử tự do đã diễn ra vô cùng hào hứng. Phần lớn các đảng, nhất là những đảng đối lập với chính quyền Cộng sản đã đưa ra bốn chủ trương: 1/Dân chủ đa đảng; 2/Kinh tế tự do; 3/Chấm dứt lệ thuộc vào Liên Xô; 4/Triệt thoái quân đội Nga ra khỏi lãnh thổ. Kết quả của cuộc tổng tuyển cử cho thấy là đa số các đảng phái đối lập đã thắng lớn, với sự ra đời của chính phủ liên hiệp dân chủ vào tháng 4-1990, đánh dấu sự tan rã toàn diện của chế độ Cộng sản tại Hung Gia Lợi.

TRƯỜNG HỢP ĐÔNG ĐỨC

Khi làn sóng người dân Đông Đức chạy tỵ nạn sang Hung Gia Lợi vào mùa hè năm 1989, người dân trong thành phố công nghiệp hóa học Leipzig đã bắt đầu khai thác tình trạng ô nhiễm của thành phố để yêu sách chính quyền giải quyết một số bệnh hiểm nghèo do tình trạng ô nhiễm này gây nên. Tối thứ hai 27-9-1989, khoảng non 100 trí thức, sinh viên, các vị lãnh đạo tôn giáo và đông đảo công nhân đã tổ chức một cuộc tuần hành ngay tại công viên của thành phố, đòi chính quyền phải trả lại quyền lực đúng nghĩa cho dân chúng. Sau đó, nhóm chống đối này đã chọn mỗi tối thứ hai sau thánh lễ của nhà thờ Nikolai, cùng nhau tụ tập biểu tình tại công trường Karl Marx. Chỉ non hai tuần lễ sau, số người tụ tập từ vài ba trăm người lúc đầu, đã tăng lên thành 80 ngàn người vào ngày 9-10-1990. Từ đó, các tổ chức quần chúng chống đối đã lan nhanh trong xã hội với nhiều khuynh hướng khác nhau, đặt ông Gorbachev, Tổng bí thư đảng Cộng sản Liên Xô lúc bấy giờ vào tình trạng vô cùng bối rối. Một tuần lễ sau, vào tối thứ Hai, 16-10, số người tham gia xuống đường lên đến 150 ngàn. Đến ngày 23-10, khi Honecker tuyên bố từ chức thì số người tham gia biểu tình lên đến 250 ngàn, rồi tăng lên nửa triệu người tham gia vào ngày 6-1-1990.

Khi các cuộc biểu tình tại Leipzig bộc phát lớn mạnh thì tại thủ đô Đông Bá Linh của Đông Đức, một số văn nghệ sĩ và trí thức Tin Lành đã lập ra ba tổ chức: Diễn Đàn Mới do Nữ văn sĩ Barbel Bohley cùng với 29 trí thức, văn nghệ sĩ sáng lập có mục tiêu đòi sinh hoạt chính tự do và tự do ngôn luận. Tổ chức Dân Chủ Thức Tỉnh và Tổ chức Sáng Kiến Cho Hòa Bình và Nhân Quyền do các trí thức Tin

Lành sáng lập. Các tổ chức nói trên tuy có cùng mục tiêu chống chính quyền độc tài nhưng có nhiều dị biệt trong đường lối, nhất là thiếu sự tổ chức chặt chẽ nên không tạo ra được những động lượng lớn bằng nhóm trí thức tại thành phố Leipzig. Hơn thế nữa, các nhóm chống đối tại Đông Đức không có một khuôn mặt nào có tầm vóc như Lech Walesa (Ba Lan), Vaclav Havel (Tiệp Khắc) để lãnh đạo phong trào, vì thế mà phong trào đấu tranh tại Đông Đức là sự tập hợp chung của nhiều tổ chức, cá nhân cùng tham gia lãnh đạo phong trào chứ không quy về một tổ chức nào như trường hợp Công Đoàn Đoàn Kết ở Ba Lan, Diễn Đàn Dân Sự ở Tiệp Khắc hay Diễn Đàn Dân Chủ ở Hung Gia Lợi. Nhờ sự phối hợp đa dạng của nhiều cá nhân và nhiều tổ chức ngoài luồng nên đã vận động được sự tham gia đông đảo của quần chúng ở mọi lãnh vực, ngành nghề so với các quốc gia khác, đồng thời làm cho bộ máy cầm quyền của đảng Cộng sản Đông Đức lúng túng, không kiểm soát nổi tình hình và hoàn toàn tê liệt sau khi bức tường Bá Linh sụp đổ vào ngày 9-11-1990.

Căn nguyên thứ ba, tình trạng cải cách nửa vời đã tạo ra những bất ổn xã hội, dẫn đến những biến động chính trị với sự bùng phát những phong trào đấu tranh quần chúng một cách rộng lớn và đa diện trên toàn quốc, vượt ra ngoài khả năng ứng phó của các lực lượng bảo vệ chế độ, từng bước làm tê liệt mọi sinh hoạt của quốc gia.

Những chính sách cải cách của các đảng Cộng sản đều có cùng một mục tiêu là mua thời gian để củng cố quyền lực của đảng, đồng thời tạo chỗ xì hơi hầu giảm sức ép chống đối của quần chúng. Nhưng chính những cải tổ nửa vời này cùng với sự rối loạn của thị trường đã tạo ra rất nhiều nan đề cho xã hội đổi mới, với rất nhiều tệ đoan xã hội xảy ra. Hậu quả là những hiện tượng tiêu cực này làm gia tăng sự bất mãn của quần chúng, với những vụ khiếu kiện, đình công, lãng công, tố cáo tham ô những lạm đã xảy ra thường xuyên, tạo thành những biến cố gây ra bất ổn xã hội dẫn đến bất ổn chính trị. Những bất ổn này đã nhanh chóng tạo thành áp suất đè nặng lên nhóm lãnh đạo, dẫn đến những đối phó bất nhất và lúng túng trước các đòi hỏi của quần chúng. Hậu quả là bộ máy nhà nước còn đó, nhưng trong thực tế thì mạnh ai nấy làm, trung ương không còn điều khiển địa phương và mỗi vùng bị hiện tượng cát cứ của những sứ quân.

TRƯỜNG HỢP BA LAN

Những cải cách kinh tế nửa vời của Ba Lan từ khi Liên Xô cho phép các nước vệ tinh mở cửa vào giữa thập niên 80, đã dẫn đến thất bại. Tình trạng những lạm trong đảng gia tăng khiến cho tiền vay để thực hiện các dự án đã bị tiêu xài hoang phí mà không có một dự án nào hoàn tất đúng nghĩa, khiến cho nợ ngoại trái càng lúc càng nhiều, đời sống người dân thay vì được cải thiện lại càng thêm khó khăn. Vì không thể giải quyết tình trạng thâm thủng ngân sách, chính quyền đã phải tăng giá sinh hoạt. Mặc dù tăng giá nhưng chính quyền Ba Lan vẫn không giải quyết được tình trạng thâm thủng ngân sách nên lại tiếp tục tăng giá thịt và những sản phẩm chế bằng thịt, khiến cho công nhân và dân chúng không còn chịu đựng được nữa. Cuộc đình công chống tăng giá thịt của công nhân tại Chelm vào tháng 8-1980 đã tác động mạnh mẽ trên toàn quốc, đặc biệt là đối với công nhân ở thành phố Gdansk, nằm ở vùng ven biển Baltic. Ngày 14-8-1980, lấy lý do chống đối việc ban quản trị đuổi việc một nữ công nhân phụ trách điều khiển giàn cần trục tự động, công nhân xưởng đóng tàu Lênin tại Gdansk chiếm công trường, tổ chức đình công. Ngày 18-8, Ủy ban đình công đưa ra 21 yêu sách đòi hỏi chính quyền cộng sản Ba Lan phải đáp ứng như công nhận quyền đình công, thừa nhận quyền lập nghiệp đoàn, quyền tự do hội họp.

Trước những áp lực đấu tranh của công nhân, ngày 22-8, chính quyền Gierek phải cử một số cán bộ đến thảo luận về những yêu sách của Ủy ban đình công. Ngày 24-8, nhằm vận động giới trí thức hậu thuẫn cuộc đấu tranh của công nhân, Ủy ban đình công đã thành lập tiểu ban chuyên môn gồm những người trí thức tham gia với tư cách cố vấn. Ngày 29-8, công nhân ở Poznan và Shilonsk tuyên bố đình công để ủng hộ cuộc đấu tranh của Ủy ban đình công ở Gdansk. Sau mấy ngày tranh cãi về nhiều vấn đề, nhất là trước tình trạng tê liệt mọi sinh hoạt xã hội do cuộc đình công của công nhân gây nên, cuối cùng, đại diện chính quyền Gierek đã phải ký một thỏa ước với Lech Walesa, đại diện Ủy ban đình công ngày 1-9-1980, đồng ý thực thi 21 yêu sách của Ủy ban. Đây là thắng lợi đầu tiên của công nhân Ba Lan và đây cũng là quốc gia đầu tiên công nhận sự hoạt động độc lập của một công đoàn. Kết quả của những cuộc đình công này đã tạo ra một hình thái đấu tranh mới cho hàng ngũ thanh niên sinh viên

Ba Lan, nên ngày 2-9-1980, Liên đoàn thanh niên sinh viên độc lập được thành lập tại Warsaw, tách ra khỏi Liên hiệp thanh niên sinh viên của đảng Cộng sản Ba Lan. Ngày 17-9, Ủy ban đình công đã cải tên thành Công Đoàn Đoàn Kết, bầu Lech Walesa làm chủ tịch, chính thức trở thành một tổ chức đối đầu với chính quyền Cộng sản Ba Lan trong công cuộc đấu tranh cho tự do dân chủ tại Ba Lan vào những năm sau đó.

TRƯỜNG HỢP BULGARIA

Tính đến năm 1984, tổng số nợ ngoại trái của Bulgaria lên đến 60 tỷ Mỹ kim, trong khi đó mức thu hoạch về nông phẩm liên tục bị sút giảm do ảnh hưởng của thời tiết, và nhất là hạ tầng cơ sở nông nghiệp bị hư hỏng do không đầu tư tu sửa trong gần hai thập niên dồn công sức cho công nghiệp hóa. Ngoài ra, việc đẩy mạnh chính sách công nghiệp hóa đã kéo theo hiện tượng nông dân lũ lượt bỏ nông thôn dời về thành phố tìm việc làm, khiến cho thành phố mở rộng, nhiều thành phố tân lập được hình thành bên cạnh các nhà máy, công trường. Việc đô thị hóa một cách nhanh chóng như vậy, dù chính quyền có chi ra một ngân khoản lớn để đầu tư vào việc xây dựng những cơ sở công cộng như chung cư, hệ thống giao thông, bưu điện, trường học hay chỉnh đốn lại hệ thống phân phối hàng hóa liên quan đến đời sống người dân... nhưng vẫn không thể nào đáp ứng nổi. Tình trạng chen lấn nhau trong giờ đi làm mỗi buổi sáng, hàng hóa đắt đỏ, muốn bắt điện thoại phải chờ nhiều năm dài, với lối điều hành quan liêu, nhũng lạm của cán bộ đã làm cho vấn đề phân phối hàng hóa bị rối loạn, những chính sách vận dụng hoàn toàn bế tắc.

Những ngày nghỉ, từng đoàn người từ các thành phố đã đổ về các vùng nông thôn để hái thêm rau hoặc mua ngũ cốc nhằm bù đắp vào phần thiếu hụt do tình trạng phân phối không đủ ở các cửa hàng thương nghiệp nhà nước trong thành phố. Những căn phòng dưới hầm của các chung cư trở thành kho chứa lương thực mang về từ các vùng quê, và cũng là nơi phát sinh ra thị trường chợ đen, làm đảo lộn sinh hoạt của dân chúng. Trong khi đó, chính quyền thì càng lúc càng bất lực trong việc đối phó, khiến cho sự mâu thuẫn giữa chính quyền và người dân ngày càng bùng nổ lớn. Hằng ngày có từng nhóm người cầm cờ đứng trước các công sở đòi hỏi chính quyền phải giải quyết nạn khan hiếm hàng hóa, phải giải quyết tình trạng ô nhiễm môi sinh.... Những chống đối của quần chúng tuy ở quy mô nhỏ nhưng cũng đã làm cho hai khuynh hướng cải cách và giáo điều trong đảng Cộng sản Bulgaria bắt đầu có những xung đột quan điểm về tốc độ cải cách. Khai thác những bất đồng của cấp lãnh đạo, các nhóm quần chúng mở rộng những cuộc biểu tình đòi hỏi cải thiện đời sống, bảo vệ môi trường, làm cho sự xung đột quan điểm trong nhóm lãnh đạo bùng nổ lớn.

Khi những biến động từ Ba Lan, Hung Gia Lợi được loan truyền một cách dồn dập và nhanh chóng vào các thành phố ở Bulgaria, những nhóm chống đối, nhất là giới trí thức và thanh niên sinh viên đã dùng ngay chủ đề 'chống ô nhiễm môi trường' để vận động quần chúng tham gia biểu tình bày tỏ nguyện vọng. Vì vấn đề này còn quá mới đối với người dân Bulgaria nên phong trào chống ô nhiễm môi trường đã không huy động được người dân tham gia mạnh mẽ lúc đầu. Mãi đến tháng 10-1989, việc Bulgaria đứng ra tổ chức Hội nghị về môi trường của các nước Âu Châu, nhóm họp tại thủ đô Sofia, đã tạo cơ hội rất tốt cho phong trào chống ô nhiễm môi trường có điều kiện huy động quần chúng tham gia. Lúc đầu, cuộc biểu tình hoàn toàn mang tính cách kêu gọi bảo vệ môi trường nhưng các ngày sau đó, những khẩu hiệu và lời kêu gọi đã tấn công thẳng vào chế độ, đòi đảng Cộng sản Bulgaria phải cải cách chính trị. Trong khí thế đó, hai tổ chức chống đối ra đời gồm Hội Chống Ô Nhiễm Môi Trường và Hội Ủng Hộ Chủ Nghĩa Dân Chủ, đã tổ chức nhiều cuộc mít tinh đòi tự do ngôn luận, tự do báo chí và tự do bầu cử. Trước những áp lực đấu tranh mạnh mẽ này và nhất là sau khi Bức tường Bá Linh sụp đổ, Trung ương đảng Cộng sản Bulgaria đã phải tự thay đổi trước bằng cách đòi Todor Zhivkov từ nhiệm chức Tổng Bí Thư, thay thế bởi một nhân vật ôn hòa là Bộ trưởng ngoại giao Peter Mladenov để thảo luận với các tổ chức quần chúng đối lập và đi đến việc công nhận tổ chức tổng tuyển cử tự do vào ngày 10-6-1990.

Căn nguyên thứ tư, những áp lực của quốc tế trên các mặt nhân quyền, tự do dân chủ lên các chính quyền Cộng sản trong tiến trình mở rộng giao thương buôn bán, đã phần nào làm chùn bước những đòn khủng bố của đảng cầm quyền, đồng thời gián tiếp hỗ trợ sức đấu tranh của các cá nhân và tổ chức đối kháng.

Cốt lõi của chính sách mở cửa giao tiếp với những nước Tây Phương mà hầu hết các đảng Cộng sản tại Đông Âu đã áp dụng qua khuyến cáo của ông Gorbachev vào năm 1985 đều có chung một mục tiêu là đi tìm tài nguyên và phương tiện ở bên ngoài để nuôi sống guồng máy thống trị, thay thế gánh nặng viện trợ của Liên Xô. Vì phải tranh thủ để có sự viện trợ và giao thương với các nước Tây Phương, các quốc gia Cộng sản đều phải chịu những áp lực buộc phải tôn trọng nhân quyền và nhất là bị đe dọa trừng phạt kinh tế mỗi khi có những đàn áp mạnh mẽ đối với các cá nhân đối lập hay các đòi hỏi chính đáng của một số tổ chức quần chúng. Ngoài ra, những quốc gia Cộng sản tại Đông Âu còn bị áp lực phải cải tổ guồng máy hành chánh theo hướng pháp trị và tôn trọng tính dân chủ trong xã hội để được làm ăn buôn bán theo những đòi hỏi của các nước Tây Phương, nên bộ máy cầm quyền vốn đã không có hiệu quả, lại trở thành mục tiêu tấn công của các tổ chức đối lập. Áp lực nhân quyền của quốc tế tuy mang hình thức cảnh cáo nhưng có nhiều khả năng tranh thủ sự đồng tình từ các nước tự do, khiến cho đảng Cộng sản cảm thấy bị cô lập và có thể sẽ tháo chạy vào giờ phút cuối khi không còn biết bám víu được vào đâu.

TRƯỜNG HỢP BA LAN

Sự kiện chính quyền Ba Lan công nhận tính cách hợp pháp của Công Đoàn Đoàn Kết là một biến cố lớn, tạo sự quan tâm cho Hoa Kỳ và các nước Tây Phương, nhưng vì lo ngại sự đàn áp của Liên Xô, nên các nước Tây phương, đặc biệt là Tổng thống Jimmy Carter (1976-1980) của Hoa Kỳ đã phải có thái độ thận trọng. Tuy nhiên, chủ tịch Tổng liên đoàn lao động Hoa Kỳ thời đó là ông Lane Kirland lại chủ trương rằng Hoa Kỳ phải lên tiếng ủng hộ để ngăn chận sự đàn áp của Liên Xô, và ông kêu họ thành lập một quỹ trị giá 250 ngàn Mỹ Kim để hỗ trợ cho các hoạt động của Công Đoàn Đoàn Kết. Do sự tích cực của ông Lane Kirland, Tổng thống Carter phải chỉ thị cho Bộ Ngoại Giao Hoa Kỳ ngầm hỗ trợ các hoạt động của ông Kirland, giúp đỡ tài chánh cho Công Đoàn qua ngả sứ quán Hoa Kỳ tại Warsaw. Bộ trưởng ngoại giao Hoa Kỳ đã gặp đại sứ Liên Xô tại Hoa Thịnh Đốn, thông báo về việc thành lập quỹ giúp cho Công Đoàn nhưng cho biết là chính phủ Hoa Kỳ không liên hệ đến Tổng Liên Đoàn Lao Động.

Năm 1982 là năm chính quyền Ba Lan đàn áp Công Đoàn Đoàn Kết một cách dữ dội. Khi biết Liên Xô không hài lòng về việc chính quyền Jaruzelski của Ba Lan ra lệnh thiết quân luật và đặt Công Đoàn Đoàn Kết ra khỏi vòng pháp luật thì Hoa Kỳ và các quốc gia Tây phương, kể cả tòa thánh Vatican đã đồng loạt tạo áp lực chính trị, ngoại giao và kinh tế lên chính quyền Jaruzelski cho đến khi rút lại lệnh thiết quân luật. Cuối cùng, sợ bị cô lập trên trường quốc tế nên chính quyền Jaruzelski đã phải thu hồi lệnh thiết quân luật, trả tự do cho Lech Walesa cùng thành phần lãnh đạo Công Đoàn. Sự can thiệp này đã đưa uy tín của Walesa và Công Đoàn Đoàn Kết lên cao trên trường quốc tế và cá nhân Walesa được Hàn Lâm Viện Thuỵ Điển trao tặng giải Nobel Hòa Bình vào năm 1983. Trong tất cả những hỗ trợ của thế giới đối với Công Đoàn Đoàn Kết, sự ủng hộ mạnh mẽ và công khai của Đức Giáo Hoàng John Paul II, vị chủ chăn của Giáo Hội Công Giáo La Mã, đã khiến cho giới công nhân, quần chúng nhiệt liệt tin tưởng vào thế đấu tranh đầy chính nghĩa của Công Đoàn. Nhờ vậy mà trong giai đoạn hình thành, Công Đoàn Đoàn Kết đã thu hút một số lượng thành viên tham gia bằng 1/3 dân số Ba Lan.

TRƯỜNG HỢP NAM TƯ

Những cuộc biểu tình đòi tự trị của người Albania trong khu tự trị Kosovo để chống lại áp lực của người Serb có sự hậu thuẫn của Cộng hòa Serb đã dẫn đến sự đối lập ngày một căng thẳng giữa người Albania với người Serb và Montenegro. Cuộc xung đột chủng tộc lại bùng nổ ngay vào lúc xảy ra những biến cố chính trị tại Đông Âu, nhất là việc đứng lên đòi độc lập của các Cộng hòa quốc trong Liên Bang Xô Viết đã kích thích các Khu tự trị, các Cộng hòa quốc trong Liên bang Nam Tư lần lượt nổi lên đòi ly khai như Cộng Hòa Slovenia, Cộng Hòa Croatia, Cộng hòa Macedonia, Cộng hòa Bosnia - Herzegovina. Tình trạng đòi ly khai của các Cộng hòa quốc có nguy cơ đưa đến sự tan rã của Liên bang Nam Tư, trong đó Cộng hòa Serb bị ảnh hưởng nặng nề vì là Cộng hòa quốc lớn nhất và người Serb chiếm đa số. Để ngăn chặn sự ly khai nói trên, Cộng hòa Serb, đứng đầu là tổng thống Slobodan Milosevic chủ trương tiến hành các cuộc chiến tranh, tấn công thẳng vào các Cộng hòa đòi ly khai, tạo ra cuộc nội chiến kéo dài trong nhiều năm. Trong các cuộc chiến giữa Cộng hòa Serb với các Cộng hòa quốc đòi ly khai thì cuộc chiến tại Bosnia và Kosovo là ác liệt nhất và cũng chính nơi đây, Slobodan Milosevic đã tung ra nhiều thủ đoạn nhằm tiêu diệt các sắc dân Slovenia, Albania.

Lo sợ cuộc nội chiến có thể bùng nổ lớn và nhất là nhằm ngăn chặn âm mưu diệt chủng của Slobodan Milosevic, Cộng đồng Âu Châu đã nhảy vào can thiệp bằng cách công nhận nền độc lập của cộng đồng Slovenia, Croatia. Nhưng đến khi Âu Châu và Hoa Kỳ công nhận nền độc lập của Cộng hòa Bosnia thì đã tạo một thách đố chính trị đối với Cộng hòa Serb, nhất là đối với Slobodan Milosevic nên ông ta đã xúi dục sắc dân Serb trong các cộng hòa nói trên tổ chức vũ trang chống lại chính quyền sở tại. Cuộc nội chiến tại Nam Tư đã kéo dài gần 10 năm, sát hại hơn 220 ngàn sinh mệnh chỉ vì Slobodan Milosevic, Tổng thống Cộng hòa Serb không muốn các nước trên thoát ra khỏi gọng kềm Cộng sản của ông ta. Liên Hiệp Quốc đã phải cử đoàn quân Mũ xanh đến giải cứu và ra lệnh cấm vận Serb. Sau cùng, cuộc nội chiến tại Nam Tư đã kết thúc khi năm quốc gia Hoa Kỳ, Anh, Pháp, Nga và Đức can thiệp một cách mạnh mẽ và nhất là đòi Liên Hiệp Quốc truy tố Slobodan Miloseviec ra tòa án hình sự quốc tế về 66 tội liên quan đến tội diệt chủng và tội chống lại nhân loại. Sau khi thất bại trong cuộc bầu cử Tổng thống vào năm 2000, Milosevic đã bị cảnh sát Serbia bắt giải giao cho toà án tội ác chiến tranh tại La Haye, Hòa Lan vào tháng 4-2001. Phiên tòa đầu tiên xét xử Slobodan Milosevic diễn ra vào ngày 12-2-2002 nhưng đã phải hoãn đến 22 lần vì chứng đau tim của ông ta. Cuối cùng, Milosevic chết trong trại giam hôm 11-3-2006, một vài tháng trước khi bị kết tội chính thức. Sự can thiệp của quốc tế vào trường hợp Nam Tư là một đặc thù khác đối với các quốc gia Đông Âu, nhưng là một nỗ lực rất cần thiết để giúp các Cộng hòa quốc thoát ra khỏi gọng kềm Cộng sản của Milosevic thuộc cộng hòa Serb.

Tóm lại, bốn yếu tố nói trên không đương nhiên xảy ra cùng một lúc và cũng không giống nhau ở từng nước; nhưng tất cả các quốc gia tại Đông Âu và kể cả Liên Xô cũ trước khi rơi vào tiến trình sụp đổ, đều trải qua những cuộc khủng hoảng do bốn yếu tố nói trên tác động theo một chuỗi những biến động từ nhỏ đến lớn cùng với những vận động chính trị, đã tạo ra những rối loạn xã hội, đẩy các chế độ Cộng sản rơi vào thế thoái lui nhượng bộ rồi mất quyền.

II- SO SÁNH ĐÔNG ÂU VÀ VIỆT NAM

Nếu như các chế độ Cộng sản tại Đông Âu bị sụp đổ nhanh chóng, khởi đi từ chính sách cởi trói của Liên Bang Xô Viết do ông Gorbachev đưa ra vào năm 1985, thì chính sự sụp đổ này đã biến thành cơn cuồng phong thổi ngược vào khối Liên Bang Xô Viết, làm bùng nỗ những mầm mâu thuẫn vốn có từ lâu giữa các phe nhóm trong đảng Cộng sản Liên Xô, khiến cho Liên Xô bị sụp đổ toàn diện sau cuộc đảo chánh bất thành của nhóm quân nhân quá khích vào tháng 8-1991. Lúc đó, những biến cố chính trị xảy ra dồn dập tại Đông Âu, tuy có tạo một số ảnh hưởng nhất định lên cục diện Việt Nam, nhưng phải chờ đến khi Liên Xô tan rã, đảng Cộng sản Việt Nam mới rơi vào tình thế nguy kịch với những đối phó đầy lúng túng. Vì hoàn toàn dựa vào Liên Xô qua Hiệp ước hữu nghị ký vào năm 1979, đảng Cộng sản Việt Nam đã ứng xử theo mọi hướng dẫn từ Điện Cẩm Linh, nên khi phong trào dân chủ bùng nổ ở Ba Lan, Hung Gia Lợi hay tại Tiệp Khắc, lãnh đạo đảng Cộng sản Việt Nam vẫn nghĩ rằng đó chỉ là những biến cố chính trị giai đoạn và Liên Xô sẽ khống chế trở lại như đã từng giải quyết các cuộc nổi dậy vào năm 1956 tại Ba Lan hay năm 1968 tại Tiệp Khắc. Do đó mà Hà Nội luôn luôn lên giọng trước các diễn biến chính trị tại Đông Âu. Đến tháng 8 năm 1991, khi nhóm quân nhân quá khích làm cuộc đảo chánh Gorbachev bị thất bại, Liên Xô rơi vào tình thế phân rã và sụp đổ toàn diện vào tháng 12-1991, đặt lãnh đạo Hà Nội ở vào thế 'mồ côi giữa chợ'. Trong hoàn cảnh đó, với bản chất nô lệ - dựa vào quan thầy để sống còn - lãnh đạo đảng và nhà nước Cộng sản Việt Nam đã phải chạy sang Thành Đô khấu đầu Bắc Kinh vào tháng 10-1991.

Như trình bày ở phần đầu của chương này, Đông Âu và Việt Nam rất có nhiều điểm dị biệt, trong đó khả năng biến đổi thấp của xã hội nông nghiệp chậm tiến sau nhiều năm chiến tranh của Việt Nam, đã giúp cho Cộng sản Việt Nam tiếp tục cố thủ trong nguyên trạng, khi những biến chuyển chính trị tại Ba Lan, Hung Gia Lợi, Tiệp Khắc, Đông Đức xảy ra. Ngoài ra, Việt Nam nằm sát với Trung Quốc, nên khi Liên Xô gặp khủng hoảng và không tìm được lối thoát, Hà Nội đã vọng sang Bắc Kinh, áp dụng chính sách 'mở kinh tế, xiết chính trị' của Đặng Tiểu Bình, để vừa tìm tài nguyên từ bên ngoài hầu nuôi sống chế độ; vừa biến cải những phương thức cai trị để có thể đối phó những đòi hỏi của quần chúng trong thời mở cửa. Nhờ vậy mà đảng Cộng sản Việt Nam đã tạm thoát ra khỏi cơn bão 'dân chủ' tại Đông Âu cách nay 17 năm.

Ngày hôm nay, sau 20 năm áp dụng chính sách đổi mới để sống còn trong cơn dẫy chết của chủ nghĩa Cộng sản từ năm 1986 cho đến nay, xã hội Việt Nam và bản thân của đảng Cộng sản Việt Nam đã có những thay đổi rất căn bản. Những thay đổi này đã khiến cho guồng máy cai trị của đảng Cộng sản Việt Nam trở thành u bướu sống bám trên cơ thể xã hội Việt Nam, để hủy hoại cơ thể chứ không có khả năng điều động như trước đây. Đây là những dấu hiệu suy tàn mà đảng Cộng sản Việt Nam đang phải đối diện, giống như tình trạng của các đảng Cộng sản tại Đông Âu và Liên Xô cũ vào những năm cuối thập niên 80. Nghĩa là đảng Cộng sản Việt Nam hiện đang ở vào hoàn cảnh nguy kịch với 4 nan đề đã từng xảy ra tại Ba Lan, Hung Gia Lợi, Tiệp Khắc, Đông Đức.... nay được lập lại ngay trên đất nước Việt Nam.

1/ DIỄN TIẾN PHÂN LIỆT TRONG NỘI BỘ ĐẢNG CỘNG SẢN VIỆT NAM

Đảng Cộng sản Việt Nam chính thức thành lập vào tháng 3 năm 1930 tại Hồng Kông, do chỉ thị của Đệ Tam Quốc Tế trong việc kết hợp ba nhóm Cộng sản đang hoạt động vào lúc đó là Đông Dương Cộng sản Đảng, An Nam Cộng sản Đảng và Đông Dương Cộng sản Liên Đoàn thành một đảng duy nhất. Trong suốt quá trình hoạt động từ năm 1930 cho đến nay, đảng Cộng sản Việt Nam đã trải qua nhiều giai đoạn thăng trầm khác nhau, nhưng nói chung, các xung đột phe nhóm, tuy thời nào cũng có, nhưng không trở nên gay gắt như hiện nay. Sự xung đột phe nhóm xuất phát từ nhiều nguyên do khác nhau nhưng đối với đảng Cộng sản Việt Nam thì sự khác biệt quan điểm, đường lối và bè phái địa phương là những yếu tố chính dẫn đến sự tranh chấp quyền lực giữa các phe. Từ năm 1953, sau khi Trường Chinh mất chức Tổng bí thư vì bị thất sủng do vụ cải cách ruộng đất, phe nhóm Lê Duẩn đã chiếm trọn quyền lực trong đảng Cộng sản Việt Nam kéo dài đến năm 1986 mới chấm dứt. Trong hơn 3 thập niên này, Lê Duẩn đã dựng lên một triều đại cai trị sắt máu nhất và để lại nhiều hậu quả tại hại cho đất nước nhất. Sau khi Lê Duẩn chết vào tháng 7-1986, trong khoảng trống chính trị của đảng Cộng sản Việt Nam, vì có sự tranh chấp quyết liệt giữa các phe Trường Chinh, phe Lê Đức Thọ, phe Phạm Văn Đồng, phe Võ Nguyên Giáp ở miền Bắc, nên Nguyễn Văn Linh, từng bị thất sủng dưới thời Lê Duẩn vì không thi hành các chỉ thị cải tạo công thương nghiệp miền Nam, đã được đưa lên làm Tổng Bí Thư trong vị trí trái độn của các phe.

Nguyễn Văn Linh lên cầm quyền trong lúc phong trào Cộng sản Quốc Tế bị khủng hoảng nặng nề nên đã phải tạm thay đổi mục tiêu và chính sách xây dựng xã hội chủ nghĩa ở Việt Nam. Lúc đó, do áp lực của Liên Xô, đảng Cộng sản Việt Nam phải tung ra kế hoạch đổi mới nhưng hoàn toàn mù mờ về viễn cảnh của tình hình và nhất là cách thức giải quyết vấn đề lý luận trong nội bộ về sự chuyển hướng của phong trào Cộng sản. Chính trong bối cảnh đó, những xung đột quan điểm giữa các phe đã bắt đầu xảy ra, xoay quanh việc đối phó với các biến cố chính trị tại Đông Âu. Vì phải bận tâm đối phó với phong trào đòi đa nguyên đa đảng trong hàng ngũ văn nghệ sĩ cũng như để giữ chặt quyền lực của đảng trước các biến động tại Đông Âu và Liên Xô cũ, những xung đột phe nhóm dưới thời Nguyễn Văn Linh không diễn ra gay gắt. Nhưng khi Nguyễn Văn Linh rút lui khỏi vai trò Tổng Bí Thư trong đại hội đảng kỳ VII vào tháng 6-1991 thì những xung đột phe nhóm bắt đầu bùng nổ lớn, bắt nguồn từ hai nguyên do:

Thứ nhất, vào năm 1990, ngoài Nguyễn Văn Linh, chỉ còn hai người là Võ Văn Kiệt và Đỗ Mười tương đối có tư thế mạnh ngang nhau ở trong đảng, vì cả hai đều bước vào Bộ chính trị từ năm 1976, trong khi Lê Đức Anh bước vào Bộ chính trị sau đó 10 năm, vào năm 1986. Đỗ Mười có sự hậu thuẫn mạnh mẽ của nhóm lý thuyết gia Mác - xít ở miền Bắc gồm Đào Duy Tùng, Nguyễn Đức Bình và đã 'liên minh' được với phe quân đội của Lê Đức Anh nên đã giành ưu thế. Trong khi Võ Văn Kiệt tuy được sự hậu thuẫn của cánh đảng viên miền Nam và nhóm Câu Lạc Bộ Những Người Kháng Chiến Cũ nhưng không có đủ trọng lượng để đối đầu với phe Đỗ Mười. Vì thế sau khi Đỗ Mười được bầu làm Tổng Bí Thư, Lê Đức Anh đã nhảy vọt lên vị trí số 2, còn Võ Văn Kiệt thì rớt xuống hàng thứ 3 trong Bộ chính trị.

Thứ hai, do nhu cầu nối lại quan hệ với Trung Quốc, đảng Cộng sản Việt Nam phải chấp nhận đòi hỏi của Bắc Kinh là loại trừ ra khỏi vị trí lãnh đạo những nhân sự đã một thời (1978-1991) trách nhiệm về việc công kích Bắc Kinh là bọn 'bá quyền phương Bắc'. Vì vậy mà những nhân vật thuộc phe Lê Duẩn, Lê Đức Thọ như Nguyễn Cơ Thạch, Mai Chí Thọ, Hoàng Bích Sơn... đã bị Đỗ Mười loại ra khỏi vị trí quyền lực. Cũng chính vì thế mà những nhân vật này sau khi về hưu đã đứng về phía Võ Văn Kiệt để phê phán các quan điểm hay chủ trương của Đỗ Mười và nhóm lý thuyết gia Mác - xít.

Do những xung đột nói trên, dưới thời Đỗ Mười làm Tổng Bí Thư, thượng tầng lãnh đạo đảng Cộng sản mang đặc tính của một tập đoàn'*dựa vào nhau để tồn tại, dè chừng nhau để thủ thân, tranh chấp nhau để thủ lợi*'. Nhưng việc áp dụng công thức '*cơ chế thị trường theo định hướng xã hội chủ nghĩa*' đã dẫn đến sự bất đồng ý kiến về mức độ và phương thức đổi mới chính trị, tạo ra sự phân hóa trầm trọng trong bộ chính trị, chủ yếu không ở lý luận mà là do thực tế điều hành, gắn liền với quyền và lợi của các phe nhóm. Vào lúc đó, thượng tầng lãnh đạo chia làm ba nhóm quyền lực có ảnh hưởng trong nội bộ đảng:

Một là phe chính trị, tư tưởng còn gọi là phe giáo điều tiêu biểu là Đỗ Mười, Đào Duy Tùng, Nguyễn Đức Bình, Nguyễn Hà Phan.

Hai là phe kinh tế, kỹ thuật còn gọi là phe nhà nước, tiêu biểu là Võ Văn Kiệt, Phan Văn Khải, Nguyễn Mạnh Cầm.

Ba là phe quân đội, tiêu biểu là Lê Đức Anh, Đoàn Khuê, Lê Khả Phiêu.

Cung cách ứng xử của ba phe là giành thế chính thống bằng tranh cãi quanh vấn đề 'chệch hướng chủ nghĩa xã hội'. Tuy nhiên, trong nội bộ lãnh đạo không một ai có thể đưa ra một định nghĩa toàn hảo. Vấn đề nằm dưới nhiều góc độ khác nhau, và do thói quen tùy tiện giải thích theo cách tiếp thu vấn đề sao cho phần lợi nhất về mình. Lúc đó, có hai cái nhìn khác nhau về chệch hướng.

Thứ nhất là nhìn chệch hướng xã hội chủ nghĩa dưới góc điều hành thực tế của nhà nước. Đó là tình trạng nhũng lạm, thiếu kiến thức, kém khả năng, làm ăn vô lối, luật lệ có cũng như không, đứng đầu là trong hệ thống quốc doanh. Nói chung, nguyên nhân chệch hướng nằm ở chỗ lòng tham là quy luật, đảng uỷ là môi trường, còn hậu quả là làm thấp chỉ số phát triển của nhà nước và đi ngược xu thế phát triển của thế giới.

Thứ hai là nhìn chệch hướng xã hội chủ nghĩa dưới góc bảo vệ quyền lực đảng. Theo đó, quốc doanh vẫn phải giữ vai trò chủ đạo, đảng uỷ vẫn là cốt lõi của mọi quyết định, trên mọi địa hạt. Nói chung, chệch hướng là làm vuột quyền quản trị ra khỏi tầm tay của đảng.

Những quan niệm khác nhau về chệch hướng đã hình thành hai khuynh hướng đảng quyền và nhà nước quyền (còn gọi là pháp quyền) trong thượng tầng lãnh đạo mà tiêu biểu là sự tranh chấp về tốc độ đổi mới giữa phe Đỗ Mười - Lê Đức Anh và phe Võ Văn Kiệt. Sự tranh chấp này bùng nổ lớn trong tiến trình chuẩn bị đại hội đảng kỳ VIII vào tháng 6-1996, qua hai văn kiện tiêu biểu của hai phe như sau:

Tài liệu 'tối mật' của Võ Văn Kiệt gửi Bộ chính trị ngày 9-8-1995, ngay sau khi kết thúc hội nghị lần thứ 8 của Trung ương đảng bàn về công tác lý luận và chuẩn bị nội dung báo cáo chính trị đại hội VIII vào tháng 1 năm 1995, được coi là quan điểm tiêu biểu của khuynh hướng nhà nước quyền, có bốn nội dung đáng chú ý:

- Về tình hình thế giới, Võ Văn Kiệt cho rằng: '*Trong thế giới ngày nay, không phải mâu thuẫn đối kháng giữa chủ nghĩa xã hội và chủ nghĩa đế quốc, mà trước hết là tính đa dạng, đa cực trở thành nhân tố nổi trội nhất, chi phối những mâu thuẫn và sự mâu thuẫn của các mối quan hệ giữa mọi quốc gia trên thế giới. Và cũng khác với trước, ngày nay lợi ích quốc gia, lợi ích khu vực, những lợi ích toàn cầu (ví dụ hòa bình, vấn đề môi sinh, vấn đề phát triển...) đóng vai trò ngày càng quan trọng hơn trong việc phát triển những mâu thuẫn cũng như trong việc tạo ra những tập hợp lực lượng mới ngày nay trên thế giới*'.

Liên hệ đến các nước Trung Quốc, Bắc Triều Tiên và Cu Ba, Võ Văn Kiệt đã viết: '*Sự thật hiện nay là bốn nước xã hội chủ nghĩa còn lại tuy có những mối quan hệ với nhau ở mức độ nhất định, song không thể hành động và không có giá trị trên trường quốc tế như một lực lượng kinh tế và chính trị thống nhất... Nói riêng quan hệ Việt Nam - Trung Quốc, Việt Nam - Cộng hòa nhân dân Triều Tiên thì chất quốc gia lấn át (nếu chưa muốn nói là loại bỏ) tính chất xã hội chủ nghĩa trong mối quan hệ giữa những nước này. Thậm chí trong quan hệ Việt Nam - Trung Quốc tồn tại không ít điểm nóng*'.

- Về các thành phần kinh tế, Võ Văn Kiệt chủ trương nâng cao vai trò kinh tế tư doanh, thu nhỏ các hoạt động kinh tế của quốc doanh. Ông Kiệt đã viết: '*Chúng ta phải chủ trương đối xử bình đẳng với tất cả các thành phần kinh tế, chúng ta chấp nhận không đặt ra cho các thành phần kinh tế bất kỳ giới hạn phát triển nào, miễn là sự phát triển ấy cân đối, hài hòa, ổn định nằm trong khuôn khổ luật pháp... Trong tinh thần đó, trừ một số lãnh vực quan hệ đến an ninh quốc phòng và phát triển cơ sở hạ tầng (bao gồm các mặt xã hội) không nên và không thể đặt vấn đề ưu tiên kinh tế quốc doanh nhiệm vụ nắm giữ mọi thứ gì đó như chúng ta đã thường làm trong cơ chế quản lý cũ'*.

- Về cải cách hành chánh, Võ Văn Kiệt chủ trương tách sự chi phối của đảng ra khỏi bộ máy nhà nước. Ông Kiệt viết: *'Đã đến lúc bộ máy quản lý nhà nước các ngành và các cấp phải đoạn tuyệt với cơ chế chủ quản và với bất kỳ hoạt động kinh tế nào, phải được cải cách để làm đúng chức năng quản lý nhà nước. Phải xem đó là nội dung chủ yếu của nhiệm vụ cải cách hành chánh'*.

- Về xây dựng đảng, Võ Văn Kiệt chủ trương đảng nên bỏ ngọn cờ *'xây dựng chủ nghĩa xã hội'* mà thay bằng ngọn cờ dân tộc và dân chủ. Ông Kiệt đề nghị:*'Trong thực tiễn, đảng ta đang đứng trước yêu cầu phải đẩy mạnh đấu tranh chống các hiện tượng vô chính phủ, cục bộ bản vị (đặc biệt trong lãnh vực kinh tế), đồng thời phải nghiêm túc thực hiện những nguyên tắc dân chủ trong đảng'*.

Nếu những đề nghị của Võ Văn Kiệt được thi hành thì cơ chế chính ủy không còn, nghĩa là chỉ có những người trong cơ cấu nhà nước là có quyền và có lợi, vì thực tế điều hành mọi việc theo 'luật'. Người cầm đầu nhà nước sẽ đứng đầu đảng. Phía đảng quyền chỉ còn trên lý thuyết là có nhiệm vụ hàng đầu là làm cho cơ quan của mình lo tròn chức năng quyền hạn của nhà nước giao. Kết luận sau cùng của tài liệu 'tối mật' gửi bộ chính trị, ông Kiệt chủ trương: *phải đẩy mạnh nhà nước pháp quyền.*

Ngược lại, bản văn dài 52 trang Dự Thảo Báo Cáo Chính Trị của Trung ương đảng khóa VII đọc trong đại hội toàn đảng kỳ VIII được coi là những quan điểm tiêu biểu của phe đảng quyền, có nội dung hoàn toàn đối nghịch lại các điều đề nghị của Võ Văn Kiệt trong tài liệu 'tối mật' gửi Bộ chính trị. Quan điểm của phe đảng quyền, đứng đầu bởi các ông Đỗ Mười, Lê Đức Anh, Đào Duy Tùng đã chủ trương như sau:

- Về tình hình thế giới, dự thảo báo cáo chính trị của phe Đỗ Mười cho rằng: *'Sự sụp đổ của chế độ xã hội chủ nghĩa ở Liên Xô và các nước Đông Âu khiến chủ nghĩa xã hội tạm thời lâm vào thoái trào, nhưng điều đó không làm thay đổi tính chất của thời đại. Loài người vẫn ở trong thời đại quá độ từ chủ nghĩa tư bản lên chủ nghĩa xã hội... Đấu tranh dân tộc và đấu tranh giai cấp tiếp tục diễn ra dưới nhiều hình thức'*.

- Về chính sách đối với các thành phần kinh tế, dự thảo báo cáo chính trị của phe Đỗ Mười chủ trương: *'Chủ động đổi mới, phát triển và nâng cao hiệu quả kinh tế nhà nước (quốc doanh), kinh tế hợp tác. Kinh tế nhà nước đóng vai trò chủ đạo trong nền kinh tế'*.

- Về chấn chỉnh đảng, dự thảo báo cáo chính trị viết: *'Khẳng định tư tưởng Hồ Chí Minh cùng với chủ nghĩa Mác Lênin là nền tảng tư tưởng và kim chỉ nam cho hành động của đảng... Giữ vững nguyên tắc dân chủ tập trung, tập thể lãnh đạo cá nhân phụ trách...'*

Những khác biệt quan điểm giữa phe Đỗ Mười - Lê Đức Anh và phe Võ Văn Kiệt nói trên, đã dẫn đến những đấu đá trong nội bộ mà ông Đỗ Trung Hiếu đã mô tả là tình trạng: *kéo bè kéo cánh thanh trừng, sát phạt nhau trong nội bộ đảng bằng đủ thủ đoạn, biện pháp: cô lập, thuyên chuyển, cách chức, khai trừ đảng, lao động cải tạo, tù đày giết chết.* Phe nào cũng nhân danh bảo vệ cách mạng, bảo vệ đảng, bảo vệ chủ nghĩa Mác -Lênin, tư tưởng Hồ Chí Minh và đổi mới để tấn công lẫn nhau.

Điển hình như vụ Vũ Ngọc Hải, Ủy viên Trung ương đảng, Bộ trưởng Năng lượng, là người có công giúp Võ Văn Kiệt thực hiện đường dây tải điện Nam Bắc vào năm 1992. Đây là dự án kinh tế táo bạo nhất của ông Kiệt nhưng đã bị phe nhóm của Đỗ Mười - Lê Đức Anh ở miền Bắc chống đối kịch liệt. Hậu quả là Vũ Ngọc Hải bị phe đảng quyền truy tố ra tòa vì tội tham nhũng 4.000 tấn sắt. Vũ Ngọc Hải bị 6 tháng tù và bị đuổi ra khỏi Trung ương đảng. Nhưng đến khi hoàn tất đường dây tải điện Bắc Nam vào giữa năm 1995, ông Kiệt đã vào tận nhà tù gắn huy chương công trạng cho ông Vũ Ngọc Hải.

Vụ thứ hai là ông Nguyễn Hà Phan bị khai trừ ra khỏi đảng vì bị tố cáo là cộng tác với chính quyền Ngô Đình Diệm lúc Nguyễn Hà Phan hoạt động du kích ở miền Nam trong thập niên 60, đồng thời, Đào Duy Tùng bị 'đông lạnh' các trách vụ trong đảng vì đã bao che và cất nhắc Nguyễn Hà Phan vào Bộ chính trị. Sự thất sủng của Nguyễn Hà Phan và Đào Duy Tùng là đòn trả thù của phe nhà nước nhằm loại bỏ sự khống chế của hai nhân vật này trong tiến trình chuẩn bị đại hội đảng kỳ VIII, điển hình là việc Đào Duy Tùng loại bỏ các ý kiến của ông Kiệt trong lá thư 'tối mật' gửi Bộ chính trị, khi ông Tùng gửi bản dự thảo báo cáo chính trị cho các đảng bộ học tập vào tháng 11-1995.

Những vụ xung đột nói trên đã khiến Đào Duy Tùng, lúc đó đang là Ủy viên thường trực ban bí thư bị tai biến mạch máu não. Thượng tướng Lê Khả Phiêu, Chủ nhiệm Tổng cục chính trị, vừa mới được đưa vào Bộ chính trị đã được các ông Đỗ Mười, Lê Đức Anh cử ra thay thế vai trò của Đào Duy Tùng. Trong Hội nghị Trung Ương Đảng vào tháng 4-1996, Đỗ Mười và Lê Đức Anh muốn rút lui khỏi vị trí quyền lực, giao quyền lại cho ba nhân sự là Lê Khả Phiêu - Nông Đức Mạnh - Trần Đức Lương lên thay thế, nên cả hai đã âm mưu khuyến dụ Võ Văn Kiệt cùng rút lui. Tuy nhiên ông Kiệt phản đối, cho là mình được tín nhiệm với số phiếu quá bán của các ủy viên Trung ương đảng nên đòi tiếp tục thêm một nhiệm kỳ. Sự phản đối của ông Kiệt làm cho Đỗ Mười và Lê Đức Anh phải suy tính lại bằng cách từ bỏ ý định rút lui, cùng ở lại để chia quyền lực với phe Võ Văn Kiệt. Kết quả, Đại hội đảng Cộng sản Việt Nam kỳ VIII tổ chức từ ngày 22 đến 26-6-1996, bộ ba Mười - Anh - Kiệt vẫn tiếp tục ở lại vị trí lãnh đạo đảng với Đỗ Mười làm Tổng Bí Thư, Lê Đức Anh làm Chủ Tịch Nước, Võ Văn Kiệt làm Thủ tướng, Nông Đức Mạnh làm Chủ tịch Quốc hội và Lê Khả Phiêu làm Thường trực Ban Bí Thư.

Từ khi Lê Khả Phiêu lên nắm chức vụ Ủy viên thường trực Ban bí thư và được sự hậu thuẫn của cánh quân đội, nhất là được Đỗ Mười chọn làm người thay thế, Phiêu bắt đầu xây dựng quyền lực riêng cho phe nhóm mình. Bề ngoài, Lê Khả Phiêu làm việc rất sát và nghe theo lời hướng dẫn của bộ ba Mười - Anh - Kiệt; nhưng bên trong, Phiêu âm thầm thực hiện kế hoạch đảo chánh, bằng cách khai thác sự xung đột giữa Đỗ Mười và Võ Văn Kiệt để sắp xếp sự ra đi của hai nhân vật này. Đầu tiên là cuộc bầu cử Quốc hội khóa IX vào tháng 7-1997, Lê Khả Phiêu đã vận động Đỗ Mười, Lê Đức Anh và Võ Văn Kiệt không ra ứng cử đại biểu quốc hội. Sự vận động của Phiêu đáp ứng ý muốn của Đỗ Mười là ông Kiệt phải về hưu khi không ra ứng cử đại biểu quốc hội, tức từ nhiệm vai trò Thủ tướng. Vì thế trong Hội nghị Trung ương đảng lần thứ tư khóa VIII, từ ngày 22 đến 26-12-1997, Đỗ Mười tuyên bố giao chức vụ Tổng Bí Thư cho Lê Khả Phiêu; bộ ba

Đỗ Mười, Lê Đức Anh, Võ Văn Kiệt rút ra khỏi Bộ chính trị và Trung ương đảng, trở thành cố vấn cho Ban chấp hành trung ương mà thôi. Mặc dù được ban chấp hành Trung ương đảng khóa VIII bỏ phiếu tín nhiệm vai trò Tổng Bí Thư thay thế Đỗ Mười, nhưng sự "đăng quang" của Lê Khả Phiêu đã không mấy vinh quang. Chức vụ Tổng Bí Thư của Phiêu đã không được bầu lên từ một Đại Hội Toàn Đảng chính thống mà do Đỗ Mười 'ban phát', nên ảnh hưởng của Lê Khả Phiêu ở trong đảng không mạnh bằng bộ ba Mười - Anh - Kiệt.

Với vị trí cố vấn ban chấp hành trung ương đảng, các ông Đỗ Mười, Lê Đức Anh và Võ Văn Kiệt đã tham gia các buổi họp của ban chấp hành Trung ương đảng và Bộ chính trị. Ý kiến của bộ ba này chi phối lên nhiều quyết định quan trọng của Trung ương đảng khiến họ trở thành một loại thái thượng hoàng. Đương nhiên Lê Khả Phiêu đã không ngồi bó tay. Phiêu một mặt phát động rầm rộ công tác chống tham nhũng mà mục tiêu là tấn công vào những sào huyệt tham nhũng nằm trong sự chi phối của Đỗ Mười, Lê Đức Anh và Võ Văn Kiệt, đồng thời vận động Ban chấp hành Trung ương bãi bỏ cơ chế cố vấn của ban chấp hành trung ương để loại bỏ quyền lực của nhóm thái thượng hoàng. Song song, Phiêu tìm chỗ dựa vào Bắc Kinh như cái phao an toàn hầu chống lại nhóm thái thượng hoàng. Để được Bắc Kinh bảo hộ, Phiêu chỉ thị cho Bộ ngoại giao chấp nhận những đòi hỏi của Bắc Kinh, nhanh chóng khai thông các cuộc đàm phán về biên giới và lãnh hải với Trung Quốc đã bị đông lạnh từ năm 1995, ngược lại Trung Quốc sẽ giúp Phiêu củng cố quyền lực trong nội bộ đảng, đồng thời đẩy mạnh quan hệ mậu dịch giữa hai nước.

Do chỉ thị của Lê Khả Phiêu, Bộ ngoại giao Cộng sản Việt Nam đã nhượng một phần đất trên vùng biên giới cho Bắc Kinh qua hiệp ước biên giới ký với Trung Quốc vào ngày 30-12-1999, đồng thời nhượng một số lãnh hải trên vùng Vịnh Bắc Việt qua Hiệp định về phân định Vịnh Bắc Việt ký với Trung Quốc vào ngày 25-12-2000. Do việc ra lệnh ký hai hiệp ước với Bắc Kinh, Lê Khả Phiêu đã được Trung Quốc yểm trợ tối đa để có thể giữ vững ghế Tổng bí thư trong đại hội đảng kỳ IX vào năm 2001. Bắc Kinh đã cử Hồ Cẩm Đào, lúc đó là Phó chủ tịch nước dẫn một phái đoàn hùng hậu sang tham dự đại hội đảng Cộng sản Việt Nam vào tháng 4-2001 cũng như ký nhiều văn kiện hợp tác quan trọng giữa Cộng sản Việt Nam và Trung Quốc trong thời kỳ này. Tuy nhiên, Lê Khả Phiêu đã bị phe nhóm thái thượng hoàng, nhất là hai ông Đỗ Mười và Lê Đức Anh tấn công dữ dội. Thậm chí cả Mười lẫn Anh đã rỉ tai trong hàng ngũ lãnh đạo rằng Phiêu đã bị Bắc Kinh mua chuộc và đã nhượng một phần lớn đất đai cho Trung Quốc qua hai hiệp ước nói trên. Với đòn tấn công Lê Khả Phiêu là tay sai của Bắc Kinh, Đỗ Mười và Lê Đức Anh đã đặt Phiêu vào tình thế nguy kịch với tội phản quốc. Vì thế Phiêu đã phải tự rút lui, không ra ứng cử Tổng Bí Thư trong đại hội trù bị trước khi đại hội đảng kỳ IX khai diễn chính thức. Đương nhiên khi Phiêu rút lui khỏi chức vụ Tổng bí thư, cả bộ ba Đỗ Mười, Lê Đức Anh và Võ Văn Kiệt cũng mất luôn ghế cố vấn ban chấp hành Trung ương đảng vì sự yêu cầu của Phiêu.

Sau khi Lê Khả Phiêu rút lui, trong cuộc bầu chọn thử tại Hội nghị trù bị đại hội IX, Nông Đức Mạnh được phiếu cao nhất, kế đến là Trần Đức Lương và Nguyễn Văn An. Lúc đầu Nông Đức Mạnh không dám nhận ghế Tổng bí thư vì sợ sẽ trở thành nạn nhân của những tranh đoạt quyền lực trong thời gian tới; nhưng sau cùng Mạnh đã chấp nhận ra làm Tổng bí thư vì áp lực của thành phần đứng giữa trong Trung ương đảng vào lúc đó. Khi Mạnh lên làm Tổng bí thư, nội tình đảng Cộng sản Việt Nam có những xáo trộn đáng kể:

Một là hàng ngũ lãnh đạo không có nhân vật nào có khả năng thâu tóm quyền lực. Cả Nông Đức Mạnh (Tổng bí thư), Trần Đức Lương (Chủ tịch nước), Phan Văn Khải (Thủ tướng), Nguyễn Văn An (Chủ tịch Quốc hội) đều sàng sàng ngang nhau theo kiểu "cá mè một lứa", nên mạnh ai nấy hành xử quyền lực riêng, tạo ra nhiều phe nhóm với nạn tham ô, những lạm đầy dẫy ở mọi cấp. Đây là thời kỳ phát sinh ra nạn tham nhũng nhiều nhất so với các năm vừa qua.

Hai là bộ ba Đỗ Mười, Lê Đức Anh và Võ Văn Kiệt tuy không nắm giữ chức vụ nào ở trong đảng và chính phủ nhưng vẫn còn có khả năng chi phối lên trên các quyết định của đảng, nhất là những sắp xếp nhân sự và những vấn đề đối ngoại giữa Hoa Kỳ và Trung Quốc. Chính vì thế mà các quyết định của trung ương hay của bộ chính trị không còn được tuyệt đối tôn trọng như xưa và quyền lực của Bộ chính trị luôn bị thách đố.

Ba là Hoa Kỳ và Trung Quốc đều nhúng tay trong việc lôi kéo hàng ngũ lãnh đạo ngả theo Bắc Kinh hay Hoa Thịnh Đốn. Những xung đột giữa nhóm Võ Nguyên Giáp và Lê Đức Anh qua vụ Tổng

Cục 2 trong mấy năm vừa qua cho thấy là vấn đề không đơn thuần chỉ là những tranh chấp quyền lực giữa các phe trong việc sử dụng bộ phận tình báo để triệt hạ nhau, mà nhiều phần là bị khuynh loát bởi những thế lực từ bên ngoài, khiến nội vụ giằng dai và bất phân thắng bại.

Bốn là thành phần cán bộ trung tầng trong các cơ quan đảng và nhà nước đã bất chấp thành phần lãnh đạo trong Bộ chính trị hay Trung ương đảng, tự kết thành bè nhóm và tạo ra những giang sơn riêng để bòn rút tài sản quốc gia làm của riêng. Dưới thời Nông Đức Mạnh, những ổ tham nhũng mang tính cách tập thể và do các cán bộ trung tầng chỉ huy như vụ tham nhũng ở Tổng cục dầu khí, Tổng cục điện lực miền Nam, vụ PMU 18 của Bộ giao thông vận tải.... cho thấy là các nhóm quyền lực dần dần tạo thành những sứ quân ở trong đảng.

Ngoài những nhược điểm nảy sinh trong chính thượng tầng lãnh đạo, đảng Cộng sản Việt Nam còn đối diện với hai khó khăn khác là: 1/Sự tê liệt hoạt động của các cơ sở đảng và 2/Sự công khai phê phán và bất phục lãnh đạo của hàng ngũ đảng viên các cấp. Theo báo cáo của Trưởng Ban tổ chức Trung ương đảng Cộng sản thì sinh hoạt của các cơ sở đảng trở nên nhạt nhẽo và không còn ý nghĩa. Sự gia nhập làm đảng viên không phải vì lý tưởng của chủ nghĩa cộng sản mà vì nhu cầu thăng chức hay để được đề bạt vào những trách vụ lãnh đạo. Do đó sinh hoạt đảng hiện nay chỉ là hình thức, chỉ còn là nơi để trao đổi chức quyền giữa một số người. Chính lề lối sinh hoạt như vậy khiến nội bộ đảng Cộng sản trở nên bời rời, mất đoàn kết và hành xử theo từng phe nhóm. Trong hoàn cảnh như vậy, đảng Cộng sản Việt Nam không còn hoạt động theo lý tưởng mà tất cả chạy theo lợi nhuận và đồng Mỹ Kim.

Mặt khác, quân đội và những cựu chiến binh là xương sống của đảng Cộng sản Việt Nam. Đây là thành phần đã góp phần xây dựng nên đảng Cộng sản Việt Nam từ năm 1945, trải qua hai cuộc chiến chống Pháp (1946 - 1954) và chống Mỹ (1954 - 1975). Nhưng ngày nay, quân đội đã bị phân hóa thành nhiều phe, từ sự bất mãn và chống đối ra mặt của thành phần cựu chiến binh, nhất là nhóm cựu kháng chiến Nam Bộ, cho đến sự xung đột giữa hai cánh quân đội qua vụ án Tổng cục 2 trong Bộ quốc phòng, đại diện bởi hai ông Võ Nguyên Giáp và Lê Đức Anh, là chỉ dấu cho thấy sự phân liệt trong hàng ngũ lãnh đạo đã ở mức trầm trọng. Tình hình này đã khiến cho suốt nhiệm kỳ lãnh đạo của Trung Ương Đảng khóa IX (2001 - 2006) nói chung và của Tổng bí thư Nông Đức Mạnh nói riêng rơi vào hoàn cảnh của một đám "lục bình" trôi sông. Tình hình này cũng sẽ tiếp tục xảy ra trong nhiệm kỳ mới của Trung Ương Đảng khóa X (2006-2011, với ba viễn cảnh:

Thứ nhất, bộ ba Đỗ Mười, Lê Đức Anh, Võ Văn Kiệt sẽ tiếp tục chi phối một số cán bộ đàn em trong các ban ngành để ảnh hưởng lên các chính sách, đường lối và việc bổ nhiệm nhân sự trong bộ máy đảng và nhà nước trong thời gian tới. Đặc biệt là sự xung đột về đường lối giữa phe Đỗ Mười (tiếp tục giữ chặt ngọn cờ xã hội chủ nghĩa) và phe Võ Văn Kiệt (mở rộng kinh tế thị trường và dân chủ trong đảng) sẽ gia tăng, tạo ra tình trạng phân hóa ngày một gay gắt hơn trong nội bộ. Sự kiện Võ Văn Kiệt không tham dự ngày khai mạc Đại hội X diễn ra từ ngày 18 đến 25-4-2006 là một chỉ dấu cho thấy Kiệt và nhóm cán bộ miền Nam sẽ không ngồi yên mà sẽ tìm cách gây khó khăn cho nhóm lãnh đạo hiện này, dù phe Đỗ Mười, Lê Đức Anh đã thắng thế trong việc kềm hãm hướng đi của đảng Cộng sản Việt Nam trong năm năm tới để đi gần với Bắc Kinh.

Thứ hai, do chủ trương trẻ trung hóa thành phần trung ương đảng dưới 60 tuổi kể từ khóa X, thành phần cán bộ trẻ sẽ tạo thành một khuynh hướng thực dụng ở trong đảng, cố tách ra khỏi ảnh hưởng của nhóm thái thượng hoàng, mở rộng các trao đổi với Hoa Kỳ lẫn Trung Quốc để tạo một thế đứng chính trị mới trong đảng. Tuy nhiên, vì nhóm này không có thực quyền nên không có ảnh hưởng nhiều để lèo lái Trung Ương đảng, ngược lại có thể sẽ bị "Hoa Kỳ" hay "Trung Quốc" điều hướng để phục vụ cho quyền lợi của những thế lực bên ngoài. Đây là một thực tế đang xảy ra khi cả Hoa Kỳ lẫn Trung Quốc đều nhìn ngó Việt Nam như một ẩn số chính trị. Đối sách chính trị của Cộng sản Việt Nam ở Đông Dương có thể làm cho cán cân ảnh hưởng nghiêng về Bắc Kinh hay Hoa Thịnh Đốn nếu Hà Nội kiên quyết duy trì ảnh hưởng chính trị được thiết lập tại khu vực này trong suốt nhiều thập niên qua.

Thứ ba, do không có khả năng vượt trội và không muốn mất quyền, các phe nhóm tiếp tục thỏa hiệp như trong thời gian qua bằng cách tiếp tục duy trì sự lãnh đạo của những nhân sự 'ba phải' như các ông Nông Đức Mạnh, Nguyễn Tấn Dũng, Nguyễn Minh Triết, để mỗi phe cai quản từng lãnh vực, từng ngành, từng địa phương theo kiểu sứ quân cho đến khi một phe nào đó đủ mạnh, vươn lên giành thế chủ động xoay đổi thế trận có lợi cho phe mình, hoặc là các nhóm sẽ bị tan rã vì không còn khả năng ứng phó trước những đòi hỏi của các phong trào đấu tranh quần chúng.

Trong ba viễn cảnh nói trên, sau Đại hội toàn đảng kỳ X, đảng Cộng sản Việt Nam sẽ rơi vào viễn cảnh số ba. Đây là viễn cảnh thường xảy ra vào giai đoạn cuối trào của các đảng Cộng sản như tại Hung Gia Lợi, Bulgaria và Tiệp Khắc vào năm 1989 khi trong hàng ngũ lãnh đạo không có một nhân sự nào đủ tầm vóc, đứng lên thâu tóm quyền lực trong lúc nội bộ đảng bị biến chất theo màu xanh của Đô La Mỹ.

2/ NHỮNG CHỐNG ĐỐI CỦA CÁC LỰC LƯỢNG ĐỐI KHÁNG

Khác với các phong trào đấu tranh tại Đông Âu hay Liên Xô cũ, những lực lượng chống chế độ Cộng sản tại Việt Nam đã xuất hiện ngay từ lúc đảng Cộng sản đặt ách cai trị lên toàn thể Việt Nam sau tháng 4 năm 1975. Nghĩa là các lực lượng đấu tranh tại Việt Nam đã xuất hiện rất sớm ngay sau khi đảng Cộng sản cưỡng chiếm miền Nam Việt Nam, và tiếp tục duy trì các hoạt động dưới nhiều hình thức cho đến ngày hôm nay. Tuy nhiên, vì hoạt động trong một xã hội bị bưng bít toàn diện, dưới sự cai trị ác độc của một tập đoàn hiếu chiến và ngoan cố, các lực lượng đối kháng tại Việt Nam đã gặp rất nhiều khó khăn trong việc liên lạc, tiếp vận và phối hợp các hoạt động đấu tranh, nhất là có nhiều người đã hy sinh hay phải trải qua nhiều năm tháng trong lao tù khắc nghiệt của chế độ Hà Nội. Tính cho đến ngày hôm nay, các lực lượng đấu tranh chống lại chế độ Cộng sản Việt Nam trải qua bốn thời kỳ đáng chú ý:

Từ năm 1975 cho đến năm 1987:

Đây là thời kỳ xuất hiện rất nhiều tổ chức kháng chiến tại Việt Nam và các lực lượng đấu tranh tại hải ngoại, trong khung cảnh của thời chiến tranh lạnh. Ở trong nước, đa số các tổ chức kháng cự được thành lập vào thời điểm ngay sau khi miền Nam Việt Nam sụp đổ bởi những người không chấp nhận lệnh đầu hàng của tướng Dương Văn Minh cũng như không chấp nhận sự cai trị của đảng Cộng sản Việt Nam. Ở hải ngoại, những lực lượng đấu tranh được thành lập bởi những người tỵ nạn cộng sản, nhưng đa số tập trung vào các cuộc vận động nhân quyền và hỗ trợ những lực lượng kháng cự tại quê nhà. Nỗ lực chính yếu của các lực lượng đấu tranh vào thời gian này là tìm cách liên lạc để tạo cái bắt tay giữa các lực lượng ở trong và ở ngoài Việt Nam, để có thể hỗ trợ và nuôi dưỡng trận thế đấu tranh lâu dài.

Vì phải xây dựng lại lực lượng đấu tranh từ con số không trong bối cảnh buông xuôi của mọi người sau khi miền Nam Việt Nam sụp đổ nên vào thời kỳ này, do thiếu phương tiện và nhất là thiếu một sách lược đấu tranh đường dài để phối hợp các nỗ lực đấu tranh chung ở trong và ngoài nước, đa số các tổ chức kháng cự dễ dàng bị tiêu diệt hay bị phá vỡ bởi lực lượng quân sự của Cộng sản Việt Nam. Hơn thế nữa, hầu hết lãnh tụ của các đảng phái, các nhà lãnh đạo tôn giáo, và nhất là hàng trăm ngàn sĩ quan, binh sĩ trong quân lực Việt Nam Cộng Hòa bị tập trung trong các trại tù cải tạo, trong khi dân chúng lại còn quá sợ những đòn khủng bố và đe dọa của công an khu vực, nên các lực lượng đấu tranh chưa có thể tạo những động lượng thay đổi khi biến cố Đông Âu xảy ra.

Từ năm 1988 đến năm 1994:

Đây là thời kỳ xuất hiện nhiều tiếng nói đối kháng trong lòng chế độ Cộng sản Việt Nam đứng lên đòi đa nguyên đa đảng, đòi tự do tư tưởng, tự do ngôn luận cũng như phê phán các chính sách sai lầm của đảng Cộng sản Việt Nam một cách gay gắt. Đặc điểm của thời kỳ này là sự xuất hiện của hai thành phần văn nghệ sĩ trí thức và cựu chiến binh đã từng phục vụ trong guồng máy xã hội chủ nghĩa. Thành phần văn nghệ sĩ trí thức đã khai thác chính sách cởi mở của Nguyễn Văn Linh để phê phán các tệ đoan xã hội do guồng máy cai trị độc tài độc đảng gây ra, đồng thời bút chiến với các nhà lý luận Mác - Xít về vấn đề đa nguyên xã hội. Trong khi đó, thành phần cựu chiến binh, đặc biệt là nhóm kháng chiến Nam bộ cũng đã khai thác những thay đổi vá víu của chế độ qua các biện pháp đổi mới được đảng cộng sản Việt Nam thực hiện từ năm 1986 để đưa ra những đòi hỏi cải cách chính trị, chấp nhận tự do ngôn luận, tự do lập hội...

Vào thời kỳ này, các đoàn thể, đảng phái, Cộng đồng người Việt tại hải ngoại cũng đã khai dụng được các phong trào đấu tranh của người dân tại Đông Âu, cho ra đời nhiều phong trào đấu tranh giành lại tự do dân chủ cho Việt Nam tại các thành phố lớn ở hải ngoại, với hai mục tiêu 1/Hỗ trợ các nỗ lực đối kháng tại quốc nội; b/Mở rộng mặt trận quốc tế vận để tố cáo các hành động đàn áp nhân quyền tại Việt Nam. Nhờ sự xuất hiện đồng loạt và trải rộng trên nhiều địa bàn hải ngoại, các phong trào giành tự do dân chủ tại Việt Nam đã không chỉ tạo một không khí đấu tranh tích cực trong cộng đồng người Việt ở hải ngoại vào lúc này mà còn ngăn chặn được phần nào những đòn khủng bố của Cộng sản Việt Nam đối với sự lên tiếng đấu tranh của các nhà đối kháng, các vị lãnh đạo tôn giáo ở trong nước.

Từ năm 1995 đến năm 2002:

Đây là thời kỳ khởi sắc nhất của lực lượng đối kháng qua sự liên hợp giữa các nhà đối kháng, các vị lãnh đạo tôn giáo với các tổ chức, đảng phái đấu tranh, bằng sự gia tăng việc công khai phê phán chế độ và công khai thách đố bộ máy công an, với những hỗ trợ và áp lực đấu tranh tạo được từ hải ngoại. Trong thời kỳ này, các nỗ lực đối kháng có ba đặc điểm:

Đặc điểm 1: Nhiều lực lượng đã cùng nhau nỗ lực tạo thế liên kết đấu tranh trong ngoài dưới hình thức xây dựng một liên minh dân tộc hầu tạo sức mạnh tổng hợp để đối đầu công khai với đảng Cộng sản Việt Nam. Nỗ lực này khởi đầu từ cuối năm 1994, đại diện một số tổ chức như Tổ Chức Phục Hưng Việt Nam, Mặt Trận Quốc Gia Thống Nhất Giải Phóng Việt Nam, Liên Minh Quang Phục Việt Nam đã gặp gỡ, trao đổi về hiện tình đất nước và thảo luận phương thức phối hợp hoạt động nhiều đoàn thể nhưng vẫn giữ sắc thái độc lập của mỗi tổ chức. Những trao đổi này sau đó đã được sự đồng tình của các tổ chức đấu tranh khác như Hội Đồng Việt Nam Tự Do, Nghị Hội Người Việt Toàn Quốc Hoa Kỳ, Liên Minh Việt Nam Tự Do. Tháng Giêng năm 1995, sáu tổ chức nói trên đã liên lạc với 5 Cộng đồng gồm Cộng Đồng Người Việt Tự Do Liên Bang Úc Châu, Cộng Đồng Việt Nam tại Hoa Kỳ, Cộng Đồng Người Việt Tỵ Nạn Cộng Sản Tại Hòa Lan, Liên Hội Người Việt Tại Gia Nã Đại, Hiệp Hội Người Việt Tại Nhật, tiến đến việc hình thành Ủy ban vận động tổ chức Hội Nghị Liên Kết Người Việt Tự Do vào tháng 4-1995, đánh dấu 20 năm đấu tranh cho tự do dân chủ tại Việt Nam. Hội Nghị Liên Kết Người Việt Tự Do Kỳ I đã được tổ chức trong ba ngày 14, 15 và 16-4-1995, quy tụ 80 đại biểu của 38 đoàn thể, tổ chức, cộng đồng và tôn giáo của người Việt tự do trên khắp năm châu về tham dự tại Thủ đô Hoa Thịnh Đốn, Hoa Kỳ. Hội Nghị Kỳ I lấy chủ đề Dân Chủ Cho Việt Nam và đã đã vạch ra bốn chủ trương:

a/ Tích cực phát huy tinh thần liên kết trong quyết tâm đấu tranh cho tự do, dân chủ và nhân quyền của dân tộc Việt Nam; b/Nỗ lực yểm trợ các hoạt động phản kháng đích thực từ trong lòng chế độ Cộng sản Việt Nam; c/Thành lập Ủy ban liên lạc để đáp ứng nhu cầu thông tin và phối hợp hành động giữa các cộng đồng và tổ chức người Việt hải ngoại, đồng thời tiếp tục nỗ lực liên kết ngày một gắn bó giữa các thành phần dân tộc; d/Cam kết tích cực hợp tác và hỗ trợ các công tác đấu tranh đã, đang và sẽ thực hiện bởi các thành viên Hội nghị. Kể từ sau Hội Nghị Kỳ I, Ủy ban liên lạc đã phối hợp tổ chức Hội Nghị Liên Kết liên tục trong các năm 1996, 1998, 2000 để thắt chặt sự đoàn kết giữa các đoàn thể và tiến hành những công tác hỗ trợ các tiếng nói đấu tranh tại Việt Nam.

Đặc điểm 2: Các lực lượng tôn giáo đã không chỉ đấu tranh cho những nhu cầu riêng của mỗi Giáo Hội mà còn tiến đến việc liên kết và phối hợp chung trong mặt trận liên tôn ngay tại Việt Nam để đòi tự do tín ngưỡng. Sự kiện các vị lãnh đạo Phật Giáo (Hòa Thượng Thích Thiện Hạnh), Phật Giáo Hòa Hảo (Cụ Lê Quang Liêm) và Công Giáo (Linh Mục Nguyễn Văn Lý) gặp nhau tại Huế để bàn thảo về sự ra đời Ủy ban liên tôn đấu tranh cho tự do tôn giáo tại Việt Nam vào tháng 2-2001 là một nỗ lực mang tính cách lịch sử của việc liên kết giữa các tôn giáo trong thời kỳ này. Theo dự tính của quý Ngài thì Ủy ban liên tôn sẽ ra mắt trong dịp Tăng Đoàn Phật Giáo Thừa Thiên - Huế tổ chức Tuần Lễ Cầu Nguyện Hòa Bình Cho Thiên Niên Kỷ Mới tại Tổ Đình Từ Hiếu từ ngày 8 đến 14-2-2001. Tuy nhiên, sau cuộc gặp gỡ nói trên, Cộng sản Việt Nam đã ra lệnh quản chế cụ Lê Quang Liêm, trấn áp và ngăn chặn mọi nỗ lực liên lạc của Linh Mục Nguyễn Văn Lý nên Ủy ban liên tôn đã không thể thành hình.

Đặc điểm 3: Từ những nỗ lực đấu tranh đơn lẻ của từng cá nhân, các nhà đối kháng như các ông Trần Độ, Phạm Quế Dương, Trần Khuê, Hoàng Minh Chính, Hoàng Tiến, Tiến sĩ Nguyễn Thanh Giang, ông Trần Dũng Tiến... đã đứng tên chung trong những kiến nghị gửi cho nhà cầm quyền Hà Nội hay liên kết thành lập những hội, những nhóm biểu hiện các hành động công khai và đánh thẳng vào chế độ như Hội Nhân Dân Chống Tham Nhũng, Nhóm Dân Chủ...

Cũng trong thời kỳ này đã có sự xuất hiện một số nhà đối kháng trẻ như anh Lê Chí Quang, Nguyễn Vũ Bình, Phạm Hồng Sơn, Nguyễn Khắc Toàn, Đỗ Nam Hải, Nguyễn Chính Kết... và đã tạo một khí thế mới trong hàng ngũ những nhà đối kháng. Sự lên tiếng của các nhà đối kháng trẻ tại miền Bắc, đặc biệt là anh Lê Chí Quang, qua những bài viết vạch trần sự kiện lãnh đạo Hà Nội đồng lõa trong việc nhượng lãnh thổ và lãnh hải cho Trung Quốc qua hai Hiệp ước về biên giới và Hiệp định Vịnh Bắc Việt vào đầu năm 2001, khiến đảng Cộng sản Việt Nam lo sợ làn sóng chống đối gia tăng trong nội bộ đảng nên đã tung đòn trù dập, bắt giữ các nhà đối kháng trẻ và cả ông Trần Khuê và Phạm Quế Dương vào cuối năm 2002 về tội 'gián điệp'. Hành động này của Hà Nội đã tạo ra một sự phẫn nộ trong dư luận thế giới và Cộng đồng người Việt tại hải ngoại, với nhiều bản kiến nghị lên án cũng như phê phán hành động khủng bố chính trị của nhà cầm quyền Hà Nội từ các quốc gia và các đoàn thể người Việt, khiến Cộng sản Việt Nam phải chùn tay phần nào đối với các nhà đối kháng.

Từ năm 2003 Đến Nay:

Đây là thời kỳ mà những nỗ lực đối kháng đang có những kết hợp rộng lớn để chuẩn bị cho sự ra đời của một phong trào dân chủ tại Việt Nam. Trong giai đoạn đầu, phong trào không phải là một tập hợp có tổ chức quy củ, mang sứ mạng chính trị thuần tuý mà chỉ là môi trường nối kết mọi nỗ lực đấu tranh từ tôn giáo, văn hóa, chính trị cho đến xã hội, môi trường, giáo dục, kinh tế v.v... qua các dạng ký kiến nghị, đình công, lãng công, bãi thị, tố cáo, khiếu kiện... để bày tỏ nguyện vọng của từng thành phần quần chúng. Nhờ những nỗ lực đa dạng này, so với những thời kỳ trước, phương thức hoạt động và nội dung lên tiếng của các lực lượng đối kháng đã bắt đầu tạo ảnh hưởng lên quần chúng, qua một số đặc điểm đáng chú ý.

Thứ nhất là những hoạt động đấu tranh kiên trì cho mục tiêu phục hoạt của các vị lãnh đạo tôn giáo tại Việt Nam, khiến cho các quốc gia Tây phương, nhất là Hoa Kỳ đã coi tự do tôn giáo là một tiêu chuẩn duyệt xét quan trọng trong những quan hệ kinh tế với Cộng sản Việt Nam. Tôn giáo hiện đang là một áp lực đáng kể lên chế độ Hà Nội.

Việc Phan Văn Khải tiếp Đại Lão Hòa Thượng Thích Huyền

Quang, xử lý thường vụ Viện tăng thống Giáo Hội Phật Giáo Việt Nam Thống Nhất tại dinh Thủ tướng vào ngày 2-4-2003, thừa nhận một số sai lầm trong quá khứ đối với Giáo Hội và mong sự từ bi hỷ xả của Hòa Thượng đã tạo một bước tiến mới đối với các nỗ lực đấu tranh của Giáo Hội Phật Giáo Thống Nhất nói riêng và của các tôn giáo nói chung. Đó là sự khởi đầu cuộc vận động phục hoạt của các Giáo Hội và đẩy mạnh phong trào đòi tự do tín ngưỡng trên cả nước. Sự kiện Giáo Hội Phật Giáo Việt Nam Thống Nhất công khai tổ chức đại hội tại tu viện Nguyên Thiều vào ngày 1-10-2003 để suy cử đại lão Hòa Thượng Thích Huyền Quang lên ngôi vị Đệ Tứ Tăng Thống, đồng thời tái đề cử nhân sự trong Hội đồng Lưỡng viện mà không xin phép chế độ và cho đến nay đã thành lập xong nhiều Ban đại diện của Giáo Hội tại một số tỉnh như Thừa Thiên - Huế, Quảng Nam, Bình Định, Khánh Hòa, Bà Rịa - Vũng Tàu, Sài Gòn.... cho thấy Giáo Hội đang trên đà xây dựng những cơ sở quần chúng cho tiến trình phục hoạt khi thời cơ thuận tiện. Mặc dù Cộng sản Việt Nam đã dùng bạo lực trấn áp các vị lãnh đạo của Giáo Hội Phật Giáo Thống Nhất từ sau sự biến Lương Sơn (xảy ra ngày 9-10-2003) như ra lệnh quản chế nghiêm ngặt, ngăn chặn các chuyến đi thăm viếng giữa các vị lãnh đạo Giáo Hội, kể cả việc cản trở những tiếp xúc thăm hỏi của một số vị chính giới ngoại quốc... nhưng họ không thể nào ngăn cản được sự phát triển hạ tầng cơ sở của Giáo Hội Phật Giáo Thống Nhất trong thời gian qua.

Bên cạnh đó, những vận động xây dựng các nhà nguyện của một số Hội Thánh Tin Lành đã bị Cộng sản trù dập thô bạo vì lo sợ ảnh hưởng của Tin Lành trong quần chúng. Sau khi phá sập nhà nguyện của Mục sư Nguyễn Công Chính tại Kontum vào tháng 3-2004, Cộng sản Việt Nam cho công an vây bắt Mục sư Nguyễn Hồng Quang, Phó hội trưởng Hội thánh kiêm Tổng thư ký Giáo hội Tin lành Mennonite Việt Nam cùng với 5 cộng sự viên của Mục sư Quang hôm mồng 8-6-2004 và kết án Mục sư Nguyễn Hồng Quang ba năm tù nhằm triệt hạ các hoạt động của Hội thánh Mennonite. Tuy nhiên do những nỗ lực đấu tranh của Hội thánh Mennonite và áp lực của quốc tế, cuối cùng nhà nước Cộng sản Việt Nam đã phải phóng thích Mục sư Quang trước thời hạn vào mùa Hè năm 2005. Trong khi đó, các đồng đạo Phật Giáo Hòa Hảo dưới sự lãnh đạo của cụ Lê Quang Liêm đã có những hành động đấu tranh chống lại ban quản trị quốc doanh. Đặc biệt là hơn 40 đồng đạo đã lên tiếng sẽ tự thiêu đồng loạt để chống lại những áp bức của Cộng sản Việt Nam, việc này đã tạo thành một làn sóng chống đối mạnh mẽ trong hàng triệu tín đồ Phật Giáo Hòa Hảo. Phía Giáo Hội Công Giáo, ngoài những lên tiếng phản kháng chừng mực của Hội Đồng Giám Mục, của các vị Tổng Giám Mục Giáo Phận Huế, Hà Nội, Sài Gòn... sự công khai ký tên ủng hộ quyền tự do Ngôn Luận, quyền hoạt động đảng phái của hơn 15 vị Linh Mục tại Việt Nam, nhất là sự đấu tranh kiên trì và tiên phong của Linh Mục Nguyễn Văn Lý, Linh Mục Phan Văn Lợi, Linh Mục Nguyễn Hữu Giải, Linh Mục Chân Tín đã cho thấy một hình ảnh nhập thế và tham gia các hoạt động đấu tranh của Giáo Hội Công Giáo một cách tích cực, bên cạnh các tôn giáo khác tại Việt Nam. Nói chung, sự đấu tranh bền bỉ của các tôn giáo đã tạo một áp lực chính trị rất nặng lên chế độ Hà Nội.

Thứ hai là các nhà đối kháng đã mở rộng những cuộc tiếp xúc công khai để chuẩn bị dấy lên một phong trào dân chủ tại Việt Nam.

Vào đầu năm Ất Dậu 2005, do áp lực của quốc tế, đặc biệt là từ Hoa Kỳ qua sự vận động tích cực của Cộng đồng người Việt tại hải ngoại, Cộng sản Việt Nam đã phải phóng thích một số tù nhân chính trị nổi tiếng như Linh Mục Nguyễn Văn Lý, Bác sĩ Nguyễn Đan Quế, Giáo sư Nguyễn Đình Huy, Thượng Tọa Thích Thiện Minh, cư sĩ Phật Giáo Hòa Hảo Trương Văn Đức... Ngoài ra, nhân ngày lễ Độc Lập mồng 4-7, Tổng lãnh sự quán Hoa Kỳ tại Sài Gòn lần đầu tiên đã mời một số nhân vật đối kháng tham dự buổi tiếp tân tổ chức tại Sài Gòn vào đầu tháng 7-2005 như Bác sĩ Nguyễn Đan Quế, cụ Trần Hữu Duyên, anh Đỗ Nam Hải, Giáo sư Trần Khuê... cùng với đại diện ngoại giao đoàn và đại diện ủy ban nhân dân thành phố Sài Gòn. Song song, ông Đại Sứ cũng như một số nhân viên cao cấp của sứ quán Hoa Kỳ đã mở các cuộc viếng thăm Hòa Thượng Thích Huyền Quang, Hòa Thượng Thích Quảng Độ, Tiến Sĩ Nguyễn Thanh Giang, đồng thời trực tiếp can thiệp để đưa ông Hoàng Minh Chính sang Hoa Kỳ chữa bệnh qua sự bảo lãnh của Bác sĩ Nguyễn Xuân Ngãi, trong khi Bộ ngoại giao Hoa Kỳ tiếp tục giữ Cộng sản Việt Nam trong danh sách những quốc gia cần quan tâm đặc biệt (CPC) cho thấy là tư thế chính trị của các nhà đối kháng đã gia tăng và tạo sự chú ý của dư luận quốc tế.

Trong khi đó, các nhà đối kháng, các vị lãnh đạo tôn giáo đã gia tăng các cuộc gặp gỡ, trao đổi và thảo luận về công cuộc đấu tranh chung. Những buổi gặp gỡ này đã được phổ biến rộng rãi trên các diễn đàn Internet với cả hình ảnh. Tuy Cộng sản Việt Nam cố tìm cách ngăn chận, dàn dựng ra những vụ bạo hành để uy hiếp tinh thần các nhà đối kháng, nhưng vẫn không ngăn được quyết tâm tìm đến nhau của các nhà đấu tranh dân chủ. Sự kiện các ông Trần Khuê, Đỗ Nam Hải, Nguyễn Chính Kết mở các cuộc tiếp xúc với Linh Mục Chân Tín, Linh Mục Nguyễn Văn Lý, Bác sĩ Nguyễn Đan Quế tại miền Nam; cũng như với các ông Hoàng Minh Chính, Hoàng Tiến, Nguyễn Khắc Toàn tại Hà Nội để trao đổi về việc kết hợp thành một phong trào dân chủ tại Việt Nam, đã tạo được rất nhiều sự quan tâm trong dư luận. Tuy nỗ lực kết hợp còn đang trong tiến trình trắc nghiệm với những bước đi dọ dẫm, nhưng cũng đã cho thấy là việc kết hợp thành một lực lượng chung để đối đầu với đảng Cộng sản Việt Nam giữa các tổ chức, cá nhân là nhu cầu thiết yếu hiện nay. Trong tinh thần đó, với nỗ lực của Linh Mục Nguyễn Văn Lý, Linh Mục Nguyễn Hữu Giải, Linh Mục Phan Văn Lợi, Anh Đỗ Nam Hải, Giáo sư Nguyễn Chính Kết, Giáo sư Hoàng Minh Chính, Luật sư Nguyễn Văn Đài, ông Nguyễn Khắc Toàn, ông Trần Anh Kim, ngày 8-4-2006, 118 nhà đấu tranh dân chủ tại quốc nội đã ký tên trong bản Tuyên Ngôn Dân Chủ Cho Việt Nam, mở đầu một cục diện mới của nỗ lực kết hợp nói trên.

Đoạn cuối của Bản Tuyên Ngôn đã đề cập đến ý nghĩa của công cuộc đấu tranh hiện nay như sau: *'Ý nghĩa của cuộc đấu tranh này là làm cho **chính nghĩa thắng phi nghĩa,** tiến bộ thắng lạc hậu, các lực lượng dân tộc đạng vận dụng đúng quy luật của cuộc sống và xu thế của thời đại thắng những tà lực đang tìm cách đi ngược lại những xu thế và quy luật ấy. Đảng cộng sản Việt Nam vẫn còn đồng hành cùng Dân tộc hay không là tùy ở mức độ đảng ấy có khách quan, công bằng, sáng suốt và khiêm tốn chấp nhận các nguyên tắc bình đẳng của cuộc cạnh tranh lành mạnh hay không, **chỉ có thể chế chính trị độc đảng ấy là dứt khoát phải bị chôn táng vĩnh viễn vào quá khứ.** Từ đó, Dân tộc sẽ tìm được những con người tốt nhất, những lực lượng chính trị giỏi nhất sau mỗi kỳ bầu cử để lãnh đạo Đất nước. Nguyên tắc "lẽ phải toàn thắng" sẽ được thiết lập và cuộc sống cá nhân sẽ trở nên tốt hơn, xã hội sẽ trở nên nhân bản hơn và Đồng bào sẽ sống* *với nhau thân thiện hơn. Chúng tôi mong ước Tuyên ngôn này thúc đẩy được* ***sự đóng góp tích cực của Đồng bào trong ngoài Nước và sự ủng hộ của Bạn bè Quốc tế.*** *Chúng tôi chân thành cảm ơn và kêu gọi các Cơ quan Liên Hiệp Quốc, các Quốc hội, Chính phủ, Tổ chức Quốc tế và Bạn bè trên toàn thế giới tiếp tục ủng hộ cách nhiệt tình và hiệu quả cho cuộc đấu tranh đầy chính nghĩa này, góp phần đưa Tổ quốc Việt Nam sớm sánh vai cùng các Nước văn minh, đạo đức, thịnh vượng, tự do trong cộng đồng Nhân loại hôm nay".*

Đây có thể coi như là một lời hiệu triệu lịch sử đánh dấu sự chuyển động của phong trào dân chủ tại Việt Nam. Hiện nay bản Tuyên Ngôn Dân Chủ đã có gần 2000 người đấu tranh tại Việt Nam ký tên và con số này chắc chắn sẽ gia tăng trong những ngày tới.

Nói tóm lại, thời kỳ đấu tranh mang tính cách đơn lẻ của từng cá nhân đã bước sang thời kỳ phản kháng tập thể, có tổ chức và có thể liên hoàn để chuẩn bị cho sự ra đời một phong trào dân chủ quy tụ mọi thành phần trên một mẫu số chung là chấm dứt ách độc tài Cộng sản để canh tân Việt Nam.

3/ NHỮNG CHỐNG ĐỐI ĐA DIỆN CỦA QUẦN CHÚNG

Những chống đối của quần chúng Việt Nam bắt đầu ngay từ lúc Cộng sản Việt Nam đặt ách cai trị lên toàn thể đất nước sau tháng 4-1975. Chính những chống đối này đã khiến cho đảng Cộng sản không thể nào ổn định được tình hình và luôn luôn ở trong tình trạng phải cảnh giác và đề phòng. Những chống đối của quần chúng có thể được tóm lược trên ba lãnh vực:

a/ Những Vụ Tự Phát Chống Bất Công Xã Hội

Tháng 3-1994, tạp chí Cộng sản Việt Nam đăng một bài viết ký tên Nhị Lê, phân tích về "*việc giải quyết điểm nóng ở Thanh Hóa*". Tuy bài viết chỉ tập trung vào những nguyên nhân đưa đến 120 vụ chống đối của quần chúng tại tỉnh Thanh Hóa từ năm 1988 đến năm 1992; nhưng nó phản ảnh tình trạng chống đối bất công của người dân trên cả nước. Theo tác giả Nhị Lê, các vụ chống đối của người dân diễn ra dưới ba hình thức. Thứ nhất là những chống đối liên quan đến ruộng đất, nhà cửa bị chiếm đoạt hay bị trưng dụng mà không được đền bù hay giải quyết thỏa đáng. Thứ hai là những chống đối liên quan đến các hành vi tham ô, những lạm, bao che cho những sai phạm của cán bộ, đảng viên của các cơ quan hành chánh. Thứ ba là những chống đối người thừa hành công vụ, xung đột, ẩu đả giữa người dân với cơ quan công lực liên quan đến các tai nạn lưu thông. Trong ba trường hợp nói trên, những chống đối liên quan đến ruộng đất là gay gắt nhất và ngày nay đã biến thành những vụ khiếu kiện/tố cáo mang tính cách tập thể mà Hà Nội cho là nguy hiểm và phản động nhất vì: '*nó dẫn đến sự đối đầu giữa một số người với cơ quan lãnh đạo cơ sở, trong đó, nhiều cán bộ đảng viên sẵn có bất mãn với cơ sở đã hỗ trợ, kích động một số quần chúng kém giác ngộ, đấu tranh theo lối cực đoan, quá khích, dẫn tới các vi phạm nguyên tắc của đảng, của nhà nước*'. Từ năm 2001, Ban bí thư của đảng Cộng sản Việt Nam đã phải có một chỉ thị riêng để giải quyết các vụ khiếu kiện/tố cáo, sẽ được phân tích bên dưới. Riêng những chống đối của người dân liên quan đến các hành vi tham ô của cán bộ hay những xung đột, ẩu đã với cơ quan công lực chiếm 55% trong tổng số 120 vụ xung đột xảy ra tại tỉnh Thanh Hóa, trong đó mức độ gay gắt chiếm 11% số vụ, căng thẳng chiếm 40% số vụ, âm ỉ kéo dài một thời gian chiếm 40%.

Những gì đã xảy ra tại Thanh Hóa trong các năm trước đây, hiện được lập lại tại nhiều nơi qua một số sự kiện tiêu biểu như: Ngày 21-8-2004, hàng trăm nông dân thôn Xoan, xã Vân Hòa, huyện Ba Vì tỉnh Hà Tây đã bao vây khu du lịch Thiên Sơn khi chính quyền địa phương khai trương khu du lịch Thiên Sơn - Suối Ngà để đón du khách. Dân chúng đã lùa trâu bò "đột kích" vào khu du lịch, hàng trăm người theo sau tay cầm dao, cầm gậy và dùng gạch đá tấn công tới tấp lực lượng bảo vệ, đập phá rào cản, cổng soát vé rồi tổ chức các nhóm người đóng chốt chặn quanh khu vực, không cho khách du lịch vào. Nguyên nhân dẫn đến cuộc chống đối là vì chính quyền địa phương đã lấy đất của dân để xây dựng khu lịch, không những không đền bù xứng đáng mà còn tỏ thái độ hống hách, dọa nạt nạn nhân khiến nông dân cả xóm bất mãn. Ba tháng sau, ngày 1-11-2004, hàng trăm nông dân thuộc khu vực lòng hồ Ba Bàu, xã Hàm Thạnh, huyện Hàm Thuận Nam, tỉnh Bình Thuận đã kéo tới xả nước cửa hồ Ba Bàu để đòi chính quyền sở tại trả lời về thời gian đền bù những vùng đất ngập úng của người dân sau khi đất của họ trước đây trong lòng hồ bị lấp để tích nước. Năm 2002, đập này được xây thành hồ chứa để tưới nước cho khoảng 800 ha lúa trong vùng. Tuy nhiên cũng vì dùng để tích nước cho nên 100 ha đất đang sản xuất của 103 gia đình nông dân bị ngập nước, có nghĩa là mất trắng.

Ngày 13-12-2004, hơn 400 nông dân xã Kim Nổ, huyện Đông Anh, ngoại ô Hà Nội đã dùng gạch đá, bom xăng tấn công vào buổi lễ khởi công xây dựng khu giải trí, vui chơi trong thôn Thọ Đà. Cuộc xung đột kéo dài nhiều giờ, khiến cho gần 300 công an, công nhân và các giới chức cao cấp của chính quyền xã và công ty Noble Việt Nam phải tháo chạy tán loạn, có gần 30 công an bị thương và buổi lễ phải bị hủy bỏ. Nguyên nhân cuộc xung đột bắt nguồn từ việc dân chúng chống đối nhà cầm quyền đã chiếm đất xây khu giải trí, ăn chơi tại Thọ Đà. Tối ngày 21-3-2005, non 400 cư dân quanh ngã tư Trần Hưng Đạo - Đề Thám, quận 1 Sài Gòn, đã bao vây đội cảnh sát giao thông 113 có hành vi đánh người lái xe một cách thô bạo. Đám đông đã lật xe mô tô, châm lửa đốt. Xe cứu hỏa chạy đến chữa liền bị đồng bào đập bể kiếng và tạo ra một cuộc ẩu đả khiến cho 3 cảnh sát bị thương phải đưa đi điều trị ở bệnh viện 30-4. Cuộc hỗn chiến xảy ra gần mấy tiếng đồng hồ sau mới giải tán được. Ngày 30-3-2005, hơn 200 dân chúng tại xã Vĩnh Quỳnh, huyện Thanh Trì, Hà Nội đã bao vây xe công an để phản đối một số hành vi quá khích của công an khi chận đường hành hung một tài xế xe chở gạo. Nguyên nhân của vụ này bắt nguồn từ việc tài xế xe vận tải Nguyễn Hữu Thành, trong khi chở gạo từ Hà Đông đến Văn Điển đã đi vào đường cấm và bị công an huyện Thanh Trì chặn lại. Không chấp hành lệnh, tài xế Thanh đã lái xe bỏ chạy. Đến địa phận thôn Quỳnh Đô, xã Vĩnh Quỳnh thì công an đuổi kịp xe Thành. Sau một hồi đôi co, một công an đã đánh tài xế Thành chảy máu. Nhiều người chung quanh phản đối, không cho công an đưa tài xế xe tải vi phạm giao thông về trụ sở công an huyện vì sợ công an sẽ đánh chết. Cuộc ẩu diễn ra nhiều giờ, cuối cùng công an chỉ làm giấy phạt và thả tài xế Thành ra về.

Những vụ chống đối được trích dẫn bên trên trong số hàng ngàn vụ chống đối khác đã xảy ra, đều giống nhau ở một điểm là có nhiều người tham gia và hưởng ứng. Trong đa số các vụ xung đột này, Hà Nội không dám mạnh tay đàn áp vì sợ những sự bất mãn của dân chúng sẽ kéo dây chuyền, lan rộng sang các vùng khác, nên công an đã cố ém nhẹm sự kiện hoặc nếu có giải thích thì chỉ trình bày sơ lược. Hà Nội coi những vụ chống đối mang tính cách tập thể của nông dân là một dấu hiệu bất ổn và đe dọa trực tiếp đến hạ tầng cơ sở của đảng, làm soi mòn khả năng lãnh đạo đảng tại các địa phương. Đây là nỗi lo sợ rất chính xác nhưng Hà Nội sẽ không bao giờ giải quyết được vì vấn đề không nằm ở trong tay người dân mà nằm ở tình trạng đùn đẩy, lòng vòng, bao che và tham lam, hống hách của cán bộ, đảng viên đảng Cộng sản Việt Nam.

b/ Những Vụ Khiếu Kiện / Tố Cáo Tham Ô

Khiếu kiện/tố cáo tại Việt Nam không phải là điều mới lạ. Nó đã có từ rất lâu và gia tăng theo những chính sách cai trị của chế độ cộng sản từ năm 1975 cho đến nay. Tuy nhiên, những vụ khiếu kiện/tố cáo được đề cập đến gần đây, qua sự kiện hàng trăm đồng bào phải căng lều, căng bạt để sống và đấu tranh ngay tại công viên Mai Xuân Thưởng, Hà Nội là hiện tượng mới, chưa hề xảy ra trong vòng 10 năm trở lại đây. Sự kiện này bắt đầu bùng nổ vào năm 2001, khi những vụ khiếu kiện/tố cáo vượt cấp, có đông người tham gia theo kiểu tập thể và Cộng sản Việt Nam cho lập ra văn phòng 'Tiếp Dân' tại Hà Nội, trước công viên Mai Xuân Thưởng để nhận đơn và giải quyết. Vụ nổi dậy của nông dân 188 xã của tỉnh Thái Bình vào năm 1997 (do lực lượng cựu chiến binh làm nòng cốt) để chống sưu cao thuế nặng đã khơi mào cho hàng loạt các vụ khiếu nại, tố cáo tập thể, trong đó có một số vụ trở thành 'điểm nóng' như vụ khiếu nại tố cáo ở 19 xã (trong số 22 xã) thuộc Huyện Giao Thuỷ, tỉnh Nam Định; vụ đòi lại đất bị đưa vào tập đoàn của hơn 3 ngàn gia đình nông dân ở ba huyện Ba Tri, Giồng Trôm, Thạnh Phú, tỉnh Bến Tre; vụ tranh chấp đất đai của hơn 300 gia đình nông dân với Nông Trường 30-4, Sóc Trăng... Thậm chí nhiều địa phương đã lập thành từng đoàn vài ba chục người đại diện dẫn nhau lên các trụ sở trung ương như văn phòng Quốc hội, văn phòng chính phủ, văn phòng Trung ương đảng Cộng sản, văn phòng Mặt trận tổ quốc và đến cả tư dinh của những lãnh đạo cộng sản như Lê Khả Phiêu, Nông Đức Mạnh để nộp đơn kêu oan... khiến cho Cộng sản Việt Nam không còn dám coi thường những vụ khiếu kiện/tố cáo mang tính cách tập thể này.

Trước tình hình đó, đảng Cộng sản Việt Nam đã đưa ra hai đối sách vào tháng 3-2002: Một mặt Ban bí thư ban hành chỉ thị số 09/CT/TW yêu cầu các cơ quan phải nghiêm chỉnh chỉ đạo giải quyết các vụ khiếu nại/tố cáo và lập các đoàn công tác đi đến từng địa phương để giải quyết trực tiếp. Mặt khác thì cho lập văn phòng "Tiếp Dân" trước công viên Mai Xuân Thưởng để nhận đơn giải quyết trực tiếp những hồ sơ mà các đoàn công tác hay địa phương giải quyết nhưng người dân chưa hài lòng. Trong thời gian qua, Cộng sản Việt Nam nói là đã thụ lý 650 ngàn vụ liên quan đến những khiếu kiện về ruộng đất, nhà cửa trong đó đã giải quyết được 70% hồ sơ và thụ lý 90 ngàn vụ liên quan đến những tố cáo tham ô, nhũng lạm, ức hiếp, trong đó giải quyết được khoảng 85% hồ sơ. Nếu chỉ nhìn vào con số này thì rõ ràng vấn đề khiếu kiện/tố cáo đang trên đà giải quyết tốt đẹp và không còn là những 'điểm nóng' đáng quan tâm. Thật ra khi tìm hiểu những con số liên quan đến các hồ sơ thụ lý và cách giải quyết vấn đề, người ta mới thấy rằng chính cách giải quyết mang tính cách 'cả vú lấp miệng em' đã làm cho vấn đề khiếu nại/tố cáo bùng nổ ngày một lớn hơn và nó đang trở thành điều nhức nhối gia tăng theo kế hoạch vận động đầu tư và phát triển theo kiểu đầu voi đuôi chuột của Cộng sản Việt Nam.

Cộng sản Việt Nam đã lập ra nhiều thủ tục để làm nản lòng người khiếu nại/tố cáo với những lệ phí không đâu vào đâu. Thậm chí có những việc đáng lý có thể giải quyết trong vòng vài tiếng đồng hồ, các đoàn công tác lại phê chuẩn 'cứu xét thêm' rồi đòi mang về địa phương chứng thực, để trì hoãn làm nản lòng người đi kiện. Ngoài ra, các địa phương tránh né giải quyết những vụ khiếu nại mang tính cách tập thể hoặc những vụ tố cáo những lạm, tham ô mà lại 'xúi' mang về trung ương, tức đi lên văn phòng tiếp dân ở Mai Xuân Thưởng; nhưng khi người dân mang hồ sơ lên nộp tại phòng tiếp dân ở Hà Nội, thì trung ương lại bắt mang về nộp cho địa phương giải quyết. Người dân cứ cầm hồ sơ đi lòng vòng giữa hai đầu trung ương và địa phương cho đến khi nản chí thì thôi. Chính quyền Hà Nội còn dùng một số luật lệ để bác đơn khiếu nại của người dân, cho là viết không đúng thủ tục, không theo quy định của chính quyền, để cố tình không trả lại ruộng đất hay tài sản đã cướp đoạt hoặc nếu có thì chỉ trả với số tiền tượng trưng bằng cách dùng các đoàn thể tay chân như Hội Nông Dân, Hội Phụ Nữ, Hội Cựu Chiến Binh... đứng ra lập các tổ hòa giải, trên thực tế là một loại 'tòa án nhân dân' để khuyến dụ, đe dọa những người khiếu nại.

Cách giải quyết như vậy, nhất là tình trạng gia tăng việc giải tỏa nhiều khu dân cư sinh sống hay trưng dụng ruộng đất để lập khu công nghiệp, khu giải trí, khu nhà ở cho các xí nghiệp ngoại quốc trong vài năm sau này, mà lại không bồi thường xứng đáng, khiến những người đi khiếu kiện/tố cáo đã học ra bài học là phải đấu tranh tập thể và đi thẳng ra Hà Nội thì mới có hy vọng là các nguyện vọng của họ được giải quyết. Những suy nghĩ này không phải tự nhiên mà có, mà đến từ những kinh nghiệm đấu tranh của một số người, đó là thay vì đứng lên khiếu nại/tố cáo một cách đơn lẻ từng địa phương dù là do cá nhân hay tập thể đứng đơn, người dân đã rủ nhau lên Hà Nội, tụ tập tại công viên Mai Xuân Thưởng để đòi hỏi cho đến khi nào sự việc được giải quyết xong mới ngưng. Theo dõi các tin tức trên mạng Internet cũng như qua các cuộc phỏng vấn trên các đài Chân Trời Mới, Á Châu Tự Do, BBC... người ta được biết số người tụ tập tại công viên Mai Xuân Thưởng đến từ các tỉnh phía Bắc như Thái Bình, Ninh Bình, Thanh Hóa, Lạng Sơn, Hòa Bình... hay từ các tỉnh phía Nam như Bến Tre, Sóc Trăng, Bạc Liêu, Cà Mau, Hậu Giang, Biên Hòa... Trung bình mỗi gia đình phải chầu chực từ sau khi nộp đơn khiếu nại/tố cáo là 5 năm và có trường hợp kéo dài 10 năm mà chính quyền trung ương lẫn địa phương vẫn viện dẫn nhiều lý do để tránh né giải quyết.

Trường hợp điển hình nhất trong hàng ngàn vụ bị chính quyền làm ngơ là cụ bà Trần Thị Ngọ, 93 tuổi, ngày đêm lặn lội ra tận Hà Nội mong gặp được Tổng bí thư Nông Đức Mạnh để đòi lại 5,7 hecta ruộng mà gia đình cụ đã bao đời canh tác. Cụ Trần Thị Ngọ quê ở Bà Rịa -Vũng Tàu. Trước 1975 gia đình cụ từng theo Việt Cộng, đã nuôi dấu cán bộ, du kích địa phương. Mỗi tháng gia đình cụ phải nộp 200 ký gạo cho du kích và cuối năm còn phải nộp thêm 100 giạ lúa nữa. Mặc dù, theo như cụ nói, lúc đầu là tự nguyện nhưng sau đó gần như là bắt buộc, du kích nói rằng phải hy sinh vì "phong trào đấu tranh", cho nên lúc bấy giờ vợ chồng cụ phải chạy đôn chạy đáo để kiếm đủ lương thực cung cấp cho du kích. Cuối cùng chồng cụ bị phát giác và bị bắn chết. Sau năm 1975, cụ được Phạm văn Đồng trao tặng Huy chương kháng chiến, và chồng cụ được truy tặng danh hiệu liệt sỹ. Tuy nhiên, trong thời gian *"Tiến nhanh, tiến mạnh, tiến vững chắc lên chủ nghĩa xã hội"* gia đình cụ cũng như mọi người khác, bị lấy tất cả đất đai đưa vào Hợp tác xã nông nghiệp. Năm 1986, Hợp tác xã thất bại, đất đai được trả lại cho nhân dân. Trên lý thuyết là vậy, nhưng thực tế thành phần quản lý Hợp tác xã ăn chặn gần hết.

Chúng cướp bóc đất đai của những người thế cô, đơn chiếc, không có người bảo vệ. Như vậy là cụ bà bị mất trắng. Lúc đầu cụ khiếu kiện lên nhiều nơi ở địa phương nhưng không có kết quả, sau đó cụ ra đến tận Hà Nội đến văn phòng làm việc của Tổng bí thư để khiếu nại, nhưng cũng vô hiệu. Suốt trên 20 năm, cụ Trần Thị Ngọ đã đi khiếu kiện nhưng hoàn toàn không có kết quả. Cụ cho biết những người mà cụ đã từng nuôi dấu trước kia, bây giờ làm to lắm ở Sài Gòn và các tỉnh lân cận nhưng chưa bao giờ họ trở lại thăm cụ. Mọi nơi cụ đến khiếu nại đều im lặng và im lặng. Vẫn là những câu nói muôn đời mà mọi người dân ở Việt Nam đã thuộc nằm lòng khi đến bất kỳ công sở nào: *"đợi chờ tháng tới, đồng chí chủ tịch bận họp, chưa biết khi nào xong, tuần tới đến"*, *"việc này lên trung ương giải quyết, ở đây không có thẩm quyền"*..., *"về lại địa phương làm lại hồ sơ, giấy tờ này không đúng thủ tục"*...v.v và v.v... Hoàn cảnh của cụ bà Trần Thị Ngọ là tiêu biểu cho hàng trăm ngàn nông dân khác đã bị mất đất, mất ruộng vì chính sách hợp tác hóa nông nghiệp hay giải tỏa xây dựng khu công nghiệp của Hà Nội, nhưng không bao giờ được đền bù xứng đáng. Do đó, tình trạng khiếu nại/tố cáo đang là một ung nhọt lớn trong xã hội Việt Nam và sẽ trở thành một nguy cơ lớn cho chính Hà Nội nếu không thật sự giải quyết các oan ức của người dân.

c/ Những Vụ Phản Kháng Tập Thể

Đây là những cuộc chống đối có sự tổ chức dưới sự lãnh đạo của một số người cùng với sự tham gia, hưởng ứng của những người đồng tình. Trong thời gian qua, đã có những vụ phản kháng tập thể đáng chú ý như sau:

- Nhóm Câu Lạc Bộ Kháng Chiến Nam Bộ:

Cuộc đấu tranh chống tiêu cực của những người thuộc Câu Lạc Bộ Những Người Kháng Chiến Cũ do các ông Nguyễn Hộ, Tạ Bá Tòng, Đỗ Trung Hiếu, Nguyên Phong Hồ Hiếu khởi xướng với sự tham gia và ủng hộ của hàng ngàn cựu kháng chiến miền Nam, từ năm 1986 kéo dài cho đến khi Thành ủy Sài Gòn ra tay trù dập và bắt giữ các ông Nguyễn Hộ, Tạ Bá Tòng, Đỗ Trung Hiếu vào năm 1990. Câu Lạc Bộ đã tiến hành hai loại công tác:

1/ Ra tờ báo có tên là Truyền Thống phổ biến rộng rãi khắp miền Nam;

2/ Tổ chức các cuộc hội thảo phê phán những chính sách đổi mới của đảng Cộng sản Việt Nam, đặc biệt là trong cuộc hội thảo ngày 12-11-1988, hơn 700 người tham dự đã đồng ý với ông Nguyễn Hộ là cần tố cáo '*cấp lãnh đạo đảng đã biến nước Việt Nam trở thành nghèo nàn, lạc hậu nhất thế giới. Dân tộc Việt Nam đang chịu những tai họa lớn vì những sai lầm của giới lãnh đạo*'.

Từ tháng 6-1986 cho đến tháng 12-1990, Câu Lạc Bộ Những Người Kháng Chiến Cũ đã tổ chức hơn 15 cuộc mít tinh, Hội thảo về tình hình công cuộc đổi mới và phê phán những chính sách sai lầm dẫn đến những hiện tượng tiêu cực như cán bộ địa phương cướp ruộng của dân chia cho thân nhân canh tác tạo ra làn sóng bất mãn trong nông dân các tỉnh phía Nam, giáo dục xuống cấp trầm trọng vì lương giáo viên không đủ sống nên ai cũng chạy đi làm ăn thêm không ngó ngàng gì đến học sinh, bầu cử chỉ là trò hề giả tạo, bộ máy tổ chức không có gì thay đổi và lãnh đạo thì tham quyền cố vị...

Những hoạt động và phê phán nói trên của Câu Lạc Bộ Những Người Kháng Chiến Cũ đã đe dọa đến quyền lực của đảng, đặc biệt là đối với Thành ủy Sài Gòn khiến Bộ chính trị phải ra lệnh triệt hạ mọi hoạt động và bắt giữ những người lãnh đạo, nên từ tháng 4-1990, các hoạt động của Câu Lạc Bộ đã bị đình chỉ. Tuy ông Nguyễn Hộ, Tạ Bá Tòng bị quản chế nhưng cụ Nguyễn Văn Trấn, tác giả quyển sách Viết Cho Mẹ và Quốc Hội đã cùng với một số người còn lại cho phát hành tờ Người Sài Gòn, với nội dung châm biếm hàng ngũ lãnh đạo và tiết lộ một số bí mật cung đình, khiến cho Bộ chính trị phải ra lệnh cho công an Sài Gòn tìm cách ngăn chặn, nhưng hoàn toàn thất bại. Đến tháng 3-1994, khi ông Nguyễn Hộ cho phát hành tập sách "Quan Điểm và Cuộc Sống' mà ông đã viết trong thời gian bị quản thúc, bị bắt lần thứ hai vì bị ghép vào tội chống đảng thì tờ Người Sài Gòn mới bị ngưng và các hoạt động của Câu Lạc Bộ Những Người Kháng Chiến Cũ mới chấm dứt. Tuy cuộc đấu tranh của những người cựu kháng chiến Nam Bộ bị dập tắt; nhưng chính nó đã làm trầm trọng thêm những rạn nứt trong hàng ngũ đảng viên Cộng sản miền Nam và miền Bắc kéo dài đến hôm nay. Hiện nay, những người còn liên hệ trong nhóm Câu Lạc Bộ Những Người Kháng Chiến Cũ vẫn tiếp tục nuôi ý định phục hoạt lại những sinh hoạt đấu tranh cho nền tự do dân chủ tại Việt Nam.

- Phật Giáo Thừa Thiên - Huế:

Ngày 24-5-1993, hơn 40 ngàn đồng bào Phật tử tại Thừa Thiên - Huế đã xuống đường biểu tình chống đàn áp tôn giáo và đòi hỏi nhà cầm quyền Tỉnh phải trả tự do cho Đại Đức Thích Trí Tựu bị Việt cộng bắt giữ rạng sáng hôm đó tại chùa Linh Mụ. Nguyên do vì trước đó ba hôm, có một phật tử tự thiêu trước ngôi Bảo Tháp của Cố Đại Lão Hòa Thượng Thích Đôn Hậu trong khuôn viên chùa Linh Mụ nhưng bị công an cướp mất xác nên Đại Đức Thích Trí Tựu đã gửi văn thư khiếu nại đòi Hà Nội trả lại xác. Trong lúc cuộc biểu tình xảy ra, hơn 20 vị sư đã ngồi tuyệt thực trên đường Lê Lợi, trước Ủy ban nhân dân, và nhà nước Cộng sản Việt Nam đã dùng lựu đạn cay, gậy, roi điện và vòi rồng để đàn áp cuộc biểu tình theo chỉ thị của Bộ trưởng công an Bùi Thiện Ngộ. Tuy nhiên, Đại đức Thích Trí Tựu đã được tăng ni giải thoát đưa về chùa ngay tối hôm đó. Sau khi về lại chùa, Đại Đức Thích Trí Tựu đã gửi một Thỉnh Nguyện Thư gồm 5 yêu sách, gửi cho văn phòng Thủ tướng và Ủy ban nhân dân Tỉnh, yêu cầu nhà cầm quyền hãy '*chấm dứt các bắt bớ, cấm đoán, khủng bố, đàn áp*', '*trả tự do cho các vị lãnh đạo Giáo Hội Phật Giáo Việt Nam Thống Nhất đang còn bị tù đày hay quản chế không hạn định*' và 'trả lại toàn bộ các cơ sở của Giáo Hội'. Thay vì giải quyết những yêu sách của Đại Đức Thích Trí Tựu, Chủ tịch ủy ban nhân dân thành phố Huế là Lê Văn Anh đã tuyên bố trên các hệ thống truyền thông, lên án các Tăng sĩ Chùa Linh Mụ là '*phá rối an ninh và trật tự xã hội*', '*làm ách tắc giao thông thành phố Huế 3 giờ đồng hồ*' và hăm dọa sẽ trừng trị theo pháp luật.

Ngoài ra, ngày 1-6-1993, Đài Truyền Hình Hà Nội cho chiếu cảnh các Tăng sĩ Phật Giáo đốt một chiếc xe Công an tại Huế, cố ý cho dư luận thấy Việt Nam có công khai đối lập, tố cáo các Thầy là bạo động, là '*phá rối an ninh công cộng, hủy hoại tài sản quốc gia, đi ra ngoài phạm vi đạo pháp*'. Giáo Hội Nhà nước thì được chỉ thị phê bình gay gắt các tu sĩ tại Huế là '*sai đạo pháp, làm mất thanh danh Giáo Hội, yêu cầu nhà nước xử trị*'. Đài này còn cho đọc các bài bình luận về vụ nổi dậy là '*hành động phá rối trật tự an ninh đốt xe của chính quyền gây ách tắc giao thông tại đầu phía Nam cầu Phú Xuân, thành phố Huế, do một số nhà sư ở chùa Linh Mụ gây ra ngày 24-5-1993, đã và đang làm tổn thương đến uy danh phẩm tiết của các bậc chân tu, không đúng với đạo pháp, xúc phạm nặng nề đến tư tưởng cao quý tốt đời đẹp đạo của Giáo Hội Phật Giáo*'. Song song với việc dùng truyền thông để tuyên truyền sai lạc về cuộc nổi dậy của 40 ngàn Phật tử tại Huế, Cộng sản Việt Nam sử dụng công an và bộ đội vũ trang truy lùng và bắt giữ hàng trăm Tăng sĩ và Phật tử. Trong khi đó, lúc 6 giờ chiều ngày 5-6, công an lại xông vào chùa Linh Mụ, với roi điện, vũ khí, dùi ba-tong và xe tăng bao vây bên ngoài. Với lời lẽ chửi rủa tục tằn, công an đọc lệnh bắt giam Đại Đức Thích Trí Tựu,

Giám tự chùa Linh Mụ. Ngay khi đó, Thầy bị vật sấp xuống đất, bị lột bộ áo tu sĩ, bắt mặc quần áo tù, còng tay, đưa ra xe bít bùng chở về nhà lao Thừa Phủ (Huế) không xét xử. Hai Đại Đức Thích Hải Tạng, Giám Tự chùa Long An Quảng Trị và Thích Hải Thịnh cũng bị bắt trong hoàn cảnh bạo động, mạ lỵ nhân phẩm như vậy. Vài ngày sau, hơn 300 Phật tử có liên quan đến ba vị Đại Đức cũng bị bắt, các chùa bị lục soát và cô lập hoàn toàn.

Trước tình trạng đàn áp này, Tăng Đoàn Bảo Vệ Chánh Pháp Thừa Thiên - Huế đã ra kháng thư chống đối Cộng sản Việt Nam về việc bắt giữ ba vị Đại Đức cũng như đòi hỏi Hà Nội phải ngưng các chính sách đàn áp Giáo hội. Ngày 1-7-1993, Viện Hóa Đạo khẩn báo về chiến dịch bôi nhọ các hoạt động của Giáo Hội qua những phương tiện truyền thông của nhà nước và qua giáo hội quốc doanh tại nhiều thành phố. Sau khẩn báo này, Cộng sản Việt Nam đã ra tay trù dập những nhân sự của Giáo Hội một cách khốc liệt như tấn công võ trang vào chùa Sơn Linh ở Bà Rịa Vũng Tầu, trục xuất Đại Đức Thích Hạnh Đức cùng 33 Tăng chúng ra khỏi chùa với lý cớ không có hộ khẩu. Ban tôn giáo nhà nước ra chỉ thị ép buộc tất cả các tăng ni phải khai lý lịch chính trị trong bản Sơ Yếu Lý Lịch Tăng Ni, nếu ai không làm thì bị cưỡng bách hoàn tục. Hà Nội còn ban hành một chỉ thị mật có tên là "Nước Lũ 2" nhằm triệt hạ ban lãnh đạo Giáo Hội như buộc Hòa Thượng Thích Huyền Quang không được sử dụng danh nghĩa Quyền Viện Trưởng Viện Hóa Đạo, phải giao nạp khuôn dấu Viện Hóa Đạo, không cho sử dụng chùa Hội Phước hoặc bất cứ chùa nào trong tỉnh Quảng Ngãi làm văn phòng Viện Hóa Đạo lưu vong. Song song, từ ngày 1 đến 15-11-1993, Cộng sản Việt Nam mang ra xét xử các Thầy và Phật tử bị bắt trong cuộc biểu tình hồi tháng 5-1993 tại Huế và kết án Đại Đức Thích Trí Tựu, Thích Hải Tạng 4 năm tù, các Đại Đức Thích Hải Thịnh, Thích Hải Chánh 3 năm tù, cùng với hàng chục phật tử khác từ 6 đến 3 năm tù. Việc xét xử này là đòn trả thù của Hà Nội đối với cuộc đấu tranh của Tăng Ni, Phật tử tại Huế, khiến cho dư luận rất bất mãn. Ngày 20-11-1993, cùng những phản ứng đồng loạt khắp nơi lên tiếng phản đối vụ xử các Thầy, Hòa Thượng Thích Huyền Quang đã ra một tuyên cáo khẳng định rằng đảng Cộng sản Việt Nam là nguyên do của tình trạng nghèo đói và là trở lực trên con đường tiến thủ của dân tộc. Ngài đòi Hà Nội viết lại hiến pháp, xóa bỏ điều 4 Hiến pháp và chấm dứt việc đàn áp khủng bố tôn giáo cũng như các tổ chức chính trị đối lập. Tuyên Cáo của Hòa Thượng Thích Huyền Quang là khởi đầu cho cuộc đối đầu quyết liệt giữa Giáo Hội với nhà nước Cộng sản Việt Nam kéo dài cho đến ngày hôm nay.

- Cuộc Nổi Dậy Của Đồng Bào Thái Bình:

Từ cuối năm 1996, đã có tới 5 huyện gồm Quỳnh Phụ, Hưng Hà, Tiền Hải, Đông Hưng và Thái Thụy trong 7 huyện và thị của tỉnh Thái Bình có những vụ khiếu kiện tập thể về những vấn đề thiếu dân chủ và công bằng xã hội trong nông thôn. Nội dung chính yếu của những vụ khiếu kiện này tập trung xung quanh việc đòi thanh tra và công khai hóa việc phân chia ruộng và nhất là việc thu và chi những khoản đóng góp mà chính quyền địa phương (xã và huyện) thu của nông dân trong những năm qua để xây dựng cơ sở hạ tầng kỹ thuật trong nông thôn, chủ yếu là các công trình: Điện - Đường - Trường - Trạm. Nông dân tại 5 huyện nói trên đã có đơn khiếu kiện lên xã, huyện, thậm chí cả tỉnh với các hình thức, từ đưa đơn có nhiều chữ ký cho một người đi gặp các cấp lãnh đạo có thẩm quyền, tới việc tập trung vài chục hay vài trăm người trước cổng Ủy ban nhân dân tỉnh như nông dân Quỳnh Hội tập trung 700 người lên tỉnh 2 đêm 1 ngày để trình khiếu kiện tháng 10-1996 sau đó đợt 2 khoảng 1500 người đòi thanh tra lại đất 5% vào tháng 4-1997. Hay nông dân Quỳnh Phụ tập trung trên 2000 người thuộc trên dưới 36 trong 38 xã của huyện đã tham gia vào cuộc biểu tình từ xã lên tỉnh bằng xe đạp và sau đó ở lại tỉnh 2 ngày 1 đêm vào ngày 11-5-1997, gây ảnh hưởng lớn trong toàn tỉnh Thái Bình. Lúc đó, người ta ước tính đã có 120/260 xã trong tỉnh Thái Bình đưa đơn và từ chỗ đi lẻ tẻ, dần dần tổ chức quy mô hơn, có chừng 40 cuộc biểu tình lên tỉnh đã được tổ chức có quy củ và trật tự.

Trước những vụ khiếu kiện dồn dập này, chính quyền tỉnh và cả trung ương đã lấy thái độ im lặng, hoặc cho thanh tra công khai nhưng kết luận không có gì, thay vào đó là dùng bạo lực trấn áp, đe dọa những người tham gia khiếu kiện khiến cho tình hình ngày một căng thẳng. Tức nước vỡ bờ, đêm 26 rạng 27-6-1997 ở xã An Ninh, huyện Quỳnh Phụ, hàng ngàn nông dân đã nổi dậy đập phá chậu cảnh tường hoa, bàn xa lông tiếp khách, bát dĩa dùng liên hoan và chiêu đãi, kính tủ bàn của trụ sở xã. Rồi sau đó nông dân kéo đi đập phá 8 ngôi nhà của Bí thư đảng ủy, chủ tịch uỷ ban, cán bộ địa chính và các bậc chức sắc khác nhau của xã. Sau sự biến Quỳnh Phụ, một loạt các huyện khác đã nổ ra các cuộc đấu tranh dưới nhiều hình thức kể cả biểu tình như ở Đông Hưng (xã Đông Cường) tấn công bằng bạo lực vào các cán bộ xã bị coi là phần tử tham nhũng.

Nông dân ba xã Thái Thịnh, Thái Tân và Mĩ Lộc của Huyện Thái Thụy đã tấn công vào các giới lãnh đạo xã khiến tất cả các cán bộ phải bỏ trốn. Sau những vụ nổi dậy nói trên, chính quyền trung ương lo sợ sự biến Thái Bình lan sang các tỉnh khác nên một mặt huy động công an và quân đội ngăn chân các ngả đường ra vào tỉnh Thái Bình để không cho các tin tức chống đối lọt ra ngoài, đồng thời tung cán bộ gặp và vuốt ve nông dân. Hà Nội đã đưa hàng loạt cán bộ cao cấp như Phạm Thế Duyệt, Trần Đức Lương, Đỗ Mười, Phan Văn Khải về Thái Bình trấn an và hứa là giải quyết các vụ khiếu kiện một cách nghiêm chỉnh. Sau đó, Hà Nội đã truy tố một số cán bộ ra tòa và khai trừ ra khỏi đảng hàng chục cán bộ gọi là biến chất, tham ô.. như những con dê tế thần. Vụ Thái Bình coi như đã lắng đọng trên hình thức; nhưng trong thực tế thì đây là nơi mà các hồ sơ khiếu kiện nhiều nhất và hiện có hàng trăm nông dân đang tiếp tục các vụ kiện tập thể tại nhà Tiếp Dân ở Công viên Mai Xuân Thưởng, Hà Nội.

- Cuộc Nổi Dậy Của Đồng Bào Tây Nguyên:

Cuộc nổi dậy tập thể của hàng chục ngàn đồng bào tại Tây Nguyên vào tháng 2-2001 và tháng 4-2004 đã làm cho Cộng sản Việt Nam rúng động. Cuộc nổi dậy lần thứ nhất bắt đầu từ ngày 2-2-2001, khi hàng chục ngàn đồng bào sắc tộc thiểu số tại hai tỉnh Gia Rai và Đắc Lắc kéo về hai thành phố Pleiku (thủ phủ của tỉnh Gia Rai) và Ban Mê Thuột (thủ phủ của tỉnh Đắc Lắc) để đòi chính quyền tỉnh giải quyết tình trạng tham nhũng và đòi lại ruộng đất đã bị tịch thu từ năm 1975. Cuộc nổi dậy kéo dài khoảng tuần lễ, đặc biệt tại Ban Mê Thuột đã xảy ra những cuộc đụng độ lớn giữa đồng bào sắc tộc với công an và lực lượng dân quân, khiến cho hàng chục người bị thương. Tòa hành chính tỉnh tại Ban Mê Thuột và một tòa nhà của trường đại học Tây Nguyên đã bị đập phá với nhiều đám cháy lớn. Hà Nội phải đưa quân đội với trực thăng yểm trợ và cảnh sát dã chiến lên trấn đóng các địa điểm quan trọng tại ba tỉnh Gia Lai, Kontum và Đắc Lắc, đồng thời ra lệnh cấm du khách ngoại quốc lên vùng Tây Nguyên. Bộ chính trị cũng đã họp bàn đối sách và cử Ủy viên Bộ chính trị Nguyễn Tấn Dũng bay lên Ban Mê Thuột vào ngày 5-2, để thị sát và tìm biện pháp đối phó.

Hậu quả của cuộc nổi dậy đã làm cho Hà Nội lúng túng và bối rối vì không ngờ đồng bào thiểu số có thể tụ tập đông đảo và việc này tạo sự quan tâm và chú ý của dư luận quốc tế đến như thế. Hà Nội đã phải cách chức một số cán bộ cao cấp đặc trách về người sắc tộc, thuyên chuyển một số cán bộ ra khỏi Tây Nguyên. Sau khi cuộc nổi dậy lắng đọng, Hà Nội đã tung ra kế hoạch thanh trừng và bắt giữ những nhân vật cầm đầu các Buôn, nhất là những đối tượng theo đạo Tin Lành và có liên hệ với các nhóm người Thượng, người Giarai, người Êđê... đang sống tại Hoa Kỳ, khiến cho hàng trăm người phải bỏ Tây Nguyên trốn vào rừng và tìm cách chạy tỵ nạn sang Kampuchia. Những người chạy trốn đầu tiên đã được Hoa Kỳ bảo lãnh sang định cư tại tiểu bang North Carolina; nhưng hàng trăm người trốn thoát sau đó đã bị chính quyền Hun Sen làm khó dễ vì Hà Nội đưa người sang dụ dỗ chính quyền Hun Sen không cộng tác với Hoa Kỳ, bắt giữ những người Thượng tỵ nạn và trả ngược lại cho Hà Nội. Sự kiện này làm cho Hoa Kỳ và Liên Hiệp Quốc bực tức nên đã nhảy vào can thiệp và buộc Hà Nội không được trả thù bất cứ ai muốn trở lại vùng Tây Nguyên. Dưới sự giám sát của Cao ủy tỵ nạn Liện Hiệp Quốc, Hà Nội đã đưa vài trăm người sắc tộc bỏ chạy sang Kampuchia trở về lại Tây Nguyên trong năm 2002, tuy những người này không bị Hà Nội trù dập hay khủng bố, nhưng luôn bị công an theo dõi và bị phân biệt đối xử vì bị ghép vào thành phần phản động theo Mỹ. Đây chính là yếu tố đã tác động lên khối người sắc tộc khiến họ đứng lên lần thứ hai vào tháng 3-2004.

Cuộc nổi dậy lần thứ hai xảy ra vào khoảng 5, 6 giờ sáng thứ Bảy ngày 10-4-2004, khi hàng ngàn người thuộc các vùng Chư M'Gar, Buôn Hô, Krông Buk, Quảng Nhiêu, Phước An, Huyện Lak, Krong Ana, tỉnh Đắc Lắc dùng xe máy cày, xe máy kéo, xe gắn máy vào lọt được thành phố Ban Mê Thuột, tập trung trước Trụ Sở Ủy Ban Nhân Dân Tỉnh. Tuy đồng bào tập trung ôn hòa cầu nguyện, nhưng nhà cầm quyền tỉnh đã dùng Quân Đội, Công An mặc thường phục dùng gậy gộc, vòi xịt nước, lựu đạn cay, và cả súng đạn để đàn áp. Vì nhu cầu tự vệ, đồng bào đã dùng gạch đá chất sẵn trên xe để chống lại. Xô sát đã xẩy ra khiến cho hàng trăm người bị thương và bị bắt. Tuy cuộc nổi dậy lần này chỉ diễn ra trong một ngày nhưng sự đối đầu giữa lực lượng quân đội với đồng bào sắc tộc rất quyết liệt vì công an đã sử dụng một số cán bộ giả làm thường dân, ném đá vào đoàn người biểu tình hầu gây ra sự hiềm khích giữa người kinh và người sắc tộc thiểu số.

Ngay khi cuộc đàn áp xảy ra, hai tổ chức Human Right Watch và Hội Ân Xá Quốc Tế đã phổ biến những bản phúc trình độc lập đề cập đến những chi tiết đàn áp người sắc tộc, nhưng Hà Nội phản bác rằng đồng bào Tây Nguyên nổi dậy là do sự xúi dục của Hoa Kỳ và những thế lực người sắc tộc lưu vong đang sinh sống tại Hoa Kỳ. Cuộc nổi dậy lần thứ hai đã làm cho Hà Nội sửng sốt vì họ nghĩ là những chống đối của đồng bào sắc tộc tại Tây Nguyên đã được giải quyết xong từ năm 2002 với những chính sách vừa đe dọa, vừa vuốt ve. Cuộc nổi dậy lần này cũng chứng tỏ mọi nỗ lực của Nguyễn Tấn Dũng nói riêng và Bộ chính trị trong việc giữ cho Tây Nguyên ổn định đã thất bại. Sự thất bại này càng khiến cho Hà Nội lo âu hơn nữa về những điều mà họ đã làm để xoa dịu người sắc tộc trở thành công dã tràng. Cũng giống như đợt nổi dậy năm 2001, Cộng sản Việt Nam đã tung kế hoạch trù dập và khủng bố đồng bào Tây Nguyên một cách gay gắt, khiến hàng trăm đồng bào sắc tộc phải chạy vào rừng và tìm cách đến Kampuchia xin tỵ nạn chính trị. Một lần nữa Hoa Kỳ và Cao Ủy Tỵ Nạn Liên Hiệp Quốc phải can thiệp và xúc tiến việc đưa một số gia đình trốn qua Kampuchia. Trong khi đó, Hà Nội cũng cho công an truy lùng và bắt giữ một số nhân vật lãnh đạo người Thượng, người Êđê để truy lùng về đường dây chống chính quyền. Cho đến nay, qua hai cuộc nổi dậy, Hà Nội đã sát hại ít nhất là 95 người, bắt cầm tù hơn 200 người và số người bị quản thúc, bị hạn chế di chuyển lên đến hàng ngàn người. Song song, Hà Nội cho cán bộ đến ép buộc nhiều gia đình sắc tộc phải bỏ đạo. Họ tuyên truyền rằng đó là tôn giáo của người Hoa Kỳ, không nên cộng tác hay tham gia vì sẽ bị chính quyền ngăn cấm. Cuộc đấu tranh của đồng bào sắc tộc tại Tây Nguyên vẫn còn đang tiếp diễn.

- Các Cuộc Đình Công Tự Phát Của Công Nhân:

Những cuộc đình công của hàng chục ngàn công nhân Việt Nam làm việc tại các công ty có vốn đầu tư nước ngoài xảy ra hàng loạt từ cuối năm 2005 kéo dài đến trung tuần tháng 6-2006, đã là sự kiện nằm ngoài dự kiến của Hà Nội. Đây không phải là những cuộc đình công xảy ra lần đầu mà theo số liệu của Bộ lao động - thương binh - xã hội thì từ ngày có bộ luật lao động vào năm 1993 cho đến nay đã có 1,171 cuộc đình công, tính trung bình một năm có 98 vụ. Nhưng dồn dập nhất với quy mô lớn, có tính chất gay gắt kéo dài nhiều ngày, lan rộng trên địa bàn cả nước thì chỉ mới xảy ra từ cuối năm 2005. Nguyên nhân nổi bật nhất, chiếm đến trên 90% các vụ đình công là do thu nhập của người lao động quá thấp, đặc biệt là trong khu vực doanh nghiệp có đầu tư nước ngoài. Từ năm 1999 tới nay, chỉ số giá tiêu dùng tăng cao, đời sống đắt đỏ hơn, giá nhân công trên thị trường lao động đã thay đổi gấp mấy lần. Trong khi lương tối thiểu trong khu vực doanh nghiệp Nhà nước đã được điều chỉnh tới 3 lần, thì bên các công ty có vốn nước ngoài (FDI) lại vẫn bị giữ nguyên, thậm chí còn thụt lùi vì bị áp dụng tỷ giá Mỹ Kim do bộ Lao động-Thương binh và Xã hội CSVN quy định từ nhiều năm trước là 1 Mỹ kim ăn 13,910 đồng, trong khi trên thực tế thì hối suất cao hơn nhiều, kể cả thị trường chính thức lẫn thị trường chợ đen.

Thật vậy, cách nay 16 năm, luật đầu tư nước ngoài có hiệu lực lần đầu tiên vào năm 1999, quy định mức lương tối thiểu đối với các công ty có vốn đầu tư nước ngoài là 45 Mỹ kim đến 50 Mỹ kim. Nhưng không hiểu vì lý do gì, đúng 10 năm sau, Quyết định số 53 của chính quyền Hà Nội và Quyết định số 708 của Bộ lao động - thương binh - xã hội cùng ban hành vào năm 1999, lại giảm xuống thành 3 mức lương là 35, 40 và 45 Mỹ Kim. Do căn cứ vào mấy quyết định này mà các công ty FDI đã ấn định mức lương rất thấp cho công nhân Việt Nam, so với các công ty FDI ở Kampuchia là 45 Mỹ Kim một tháng (tương đương 710 ngàn đồng Việt Nam). Tại Thái Lan và Phi Luật Tân con số này là từ 70 đến 100 Mỹ Kim/một tháng. Một báo cáo của Ủy ban Các Vấn đề Xã hội của Quốc hội Cộng Sản Việt Nam công bố ngày 4-5-2006 về tình hình đình công tại các công ty FDI đã đưa ra nhận định rằng: *"Nhìn chung thì không có cuộc đình công nào diễn ra theo đúng trình tự pháp luật của nhà nước quy định, tức là tự phát, không báo trước và không do công đoàn cơ sở khởi xướng. Mặt khác, các cuộc đình công nổ ra là do sức chịu đựng quá mức của công nhân đối với việc lương trả quá thấp, điều kiện làm việc và điều kiện sống tệ hại, nên người lao động không có cách nào khác hơn là đình công. Đây là vấn đề ta phải quan tâm giải quyết trước khi trở thành một phong trào lớn"*.

Sự cảnh báo của Ủy ban nói trên cho thấy vấn đề đình công của công nhân không thể tránh được nếu Hà Nội không cải thiện tình trạng lương bổng hiện nay. Mặc dù khi các cuộc đình công xảy ra vào cuối năm 2005 Phan Văn Khải đã ra chỉ thị yêu cầu các công ty có vốn đầu tư nước ngoài phải tăng tiền lương tối thiểu nhưng đa số các công ty đã không thi hành vì nếu tăng lương thì mức lợi nhuận sẽ giảm. Nhiều chủ nhân một số xí nghiệp có vốn đầu tư của Nam Hàn, Đài Loan, Tân Gia Ba đã đe dọa sẽ đóng cửa công ty, di chuyển sang Lào hay Kampuchia nếu Cộng sản Việt Nam đòi tăng mức lương tối thiểu. Chính thái độ này đã khiến cho các cuộc đình công lan rộng tại nhiều nơi và kéo dài nhiều tháng. Ngoài ra, trong yêu sách của công nhân, nhiều nơi đã đòi thành lập các công đoàn tự trị để tự bảo vệ lấy quyền lợi của chính họ vì họ không tin vào các công đoàn được thành lập theo luật của nhà nước. Dưới mắt công nhân, những công đoàn này chỉ là tay sai của chủ nhân ông ngoại quốc, đứng ra bóc lột quyền lợi của công nhân chứ không đứng về phía những người lao động nghèo. Đây cũng chính là cái gai mà công nhân Việt Nam tại các công ty có vốn đầu tư nước ngoài muốn nhổ nên dù có thành công trong việc đòi tăng mức lương tối thiểu hay không, công nhân Việt Nam vẫn tiếp tục đình công để đòi cho được việc thành lập các công đoàn thực sự đứng về phía công nhân chứ không đứng về phía nhà nước và các chủ nhân ông ngoại quốc. Chính trong tinh thần đó, các cuộc đối kháng của công nhân sẽ còn tiếp diễn trong thời gian tới.

5/ ÁP LỰC QUỐC TẾ LÊN CHẾ ĐỘ HÀ NỘI

Cộng sản Việt Nam là một trong rất ít chính quyền trên thế giới mà các giới chức lãnh đạo khi đi công cán tại hải ngoại, tiếp xúc với chính giới quốc tế lại phải đi cửa sau và liên tục gặp sự chỉ trích, phê phán của dư luận về các đàn áp ở trong nước. Điều đó cho thấy là những nỗ lực vận động áp lực quốc tế của Cộng đồng người Việt tỵ nạn tại khắp nơi trên thế giới rất có hiệu quả. Đương nhiên, Cộng sản Việt Nam không ngồi yên chịu cảnh 'tứ bề thọ địch', mà họ cũng bung ra vận động, tuyên truyền, hay dùng cả tiền bạc để mua chuộc thành phần tay sai hầu loan tải những tin tức thuận lợi cho chế độ. Tuy nhiên, do sự vận động của các cộng đồng người Việt tỵ nạn tại khắp nơi trên thế giới, hầu hết dư luận quốc tế đều đứng về phía dân tộc, đòi hỏi Hà Nội phải tôn trọng nhân quyền và ngưng các chính sách khủng bố chính trị. Trong 31 năm qua, nhờ sự đấu tranh bền bỉ này, Cộng đồng người Việt hải ngoại đã trở thành chỗ dựa quan trọng cho các phong trào đối kháng tại Việt Nam. Những áp lực quốc tế lên chế độ Hà Nội có thể tóm lược trên ba lãnh vực chính yếu:

Trên Lãnh Vực Nhân Quyền

Đây là lãnh vực mà Cộng đồng người Việt tại hải ngoại đã thành công trong việc tranh thủ dư luận thế giới, coi nhà cầm quyền Cộng sản Việt Nam là một chế độ không những không tôn trọng các quyền căn bản mà còn chà đạp các giá trị nhân bản của người dân. Chính nhờ sự tranh thủ này mà ngày hôm nay, khi đề cập đến Cộng sản Việt Nam dư luận thế giới đều coi đây là chế độ vi phạm nhân quyền một cách trầm trọng, khởi đi từ những vụ án liên quan đến các chính sách tập trung cải tạo quân cán chính miền Nam Việt Nam, đày ải người dân lên khu kinh tế mới, cho đến chiến dịch đánh "mại bản tư sản", thuyền nhân, đàn áp đồng bào sắc tộc, đàn áp các tù nhân lương tâm.... trong mấy thập niên qua. Bản báo cáo thường niên của Bộ Ngoại Giao Hoa Kỳ và bản đúc kết buổi họp thường niên của Ủy Ban Nhân Quyền Liên Hiệp Quốc đều đưa ra những kết luận về tình trạng vi phạm nhân quyền tại Việt Nam với những bằng chứng rất cụ thể. Bên cạnh đó, các ủy ban nhân quyền trực thuộc bộ ngoại giao các quốc gia Âu Châu, Úc Châu, Mỹ Châu đã dựa theo bản phúc trình về tình trạng vi phạm nhân quyền tại Việt Nam của các tổ chức Ân Xá Quốc Tế, Human Rights Watch để ra những khuyến cáo đối với Hà Nội.

Trong những năm gần đây, sự lên tiếng của các quốc gia về tình hình vi phạm nhân quyền tại Việt Nam ngày một gia tăng. Úc Châu, Tân Tây Lan, Gia Nã Đại, Na Uy, Thụy Điển, Đức và Pháp thường xuyên đặt vấn đề tôn trọng nhân quyền là điều kiện tiên quyết để tháo khoán các viện trợ về nhân đạo, y tế và giáo dục v..v... Bộ Ngoại Giao Nhật Bản từ năm 2004 đã đưa vấn đề tôn trọng nhân quyền là điều kiện quan trọng trong việc cứu xét các dự án tài trợ nằm trong khuôn khổ ODA. Trong các quốc gia có những áp lực mạnh mẽ lên chế độ Hà Nội, phải nói đến Hoa Kỳ vì những nỗ lực vận động của khối người Việt tại đây. Từ năm 2001, Dân Biểu Christopher Smith cùng với một số dân biểu Hạ Viện Hoa Kỳ đã đưa ra Đạo Luật cho Nhân Quyền Việt Nam để đòi ràng buộc những khoản viện trợ không thuộc lãnh vực nhân đạo (thí dụ như viện trợ kinh tế, tài chánh) với sự cải thiện nhân quyền ở Việt Nam và thành lập một ủy ban hỗn hợp hành pháp và lập pháp để theo dõi vấn đề nhân quyền tại Việt Nam. Góp phần trong nỗ lực nói trên, tại Hạ Viện Hoa Kỳ có hai tổ chức đã có những hoạt động đáng kể. Một là tổ chức Congressional Human Rights Caucus do hai dân biểu Frank Wolf và Tom Lantos đồng sáng lập, thường lên tiếng về các vi phạm nhân quyền nghiêm trọng. Hai là tổ chức Congressional Dialogue on Vietnam do dân biểu Loretta Sanchez và Zoe Lofgren đồng chủ tịch, có mục đích theo dõi các vấn đề Việt Nam bao gồm các vi phạm nhân quyền.

Trên Lãnh Vực Tôn Giáo

Hiện nay, hoạt động tôn giáo tại Việt Nam, nếu không nằm trong khuôn khổ của các giáo hội do nhà nước thành lập và không tham gia vào Mặt Trận Tổ Quốc thì bị coi là những tổ chức 'phản động'. Chủ trương của Hà Nội là không để các tổ chức tôn giáo hoạt động ngoài khuôn khổ của nhà nước vì những tổ chức hoạt động ngoài luồng này rất nguy hiểm cho sự an toàn của chế độ. Chính vì lẽ đó mà cho đến nay, Hà Nội chỉ công nhận 15 tổ chức tôn giáo gồm: Giáo Hội Công Giáo Việt Nam, Giáo Hội Phật Giáo Việt Nam, Ban Đại Diện Giáo Hội Phật Giáo Hòa Hảo, 9 hệ phái Cao Đài, Tổng hội Hội thánh Tin Lành Miền Bắc và Tổng Liên hội Hội Thánh Tin Lành Miền Nam; nhưng cấm đoán một số tổ chức tôn giáo khác mà Cộng sản Việt Nam coi là các giáo phái phản động như Giáo Hội Phật Giáo Việt Nam Thống Nhất, các Hội thánh Tin Lành không nằm trong Tổng Liên hội Hội Thánh Tin Lành Miền Nam, Giáo Hội Phật Giáo Hòa Hảo Trung Ương Thuần Túy v..v.... Ngày 18-6-2004, Quốc hội Cộng sản Việt Nam thông qua Pháp lệnh tôn giáo gồm 6 chương, 41 điều để quy định các sinh hoạt tôn giáo nhưng trong thực tế là để khống chế các tôn giáo, trong đó quy định rằng các việc truyền giáo, phong chức, hội họp, hướng dẫn giáo lý.. đều phải được báo cáo và cần sự cho phép của chính quyền trung ương hay địa phương. Do đó, nếu chỉ nhìn trên bề mặt về sự đông đảo của các tín đồ đi lễ chùa, lễ nhà thờ; người ta sẽ không thấy sự kiểm soát tinh vi của Cộng sản Việt Nam; trong khi thực tế hoạt động của các giáo hội và của các vị lãnh đạo tôn giáo đều bị công an núp trong các Ban tôn giáo từ trung ương xuống địa phương theo dõi và khống chế mọi mặt. Chính vì thế mà dư luận quốc tế rất quan tâm đến tình hình đàn áp tôn giáo và đã có những áp lực cụ thể lên chế độ Hà Nội.

Cụ thể là trong bản báo cáo vào đầu tháng 5-2006, Ủy Ban Tự Do Tôn Giáo Hoa Kỳ đã đề nghị Bộ ngoại giao Hoa Kỳ tiếp tục giữ Cộng sản Việt Nam trong danh sách những quốc gia đáng quan tâm đặc biệt

(Countries of Particular Concern). Quy chế này ra đời vào năm 1998, khi Tổ chức Tự Do Tôn Giáo Thế Giới (IRFA) yêu cầu Bộ Ngoại Giao Hoa Kỳ thiết lập để trừng phạt những quốc gia có các hành vi xâm phạm đến quyền tự do tín ngưỡng, đàn áp các sinh hoạt tôn giáo. Cộng sản Việt Nam là một trong mười một quốc gia đang bị Hoa Kỳ đặt vào danh sách những quốc gia đáng quan tâm là: Miến Điện, Bắc Hàn, Eritrea, Iran, Pakisrtan, Trung Quốc, Saudi Arabia, Sudan, Turkmenistan, Uzbekistan và Việt Nam. Trong bản báo cáo, Ủy Ban Tự Do Tôn Giáo Hoa Kỳ nhận định rằng sự vi phạm của Cộng sản Việt Nam ngày càng trầm trọng và Hà Nội hoàn toàn không có thiện chí tối thiểu để cải thiện tình hình qua các khuyến cáo của dư luận quốc tế. Hà Nội vẫn tiếp tục duy trì chính sách khống chế, trù dập, ngăn cấm, bỏ tù và kể cả thủ đoạn phân biệt đối xử đối với các nhà lãnh đạo và các giáo hội. Do đó, việc duy trì quy chế CPC mà Ủy Ban Tự Do Tôn Giáo Hoa Kỳ đề nghị là để tiếp tục buộc Cộng sản Việt Nam phải phóng thích tất cả những nhà lãnh đạo, tu sĩ các tôn giáo, cho mở lại các nhà thờ của các Hội thánh tại vùng Tây Nguyên, đặc biệt chấm dứt những sự trù dập, khống chế một cách vô lý đối với các hoạt động của Hội thánh Tin Lành Mennonite, của người Thượng, của Tin Lành Hmong, những tín đồ Phật Giáo Hòa Hảo, và Giáo Hội Phật Giáo Việt Nam Thống Nhất.

Trên Lãnh Vực Chính Trị

Do chính sách cai trị độc tài, đảng Cộng sản Việt Nam chủ trương tiêu diệt mọi tiếng nói đối lập và coi những ai có quan điểm, lập trường khác với đảng Cộng sản đều là kẻ thù và bị liệt vào thành phần 'phản cách mạng' hay 'phản động'. Tháng 2-1976, khi Cộng sản Việt Nam đưa lực lượng công an bao vây nhà thờ Vinh Sơn tại Sài Gòn để bắt Linh Mục Nguyễn Quang Minh và một số nhân vật nằm trong lực lượng Liên Tôn có chủ trương chống lại sự đàn áp của Hà Nội, thì chính sách khủng bố chính trị đã được Hà Nội triệt để áp dụng và đã tạo ra rất nhiều vụ đàn áp nổi tiếng trong 30 năm qua, như vụ đàn áp nhóm Luật sư Trần Văn Tuyên- Lý Văn Hiệp - Vũ Đăng Dụng (1976) vì chống lại chính sách tù cải tạo phi nhân; Luật sư Trần Danh San (1977), người đã đọc Tuyên Ngôn Nhân Quyền Cho Việt Nam trước nhà thờ Đức Bà Sài Gòn; Giáo sư Đoàn Viết Hoạt (1976) bị bắt và bị cầm tù (1976-1988) sau đó lại bị bắt lại và bị kết án 20 năm tù vì tội tuyên truyền chống chế độ; Bác sĩ Nguyễn Đan Quế (1978) chống lại chính sách độc tài của Hà Nội nên bị cầm tù 10 năm 1978-1988) sau đó Bác Sĩ Quế tiếp tục đấu tranh nên bị bắt lần thứ hai, bị kết án 20 năm tù từ 1991; vụ bắt giữ cha Trần Đình Thủ và một số linh mục Dòng Đồng Công (1987) vì chống lại chính sách đàn áp tôn giáo.

Vụ ông Nguyễn Hộ và một số nhân sự trong Câu Lạc Bộ Những Người Kháng Chiến Cũ (1990) đấu tranh đòi dân chủ đa nguyên, đa đảng bị đảng Cộng sản Việt Nam bắt rồi quản chế gần 10 năm; Luật sư Đoàn Thanh Liêm đã đưa ra năm điểm căn bản làm nền tảng tu chính bản hiến pháp trong tinh thần tự do và nhân bản, đã bị Cộng sản Việt Nam kết án 12 năm tù vì tội 'tuyên truyền chống lại chế độ' vào năm 1990; Phi Công Lý Tống (1992) bị bắt vì cưỡng chế máy bay Việt cộng để thả truyền đơn chống chế độ trên không phận Sài Gòn; Ông Hoàng Minh Chính bị bắt (1995) và bị kêu án tù 12 tháng vì phân phát tài liệu chống chế độ; Ông Hà Sĩ Phu (1995) bị bắt lần đầu tại nhà ông Nguyễn Kiên Giang vì bị cáo buộc là phổ biến tài liệu chống đảng; vụ Linh Mục Nguyễn Văn Lý (2001) bị bắt vì đã đưa ra các lời kêu gọi đấu tranh cho tự do tôn giáo, yêu cầu đảng Cộng sản giải thể, bãi bỏ điều 4 hiến pháp và tổ chức Tổng tuyển cử, sau đó Linh Mục Lý bị kết án 15 năm tù; Ông Nguyễn Khắc Toàn (2001) bị bắt và bị kết án 12 năm tù vì chuyển tin đấu tranh khiếu kiện của đồng bào tại Hà Nội ra hải ngoại; vụ anh Lê Chí Quang (2002) bị kết án 4 năm tù vì gửi tin qua mạng Internet; Anh Phạm Hồng Sơn (2002) bị kết án 13 năm tù về tội gián điệp vì trao đổi bài vở qua mạng Internet; vụ anh Nguyễn Vũ Bình (2003) bị kết án 7 năm tù và 3 năm quản chế vì tội 'gián điệp' khi gửi những bài viết của anh lên các diễn đàn Internet; vụ Mục sư Nguyễn Hồng Quang (2004) bị Công an vây bắt cùng với 5 cộng sự viên trong Hội Thánh và bị kết án 3 năm tù vì tội 'chống người thi hành công vụ'...

Những vụ án chính trị được liệt kê bên trên chỉ là những vụ án tiêu biểu, nếu phải liệt kê hết tất cả thì có đến hơn 2500 vụ án chính trị khác nhau đã bị đảng Cộng sản Việt Nam đàn áp, thủ tiêu dưới nhiều hình thức. Để đấu tranh cho các tù nhân chính trị nói trên, năm 1992, Mặt Trận Quốc Gia Thống Nhất Giải Phóng Việt Nam đã thực hiện một hồ sơ gồm danh sách 1200 tù nhân chính trị đang bị giam giữ tại các trại tù ở Việt Nam và hồ sơ này đã được các tổ chức, đoàn thể, đảng phái và cộng đồng người Việt khắp nơi trên thế giới sử dụng, đồng loạt vận động chính giới và tranh thủ dư luận quốc tế lên tiếng can thiệp. Kể từ đó phong trào vận động áp lực quốc tế buộc Cộng sản Việt Nam phải phóng thích vô điều kiện các tù nhân chính trị tại Việt Nam được rất nhiều tổ chức quốc tế đáp ứng hỗ trợ. Các tổ chức Ân Xá Quốc Tế, Human Rights Watch, Tổ chức Phóng viên không biên giới, Trung Tâm Nhân Quyền Thụy Sĩ, Ủy ban Nhân Quyền Úc Châu... đã thường xuyên lên tiếng can thiệp và đòi Cộng sản Việt Nam phải phóng thích tù nhân chính trị. Những áp lực này đã mang đến một số kết quả cụ thể như Giáo Sư Đoàn Viết Hoạt, Bác sĩ Nguyễn Đan Quế, ông Nguyễn Khắc Toàn, Mục sư Nguyễn Hồng Quang, Linh Mục Nguyễn Văn Lý, Giáo sư Nguyễn Đình Huy đã được thả ra. Nỗ lực đấu tranh bền bỉ của cộng đồng hải ngoại và áp lực của quốc tế đã làm cho Cộng sản Việt Nam phải e dè hơn mỗi khi tung ra kế hoạch đàn áp các nhân vật đối kháng. Tuy nhiên, trên thực tế Cộng sản Việt Nam vẫn còn tiếp tục giam giữ một số người, đồng thời những nhượng bộ của Hà Nội chỉ là để đáp ứng một số nhu cầu vận động viện trợ, đầu tư và nhất là để gia nhập Tổ Chức Mậu Dịch Thế Giới (WTO).

Để hỗ trợ mạnh mẽ các tiếng nói đối kháng tại quốc nội và nhất là không cho công an có thể tung ra những đòn trù dập kiểu 'cả vú lấp miệng em' như đối với các ông Hoàng Minh Chính, anh Phương Nam Đỗ Nam Hải, Giáo sư Nguyễn Chính Kết, Giáo sư Trần Khuê, anh Nguyễn Khắc Toàn, nhà văn Hoàng Tiến và nhất là một số thanh niên đã ký tên vào Bản Tuyên Ngôn Dân Chủ của Khối 8406 như Vũ Hoàng Hải, Luật sư Nguyễn Văn Đài, Phạm Bá Hải, Nguyễn Ngọc Quang... trong thời gian vừa qua, ngoài sự thông báo nhanh chóng các tin tức đàn áp trên các mạng Internet, chúng ta cần vận động chính giới của một số quốc gia đứng ra 'bảo trợ' một nhà đấu tranh tại quốc nội hầu có thể liên tục đặt vấn đề với Hà Nội mỗi khi công an khủng bố họ. Những nỗ lực này đòi hỏi sự vận động kiên trì nhưng rất cần thiết để bảo vệ các nhà đấu tranh trước bạo lực của công an và khiến họ cùng đứng lên đấu tranh ngày một mạnh mẽ và đa diện hơn.

Ngoài bốn yếu tố đã tác động tạo xoay chuyển, dựa theo kinh nghiệm tại Đông Âu cách nay 17 năm, tại Việt Nam còn có một yếu tố khác, giữ một phần quan trọng trong việc tác động lên những xoay chuyển tình hình Việt Nam, đó chính là các nỗ lực của Cộng Đồng

Người Việt Tại Hải Ngoại. Tuy một số các quốc gia tại Đông Âu như Hung Gia Lợi, Ba Lan, Romania cũng có một khối lượng kiều bào từ một đến vài triệu người, sống tại nhiều nước trên thế giới sau Đệ Nhị Thế Chiến, sự đóng góp của họ vào công cuộc dân chủ hóa tại quê hương của họ không nhiều và không tích cực; trong khi Cộng đồng người Việt Nam tỵ nạn đã góp phần rất lớn trong việc tạo áp lực lên chế độ Hà Nội qua một số nỗ lực đáng chú ý:

Thứ nhất là tranh thủ chính giới các nước lên tiếng ủng hộ công cuộc đấu tranh của các nhà dân chủ, các vị tu sĩ lãnh đạo Tôn Giáo, đồng thời vận động các chính quyền và các đoàn thể quốc tế đặt những điều kiện tôn trọng nhân quyền trong các quan hệ kinh tế, thương mại với Hà Nội.

Nhờ khả năng và kiến thức vận động (lobby) chính giới và các tổ chức quốc tế, Cộng đồng người Việt tại hải ngoại đã góp phần đáng kể trong việc tranh thủ áp lực quốc tế để giải toả áp lực của Hà Nội lên các nhà đối kháng. Đặc biệt nhất là góp phần tạo ra những cuộc gặp gỡ kín đáo giữa các nhà đối kháng, các vị lãnh đạo tôn giáo với một số chính giới để vừa tạo sự cảm thông, vừa phá vòng cô lập của công an. Song sọng, Cộng đồng người Việt tại hải ngoại cũng đã đạt kết quả tốt đẹp khi tổ chức các cuộc biểu tình và trao kháng thư cho chính phủ, các tổ chức thương mại quốc tế, để đặt vấn đề tôn trọng nhân quyền, tôn trọng tự do tôn giáo trong các quan hệ buôn bán tại những buổi vận động đầu tư do các phái đoàn Cộng sản Việt Nam tổ chức tại một số quốc gia như Hoa Kỳ, Gia Nã Đại, Nhật, Úc, Pháp...

Thứ hai là vận động cô lập mọi hoạt động của cán bộ và tay sai Cộng sản Việt Nam đồng thời ngăn chận mọi âm mưu tạo sự xuất hiện bình thường của Hà Nội trong cộng đồng người Việt tỵ nạn, dưới các hình thức giao lưu văn hóa, văn nghệ.

Đây là một nỗ lực được coi là thành công nhất của nhiều đoàn thể, đảng phái và Cộng đồng người Việt tại hải ngoại trong việc ngăn chận và cô lập mọi âm mưu xâm nhập cộng đồng hải ngoại của Việt Cộng. Chính vì sự thất bại liên tục này mà vào tháng 4-2004 Bộ chính trị Cộng sản Việt Nam đã phải ban hành Nghị Quyết mang số 36 có nội dung chỉ thị cho các bộ phận của đảng và nhà nước phải bung ra xâm nhập vào những cơ chế, sinh hoạt kể cả việc ru ngủ, chiêu dụ một số phần tử nhẹ dạ để hợp tác với chế độ. Tuy nhiên, mọi sự xuất hiện của Hà Nội qua những vụ như Duyên Dáng Việt Nam tại Úc, trình diễn văn hóa, văn nghệ tại Hoa Kỳ, Pháp, Gia Nã Đại hay tổ chức lạc quyên cứu trợ những nạn nhân hóa chất Da Cam... đều bị các đoàn thể biểu tình chống đối, cô lập, khiến Hà Nội có muốn tổ chức cũng chỉ dám làm lén lút.

Thứ ba là góp phần hỗ trợ các nhà đối kháng, các gia đình nạn nhân để thoát khỏi vòng cô lập kinh tế của chế độ Hà Nội.

Nhờ sự hỗ trợ kín đáo, chân tình và đều đặn dưới nhiều hình thức của một số tổ chức, cá nhân đối với thân nhân một số nhà đối kháng tại Việt Nam, mà họ đã có thể cầm cự lâu dài trước thủ đoạn bao vây và cô lập kinh tế của Hà Nội. Không những thế, nhiều cá nhân đã tự thành lập những quỹ tình thương để giúp cho con em của các nhà dân chủ đang bị gặp khó khăn tại Việt Nam tiếp tục con đường học vấn. Ngoài ra, một vài đoàn thể đã vận động một số tổ chức quốc tế vinh danh và trao giải thưởng cho các nhà đối kháng, việc này đã phần nào giúp đỡ phương tiện một cách thiết thực; vừa nâng cao uy tín của các nhà đấu tranh trước dư luận quốc tế trong các năm vừa qua, nhờ nỗ lực này mà cho đến nay, dư luận quốc tế hầu như đều biết rõ tên tuổi cũng như quá trình đấu tranh kiên trì của các nhà tranh đấu tại quê nhà.

Thứ tư là góp phần phá vỡ sự bưng bít thông tin của Hà Nội và thúc đẩy những luồng thông tin đa dạng giữa trong và ngoài nước.

Do nhu cầu phải mở cửa ra bên ngoài làm ăn, buôn bán với các quốc gia, và cũng vì lưu lượng thông tin ra vào Việt Nam vượt quá khả năng kiểm soát của Hà Nội, Cộng sản Việt Nam đã không thể nào kiểm soát mạng thông tin Internet một cách chặt chẽ như trước. Đặc biệt, sự khai phá những kỹ thuật mới của nhiều chuyên gia tại hải ngoại, đã giúp cho những nhà đối kháng, thanh niên sinh viên và các nhà trí thức có thể truy cập tin tức một cách nhanh chóng mà không bị công an phát giác. Nhờ vậy mà trong vòng 2 năm trở lại đây, có thể nói là mọi tin tức đấu tranh hay những lên tiếng phản kháng chế độ ngay sau khi xảy ra ở trong nước hay tại hải ngoại, đều được loan tải rộng rãi trên mạng Inernet với hàng triệu lượt gửi và nhận hàng ngày. Với tình hình phát triển của mạng internet, người ta tin là các nguồn thông tin, liên lạc của người Việt sẽ từng bước thu hẹp vùng ảnh hưởng của Hà Nội.

Thứ năm là mở rộng sự tiếp cận giữa người Việt ở trong và ngoài nước qua các dạng đi thăm thân nhân, du học, làm việc... để vừa giúp nhau nhân cao ý thức tự do dân chủ, chia xẻ về tình hình, về khát vọng chung hầu góp phần vào công cuộc chung.

Những cuộc gặp gỡ, trao đổi giữa khối người Việt Nam về nước thăm gia đình hoặc do nhu cầu ra hải ngoại làm ăn, đi học của người Việt ở trong nước, vô hình chung đã tạo một số những thay đổi trong cách suy nghĩ, ứng xử về hiện tình đất nước. Đặc biệt là giúp nâng cao sự hiểu biết về đặc tính dân chủ, đa nguyên trong sinh hoạt của xã hội, đồng thời nhìn ra nhu cầu phải phát triển Việt Nam để thoát ra khỏi cảnh nghèo đói triền miên dưới chế độ độc tài Hà Nội. Đương nhiên, do hoàn cảnh của từng người, các phản ứng tuy khác nhau nhưng đa số các quan tâm của người Việt ở trong nước hay tại hải ngoại là đều không chấp nhận thực trạng đen tối của đất nước và mong muốn thay đổi tốt đẹp. Chính ý thức muốn thay đổi này đang mở ra những cơ hội gặp gỡ, trao đổi và cộng tác giữa người Việt Nam ở trong và ngoài nước ngày một nhiều hơn, hầu tiến đến những hợp tác bằng các hành động cụ thể vào công cuộc dân chủ hóa hiện nay và canh tân đất nước trong tương lai.

Tổng kết lại, những yếu tố đưa đến sự thay đổi tại Đông Âu cách nay 17 năm, tuy mức độ tác động có khác nhau ở từng quốc gia; nhưng nói chung, đó là những tác động chính giúp cho phong trào đấu tranh quần chúng có cơ hội bành trướng ảnh hưởng, đồng thời huy động những người dân đang bất mãn với chế độ tham gia dễ dàng. Đương nhiên mỗi quốc gia có những hoàn cảnh khác nhau nên không thể nào đối chiếu hay so sánh để có những kết luận tương tự. Tuy nhiên, dù khác nhau về môi trường, lịch sử, văn hóa hay khả năng cai trị của mỗi đảng Cộng sản, đã là con người, dù sống tại Pháp, Việt Nam hay tại Ba Lan, Tiệp Khắc, Nam Tư, Bulgaria... đều có chung một trái tim biết căm thù, một ý chí vươn lên từ những áp bức bất công, một lòng can đảm, dám đối đầu với bạo lực và có cùng một ước mơ được sống trong bối cảnh tự do dân chủ. Chính những ước mơ giống nhau nơi từng con người phải đấu tranh để sống, đã là nhân tố chính để tạo ra biến cố Đông Âu và chắc chắn người Việt Nam cũng sẽ nắm bắt thành quả trong thời gian trước mặt như người dân Đông Âu đã làm.

III- VIỄN CẢNH TÌNH HÌNH VIỆT NAM

A/ NHỮNG HẬU QUẢ CHÍNH TRỊ SAU HAI MƯƠI NĂM ĐỔI MỚI

Ngày 15 và 16-6-2006, Viện Khoa Học Xã Hội Việt Nam qua sự hỗ trợ của Chương trình phát triển Liên Hiệp Quốc và Cơ quan hợp tác phát triển kinh tế Thụy Điển đã tổ chức một Hội Nghị Tổng kết 20 năm đổi mới ở Việt Nam. Hội nghị quy tụ khoảng 300 diễn giả, nhà khoa học, nhà hoạch định chính sách Quốc tế và Việt Nam. Tiến sĩ Lê Đăng Doanh, người đã tham dự Hội nghị cho biết là kết luận của Hội Nghị đánh giá rằng: ***Sau 20 năm áp dụng đường lối đổi mới, Việt Nam vẫn còn là quốc gia nghèo đói. Nhưng sự nghèo đói này không phải chỉ là nghèo về vật chất mà còn là nghèo về quyền lợi chính trị, còn là sự thiệt thòi không có tiếng nói, không được bảo vệ đầy đủ bằng pháp luật***. Khuyến cáo của Hội nghị là nhà cầm quyền Cộng sản Việt Nam cần kết hợp cải cách kinh tế với cải cách hành chánh, cải cách chính trị trong thời gian tới, nếu không sẽ đối diện với nhiều khó khăn và tốn kém nhiều mặt. Kết luận của Hội nghị đã cho chúng ta một bức tranh không mấy lạc quan về chặng đường 20 năm đổi mới của Việt Nam, nếu không muốn nói là nước ta vẫn dậm chân tại chỗ trước sự đổi thay của các nước chung quanh. Dậm chân tại chỗ có nghĩa là nước ta không nhích ra khỏi cảnh nghèo đói đã đeo đuổi dân ta hơn 100 năm qua, dù hoàn cảnh sống của mỗi thời kỳ có khác nhau do những tiện nghi vật chất thay đổi. Vậy hậu quả chính trị của việc áp dụng 20 năm mở cửa, đổi mới kinh tế của Cộng sản Việt Nam đã diễn ra như thế nào?

Sau mười năm (1975 - 1985) áp dụng đường lối *"tiến nhanh tiến mạnh, tiến vững chắc lên chủ nghĩa xã hội"*, đảng Cộng sản Việt Nam đã đứng trước ba nguy cơ: 1/ Nền kinh tế hoàn toàn bị phá sản, đặc biệt là do ảnh hưởng của biện pháp tập thể hóa nông nghiệp lần thứ 2 từ năm 1982, nông dân đã không chịu canh tác trong khuôn khổ hợp tác xã, khiến cả nước bị thiếu hụt lương thực trầm trọng, dẫn đến nạn đói kém, đe dọa một cách trầm trọng lên cả nước; 2/ Bị thế giới cô lập kinh tế và phong tỏa ngoại giao vì chính sách hiếu chiến, xâm lăng Kampuchia và Lào để thành lập Liên bang Đông Dương; 3/ Bị cắt giảm rồi cắt đứt quân viện lẫn kinh viện từ khối Liên Xô cũ.

Đánh giá tình hình vào lúc đó, Nguyễn Phú Trọng, Ủy viên bộ chính trị, Chủ tịch Hội đồng lý luận trung ương của đảng Cộng sản Việt Nam, nay là Chủ tịch Quốc hội đã viết: '*cuộc chạy đua kinh tế, cuộc đấu tranh giữa chủ nghĩa xã hội và chủ nghĩa tư bản có nhiều diễn biến phức tạp; hầu hết các nước xã hội chủ nghĩa lâm vào khủng hoảng kinh tế - xã hội. Ở trong nước, tư tưởng chủ quan, say sưa với thắng lợi, nôn nóng muốn tiến nhanh lên chủ nghĩa xã hội trong một thời gian ngắn, dẫn đến việc bố trí sai cơ cấu kinh tế, cơ cấu đầu tư, cộng với những khuyết điểm của mô hình kế hoạch tập trung quan liêu, bao cấp bộc lộ ngày càng rõ, làm cho kinh tế - xã hội rơi vào trì trệ, khủng hoảng, đời sống nhân dân gặp khó khăn. Nước ta bị các thế lực thù địch bao vây, cấm vận; chiến tranh biên giới Tây Nam và biên giới phía Bắc xảy ra, hậu quả rất nặng nề*'.

Để thoát ra khỏi tình hình khó khăn nói trên, qua sự khuyến cáo của Liên Xô, đảng Cộng sản Việt Nam đã theo chân các nước cộng sản Đông Âu bắt đầu áp dụng chính sách đổi mới kể từ đại hội đảng kỳ VI vào tháng 12 năm 1986. Chính sách cứu nguy của đảng Cộng sản Việt Nam đã dựa chủ yếu trên ba quyết định quan trọng vào lúc đó:

Thứ nhất, tạm ngưng chính sách 'ưu tiên phát triển công nghiệp nặng', quay về lấy nông thôn và nông nghiệp làm chính, tạm ngưng chính sách hợp tác hóa nông nghiệp, thay bằng chủ trương khoán trong nông nghiệp để kích thích nông dân hăng hái sản xuất trở lại; hầu chặn đứng tình trạng đói kém đang đe dọa 19 tỉnh miền Bắc.

Thứ hai, thay đổi đường lối đối ngoại 'ai thắng ai' bằng chủ trương 'thêm bạn bớt thù' với hai nỗ lực là bình thường hóa quan hệ với Trung Quốc và rút quân ra khỏi Kampuchia để thoát vòng cô lập của thế giới, nhất là của Hoa Kỳ.

Thứ ba, thay chính sách bao cấp bằng chủ trương khoán sản phẩm và cho tự quản trong các xí nghiệp quốc doanh theo nền kinh tế hàng hóa, đồng thời mở cửa vận động đầu tư từ bên ngoài để cải thiện tình trạng sản xuất què quặt ở trong nước.

Trong lúc tiến hành chính sách thoát hiểm nói trên, đảng Cộng sản Việt Nam lại đối diện một nguy cơ mới, đó là sự tan rã của hàng loạt các chế độ Cộng sản tại Đông Âu trước sự nổi dậy của các phong trào quần chúng đòi tự do dân chủ trong các năm 1988, 1989, đặc biệt là sự tan rã của Liên bang Xô Viết vào năm 1991. Những biến động này đẩy đảng Cộng sản Việt Nam vào tình thế nguy kịch mà Đào Duy Tùng, một lý thuyết gia của đảng mô tả rằng: 'đảng đã ở vào tình cảnh ngàn cân treo trên sợi tóc'. Đây là tâm trạng hoang mang của hầu hết giới lãnh đạo Hà Nội vào đầu thập niên 90 nên họ đã phải vội vã quay sang 'khấu đầu' Bắc Kinh để tìm chỗ dựa mới, đồng thời nhìn lại toàn bộ các chủ trương, chính sách, để mò mẫm con đường thoát hiểm. Lúc đó, Trung ương đảng Cộng sản Việt Nam đã tập trung suy nghĩ và soạn ra hai văn kiện: 1/Cương Lĩnh xây dựng đất nước trong thời kỳ quá độ lên chủ nghĩa xã hội và 2/Chiến lược ổn định và phát triển kinh tế - xã hội đến năm 2000, làm nền tảng cho những bước đi không còn sự hỗ trợ của Liên Xô.

Hai văn kiện nói trên được công bố trong Đại hội đảng kỳ VII vào tháng 6-1991, đã chuyên chở một số suy nghĩ và dự phóng của lãnh đạo Hà Nội về con đường thoát hiểm, đồng thời nó cũng đã chi phối ít nhiều các mục tiêu chiến lược được thông qua tại ba kỳ đại hội đảng trong gần 2 thập niên sau đó. Tại Đại Hội VII (1991), Hà Nội đã bắt đầu cho áp dụng cơ chế thị trường và mọi sự vận hành của xã hội được đặt trên nền tảng tự quản thay thế chế độ bao cấp. Tại Đại Hội VIII (1996), Hà Nội đã tập trung đẩy mạnh chính sách mở cửa kinh tế, vận động đầu tư theo đường lối ngoại giao đu giây giữa Mỹ và Trung Quốc. Tại Đại Hội IX (2001), Hà Nội đã đưa ra chủ trương phát triển theo hướng công nghiệp hóa, hiện đại hóa để theo kịp đà tiến bộ của các nước chung quanh. Nói chung, hướng đi chính yếu của đảng Cộng sản Việt Nam trong thời kỳ này là tập trung chấn chỉnh tình trạng yếu kém của nền kinh tế, nhờ vào đầu tư ngoại quốc; đồng thời xóa bớt màu sắc vô sản chuyên chính, thông qua cải cách hành chánh để giúp đảng có thể tiếp tục giữ chặt quyền lực độc tôn trong xã hội.

Rút kinh nghiệm từ Liên Xô và học từ các biện pháp cải cách của Trung Quốc, đảng Cộng sản Việt Nam đã chấp nhận sự đa nguyên trong kinh tế nhưng kiểm soát triệt để trên phương diện chính trị. Chính vì bước đi khập khễnh như vậy mà Hà Nội đã không đạt được kết quả mong muốn trong cả hai lãnh vực kinh tế và chính trị. Trong lãnh vực kinh tế, những phát triển trong suốt thời gian này đều dựa vào nguồn vốn đầu tư ngoại quốc (FDI) và vốn tài trợ từ các chính phủ (ODA) trong khi tiềm lực sản xuất của các xí nghiệp quốc doanh - xương sống của chế độ - rất yếu kém và không có khả năng cạnh trạnh. Chính vì dựa vào các nguồn vốn này, càng ngày Cộng sản Việt Nam càng bị những áp lực cải cách từ bên ngoài, trong đó có những cải cách tối kỵ đối với Hà Nội trong lãnh vực chính trị và luật pháp. Chính vì miễn cưỡng phải làm nên những chính sách cải tổ đã tạo ra những vấn nạn chính trị mà Hà Nội đang phải đối diện hiện nay:

1/ Sự phá sản của chủ nghĩa Mác Lê, không chỉ làm cho Cộng sản Việt Nam mất điểm tựa về tư tưởng mà còn làm bùng nổ những xung đột quan điểm về mức độ đổi mới hiện nay, đặc biệt trong lãnh vực chính trị. Chính những bất đồng ý kiến về mức độ và phương thức đổi mới chính trị đã tạo ra sự phân hóa trầm trọng trong giới lãnh đạo, chủ yếu không ở lý luận mà từ thực tế điều hành, gắn liền với quyền và lợi giữa các phe nhóm. Trong khi đó, sự thiếu vắng một nhân sự có bản lãnh vượt trội và có khả năng thâu tóm quyền lực để lèo lái nội bộ đảng, đã tạo ra cảnh cá mè một lứa. Hậu quả là tình trạng các phe nhóm tranh nhau bòn rút công quỹ và các dự án quốc gia, từ trung ương đến địa phương, ngày càng trở nên trầm trọng.

2/ Tuy Hà Nội thành công một phần trong việc thuyết phục các chính phủ nước ngoài rằng họ đã cố thay đổi một số chính sách để đáp ứng nhu cầu giao thương buôn bán; nhưng chính sự rập khuôn theo mô hình cải cách Trung Quốc đã tạo ra nhiều mâu thuẫn trong các quan hệ làm ăn giữa Cộng sản Việt Nam với các quốc gia, đặc biệt là với Hoa Kỳ và Trung Quốc. Vì thế mà Hà Nội đã phải chọn thế đu giây giữa Hoa Thịnh Đốn và Bắc Kinh; nhưng cũng chính sự đu dây này lại khiến cho nội bộ Cộng sản Việt Nam bị phân hóa, các phe nghi ngờ lẫn nhau vì những vụ đi đêm hay ký kết lén lút các giao kèo với Hoa Thịnh Đốn hay Bắc Kinh. Hậu quả là càng mở cửa ra bên ngoài, nội bộ đảng Cộng sản Việt Nam càng bị phân hóa và nảy sinh nhiều sự tranh chấp quyền lực trầm trọng, do những chi phối của các thế lực, đặc biệt là Hoa Kỳ và Trung Quốc.

3/ Đời sống của dân chúng nói chung sau 20 năm mở cửa (1986-2006) vẫn còn rất nghèo nàn và lạc hậu. Thái độ chung của đa số dân chúng vẫn là lao vào kiếm sống và nếu gia đình nào có chút ít tiền thì lo cho con cái ăn học. Từ đó sự phân cực giàu nghèo đã trở thành một vấn đề lớn trên đất nước hiện nay. Hậu quả của sự phân cực giàu nghèo đã tạo ra nhiều thảm kịch trong xã hội Việt Nam như nạn gả bán 'cô dâu' cho người Đài Loan, Trung Quốc, Nam Hàn..., nạn 'mua bán trẻ em' đang tạo phẫn nộ trong dư luận nhưng lại khó ngăn chận vì sự làm ngơ của các quan chức Hà Nội. Ngoài ra, một thiểu số quá giàu có, dư thừa tiền của nhờ móc ngoặc đã tiêu xài hoang phí với những lạc thú mới làm cho khu vực xã hội đen ngày càng bành trướng trong sinh hoạt người dân. Cờ bạc, mại dâm và ma túy gia tăng ở mức báo động và chính nó đã chi phối lên guồng máy chính trị của đảng Cộng sản qua các vụ án tham ô gần đây.

4/ Sự mở cửa vận động đầu tư đã tạo ra cho chính chế độ một số nan đề, đó là sự bất mãn của công nhân về đồng lương quá rẻ, sự phẫn nộ của nông dân về số tiền bồi hoàn quá ít đối với các ruộng đất bị giải tỏa và nhất là những chống đối ra mặt của dân chúng về các hành vi nhũng lạm, tham ô của cán bộ địa phương. Những chống đối của người dân đã làm bộc phát những cuộc tranh đấu mang hai nội dung: đòi hỏi chế độ phải cải thiện về mặt dân sinh và tôn trọng các quyền của người dân trên mặt trận dân quyền. Trước đây, Hà Nội khống chế mọi mặt đời sống của người dân nên dù có bất mãn, nhưng không một ai dám lên tiếng chống đối, ngày nay, do sự mở cửa để tìm nguồn tài chánh nuôi sống chế độ từ bên ngoài, Hà Nội đã không chỉ chịu sức ép của quốc tế mà còn mất dần khả năng kiểm soát xã hội. Từ đó người dân có thể sống bất cần đảng và tự bương chải kiếm sống.

5/ Sự xuất hiện một số người trong nước ký tên vào các văn kiện: Tuyên Bố Về Quyền Tự Do Ngôn Luận, Lời Kêu Gọi Thành Lập Đảng Phái và nhất là bản Tuyên Ngôn Tự Do Dân Chủ Cho Việt Nam với gần 2000 người ký tên... là một biến chuyển mới của phong trào đấu tranh tại quốc nội. Từ những tiếng nói đấu tranh đơn lẻ của từng cá nhân trong nhiều năm tháng trước đây, nay đã tụ lại thành những tuyên bố, tuyên ngôn với hàng ngàn người minh danh ký tên. Biến cố này sẽ ảnh hưởng rất lớn lên cục diện chính trị Việt Nam trong thời gian tới. Ngoài ra, sự kiên trì đấu tranh của các tổ chức tôn giáo, các lực lượng đối kháng cũng đang góp phần tạo dựng nền tảng xã hội dân sự và đẩy mạnh tiến trình đa nguyên chính trị trong thời gian tới.

6/ Cộng sản Việt Nam đã không còn dám coi thường tiềm năng của cộng đồng người Việt tỵ nạn tại hải ngoại như những năm đầu sau khi cưỡng chiếm miền Nam. Ngày nay Hà Nội nhìn Cộng đồng hải ngoại là chỗ khai thác tiềm năng kinh tế, chất xám; nhưng lại rất e dè về sức mạnh chính trị của tập thể này, đang tạo được những ảnh hưởng lớn trên diễn đàn quốc tế lẫn quốc nội. Hà Nội đã tung ra nghị quyết 36 nhằm đẩy mạnh việc khai thác tiềm lực của người tỵ nạn, đồng thời cố tạo sự hiện diện bình thường trong các sinh hoạt cộng đồng, nhưng những âm mưu này đã bị cộng đồng cô lập và tẩy chay. Trong khi đó, những hỗ trợ tích cực của cộng đồng hải ngoại đối với cao trào đấu tranh tại quốc nội đã tạo được những bước tiến cụ thể, đáng nêu nhất là việc hầu hết chính giới và các tổ chức quốc tế đều đồng tình với các nỗ lực đấu tranh của người Việt Nam hiện nay. Cộng đồng người Việt tỵ nạn tại hải ngoại đang là nhân tố gây rất nhiều áp lực chính trị lên đảng Cộng sản Việt Nam.

B/ NHỮNG VIỄN CẢNH CỦA TÌNH HÌNH TRƯỚC MẶT

Tổng kết tình hình chính trị trong 20 năm (1986-2006), chúng ta có thể nói là Cộng sản Việt Nam đã tạm thoát ra khỏi cơn ác mộng bị tan rã theo khối cộng sản quốc tế và giữ được quyền lực cai trị trên đất nước. Sở dĩ Hà Nội có thể tiếp tục cố thủ trong lô cốt Mác - Lê là nhờ ba yếu tố chính sau đây:

Yếu tố thứ nhất là hạ tầng cơ sở, đặc biệt là các vùng nông thôn nằm hoàn toàn trong vòng tay kiểm soát của đảng Cộng sản Việt Nam. Cho đến năm 2000, trước khi bùng vỡ mạnh mẽ các vụ khiếu kiện về ruộng đất và phong trào chống tham ô những lạm khởi đầu từ Thái Bình, các cơ sở của đảng Cộng sản đã kiểm soát chặt chẽ, hầu như tuyệt đối những sinh hoạt của người dân, do đó những tranh đấu đòi đa nguyên đa đảng ở thượng tầng xã hội của một số trí thức, văn nghệ sĩ ở thủ đô khi biến cố Đông Âu xảy ra, đã không ảnh hưởng gì đến các sinh hoạt vốn đã bị hệ thống hóa ở nông thôn.

Yếu tố thứ hai là đảng Cộng sản Việt Nam vẫn nắm chặt bộ máy công an và quân đội cho mục tiêu bảo vệ chế độ. Nhờ đó, đảng Cộng sản Việt Nam - tuy có bị giao động từ các biến cố ở Đông Âu - vẫn có thể trấn áp những nhóm hữu khuynh trong nội bộ. Hệ thống đảng ủy được tổ chức chặt chẽ và chỉ huy nhất thống trong guồng máy bạo lực, nhất là sự ban phát bổng lộc cho những cơ quan, đơn vị quân đội và công an lớn hơn gấp nhiều lần so với các bộ phận khác, khiến quân đội và công an phải bám vào đảng và ra sức bảo vệ đảng.

Yếu tố thứ ba là đảng Cộng sản Việt Nam đã thoát được vòng vây của thế giới, nhất là của Hoa Kỳ, ngay sau khi rút quân ra khỏi

Kampuchia vào năm cuối năm 1989 và nối lại quan hệ với Trung Quốc vào năm 1991. Đặc biệt là từ năm 1994, việc Hoa Kỳ chính thức bãi bỏ cấm vận kinh tế và bình thường hóa ngoại giao với Hà Nội đã giúp họ mở rộng quan hệ đối ngoại với nhiều quốc gia, và lãnh đạo đảng Cộng sản Việt Nam không chỉ huy động được tài trợ từ bên ngoài mà còn tạo thêm 'niềm tin' mới trong nội bộ đảng, vốn đang trong thời kỳ xuống dốc trầm trọng vì sự tan rã của Liên Xô. Sự mở rộng quan hệ đối ngoại và thu hút các nguồn ODA của một số quốc gia giàu có, đã giúp cho Hà Nội ngày một tự tin hơn trong tiến trình hội nhập và nhất là không còn bị ám ảnh bởi những trừng phạt nặng nề từ phía Hoa Kỳ như trong những năm đầu thập niên 80.

Từ những phân tích nói trên, ta thấy rằng, sự tồn tại của Cộng sản Việt Nam cho đến ngày hôm nay, đa số là nhờ vào quán tính của đảng, tức là nhờ vào hạ tầng cơ sở đảng và bộ máy quân đội công an còn vững chắc, cùng với sự việc thoát vòng cô lập của thế giới, chứ không phải do tài lãnh đạo của đảng trên mặt trận kinh tế hay chính trị. Hơn thế nữa, từ một xã hội nông nghiệp lạc hậu sau nhiều năm chiến tranh, quan tâm duy nhất của nhiều người dân trong những năm cuối thế kỷ 20 là chỉ bương chải kiếm sống trong giới hạn chế độ cho phép mà thôi. Đa số chưa nhận ra những quyền đương nhiên của mình mà đảng Cộng sản Việt Nam vẫn cố tình phủ nhận.

Tuy nhiên từ năm 2001 trở đi, hàng loạt các cuộc khiếu kiện của dân chúng ở Thái Bình, Thanh Hóa, Ninh Bình trong các năm 2002 đến 2004, những cuộc đình công của hàng chục ngàn công nhân tại những xí nghiệp có vốn đầu tư nước ngoài vào cuối năm 2005 kéo dài đến nay, và nhất là những hình thức đấu tranh ngày một lan rộng của các nhà dân chủ trong nước đã cho thấy là đảng Cộng sản Việt không thể tiếp tục cố thủ trong lô cốt Mác - Lê như trong 20 năm vừa qua. Ngoài ra, sự gia nhập Tổ Chức Mậu Dịch Thế Giới (WTO) và mở rộng các quan hệ song phương với một số quốc gia tây phương buộc Hà Nội phải chấp nhận một hình thái đa nguyên trong xã hội với sự xuất hiện của những tập hợp quần chúng do nhu cầu làm ăn sinh sống và cạnh tranh trong thương trường. Chính những tập hợp quần chúng này, dưới dạng tổ chức phi chính phủ, ái hữu, nghệ thuật, văn hóa, tôn giáo... sẽ tạo ra vô số những nối kết hàng ngang trong xã hội, từng bước vượt ra khỏi sự kiềm tỏa của bộ máy đảng và nhà nước, góp phần hình thành bối cảnh sinh hoạt đa nguyên.

Trước những biến chuyển tình hình như vậy, vấn đề Việt Nam sẽ rơi vào một trong ba viễn cảnh như sau:

Viễn cảnh thứ nhất là đảng Cộng sản Việt Nam còn khả năng tiếp tục giữ nguyên tình trạng như hiện nay. Nghĩa là Hà Nội tiếp tục khống chế xã hội về mọi mặt, tiếp tục đu giây giữa Trung Quốc và Hoa Kỳ. Những thay đổi đáng kể nếu có chỉ khi nào Trung Quốc có những biến động lớn.

Viễn cảnh thứ hai là đảng Cộng sản Việt Nam dần dần biến thái thành một đảng độc tài không còn màu sắc cộng sản (thay đổi tên đảng, tên nước và không nhắc đến nhóm chữ xã hội chủ nghĩa) và chấp nhận một số cải tổ biểu kiến về mặt chính trị như cho một số người ngoài đảng tham gia ứng cử dân biểu quốc hội hay các ủy ban nhân dân cấp làng xã, nhưng thực tế vẫn nắm chặt sự kiểm soát toàn xã hội.

Viễn cảnh thứ ba là đảng Cộng sản Việt Nam bị áp lực đấu tranh mạnh mẽ của các phong trào quần chúng và các lực lượng đối kháng, cùng với những xung đột quan điểm đổi mới ngày càng gia tăng trong thành phần lãnh đạo, khiến các cột trụ chống đỡ cho chế độ theo nhau sụp đổ đưa đến sự thay đổi thể chế như trường hợp các chế độ Cộng sản tại Đông Âu cách nay 17 năm.

Từ ba viễn cảnh có thể xảy ra nói trên, chúng ta thấy Cộng sản Việt Nam đang muốn cố kéo dài viễn cảnh thứ nhất và nếu có bị những áp lực thay đổi thì họ sẽ cố thực hiện viễn cảnh thứ hai, để đảng luôn luôn ở vị thế chủ động. Trong khi chúng ta, các lực lượng dân chủ dân tộc muốn đẩy viễn cảnh thứ ba xảy ra vì có nhiều thuận lợi hơn cho dân tộc.

Nếu đảng Cộng sản Việt Nam tiếp tục cầm quyền thì nước ta không những chỉ bị nạn độc tài mà còn rơi vào hai nguy cơ khác nữa. Nguy cơ thứ nhất là sự lệ thuộc của đảng Cộng sản Việt Nam vào một nước lớn, có thể là Mỹ hay Trung Quốc, khiến quyền lợi dân tộc bị hy sinh để phục vụ cho nước đỡ đầu. Kế đến là bất công xã hội và đạo đức tiếp tục suy đồi. Với ngần ấy vấn nạn tròng lên cổ dân ta thì dù có vận động thêm nhiều đầu tư ngoại quốc, hay dân ta có thêm ít nhiều hàng hóa tiêu xài đi nữa, Việt Nam vẫn sẽ chỉ là một nước nhược tiểu và lạc hậu so với thế giới, từ văn hóa và dân khí cho đến khả năng kinh tế và tự vệ.

Bài toán đặt ra cho tất cả những người yêu đất nước Việt Nam là làm sao thay đổi tình hình chính trị hiện tại, làm sao thực hiện được khát vọng của toàn dân là được sống trên một đất nước có tự do dân chủ với đầy đủ nhân phẩm và nhân quyền được tôn trọng. Không những thế, khát vọng của dân ta trong gần 150 năm qua còn là chấm dứt thảm kịch nghèo đói, canh tân đất nước giàu mạnh để có thể sánh vai cùng với các quốc gia láng giềng trong thế kỷ 21.

IV- NHỮNG GIẢI PHÁP ĐỂ XÂY DỰNG DÂN CHỦ TẠI VIỆT NAM

A/ BẢN CHẤT CỦA CÔNG CUỘC ĐẤU TRANH

Trong bàn cờ chính trị tại Việt Nam hiện nay có bốn đối tác ảnh hưởng lên nhau:

Một là đảng Cộng sản Việt Nam đang nắm quyền cai trị nhưng mất dần khả năng kiểm soát toàn bộ xã hội, không còn có thể tự tung tự tác như 20 năm vừa qua. Nghĩa là đảng Cộng sản Việt Nam, tuy còn đang cầm quyền và là đối tác chính trong các giao thương buôn bán với thế giới; nhưng cấp lãnh đạo thì chia thành phe nhóm, ngáng cẳng lẫn nhau trong khi guồng máy cai trị từ trung ương xuống địa phương đang bị rệu rã, mất dần khả năng ảnh hưởng lên đời sống của người dân.

Hai là các thế lực ngoại quốc đang làm ăn buôn bán với Hà Nội, đặc biệt là Mỹ và Trung Quốc đang dùng ảnh hưởng riêng rẽ để khuynh loát những phe nhóm trong nội bộ đảng làm theo ý muốn của họ, bao gồm cả nhiều nhóm trong Trung ương đảng Cộng sản Việt Nam. Tuy vậy, trong các thế lực này, có một số nhóm khai thác yếu tố nhân quyền, tự do dân chủ để tạo một số áp lực lên chế độ Hà Nội, gián tiếp hỗ trợ các nhu cầu thay đổi theo chiều hướng dân chủ hóa tại Việt Nam.

Ba là quần chúng Việt Nam ở trong và ngoài nước luôn luôn có những mong muốn đổi thay để đất nước có tự do, dân chủ. Những bất mãn của người dân đang biến thành các hành động cụ thể qua đình công, khiếu kiện, tố cáo tham ô và là lực lượng nòng cốt để tạo ra những áp lực thay đổi khi được tổ chức thành phong trào.

Bốn là các lực lượng đấu tranh, các đảng phái cách mạng đang hoạt động nhằm chấm dứt chế độ độc tài Cộng sản Việt Nam. Hầu hết các tổ chức này còn đang hoạt động bí mật và chưa có sự phối hợp nhịp nhàng với nhau. Tuy nhiên họ đang có chiều hướng liên kết và xuất hiện công khai hay bán công khai trong thời gian tới.

Trong bốn đối tác nói trên, quần chúng và lực lượng đấu tranh đang là chủ lực đối đầu với đảng Cộng sản Việt Nam, trong khi thế lực ngoại quốc - căn bản là thủ lợi - sẽ ngả về bất cứ phía nào đang ở thế mạnh vì có ảnh hưởng nhiều hơn đến quyền lợi của họ. Vì vậy, **bài toán của Việt Nam vẫn là phương cách giải quyết vấn đề bằng một cuộc đấu tranh giải phóng.**

Đấu tranh giải phóng là một hình thức đấu tranh được tiến hành bởi đại đa số những người bị áp bức chống lại thiểu số thống trị đang điều hành hệ thống áp bức đó, với mục tiêu lật đổ thiểu số thống trị và xây dựng một xã hội tốt đẹp hơn. Đấu tranh giải phóng không phải là một cuộc chiến tranh võ trang thuần túy mà bao gồm những hành động mang tính chất chiến tranh lẫn những hành động nằm ngoài khuôn khổ chiến tranh. Tham gia đấu tranh giải phóng bằng những ý niệm hay hành động thuần túy quân sự của chiến tranh là chưa nắm vững quy luật của đấu tranh giải phóng. Hơn thế nữa, trong điều kiện thống trị, đảng Cộng sản Việt Nam không từ nan bất cứ thủ đoạn nào để đàn áp và khủng bố người dân, nên để đối kháng lại, dân ta không thể đấu tranh trong khuôn khổ hợp pháp, theo những quy ước thông thường mà phải khai dụng mọi phương tiện, mọi điều kiện để làm suy yếu đối phương. Nghĩa là dân ta sẽ phải *'đấu tranh bằng mọi phương tiện, mọi phương pháp, mọi lề lối'*. Vì vậy, đấu tranh giải phóng là một hình thức đấu tranh không có quy ước, nghĩa là không có giới hạn về phương tiện, phương pháp hay lề lối. Nói đến đấu tranh phi quy ước là nói đến **đấu tranh toàn diện**, vì bất cứ việc gì có thể làm suy yếu chế độ độc tài, góp phần đánh đổ bạo quyền, hay gia tăng khả năng đấu tranh của dân tộc đều phải được coi là những hành động đấu tranh.

Nhìn như vậy, chúng ta thấy là trong cuộc đấu tranh hiện nay, dân tộc Việt Nam hoàn toàn không dùng súng đạn để đối đầu với súng ống; mà dùng tâm lý để khơi dậy sự sáng suốt của người cầm súng. Chúng ta không chủ trương dùng bạo lực để tiêu diệt kẻ thù; mà dựa trên chính nghĩa dân tộc để chuyển đổi tâm tư cán bộ, đảng viên đảng Cộng sản Việt Nam. Chúng ta không trực diện tấn công vào hệ thống trấn áp của đảng Cộng sản Việt Nam; mà làm xói mòn nền tảng quyền lực của đảng này, tức là phá hủy mọi điểm tựa chính trị, văn hóa, tuyên truyền hay kinh tế của chế độ độc tài. Đây là hình thái của đấu tranh vận dụng với chủ điểm: *'Lấy Chính nghĩa để vận động toàn dân, lấy Chính nghĩa để tranh thủ quốc tế, và lấy Chính nghĩa để khuất phục kẻ thù'*. Nói cách khác, đấu tranh vận dụng là huy động mọi khả năng đã có hay sẽ có để xây dựng sức mạnh cho đấu tranh, làm tiêu hao sức mạnh thống trị. Đấu tranh vận dụng là thường trực tạo ra những áp lực về mọi mặt để đẩy chế độ thống trị phải rơi vào thế thụ động chống đỡ, càng chống đỡ càng gặp khó khăn, càng bị đối kháng quyết liệt hơn. Cuộc đấu tranh vận dụng hiện nay dựa trên sức mạnh dân tộc và đại đoàn kết toàn dân là vũ khí chính yếu. Sức mạnh này không đo đếm được nhưng tiềm ẩn trong lòng mọi người, trong tinh thần bất khuất và kiên trì truyền thống của dân tộc. Cuộc đấu tranh này là một cuộc vận động mọi người Việt Nam, từ già đến trẻ, cả nam lẫn nữ... bắt đầu từ chỗ: Không nghe theo mệnh lệnh của chế độ, đến chỗ không làm theo chỉ thị của đảng và sau cùng là đứng lên chống lại chế độ một cách dứt khoát và triệt để. Được như vậy là do ta đã khai thác thành công sức mạnh tiềm ẩn nói trên thành vũ khí sắc bén để xoay chuyển vận mệnh đất nước.

Đây là những nguyên tắc căn bản của công cuộc đấu tranh giải phóng đã được dân ta tiến hành trong 30 năm qua và đây cũng là nền tảng lý luận của Việt Nam Canh Tân Cách Mạng Đảng, gọi tắt là Đảng Việt Tân. Cốt lõi của nguyên tắc này là dựa vào sức mạnh của toàn dân, phải tổ chức hóa được người dân để tạo thành những điểm tựa, nâng lên thành từng phong trào quần chúng khởi đi từ những chống đối sơ đẳng nhất, bắt đầu từ các dạng đình công, khiếu kiện, tố cáo tham nhũng... rồi tiến lên đòi tự do tín ngưỡng, tự do ngôn luận, tự do tư tưởng.... với kết quả sau cùng là đẩy chế độ độc tài vào thế phải lúng túng đối phó và mất dần quyền lực. Sự chấm dứt chế độ Cộng sản Việt Nam trong điều kiện đấu tranh mới này, do đó, không mang tính cách dứt điểm như trường hợp tổng nổi dậy được khơi mào và yểm trợ bởi lực lượng võ trang kháng chiến trong thời chiến tranh lạnh. Ngược lại, nó sẽ là một tiến trình từng bước, ngắn dài, tiến thoái tùy theo khả năng dàn trải thế trận của chúng ta. Nghĩa là trong điều kiện đấu tranh vận dụng vào giai đoạn này, với những phản ứng chống đối của quần chúng được hướng dẫn và khơi dậy đúng lúc, ta có thể vừa thuyết phục và vừa uy hiếp guồng máy thống trị, theo một chuỗi những biến động từ nhỏ đến lớn cùng với những vận động chính trị, sẽ tạo ra những rối loạn chính trị, đẩy chế độ rơi vào thế nhượng bộ thoái lui rồi mất quyền như những diễn biến chính trị đã từng xảy ra tại các nước cộng sản ở Đông Âu, đặc biệt là tại Georgia (2003), Ukraina (2004) và gần đây là Kyrgyzstan (2005) trong Liên Bang Xô Viết cũ.

Đương nhiên, ngoài tác động chính tạo xoay chuyển tình hình phát xuất từ sức mạnh đấu tranh của quần chúng, đôi lúc, những biến chuyển của tình hình có thể khởi động từ áp lực mạnh mẽ của quốc tế dưới hình thức cô lập ngoại giao, phong tỏa kinh tế hay cũng có thể đến từ sự đấu đá gay gắt trong nội bộ dẫn đến những cuộc đảo chánh giữa các phe nhóm, làm sụp đổ toàn bộ guồng máy độc tài. Tuy nhiên, dù lực tác động đến từ đâu, sức mạnh của quần chúng vẫn là yếu tố nền tảng để trong bất cứ tình huống nào, các phong trào quần chúng là nơi tạo áp lực mạnh mẽ lên đảng cầm quyền, theo sự điều hướng của các lực lượng đấu tranh và những đảng phái cách mạng.

B/ NHỮNG THÁCH ĐỐ CỦA DÂN TỘC VIỆT NAM

Sự cai trị kéo dài từ năm 1945 tại miền Bắc, và từ năm 1975 trên toàn thể đất nước đến nay của đảng Cộng sản Việt Nam đã thực sự phá nát những giá trị căn bản của xã hội Việt Nam, đưa đến tình trạng thoái hóa của toàn xã hội. Tình trạng mở cửa, hội nhập kinh tế đi đôi với guồng máy cai trị độc tài và những lạm đã gây ra nhiều hậu quả tai hại cho đất nước Việt Nam trên cả hai phương diện tinh thần và vật chất:

Về mặt tinh thần, tình trạng tham nhũng lan tràn, móc ngoặc làm ăn trở thành thông lệ trong xã hội. Tinh thần công dân, ý thức trách nhiệm và nhất là sự quan tâm đến việc chung của mỗi người dân đã bị phá sản hầu như toàn diện. Bên cạnh đó, tình trạng đói khổ và bất công xã hội đưa đến những thảm trạng băng hoại đạo đức, đánh mất nhân tính đến mức độ báo động. Lòng tin của con người bị suy thoái và ý chí vươn lên không còn nhiều. Cả nước đang lao vào kiếm ăn và lo làm giàu trong một nền kinh tế hoang dã sau 20 năm gọi là đổi mới.

Về mặt vật chất, cuộc sống có thay đổi với hàng hóa tiêu dùng nhiều hơn so với trước đây, nhưng trong xã hội xảy ra nhiều tệ nạn với tình trạng phân cực giàu nghèo ngày một lớn. Sự phát triển bừa bãi tạo ra nhiều vấn nạn lâu dài trên người dân và làm biến chất xã hội tốt đẹp và lành mạnh của Việt Nam. Tài nguyên của đất nước bị khai thác một cách bất chính, tài sản quốc gia bị lạm dụng và thất thoát, môi sinh bị tàn phá ở mức báo động.

Tất cả những sự tàn phá này trên đất nước ta hiện nay, chỉ được một số thành phần có lý tưởng và có ý thức dân tộc quan tâm và âu lo. Trong khi đó, tinh thần của đa số quần chúng nói chung đối với tình trạng đất nước và công cuộc đấu tranh là:

1. Vì quá nghèo đói nên đa số đồng bào phải chạy theo nhu cầu cơm ăn áo mặc, kiếm sống cho riêng mình, chưa thể nghĩ đến các tai hại lâu dài cho đất nước và không quan tâm nhiều đến chính trị, vốn là yếu tố nền tảng ảnh hưởng đến sự tồn vong và phát triển của cả nước. Ngoài ra, cũng vì nhu cầu sống còn đó mà tuy chán ghét chế độ Cộng sản Việt Nam nhưng vẫn có hiện tượng đa số người dân chấp nhận sự hợp tác để kiếm sống.

2. Tuy uất ức và căm thù sự cai trị độc tài và thối nát của chế độ Cộng sản Việt Nam nhưng người dân phải buông xuôi vì sợ hãi trước bộ máy cường quyền, không biết làm cách nào để chống lại bạo lực vì cô thế. Bên cạnh đó quần chúng chưa nhìn thấy một đường lối đấu tranh nào khả thi, vừa tầm tay để họ có thể tham gia vào.

Trong bối cảnh đó, thành phần thiểu số có lý tưởng đấu tranh vì dân tộc lại chưa tạo được những kết hợp liền lạc giữa nhu cầu đấu tranh với các nhu cầu đời sống thiết thực của quần chúng, để giúp họ nhìn thấy nhu cầu tại sao phải đấu tranh và đấu tranh như thế nào. Hậu quả là đa số người dân, với những ảnh hưởng tiêu cực về tinh thần và vật chất, vẫn chưa sẵn sàng tham gia đấu tranh như mong đợi. Do đó mà vấn nạn của đất nước ngày hôm nay đã trở nên phức tạp hơn so với những năm đầu của cuộc đấu tranh. Vấn nạn xã hội hiện nay đang làm trì trệ các nỗ lực vận động sự tham gia của quần chúng nhằm chấm dứt chế độ độc tài Cộng sản Việt Nam cũng như những nỗ lực canh tân Việt Nam trong lâu dài. Do đó, ngày hôm nay, chúng ta vừa phải nỗ lực đưa ra những phương thức đấu tranh khả thi để nhanh chóng dứt điểm chế độ độc tài Cộng sản, vừa phải lưu tâm đến sự tàn phá xã hội và phung phí tiềm năng của đất nước đang diễn ra với tốc độ ngày càng gia tăng.

Do đó, đối chiếu với những vấn nạn của đất nước hiện nay và những biến chuyển của tình hình so với vài năm trở về trước, công cuộc đấu tranh chấm dứt ách độc tài Cộng sản đang phải đối diện thêm một số thử thách mới. Những thử thách đó là:

1/ Làm sao nâng cao sự hiểu biết và ý thức dân chủ của người dân để góp phần đẩy mạnh tiến trình hình thành xã hội dân sự và chuẩn bị nền tảng dân chủ cho giai đoạn canh tân Việt Nam.

Ngày nào mà người dân còn thiếu hiểu biết về các quyền căn bản của mình và không biết rõ trách nhiệm của mình trong xã hội thì họ sẽ còn khúm núm, quỵ lụy trước bạo lực. Do đó, để từng bước giải quyết vấn nạn tinh thần hiện nay, chúng ta cần xuyên thủng màn bưng bít và đẩy mạnh các nỗ lực thông tin đến đại chúng nhằm góp phần vào việc canh tân tư tưởng. Mục tiêu là xây dựng những ý thức độc lập tự chủ của mỗi con người để người dân ý thức và dấn thân đòi hỏi những quyền lợi của mình và can đảm chống lại bất công.

Ngăn ngừa những chiêu bài mị dân, ngụy dân chủ của cộng sản hay các thế lực phi dân tộc. Theo các kinh nghiệm chuyển đổi từ độc tài sang dân chủ trên thế giới, mấu chốt quan trọng vẫn là sự hiểu biết và ý thức của quần chúng. Do đó Việt Nam có nhanh chóng bước qua giai đoạn ổn định trong dân chủ hay không, tùy thuộc một phần vào khả năng chuẩn bị nền tảng về ý thức dân chủ trong giai đoạn đấu tranh chấm dứt độc tài.

2/ Làm sao hỗ trợ để quần chúng có những hoạt động ngoài luồng, xây dựng những tập hợp quần chúng độc lập làm nền tảng cho một xã hội dân sự và thoát ra khỏi sự khống chế của đảng Cộng sản Việt Nam.

Trong tình hình hiện nay, bối cảnh sinh hoạt chính trị đa nguyên phải nhanh chóng thành hình và nhiều thành phần quần chúng phải thoát khỏi tâm lý bất lực để có thể quan tâm và tham gia vào việc giải quyết những vấn nạn chung.

Khi những tập hợp quần chúng bắt đầu tự phát, chủ động tiến hành những nỗ lực tranh đấu cho quyền lợi của họ trên lãnh vực dân sinh, dân quyền thì nền tảng của một xã hội dân sự bắt đầu xuất hiện trong lòng chế độ độc tài. Chính những đoàn thể ngoài luồng và nền tảng xã hội dân sự là những yếu tố then chốt để huy động quần chúng đấu tranh đẩy mạnh bối cảnh sinh hoạt chính trị đa nguyên và tạo áp lực lật đổ chế độ độc tài Cộng sản Việt Nam.

3/ Làm sao khai thác những biện pháp cải tổ vá víu và những mâu thuẫn tự thân của guồng máy độc tài để vừa tấn công làm suy yếu chế độ, vừa giảm thiểu các tác hại đang xẩy ra cho đất nước.

Những chính sách cải tổ của đảng Cộng sản Việt Nam không nhằm đưa đất nước tiến lên mà cốt yếu chỉ để giúp đảng chuyển từ chuyên chính vô sản sang độc tài tư bản đỏ. Do đó chúng ta phải cảnh giác đồng bào để không thỏa mãn với những thay đổi vá víu của chế độ, mà phải nương theo các cải cách để đòi hỏi những cải tổ toàn diện, hầu tạo sức bật đấu tranh cho mọi xu hướng trong xã hội.

Khai thác và vận dụng những biến cố nhỏ hầu giúp người dân làm quen với đấu tranh, đồng thời tích lũy những căm phẫn nhỏ để biến thành một trận bão lớn. Đó là tiến trình động có nhiều xác suất bùng nổ nhất hiện nay. Những biến động chính trị hay xã hội thường khởi đi từ một biến cố rất nhỏ, do sự sai lầm của một cơ quan hay của một biện pháp nào đó, gây ra sự bất mãn của dân chúng.

Lên tiếng tố cáo mạnh mẽ để đồng bào và quốc tế biết rõ về những chính sách sai lầm của Cộng sản Việt Nam khiến môi trường bị ô nhiễm, các âm mưu bòn rút tài nguyên quốc gia, hoặc những vi phạm quyền công dân mà chính Cộng sản Việt Nam đã cam kết tôn trọng theo các công ước về chính trị, xã hội và kinh tế của Liên Hiệp Quốc.

Tổng kết lại, với những vấn nạn và thử thách quan trọng đang xảy ra, để đáp ứng công cuộc đấu tranh chấm dứt ách độc tài Cộng sản Việt Nam và xây dựng lại đất nước, chúng ta phải đi tìm những giải pháp khả thi và hợp lý để góp phần đưa đất nước sang một tương lai tốt đẹp và sáng sủa hơn.

C/ NHỮNG GIẢI PHÁP CHẤM DỨT ĐỘC TÀI CỘNG SẢN

Quan tâm duy nhất của lãnh đạo đảng Cộng sản Việt Nam hiện nay là làm sao phát triển kinh tế và giữ độc quyền chính trị được ngày nào hay ngày đó. Tất cả những sinh hoạt xã hội khác đều là thứ yếu.

Do đó, ta có thể nói rằng: *đảng Cộng sản Việt Nam còn tồn tại đó, nhưng không khác gì một bướu hoại sinh mà chức năng chính là bám chặt vào cơ thể Việt Nam, chứ không còn có khả năng điều động sinh hoạt cơ thể*. Đảng Cộng sản Việt Nam đã gọi điều này là *'ổn định chính trị'*, nhưng thực tế là sinh hoạt xã hội, kinh tế hoàn toàn bất ổn vì diễn ra một cách vô luật lệ theo kiểu *'mạnh hiếp yếu'* trong sự bất lực của bộ máy nhà nước. Sự khẳng định tiếp tục đi theo con đường Hồ Chí Minh, dưới ánh sáng Mác -Lê chỉ là lối nguỵ biện lỗi thời để giải thích lấp liếm vì sao phải giữ độc quyền thống trị. Nhưng, ngay chính sự khẳng định của đảng Cộng sản Việt Nam về việc ổn định chính trị để giữ độc quyền lãnh đạo đã có những điều bất ổn nội tại. Điều bất ổn này phát sinh từ một thực tế mà ai cũng nhìn thấy là lãnh đạo đảng hiện nay không còn tư cách và khả năng khiến cho cán bộ đảng viên tin tưởng và tuân phục. Đại đa số bất chấp đường lối chính sách của đảng, tự bươn chải, khai thác cái bóng ma của đảng để sinh tồn ở những mức độ khác nhau tùy nơi, tùy trường hợp. Đối phó với hiện tượng này, thay vì chú tâm giải quyết những yếu kém của chính mình để phục hồi niềm tin trong toàn đảng, lãnh đạo Hà Nội luôn luôn lên tiếng cảnh giác về âm mưu *'diễn biến hòa bình'* của *"những thế lực phản động"* ở trong và ngoài nước, đồng thời tung các thủ đoạn trấn áp, khủng bố những ai dám lên tiếng cảnh báo về tương lai của đảng.

Với bản chất của lãnh đạo đảng Cộng sản Việt Nam nói trên, chúng ta không nên có những vọng tưởng về một số giải pháp đã được nhắc đến trong thời gian qua như:

Thứ nhất là không nên chờ đợi thiện chí cải sửa hay tự thay đổi của lãnh đạo Hà Nội để đất nước được tốt đẹp hơn và người dân có một đời sống tự do dân chủ. Trong quá khứ đã có rất nhiều cơ hội để cho đảng Cộng sản Việt Nam tự gỡ bỏ ách độc tài, mang lại những thay đổi tốt đẹp cho đất nước nhưng họ đã không làm. Chờ đợi thiện chỉ cải sửa của lãnh đạo Hà Nội là không hiểu gì về bản chất của đảng Cộng sản Việt Nam và hoàn toàn không học được gì từ bài học sụp đổ các chế độ độc tài Cộng sản tại Đông Âu và Liên Bang Sô Viết.

Thứ hai là không nên có những ảo vọng sẽ đối thoại với lãnh đạo đảng Cộng sản để bàn thảo về con đường hợp tác hay chia xẻ trách nhiệm nào đó với họ để phát triển Việt Nam. Đảng Cộng sản Việt Nam vốn đa nghi và không chia quyền với bất cứ ai ngoài họ, do đó những chờ đợi chia phần chia ghế hay dùng những điều tưởng tượng này để chụp lên đầu những đảng phái, đoàn thể trong tập thể người Việt chống cộng chỉ là hành động đánh phá thấp kém. Lý do thật đơn giản là Cộng sản Việt Nam không bao giờ đưa ra chủ trương này nhưng ngược lại, chúng sẽ khai thác tận tình những đố kỵ phi lý của phía các đoàn thể đấu tranh để tạo thêm phân hóa trong hàng ngũ chúng ta.

Thứ ba là không nên có những ảo vọng là một phe nhóm nào đó trong đảng Cộng sản Việt Nam sẽ đứng ra làm cuộc đảo chánh, hay tạo ra cuộc chính biến nào đó hầu làm cho tình hình đất nước tốt đẹp hơn. Suy nghĩ này có thể bắt nguồn từ những đấu đá hiện nay trong nội bộ đảng Cộng sản Việt Nam, rồi một hay vài phe liên kết với nhau làm cuộc chính biến nội bộ thay đổi nguyên trạng theo chiều hướng tự do dân chủ. Đây là một ảo vọng vì thành phần lãnh đạo cộng sản tuy có những xung đột gay gắt về quan điểm nhưng vì tình trạng 'cá mè một lứa' nên phải chấp nhận 'dựa vào nhau để cùng tồn tại'.

Thứ tư là không nên chờ đợi những thế lực ngoại quốc 'can thiệp' giùm cho ta để có tự do dân chủ tại Việt Nam. Những áp lực của thế giới lên chế độ Hà Nội qua những vận động của Cộng đồng người Việt tỵ nạn trên các lãnh vực nhân quyền, tự do dân chủ, chỉ là những phản ứng chung của các chính phủ vốn có truyền thống tôn trọng các giá trị về tự do dân chủ nhân quyền. Từ những áp lực này không thể kỳ vọng các quốc gia, đặc biệt là Hoa Kỳ đòi hỏi Hà Nội phải bỏ điều bốn Hiến pháp, chấp nhận bầu cử tự do hay chấp nhận sự tham dự của một nhóm hay lực lượng nào đó thân Hoa Kỳ hay được Hoa Kỳ ủng hộ để chia sẻ trách nhiệm với Hà Nội trong việc lãnh đạo đất nước là điều không tưởng vì nếu giải pháp này có xảy ra, thì ta cũng chỉ làm tay sai cho Hoa Kỳ và làm lợi cho Cộng sản Việt Nam trên con đường thoát hiểm mà thôi.

Ngoài những giải pháp không nên chờ đợi nói trên, chúng ta chỉ còn một giải pháp, có phần chông gai và đòi hỏi sự kiên trì của toàn thể dân tộc, đó là dựa trên sức mạnh của người Việt Nam để vận động toàn dân tham gia đấu tranh cho đến khi nào chấm dứt ách độc tài Cộng sản. Đây là giải pháp thực thi chính nghĩa dân tộc và khi đã có chính nghĩa chắc chắn sẽ thành công vì trong lịch sử cổ kim đã từng minh chứng rằng chế độ nào đi ngược lại lòng dân, sớm muộn gì cũng bị người dân vùng lên lật đổ. Do đó, giải pháp chấm dứt chế độ độc tài Cộng sản tại Việt Nam phải là một cuộc đấu tranh dựa trên bốn tiềm lực chính:

1/ Đại khối quần chúng tại Việt Nam;

2/ Những người đảng viên cộng sản phản tỉnh;

3/ Các lực lượng, đảng phái đấu tranh;

4/ Cộng đồng người Việt tỵ nạn tại hải ngoại.

1/ Đại khối quần chúng tại quốc nội - tuy có những quan tâm khác nhau trong đời sống nhưng là một tiềm lực quan trọng khi có những bất mãn đối với chế độ độc tài - được huy động đúng lúc sẽ chuyển thành các hành động đối kháng, làm soi mòn khả năng kiểm soát của guồng máy bạo lực và đẩy chế độ độc tài rơi vào thế lúng túng. Đặc biệt là trong tình hình mở cửa hiện nay, ta cần tích cực khai dụng hai mặt trận dân sinh, dân quyền để mang vấn đề đấu tranh đến trong tầm tay của người dân và từng bước giành quyền lực thực sự của đất nước vào trong tay của người dân. Mục đích là để từng bước tạo dựng những tổ chức quần chúng ngoài luồng nhằm đòi hỏi đảng Cộng sản phải thỏa mãn các yêu sách, qua đó góp phần xây dựng thế và lực của quần chúng trong tiến trình triệt tiêu ảnh hưởng của đảng Cộng sản Việt Nam trong xã hội. Muốn phát huy tiềm lực này, cần phải quan tâm đến một số nỗ lực khác như:

- Phải đẩy mạnh nhu cầu 'tiếp cận' giữa khối người Việt ở trong nước và ngoài nước để vừa xóa bỏ những ngộ nhận do sự tuyên truyền xuyên tạc của Hà Nội, đồng thời hỗ trợ nhau trong những thế tấn công bạo quyền. Cụ thể ra, ta phải khai dụng sự ra vào Việt Nam của khối người Việt tỵ nạn hay người trong nước ra hải ngoại vì nhiều lý do như du học, lao động, buôn bán, thăm thân nhân.... để gieo trồng ý thức dân chủ, canh tân tư tưởng, và tạo điều kiện, cơ hội, nhân sự cho các nỗ lực đấu tranh ngay trong nước. Đây là một cánh cửa quan trọng mà cách đây 10 năm không có, để giúp cho chúng ta gia tăng thêm tiềm lực đối kháng tại quốc nội và nhất là chuẩn bị một nền tảng quần chúng có ý thức để sẵn sàng tham gia khi phong trào đấu tranh quần chúng có điều kiện bộc phát rộng rãi khắp nơi từ Nam chí Bắc.

- Phải đẩy mạnh mặt trận truyền thông để quảng bá những tư tưởng liên quan đến tự do dân chủ, giúp canh tân tư tưởng của đồng bào hầu từng bước tạo dựng ý thức công dân, ý thức dân chủ để vừa đấu tranh chống độc tài Cộng sản, vừa chuẩn bị cho việc xây dựng những nền tảng dân chủ sau khi ách độc tài Việt cộng sụp đổ. Cần nâng cao dân trí và giúp cho mọi người nhận ra những quyền căn bản của mình đang bị chế độ độc tài cướp đoạt để không còn sợ hãi nữa và tự mỗi người đứng lên đấu tranh đòi lại quyền lợi của mình. Thông tin là nhu cầu thiết yếu trong thế công tâm hiện nay, vì khi người dân được hiểu biết và nhất là khi những tội ác và sai lầm của chế độ bị phơi bày trước công luận, điều này sẽ làm cho nội bộ đảng bị rối loạn, và giúp cho các phong trào khiếu kiện/tố cáo dễ bộc phát mạnh hơn.

2/ Những người đảng viên Cộng sản thức tỉnh: là lực lượng đóng góp vào công cuộc đấu tranh hai giá trị quan trọng: Một là những chứng nhân cho dư luận nhìn thấy các sai lầm và những thủ đoạn gian ác của đảng Cộng sản Việt Nam. Hai là lực cản và cũng là lực kéo để ngăn chận những sự nông nổi và u tối của một số đảng viên Cộng sản vẫn còn mù quáng tin theo thiểu số lãnh đạo. Là những người đi theo chủ nghĩa cộng sản vì lý tưởng mà bị lường gạt, hoặc vì bất mãn với chế độ miền Nam mà lỡ phục vụ cho một chế độ tồi tệ, thì sự thức tỉnh và sự tích cực đấu tranh chống lại thiểu số lãnh đạo đảng Cộng sản của các ông Trần Độ, Nguyễn Hộ, Tạ Bá Tòng, Lê Hồng Hà, Nguyễn Vũ Bình, Nguyễn Khắc Toàn... không chỉ giúp vận động thêm những người đảng viên đảng Cộng sản rã ngũ tham gia đấu tranh mà còn giúp rất nhều người Việt khác dễ dàng nhận ra những vấn đề của đảng Cộng sản Việt Nam để tích cực tham gia cùng với đại khối dân tộc. Hàng ngũ những đảng viên thức tỉnh, đa số là những người thầm lặng trong đó có những cựu chiến binh từng trải qua các cuộc chiến trong quá khứ, là lực lượng đang đóng góp rất nhiều vào các phong trào khiếu kiện, tố cáo tham ô những lạm tại các địa bàn nông thôn. Tuy không biểu hiện trên mặt nổi nhưng họ là chất xúc tác rất lớn để giúp cho quần chúng nông thôn mạnh dạn đứng lên đấu tranh hiện nay. Ngoài ra, sự ly khai đảng của các đảng viên cộng sản thức tỉnh còn lôi kéo được một số những nhà trí thức xã hội chủ nghĩa, khiến họ chọn vị trí độc lập hoặc đứng về phía đối kháng, lên tiếng báo động cho dư luận về những hướng đi tai hại của lãnh đạo đảng Cộng sản hiện nay. Nói tóm lại, thành phần đảng viên cộng sản thức tỉnh góp một phần quan trọng làm soi mòn và phân hóa nội bộ đảng Cộng sản Việt Nam.

3/ Những lực lượng đấu tranh, đảng phái cách mạng, tuy có khác nhau về chiến thuật hành động hay một số quan điểm về cách nhận định tình hình, nhưng là những trụ cột để điều hướng các chống đối đa dạng của quần chúng vào mục tiêu tấn công chế độc tài cũng như vận dụng áp lực của dư luận hầu cô lập những toan tính thoát hiểm của đảng Cộng sản Việt Nam. Hơn thế nữa, khi cuộc đấu tranh bước vào giai đoạn cao điểm, với sự nở rộ các phong trào quần chúng ở khắp nơi, thì vai trò của các lực lượng đấu tranh và đảng phái cách mạng rất quan trọng ở chỗ đại diện mọi tiềm lực của dân tộc, thách đố quyền lực chính trị của đảng Cộng sản, như chúng ta đã từng thấy tại Đông Âu hay tại Nam Dương, Georgia, Kyrgyzstan, Ukraina trong thời gian qua. Để đáp ứng vai trò này, các lực lượng đấu tranh, đảng phái cách mạng phải tiến đến hai nỗ lực: Một là cố gắng phối hợp và chia xẻ với nhau những công tác đấu tranh hầu gia tăng sức tấn công vào chế độ độc tài cũng như tạo thế đoàn kết trong quần chúng. Nếu sự phối hợp này được tiến hành thường xuyên giữa các đảng phái và lực lượng thì người ta sẽ dễ đi đến những đồng thuận vì đã thấu hiểu và thông cảm với nhau trong lúc cộng tác. Hai là đẩy mạnh tiến trình liên kết giữa các lực lượng, hầu tạo dựng một thế liên minh dân tộc giữa các đảng phái, lực lượng đấu tranh. Đây là nỗ lực không thể không thực hiện nếu muốn thành công. Để có thể tạo thành một liên minh dân tộc đúng nghĩa, các lực lượng phải tránh tấn công và bôi nhọ lẫn nhau dưới bất cứ hình thức nào, nhất là không nên dùng mũ cối để chụp vào nhau hay tố nhau là tay sai Việt cộng với những luận cứ hàm hồ. Lực lượng đấu tranh được đề cập ở đây, bao gồm cả những tổ chức tôn giáo và những đoàn thể quần chúng đang có cùng nỗ lực đối kháng với những chính sách cai trị phản dân chủ của chế độ Hà Nội.

4/ Cộng đồng người Việt tỵ nạn tại hải ngoại là lực tác động rất lớn để vừa tiếp tay cho các phong trào quần chúng lớn mạnh; vừa vận động dư luận thế giới hỗ trợ và ngăn chận những thủ đoạn đàn áp và khủng bố của Hà Nội đối với các nỗ lực tranh đấu tại quốc nội. Không những thế, Cộng đồng người Việt tại hải ngoại còn là tiềm lực quan trọng góp phần vào công cuộc canh tân và xây dựng đất nước sau khi giải thể chế độ độc tài, nên có thể nói rằng Cộng đồng hải ngoại sẽ là chất xúc tác rất lớn để làm bùng nổ phong trào quần chúng tại Việt Nam. (*Xin xem thêm phần đề cập về Cộng đồng hải ngoại ở phần trên.*)

Bốn tiềm lực nói trên được kết thành hai mũi nhọn: từ bên trong lòng đảng Cộng sản và từ bên ngoài xã hội tấn công vào các tử huyệt thì chế độ Hà Nội sẽ vô phương chống đỡ. Nói cách khác, nếu kết hợp được bốn tiềm lực nói trên để chuyển thành hành động trong sự kết hợp nhịp nhàng, dân tộc Việt Nam sẽ có một vũ khí đáng kể tạo ra nhiều áp lực thay đổi kinh tế, chính trị, xã hội, hành chánh, luật lệ và từ đó lấn dần sẽ chủ động để thay đổi thể chế cai trị như những dân tộc tại Đông Âu và các nước cựu thành viên Liên Xô đã làm trong những năm qua.

V- NHỮNG DỰ PHÓNG TƯƠNG LAI

Thế kỷ 20 đã khép lại với nhiều bi kịch xảy ra trên đất nước ta, kể từ khi người Pháp bắt đầu xâm chiếm Việt Nam vào năm 1858; nhưng dân ta vẫn chưa thoát ra khỏi những bi kịch này để có một cuộc đời đáng sống hơn trong thế kỷ 21. Bi kịch lớn nhất chính là nạn độc tài Cộng sản đã cản trở tất cả mọi khát vọng vươn lên của toàn thể dân ta trong nhiều thập niên dài. Do đó, thanh toán ách độc tài để có điều kiện canh tân và xây dựng lại đất nước là nhu cầu khẩn cấp của mọi nỗ lực. Nhưng chúng ta không còn nhiều thời gian để kéo dài nỗ lực này thêm nữa, cũng như không thể để cho Hà Nội mua thời gian củng cố guồng máy thống trị. Thế kỷ 21 phải là thế kỷ vùng dậy của dân tộc Việt Nam bằng con tim, trí tuệ và sự sáng suốt của mọi người để làm sao thực hiện được hai khát vọng to lớn của dân tộc từ hơn 150 năm qua là: độc lập dân tộc và canh tân quốc gia. Vì thế, nhiệm vụ của chúng ta không chỉ đấu tranh chấm dứt ách độc tài mà quan trọng hơn là chuẩn bị những nền tảng cho công cuộc canh tân và xây dựng, vì đã thua thiệt và bị các nước chung quanh bỏ ta quá xa trên con đường phát triển. Kinh nghiệm lịch sử cho thấy, nếu mọi người Việt Nam cùng đồng lòng đứng lên chia xẻ trách nhiệm chung và không tiếp tay cho kẻ thù làm hại đất nước, dân tộc Việt Nam chắc chắn sẽ có một tương lai sáng sủa hơn.

Dựa vào những biến chuyển của tình hình và xu hướng đề cao các giá trị tự do dân chủ của nhân loại trong những năm đầu thế kỷ 21, chúng ta dự phóng rằng công cuộc đấu tranh giải phóng Việt Nam ra khỏi sự thống trị độc tài Cộng sản phải trải qua ba giai đoạn trong khoảng hai thập niên trước mặt.

GIAI ĐOẠN 1: GIẢI QUYẾT GUỒNG MÁY ĐỘC TÀI CỘNG SẢN

Đây là thời kỳ khai triển tối đa những nỗ lực đấu tranh đã được dân tộc ta tiến hành trong hơn 30 năm qua nhằm chấm dứt ách độc tài cộng sản. Giai đoạn này sẽ phải kết thúc bằng sự vùng dậy của người dân để chấm dứt sự thống trị của đảng Cộng sản Việt Nam, bởi phong trào đấu tranh quần chúng và sự hình thành bối cảnh sinh hoạt chính trị đa nguyên tại Việt Nam. Với những diễn tiến của tình hình hiện nay và với những quyết tâm đấu tranh của các lực lượng dân tộc, chúng ta tin tưởng rằng giai đoạn này sẽ không còn kéo dài lâu nữa.

GIAI ĐOẠN 2: XÂY DỰNG BỐI CẢNH SINH HOẠT DÂN CHỦ VÀ ĐẶT NỀN TẢNG CHO SỰ PHÁT TRIỂN

Đây là thời kỳ vừa giải quyết những hậu quả của chế độc tài để lại, vừa phải tạo dựng một nền tảng dân chủ pháp trị để khai dụng hiệu quả tiềm năng của đại khối dân tộc cho nhu cầu canh tân và phát triển quốc gia. Cụ thể, trong thời kỳ này sẽ có một số nỗ lực phải tiến hành:

a/ Tổ chức tổng tuyển cử tự do để bầu ra quốc hội lập hiến. Nhiệm vụ của quốc hội này là định ra một khung sườn pháp chế cho một nền dân chủ vững bền của nước Việt Nam mới.

b/ Ổn định xã hội và giải quyết các tệ nạn do chế độ độc tài để lại, kể cả những vụ bất công, oan ức... đồng thời ngăn chận các hành vi phá hoại quốc gia và xã hội của những thế lực độc tài còn sót lại.

c/ Đẩy mạnh cải cách về mọi lãnh vực kinh tế, chính trị, xã hội, văn hóa, giáo dục... nhất là đầu tư vào thế hệ trẻ để khai dụng nguồn lực chính của đất nước và chuẩn bị những thế hệ tương lai có khả năng đưa dân tộc thăng tiến trong các thập niên kế tiếp.

GIAI ĐOẠN 3: TẬP TRUNG PHÁT TRIỂN VIỆT NAM TOÀN DIỆN

Sau khi đất nước có tự do dân chủ và ổn định, chắc chắn dân tộc Việt Nam sẽ dồn công sức vào công cuộc phát triển quốc gia để nhanh chóng đưa đất nước bắt kịp các quốc gia phát triển, chấm dứt nỗi nhục mấy trăm năm nghèo đói và lạc hậu. Nếu nỗ lực này được bắt đầu sớm thì đến năm 2025, chúng ta hy vọng sẽ có một số nền tảng phát triển đáng kể, dựa trên trí tuệ và sự cần mẫn của người Việt Nam ở trong và ngoài nước. Đặc biệt là với sự đóng góp của Cộng đồng người Việt tại hải ngoại, nước ta sẽ có cơ hội phát triển nhanh trong thời kỳ này.

Trong cả ba giai đoạn nói trên, giai đoạn I là gay go nhất vì sự ngoan cố của bạo quyền; còn giai đoạn II và giai đoạn III, tuy có những khác biệt trong hành động, nhưng đều góp phần vào việc tạo dựng nền tảng xây dựng một đất nước giàu mạnh và tiến bộ. Trên tầm nhìn chiến lược, nền tảng này thường bắt đầu từ ba lãnh vực chính trị, kinh tế, xã hội nếu được hoạch định bởi những chính sách đúng đắn và hợp lý. Trong tinh thần đó, người viết quan niệm rằng, dân tộc Việt Nam cần có một số dự phóng về các chính sách canh tân con người và canh tân đất nước, dựa trên ba lãnh vực chính như sau.

VỀ LÃNH VỰC CHÍNH TRỊ

Việt Nam phải chấm dứt tình trạng lệ thuộc vào một nước đỡ đầu và *phải là một quốc gia không bị trói buộc trong bất cứ hệ thống chính trị nào.* Việt Nam cũng không tự đặt mình vào giữa vòng ảnh hưởng tròng chéo của các cường quốc mà phải thoát ra khỏi tình trạng đu dây giữa các thế lực quốc tế, đồng thời, cũng phải tránh bị biến thành mắt xích hữu ích của một siêu cường. Trong bối cảnh thế giới đa cực và toàn cầu hóa, Việt Nam *phải nỗ lực khai thác tình trạng đối đầu tương đối giữa các trung tâm quyền lực chính trị thế giới để có thể độc lập lấy những quyết định thích hợp và có lợi cho đất nước trong mọi quan hệ ngoại giao.* Muốn đạt được điều này, Việt Nam phải thực hiện trước tiên một thể chế chính trị dân chủ đích thực, trong đó mọi thành phần dân tộc đều có thể tham dự vào đời sống chính trị quốc gia và tham gia quyết định vận mạng của đất nước.

Về Mặt Đối Nội: Thể chế chính trị phải được tổ chức theo *sự hoạt động độc lập giữa ba ngành hành pháp, lập pháp và tư pháp* để bảo đảm quốc gia được vận hành theo hiến pháp và luật pháp, chứ không phải bằng sắc luật, pháp lệnh hay nghị định do những người đương quyền tùy tiện đặt ra. Trên căn bản đó, thể chế này sẽ triệt tiêu hiện trạng một thiểu số lãnh đạo đứng trên tất cả để độc quyền thống trị dân tộc hoặc tự nguyện làm tay sai cho ngoại bang thao túng. Để tránh lạm quyền và tham nhũng, guồng máy chính trị phải có sự phân biệt rõ rệt từ ý niệm đến hành động giữa người phụ trách và cơ chế quốc gia, tức là phải *phân biệt rõ ràng giữa lãnh đạo chính trị và guồng máy hành chánh* để cho sự vận hành của guồng máy hành chánh được liên tục, sinh hoạt xã hội không bị xáo trộn khi có sự thay đổi lãnh đạo chính trị. Bên cạnh đó, phải xác định và thực thi sự độc lập giữa bộ phận công an, quân đội với lãnh đạo chính trị. Để xây dựng một nền dân chủ đích thực, sinh hoạt chính trị của Việt Nam trong tương lai phải **bảo đảm sự có mặt của các đảng phái, đoàn thể, theo tinh thần dân chủ đa nguyên.**

Về Mặt Đối Ngoại: Việt Nam phải chủ động giữ vị trí trung lập trong các quan hệ với Hoa Thịnh Đốn và Bắc Kinh. Đối với ASEAN, Việt Nam phải nỗ lực để trở thành một tác nhân có vị trí xứng đáng trong khu vực Đông Nam Á về kinh tế, chính trị và kỹ thuật. Từ vị trí này, Việt Nam sẽ thúc đẩy để biến vùng mậu dịch tự do của ASEAN thành nơi chung sống hòa bình và hữu nghị giữa các dân tộc, đồng thời cùng với các thành viên ASEAN mở rộng sự hợp tác với các quốc gia lân cận ở phía Nam như Úc Đại Lợi, Tân Tây Lan và tạo những liên hệ quyền lợi với các cộng đồng lớn khác như Hiệp Hội Âu Châu, Phi Châu, Nam Mỹ. Điểm đáng quan tâm là sức mạnh chính trị của khối người Việt tại hải ngoại. Đây sẽ là những hậu thuẫn to lớn cho chính quyền Việt Nam trong tương lai nhằm tranh thủ sự ủng hộ và hợp tác của nhân dân và chính phủ của các quốc gia sở tại cho những dự án phát triển và canh tân Việt Nam.

VỀ LÃNH VỰC KINH TẾ

Việt Nam phải đi theo nền kinh tế thị trường. Nhưng trong mối tương quan giữa dân và nước, ưu tiên dành cho người dân vì dân có giàu thì nước mới mạnh trong ý nghĩa kinh tế và chủ quyền quốc gia. Quan niệm giàu-nghèo không chỉ giới hạn ở mức độ tích lũy vật chất, gia tăng sản lượng, tăng cường tiêu thụ mà còn bao gồm nhiều lãnh vực quan trọng như đời sống tinh thần, giá trị đạo đức và quan hệ công dân. Quan niệm giàu-nghèo cũng dựa trên nền tảng công bằng xã hội để rút ngắn khoảng cách thu nhập và loại trừ những bất công trong xã hội, đang làm phân hóa đất nước. Đi từ quan niệm căn bản này, nền kinh tế Việt Nam sẽ:

Phát triển đa cực thay vì chỉ chú trọng tới lưỡng cực là châu thổ sông Hồng và tam giác Sàigòn - Vũng Tàu - Bà Rịa. Trong chiều hướng này, hạ tầng cơ sở như đường sá, năng lượng, hệ thống nước, điều kiện vệ sinh, phương tiện viễn thông v.v... sẽ được quan tâm đặc biệt nhằm giúp cho những vùng hẻo lánh không bị cô lập hóa và được chia sẻ những kết quả phát triển của toàn quốc. Mục tiêu nhắm tới là giảm thiểu chênh lệch trong mức sống giữa thành thị và nông thôn đang vốn là vấn nạn của quốc gia.

Phát triển cân bằng giữa các khu vực kinh tế công và nông nghiệp cũng nhằm mục đích triệt giảm tối đa mức độ nghèo đói ở nông thôn. Về mặt nông nghiệp, Việt Nam sẽ không biến thành quốc gia sản xuất nông phẩm cho ASEAN hoặc cho thế giới, mà chủ yếu để nuôi dân và đáp ứng nhu cầu nội địa. Về mặt công nghiệp sẽ bảo tồn để liên tục nâng cấp công nghiệp và tăng cường giá trị thặng dư các sản phẩm kỹ nghệ. Việt Nam sẽ áp dụng lộ trình công nghiệp hóa đã thành công của các quốc gia Á Châu. Đó là dùng các kỹ nghệ sử dụng ít vốn, nhân lực rẻ và dồi dào làm nền tảng. Từ đó tiến dần lên các kỹ nghệ cao cấp, đòi hỏi nhân công cao tay nghề và nhiều vốn hơn. Tuy nhiên, dựa vào hoàn cảnh thực tế, tiến trình công nghiệp hóa sẽ phải khởi đi từ một số lãnh vực ưu tiên làm điểm tựa để tạo động lượng cho việc phát triển đường dài. Cụ thể là tân trang để có những bước nhảy vọt qua nỗ lực phát triển nền kinh tế trí tuệ.

Đẩy mạnh nhịp độ phát triển kinh tế tư nhân, trong đó chính phủ sẽ giới hạn tối đa việc can thiệp vào sinh hoạt kinh tế. Chính quyền sẽ giữ vai trò xây dựng khả năng (capacity building) của nền kinh tế và có nhiệm vụ bảo đảm an sinh xã hội. Trong chiều hướng này, chính quyền chỉ đóng vai trò can thiệp vào những lãnh vực có lợi ích chung (public good) như môi sinh, luật lệ thương mãi. Các doanh nghiệp quốc doanh sẽ tùy trường hợp được tư hữu hóa hoặc giải thể, ngoại trừ một số doanh nghiệp nằm trong các lãnh vực liên hệ tới an ninh quốc phòng.

Thúc đẩy tiến trình hội nhập vào nền kinh tế thế giới trên căn bản sòng phẳng và tăng cường ưu thế tự nhiên.

Sòng phẳng có nghĩa là Việt Nam sẽ phải điều chỉnh lại chính sách đầu tư để bảo vệ kỹ nghệ nội địa trong thời kỳ phôi thai hoặc có tầm quan trọng chính yếu. Những công ty đa quốc, khí cụ chính của toàn cầu hóa, là hiện tượng đã có từ nhiều thập niên, sẽ càng ngày càng chủ động khống chế và tạo ra những tương quan quyền lực kinh tế bất cân đối trên thế giới. Việt Nam cũng như các quốc gia nhược tiểu khác, một mặt sẽ không thể phát triển nếu đứng ngoài lề kinh tế thế giới, mặt khác, sẽ khó chống đỡ với sự chi phối của các công ty đa quốc nếu không tự điều chỉnh thích nghi chính sách đầu tư.

Tăng cường ưu thế tự nhiên có nghĩa là dựa trên những hàng hóa mà người dân Việt Nam có ưu thế sản xuất và tích cực tìm kiếm những khe hở trên thị trường quốc tế để khai thác mậu dịch. Trong chiều hướng này, đóng góp của cộng đồng chuyên gia và doanh gia Việt Nam hải ngoại cũng là một ưu thế tự nhiên. Với kinh nghiệm lâu năm trên thương trường quốc tế, nơi công quyền của những quốc gia tiếp cư, trong các phòng thí nghiệm, cộng thêm khả năng nhận thức những cạm bẫy do tương quan quyền lực bất xứng trên thương trường quốc tế, các cộng đồng này sẽ là những lực lượng hỗ trợ đáng kể.

VỀ LÃNH VỰC XÃ HỘI

Đấu tranh giai cấp và phân biệt đối xử là hai phế phẩm của chủ nghĩa Mác - Lê sẽ phải được xóa bỏ đầu tiên, trước khi nói đến canh tân môi trường xã hội. Đó chính là nguyên nhân dẫn đến tình trạng con người sống thường xuyên trong sự ngờ vực lẫn nhau và làm soi mòn tính nhân bản của dân tộc. Chính vì thế, Việt Nam phải ưu tiên xây dựng một xã hội trong đó mọi người đều có cơ hội đồng đều để mưu cầu hạnh phúc.cho cá nhân, cho gia đình, cho tập thể và đóng góp cho đất nước.

Phát huy nền tảng gia đình: là chính sách ưu tiên mà Việt Tân chủ trương để xây dựng lại cấu trúc của một xã hội nhân bản. Tự do cá nhân là cần thiết và phải được tôn trọng nhưng gia đình là chỗ dựa, là rào cản đối với những hiện tượng tiêu cực cá nhân tai hại đã thấy trong những xã hội phát triển. Bên cạnh những yếu tố tích cực, làn sóng giao lưu mạnh mẽ giữa các nền văn hóa trong thời kỳ toàn cầu hóa cũng du nhập nhiều hiện tượng tiêu cực, ảnh hưởng lên các sinh hoạt gia đình. Nếu gia đình không được củng cố đúng mức, nhiều chức năng của gia đình sẽ phải chuyển cho xã hội giải quyết. Trong nhiều trường hợp, chính quyền không thể chu toàn trách nhiệm này, dù với những phí tổn to lớn, và từ đó sinh ra những vấn nạn làm suy đồi xã hội. Coi trọng các giá trị của gia đình vốn là quan niệm sống tốt đẹp của người Việt Nam trong nhiều thế kỷ qua. Trong bối cảnh kinh tế toàn cầu, phát huy nền tảng gia đình còn là nhu cầu cấp thiết để duy trì truyền thống văn hóa và bản sắc dân tộc. Chỉ có cuộc sống gia đình lành mạnh, êm ấm mới có thể hướng dẫn và đào tạo các thế hệ trẻ trở thành những công dân tốt, góp phần vào công cuộc canh tân đất nước.

Đẩy mạnh nền tảng giáo dục: để phát triển lâu dài, giáo dục phải là ưu tiên hàng đầu bao gồm hai lãnh vực: truyền đạt kiến thức khoa học kỹ thuật đồng thời phục hồi và phát huy những giá trị tinh thần và văn hóa truyền thống của dân tộc.

Truyền đạt kiến thức khoa học kỹ thuật cần được thực hiện với một nền giáo dục mang tính cách đại chúng và thực tiễn để vừa giúp người dân có cơ hội học hành ở mọi tuổi tác, mọi trình độ, vừa tránh phí phạm tài năng của đất nước. Với tinh thần không từ chương và không câu nệ bằng cấp, nền giáo dục tương lai phải phát huy sự sáng tạo của mọi người dân để tự nâng cao kiến thức, đáp ứng chính sách nhân dụng và nhu cầu phát triển kinh tế. Bên cạnh hệ thống giáo dục quốc gia, việc phát triển kiến thức còn được thực hiện bằng sự tự do tìm hiểu, học hỏi, truyền đạt những văn minh tiến bộ của thế giới bên ngoài qua sách báo, thăm viếng, du học, hoặc sử dụng mạng lưới điện toán toàn cầu.

Phục hồi và phát huy những giá trị tinh thần giúp đào tạo con người, bên cạnh những động lực thăng tiến cá nhân, có được những động cơ tinh thần thúc đẩy để quan tâm phục vụ xã hội. Trong chiều hướng này, việc xiển dương văn hóa và truyền thống tốt đẹp của dân tộc là cần thiết, nhưng quan trọng không kém là ý thức trách nhiệm trong việc xây dựng một xã hội Việt Nam tiến bộ và nhân bản. Nền giáo dục Việt Nam tương lai cần chủ trương đào tạo những con người cố ý thức dân chủ đích thực, sống tự do, nhưng có trách nhiệm với tập thể và cộng đồng.

Tạo dựng công bằng xã hội: mọi người phải có cơ hội đồng đều để mưu cầu hạnh phúc cho cá nhân, gia đình và đóng góp cho đất nước. Trong xã hội Việt Nam tương lai, thang giá trị xã hội được đánh giá trên khả năng cá nhân, đồng thời dựa trên những giềng mối đạo đức nhân bản và tinh thần trách nhiệm đối với gia đình và xã hội. Khả năng và sự phấn đấu cá nhân là yếu tố quyết định mức độ an hưởng của mỗi người. Tuy nhiên, không phải vì tiêu chuẩn giá trị đặt trên đóng góp cá nhân mà những người kém may mắn tật nguyền lại bị khinh rẻ, bỏ rơi. Ngược lại, xã hội có nhiệm vụ giúp đỡ gia đình họ, lo liệu cho những người này có đời sống tối thiểu chấp nhận được và có điều kiện phát triển, thăng tiến. Tóm lại, công bằng xã hội là kết quả của tiến trình tạo dựng điều kiện vươn lên ngang nhau cho mọi công dân. Vì nhu cầu đòi hỏi của con người luôn luôn cao hơn khả năng đáp ứng của xã hội, vốn có nhiều giới hạn, nên công bằng cũng không bao giờ đạt mức tuyệt đối. Do đó, thực thi công bằng xã hội không phải là công việc riêng của chính quyền mà còn cần có sự tham gia của nhiều thành phần quần chúng khác nhau, đặc biệt là khối người Việt tại hải ngoại, vốn có nhiều kinh nghiệm sống trong những môi trường tự do và công chính. Chính quyền Việt Nam mới trong tương lai tự mình sẽ không có đủ khả năng giải quyết toàn bộ các vấn nạn do chế độ cũ để lại mà phải cần đến sự trợ giúp, hợp tác của người dân qua các hoạt động từ thiện tư nhân nhằm san sẻ gánh nặng của xã hội với chính quyền.

V- KẾT LUẬN

Cách nay hơn 120 năm, triều đình nhà Nguyễn đã chính thức ký kết một văn kiện xác nhận quyền đô hộ của người Pháp trên toàn cõi Việt Nam qua bản Hòa Ước Giáp Thân 1884. Năm đó cũng đánh dấu 20 năm sau khi các bản điều trần canh tân đất nước được đệ trình đầu tiên bởi nhà tư tưởng canh tân cách mạng Nguyễn Trường Tộ. Hơn 60 kiến nghị, luận văn, thư trình, chuyên chở tâm huyết của một trí tuệ lỗi lạc Việt Nam đã bị các nho sĩ, quan lại đương thời bỏ rơi vào quên lãng trong khi tàu sắt và đạn đồng của Pháp đã lần lượt thôn tính dễ dàng những thành lũy tưởng là vững chắc nhất của triều đình Huế. Dân tộc Việt Nam đã phải trả một giá rất đắt của gần một trăm năm lệ thuộc vì tầm nhìn thiển cận của tầng lớp lãnh đạo, không dám canh tân vì lo sợ lung lay gốc rễ của hệ thống cai trị lúc bấy giờ. Sự tương quan giữa quyền tự chủ dân tộc và sự phát triển quốc gia là một bài học mà các thế hệ đi trước đã trả giá bằng máu và nước mắt. Hàng hàng lớp lớp những người con ưu tú của dân tộc Việt Nam quật cường đã đứng lên đáp lời sông núi, nhưng gươm giáo thô sơ, tầm vông vạt nhọn đã không đủ sức chống lại súng đạn tối tân của kẻ thù nên dù máu xương chất chồng, toàn dân vẫn không thoát khỏi vòng nô lệ. Vì thiếu độc lập nên không có điều kiện để canh tân, vì không phát triển nên không thể giành quyền tự chủ. Đây là một vòng tròn độc ác đã cuốn xoáy dân tộc Việt Nam hơn một thế kỷ nay.

Vào đầu thế kỷ 20, một số những người Việt Nam yêu nước cũng đã tìm mọi cách để thoát khỏi vòng xoáy định mạng ấy. Tuy nhiên với toàn bộ dân tộc sống trong nội địa Việt Nam, để khởi động tiến trình canh tân, cha ông chúng ta đã không có chọn lựa nào khác ngoài việc trông cậy vào ngoại quốc. Đây là ngã ba đường mà chọn lựa nào cũng mang theo những hệ lụy đau thương của nó.

Có những nhà cách mạng đã chọn con đường nâng cao dân trí qua sự thu nhập văn minh từ chính sự cai trị của thực dân để từ đó làm bàn đạp giành độc lập. Con đường này cần thời gian quá dài và chế độ thực dân thì luôn luôn lấy đi nhiều hơn trả lại. Lịch sử cho thấy những nhà yêu nước chọn con đường này đã đau khổ nằm xuống khi ước mơ chưa thành tựu.

Có những nhà cách mạng đã chọn cách dựa vào Nhật Bản hùng cường với kỳ vọng tình đoàn kết Đông Á sẽ giúp hỗ trợ để giành độc lập và từ đó học hỏi mẫu mực canh tân. Con đường này đặt nhiều niềm tin vào hứa hẹn của nước ngoài. Lịch sử cho thấy những nhà yêu nước chọn con đường này đã ôm hận đắng cay khi ngoại quốc vì quyền lợi của họ đã bỏ rơi chúng ta.

Có những người đã chọn theo chủ nghĩa cộng sản, một chủ nghĩa mới hình thành vào đầu thế kỷ với hứa hẹn một tương lai thế giới đại đồng, hạnh phúc và vinh quang. Con đường này mới đầu những tưởng đem lại độc lập, tự do và hạnh phúc nhưng thực tế cho thấy đã đem lại những tai hại dài lâu cho đất nước. Chủ nghĩa cộng sản đã chuyển sự nô lệ thực dân sang nô lệ ý thức hệ, một gông cùm vô hình nhưng tàn bạo và khó gỡ bỏ nhiều lần hơn. Chủ nghĩa cộng sản đã chuyển sự lạc hậu chậm tiến, hệ quả tất yếu của giới hạn dân trí sang sự lạc hậu có tính toán của tuyên truyền kích động một chiều, nhằm xây dựng sức mạnh của giai cấp. Sự tàn hại của chủ nghĩa này không chỉ xảy ra cho riêng Việt Nam nhưng cho tất cả mọi dân tộc lỡ bất hạnh đi vào con đường đó. Rất may mắn, chủ nghĩa quái ác này đã bị nhân loại đào thải ở một số quốc gia. Nhưng một lần nữa, những người nắm quyền hành đất nước vẫn không học được bài học của lịch sử, lại rơi vào lỗi lầm của triều Nguyễn ở cuối thế kỷ 19, đó là sự thiếu thức thời và đặt quyền lợi của phe nhóm cao hơn quyền lợi của tổ quốc.

Ngày hôm nay, chúng ta cũng đang đứng trước một lựa chọn lịch sử. Đất nước bị lạc hậu quá xa so với các quốc gia trong vùng. Những nước này trước năm 1975 được sánh ngang hàng với miền Nam Việt Nam, thì nay đã bỏ xa Việt Nam thống nhất dưới gọng kềm chuyên chính từ 30 đến 40 năm. Nếu so với các quốc gia tiền tiến khác thì một số mặt chúng ta còn bị cách xa cả gần 100 năm. Đây là mối nhục chung của toàn dân tộc. Nếu để tình trạng này tiếp tục, Việt Nam có thể vĩnh viễn mất khả năng bắt kịp thế giới, trở nên một thành phần nhược tiểu với những thiệt thòi rõ rệt trong bối cảnh toàn cầu hóa.

Đây là mối lo chung của mọi người Việt Nam!

Bài toán độc lập và canh tân của hơn 120 năm trước vẫn còn đặt ra nguyên vẹn cho dân tộc Việt Nam hôm nay!

Trước thách đố này, những người cầm quyền của đảng Cộng Sản Việt Nam lại vẫn đang theo đuổi một chính sách mang những nét sai lầm của quá khứ. Nếu ngày xưa, các vua quan triều Nguyễn từ khước lời kêu gọi canh tân để tiếp tục an thân trong vỏ ốc Nho giáo xơ cứng, thì ngày nay lãnh đạo đảng cộng sản Việt Nam đã sợ hãi gán cho những nỗ lực canh tân là "diễn biến hòa bình" và tiếp tục thu mình trong cái hộp xã hội chủ nghĩa mục nát với ảo giác giữ ổn định chính tri. Để tiếp tục duy trì quyền lực, họ đã chạy theo mô thức nhận nước đỡ đầu, cắt đất, nhượng biển của tổ tiên để dâng cho Trung Quốc. Việt Nam ở thiên niên kỷ mới vẫn đang bị khước từ canh tân thực sự, vẫn đang bị vòng kim cô ý thức hệ Mác Lê phủ chụp và vẫn đang phải dựa vào các thế lực bên ngoài để củng cố quyền lực bên trong.

Đây là nỗi nhục và mối lo chung của tất cả người Việt Nam yêu nước!

Nhưng ở thời điểm này, chúng ta cũng có những cơ hội mà các thế hệ tiền bối cách mạng không có.

Thứ nhất, trong lãnh thổ Việt Nam hiện nay không có quân đội ngoại quốc nào hiện diện. Những người cầm súng bảo vệ cho chế độ hiện nay cũng sẽ là những người tiên phong đứng về hàng ngũ của dân tộc một khi chế độ bị bùng vỡ từ bên trong. Lịch sử ở Đông Âu và Liên Bang Xô Viết cũ đã minh chứng điều này.

Thứ hai, do cuộc di tản lớn của người Việt Nam sau năm 1975, một bộ phận đáng kể của dân tộc đang sống bên ngoài lãnh thổ, có thể làm chỗ tựa cho Việt Nam vươn lên mà không cần phải dựa vào Nhật, vào Pháp hay Tàu như trước đây. Chỉ có người Việt Nam mới không bao giờ bỏ rơi dân tộc Việt Nam.

Thứ ba, xu hướng dân chủ tự do đã trở thành mẫu mực cho nhân loại văn minh, tiến bộ. Có nước đi trước, có nước theo sau nhưng tất cả đều hướng về một phía. Không một thế lực quốc tế nào có thể ngăn cản xu thế này.

Khai dụng các cơ hội lịch sử này, để giải quyết bài toán độc tài cộng sản cũng như để gỡ bỏ nỗi nhục lạc hậu của đất nước và biến nỗi lo thành hành động, chúng ta cần phải huy động toàn bộ sức lực và tâm huyết của cả dân tộc trong một liên minh dân tộc. Làm được như vậy, chúng ta không chỉ xây dựng thế đoàn kết làm vũ khí đấu tranh chấm dứt ách độc tài Cộng sản mà còn là một tiềm lực to lớn để tạo những chuyển đổi của đất nước trong thời kỳ canh tân và phát triển Việt Nam. Chúng ta tin tưởng rằng, đã đến lúc dân tộc Việt Nam phải đứng dậy, rút tỉa những kinh nghiệm đấu tranh của các dân tộc đã từng bị nạn độc tài Cộng sản, tạo những chuyển đổi lịch sử tại Việt Nam, trong những thập niên đầu của thế kỷ 21.

ĐỀ ĐỐC ĐINH MẠNH HÙNG NHẬN ĐỊNH VỀ TẬP SÁCH "ĐÔNG ÂU TẠI VIỆT NAM"

Cuộc tranh chấp Quốc - Cộng tại Việt Nam, kéo dài từ thập niên 30-40 của thế kỷ 20 đến nay, trên căn bản là một cuộc tranh chấp ý thức hệ. Cho đến nay, kết luận đã rõ ràng là chủ nghĩa cộng sản đã chứng tỏ hoàn toàn thất bại trong công cuộc xây dựng đất nước và đem lại hạnh phúc cho người dân. Không những thế, chủ nghĩa này đã hủy hoại xã hội Việt Nam trên mọi phương diện và lưu lại nhiều tác hại trầm trọng lâu dài cho thế hệ tương lai.

Tất cả người dân Việt có ý thức, từ trong nước đến hải ngoại, kể cả các cán bộ cộng sản, đều công nhận không thể duy trì hình thức chính trị hiện nay mà cần phải thay đổi chế độ cộng sản mới mong có thể đưa đất nước Việt Nam bắt kịp đà tiến triển của nhân loại.

Tuy nhiên, mặc dầu ý thức hệ quốc gia với những ý tưởng: độc lập tự chủ, tự do dân chủ, kinh tế thị trường, xã hội công bằng bác ái, văn hóa dân tộc khai phóng... đang là lý tưởng của người dân Việt hiện nay, nhưng chuyển đổi từ một chế độ cộng sản toàn trị sang một chế độ tự do dân chủ không phải là giản dị nhanh chóng và dễ dàng.

Hiện nay, dầu bị bế tắc về chủ thuyết, chưa có dấu hiệu nào chứng tỏ chế độ Hà Nội đã sẵn sàng hay đang bị hiểm nguy để phải chấp nhận dân chủ hóa Việt Nam. Cộng sản Hà Nội sẽ chỉ thực hiện những 'đổi mới' vừa đủ để hội nhập vào cộng đồng thế giới mà vẫn duy trì được quyền độc tôn chính trị. Từ trước đến nay, cộng sản chỉ chịu lùi bước trước áp lực hay khi bị thất thế. Do đó, công cuộc đấu tranh cho tự do dân chủ tại Việt Nam cần phải mạnh mẽ và tinh vi hơn mới mong nhanh chóng đạt đến thắng lợi sau cùng.

Mặt khác. những lực lượng đấu tranh cho tự do dân chủ tại Việt Nam chưa có một sách lược tranh đấu đồng bộ chung. Đã có nhiều đề nghị về một tiến trình dân chủ hóa Việt Nam. Các tiến trình này cần được cụ thể hóa và chi tiết hóa khi đem ra thi hành. Đến đây, công việc sẽ trở thành phức tạp và khó khăn do những bất đồng ý kiến về cách thức và đường lối thực hiện. Về điểm này, ta có thể rút kinh nghiệm từ các diễn biến lịch sử đã qua để tìm được một sách lược thích ứng và hữu hiệu.

Tập sách "Đông Âu Tại Việt Nam" của tác giả Lý Thái Hùng đã được xuất bản đúng vào lúc công cuộc đấu tranh cho tự do dân chủ tại Việt Nam đang ở một khúc quanh với những biến chuyển quan trọng, với sự xuất hiện của nhiều yếu tố mới cần phải duyệt xét lại các đường hướng đấu tranh. Trong tập sách này, đọc kỹ các diễn biến đưa đến sự sụp đổ của các chế độ cộng sản tại Đông Âu và so sánh với Việt Nam, ta có thể rút tỉa nhiều kết luận có giá trị:

Trước hết, có thể kể đến các yếu tố đã đưa đến sự sụp đổ của các chế độ cộng sản Đông Âu, bao gồm:

- Sự phân hóa trong hàng ngũ đảng cộng sản.

- Sự bất mãn và bất phục tùng của các tầng lớp dân chúng, nhất là trong giới trí thức và công nhân.

- Tình trạng yếu kém về phát triển kinh tế.

- Thái độ không can thiệp của Liên Xô.

- Có một thành phần đối kháng sẵn sàng khai thác thời cơ.

- Ảnh hưởng dây chuyền của các biến động.

Thứ đến, có thể kể đến các khó khăn trong thời kỳ chuyển tiếp đưa đến sự phục hồi của các hậu thân của đảng cộng sản, như:

- Sự bất lực của các chính quyền hậu cộng sản vì thành phần lãnh đạo kém khả năng hay bị các cựu cộng sản phá hoại.

- Sự chia rẽ trong hàng ngũ dân chủ khi cách mạng đã thành công.

- Sự thất vọng của dân chúng về đời sống khó khăn và bất ổn trong giai đoạn phôi thai của nền kinh tế thị trường.

Tập sách cũng đã nêu lên các lý do tại sao chế độ Hà Nội đã không bị sụp đổ vào cuối thập niên 80 cùng với Đông Âu, tình hình Việt Nam hiện nay giống như tình hình Đông Âu vào thời kỳ đó như thế nào và đề nghị những giải pháp để xây dựng dân chủ tại Việt Nam.

Dầu có thể không hoàn toàn đồng ý về những nhận xét và đề nghị của tác giả, đây là một tài liệu đã được nghiên cứu kỹ lưỡng, công phu và khách quan, đáng được các người tranh đấu dùng để tham khảo. Chúng tôi xin giới thiệu tập sách 'Đông Âu tại Việt Nam' với quý vị độc giả.

ĐINH MẠNH HÙNG

TIẾN SĨ MAI THANH TRUYẾT NHẬN ĐỊNH VỀ TẬP SÁCH "ĐÔNG ÂU TẠI VIỆT NAM"

Về hình thức, tựa sách "Đông Âu Tại Việt Nam" khá hấp dẫn và gợi nhiều hiếu kỳ, do bởi theo lẽ thường tình, Đông Âu ở tận trời Tây, còn vị trí Việt Nam ở bên nầy trời Đông của địa cầu thì làm sao mà Đông Âu lại có thể ở tại Việt Nam được? Sự thực, tác giả Lý Thái Hùng đã vận dụng kỹ thuật phóng chiếu các diễn biến chánh trị đưa dẫn đến sự sụp đổ thể chế Cộng sản tại các nước Đông Âu vào hoàn cảnh đất nước Việt Nam hiện vẫn còn đang nằm trong gông cùm Cộng sản độc tài đảng trị, tham nhũng, thối nát trong đường hướng mị dân "mở cửa", dối trá quảng bá mô hình kinh tế thị trường nhưng lại theo định hướng gọi là xã hội chủ nghĩa, mà không một ai xác định được "định hướng xã hội chủ nghĩa" cụ thể là thế nào.

Đệ Nhị Thế Chiến chấm dứt năm 1945 đập tan chế độ phát xít của nhà độc tài Hitler, đã đưa dẫn đến sự hình thành hai khối Tây Âu và Đông Âu riêng biệt. Khối Tây Âu còn được gọi là Khối Tự do, còn Đông Âu bao gồm một số nước Đức, Bulgaria, Hungary, Romania, Ba Lan, Tiệp Khắc, nằm phía Đông Âu Châu nên gọi là Đông Âu nằm trong vùng đất do Hồng quân Liên Xô chiếm đóng, sau đó đã phải theo thể chế cộng sản độc tài đảng trị, bị kềm chặt trong tổ chức COMECON tức "Hội Nghị Tương Trợ Phát Triển Kinh Tế" do Liên Xô cầm cán lãnh đạo, đối đầu với NATO tức "Tổ chức Minh Ước Đại Tây Dương" thụ hưởng chương trình tái thiết Marshall dưới quyền lãnh đạo của Hoa Kỳ. Trong khối Đông Âu, riêng nước Đức đã được phân chia làm hai: Tây Đức và Đông Đức, với thành phố Bá Linh là thủ phủ của nước Đức thời Hitler cũng bị phân chia thành hai khu Tây

Bá Linh và Đông Bá Linh được ngăn đôi bằng một bức tường mang tính lịch sử. Lãnh địa của các nước Bulgaria, Romania và Ba Lan là ba nước giáp giới với Liên Xô, cho nên toàn bộ Đông Âu tạo thành một vùng trái độn, được sử dụng như lá chắn thiên nhiên cho Liên Xô trong chiến lược phòng thủ đối đầu với Khối Tự Do.

Trong bối cảnh chánh trị lưỡng cực, diễn ra cuộc chiến tranh lạnh trên toàn cầu giữa Khối Tự do và Khối Cộng sản, cuộc chạy đua võ trang mà cao điểm là dưới thời Tổng Thống Hoa Kỳ Ronald Reagan đã đẩy nền kinh tế Liên Xô lần đi vào con đường kiệt quệ không còn chịu đựng được nữa. Qua một số diễn biến chánh trị đưa Gorbachew rồi Yeltsin lên cầm quyền, Liên xô đã phải chấp nhận chánh sách đổi mới, theo hướng kinh tế thị trường như khối Tự do, tổ chức COMECON bị phá sản, Liên Xô bị rã ra từng mảnh, tạo điều kiện thuận lợi cho các nước chư hầu phải xoay trở để tồn tại, và đã không theo một đường hướng nào khác hơn là khôi phục nền kinh tế thị trường, phát triển theo hướng tự do dân chủ.

Sau khi giới thiệu tổng quát, trong chương đầu, lịch sử và tình hình chính trị khác biệt của từng nước Đông Âu, tác giả đã gợi lên hai kinh nghiệm căn bản trong đấu tranh cách mạng dân chủ là "chế độ đi ngược lại nguyện vọng của nhân dân sớm muộn gì cũng sụp đổ" và "sức mạnh của toàn dân là vạn năng". Theo các kinh nghiệm sống này, tác giả tin tưởng "cuộc cách mạng dân chủ tại Việt Nam sẽ diễn ra trong thời gian tới". Tiếp theo, tác giả đã dành cho mỗi nước Đông Âu một chương riêng để ghi lại những diễn biến chánh trị được lồng trong khung "cách mạng dân chủ".

Một chương riêng biệt đã được dành cho việc mô tả "Việt Nam trước cơn bão dân chủ tại Đông Âu" cho thấy rõ, chủ nghĩa Mác Lê đã phá sản và Cộng sản Việt Nam đã phải chuyển sang luận điệu "cởi trói" gọi là một lối thoát tích cực, trong khi phải đối phó với những mặt lung lay trong nội bộ đảng qua cuộc đấu tranh của "Câu lạc bộ những người kháng chiến cũ", qua những tiếng phản kháng của giới trí thức xã hội chủ nghĩa, qua kiến nghị đòi hỏi thay đổi của Việt kiều yêu nước, qua phong trào đấu tranh giành tự do dân chủ cho Việt Nam của Cộng đồng người Việt tỵ nạn hải ngoại v.v... Tác giả ghi nhận, lực lượng cựu chiến binh là một nhân tố có thể góp phần châm ngòi các phong trào đấu tranh quần chúng tại Việt Nam trong thời gian tới.

Chương X là chương sách cuối cùng mang tựa đề "Đông Âu tại Việt Nam" là một chương quan trọng nhất mà người đọc chờ đợi tác giả hệ thống hóa lại những chi tiết đã được trình bày trong 9 chương trước, xác định một số kết luận mang tính cốt lõi nội dung những điều tác giả muốn chuyển tải đến người đọc. Để soi sáng vấn đề, một số khác biệt căn bản giữa Đông Âu và Việt Nam đã được tác giả thiết thực ghi nhận, cho thấy ngay việc phóng chiếu cụ thể các diễn biến chính trị Đông Âu vào bối cảnh Việt Nam. Bên cạnh vị thế địa lý không có tính chất chiến lược đối với Liên Xô bằng Đông Âu, Việt Nam là một nước còn nặng về nông nghiệp trong khi Đông Âu đã đạt trình độ kỹ nghệ tương đối cao. Ngoài ra, sau năm 1945, trong khi các nước Đông Âu sống hòa bình dù là dưới ách thống trị của Cộng sản quốc tế, Việt Nam vẫn phải triền miên trong chiến tranh, để sau cùng, Cộng sản dành được ưu thế nắm lấy độc quyền thống trị toàn lãnh thổ đến ngày nay. Tuy nhiên, như là những bài học kinh nghiệm, tác giả đã xác định các yếu tố đưa đến rối loạn xã hội, làm tan rã thể chế cộng sản tại Đông Âu, thể hiện bằng một số diễn biến chính trị tại từng nước có liên quan:

1. "Tình trạng phân liệt" trong lãnh đạo đảng Cộng sản do bất đồng quan điểm trong chánh sách cải tổ trước đòi hỏi của quần chúng, cụ thể như tại Ba Lan, Cộng sản phải đối phó với Công đoàn đoàn kết của Lech Valesa, tại Bulgary, các cuộc biểu tình rầm tộ của quần chúng chống ô nhiễm môi sinh, v.v...

2. Các tổ chức đối lập xuất hiện làm phát triển nhanh chóng xã hội dân sự khiến Cộng sản không còn khả năng kiểm soát, giúp đảng phái đối lập thắng lớn trong cuộc tổng tuyển cử ở Hung Gia Lợi, bức tường Bá Linh tại Đông Đức bị sụp đổ.

3. Tình trạng cải cách nửa vời đã tạo ra bất ổn xã hội. Cụ thể như tại Ba Lan, có cuộc đình công chống tăng giá thịt, cuộc đình công của công nhân Gdansk. Tại Bulgaria, tác giả đưa ra hậu quả của chánh sách công nghiệp hoá khiến nông dân kéo nhau về thành phố kiếm việc làm, phát khởi những cuộc biểu tình ngày càng lan rộng.

4. Các áp lực quốc tế về nhân quyền và tự do dân chủ gián tiếp hỗ trợ đấu tranh đối kháng trong nước.

Chuyển sang nội tình Việt Nam Cộng sản, tác giả nhận diện các diễn biến chính trị qua bốn nan đề kể trên nguyên đã làm cho chế độ

Cộng sản Đông Âu sụp đổ, nay đang tác động làm suy tàn và băng hoại đảng Cộng sản Việt Nam, khởi đầu bằng sự tranh chấp quyền lực nội bộ giữa các phe nhóm và giữa các địa phương: phe Trường Chinh, phe Lê đức Thọ, phe Phạm văn Đồng, phe Võ nguyên Giáp, phe Nguyễn văn Linh, phe Lê Duẩn, phe Đỗ Mười v.v... Từ đó, còn nẩy sanh ra các phe kinh tế kỹ thuật, phe quân đội, phe công an kình chống nhau.

Về nan đề thứ hai, tác giả đã nhận diện các lực lượng đối kháng ngày càng lớn mạnh, phát xuất từ những tổ chức kháng chiến trong nước và các lực lượng đấu tranh tại hải ngoại, khởi sắc là từ năm 1996, lực lượng đối kháng đã phát triển trong lãnh vực tôn giáo, lần lần đi đến những sự kết hợp quy mô, dấy lên phong trào đòi hỏi dân chủ đa nguyên tại Việt Nam, nội dung, theo tác giả, được tổng kết trong Bản Tuyên ngôn Dân chủ cho Việt Nam mang chữ ký của hơn 2.000 người đấu tranh tại Việt Nam, được đánh giá là sau thời kỳ đấu tranh đơn lẻ từng nhóm, từng cá nhân, nay cuộc đấu tranh chống Cộng sản đã chuyển sang thời kỳ phản kháng tập thể, có tổ chức, dựa trên mẫu số chung là "chấm dứt ách độc tài Cộng sản để canh tân Việt Nam".

Về nan đề thứ ba, tác giả nhận diện các cuộc chống đối đa diện của quần chúng liên quan đến ruộng đất, đến các hành vi tham ô, đến nạn cán bộ tự bao che, đưa đến các khiếu kiện, tố cáo vạch trần bất công trên khắp các miền đất nước. Hoạt động của Câu lạc bộ những người kháng chiến cũ, những cuộc biểu tình huy động hàng ngàn Phật tử tại Thừa Thiên Huế, cuộc nổi dậy của đồng bào Tây Nguyên, cuộc nổi dậy của đồng bào Thái Bình, các cuộc đình công tự phát của công nhân Việt Nam làm việc tại các công ty đầu tư nước ngoài, cũng đã được nêu lên để minh hoạ cho phong trào đối kháng của quần chúng.

Về nan đề thứ bốn, sau khi duyệt qua các đóng góp đấu tranh của các tổ chức quốc tế về nhân quyền, về tự do tín ngưỡng, tác giả đã nhấn mạnh vai trò của các cộng đồng người Việt hải ngoại trong việc tác động xoay chuyển tình hình chính trị Việt Nam Cộng sản.

Phóng tầm nhìn về tương lai, tác giả dự kiến ba viễn cảnh:

1) Cộng sản Việt Nam tiếp tục khống chế mọi mặt

2) Cộng sản lần lần biến thể không còn màu sắc cộng sản nữa

3) Cộng sản sụp đổ đưa đến thay đổi thể chế như ở Đông Âu.

Tác giả khẳng định khát vọng của toàn dân Việt Nam là được sống trên một đất nước có tự do dân chủ, nhân phẩm được tôn trọng. Nhất quyết không thể dựa dẫm vào thế lực ngoại bang trong đấu tranh, tác giả khẳng định bài toán của Việt Nam vẫn là phương cách giải quyết vấn đề bằng một cuộc đấu tranh giải phóng bao gồm "những hành động có tính chất chiến tranh lẫn những hành động nằm ngoài khuôn khổ chiến tranh", "đấu tranh bằng mọi phương tiện, mọi phương pháp, mọi lề lối", "đấu tranh không quy ước", "đấu tranh toàn diện".

Để đưa cuộc đấu tranh kể trên vào hiện thực, tác giả trù liệu nhiều thử thách cam go cần phải vượt qua:

1) Nâng cao hiểu biết và ý thức dân chủ của người dân.

2) Hỗ trợ quần chúng hoạt động ngoài luồng, đặt nền tảng cho một xã hội dân sự thoát khỏi sự khống chế của đảng Cộng sản Việt nam.

3) Khai thác những biện pháp cải tổ vá víu của Cộng sản.

Trong nỗ lực đấu tranh chấm dứt Cộng sản độc tài, tác giả nêu lên một số đề cao cảnh giác căn bản:

1) Không nên chờ đợi thiện chí cải sửa hay tự thay đổi của Cộng sản;

2) Không nên có những ảo vọng về đối thoại;

3) Không nên có ảo vọng một phe nhóm trong nội bộ Cộng sản đứng lên làm đảo chánh;

4) Không nên trông chờ một thế lực ngoại quốc "can thiệp" dùm ta.

Theo tác giả, chúng ta chỉ còn một giải pháp thực thi chính nghĩa dân tộc, dựa trên 4 tiềm lực chính:

1) Đại khối quần chúng quốc nội; đồng thời "khai dụng" khối người Việt trong nước ra hải ngoại;

2) Những đảng viên Cộng sản thức tỉnh;

3) Các lực lượng đấu tranh, đảng phái cách mạng;

4) Cộng đồng người Việt tỵ nạn tại hải ngoại.

Dự phóng tương lai trên cơ sở hai, khát vọng căn bản của dân tộc Việt Nam là độc lập dân tộc và canh tân quốc gia, theo tác giả, phải trải qua ba giai đoạn trong khoảng hai thập niên sắp tới:

- Giai đoạn 1: thanh toán guồng máy độc tài Cộng sản bằng sự vùng dậy của toàn dân trong vòng 2 đến 3 năm tới;

- Giai đoạn 2: xây dựng dân chủ và phát triển qua việc tổng tuyển cử tự do, giải quyết các tệ nạn xã hội, ổn định xã hội, đẩy mạnh các cải cách kinh tế, chính trị, xã hội, văn hoá, giáo dục...

- Giai đoạn 3: phát triển toàn diện.

o0o

Đọc đến trang cuối của tập sách "*Đông Âu Tại Việt Nam*", phải thẳng thắn công nhận, đây quả là một công trình biên soạn công phu, đòi hỏi nhiều công sức và thời gian vật chất tra cứu, cung ứng cho người đọc một tầm nhìn đối chiếu bao rộng, không gò bó riêng trong bối cảnh chính trị Việt Nam mặc dù chủ đích tối hậu là soi đường cho công cuộc đấu tranh chống Cộng sản độc tài đảng trị Việt Nam. Tuy nhiên, để được thoải mái trong phát biểu về nội dung tập sách, tưởng phải nói rõ như là một tiền đề về một điểm mà người viết cho là rất cần yếu để bảo đảm tính trong sáng trong ghi nhận.

Trước hết, tác giả Lý Thái Hùng thực sự là một tên tuổi quá quen thuộc trong hoạt động đấu tranh chính trị của người Việt ở hải ngoại, cụ thể đang là một thành phần Ban lãnh đạo Đảng Việt Tân, nay nếu gắn liền tư cách này với tư cách tác giả thì có thể tạo nên một vài gò bó chính trị, một vài ngộ nhận, có thể làm mất đi một ít thoải mái tối cần, bởi lẽ chính bản thân người đọc viết nên những hàng chữ này cũng thuộc thành phần đương kim Ban lãnh đạo Đại Việt Quốc Dân đảng, một đoàn thể chính trị không dính dáng đến Đảng Việt Tân. Do đó, xin xác định tác giả Lý Thái Hùng trên cương vị là nhà nghiên cứu chính trị đơn thuần, một học giả, và tập sách "Đông Âu tại Việt Nam" cần được người đọc đón nhận như là một công trình biên soạn khoa học về một đề tài chính trị liên quan đến hiện tình và tương lai đất nước Việt Nam đang quằn quại dưới ách Cộng sản độc tài đảng trị. Tập sách cần được đọc và phê phán, nếu có, dưới góc độ nghiên cứu khoa học không nhất thiết đặt trong phạm vi hoặc gắn liền với luận thuyết của một đoàn thể chính trị nào cả.

Trên tinh thần khoa học và bao rộng kể trên, nội dung tập sách, như được vừa được phân tích, biểu lộ tấm lòng tha thiết và quyết tâm cao độ của tác giả trong công cuộc đấu tranh của dân tộc chống Cộng sản đương quyền. Trình bày các diễn biến chánh trị Đông Âu như là một hệ thống quy chiếu xác định chế độ Cộng sản cuối cùng rồi cũng phải tan rã theo quan thầy Liên Xô, tác giả chuyển tải một niềm tin vững chắc về sự sụp đổ đó đến người đọc trong bối cảnh hiện tình Việt Nam, khẳng định sức mạnh của toàn dân, của quần chúng nói chung cần được kết nối để phát huy ý thức đấu tranh nhằm mục tiêu chiến lược chung. Bằng một lối trình bày lớp lang đầy chi tiết, tác giả đã đưa người đọc vào một cõi say mê theo dõi các diễn biến chính trị soi sáng bối cảnh chính trị tại các nước này, và mỗi quốc gia vốn lại có những đặc điểm riêng. Về mặt này, tác giả cho thấy đã thành công trong việc làm nổi bật điểm cuối cùng như là một kinh nghiệm sống động của Đông Âu cho Việt Nam là không chóng thì chầy, chế độ Cộng sản phải sụp đổ trước nỗ lực vùng dậy dưới nhiều hình thức khác nhau của quần chúng.

Khi đi vào chương chín đề cập "Việt Nam trước cơn bão Dân chủ tại Đông Âu", với tâm trạng quây cuồng trong chi tiết chồng tréo phức tạp của bảy chương sách trước, người đọc bắt đầu cảm thấy thoải mái dễ nắm bắt vấn đề hơn tựa hồ như đang ở trong căn nhà của riêng mình. Trong hai chương cuối cùng, tác giả đã biểu tỏ sự hăng say vượt mức trong việc kiểm điểm các diễn biến chính trị trong nội tình Cộng sản Việt Nam nhưng cũng vẫn theo phương pháp tổng lược lớp lang các diễn biến chính trị rải rác trong các lãnh vực, theo một hướng đấu tranh chỉ biết tiến chớ không bao giờ lùi, để cuối cùng với rất nhiều tin tưởng là lực lượng đấu tranh chống Cộng sản quyết định sẽ thắng và Cộng sản nhất định sẽ lụi tàn, như đã xảy ra ở Đông Âu vậy.

Theo dòng suy tư này, trong công cuộc đấu tranh chống Cộng sản, xây dựng dân chủ tại Việt Nam, lực lượng đấu tranh trong hiện tình, theo tác giả, sẽ phải bằng mọi cách, nỗ lực huy động toàn bộ các khuynh hướng đối kháng trong cũng như ngoài nước, nhưng trong đó, thực tế cho thấy và không thể giấu diếm vào đâu được, vẫn còn tồn tại một khuynh hướng triệt để lên án Cộng sản nhưng theo lập luận bảo tồn thành quả chống thực dân, giải phóng dân tộc, vẫn tôn vinh Hồ chí Minh và đề cao "tư tưởng Hồ chí Minh". Câu hỏi được nêu lên là khuynh hướng này có được chấp nhận vào hàng ngũ chống Cộng sản Việt Nam hay không?

Lướt qua một vài trọng điểm cụ thể góp ý kể trên, người đọc muốn nói lên một nhu cầu triển khai nghiên cứu chuyên sâu hơn một số vấn đề cốt lõi mở đường cho việc xây dựng chiến thuật và kế hoạch thực hiện đấu tranh chống Cộng sản. Trên bước đường triển khai này, không thể quên xét đến một nghịch lý đang diễn ra trong cộng đồng người Việt hải ngoại công khai cung ứng hàng năm một khối lượng ngoại tệ khổng lồ lên đến 3 tỷ đô la, nuôi sống nền kinh tế thị trường điều hành theo lối chữa cháy từng mảng theo định hướng xã hội chủ nghĩa què quặt, trong khi các lực lượng đấu tranh Tự do Dân chủ đang muốn cho Cộng sản dẫy chết. Mặt khác, vai trò của Hoa Kỳ đang xích lại với Việt Nam Cộng sản và tầm ảnh hưởng của Trung Quốc ở sát cạnh cũng là một vấn đề cần được quan tâm phân tích thiết thực để không bị hố trong bước đường đấu tranh.

Xác định ý hướng cao đẹp cho tương lai đất nước của tác giả và tác dụng của nội dung tập sách trong việc mở rộng tầm nhìn chiến lược cho công cuộc đấu tranh chống Cộng sản Việt Nam, đó là một số nan đề mà tác giả đã ghi nhận khá đầy đủ qua hai trang cuối của tập sách.

MAI THANH TRUYẾT

Ngày tưởng niệm Quách Thị Trang 25/8/2006

CẢM NGHĨ CỦA NHÀ VĂN TRÙNG DƯƠNG NGUYỄN THỊ THÁI VỀ "ĐÔNG ÂU TẠI VIỆT NAM"

Vào cuối thế kỷ 20 - một thế kỷ được đánh dấu bằng hai cuộc thế chiến kinh hoàng nhất trong lịch sử nhân loại, với khoảng gần 100 triệu người cả quân lẫn dân sự bị thiệt mạng; cuộc Khủng Hoảng Kinh Tế vào năm 1929 chấn động toàn cầu; và các cuộc chiến tranh ý thức hệ cả lạnh lẫn nóng giữa thế giới tự do và chủ nghĩa cộng sản kéo dài gần một nửa thế kỷ - nhân loại đã được chứng kiến một loạt những biến cố vô cùng ngoạn mục và cảm động vào năm 1989, khi các chế độ cộng sản ở Đông Âu lần lượt theo chân nhau tan rã sau khi Bức Tường Bá Linh xụp đổ. Sự tan rã của các chế độ cộng sản chư hầu tại Đông Âu sau đó đã kéo theo cả Liên Bang Sô Viết, là chế độ cộng sản đã tồn tại lâu dài nhất, từ năm 1917 tới năm 1991. Loạt biến cố này đã được mệnh danh là Cuộc Cách Mạng Nhung vì, trừ trường hợp của Romania, những chế độ cộng sản này đã sụp đổ qua các tiến trình dân chủ với các cuộc tổng tuyển cử tự do, không có cảnh máu đổ thịt rơi và người chết hoặc những màn đấu tố thanh trừng tàn khốc kiểu cách mạng cộng sản.

Biến cố Đông Âu đã làm bừng lên một hy vọng trong lòng người Việt trong nước cũng như cộng dồng người Việt tị nạn cộng sản ở rải rác khắp nơi trên thế giới. Từ đó tới nay đã 17 năm, thời gian đối với lịch sử là ngắn, song đối với một đời người thì kể như dài. Việt Nam vẫn ngày một chìm đắm dưới chế độ cộng sản. Vấn đề Việt Nam ngày một hết thuốc chữa vì tham nhũng thối nát và các tệ đoan xã hội ngày một lan tràn đến rùng rợn. Nghe chuyện Việt Nam chỉ thấy thắt tim, đau lòng. Tôi thú nhận là có lúc tôi sợ không muốn nghe chuyện Việt Nam nữa, mặc dù nỗi khắc khoải Việt Nam vẫn còn đó, như vết thương không thể lành.

Tập sách Đông Âu Tại Việt Nam của tác giả Lý Thái Hùng đã đem đến cho tôi một cái nhìn tích cực hơn. Có lẽ đây là tập sách đầu tiên bằng tiếng Việt đã phân tích cặn kẽ những diễn tiến đã đưa tới sự tan rã của chủ nghĩa cộng sản tại từng nước Đông Âu, gồm Ba Lan, Hung Gia Lợi, Đông Đức, Tiệp Khắc, Nam Tư, Bulgaria và Romania, và so sánh những diễn biến này với những diễn biến chính trị, kinh tế và xã hội, nội cũng như ngoại tại, diễn ra tại Việt Nam trong 17 năm qua, đặc biệt hơn cả là gần đây. Khác với loại sách biên khảo, tác giả đã không dừng lại ở việc phân tích và trình bầy, mà còn đưa ra những phương cách để một Đông Âu có thể diễn ra ở Việt Nam, như tựa đề của cuốn sách đã gợi ý. Và đặc biệt hơn cả là những đề án xây dựng đất nước, tạo bối cảnh sinh hoạt dân chủ và đạt nền tảng cho công cuộc phát triển kinh tế xã hội.

Tôi có vinh dự được đọc tập sách này khi còn là bản thảo, và được tác giả mời viết bài cảm nghĩ này. Trong lá thư gửi cho tôi kèm với tập bản thảo, tác giả Lý Thái Hùng cho biết tập sách lúc đầu được soạn ra từng bài làm tài liệu tham khảo riêng. "Nhưng càng ngày số liệu càng nhiều nên tôi viết theo từng quốc gia," anh viết. "Tuy nhiên công việc này bị gián đoạn rất nhiều vì nó chỉ là nghiên cứu cho biết nên tôi không mấy tích cực lắm. Mãi cho đến năm 2004 và nhất là đầu năm 2005 khi Cộng Sản Việt Nam thả một số tù nhân như Cha Lý, GS Huy, BS Quế và nhất là sự đấu đá trong nội bộ đảng CSVN qua vụ án Tổng Cục II, khiến cho tôi thấy là những diễn biến tại Việt Nam đang có những yếu tố gần giống như tại Đông Âu. Đương nhiên mỗi quốc gia có những điểm dị biệt về bối cảnh lịch sử, con người; nhưng nhìn trên tổng thể các diễn biến, tôi thấy là những xung đột nội bộ và cách đối phó của CSVN hiện nay có rất nhiều điểm giống như Đông Âu. Ngay cả những diễn biến của công cuộc đấu tranh từ các nhà đối kháng tại quốc nội cũng có những điểm giống như Ba Lan, Tiệp Khắc, Hung Gia Lợi. Chính vì nhìn như vậy, tôi đã dồn sức viết cho xong vào cuối tháng 6 vừa qua."

Nhờ tác giả quyết định viết lại và xuất bản tập Đông Âu Tại Việt Nam, thay vì giữ tập sách ở dạng tài liệu tham khảo riêng, nếu không, chắc tôi sẽ không có dịp đọc. Mặc dù tôi vẫn theo dõi tin tức về Việt Nam, phần lớn qua Internet, nhưng một sự hiểu biết sâu xa chắc chắn không thể có bằng sự hiểu biết thâu lượm được sau khi đọc tập sách Đông Âu nhờ nguồn tài liệu phong phú mà có lẽ chỉ có một tổ chức, như Mặt Trận (nay là Việt Tân, viết tắt của Việt Nam Canh Tân Cách Mạng Đảng, có mặt trên World Wide Web tại http://viettan.org/), chuyên về đấu tranh và có nhiều liên hệ và móc nối trong nước cũng như ở hải ngoại mới có thể thu góp, phân tích và tổng hợp được như vậy.

Tôi bồi hồi khi đọc về những diễn biến có những đặc tính như của Đông Âu vào cuối thập niên 1980 đã và đang xảy ra tại Việt Nam, đặc biệt là những đối kháng của các vị lãnh đạo các tôn giáo, các nhân vật trí thức và văn nghệ sĩ, và những người dân từ thôn quê đến thị thành, từ cao nguyên xuống đồng bằng, bị áp bức đã cuối cùng phản kháng tập thể trước sự đối phó lúng túng quanh co của một chính thể đã lỗi thời và phân hoá đến tê liệt từ trong đến ngoài.

Tôi đặc biệt bùi ngùi thương cảm khi đọc về chặng đường dài gian chuân của cụ bà Trần thị Ngọ, quê ở Bà Rịa, Vũng Tầu, người đã từng góp công của nuôi du kích và đã được Hà Nội trao tặng huy chương kháng chiến sau 1975 cùng với danh hiệu liệt sĩ cho chồng bà đã bị bắn chết vì tiếp tay du kích. Dù vậy, bà cụ Ngọ, ở tuổi 93, đã "vẫn ngày đêm lặn lội ra Hà Nội mong gặp được Tổng bí thư Nông Đức Mạnh để đòi lại 5,7 hecta ruộng mà gia đình cụ đã bao đời canh tác" và đã bị quốc hữu hoá. Và còn bao nhiêu những chuyện đau lòng thương tâm khác đang hàng ngày diễn ra trên mảnh đất quê hương tôi chưa hề được đặt chân trở lại từ trên 30 năm nay.

Nhìn thành quả của người Việt tị nạn ở rải rác tại những nước tự do dân chủ trên thế giới trong 31 năm qua, đặc biệt của thế hệ con cháu họ, tôi thường nghĩ người Việt không dở. Họ phát triển và nở rộ, trên thương trường cũng như đường học vấn và ở các ngành nghề chuyên môn, trong những thể chế tự do nhân bản, như diều gặp gió, như cá gặp nước. Nhìn lại các thế hệ sinh ra và lớn lên ở Việt Nam trong chế độ cộng sản mà xót xa: cũng là người Việt mà èo uột, cả thể chất lẫn trí tuệ, bên cạnh những thành phần mánh mung lươn lẹo vì nhu cầu sống còn, sản phẩm của một chế độ với một giới lãnh đạo miệng nói lo cho dân, rằng dân làm chủ, song chỉ chuyên lo cho quyền lợi của mình và phe nhóm.

Trong cuốn sách bán chạy nhất ở Hoa Kỳ của Thomas L. Friedman, The World Is Flat – A Brief History Of The Twenty-First Century (Farrar, Straus and Giroux, New York, 2005), tác giả đưa ra bốn nguyên nhân đã đưa tới sự sụp đổ của chế độ cộng sản ở Đông Âu và Sô Viết. Những nguyên nhân đó là: thứ nhất là những xung khắc nội tại của chủ nghĩa cộng sản và tính cách thiếu công hiệu của nó đã làm tê liệt các công cuộc phát triển kinh tế; thứ hai là cuộc chạy đua võ trang đã khiến cho khả năng kinh tế của nước cộng sản đàn anh Sô Viết ngày một kiệt quệ; thứ ba là chính sách cải cách một hệ thống kinh tế không-còn-có-thể-cải-cách-được-nữa của Tổng Bí Thư Mikhail Gorbachev đã, thay vì cải cách, mở cửa cho những bất mãn chống đối có dịp bùng nổ; và cuối cùng là áp lực của cuộc cách mạng thông tin (information revolution) mà Friedman cho là quan trọng hơn cả.

"Nếu tôi phải nêu ra một yếu tố hàng đầu trong số bốn yếu tố vừa kể," Friedman viết ở trang 52, "thì chính là cuộc cách mạng thông tin bắt đầu từ giữa thập niên 1980. Những thể chế chuyên chính độc tài sở dĩ tồn tại là nhờ ở sự độc quyền thông tin và bạo lực, và có quá nhiều tin tức đã bắt đầu thâm nhập qua Bức Màn Sắt nhờ máy fax, điện thoại và những dụng cụ truyền thông tân tiến khác."

Cuộc cách mạng truyền thông này đã không dừng lại sau khi bức tường Bá Linh sụp đổ kéo theo với nó các chế độ cộng sản Đông Âu và Liên Bang Sô Viết. Kỹ thuật thông tin ngày một phát triển, lan rộng qua sự phổ biến của cái mà Friedman mệnh danh là "critical mass" của hàng loạt máy vi tính cá nhân đã nhờ hệ thống thao tác Windows 3.0 và những ấn bản kế tiếp mà bỗng trở nên phổ biến sâu rộng. Rồi sự ra đời của hệ thống Internet với đặc biệt là sự phổ biến của điện thư (e-mail) đã khiến cho việc thông tin nhanh chóng hơn bao giờ hết; và sự xuất hiện của các Web browsers, như Nestcape và Internet Explorer, đã giúp cho kiến thức của chúng ta ngày một đầy đủ trọn vẹn với đầy đủ hình ảnh và chứng liệu. Cái "critical mass" này hiện đang lan tràn ở Việt Nam, như một đàn, chứ không phải chỉ một con ngựa Thành Trojan.

Trên tường trước bàn làm việc ở nhà của tôi có treo một tấm hình trắng đen nhỏ, cỡ tấm thiệp bưu điện, lồng khung mà tôi cắt từ tờ tuần báoViệt Mercury (nay đã đình bản) ở San Jose, Bắc California. Bức ảnh đã khiến tôi thật xúc động khi thấy lần đầu cách đây mấy năm và còn tiếp tục gây ấn tượng mạnh nơi tôi. Hình do Hoàng Đình Nam chụp và được hãng thông tấn Agence France Press phổ biến, chụp cảnh một bác phu xích lô, phục sức tiều tụy, ngồi đọc báo trong khi chờ khách trên đệm xe chỗ chở khách, mặt cúi gần sát tờ báo, chắc là bị cận hay viễn thị nhưng không có mắt kính. Phía trên đầu bác phu đạp xích lô là cái bảng đề "Internet Café", với chữ Internet lớn và đậm, treo trước một căn nhà xập xệ trên một con đường có vỉa hè lồi lõm mang tên Phố Tạ Hiện ở thành phố Hà Nội nổi tiếng ngàn năm văn vật. Bức hình nói lên, chua xót và trọn vẹn, tất cả cái tình cảnh xã hội Việt Nam hiện tại, và của những khát vọng bung ra vươn tới đang căng phồng như cánh buồm no gió chờ lướt sóng, song bị trì kéo trở lại, của dân tộc và đất nước Việt Nam.

Mười lăm hay hai mươi năm đối với một đời người kể là dài, song đối với lịch sử là ngắn, có lẽ quá ngắn. Đọc Đông Âu Tại Việt Nam để thấy rằng 17 năm, kể từ khi cuộc Cách Mạng Nhung diễn ra ở Đông Âu, thực ra không lâu, và rằng Đông Âu trước sau gì cũng sẽ phải diễn ra ở Việt Nam thôi. Mong rằng sau đó người Việt khác chính kiến sẽ có thể nhìn nhau bớt đi hận thù.

TRÙNG DƯƠNG NGUYỄN THỊ THÁI

Mùa hè 2006

BÁC SĨ NGUYỄN TRỌNG VIỆT NHẬN ĐỊNH: TẬP SÁCH "ĐÔNG ÂU TẠI VIỆT NAM" SẼ GIÚP TÌM LỜI GIẢI CHO CÁC NAN ĐỀ CỦA VIỆT NAM

Nhìn lại thế kỷ vừa qua, đối với thế giới, có lẽ cuộc "cách mạng nhung" (velvet revolution) tại các quốc gia Đông Âu đã là biến cố chính trị lớn nhất và quan trọng nhất của nhân loại trong thế kỷ 20. Qua cuộc cách mạng này, chủ nghĩa cộng sản đã chính thức cáo chung cùng với sự giải phóng hàng trăm triệu người khỏi ách nộ lệ, hận thù lầm than; chiến tranh lạnh với cuộc thi đua vũ trang trong thế đối đầu lưỡng cực đã chấm dứt; con người đã bước sang một kỷ nguyên mới trong niềm hy vọng của ổn định hợp tác, thịnh vượng và hòa bình.

Qua những choáng ngợp, kinh ngạc ban đầu khi các biến cố diễn ra thật bất ngờ, nhanh chóng, các nhà nghiên cứu sử, các nhà bình luận trên thế giới đã tìm hiểu, phân tích, đánh giá tầm quan trọng, ảnh hưởng và những hệ lụy của các cuộc cách mạng này qua rất nhiều bài viết, sách báo ấn hành. Tuy nhiên, vì tầm vóc của vấn đề với muôn vàn phức tạp trong phạm vi của từng quốc gia và những quan hệ giữa các quốc gia với nhau trong khối Cộng Sản Xô Viết với dẫy đầy những khuất tất gian trá, nên thời gian vẫn luôn là yếu tố cần thiết để sự thật được sáng tỏ, những bí ẩn được khám phá giải mã giúp cho các nhận định, phân tích tổng hợp được cập nhật, đầy đủ và chính xác. Thiết tưởng sau 17 năm, khi lịch sử đã khai mở, việc nhìn lại những biến cố Đông Âu này cũng thật đúng lúc. Đặc biệt, việc nhìn lại này lại càng đúng lúc và cần thiết hơn nữa bởi lẽ chúng ta cũng đang hết sức nóng lòng cho những giải đáp trước những nan đề của Việt Nam hôm nay khi đất nước thân yêu một mặt vẫn đang phải hứng chịu sự cai trị của một chế độ hà khắc độc tài, phi dân tộc; mặt khác lại đang phải đối diện với nhiều thử thách khắc nghiệt trong bối cảnh toàn cầu hóa của thế giới. Vì vậy có lẽ đây cũng là thời điểm mà tác giả Lý Thái Hùng đã chọn để cho ra đời tác phẩm biên khảo giá trị này.

Mặc dầu tập biên khảo này chứa đựng vô số những dữ kiện lịch sử quan trọng, nhưng việc sưu khảo thu thập các dữ kiện để giới thiệu đến người đọc mới chỉ là phần khó khăn đầu tiên của một công trình nghiên cứu. Sau đó, việc sàng lọc, phân tích, tổng hợp các dữ kiện và đặt chúng vào với nhau trong một mối tương quan lịch sử nhất định để từ đó suy ra một ý nghĩa, tìm ra một giải thích cho các biến cố này mới là phần quan trọng kế tiếp mà tác giả đã phải mất nhiều năm để chiêm nghiệm và thực hiện. Công trình này cũng đòi hỏi tác giả phải nắm vững được lịch sử và qui luật của nó, hiểu được văn hóa, am tường về bối cảnh chính trị riêng của từng quốc gia cũng như chính trị địa lý thật phức tạp của toàn vùng để có thể trình bày đến độc giả một bức tranh toàn cảnh đầy đủ và sinh động. Tác giả đã phân tích, nhận định về những yếu tố chủ quan của từng quốc gia và những yếu tố khách quan đã dẫn đến sự sụp đổ tại các quốc gia độc tài cộng sản này. Ngoài ra, người đọc còn tìm thấy trong tác phẩm biên khảo này những phân tích so sánh, những đối chiếu chính trị lịch sử của mỗi quốc gia tại Đông Âu để thấy được những nét đặc thù riêng biệt của từng cuộc cách mạng; cũng như những điểm tương đồng to lớn, những cái chung quan trọng của các dân tộc tại Đông Âu đã dẫn đến cuộc "cách mạng nhung" với một kết thúc tuyệt hảo và mở màn cho trào lưu tự do dân chủ, một xu thế thời đại, vào cuối thế kỷ 20 của nhân loại.

Tuy nhiên, điều tôi muốn nêu ra ở đây là việc làm của tác giả đã không dừng lại ở điểm này. Nếu trong tám chương đầu, tác giả đã cho chúng ta thấy bức tranh lớn với đủ nét chấm phá của cuộc cách mạng nhung, thì trong hai chương cuối cùng của tác phẩm, chương 9 và 10, tác giả Lý Thái Hùng đã cố gắng soi rọi những bài học tại Đông Âu vào bối cảnh của nước Việt Nam để cố tìm ra một số lời giải cho vấn nạn của đất nước mà ông đã và đang quan tâm mưu tìm từ mấy mươi năm nay. Đây cũng là điều mà cá nhân tôi rất lấy làm tâm đắc.

Cũng bằng những phương pháp phân tích, tổng hợp khách quan, tác giả đã cho thấy những nhận định thật chân xác về thực trạng của đất nước với những bế tắc, trì trệ, tụt hậu. Tác giả đã phân tích chi tiết, cụ thể những vấn đề nội bộ của đảng Cộng Sản Việt Nam đã diễn ra trong nhiều thập niên, những phân rẽ trong thượng từng lãnh đạo, những tranh giành quyền lực qua những thanh trừng đẫm máu ..v..v. đã dẫn đến sự soi mòn dần dần guồng máy quyền lực khiến tình trạng phận liệt hầu như vô phương cứu chữa đang là mối đe dọa hàng đầu cho vị trí lãnh đạo của đảng. Đồng thời, tác giả cũng nêu bật lên được những khủng hoảng, mất định hướng của lãnh đạo Hà Nội bởi những "chấn động" được lan truyền từ thành trì xã hội chủ nghĩa Đông Âu và Liên Xô khi chúng đang lung lay trong cuộc "cách mạng nhung". Qua những đối chiếu sự kiện diễn ra sau bức màn sắt từ bên trời Đông song song với những phản ứng hốt hoảng, lúng túng của lãnh đạo cộng sản tại Việt Nam, tác giả đã cho thấy rõ bản chất giáo điều nô lệ của giới đương quyền tại Hà Nội qua những phản ứng hoàn toàn bị động, trôi nổi theo ngoại bang.

Cũng từ ngay trong lòng của chế độ độc tài với mạng lưới công an dầy đặc và đầy đủ phương tiện sắt máu, với chính sách hộ khẩu gian manh và chủ trương khủng bố đàn áp, tác giả đã trình bày cho người đọc sự hình thành và phát triển của những lực lượng đối kháng trong nước với những đặc điểm qua từng giai đoạn và những bước đổi thay tiến bộ để thích ứng với tình hình đấu tranh. Từ những giai đoạn khởi sự cực kỳ gian khổ và chỉ được trang bị bằng lòng yêu nước, tinh thần quyết tâm, hai bàn tay trắng và khát vọng tự do, các lực lượng đối kháng đã vượt qua được những thử thách và khủng bố để tồn tại và dần dần phát triển lớn mạnh. Trong hơn ba mươi năm tranh đấu vô cùng gian nan, sự phát triển của lực lượng đối kháng được tác giả phân tích thật chi tiết mà ta có thể tóm tắt trên những điểm chính như sau: từ đấu tranh đơn lẻ riêng biệt đã chuyển sang liên kết hợp quần; từ qui mô nhỏ đã tiến đến những qui mô to lớn hơn; những phản kháng cá nhân tự phát chuyển sang đấu tranh tập thể phối hợp (đình công, khiếu kiện.. v.v..); từ đấu tranh trong một phạm vi nhỏ đã lan rộng ra trên nhiều bình diện (tôn giáo, chính trị, xã hội ..v..v..) và đến từ mọi thành phần khác nhau trong xã hội (nông dân, công nhân, trí thức, tu sĩ, sinh viên giới trẻ ..); và đấu tranh tại một vài nơi đã bộc phát lan rộng ở mọi miền của đất nước. Nói cách khác, công cuộc đấu tranh của dân tộc Việt Nam hiện nay đã biểu hiện cao độ tinh thần "Toàn dân kháng chiến và toàn diện đấu tranh".

Đồng thời, tác giả cũng trao đổi những suy tư của mình về viễn cảnh của tình hình Việt Nam cùng với những dự đoán cho những cảnh huống khác nhau với những cơ hội, tiềm năng, thử thách, đe dọa, nguy cơ mà dân tộc ta phải đối diện và giải quyết. Sau cùng, tác giả đã khẳng khái trình bày, đề nghị những giải pháp triệt để nhằm giải quyết một lần cho xong bài toán độc lập và canh tân đất nước, xóa bỏ tàn tích của độc tài, rửa đi mối nhục lạc hậu và đặt nền tảng cho công cuộc xây dựng và canh tân lâu dài cho quê hương.

Nếu nói tám chương đầu tiên của quyển sách là công trình của một người nghiên cứu chính trị lịch sử có tính hàn lâm thì hai chương sau cùng lại cho ta thấy nơi tác giả những thao thức suy tư, trăn trở của một con dân Việt và những giải đáp cho những vấn nạn của quê hương từ một người dấn thân tranh đấu cho nền dân chủ tự do với lý tưởng canh tân đất nước.

Tôi rất hân hạnh và cám ơn tác giả Lý Thái Hùng gửi cho tôi tập bản thảo để xem và cho nhận xét. Tôi tin rằng đây là một quyển sách tham khảo thật giá trị và xứng đáng góp mặt trong tủ sách của mỗi gia đình; đây cũng là một biên khảo chính trị sâu sắc có thể dùng làm nền cho những thảo luận về vấn nạn Việt Nam cho tất cả những ai đang quan tâm ưu tư đến đất nước. Nhất là tác phẩm này đã toát ra sự lạc quan về tiền đồ tươi sáng của đất nước và một niềm tin vào vận hội mới của dân tộc.

Xin trân trọng giới thiệu cùng bạn đọc.

Bác sĩ NGUYỄN TRỌNG VIỆT

LUẬT SƯ ĐOÀN THANH LIÊM NHẬN ĐỊNH SỰ TIẾN TRIỂN VỀ DÂN QUYỀN, NHÂN QUYỀN VÀ XÃ HỘI DÂN SỰ QUA BIẾN CỐ ĐÔNG ÂU

Công Cuộc tranh đấu cho Phẩm Giá và Quyền Con Người là một cuộc tranh đấu liên tục, sôi nổi và không hề khoan nhượng như đã diễn ra khắp nơi trên thế giới, đặc biệt là trong vòng 40 - 50 năm gần đây. Đáng kể nhất là cuộc tranh đấu cho Dân Quyền của người da đen ở Mỹ với biểu tượng lẫy lừng là Mục Sư Luther King, ở Nam Phi với Nelson Mandela. Tiếp theo, kể từ khi có Hiệp ước Helsinki năm 1975, thì phong trào đấu tranh cho Nhân Quyền đã bùng nổ ở nhiều nơi, đặc biệt là ở Đông Âu, ở Liên Xô và ở cả Châu Mỹ La Tinh. Và kết cục đã đưa tới sự sụp đổ của hệ thống xã hội chủ nghĩa ở toàn thể Đông Âu và cả ở Liên Xô vốn được người Cộng sản ca tụng là "thành trì của xã hội chủ nghĩa". Và kể từ đầu thập niên 90 của thế kỷ XX, chiến tranh lạnh đã chấm dứt và cục diện thế giới đang bước sang một trang sử mới, với nhiều phấn khởi và hy vọng cho toàn thể nhân loại ở thế kỷ XXI ngày nay.

Nói chung, trong suốt thế kỷ XX, đặc biệt kể từ sau khi Thế Chiến Thứ Hai chấm dứt vào năm 1945, công cuộc giải phóng dân tộc thoát khỏi ách nô lệ thuộc địa, về cơ bản đã hoàn thành trên khắp thế giới vào đầu thập niên 1960. Tiếp theo là cuộc đấu tranh chống kỳ thị chủng tộc ở ngay nước Mỹ và đặc biệt ở Nam Phi, với thắng lợi dứt khoát vào thập niên 70 & 80. Rồi sau cùng là sự giải phóng khỏi chế độ Cộng sản ở Đông Âu và cả toàn thể Liên Xô vào đầu thập niên 90.

Những thắng lợi đó, mặc dù rất to lớn, thực ra, mới chỉ là một giai đoạn phá đổ nền chuyên chế, áp bức vốn được áp đặt trên con người, nhân danh những ý thức hệ lạc hậu, lỗi thời, như là "Sứ mệnh khai hóa của phương Tây đối với các dân tộc kém phát triển ở Á Châu, Phi Châu", "Sứ mệnh tranh đấu giai cấp để dành thắng lợi cho tầng lớp vô sản, được củng cố bởi nền chuyên chính vô sản" của hệ thống xã hội chủ nghĩa do Liên Xô lãnh đạo v.v...

Vấn đề còn lại là làm sao xây dựng lại một quốc gia để cho mọi công dân đều được ấm no, hạnh phúc thực sự, trong đó phẩm giá và quyền con người được bảo đảm tôn trọng, mỗi người được tự do sinh sống với những lựa chọn chính đáng riêng tư của mình. Đây chính là trách nhiệm của mọi người, đặc biệt là của tầng lớp sĩ phu ưu tú của đất nước, trong công cuộc kiên trì xây dựng một Xã Hội Dân Sự, với khả năng kềm hãm được sự khống chế của Quyền lực Nhà nước, vốn thường bị cám dỗ đi đến lạm quyền và lại hay cấu kết với giới tài phiệt để áp chế, bóc lột đa số người dân thấp cổ bé miệng.

Như ta đã biết, Xã Hội Dân Sự là một thành tố của cái không gian xã hội (Social Space) được biểu thị bằng:

- Khu vực Nhà nước (the State)
- Khu vực Thị trường (the Marketplace)
- Xã Hội Dân Sự (the Civil Society)

Trên nguyên tắc, trong một xã hội lý tưởng, cả ba khu vực này đều tương tác hỗ trợ bổ túc nhau, để phục vụ con người sao cho tất cả đều được sinh sống an vui, trong một cộng đồng xã hội được tổ chức ổn định, điều hòa, thuận thảo với nhau, ở nơi đó con người đối xử với nhau bằng sự tử tế, văn minh lịch sự. Và dứt khoát không còn cái cảnh con người khinh chê, hận thù và hà hiếp lẫn nhau, không còn có câu chuyện kẻ có quyền thế "cá vú lấp miệng em" đối với người dân thân cô, thế cô nữa.

Nhưng trong thực tế hàng ngày, luôn luôn có sự áp đảo của giới có quyền và có tiền đối với "đa số thầm lặng", là khối đông đảo quần chúng nạn nhân, vốn không mấy khi được tổ chức chặt chẽ với lãnh đạo tài ba, hầu đối phó với tầng lớp thống trị, thường luôn lấy bạo lực ra mà trấn áp người dám cưỡng lại ý đồ của kẻ ỷ thế có sức mạnh, để bóc lột đè nén người yếu đuối, không biết nương tựa vào đâu.

Xã Hội Dân Sự bao gồm mọi tổ chức phi chính phủ (NGO: Non Govermental Organizations) mọi nhóm người gắn bó với nhau để theo đuổi một mục đích xã hội, văn hóa, thể thao hay tâm linh tôn giáo, mọi tổ chức ở cộng đồng địa phương nhằm cải thiện môi trường sinh hoạt của mình... Trong một quốc gia thật sự tự do, dân chủ, thì người dân được khích lệ đứng ra thiết lập những tổ chức, những nhóm sinh hoạt muôn màu muôn vẻ, như trong một vườn hoa tranh nhau đua nở, tạo thành một xã hội phong phú, đa dạng và lành mạnh tử tế. Đây chính là hạ tầng cơ sở, nơi các cộng đồng địa phương được tự do phát huy sáng kiến xây dựng cụ thể và tích cực của mình, để chăm sóc cho mọi thành viên về các mặt công ăn việc làm, về bảo hiểm y tế, về môi sinh lành mạnh, về sinh hoạt giải trí văn hóa, thể thao, về săn sóc người già yếu, chăm lo đúng mức cho phụ nữ và trẻ em v.v... Phải củng cố các cộng đồng địa phương, như vậy, mới xứng đáng là đã "phát huy quyền làm chủ của quần chúng nhân dân", bắt đầu ngay từ đơn vị cơ bản nhất của xã hội nơi các xóm làng, các khu phố, nhất là nơi các con hẻm tối tăm chật hẹp của các thành phố, mà thường có mức độ phạm pháp rất cao. Cụ thể hóa chuyện xây dựng Xã Hội Dân Sự bằng phương sách "Phát Triển Cộng Đồng" (Community Development) chính là vừa đem lại sự cải thiện vật chất của môi trường sống ở mỗi địa phương, vừa gầy dựng được tình nghĩa gắn bó thân mật giữa mọi người trong xóm làng, thông qua những việc làm cụ thể, thiết thực tương thân, tương trợ lẫn nhau, cùng nắm tay nhau thực hiện những dự phóng tươi đẹp của một cộng đồng địa phương cơ sở, của mọi người và của mọi người.

o0o

Riêng đối với quê hương đất nước Việt Nam chúng ta, kinh nghiệm tranh đấu thắng lợi của các nước Đông Âu là một bài học thật quý báu, bởi lẽ nó tạo cho chúng ta một sự hào hứng, phấn khởi trước một viễn tượng sáng sủa tốt đẹp cho một dân tộc biết gắn bó, liên kết với nhau bằng Tình Người, bằng truyền thống Nhân ái của cha ông ta ngày xưa, vốn thường dạy là "Đem Đại Nghĩa Thắng Hung Tàn", "Lấy Trí Nhân Thay Cường Bạo".

Giai đoạn phá đổ nền độc tài toàn trị đã hoàn tất ở Đông Âu. Các chi tiết về công cuộc tranh đấu thắng lợi của 7 quốc gia Đông Âu trong thập niên 1980, đã được tác giả Lý Thái Hùng trình bày khá đây đủ mạch lạc trong cuốn sách này. Đây là một cuốn sách đầu tiên bằng tiếng Việt phân tích khá chính xác và khoa học về sự chuyển biến ngoạn mục ở Đông Âu của thế kỷ XX đưa đến sự sụp đổ toàn diện của khối Cộng Sản.

Luật sư ĐOÀN THANH LIÊM

NHÀ VĂN GIAO CHỈ VŨ VĂN LỘC VIẾT VỀ TÁC PHẨM "ĐÔNG ÂU TẠI VIỆT NAM"

MỞ ĐẦU

Tháng 4-1975 Sài Gòn thất thủ và từ đó quân cán chính Việt Nam Cộng Hòa trình diện cải tạo. Trong số hàng trăm ngàn chiến binh bị tù đày không người nào nghĩ rằng sẽ có ngày thiên đường Sô Viết sụp đổ. Khi cộng sản Việt Nam chiến thắng Việt Nam Cộng Hòa và Hoa Kỳ là lúc chế độ cộng sản toàn thế giới trở thành vô địch.

Đầu năm 1990, những người tù cải tạo đầu tiên được HO qua Hoa Kỳ, bước xuống phi trường San Francisco vẫn tưởng trong giấc mơ. Dù vậy cũng không ai nghĩ rằng chỉ một năm sau đảng cộng sản Liên Sô giải tán, toàn bộ Liên Bang Sô Viết sụp đổ.

Làm sao khối Cộng vĩ đại với hơn 70 năm xây dựng nên đế quốc Đỏ, thống trị một phần hai đất đai và ba phần tư dân số toàn cầu mà lại có ngày tan rã một cách nhẹ nhàng không cần đến binh đao.

Câu chuyện phải được ghi lại bằng những biến cố tiệm tiến rất đơn giản bắt đầu năm 1978 từ nước Ba Lan, một quốc gia Đông Âu trong Liên Bang Sô Viết.

Lịch sử của Ba Lan là chuỗi dài của bất hạnh từ thế chiến thứ nhất qua thế chiến thứ hai. Nằm giữa chiến trường Âu châu, Ba Lan luôn luôn chịu đựng sự xâm chiếm xâu xé của Đức và Nga. Trải qua biết bao năm trầm luân dâu bể.

Sau khi Đồng Minh thắng Đức Quốc Xã, ba vị nguyên thủ của Anh Mỹ và Nga đã thỏa hiệp trao toàn bộ Đông Âu cho Sô Viết. Sau đó bức màn sắt buông xuống và 8 quốc gia chìm trong lửa đỏ, trở thành chư hầu của Điện Cẩm Linh. Âu châu chia đôi thành hai khối Đông và Tây Âu. Riêng nước Đức bị cắt đôi chia cho mỗi bên một nửa.

Xin kể lại một lần danh tính một số các nước Đông Âu mà tên tuổi thường được nhắc đến: Ba Lan (Poland), Tiệp Khắc (Czechslovakia), Nam Tư (Yugoslavia), Lỗ Mã Ni (Romania), Hung Gia Lợi (Hungary), Bảo Gia Lợi (Bulgaria) v.v...

Trên bản đồ địa lý, dòng sông Danube nổi tiếng chảy ngang Âu châu ra Địa Trung Hải đã chia đôi bờ Quốc Cộng. Tả ngạn Đông Âu là cộng sản và Hữu ngạn Tây Âu là các quốc gia tự do. Trên dòng sông Xanh lịch sử với điệu Valse quay cuồng bất hủ chảy êm đềm giữa bờ trắng tự do và bờ đỏ đầy máu lửa.

NGÀY THÁNG LỊCH SỬ

Những ngày tháng lịch sử sau đây đã thổi cơn gió ngược lần lượt làm sụp đổ toàn bộ các chế độ cộng sản Đông Âu.

16-10-1978: Đức giám mục Ba Lan lần đầu tiên được bầu vào chức vụ Giáo Hoàng La Mã trở thành Gioan Phaolo II. Nước Ba Lan trở thành ngôi sao của Thiên Chúa Giáo tại Đông Âu.

2-7-1979: Giáo Hoàng Thiên Chúa Giáo của La Mã về thăm quê hương Ba Lan cộng sản.

4-10-1980: Công đoàn Đoàn Kết thành lập tại Ba Lan. Một người thợ vô danh tên Lech Walesa lên làm chủ tịch. Cuộc đấu tranh cho tự do dân chủ bắt đầu.

13-12-1981: Chính quyền cộng sản Ba Lan thiết quân luật, đàn áp Công đoàn Đoàn Kết, bắt nhốt lãnh tụ Lech Walesa.

24-12-1981: Hoa Kỳ cấm vận Ba Lan để trừng phạt chính quyền cộng sản.

7-6-1982: Tổng thống Hoa Kỳ Reagan gặp Đức Giáo Hoàng Phaolo II.

12-12-1982: Lãnh tụ Lech Walesa được Ba Lan trả tự do.

20-12-1985: Mikhail Gorbachev nhận chức tổng bí thư đảng cộng sản Nga, đưa ra chính sách đổi mới.

12-5-1988: Công đoàn Đoàn Kết tổng đình công làm tê liệt Ba

Lan.

4-6-1989: Ba Lan tổng tuyển cử, lần đầu tiên tại nước cộng sản phe công đoàn dân tỵ nạn chủ thắng lớn.

30-9-1989: Phong trào tỵ nạn cộng sản bùng nổ bằng những xe lửa. Ba mươi ngàn dân Đông Âu từ Áo, Tiệp Khắc băng ngang Hung Gia Lợi và Đông Đức để vào Tây Đức.

23-10-1989: Tổng tuyển cử tại Hung Gia Lợi, phe cộng thua, phe Dân Chủ lên cầm quyền.

9-11-1989: Dân chúng đứng lên phá sập bức tường Bá Linh.

17-11-1989: Bầu cử tự do tại Bulgaria. Chế độ cộng sản tan rã.

28-11-1989: Biến chuyển tại Tiệp Khắc. Lần đầu tiên có đối thoại giữa phe Cộng Sản và Dân Chủ. Việc này dẫn đến tổng tuyển cử 1990.

1-12-1989: Quốc Hội Đông Đức quyết định giải tỏa vai trò áp đặt của đảng cộng sản trên chính quyền.

25-12-1989: Mặt trận cứu quốc nổi dậy xử tử nhà độc tài Ceaucescu. Chính quyền Lỗ Ma Ni sụp đổ.

3-10-1990: Cộng sản Đông Đức tan rã. Nước Đức thống nhất.

12-6-1991: Borris Yeltsin lên làm tổng thống Nga.

19-8-1991: Phe quân nhân và cộng sản giáo điều đảo chánh Tổng bí thư Gorbachev nhưng thất bại.

24-8-1991: Nikhail Gorbachev tuyên ngôn giải tán đảng cộng sản Nga và từ chức tổng bí thư.

17-12-1991: Liên Bang Cộng Hòa Sô Viết giải tán. Chế độ cộng sản tan rã toàn diện tại Nga và tất cả các quốc gia Đông Âu.

TÁC GIẢ VÀ TÁC PHẨM

Với diễn tiến như trên, cuộc cách mạng dân chủ nảy mầm từ quốc gia Ba Lan năm 1980 và phát động mạnh mẽ toàn Đông Âu vào năm 1989 để chấm dứt tại Mạc Tư Khoa vào cuối năm 1991.

Ba Lan là nơi khởi động của cách mạng dân chủ tại Đông Âu trong tay một người thợ vô danh sau này lãnh giải Nobel Hòa Bình.

Đông Âu tan rã làm sụp đổ luôn cả đảng cộng sản Nga và Liên Bang Sô Viết.

Con đường đi của cuộc cách mạng dân chủ thành công là 12 năm.

Những dữ kiện kể trên được ghi lại đầy đủ trong một tác phẩm có tựa đề là "Đông Âu tại Việt Nam."

Tác giả là Lý Thái Hùng, sinh quán tại Bình Định, du học tại Nhật Bản, tốt nghiệp cao học về công chánh tại đại học Tokyo.

Sau tháng 4-1975, ông là thành viên của Người Việt Tự Do tại Nhật Bản và sau này sáp nhập vào Mặt Trận của tướng Hoàng Cơ Minh.

Hiện nay ông là Tổng bí thư của Đảng Việt Tân.

Cuốn sách của tác giả viết về Đông Âu là một tài liệu sưu tầm hết sức công phu gồm có 10 chương xin được lược kể như sau:

1). Tổng quát về Đông Âu. 2). Ba Lan, ngọn lửa dân chủ khơi dậy. 3). Hung Gia Lợi, cuộc cách mạng dân chủ. 4). Cách mạng tại Đông Đức. 5). Cách mạng tại Tiệp Khắc. 6). Bảo Gia Lợi. 7). Lỗ Ma Ni. 8). Nam Tư. 9). Việt Nam trước cơn bão dân chủ Đông Âu và sau cùng. 10). Đông Âu tại Việt Nam.

Trải qua 10 chương sách, ghi dấu sự biến chuyển hết sức mạnh mẽ của toàn khối chư hầu Đông Âu để rồi làm sụp đổ cả đế quốc đỏ trong 12 năm. Ngoại trừ máu đổ ở Lỗ Ma Ni vì lý do chủng tộc vào tôn giáo. Ngoài ra, tất cả các nơi khác đều có thể gọi là cuộc cách mạng nhung. Mọi diễn tiến rất nhịp nhàng và được coi là những biến chuyển hoàn toàn do đấu tranh chính trị với sức ép từ trong ra ngoài.

NHỮNG DẤU ẤN LỊCH SỬ

Suốt 12 năm kể trên từ 1978 đến 1991 với những khởi động đôi khi rất khách quan định mệnh khi vị hồng y Ba Lan đầu tiên lên ngôi giáo hoàng ở La Mã. Chuyến hồi hương với hàng triệu tín đồ đón tiếp ngay tại nước Ba Lan cộng sản rồi cuộc gặp gỡ với tổng thống Hoa Kỳ, Reagan. Công đoàn ra đời, Hoa Kỳ cấm vận. Những mẩu tin rời rạc đã đan kết vào nhau làm thành một biến chuyển lịch sử vô cùng quan trọng.

Theo chân những dữ kiện với ngày tháng liệt kê và cũng dựa vào tài liệu trong sách của tác giả, chúng tôi xin khai triển thêm để quý độc giả đọc mà giải đoán con đường mà nhân loại đã trải qua ở Âu châu.

Trước hết là khối Đông Âu gồm các tiểu quốc nằm gần nhau, tất cả đều bị Nga thống trị và mỗi nước đều do một đảng cộng sản thân Nga cầm quyền. Hai nước đông dân nhất là Ba Lan có 38 triệu rồi đến Lỗ Ma Ni 22 triệu. Các nước khác từ 5 đến 10 triệu dân. Tổng số Đông Âu lối 100 triệu có thể so sánh với 80 triệu dân Việt hiện nay.

Tuy nhiên, sau khi thoát khỏi chế độ cộng sản, trải qua hơn 15 năm xây dựng lại, ngày nay tình hình các nước đều khả quan và lợi tức mỗi người dân mỗi năm trung bình từ 10 ngàn Mỹ kim (Bảo Gia Lợi) lên đến 20 ngàn Mỹ kim (Tiệp Khắc).

Báo chí thế giới vừa loan tin đáng lưu ý là Ba Lan lần đầu tiên tổ chức giải Hoa Hậu Thế Giới tại thủ đô Warsaw vào tháng 9-2006.

Bây giờ cả thế giới lại có dịp hướng về Ba Lan, nơi mà người đẹp 104 quốc gia về thủ đô Warsaw đua sắc tranh tài. Hai tỷ người theo dõi qua truyền hình trực tiếp của 200 quốc gia. Không còn những hình ảnh đau thương mà chỉ còn lại nhan sắc lên ngôi với ngàn tía muôn hồng.

Nước Ba Lan đã cố bỏ lại phía sau những kỷ niệm đau thương của thời kỳ Đức Quốc Xã, rồi đến giai đoạn tàn khốc Nga Sô cai trị. Biết bao nhiêu nấm mồ chôn tập thể đã tìm thấy cùng với số lượng khổng lồ dân Ba Lan và Ba Lan gốc Do Thái đã hoàn toàn mất tích. Những nhà thơ cách mạng Ba Lan đã từng viết nên vần thơ thống khổ. “Biết bao giờ đứa trẻ Ba Lan lại được ăn những trái táo Ba Lan. Cây táo trồng ở Warsaw nhưng lại ra trái ở Mạc Tư Khoa.”

BÌNH MINH CỘNG SẢN

Khi cuộc cách mạng vô sản Sô Viết bắt đầu vào lúc bình minh của thế kỷ thứ 20 như là một cao trào vĩ đại để giải quyết vấn nạn người bóc lột người, nhân loại tưởng chừng đã giải được bài toán toàn diện cho cuộc sống. Nhưng cuộc cách mạng Đỏ phải trả giá bằng binh đao và sự hy sinh của nhiều thế hệ. Kết quả thay vì bình đẳng và cơm áo thì chỉ thấy xương máu đọa đày và một giai cấp mới đã lên ngôi thống trị với bộ máy công an theo dõi từng người dân vào cả trong giấc ngủ.

HOÀNG HÔN SÔ VIẾT

Sau hơn 70 năm, bắt đầu từ Ba Lan và hoàn toàn bằng phương pháp đấu tranh chính trị, cuộc cách mạng Xanh đã nẩy mầm làm sụp đổ toàn diện chế độ cộng sản Âu châu bắt đầu từ Đông Âu.

Chúng ta còn nhớ những tin tức Đông Âu tràn ngập báo chí thế giới vào năm 1989 làm rung động nhà cầm quyền cộng sản Việt Nam và đây cũng là lúc Hoa Kỳ đang thảo luận với Hà Nội để chuẩn bị cho cựu tù cải tạo được tự do xuất ngoại.

Vì những bài học đấu tranh hết sức quan trọng từ Đông Âu nên tác giả Lý Thái Hùng đã bỏ ra hơn 10 năm sưu tầm và viết lại trang sử của cuộc cách mạng Xanh vào thập niên 80.

Để trả lời câu hỏi vì sao cách mạng bằng đấu tranh chính trị đã thành công, ông Lý Thái Hùng ghi lại bốn yếu tố.

- Sự rạn nứt trong hàng ngũ lãnh đạo cộng sản.
- Nhân dân ý thức được nhu cầu tự do, không còn sợ nhà cầm quyền.
- Các phong trào quần chúng thành hình.
- Và sau cùng là sức ép của quốc tế.

Trong các chương cuối cùng, tác giả đưa luận đề Đông Âu về Việt Nam để tìm cách phân tích ảnh hưởng và đưa ra các giải pháp.

NHỮNG NHẬN XÉT CỦA ĐỘC GIẢ

Riêng phần chúng tôi là người đọc, nhân dịp tìm hiểu thêm về Đông Âu đã tự làm một bản phân tích các biến chuyển trong 10 năm từ 80 đến 90 qua các quốc gia Ba Lan, Hung, Đông Đức, Tiệp Khắc, Bảo Gia Lợi, Lỗ Mã Ni, Nam Tư. Chúng tôi đã tìm thấy các sự kiện rất đáng lưu ý.

Trước hết là biểu tình: Tất cả các nước đều có dân chúng biểu tình.

Chỗ thì đòi lương. Chỗ thì đòi nhà đất. Phải bớt sợ công an thì mới xuống đường. Có các cuộc biểu tình vài chục người. Hàng trăm, rồi hàng ngàn người rồi đến hàng trăm ngàn người. Khi công an không còn bắt bớ là coi như chiến thắng.

Hiện tượng thứ hai là di cư tỵ nạn: Nhiều người trốn khỏi nước và không ai ra đi mà không còn liên hệ. Mối liên hệ gia tộc, bằng hữu là sợi dây liên lạc đấu tranh cho quê nhà.

Tiếp theo việc trốn đi là giai đoạn chính quyền phải cho đi tự do. Tại Đông Đức, dân trốn qua Hung và Tiệp, rồi từ đây chạy qua Tây Đức. Rồi đến lúc phá sập bức tường Bá Linh để thống nhất.

Hội nghị bàn tròn: Với sự ủng hộ của dân chúng, với sức ép từ bên ngoài thế giới tự do, các nhà lãnh đạo phong trào quần chúng từ trong nước bắt đầu đối thoại với chính quyền cộng sản. Các hội nghị bàn tròn giữa phe dân chủ và cộng sản thành hình từ Ba Lan tháng 2-1989 đến Hung tháng 3-1989 và Tiệp Khắc tháng 12-1989.

Tại một vài nơi chính quyền và quốc hội tự điều chỉnh để thích ứng với thời cuộc. Bảo Gia Lợi quyết định bỏ điều 1 của hiến pháp vốn dành độc quyền cai trị cho đảng cộng sản. Nhiều tay lãnh đạo cộng sản đổi chiều vì hy vọng sau này vẫn có chân đứng trong đảng cộng sản ở một quốc gia dân chủ đa đảng.

Bầu cử tự do: Với mục đích tìm cách "hạ cánh an toàn," lãnh đạo các quốc gia cộng sản Đông Âu lần lượt tổ chức bầu cử tự do. Hầu hết đảng cộng sản đều thua phiếu những đây lại chính là phương cách rút lui êm đẹp nhất.

Giải tán đảng cộng sản: Nhiều nước giải tán đảng cộng sản hoặc đổi tên để tiếp tục hoạt động trong chính trường. Họ trở thành các đảng phái mới.

KẾT LUẬN

Chúng tôi ghi lại được các sự kiện kể trên sau khi tham khảo với 138 ghi chú lịch sử mà tác giả đã sưu tầm rất công phu về biến chuyển Đông Âu trong tác phẩm.

Đặc biệt phải ghi nhận công việc sưu tầm và sắp xếp toàn bộ các biến chuyển lịch sử tại Việt Nam từ 1986 đến 1995 là một tài liệu quý giá cho những ai muốn tìm hiểu vấn đề.

Sau hết, tác phẩm biên khảo Đông Âu tại Việt Nam của tác giả Lý Thái Hùng là một tài liệu rất cần được đọc để "ôn cố tri tân", "biết mình biết người" và từ đó chúng ta suy diễn về tương lai Việt Nam.

Phải chăng con đường của Đông Âu ở Việt Nam sẽ phải đi qua các ngã rẽ lịch sử như Đông Âu.

Khi hàng ngũ lãnh đạo dân chia rẽ, khi dân chúng không còn sợ công an, các cuộc biểu tình bắt đầu, phong trào quần chúng đòi tự do dân chủ, lãnh đạo cộng sản muốn hạ cánh an toàn, sức ép từ thế giới, thì những chuyện gì sẽ xảy ra.

Những sự kiện như trên thực tế đã xảy ra chưa? Rồi bao giờ sẽ đến các bước kế tiếp: Hội nghị bàn tròn, bầu cử tự do, giải tán đảng cộng sản v.v...

Tác phẩm này cũng không phải là cuốn tiểu thuyết hấp dẫn quyến rũ người đọc. Độc giả đọc cuốn này sẽ vất vả. Tại thư viện quốc gia Hoa Kỳ có khẩu hiệu: Đọc là trưởng thành – "Reading is growing." Ý nói về loại sách này.

Nếu chúng ta có ước mơ thay đổi một quê hương bằng một cuộc cách mạng không đổ máu. Đông Âu tại Việt Nam là một cuốn sách cần phải tham khảo.

GIAO CHỈ

San Jose - September 2006

TÀI LIỆU THAM KHẢO

Tập sách này, chúng tôi đã biên soạn, dựa trên ba nguồn tài liệu chính:

Thứ nhất là các bài phân tích liên quan đến tình hình Đông Âu của Tuần Báo **Insight** phát hành bởi *The Washington Time Company*, từ năm 1989 đến năm 1991.

Thứ hai là các bài phân tích về tình hình Đông Âu của Tuần Báo **Newsweek** ấn hành bởi *The Washington Post Company*, từ năm 1989 đến năm 1993. .

Thứ ba là các bản tin Quốc tế hàng tuần của **Hãng Thông Tấn Đại Nam** xuất bản trong các năm 1989 đến năm 1990 tại Hoa Kỳ. Nay Hãng Thông Tấn này đã ngưng hoạt động.

Ngoài ra, chúng tôi đã tham khảo và nghiên cứu thêm từ các sách và bài viết của một số tác giả Việt Nam và Ngoại Quốc liên quan đến vấn đề Đông Âu và Việt Nam, trong gần 10 năm qua. Để giúp cho quý Độc giả có thể tham khảo hay tìm hiểu thêm một cách dễ dàng, chúng tôi xin liệt kê ra đây những tài liệu và sách theo ba thể loại:

I - NHỮNG TÀI LIỆU NGOẠI NGỮ

- Abel, Elie: *The Shattered Block: Behind the Upheaval in Eastern Europe*, Houghton Mifflin Company- Boston, 1990.

- Abuza, Zachary: *Renovating Polictics In Contemporary Vietnam*, Lynne Rienner Publishers, Inc, 2001.

- Batt, Judy: *East Central Europe From Reform to Transformation*, The Royal Institue of International Affairs, Council on Foreign Relations Press, 1991.

- Bell, John D. *The Bulgarian Communist Party From Blagoev to Zhivkov*, Stanford: Hoover Institution Press, 1986.

- Brown, J.F.: *Hopes and Shadow: Eastern Europe after Communism*, Duke University Press, 1994

- Brown, J.F.: *Eastern Europe and Comminist Rule*, Duke University Press, 1988.

- Bugajsk, Janusz: *Nations in Turmoil - Conflict & Cooperation in Eastern Europe*, Westview Press Inc 1993.

- Crampton, R.J.: *A Concise History of Bulgaria*, Cambridge University Press, Jan 1997.

- Donia, Robert J. and V.A. Fine Jr: *Bosnia and Herzegovina a Tradition Betrayed,* C. Hurst & Co. Ltd, 1994.

- Dowling, Maria: *Czechoslovakia*, Oxford University Press, May 2002.

- Dusko, Doder: *The Yugoslavs*, Random House, 1978

- Gallagher, Tom: *Romania after Ceausescu: The Politics of Intolerance*, Edinburgh University Press, 1995.

- Glenny, Misha: *The Rebirth of History - Eastern Europe in the Age of Democracy,* Penguin Books, 1990.

- Goldman, Minton F.: *Revolution and Change in Central and Eastern Europe: Political, Economic , and Social Challenges*, M.E. Sharpe, 1997.

- Goldfarb, Jefferey C.: *After the Fall - The Pursuit of Democracy in Central Europe*, Basic Books, 1992.

- Gorbachev, Mikhail and His Critics: Perestroika: *How New Is Gorbachev's New Thinking?* Edited by Ernest W. Lefever & Robert D. Vander Lugt, Ethics and Public Policy Center, 1989.

- Gow, James: *'One Year of War in Bosnia and Herzegovina'*, RFE/ RL Research Report June 4, 1993.

- Grosser, Alfred: *The Western Alliance: Europe - American Relations since 1945*, Macmillan - London, 1978.

- Gwertzman, Bernard and Michael T. Kaufman : *The Collapse of Commusism by The Correspondents of The New York Times,* Times Books - Random House, 1990.

- Havel, Vaclav: The *Art of the Impossible: Politics as Morality in Practice. Speeches and Writings 1990- 1996,* Alfred A. Knopf, 1997

- Hupghick Dennis P. & Harold E. Cox: *The Palgrave Concise Historical Atlas of Eastern Europe*, Palgrave 2001.

- Ivine, Jill A.: The Croat Question: *Partisan Politics in the Formation of the Yugoslav Socialist State,* Boulder: Westview, 1993.

- Ivo, Banac: *Eastern Europe in Revolution,* Cornell University Press, 1992

- Karen, Dawisha and Bruce Parrott: *The Consolidation of Democracy in East- Central Europe,* Cambridge University Press, 1997.

- Karen, Dawisha: *Eastern Europe, Gorbachev and Reform,* Cambridge University Press, 1990.

- Kennedy, Michael D.: *Professionals, Power and Solidarity in Poland - A Critical Sociology of Soviet - Type Society*, Cambridge University Press, Feb 1991.

- Legters, Lyman H.: *Eastern Europe: Transformation and Revolution 1945- 1991: Documents and Analyses*, Lexington: D.C. Health, 1992.

- Lukowski Jerzy & Hubert Zawadzki: *A Concise History of Poland,* Cambridge University Press, Second Edition 2006.

- McAdams, James A.: *Eastern Germany and Detente,* H. W. Wilson, Dec 1985.

- McGeveran, William A.: *The World Almanac and Book of Facts*, A WRC Media Company, 2001.

- Miura, Motohiro: *Eastern Europe Revolution*, Iwagamishoten, 1993.

- Molnar, Miller: *A Short History of the Hungarian Communist Party*, Westview Press, 1978.

- Musil, Jiri: Czech and Slovak Society: *In the End of Czechoslovakia*, Central European Press, 1995.

- Nagorski, Andrew: *The Birth of Freedom - Shaping Lives and Societies in the New Eastern Europe*, Simon & Shuster, 1993.

- NATO: The North Atlantic Treaty Organisation: *Facts and Figures*, Eleventh edition 1989.

- Ogawa, Kazuo: *To Rebuild Eastern Europe*, Iwagamishoten, 1995

- Ota Sik: *Plan and Market in Socialism*, New York International Arts and Sciences, 1967.

- Pearson, Raymond: *The Rise and Fall of The Soviet Empire*, St. Martin's Press, 1998.

- Raina, Peter: Poland 1981: *Toward Social Renewal*, George Allen and Unwin, 1985.

- Ramet, Sabrina P.: *Nationalism and Federalism in Yugoslavia, 1962- 1991*, Second edition, Bloomington, Indiana Unversity Press 1992.

- Richet, Xavier, translated by J.C. Whitehouse, *The Hungarian Model, Market and Planning in a Socialist Economy*, Cambridge University Press 1989.

- Rothschild, Joseph & Nancy M. Wingfield: *Return To Diversity, a Political History of East Central Europe Since World War II*, Oxford University Press, 1989.

- Staab, Andreas: *National Identity in Eastern Germany*, Praeger/ Greenwood, May 1998.

- Silber, Laura and Little Allan: Yugoslavia: *Death of a Nation,* Penguin Books, 1997.

- Skalnik- Leff, Carol: *The Czech and Slovak Republics:* National Versus State, Westview Press, 1997.

- Stokes, Gale: *The Walls Came Tumbling Down*, Oxford University Press, 1993.

- Sugar, Peter: *Eastern European Nationalism in the Twentieth Century*, American University Press, 1995.

- Sugar, Peter: *A History of Hungary*, Indiana University Press, 1994.

- Thayer, Carlyle A.: *The Vietnam People's Army under Doi Moi*, Institute of Southeast Asian Studies, 1994.

- Templer, Robert: *Shadows and Wind - A View of Modern Vietnam*, Little, Brown and Company, 1998.

- Treverton, Georgory F.: *The Shape of the New Europe*, a Council on Foreign Relations Press, 1993.

- Wallace, William: *The Transformation of Western Europe*, The Royal Institute of International Affairs, 1990.

- Zloch - Christy, Iliana: *Debt Problems of Eastern Europe*, Cambridge University Press, Jan 1988.

NHỮNG BÀI VIẾT VÀ SÁCH CỦA CÁC TÁC GIẢ VIỆT NAM

- Phạm Quốc Bảo: *Người Việt Tại Đông Âu và Vấn Đề Việt Nam,* Việt Hưng, 1990

- Vương Hữu Bột: *Kinh Nghiệm Đổi Mới - Hung Gia Lợi,* Thế Kỷ 21, Số Tháng 8 Năm 1989.

- Vương Hữu Bột: *Tại Sao Cải Tổ Nửa Vời Sẽ Thất Bại?* Thế Kỷ 21, Số Tháng 10 Năm 1989.

- Nguyễn Duy Chính: *Những Người Trí Thức và Kinh Nghiệm Đông Âu*, Tuyển Tập Những Vấn Đề Việt Nam,1992.

- Hoàng Minh Chính: *Góp ý Về Dự Thảo Cương Lĩnh*, Diễn Đàn Người Việt, Số Xuân 1991.

- Trần Độ: Đổi Mới, *Niềm Vui Chưa Trọn* (Hồi Ký), Văn Nghệ, 2000.

- Trần Độ: *Nhật Ký Rồng Rắn*, Tủ Sách Thời Sự Việt Nam và Thế Giới, 2001.

- Nguyễn Kiến Giang: *Việt Nam Khủng Hoảng & Lối Ra*, Trăm Hoa, 1993

- Lê Hồng Hà: *Trao Đổi Về Những Vấn Đề Trong Công Cuộc Đổi Mới Đất Nước*, Tuyển Tập Những Vấn Đề Việt Nam, 1992.

- Nguyễn Hộ: *Chân Trời Mới: Dân Chủ Tự Do Cho Việt Nam*, Không Có Nhà Xuất Bản, 1995.

- Đỗ Trung Hiếu: *Những Người Kháng Chiến Cũ*, 1995.

- Vũ Thư Hiên: *Đêm Giữa Ban Ngày*, Văn Nghệ, 1996.

- Lê Trường Long: *Cộng Sản Tại Ba Lan - Hung Gia Lợi; Vượt Quá Tầm Tự Cứu*, Nguyệt San Kháng Chiến, Số 93 Tháng 11 năm 1989.

- Phạm Vĩnh Long: *Hà Nội Hốt Hoảng Trước Các Biến Cố Ở Đông Âu*, Thế Kỷ 21, Số Tháng 12 Năm 1989.

- Hà Sĩ Phu: *Tuyển Tập Hà Sĩ Phu, Thế Kỷ 21 và Phong Trào Nhân Quyền Cho Việt Nam Năm 2000* cùng phát hành, 1996.

- Trần Gia Phụng: *Án Tích Cộng Sản Việt Nam*, In Lần Thứ Hai, Nhà Xuất Bản Non Nước Toronto, 2001

- Lữ Phương: *Chủ Nghĩa Xã Hội Việt Nam: Di Sản và Đổi Mới*, Phát Triển Kinh Tế, Số Tháng 3 Năm 1990.

- Võ Trường Sơn: *Đông Âu: Người và Việc*, Nguyệt San Kháng Chiến, Số 96, Tháng 2 1990.

- Trương Tam: *Vài Suy Nghĩ về Đổi Mới,* Nguyệt San Đất Việt, Số Tháng 3 Năm 1988.

- Trần Nguyên Thái: *Khả Năng Lãnh Đạo Của Đảng Cộng Sản Việt Nam,* Diễn Đàn Người Việt, Số Xuân 1991.

- Nguyễn Chí Thiệp: *Việt Nam Khát Vọng Dân Chủ Tự Do*, Tác Giả Xuất Bản, 2001.

- Thành Tín: *Hoa Xuyên Tuyết*, Nhân Quyền, 1991

- Thành Tín: *Mặt Thật*, Turpin Press, 1994.

- Trịnh Y Thư: *Cuộc Cách Mạng Cây Đèn Thần Của Timothy Garton Ash*, Thế Kỷ 21, Số 10, Tháng 2 Năm 1990.

- Võ Nhân Trí: *Có Thật Đảng Cộng Sản Đã Từ Bỏ Chuyên Chính Vô Sản Không?* Thế Kỷ 21, Số Tháng 8 năm 1992.

- Lê Thiện Tùng: *Phong Trào Giải Thể Cộng Sản Ở Âu Châu,* Thế Kỷ 21, Số Tháng 12 Năm 1989.

- Nguyễn Khắc Viện: *Kiến Nghị Của Nguyễn Khắc Viện*, Diễn Đàn Người Việt, Số Xuân 1991.

- Tâm Việt và Nhiều Tác Giả: *Vụ Án Siêu Nghiêm Trọng T2- &T4 - Đấu Đá Ở Thượng Tầng Kiến Trúc Đảng CSVN*, Tủ Sách Thời Sự Việt Nam và Thế Giới, 2005.

- Vĩnh Xương: *35 Năm Đấu Tranh Vì Chủ Nghĩa Xã Hội Có Tình Người Vì Dân Chủ, Tự Do, Vì Chủ Nghĩa Nhân Bản*, Diễn Đàn Người Việt, Montreal Mùa Xuân 1991.

- Nhiều Tác Giả: *Cao Trào Văn Nghệ Phản Kháng tại Việt Nam 1986- 1989,* Nhà Xuất Bản Lê Trần, 1990.

- Nhiều Tác Giả: *Việt Nam 20 Năm 1975- 1995- Tập I,* Nhà Xuất Bản Đông Tiến, 1996.

III- NHỮNG TÀI LIỆU VÀ VĂN KIỆN CỦA ĐẢNG CỘNG SẢN VIỆT NAM

- Tran Xuan Bach: *"Speech to Union of Vietnam Scientific and Technological Associations."* Hanoi Domestic Service, 5 January 1990. FBIS- EAS, 8 January 1990.

- Trần Xuân Bách: *Chủ Nghĩa Xã Hội Thật Sự Là Gì?* Diễn Đàn Người Việt, 1992.

- Hoàng Chí Bảo, *Chủ Nghĩa Xã Hội Hiện Thực: Khủng Hoảng, Đổi Mới và Xu Hướng Phát Triển,* Nhà Xuất Bản Chính Trị Quốc Gia, 1993.

- Nguyễn Đình Bin và một số tác giả: *Ngoại Giao Việt Nam 1945-2000*, Nhà Xuất Bản Chính Trị Quốc Gia, 2002.

- Nguyễn Đức Bình: *Một Số Vấn Đề Về Công Tác Lý Luận Tư Tưởng và Văn Hóa*, Nhà Xuất Bản Chính Trị Quốc Gia, 2001.

- Nguyễn Đức Bình và Một số tác giả: *Tranh Luận Để Đồng Thuận*, Nhà Xuất Bản Trí Thức và Tạp Chí Tin Học & Đời Sống, 2006.

- Trần Quang Cơ: *Hồi Ức và Suy Nghĩ, Dạng Bản Thảo Hoàn Chỉnh* Tháng 5 Năm 2003, Chưa Xuất Bản.

- Trần Bạch Đằng: *Bút Ký Kinh Tế,* Nhà Xuất Bản Sự Thật, 1990.

- Thanh Đạm - Nguyễn Quý: *Chiến Tranh Phá Hoại Tư Tưởng,* Nhà Xuất Bản Công An Nhân Dân, 1983.

- Tương Lai: *Báo Cáo Sơ Bộ Về Cuộc Khảo Sát Xã Hội Tại Thái Bình Cuối Tháng Sáu Đầu Tháng Bảy Năm 1997*, Viện Xã Hội Học, 1997.

- Nguyễn Văn Linh: *Thành Phố Hồ Chí Minh 10 Năm,* Nhà Xuất Bản Sự Thật, 1985.

- Đỗ Mười: *Báo Chí Văn Nghệ Trong Sự Nghiệp Đổi Mới*, Nhà Xuất Bản Sự Thật, 1989.

- Đỗ Mười: *Đẩy Mạnh Sự Nghiệp Đổi Mới vì Chủ Nghĩa Xã Hội*, Nhà Xuất Bản Sự Thật, 1992.

- Đào Xuân Sâm: *Chuyển sang Nền Kinh Tế Thị Trường - Định Hướng và Giải Pháp,* Nhà Xuất Bản Thành Phố Hồ Chí Minh, 1992.

- Nguyễn Văn Sáu và Hồ Văn Thông: *Thể Chế Dân Chủ và Phát*

Triển Nông Thôn Việt Nam Hiện Nay, Nhà Xuất Bản Chính Trị Quốc Gia, 2005.

- Lưu Văn Sùng: *Về Con Đường Không Qua Giai Đoạn Phát Triển Tư Bản Chủ Nghĩa,* Nhà Xuất Bản Thành Phố Hồ Chí Minh, 1991.

- Nguyễn Phú Trọng: *Sự Lãnh Đạo và Hoạt Động Của Đảng Trong Điều Kiện Cơ Chế Thị Trường*, Nhà Xuất Bản Chính Trị Quốc Gia, 1995.

- Đào Duy Tùng: *Về Con Đường Xây Dựng Chủ Nghĩa Xã Hội Ở Việt Nam,* Nhà Xuất Bản Sự Thật,1991.

- Đào Duy Tùng: *Tuyển Tập Đào Duy Tùng I, II, III*, Nhà Xuất Bản Chính Trị Quốc Gia, 2001.

- Ban Tư Tưởng Văn Hóa Trung Ương: *Quyết Tâm Làm Thất Bại Chiến Lược Diễn Biến Hòa Bình Của Các Thế Lực Thù Địch*, Nhà Xuất Bản Chính Trị Quốc Gia, 1993.

- Đại Học Tổng Hợp Hà Nội - Khoa Luật: *Việt Nam Với Công Ước Quốc Tế Về Quyền Con Người,* Nhà Xuất Bản Sự Thật, 1992.

- Đảng Cộng Sản Việt Nam: *Bảo Vệ Lý Tưởng Xã Hội Chủ Nghĩa,* Nhà Xuất Bản Sự Thật, 1991.

- Đảng Cộng Sản Việt Nam: *Chiến Lược Ổn Định và Phát Triển Kinh Tế Xã Hội Đến Năm 2000,* Nhà Xuất Bản Sự Thật, 1991.

- Đảng Cộng Sản Việt Nam: *Lịch Sử Đảng Tập I và Tập II*, Nhà Xuất Bản Chính Trị Quốc Gia, 1995.

- Đảng Cộng Sản Việt Nam: *Thành Ủy Hồ Chí Minh, Thông Báo Nội Bộ Về Quyết Định Kỷ Luật Nguyễn Hà Phan*, 27- 4- 1996.

- Đảng Cộng Sản Việt Nam: *Chỉ Thị Số 67 Về Việc Tăng Cường Chỉ Đạo, Quản Lý, Đấu Tranh, Làm Thất Bại Âm Mưu, Thủ Đoạn Của Các Thế Lực Thù Địch Dùng Phương Tiện Thông Tin Điện Tử Để Chống Phá Ta*, 1- 1- 1996.

- Đảng Cộng Sản Việt Nam: *Văn Kiện Đại Hội Đại Biểu Toàn*

Quốc Lần Thứ IX, Nhà Xuất Bản Chính Trị Quốc Gia, 2001.

- Đảng Cộng Sản Việt Nam: *Văn Kiện Đại Hội Đại Biểu Toàn Quốc Lần Thứ VII*, Nhà Xuất Bản Sự Thật, 1991.

- Đảng Cộng Sản Việt Nam: *Văn Kiện Đại Hội Đại Biểu Toàn Quốc Lần Thứ VIII*, Nhà Xuất Bản Chính Trị Quốc Gia, 1996.

- Đảng Cộng Sản Việt Nam: *Văn Kiện Đại Hội Đại Biểu Toàn Quốc Lần Thứ VI*, Nhà Xuất Bản Sự Thật, 1986.

- Đảng Cộng Sản Việt Nam: *Văn Kiện Của Đảng Cộng Sản Việt Nam về Văn Hóa Văn Nghệ (Từ Đại Hội VI Đến Đại Hội VII)*, Nhà Xuất Bản Sự Thật, 1993.

- Tổng Cục II, Bộ Quốc Phòng: *Cuộc Đọ Sức Giữa Hai Chế Độ Xã Hội, Bàn Về Chống Diễn Biến Hòa Bình*, Nhà Xuất Bản Chính Trị Quốc Gia, 1994.

- Tổng Cục II, Bộ Quốc Phòng: *Chiến Lược Chuyển Hóa Việt Nam Xã Hội Chủ Nghĩa Của Mỹ Sau Bình Thường Hóa Quan Hệ Mỹ - Việt*, Tài Liệu Mật Gửi Bộ Chính Trị 25- 10- 1995.

DANH MỤC

A

B

E

F

G

H

K

L

P

Q

R

S

T

ĐÔNG ÂU TẠI VIỆT NAM

XUẤT BẢN VÀ PHÁT HÀNH
VIETNEWS
5850 STOCKTON BLVD # C
SACRAMENTO CA 95824
USA

Giá 28MK
Cước Phí: Trong Hoa Kỳ: 3MK
Ngoài Hoa Kỳ: 5MK